ना. सं. इनामदार

राऊ

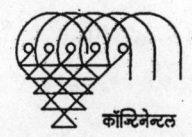

कॉन्टिनेन्टल

विजयानगर, पुणे ४११ ०३०.

प्रकाशक : ऋतुपर्ण अनिरुद्ध कुलकर्णी
देवयानी कुलकर्णी-अभ्यंकर
कॉन्टिनेन्टल प्रकाशन
विजयानगर, पुणे ४११ ०३०.

मुद्रक : कुमार प्रिंट्स
१३८ शनिवार पेठ, पुणे ४११ ०३०.

अक्षरजुळणी : प्रकाश प्रिंटर्स
औदुंबर कॉलनी, वारजे नाक्यासमोर,
काकडे सिटीमागे, पुणे ४११ ०५२.

मुखपृष्ठ : श्रीराम यादव

राऊ
प्रकाशन क्रमांक : ५११

सर्व हक्क सुरक्षित

पुनर्मुद्रणे : १९७४, १९७९, १९८३, १९८८, १९९२,
१९९४, १९९७, १९९९, २००२, २००९, २०१३, २०१६

किंमत : रुपये ४००/-

'राऊ' ही माझी नवी ऐतिहासिक कादंबरी रसिक वाचकांना सादर करताना मला आनंद होतो आहे. थोरल्या बाजीराव पेशव्यांचे एकूण आयुष्यच रोमहर्षक प्रसंगांनी भरलेलं आणि मराठी मनाला मोह घालणारं. त्यांचं कर्तृत्वही निर्विवाद. विशेष म्हणजे सुमारे पन्नास हजार अस्सल पत्रांतून ते सुरेख व्यक्तही होत आहे. वयाच्या एकतिसाव्या वर्षी ऐन तारुण्यात या माणसाच्या जीवनात एका वेगळ्या वातावरणात वाढलेल्या स्त्रीनं प्रवेश केला. असामान्य सौंदर्याचा वारसा लाभलेल्या मस्तानीचा बाजीरावाच्या आयुष्यातला प्रवेश अनेक अनाकलनीय घटनांची नांदी ठरला. हातभर पंचा नेसणाऱ्या कोकणातल्या भटांच्या बाळबोध कुटुंबात हिंदुस्थानभर आपल्या सत्तेची जरब बसवणाऱ्या बाजीरावाचं अस्तित्व हेच मुळी रूढ कल्पनांना धक्के देणारं होतं. रजपूत, जाट, बुंदेले, मुसलमान, रोहिले अशा नाना धर्मांच्या, पंथांच्या रीतिरिवाजांच्या माणसांशी मराठी राज्यातला कर्ता पुरुष म्हणून बाजीरावाचा संबंध आला. त्याच्या गरुडदृष्टीनं निळ्या आकाशाचा वेध केव्हाच घेतला होता. विशाल जीवन जगण्याची त्याची क्षमता होती. परिस्थितीनं ते अपरिहार्यही होतं. पण ही अपरिहार्यता त्याच्या कुटुंबीयांना आकळली नाही आणि संघर्षाचा वणवा पेटला. अनेक अंगवस्त्रं ठेवण्यात भूषण मानण्याच्या त्या काळातही बाजीरावानं मस्तानीवर उत्कट प्रेम करावं, ब्राह्मणी आणि यवनी संस्कारांची देवाण-घेवाण करावी हे समाजाला मंजूर नव्हतं. त्या वणव्यानं बाजीराव-मस्तानी या युगुलाला घेरलं आणि पाहता पाहता त्यांचा बळी घेतला. 'राऊ'मध्ये ही भावकथा मी वाचकांना पेश केली आहे, त्यांच्या पसंतीला उतरेल या आशेनं.

इतिहासात मस्तानीचा मूळ उगम अज्ञात आहे. तज्ज्ञांत मतमतांतरं आहेत. कादंबरीकार म्हणून मला त्यांच्याशी कर्तव्य नाही. अर्थात माझ्या पद्धतीनं मी त्याचा मागोवाही घेतला आहे. कलात्मक सोय म्हणून तिचं उगमस्थान बुंदेलखंडात आहे असं गृहीत धरून मी तिचं चित्र रंगवलं आहे. तेवढं माझ्या मते पुरेसं आहे.

राऊच्या भावकथेला बांधीव सौष्ठव प्राप्त व्हावं म्हणून काही किरकोळ

ऐतिहासिक घटनांचे तपशील कादंबरीत स्वीकारताना थोडी अनिवार्य तडजोड करावी लागली. त्यानं ज्ञात स्थूल इतिहासाला बाधा येणार नाही एवढी काळजी घेतली आहे.

या कादंबरीसाठी साधनं गोळा करताना अनेकांचे हात लागले. बाजीरावाचं निधनस्थळ रावेरखेडीला भेट देणं श्री. य. वि. नामजोशी यांच्यामुळे शक्य झालं. त्यांचा आणि त्या खडतर प्रवासात माझी सोबत करणारे इतिहासप्रेमी मित्र श्री. दत्ता परांजपे यांचा मी आभारी आहे. श्री. बाबासाहेब पुरंदरे यांच्यामुळे मला मस्तानीच्या काही महत्त्वाच्या पत्रांचा सुगावा लागला, आणि श्री. ग. ह. खरे यांच्या सौजन्यामुळे ती पत्रं नजरेखाली घालता आली. सबब मी उभयतांचा ऋणी आहे. याशिवाय प्रसिद्ध चित्रकार आणि इतिहासाचे साक्षेपी व्यासंगी श्री. द. ग. गोडसे यांनी मोठ्या आपुलकीनं मला जे साहाय्य केलं ते शब्दातीत आहे. केसरी ग्रंथशाळा आणि भारत इतिहास संशोधन मंडळाचं ग्रंथालय हे अमोल खजिने लेखकाला लुटावेच लागतात. मी ते मनमुराद लुटले. त्या संस्थांचा मी आभारी आहे. विशेषतः केसरीचे श्री. वि. स. वाळिंबे यांच्या स्नेहभावाचे ऋण मला विसरता येणार नाही. याशिवाय श्री. माधवराव लोकरे व श्री. तोरो यांच्यामुळे मला धावडशीला भेट देणं शक्य झालं म्हणून मी उभयतांचा आभारी आहे.

तर अशी ही 'राऊ'ची कथा साकार झाली. आता ती मी रसिकांच्या समोर ठेवतो आहे. अशा वेळी माझ्या भावना प्रियकराला काव्यमय प्रेमपत्र पाठविणाऱ्या प्रेयसीसारख्या झाल्या आहेत.

खत तो भेजा है पर अब खौफ यही है दिल में ।
मैंने क्या उसको लिखा और वो क्या समझेगा ।।

'झेप', टिळक विद्यापीठनगर   **ना. सं. इनामदार**
गुलटेकडी, पुणे ९   २६।१।१९७२

एक

शनवारची हवेली माणसांनी फुलली होती. पेशव्यांनी पुण्यात मोठी वास्तू बांधली होती. आठ दिवस जेवणावळी झाल्या. छत्रपती शाहू महाराजांपासून काल ठेवलेल्या बारगिरापर्यंत साऱ्यांनी आहेर केले. लढाईत अनेकदा मार दिलेल्या शत्रूंनीही कारकुनाबरोबर आहेर पाठवून मनधरणीचा प्रयत्न केला. निजामानं आपला खास वकील मोठ्या इतमामानं पुण्याला पाठवला होता.

स्वतः बाजीराव पेशवे आणि त्यांचे बंधू चिमाजीआपा दाभाडच्यांच्या मुकाबल्याला गुजरातेत गेले होते. वास्तुशांतीला पेशवे पुण्यात नव्हते. त्यांचे चिरंजीव नानासाहेब जातीनं समारंभावर देखरेख करीत होते.

खासगीचा कारखाना नीटनेटका लावण्यात नानांचा आणि पेशव्यांच्या मातुःश्री राधाबाई यांचा सारा वेळ खर्च होत होता.

बाजीरावसाहेबांच्या पत्नी काशीबाईसाहेब समारंभाच्या मुख्य सूत्रधार. भरजरीची वस्त्रं नेसून अन् हिऱ्यामोत्यांचे दागिने लेवून त्या हवेलीच्या खासगीच्या चौकातून ये-जा करीत तेव्हा हवेलीत प्रत्यक्ष लक्ष्मीचा वावर झाल्यासारखा भास होत होता. ऐन पंचविशीतल्या गोऱ्यापान कांतीच्या अन् नाजूक बांध्याच्या काशीबाई मोठ्या उमेदीनं नि हौसेनं आल्या-गेल्या थोरामोठ्यांच्या स्त्रियांची चौकशी करीत होत्या. आपल्या मालकिणीच्या चाफेकळीसारख्या नाकावर घामाचे बिंदू पाहिले की पंख्यानं वारा घालता घालता येसू कुळंबिणीची त्रेधातिरपीट होत होती.

तिसऱ्या प्रहरी कसबा गणपतीचं दर्शन आटोपून काशीबाई विश्रांतीसाठी आपल्या दालनात गेल्या तेव्हा त्यांनी येसूला बजावलं, 'घटकाभर राबता बंद ठेव. आम्ही अंमळ विश्रांती घेणार आहोत.'

येसूकडून नेहमीचा आज्ञाधारक होकार आला नाही म्हणून काशीबाईंनी मान उचलून आपले मोठे डोळे येसूवर रोखले. त्यांच्या शब्दांत नाराजी होती.

'समजलं ना?'

'जी बाईसाहेब. पण—'

येसू घुटमळली. तशी काशीबाईंनी आवाज चढवून म्हटलं, 'चाकरानं आज्ञा ऐकली की लगेच होय म्हणायचं असतं.'

'होय, बाईसाहेब.'

'मात्र सासूबाई किंवा चिरंजीव आले तर त्यांना मना करू नकोस.'

'जी. पण रागावणार नसलात तर एक सांगायचं आहे.'

न बोलताना काशीबाईंनी नुसतंच कुळंबिणीकडे पाहिलं.

येसूला तेवढाच इशारा पुरेसा होता.

'आज चार दिवस झाले. सासवडाहून एक बाई आल्यात. बाईसाहेबांची गाठ घेतल्याशिवाय जाणार नाहीत म्हणतात. आज्ञा झाली तर त्या भेटीला येतील.'

'कोण बाई आहेत? त्यांना खासगी कारभाऱ्याकडे जायला सांगा. नाहीतर चिरंजीवांना वर्दी दे. वास्तुशांतीनिमित्त एवढा दानधर्म झाला. त्यात आणखी थोडं दिल्यानं काही बिघडणार नाही.'

'बाई काही मागायला आल्या नाहीत असं दिसतं.'

'मग?'

'खुद्द बाईसाहेबांची गाठ घ्यायची म्हणतात.'

'असं? नाव काय बाईचं?'

'गोपाळभट अत्र्यांची बायको. भानुमती असं काहीसं नाव आहे.'

'भानुमती! भानू!'

लोडाला आळसावून टेकलेल्या काशीबाई एकदम सावरून बसल्या. काजळ घातलेल्या त्यांच्या डोळ्यांची क्षणमात्र उघडझाप झाली. स्मृतीची पाखरं कुठं तरी फडफडली.

भानुमती. सासवडला पेशव्यांच्या वाड्यात नवी सूनबाई म्हणून आपण आलो तेव्हा आपल्याबरोबर खेळण्यासाठी सासूबाईंनी ज्या ब्राह्मणांच्या मुली गोळा केल्या होत्या त्यातली ही भानू लक्षात राहिली होती; कारण त्या वेळी सारखी भांडत होती. भांडता भांडता हसत होती. थोरामोठ्यांच्या मुलीशी आपण बोलतो आहोत हे विसरून आपल्याशी वागणारी, सावळ्या वर्णाची, थोराड बांध्याची ती भानू आता कशी दिसत असेल कुणास ठाऊक?

किती वर्षं गेली. बालपण केव्हा संपलं ते कळलं नाही. कळलं ते एवढंच की आता साऱ्याच बरोबरीच्या मुली भिरभिरणाऱ्या नजरेनं आपल्याकडे पाहतात. अदब राखून दूर दूर वावरतात. बाजीराव पेशव्यांची पत्नी. पेशवीण. अनेक लेण्यांच्या ओझ्याखाली त्या आठवणी पार दबून गेल्या. पाहता पाहता सासवडच्या

त्या वाड्यात पेशव्यांचं ऐश्वर्य मावलं नाही. पेशव्यांच्या घोड्याच्या टापा ज्या मुलखात घुसल्या त्या मुलखातून मुजरेच झडले. जिकडे पाहिलं तिकडे यश. फत्ते. त्या बाजीराव पेशव्यांची ही धर्मपत्नी. काशीबाई अंतरी सुखावल्या.

'बाईंना आत पाठवून दे.'

येसूबरोबर आत आलेल्या बाईकडे काशीबाईंनी पाहिलं आणि त्यांचा विश्वास बसेना. अवजड चिरडीचा ओचा गुडघ्यापर्यंत वर उचलून, कोपरापर्यंत भरलेल्या हिरव्या चुड्यांचे हात कऱ्हेच्या पात्रात बुडवून आपल्या अंगावर निःसंकोचपणे पाणी उडवणारी ती भानू ही दिसत नव्हती. हिचा चेहरा आक्रसलेला होता. अंगकाठी उगीच वाकल्यासारखी दिसत होती. रस निघून गेलेल्या शुष्क झाडासारखी ही बाई उभी होती. तिचे भुंडे हात, अंगभर लपेटलेलं तांबडं आलवण आणि त्या आवरणातूनही जाणवणारं तिचं केशविहीन मस्तक!

काशीबाई क्षणमात्र शहारल्या. त्यांच्या तोंडून एकदम शब्द बाहेर पडले, 'कोण, भानू तू!'

'होय. मीच ती.'

'तुमची ही अवस्था! आमच्या कानांवर हे काहीच आलं नव्हतं.'

'नाही आलं तेच ठीक झालं. आणि आजची ही वेळ तसलं काही अभद्र बोलण्याची नाही. श्रीमंतांची ही नवी वास्तू पुण्यात उभी राहिली. होमहवन, मंत्रघोष, ब्राह्मणभोजनं या साऱ्या गडबडीत त्याची चौकशीही करायची नसते.'

काशीबाईंनी कान टवकारले. क्षणमात्र त्यांना भास झाला. बोलण्याची धाटणी तीच होती. त्या वेळी भांडता भांडता हसत होती. गुदगुल्या करीत होती. आता हसता हसता भांडत तर नाही? लाल वस्त्रातल्या त्या सावळ्या चर्येच्या भानूकडे त्यांनी निरखून पाहिलं. लाल फडक्यात गुंडाळलेली छोट्या संदुकीसारखी एखादी वस्तू ही बाई आपल्या बुच्च्या हातानं सावरून धरीत होती, लपवीत होती असं त्यांना वाटलं. वास्तुशांतीच्या सोहळ्यात रिवाजाला सोडून कितीतरी बायकांनी आपापला आहेर खुद्द पेशविणीच्या हातातच द्यायचा आग्रह धरलेला त्यांना माहीत होता. एकेकाळी बरोबरीनं वागलेली ही बाई तसंच—

'पण बाईसाहेबांना ओळखायला अडचण पडली नाही ना?' कपाळावर पुढे आलेली पातळाची पट्टी बोटांनी मागं सारीत भानूनं मध्येच विचारलं,

'अडचण पडण्यासारखंच तुमचं हे सारं दिसलं. पण तुमचा आवाज झाकला

नाही. अगदी तसाच आजही आहे.'

'तसा म्हणजे कसा?'

'आमच्या लहाणपणी सासवडच्या वाड्यात आमच्याबरोबर तुम्ही खेळत होता त्या वेळसारखा. का?'

'त्या वेळच्या खेळाची, भांडणाची बाईसाहेबांना ओळख आहे तर! आठवणही ठेवलेली दिसते!'

काशीबाईंच्या चर्येवर किंचित हसू उमटलं. 'बाळपणच्या आठवणी का कधी विसरतात? आणि अशा उभ्या किती वेळ राहणार? बसा ना! बसा. संकोचू नका.' गालिच्यापासून दूर, जमिनीवर पदर सावरून बाई बसल्या.

'गेले चार-पाच दिवस बाईसाहेबांना भेटण्याचा प्रयत्न करीत होते. पण या गर्दीत माझ्यासारख्या विधवेची दाद कशी लागणार! मग अगदी धरणंच धरलं, तेव्हा हा भेटीचा योग आला.'

'खरं म्हणता काय?' काशीबाईंनी आश्चर्यानं आपले डोळे मोठे केले. 'आम्हाला खासगीकडे सांगून ठेवलं पाहिजे.'

'त्याची एवढी जरूर नाही. मी एक रांडमुंड बाई. मी भेटले काय आणि नाही काय, त्याची काय एवढी मातबरी? सासवडच्या लहान वाड्यातून पेशवे या मोठ्या हवेलीत राहायला आले. हे मोठे चौक, ही सजवलेली दालनं, हत्ती-घोड्यांच्या या चारी बाजूंच्या पागा, ही नोकरचाकरांची धावपळ हे सारं मी रोज पाहते आहे. पेशव्यांचं ऐश्वर्य वाढलं. आनंद आहे. पण माझं — आमचं —' एकाएकी बाईंचा गळा भरून आला. त्यांनी डोळ्यांना पदर लावला.

काशीबाईंना याचं विशेष वाटलं नाही. खासगीकडे त्यांना हा रोजचाच प्रसंग होता. अडल्यानडलेल्यांना, दीनदुबळ्यांना त्या सढळ हातांनी मदत करीत होत्या. त्यांचे चिरंजीव नानासाहेब मातुःश्रींच्या या आज्ञा बिनतक्रार पाळीत होते. त्याच भरात त्या बोलून गेल्या, 'बाई, दैवानं मारलं तर फिर्याद तरी कुणाकडे करायची? हा मृत्युलोक आहे. माणसाच्या का हातात असतं सगळं! मी खासगीकडे सांगून ठेवत्ये हो—'

'बाईसाहेब, मी काही मागायला आले नाही.' डोळे कोरडे करून काशीबाईंकडे रोखून पाहत बाई एकदम म्हणाल्या, 'उलट माझं दुःख बाजूला ठेवून पेशव्यांच्या हवेलीच्या वास्तुशांतीला आपलाही काही हातभार लागावा म्हणून हा लहानसा

आहेर घेऊन मी आले आहे.'

तांबड्या फडक्यात गुंडाळलेली ती छोटीशी संदूक बाईंनी काशीबाईंच्या समोरच्या गालिच्यावर ठेवली.

रिवाजाप्रमाणं भेटवस्तूला स्पर्श करण्यासाठी काशीबाईंचा उजवा हात आपोआप पुढं झाला.

'थांबा, बाईसाहेब!' समोर बसलेल्या बाई एकदम उठून आवाज चढवून म्हणाल्या. 'अगोदर त्या पेटीत काय आहे ते सांगते. मग भेट स्वीकारावी.'

'काही का असेना. तुम्ही आठवणीनं, मोठ्या प्रेमानं दिलेली वस्तू कसलीही असली तरी ती आम्हाला आवडणारच. त्याचं अगोदर वर्णन कशाला?'

पुन्हा काशीबाईंच्या चेहऱ्यावर थोडं हसू उमटलं.

'एवढा मोठा सोहळा झाला. गंगा-यमुनांचं पवित्र पाणी साऱ्या वास्तूवर शिंपडलं असेल.' बाई बोलत होत्या. बोलताना त्या पेटीकडे टक लावून पाहत होत्या. 'सातासमुद्राचं जल या हौदातून सोडलं असेल. हत्ती, उंट, अश्व यांच्या खालची मृत्तिका या अंगणातून पसरली असेल. वास्तुपुरुषाबरोबर सोनं, मोती, रत्नं पुरली असतील. अशा या सोहळ्यात माझ्या आहेराची अगोदर चौकशी करून मगच बाईसाहेबांनी तो स्वीकारावा.'

'तुमच्या मनासारखं होऊ द्या. पेशव्यांच्या हवेलीच्या या वास्तुशांतीला तुम्ही काय आहेर आणला आहेत तो कळू द्या आम्हाला.'

'आहेर आहे अस्थी! माझ्या यजमानांच्या अस्थी!'

'अस्थी! आहेर म्हणून अस्थी! वेड तर नाही लागलं तुम्हाला?'

'तेवढंच कमी आहे. पेशवे असेच वागले तर तेही थोड्या दिवसांत लागेल.'

'तुम्ही मस्करी तर करीत नाही बाई?'

'दैवानं माझीच मस्करी चालवली आहे. जिच्याबरोबर लहानपणी मी खेळले, रुसले, फुगले, भांडलेदेखील त्याच बाईच्या नवऱ्यानं—'

'अदब सुटते आहे. बाई!' काशीबाईंचा स्वर एकदम कठोर झाला. 'या वास्तूच्या मालकाला, आणि या मंगळसूत्राच्या धन्याला श्रीमंत पेशवे म्हणतात. रीतीनं बोलणार असलात तर सर्व काही ऐकलं जाईल. रीत सुटणार असेल तर हाच तुम्हाला निरोप समजा. आम्हाला पुढं काही ऐकायचं नाही.'

क्षण दोन क्षण दोघींनी एकमेकींकडे रोखून पाहिलं. मग मान खाली घालून

भानुमतीबाई पुटपुटल्या, 'चुकलं माझं. मग आतातरी माझा आहेर स्वीकारणार ना?'

'पेशव्यांचा आत्ता तुम्ही उल्लेख केलात. त्यांनी तुमच्यावर कोणता अन्याय केला आहे? कोणती मस्करी केली आहे? आणि यजमानांच्या अस्थी आहेरासाठी आणण्याची ही तुमची जगावेगळी रीत तरी कसली?'

'मी एका ब्राह्मणाची बायको. ना अधिकार ना सत्ता. आमचं कोण ऐकणार?'

'आम्ही ऐकतो आहोत. सांगा.'

'पेशव्यांनी माझ्या यजमानांना मारलं! आता ठेवाल विश्वास?'

'पण मग हे यापूर्वीच आम्हाला कसं कळलं नाही? अत्रे का आम्हाला परके आहेत? जसे पुरंदरे तसे अत्रे. अत्र्यांशी शत्रुत्व धरलेलं आमच्या तरी कानांवर नाही.

'माणसाला मारायला त्याच्याशी शत्रुत्वच धरायला लागतं असं नाही.'

'नीट समजेल असं सांगा.'

'सासवडच्या वतनाचा आम्ही अत्रे पिढ्यान् पिढ्या उपभोग घेत होतो. पेशव्यांनी पुरंदऱ्यांची बाजू घेतली. त्यांच्या आमच्या वतनी भांडणात पक्षपातीपणानं पुरंदऱ्यांच्या बाजूनं निवाडापत्र दिलं. पुरंदरे वतनदार ठरले. अत्रे खोटे ठरवले. आमचं वतन हिसकावून घेतलं. आम्हाला उघड्यावर टाकलं.'

'फडावरच्या कारभाराच्या या बाबी इथं कशाला? आम्हाला त्यात रस नाही.'

'पण त्यानंच मला भरल्या संसारातनं उठवलं. पेशव्यांचे ते निवाडापत्र कपाळावर बांधून माझ्या यजमानांनी पुरंदऱ्यांच्या दारात जीभ हासडून प्राण दिला. एका घटकेत, माझ्या हातात कोपरापासून भरलेला चुडा भंगला. मोठ्या वाड्यात मालकीण म्हणून वावरणारी मी घासभर अन्नाला महाग होऊन कोपऱ्यात दिवाभीतासारखी तोंड लपवून बसले. हे सारं श्रीमंत पेशव्यांनी केलं. त्यांची हवेली उभी राहिली. माझी लहानशी सावली नष्ट झाली. माझं तर असं झालं. आता बाईसाहेबांनी या माझ्या यजमानांच्या अस्थी ठेवून घ्याव्यात. पेशव्यांचा डंका त्रिभुवनात दुमदुमतोय. जगाला कळू द्या हा पेशव्यांचा न्याय. मला भरल्या ताटावरून उठवलं. माझा रंडकीचा हा तळतळाट कधीही भोवल्याशिवाय राहणार नाही. बाईसाहेब, घेते निरोप.'

आणि मागे वळूनही न पाहता बाई तरातरा चालत दालनातून बाहेर पडल्या.

गालिच्यावर तांबड्या आलवणात गुंडाळलेली ती संदूक तशीच होती.

गालावर हात टेकून काशीबाई कितीतरी वेळ त्या आलवणाकडे पाहत होत्या.

दालनात हळूहळू अंधार दाटू लागला.

सेवकांनी दीप आणून ठेवले. तशी सुस्कारा टाकून काशीबाई पहाऱ्यावरच्या सेवकाला म्हणाल्या, 'ते उचलून घेऊन जा. आणि चिरंजीवांना म्हणावं सायंसंध्या झाली असली तर आम्ही बोलावलं आहे.'

चिरंजीव प्रथम आले नाहीत. प्रथम आल्या त्या काशीबाईंनी गेल्याच वर्षी आणलेल्या सूनबाई. रास्त्यांची गोपिका.

छोटी सून दासीबरोबर येऊन काशीबाईंच्या पाया पडली. सरावानं काशीबाईंनी आशीर्वाद दिला, 'आयुष्यमान् भव.'

क्षणमात्र थांबून सूनबाई परत गेली. पाठोपाठ आले चिरंजीव नानासाहेब.

दालनातली हंड्याझुंबरं झगमगत होती. त्या लालसर प्रकाशात चिरंजीवांचा मूळचाच गौरवर्ण खुलून दिसत होता, अकरा-बारा वर्षांचं वय होतं तरी केवढा मोठा दिसत होता. खांदे आणि हात थेट तीर्थरूपांप्रमाणे. चेहरा मात्र मातृमुखी. पण नाकाची ठेवण पुन्हा पित्यासारखीच. काशीबाईंचा हा नित्याचाच खेळ होता. त्यांचं मन अशी तुलना करताना रमत असे, सुखावत असे.

वीतभर जरीचे काठ असलेलं धोतर चिरंजीव नेसले होते. वर मलमलचा शुभ्र अंगरखा होता. गळ्यातली सोन्याची साखळी त्यावर रुळत होती. नानासाहेबांनी मातुःश्रींच्या पायांना स्पर्श करून नमस्कार केला. काशीबाईंनी मुलाला कुरवाळलं. त्यांच्या पाठीवरून हात फिरवीत त्यांनी चौकशी केली, 'फडावरची कामं आटोपली वाटतं?'

शेजारी बसून चिरंजीव खालच्या आवाजात म्हणाले, 'ती कसली आटोपतात! राऊस्वामींच्या या मोहिमेमुळं तर कामाची अशी गर्दी उसळली आहे की क्षणाची उसंत नाही. पण आपण आज्ञा केली म्हणून मग हातातलं काम संपताच आम्ही फडाच्या चौकातून निघालो तो थेट इथंच आलो.'

चिरंजीवांच्या सान्निध्यात काशीबाई नेहमीच प्रसन्न राहत. पूर्वीसारखे ते आता काशीबाईंच्या वाट्याला फारसे येत नव्हते. बहुतेक वेळ साताऱ्याला छत्रपतींच्या

दरबारात राहूनच ते दौलतीच्या कामाचं शिक्षण घेत होते. पण कधीमधी ते पुण्याला आले तर घटका-दोन घटका तरी मातुःश्रींबरोबर बसून त्यांची चौकशी केल्याशिवाय त्यांना चैन पडत नसे. मग तो सारा दिवस काशीबाईंना एखाद्या सणासारखा वाटत असे.

'या वेळची मोहीम आपापसातच आहे असं ऐकलं ते खरं ना?' थोडा वेळ किरकोळ गोष्टी बोलून झाल्यावर काशीबाईंनी विचारलं.

'म्हटलं तर आपसात, नाहीतर शत्रूशी.'

'वा! फडावरच्या मुत्सद्द्याची भाषा तुम्ही आमच्याजवळही वापरता तर!'

'अनवधानानं शब्द गेले. पण या मोहिमेनं आम्हीच कशाला, सातारकर स्वामी महाराजही गोंधळून गेले आहेत. या दौलतीच्या सेनापतींचा बंदोबस्त पेशव्यांनी करावा ही आज्ञा देण्यापूर्वी दोन-तीन महिने त्यांनी नुसत्या विचारावरच घालवले. आमचेच सेनापती दाभाडे आमची बाजू सोडून निजामाशी आतून संबंध ठेवतील यावर लवकर विश्वास बसणं कठीण होतं. पण अखेरीस आपले सेनापती शत्रूला सामील झाल्याची महाराजांची खात्री झाल्यावर त्यांच्यावर मोहीम करण्याची त्यांनी पेशव्यांना आज्ञा दिली. दाभाड्यांबरोबरची ही कटकट म्हणूनच आपापसातली का शत्रूशी ते आम्हाला समजेनासं झालं आहे. त्यातून प्रसंग आहे उमाबाईंशी—'

काशीबाईंना उगीचच हसू आलं. त्या सहजगत्या म्हणाल्या, 'पेशव्यांचे चिरंजीव बायकांना घाबरायला लागले की काय?'

'तसं नव्हे. राऊस्वामींनी रोहिल्यांचा बंदोबस्त केला. राजपुतांना ठिकाणावर बसवलं. एकदा नव्हे अनेकदा मोगलांसारख्या मातबराला धूळ चारली. पण या वेळी घरचा मामला. बाई महाकारस्थानी. एखादे वेळी आपल्यातच फूट पडायची. तळेगावाहून दाभाडीण निघाली ती कोणती प्रतिज्ञा करून ते आपल्या कानांवर आलं असेलच.'

'तुमच्या फडावरची राजकारणं आम्हाला कोण सांगणार! पण सासूबाईंच्या बोलण्यात एक-दोनदा सहज आलं ते कानी पडलं. उमाबाईंनी आपल्या चिरंजीवांना घेऊन साऱ्या फौजा गोळा केल्या आहेत. अटीतटीनं ती झुंजणार आहे, एवढं मात्र समजलं.'

'पण बाईंची प्रतिज्ञा एवढीच नाही. तिचे प्रत्यक्ष शब्द कानांवर आले ते आज्ञा झाली तर सांगू.'

'सांगा.'

'बाई म्हणाली, 'कोणता तरी एक दिवा कायमचा विझेल!''

तिन्हीसांजा टळून गेल्या होत्या. चौकातून माणसांच्या चाललेल्या हालचाली क्षीण प्रकाशात दिसत होत्या. पलीकडे घोड्यांच्या पागा होत्या. त्या बाजूला चाललेली मोतद्दारांची धावपळ जाणवत होती. हवेलीवरचा पहारा बदलत होता. शिबंदीच्या शस्त्रांचा आवाज शांतताभंग करीत होता.

काशीबाईंना हे नवीन नव्हतं, तरी त्यांच्या अंगावर सरसरून काटा उभा राहिला. क्षणभर त्या गप्पच बसून राहिल्या, तेव्हा चुळबुळ करीत चिरंजीवच म्हणाले,

'पण काळजीचं काहीच कारण नाही. तीर्थरूप खबरदार आहेत आणि बरोबर आमचे काकाही आहेत. तेव्हा मोहीम फत्तेच होणार.'

'कसंही झालं तरी उमाबाईंचेच शब्द खरे ठरणार.'

'पण त्याला नाइलाज आहे, दौलतीची कामं ही अशीच चालतात. आपण व्यर्थ श्रमी होऊ नये. शिवाय आजच काकांकडून थैली घेऊन सांडणीस्वार येऊन दाखल झाला आहे. सारी खबर दाभाड्यांवरील मोहिमेचीच आहे.'

'इकडच्या स्वारीचं कुशल आहे ना?' काशीबाईंचा स्वर कातर झाला.

'होय. पण काका लिहितात, 'तीर्थरूप वारंवार पुण्याकडचीच चौकशी' करीत होते.'

'असं?' स्वारीतही पती आपल्याला विसरले नाहीत या कल्पनेनं काशीबाई पुलकित झाल्या.

'होय ना. वास्तुशांतीचा समारंभ कसा झाला, सर्वांचेच मानपान यथास्थित झाले का नाही वगैरे हकिगतीचं सविस्तर पत्र लिहायची आम्हाला आज्ञा झाली आहे.'

घशात उगीच आवंढा आल्यासारखं काशीबाईंना वाटलं. नानासाहेबांची नजर टाळून त्या म्हणाल्या, 'आणखी कसली चौकशी झाली इकडून?'

'मोहिमेवर जाण्यापूर्वीच वास्तुशांतीच्या सोहळ्याच्या मानापानाच्या याद्या तीर्थरूपांनी पक्क्या केल्या होत्या. त्याप्रमाणे प्रत्येकाला ऐवज पोहोचला की नाही ते आवर्जून त्यांनी विचारलं आहे. त्यांच्या बारकाव्याची मात्र मोठी गंमत वाटते. आमच्याबरोबर फडावर बसलेल्या अंबाजीपंत पुरंदऱ्यांनाही ते जाणवलं.'

'ते आणखी काय?' काशीबाईंचा स्वर रुक्ष झाला होता. त्यातली उत्सुकता

संपली होती. विचारायचं म्हणून त्यांनी विचारलं.

'गेल्या वर्षी आमचा विवाह झाला. त्या वेळी नर्मदेपलीकडून कलावंतांचे ताफे आले होते. त्यांना त्या वेळी मोठी बिगादी दिलेली होती. वास्तुशांतीच्या वेळीही कलावंतांना त्याचप्रमाणे बिदागी द्यावी असा हुकूम तीर्थरूपांनी जाण्यापूर्वी आम्हाला दिला होता. त्याची अंमलबजावणी झाली का नाही तेही त्यांनी विचारलं आहे.'

'अगोबाई! म्हणजे स्वारीचं लक्ष आहे तरी कुठं कुठं?'

'आणि याच वेळी पातशाही पालथी घालायचे मनसुबे चालले आहेत त्यांचे. राजकारणी खलित्यातून सारा हाच मजकूर आहे. काकांनी मात्र काही घरगुती मजकूर लिहून पाठवला आहे.'

'कोणता तो सांगा तरी. भाऊजींना पुण्याची कसली कसली आठवण आहे ते कळू द्या आम्हाला.'

'त्यांनी लिहिलं आहे की, 'या नव्या वास्तूत पेशव्यांचं वैभव प्रतिपदेच्या चंद्राप्रमाणे वाढावं अशी आम्ही बालाजीजवळ प्रार्थना केली आहे.'...'

'आणि स्वतःबद्दल?'

'आजपर्यंत त्यांनी स्वतःबद्दल कधी लिहिलं आहे? आम्ही दहा वेळा प्रकृतीची चौकशी करावी तेव्हा एखादं वाक्य मोठ्या मुष्किलीनं लिहितात.'

'कमाल आहे भावोजींची. घरात तान्हं पोर. बायको बाळंपणात गेलेली. पण सारं टाकून इकडची स्वारी बाहेर पडली की सावलीसारखे पाठोपाठ धावले. त्यांना पत्र लिहाल तेव्हा माझा आशीर्वाद लिहा.'

'आज्ञेप्रमाणं करतो. पण एक राहिलंच. आम्हाला तातडीनं येण्याची आज्ञा कशाकरता केली ते आपण अद्याप बोलला नाहीतच.'

नानासाहेबांनी मातुःश्रींच्या चर्येकडे टक लावून पाहिलं. जवळजवळ वर्षानं ते काशीबाईंशी निवांतपणे बोलत होते. गेल्या वर्षी स्वतःच्या लग्नात ते आठ-पंधरा दिवस पुण्यात होते. पण लग्नसोहळ्याच्या धामधुमीत त्यांना मातुःश्रींशी बोलायला फुरसतच मिळाली नव्हती. लग्न आटोपून शाहू महाराजांचं दर्शन घ्यायला ते गेले तेव्हाही बरोबर तीर्थरूपच होते. मातुःश्री नव्हत्या. त्यानंतर आताच ते पुण्यात आले होते. पण इथंही गडबड पाचवीला पुजली होती. पेशव्यांच्या मोहिमा वाढत होत्या तसा कामाचा पसाराही प्रचंड प्रमाणावर वाढत होता. खासगीकडे दिवस दिवस फिरकायला सवड मिळत नव्हती. मातुःश्रींच्या प्रसन्न चर्येकडे पाहून त्यांना

आपलं बालपण आठवलं. किती वेळा तिच्याजवळ हट्ट धरला होता. किती वेळा रुसलो होतो. किती वेळा समजूत घातली होती. ती ही मातुःश्री ताई!

पलीकडे शिसवीच्या तिपाईवर चांदीचा मीनाकाम केलेला पानाचा डबा होता. तो जवळ घेऊन काशीबाईंनी त्यातून वेलदोडच्याचे दाणे काढून शेजारी बसलेल्या चिरंजिवांच्या हातांवर ठेवले. मग हलकेच त्या म्हणाल्या, 'तुम्हाला अशासाठी बोलावलं होतं की स्वारीकडे पुन्हा सांडणीस्वार जाईल, तेव्हा त्याच्याबरोबर देवघरातून कुलदेवतेचा अंगारा घेऊन पाठवा. इकडे लिहा की स्वारींनी तो ताईतात घालून सदैव दंडात घालावा. क्षणभरसुद्धा बाजूला काढून ठेवू नये.'

चिरंजिवांच्या चर्येवर हसू उमटलं. ते लगेच म्हणाले, 'राऊस्वामी हसतील हे वाचून. म्हणतील—'

'काय म्हणायच ते म्हणू द्या. तुम्हाला नाही समजायची आम्हा बायकांची मनं!' शब्दापाठोपाठ काशीबाईंच्या मोठ्या डोळ्यांतून दोन आसवं ओघळली.

गडबडून नानासाहेब म्हणाले, 'ताई, ताई! डोळ्यांत पाणी कशाला? आम्ही सहज म्हणालो. अगदी सहज म्हणालो. पुसावं ते पाणी. आम्ही लिहू. आज्ञा झाली तसंच लिहू. मग तर झालं समाधान? आमच्यावर रागावलात तर नाही?'

'नाना! अरे, कसं सांगू? किती दिवसांनी ताई म्हणून मला हाक मारलीस! तुझ्यावर रागवायला काय झालं मला! पण आम्हा बायकांचं मन तुम्हा पुरुषांना कळत नाही म्हणून उगीचच खंत वाटते, रे. परवापर्यंत ताई ताई करीत माझ्याभोवती फिरत होतास. हसत होतास, रडत होतास. हट्ट धरत होतास. केव्हा माझ्या हातून सुटलास ते मला कळलंदेखील नाही. एके दिवशी पाहते तो तू मला मातुःश्री म्हणून हाका मारतो आहेस आणि मी तुला नानासाहेब म्हणून बोलावते आहे. पण हे असंच चालायचं. त्याला कुणाचाच इलाज नाही. पण थोडं आमचं मन जाणत जा रे. सगळं कळून न कळणारं हे मन. सगळं समजून न समजणारं हे मन. पाहता पाहता तुम्ही किती कठोर होता. पण आम्हाला नाही जमत ते. माहेरची मी लाडूबाई. इकडे काशीबाईसाहेब झाल्ये. पण अजून वाटतं आपण लहानच आहोत. आणि लहाणपणची ती भीती. प्रत्येक गोष्टीची भीती. नाहीतर मला का समजत नाही? कळिकाळाचा थरकाप व्हावा अशी इकडची स्वारी. सोन्यासारखा मुलगा. आज्ञाधारक दीर!– पण ते जाऊ दे.– विसर ते सगळं. आम्ही काय सांगितलं ते लक्षात आहे ना?'

‘आज्ञेप्रमाणं करतो. आम्ही स्वतः राऊस्वामींना पत्र लिहू. सारं आवर्जून कळकळीनं लिहू. मग आता नाही ना डोळ्यांतून पाणी काढणार?’

चिरंजीवांना न कळता काशीबाईंनी डोळ्यांच्या कडा टिपल्या. मग त्या म्हणाल्या,

‘तुम्हाला फडावर परतायला उशीर होतो आहे. तुम्ही आता उठावं.’

तरी नानासाहेब उठले नाहीत. हातांच्या बोटांची अस्वस्थ चुळबूळ करीत ते म्हणाले, ‘आजच मातुःश्रींच्या मनात हे सारं का आलं ते आम्ही ओळखतो!’

‘काय ओळखता?’

‘सासवडाहून आलेली अत्र्यांची बाई नजर चुकवून इकडे आली होती असं दिसतं.’

‘तुम्हाला काय माहीत?’

‘तेवढंही आम्हाला नाही समजलं तर मग राऊस्वामींनी आम्हाला इथं ठेवलं आहे कशाला?’

बाजीराव पेशव्यांच्या मातुःश्री राधाबाई पंधरा दिवसांनी हवेलीत राहण्यासाठी आल्या. साठीकडे झुकलेल्या राधाबाईंची अंगकाठी अद्याप ताठ होती. कोकणस्थी गौर वर्णात भिरभीरत्या घाऱ्या डोळ्यांची भर पडली होती.

हवेलीसमोर मेणा थांबला. सावकाशीनं राधाबाई बाहेर आल्या. अंगावरच्या तांबड्या वस्त्रावरून लपेटलेली शाल सावरून त्यांनी सगळीकडे नजर फिरविली. नजरेतला आत्मविश्वास जाणवण्याजोगा होता. राम-लक्ष्मणासारख्या आपल्या पराक्रमी पुत्रांच्या एकेक कथा ऐकत त्यांनी वैधव्याची दहा-बारा वर्षं काढली होती.

आवडत्या दासीनं आधारासाठी पुढे केलेला हात राधाबाईंनी बाजूला सारला. त्यांच्या स्वागतासाठी अंबाजीपंत पुढे आले होते. त्यांनी केलेला नमस्कार स्वीकारून बाईंनी चौकशी केली, ‘पंत, हवेली तयार झाली. पण अजून निशाणाचा बुरुज तयार झालेला दिसत नाही.’

‘बहुतेक होत आलाच आहे. महिना-पंधरा दिवसांत काम पुरे होऊन निशाणाची

काठी वर चढेल.'

'मग ठीक आहे. राऊ मोहिमेहून परत येतील तेव्हा गारपिराच्या टेकावरून त्यांना हवेलीवरचं निशाण दिसलं पाहिजे.'

पंतांच्या पाठोपाठ बाई हवेलीतल्या मुख्य चौकातून खासगीकडे वळल्या. देवघराच्या शेजारी पूर्वेकडे त्यांचं दालन होतं. दालनात शिरण्यापूर्वी त्यांनी देवदर्शन घेतलं. उपाध्ये कृष्णंभट कर्वे यांनी दिलेलं तीर्थ त्यांनी घेतलं आणि मग सोप्यावर मांडलेल्या पाटावर त्या टेकल्या. समोर पंत उभे होतेच.

'पंत, धावडशीहून परमहंस ब्रह्मेंद्रस्वामींचे कारकून वास्तुशांतीसाठी पुण्याला आले होते. त्यांची पाठवणी झाली काय?'

अंबाजीपंत पुरंदरे साताऱ्याला राहून दौलतीचं काम पाहत होते. धावडशीला स्वामींकडे त्यांचं जाणं-येणं विशेष होतं. राधाबाईंची स्वामींवरची भक्ती पंतांना माहीत होती. म्हणून राधाबाईंनी ब्रह्मेंद्रस्वामींच्या कारकुनाबद्दल साऱ्या सूचना अंबाजीपंतांनाच देऊन ठेवल्या होत्या.

'त्यांची पाठवणी अलीकडेच झाली.'

'परमहंसांनी राऊंना आशीर्वाद पाठवले होते. त्यांना परतभेटी आमच्या सूचनेबरहुकूम दिल्या ना?'

'परतभेटी दिल्या. मी आणि नानासाहेबांनी त्या साऱ्या गोष्टींचा चोख बंदोबस्त केला. त्यात एवढंसही न्यून राहिलं नाही. मातुःश्रींनी निश्चिंत राहावं.'

'परतभेटी कोणत्या दिल्या?'

'रिवाजाप्रमाणं सारं व्यवस्थित झालं.'

'पंत, आम्हाला तपशील पाहिजे. मोघम उत्तर नको.'

अंबाजीपंत याच प्रसंगाला घाबरत होते. बाईंच्या प्रश्नांच्या सरबत्तीपुढे त्यांना फार काळ टिकाव धरता येईना. पंतांनी सोप्यातून पलीकडे पाहिलं. दुसऱ्या चौकात कचेरीचा फड होता. तिथं नानासाहेब बसले होते हे त्यांना माहीत होतं. पण या वेळी त्यांना स्वतःला उत्तर द्यायचं होतं. उगीच इकडे तिकडे पाहत ते म्हणाले,

'भार्गवरामाच्या देवस्थानासाठी जवाहिर, उंची वस्त्रं आणि खुद्द ब्रह्मेंद्रस्वामींसाठी रेशमी कलाकुसर केलेली शालजोडी पाठवली.'

'आणि भुलेश्वराच्या देवस्थानासाठी गाव इनाम दिल्याच्या सनदा?'

'मातुःश्रीची आज्ञा होती. त्याप्रमाणं आम्ही विचारही केला—'

'पण सनदा दिल्या नाहीत असंच ना?'

'श्रीमंत आल्यावर त्यांच्या सल्ल्यानं आणि आज्ञेनं सनदा द्याव्यात असं आम्ही ठरवलं.'

'आम्ही म्हणजे कुणी ठरवलं?'

'चिरंजीव नानासाहेब आणि मी. आम्हा उभयतांवरच ही जबाबदारी टाकून श्रीमंत मोहिमेवर गेले.'

राधाबाई गप्प बसल्या. पण त्यांचं मन शांत नव्हतं. आपल्या पतीच्या मागे गेली दहा वर्षं त्यांचा शब्द दौलतीच्या कामीसुद्धा प्रमाण मानला जात होता; पण अलीकडे आपल्या शब्दाला तो मान राहिला नाही असा त्यांना संशय येत होता. अंबाजीपंतांच्या उत्तरानं त्यांचा संशय बळावला. पण नोकरमाणसाजवळ जास्त बोलता येत नव्हतं. नानासाहेब नमस्काराला आल्यावर मात्र त्यांना आपल्या भावना लपवता आल्या नाहीत.

'चिरंजीव! अलीकडे दौलतीचा कारभार तुम्ही मुखत्यारीनं करू लागलेले दिसता.' आशीर्वादापाठोपाठ आजीबाईंनी नातवाला सुनावलं.

'आपण वडील. आपली आज्ञा हीच आमची मुखत्यारी. काही कमी-जास्त असलं तर तशी आज्ञा करावी.' महिरपीच्या सुरूदार खांबाला टेकून खाली मान घालून नानासाहेब बोलत होते. त्यांनी अपेक्षेनं अंबाजीपंताकडे एक चोरटा कटाक्ष टाकला. पंतांची चर्या त्यांना बरंच काही सांगून गेली.

'एके काळी आमची आज्ञा ही मुखत्यारी होती खरी. पण अलीकडे बदल झालेला दिसतो. राऊंचा विश्वास आमच्यापेक्षा तुमच्यावर अधिक दिसतो.' राधाबाईंनी आपले घारे डोळे नानांवर रोखले.

'आपण आम्हाला राऊस्वामींच्याच ठिकाणी आहात. आमचं लेकरूपण सांभाळून घ्यावं. चुकलं असेल तर बोटाला धरून मार्गी लावावं.' नानांच्या स्वरात कमालीची कळकळ होती.

'आम्हाला राऊस्वामींच्या ठिकाणी समजता तर मग आमची इच्छा असताना पुन्हा राऊंची वेगळी आज्ञा कशाला लागते?'

'मातुःश्रीबाई ब्रह्मेंद्रस्वामींना द्यायच्या सनदांबद्दल म्हणत असतील तर—'

'त्याबद्दलच मी म्हणत्ये. ही दौलत देवाब्राह्मणांच्या आशीर्वादावरच वाढणार आहे. खुद्द राजश्री छत्रपती महाराज ज्यांच्या पायांचं तीर्थ घेतात त्या धावडशीकर

स्वामींना एका गावची सनद द्यावी असं मी म्हणत्ये तर त्यात कोण विघ्न! किती सबबी! किती अडथळे!'

'हा दौलतीच्या कारभाराचा प्रश्न आहे—'

भडका उडायला एवढी ठिणगी पुरेशी होती.

'तुमच्या जन्मापूर्वीपासून मी ही दौलत पाहत्ये आहे. तिचा कारभार मला ठाऊक आहे.'

नानासाहेब चूप राहिले. अंबाजीपंतांनी मध्यस्थी केली.

'चिरंजिवांचा यात काही दोष नाही. मीच त्यांना तो सल्ला दिला होता. खुद्द राऊस्वामींची परमहंसांच्यावर किती भक्ती आहे ते आपण जाणताच. भुलेश्वराच्या देवस्थानाला इनाम द्यायला ते ना म्हणणार नाहीत. पण या दाभाड्यांच्या मोहिमेवरून ते परत आले म्हणजे त्यांनी आपल्या हातांनीच या सनदा ब्रह्मेंद्रस्वामींना द्याव्यात असं मला वाटल्यावरून मी चिरंजिवांना आत्ता सबुरीचा सल्ला दिला. अन्यथा ते आपली अवज्ञा करतील हे कसं घडेल?'

पंतांना राधाबाई चांगल्या ओळखून होत्या. पेशव्यांच्या उदयापासून अंबाजीपंत पुरंदरे त्यांच्या घराण्याची निष्ठेनं सेवा करीत होते. चिरंजीवांना त्यांनी पाठीशी घातलं हे राधाबाईंना जाणवलं. तेव्हा त्या सौम्य आवाजात म्हणाल्या, 'आम्ही तरी हे सारं राऊंच्या कल्याणाकरताच करतो ना, पंत! गुजरातेत ते दाभाड्यांशी मुकाबल्याला गेले आहेत. स्वतः उमाबाई आपल्या मुलाबरोबर सैन्यात राहून राऊंशी झुंज घेणार अशा बातम्या आहेत. अशा वेळी साधुसंतांचा आशीर्वाद त्यांच्या पाठीशी असावा म्हणून माझी ही धडपड.'

'मातुःश्रींची इच्छा रास्त आहे.' पंत सुटकेचा निःश्वास टाकून म्हणाले. 'एवढी मोहीम आटोपली की भुलेश्वराच्या देवस्थानाला सनदा पावत्या होतील हे मी जातीनं पाहीन. पण दुसरी एक गोष्ट मला मातुःश्रींच्या समोर बोलायची आहे. आज्ञा झाली पाहिजे.'

'बोला पंत. तुम्हाला आज्ञा कशाला? कधीमधी माझ्या तोंडून एखादा कडक शब्द बाहेर पडला म्हणून तुम्ही आपलं जुनं नातं विसरायचं कारण नाही.'

सेवकांनी दोन पाट मांडले, त्यावर नानासाहेब आणि अंबाजीपंत बसले. गळ्यातली जरीकाठी उपरण्याची घडी उगीचच एकसारखी करीत थोड्या खासगी आवाजात पंत म्हणाले, 'मी चिमणाजीपंतांबद्दल बोलणार आहे.'

‘आपाबद्दल? त्याचं काय पंत?’

‘त्यांचं कुटुंब निवर्तल्याला आता सहा महिने होऊन गेले. पदरी लहान लेकरू. तेव्हा—’

राधाबाईंच्या मनातही हा विषय अलीकडे नेहमी येत होता. वयाच्या अवघ्या तेविसाव्या वर्षी त्यांचे चिरंजीव चिमाजीआपा विधुर झाले होते. कुटुंब गेल्यापासून ते उदास झाले होते. आपल्या थोरल्या बंधूंच्या बरोबर दौलतीच्या कामात ते आपलं लक्ष गुंतवत होते, दुःख विसरण्याचा प्रयत्न करीत होते. कधी विरक्तीच्या गोष्टी बोलत होते. मातुःश्रींना चिंता होतीच.

‘त्याचं दुसरं लग्न करावं असंच ना!’ राधाबाई मनातली चिंता लपवून बोलण्याचा प्रयत्न करीत होत्या. ‘या मोहिमेवरून परत आला म्हणजे मी त्याच्या लग्नाचा विचार करणारच आहे.’

‘ते ठीकच आहे. पण चिमणाजीपंतांचं चित्त फार उदास झालं आहे. मातुःश्रींनी त्यांना चार उपदेशाच्या गोष्टी सांगून त्यांचं चित्त प्रसन्न होईल असं केलं पाहिजे, एरवी ते लग्नाला तयार होतील असं वाटत नाही.’

‘कशावरून म्हणता हे पंत?’

‘परवा गुजरातच्या मोहिमेवर चिमणाजीपंत राऊस्वामींच्या बरोबर जायला निघाले त्या वेळचा प्रसंग मातुःश्रींच्या कानांवर असेल. साताऱ्याला मी असताना ती हकिगत शाहू महाराजांना कळली तेव्हा त्यांनाही फार वाईट वाटलं. पुण्याला गेल्यावर मला मुद्दाम हे आपल्या कानांवर घालायला महाराजांनी बजावलं आहे.’

‘कोणती हकिगत? मला काहीच माहीत नाही.’ राधाबाईंना आश्चर्य वाटलं.

अंबाजीपंत लगेच काही बोलले नाहीत. त्यांना अवघड वाटलं. वेळ सायंकाळची. या वेळी असा विषय काढायला नको होता असं क्षणभर त्यांना वाटलं. नव्या हवेलीत राधाबाई आताच राहायला येत होत्या. त्यांना अप्रिय वाटणारी गोष्ट आपल्याला नंतरही बोलता आली असती. पण आता माघार घेता येत नव्हती. नानासाहेबांकडे पाहत पंत म्हणाले, ‘आपणच मातुःश्रींना सांगावं.’

पलीकडे देवघरात दोन मोठ्या समया तेवत होत्या. त्यांच्या प्रकाशात नरनारायणाची मूर्ती गंभीर भासत होती. तिच्याकडे पाहत नानासाहेब म्हणाले,

‘मातुःश्री आईंना हकिगत माहीत असेल. पण आम्ही पुन्हा सांगतो. या मोहिमेवर खुद्द राऊस्वामी निघाले. त्यांनी मुहूर्ताचा डेरा दिला त्याच्या दुसऱ्या दिवसाची

गोष्ट. काकांनीही प्रस्थान ठेवलं. हे कळल्यावर त्यांच्या सासूबाई तान्ह्या सदाशिवपंतांना घेऊन त्यांच्या समोर आल्या. मुलाला समोर ठेवून मोहिमेवर जाऊ नये म्हणून त्यांनी काकांचं मन वळवायचा फार प्रयत्न केला. पण काका ऐकेनात. अखेरीस काकांनी आपल्या सासूबाईंना सांगून टाकलं, 'शाहू महाराजांचे आम्ही सेवक. त्यांनी आज्ञा केली असताना पुत्राच्या मोहात आम्ही मागे राहिलो तर त्यांना काय वाटेल? आणि आमची चिंता कशाला करता? आमचाच काय या पुत्राचा देहदेखील दौलतीच्या कामीच पडायचा. तोच त्याचा मोक्ष!'

'सदाशिवाबद्दल आपा असं म्हणाला?'

'होय. सदाशिवपंतांबद्दल.'

राधाबाईंनी उसासा टाकला.

'पहिल्यापासून मी हे पाहते आहे. दौलतीपुढं, राऊंच्यापुढं आपाला स्वतःच्या सुखदुःखाचा विचारच नाही. पण पंत, त्याचं मन वळवणं हे ज्येष्ठांचं काम आहे. तुम्ही हे केलं पाहिजे.'

'मी आपल्या आज्ञेबाहेर नाही.'

थंडी कमी होऊन उष्मा वाढत होता. पण कोथरूडच्या बागेत थंडी अद्याप रेंगाळत होती. झाडांच्या गर्द सावलीत गुलाबी थंडी अंगांगाला सुखवीत होती.

मृत्युंजयाच्या देवळापासून थोड्या अंतरावर एक छोटी इमारत होती. पेशव्यांचे कुटुंबीय कधी सहलीसाठी त्या बाजूला आले तर त्यांचा एखादा मुक्काम त्या इमारतीत होत असे. गेल्या वर्षापासून पेशव्यांनी ही वास्तू कलावंतांच्या राहण्यासाठी नेमून दिली होती.

कोरीव दगडाच्या पाकळ्यांचं कारंजं समोर होतं. त्यातून उडणारे तुषार वाऱ्याच्या लहरीबरोबर कारंजातून हलकेच बाहेरही डोकावत होते.

बसंती दासी दगडी पाकळ्यांना रेलून इमारतीकडे पाहत होती. तिची बाईजी रोज या वेळी कारंजाच्या गुळगुळीत कट्ट्यावर बसून स्वतःशीच किती तरी वेळ गुणगुणत असे. आज ती बाहेर आली नव्हती. आज सण होता. त्या लहानशा

इमारतीत आज माणसांची ये-जा वाढली होती. काल रात्री पेशइमाम सांगून गेला होता. चांद त्यानं पाहिला होता. दुसऱ्या दिवशी ईद होती. रमजान ईद.

नवी रेशमी ओढणी खांद्यावरून एकसारखी करीत बसंतीनं अधीरपणे इमारतीकडे पाहिलं. बाहेर एक सुबकसा मेणा घेऊन भोई उभे राहिले होते. तिच्या बाईजींची वाट पाहत होते. ईदचा नमाज पढण्यासाठी बाईजींना ईदगाहकडे जायचं होतं.

बागेच्या बाहेर दूर, काही खैरात मिळेल म्हणून गोरगरीब जमा झाले होते. एकाएकी ती गर्दी थोडी बाजूला हटली. दहा-पाच सेवक रुमालानं झाकलेली तबकं घेऊन बागेत आले. त्यांच्याबरोबर घोड्यावर बसलेला चंदा जामदार होता.

कारंजाजवळ चंदा घोड्यावरून खाली उतरला. बसंतीला पाहून त्यानं मस्तक झुकवून उजव्या हाताची बोटं जुळवून कपाळाला तीनदा स्पर्श करून अदाब अर्ज केला. त्याची चर्या मिस्कील होती. 'ईद मुबारक! बसंती, ईद मुबारक!'

'मुबारक! ईद मुबारक!' बसंतीनं जबाब दिला. मागच्या सेवकाकडे पाहून तिनं विचारलं, 'जामदार, बाईजींसाठी खैरात घेऊन आलात की काय?'

'खैरात? खैरात वाटायला श्रीमंतांनी काही ईदचा सण वाड्यात केला नाही. ते तिकडं स्वारीवर आहेत. रोज लढाया चालल्या आहेत. आणि तुला सुचते आहे खैरात?'

'मग ही तबकं कसली आहेत? आज ईद आहे म्हणून विचारलं', बसंती तोंडावर ओढणी धरून हसत होती.

'श्रीमंतांच्या खासगीच्या कारखान्यातून कलावंतांसाठी हा शिधा पाठवला आहे. मस्तान कलावंतांसाठी.'

'म्हणजे बाईजींसाठीना? त्यालाच मी खैरात म्हटलं. आज बाईजींचा सण आहे. रमजानची ईद आहे. त्यासाठी वाड्यातून आठवणीनं भेट आलेली दिसते. अगदी लढाई चालली तरी. समजलं ना?'

'ते न समजण्याइतका हा चंदा जामदार बुद्दू नाही. बसंती, बाईजींच्या खासगीकडे हे सामान दाखल करून घे. आम्हाला लवकर परतलं पाहिजे. दुसरी पुष्कळ महत्त्वाची कामं आहेत.'

'अगबाई! हे नव्हतं मला माहीत. श्रीमंत पेशवे लढाईवर असले तरी पुण्यात त्यांच्या हवेलीत जामदारांना महत्त्वाची कामं असतात हे बाई, आम्हाला काय माहीत!' ओढणीआड बसंती हसत होती.

झिरझिरीत पडद्याआडचं बसंतीचं मोहक रूप जामदारानं क्षणभर न्याहाळलं. त्याच्या चर्येवर हास्य पसरलं. काही तरी चटकदार बोलण्यासाठी त्याचे ओठ हलले. तेवढ्यात इमारतीतून घोगऱ्या आवाजात हाक ऐकू आली, 'बसंती, ओ बसंती! कुठे गेली ही?'

राघू नटवा बसंतीला शोधत होता. बागेत कारंजाजवळ ती दिसताच तो इमारतीच्या पायऱ्या उतरून तुरूतुरू चालत बसंतीजवळ आला. चंदा जामदाराला बसंतीशी बोलताना पाहून तो क्षणभर थबकला. मग लगेच पुढं येऊन तो म्हणाला, 'बसंती तिकडे बाईजी तुझ्या नावानं केव्हापासून हाका मारते आहे. आणि तू इथं या जमादाराशी बोलत उभी!'

'जमादार नाही. जामदार. चंदा जामदार.' जामदाराच्या शब्दांत गुर्मी होती. 'आणि काय रे नटव्या, एवढ्यातच आम्हाला विसरलास?'

'श्रीमंतांच्या खासगीकडले हे जामदार आहेत.' बसंती आवाजात उसनी नम्रता आणून बोलत होती. 'यांना आता फार महत्त्वाचं काम आहे श्रीमंतांच्या हवेलीत. तेव्हा आता यांनी बाईजींसाठी जे काही आणलं आहे ते आपल्या खासगीकडे जाऊ द्या आणि यांना लवकर मोकळे करा. जा, जामदार! तुम्ही या राघूबरोबर जा.'

'जामदार, तुम्हाला विसरून आमचं कसं चालेल! चला माझ्याबरोबर. मी तुम्हाला लवकर मोकळा करतो.'

राघूच्या स्वरातला उपहास जामदाराला जाणवला. पण न समजल्यासारखं करून त्यानं आपल्याबरोबरच्या सेवकांना राघूबरोबर पाठवून दिलं. स्वतः मात्र तो तिथंच उभा राहिला.

राघू गेल्यावर बसंती जामदाराला म्हणाली, 'जामदार, तुम्ही आता इथंच थांबा. राघू तुमची सारी व्यवस्था पाहील. मला बाईजींकडे गेलं पाहिजे. आमच्यासारख्या दासींनाही कधी कधी महत्त्वाची कामं असतात.'

चार-सहा पावलं गेलेली बसंती एकदम थबकली. मागं वळून ती पुन्हा कारंज्यापाशी आली. कारंज्याच्या पाण्यावर एक शुभ्र कमलपुष्प फुललेलं होतं. ते चटकन तोडून घेत ती म्हणाली, 'मी विसरतच होते. आज ईद आहे नाही का? ही आमची भेट स्वीकारा. ईद मुबारक!' जामदाराच्या हातात कमलपुष्प टाकून बसंती लगबगीनं इमारतीकडे परतली.

कमलपुष्प हातात झेलून तो हात कपाळाकडे झुकवून बसंतीच्या पाठमोऱ्या आकृतीकडे पाहत चंदा जामदार ओठांत पुटपुटला, 'ईद मुबारक! ईद मुबारक!'

चंदा जामदार आणि त्याचे लोक बागेतून बाहेर पडले.

लगबगीनं बसंती इमारतीतून बाहेर आली. मेणा घेऊन भोई वाटच पाहत होते. त्यांना ती म्हणाली, 'आता बाईजी येतीलच. तुम्ही तयार आहात ना?'

आणि त्यांच्या उत्तराची वाट न पाहता इमारतीच्या महिरपीच्या दरवाजाजवळ येऊन ती थोड्या मोठ्या आवाजात आपल्या मालकिणीला म्हणाली,

'बाईजी, देर होतो आहे. चलावं आता. मेणा तयार आहे.'

'ठैर, अभी आती हूँ.' आतून नाजूक स्वरात उत्तर आलं.

क्षणभरात फिक्कट अस्मानी रंगाचं रेशमी अवगुंठन सर्वांगावर घेतलेली नाजूक बांध्याची बसंतीची बाईजी महिरपीत आली. तिचं सर्वांग झाकलेलं होतं. फक्त पायातल्या लालचुटुक मोजडीचं टोक तेवढं बाहेर दिसत होतं.

बाईजी महिरपीत आली तेव्हा अवगुंठनातला चेहरा झाकणारा छोटासा पडदा तिनं मागे डोक्यावर टाकला होता. मेणा दिसताच तिनं तो चटकन पुढं ओढून घेतला. नक्षीदार जाळीतून बाईजींचे मोठे डोळे बाहेरचं दृश्य टिपू लागले.

बाईजी मेण्याजवळ आली तेव्हा सहज तिचं लक्ष पलीकडे गेलं. मृत्युंजयाच्या देवळाचे सोनेरी शिखर उन्हात चमचमत होतं. देवाची पूजा झाली होती. आरती सुरू होती. घंटानाद सुरू होता. नगारा वाजत होता.

मेण्यात बसण्यापूर्वी बाईजीनं पायातून लाल मोजडी काढली आणि पाय लगेच मेण्यात ठेवला. बाईजी मेण्यात बसताच भोयांनी जाळीचा पडदा एकसारखा केला. किंचित हेलकावे खात मेणा ईदगाहकडे निघाला.

बाईजीनं चेहऱ्यावरचा छोटा पडदा पुन्हा डोक्यावर टाकला. मोजडी उचलून बसंती मेण्याबरोबर चालू लागली.

सायंकाळी फडावर नानासाहेब तीर्थरूपांना पत्र लिहीत होते, 'कोणेविषी काळजी न करणे. वास्तुशांतीनिमित्त तीर्थरूपांनी सूचना दिल्याप्रमाणे सर्व दानधर्म यथासांग झाला. आज रमजान ईद. तीर्थरूपांची इच्छा जाणून आज कोथरूडच्या बागेत मस्तान कलावंत हिच्याकडे शिधा रवाना केला—'

राधाबाईंच्या दोन्ही लेकी पुण्यातच होत्या. थोरली भिऊबाई बारामतीच्या आबाजी नाइकांना दिली होती. त्यांची सावकारी पेढी पुण्यातच होती. धाकटी अनुबाई इचलकरंजीच्या व्यंकटराव घोरपड्यांना दिली होती. घोरपडे आपली पागा घेऊन पेशव्यांच्या बरोब्रर स्वारीशिकारीत असत. म्हणून इचलकरंजीऐवजी बहुतेक काळ अनुबाई पुण्यातच असे.

रोज तिसऱ्या प्रहरी राधाबाईंच्या दालनात आश्रित भागवताची पोथी वाचून दाखवीत असत. पोथी ऐकण्याच्या निमित्तानं राधाबाई आपल्या दोन्ही लेकींना मधून-मधून हवेलीवर बोलावून घेत असत.

गालिच्यावर लोडाला टेकून राधाबाई पोथी ऐकत होत्या. त्यांच्या डाव्या-उजव्या बाजूला त्यांच्या लेकी बसल्या होत्या. पोथी आटोपल्यावर इतर मंडळी उठून गेली.

'मातु:श्रींना सांगण्याजोगी आज एक गोष्ट घडली आहे.' अंगावरची भरजरीची शाल खांद्यावर ओघळली होती ती नीटनेटकी करीत अनुबाई म्हणाली.

राधाबाईंनी न बोलता लेकीकडे पाहिलं. कितीदा तरी त्यांना वाटत असे की, आपल्या या धाकट्या लेकीचा आणि आपल्या थोरल्या चिरंजीवांचा तोंडवळा किती सारखा आहे. तरतरीही तशीच. उत्साह तर नेहमी ओसंडून चाललेला. मुक्याला बोलतं करील असा. तिला विसावं वरीस लागलं आहे हे कुणाला सांगूनसुद्धा खरं वाटलं नसतं. अवखळपणा पाहिला की कुणालाही वाटावं अजून अल्लड आहे. तिची दोन मुलं तिच्याच वळणावरची. नातवंडांची आठवण झाली की राधाबाईंचा जीव सुखावे. पण थोरल्या लेकीला — भिऊबाईंला वाईट वाटेल म्हणून राधाबाई उघडपणे आपल्या नातवंडांचं फारसं कोडकौतुक करीत नसत. पंचविशी उलटून तिशीकडे झुकली तरी भिऊबाईंची कूस अजून उजवली नव्हती.

'मातु:श्रीबाईंना कंटाळा आला असला तर आम्ही सांगणार नाही.' राधाबाई काही बोलल्या नाहीत असं पाहून गाल फुगवून अनुबाई म्हणाली.

'जसं काही आम्हाला खरोखरीचा कंटाळा आला तर तुम्ही सांगणारच नाही!' राधाबाई गमतीनं म्हणाल्या. त्या आपल्या लेकीला चांगल्या ओळखून होत्या.

‘अनू, मातु:श्री सध्या किती कष्टी आहेत माहीत आहे ना?’ पलीकडे बसलेली भिऊबाई राधाबाईंचा लोडाला टेकलेला हात आपल्या हातात घेत म्हणाली.

‘आम्हाला कुठून माहीत असणार? अक्कासाहेबांनी सांगावं.’

‘राऊ सध्या दाभाड्यांवरच्या मोहिमेवर आहेत ना? त्याचा केवढा घोर त्यांच्या मनाला आहे.’ भिऊबाई गंभीर स्वरात बोलत होती. ‘कोण्या वेळी काय खबर येईल काही सांगता येतं का? मोहीम म्हणजे अशी तशी आहे का?’

‘मग त्यात काय झालं? राऊ एकटे का आहेत त्या मोहिमेत? बरोबर आपा आहेत, मातबर सरदार आहेत. त्याची काय एवढी फिकीर करायची?’

‘पण आपल्या माणसाची काळजी वाटते.’

‘मातु:श्रींना तेवढी काळजी आणि आम्हाला नाही वाटत! म्हटलं आमचंही कुणी त्या मोहिमेत आहे. घोरपड्यांची पागा पेशव्यांच्या बरोबरीने लढत असते हे बारामतकरांना ठाऊक नसलं तर सांगत्ये.’

बोलण्याच्या ओघात अनूबाईच्याकडून थोडा उणा शब्द बाहेर पडला. भीऊबाईचा चेहरा लगेच गोरामोरा झाला. मातु:श्रींचा हात तिच्या हातांत होता. तो नकळत दाबला गेला आणि तिच्या तोंडून उद्‌गार बाहेर पडला, ‘मातु:श्रीबाई—’

राधाबाईंना गप्प बसणं शक्य नव्हतं. नापसंतीच्या स्वरात त्या म्हणाल्या,

‘अनू! आमच्यासमोर तुम्ही बहिणी अशा बोलता. मग आमच्या माघारी किती भांडत असाल. थोरामोठ्यांच्या तुम्ही सुना आहात. वागण्यात अदब हवी.’

‘सुना म्हणून आम्ही वागतो तेव्हा अदब असतेच, मातु:श्री.’ राधाबाईंच्या नापसंतीला दाद न देता अनूबाई बोलत होती. ‘पण माहेरी ती अदब सांभाळावी असं वाटत नाही. आणि त्यातून या आमच्या आक्कासाहेब. नावाप्रमाणे प्रत्येक गोष्टीला भीत असतात. पण मातु:श्रीबाई, एक सांगू! त्या आमच्यावर मायाही तशाच करतात हं.’ आणि अनूबाई मोठमोठ्यानं हसू लागली.

‘पण अनू, आमचे जामात घोरपडे नेहमी स्वारीवर असतात असं एकसारखं म्हणून हिणवलं पाहिजे असं नाही.’ राधाबाई समजुतीच्या स्वरात म्हणाल्या, ‘आमचे थोरले जामात बारामतकर नाईक स्वारीशिकारीवर जात नसतील. पण सावरकरांनी हात आखडता घेतला तर सरदारांच्या स्वाऱ्या थंड पडतात हे ध्यानात घ्यायला हवं. त्यांच्या सावकारीवर तर तुमच्या उड्या.’

‘असेल, तसंही असेल. पण मातु:श्री, आम्ही सरदारांनी हे धन सांभाळलं तर

सावकार आम्हाला ऐन वेळी मदत करणार ना? आम्हीच हात आखडता घेतला तर याचं धन कोण सांभाळणार?'

'तू बोलण्यात का कुणाला ऐकणार आहेस, अनू! पण थांब. आता या मोहिमेवरून राऊ परत आला की त्याला सांगत्ये तुमचा हा कज्जा तोडायला. पेशवा आहे ना तो! दौलतीचे कज्जे तोडणं हे त्याचंच काम.' राधाबाई हसत हसत म्हणाल्या.

'राऊ काय तोडणार आहेत आमचे कज्जे.' आवाजात उसनी ऐट आणून अनूबाई बोलत होती, 'त्यांनी मोहिमा नीट पार पाडल्या तरी पुष्कळ झालं म्हणत्ये मी. आम्ही सरदार आहोत म्हणून पेशव्यांच्या या बढाया—'

'आणि आम्ही सावकार आहोत म्हणून त्यांच्या या उड्या!' भिऊबाई एकदम बोलून गेली. पण आपण असं बोलायला नको होतं हे लक्षात आल्यानं लगेच ती वरमली.

'तुम्ही दोघी काही कमी नाहीत.' राधाबाई कौतुकानं म्हणाल्या, 'एक सारखी बोलते आणि दुसरी नेमकं बोलते एवढाच फरक. ते राहू द्या आता. अनू, सांगण्याजोगी कोणती गोष्ट तू सांगणार होतीस ती तशीच राहिली. सांगा ती. आम्ही ऐकतो आहोत.'

'मातुःश्री ऐकतील पण या अक्कासाहेबांची परवानगी पाहिजे ना?'

'चांगली गोष्ट ऐकायला आम्हालाही आवडते म्हटलं.'

'दाभाड्याच्या मोहिमेतून आमचे जासूद बातमीपत्र घेऊन नुकतेच पुण्यात आले आहेत.'

'राऊची काय खबर आहे?' राधाबाईंनी उत्सुकतेने विचारलं.

'खुशाल आहेत. त्यांनी आपल्या धाकट्या बहिणीला बक्षीस म्हणून स्वारीतून एक सुलक्षणी पांढरा घोडा पाठवला आहे.' अनुबाईंच्या स्वरात अभिमान होता.

'अस्सं. आणखी काय आहे त्या पत्रात?'

'राऊ लिहितात की पुढच्या मोहिमेच्या वेळी घोरपड्यांच्या पागेत त्यांची ही बहीण घोड्यावर दिसली पाहिजे.—

'इश्श! हे काय! बायका कुठं मोहिमेवर जातात वाटतं? खरं ना मातुःश्रीबाई?' भिऊबाईनं मानेला नाजूक झटका देऊन आपली नापसंती व्यक्त केली.

'अग त्यानं हे चेष्टेनं लिहिलं असेल.' राधाबाईंनी मुलीची समजूत काढली.

'आणि राऊंनी आमच्याबद्दल काय लिहिलं आहे! आम्हास काय पाठवलं आहे?' भिऊबाईनं धाकट्या बहिणीला विचारलं.

'तुमचा मजकूर आमच्या पत्रात कुठून असणार? तो असणार सावकारी थैलीत. शिवाय बक्षीस म्हणून एखादा हिऱ्यामोत्यांचा दागिना पाठविला असेल. होय ना अक्कासाहेब?'

भिऊबाई काही बोलली नाही. तशी राधाबाईंनी विचारलं, 'बारामतकरांच्याकडे स्वारीवरून काही चिठ्ठीचपाटी आली असेल ना?'

'होय, आली आहे.'

'आतापर्यंत बोलली नाहीस, भिऊबाई! काय आहे त्या चिठ्ठीत?'

'खुशाली आहे सर्वांची. लवकरच झुंजाला तोंड लागेल असं लिहिलं आहे राऊंनी.'

'सावकारी डाक आली काय?'

'नाही. समक्ष माणूसच पाठवला होता राऊंनी.'

'कोण आलं होतं?'

'भिकाजी.'

'भिकाजी?' राधाबाईंच्या नकळत त्यांचा स्वर वर गेला. पण लगेच त्यांनी स्वतःला सावरलं. आपल्या दोन्ही लेकींकडे त्यांनी चोरटा कटाक्ष टाकला. त्यांना उगीचच अपराध्यासारखं वाटलं. पण क्षणमात्रच. लगेच त्यांच्या चर्येवर नेहमीचं गांभीर्य आलं.

राधाबाईंच्या लेकी जगाच्या व्यवहारात चांगल्या रुळल्या होत्या. राधाबाईंनी स्वतःला एका क्षणात सावरलं तरी त्या काय उमजायचं ते उमजल्या. अनूबाईंच्या ओठांवर शब्द गर्दी करीत होते. पण कधी नव्हे ते तिनं स्वतःला सावरलं. ओठ मिटून ती गप्प बसली. पण भिऊबाईला स्वस्थ बसवलं नाही. क्षण दोन क्षण जाताच ती म्हणाली, 'मातुःश्रीबाई, किती दिवस सांगेन म्हणत्ये. आज विषय निघाला म्हणून बोलत्ये. आमच्याकडे भिकाजी आलेला आवडत नाही हे राऊंना माहीत असताना त्यांनी नेमकं त्यालाच का पाठवावं?'

'मातुःश्रीबाई सध्या किती कष्टी आहेत हे अक्कासाहेब एवढ्यातच विसरल्यात वाटतं! अनूबाई ठसक्यात बोलली. पण राधाबाईंनी तिला आवरलं.

'ते राहू दे या वेळी अनू.' त्या हातानं इशारा करीत म्हणाल्या. 'भिऊबाई, मला

कल्पना आहे त्याची. राऊशी या गोष्टी बोलण्यात काही अर्थ नाही. पण मी या बाबतीत आपाशी बोलेन. बारामतकरांकडे भिकाजी आवडत नाही तर त्याला कुठे तरी दूर देशात पाठवून द्यायला सांगू.'

'पण मी म्हणत्ये का?' मध्येच अनूबाई म्हणाली. 'जगात काय कुणाला अंगवस्त्रं नसतात? त्यांनाही मुलं होतातच. आणि बारामतकर मोठे साधू लागून गेलेत की नाही ते आम्हाला हिणवायला?' एकाएकी अनूबाईचा स्वर चढला.

'अंगवस्त्राबद्दल आमच्याकडे एवढा आक्षेप नाही.'

'मग कशाबद्दल?'

'त्या संबंधापासून झालेल्या संततीला – भिकाजीला पेशव्यांनी एवढी प्रतिष्ठा द्यायला नको होती. त्याला शिलेदारांचं पथक काय दिलं, मोहिमेत बरोबर काय घेतात, पत्रव्यवहारात सलगी काय दाखवतात, सारं पेशव्यांच्या प्रतिष्ठेला सोडून असतं.'

'पेशव्यांच्या लेखी माणसाची योग्यता त्याच्या कर्तबगारीवर आहे, त्याच्या जन्मावर नाही म्हणून त्यांचा झेंडा आज हिंदुस्थानभर नाचतो आहे. आणि म्हणून खुद्द छत्रपती त्यांना मानतात. अक्कासाहेब, तुमच्या जागी मी असत्ये तर आमच्याकडच्यांना असं ठणकावलं असतं.'

'बारामतकरांनी अद्याप एवढा कुळाचार सोडला नाही.–'

'राधाबाईंना आपल्या लेकींची प्रश्नोत्तर ऐकवेनात. त्या गालिच्यावरून उठल्या. पलीकडे मोठं देवघर होतं. त्या देवघराकडे गेल्या. देवाच्या मूर्तीसमोर हात जोडून उभ्या राहिल्या. पाहता पाहता त्यांच्या डोळ्यांत अश्रू पाझरू लागले.

दोघी लेकी वरमल्या. घाईघाईनं उठल्या. मातुःश्रींजवळ येऊन गोरीमोरी चर्या करून उभ्या राहिल्या. काही वेळानं अनूबाईनंच मातुःश्रींच्या खांद्याला स्पर्श करून म्हटलं, 'आमचं चुकलं. नको ते आमच्या तोंडून बोललं गेलं. क्षमा करावी.'

भिऊबाईही गडबडून म्हणाली, 'मातुःश्रीबाई, आम्ही बोललो ते विसरावं. आपण मनाला लावून घेऊ नये.'

'क्षमा केली असं म्हणा. आपण म्हणेपर्यंत आम्ही आपल्याला सोडणार नाही.' अनूबाई हट्ट धरून म्हणाली. 'पुसा ते डोळे. आणि आमच्याबरोबर हवेलीभोवती नवीन बाग केली आहे ती पाहायला चला बरं.'

बराच वेळ दोन्ही मुलींनी विनवल्यावर राधाबाई तिथून हलल्या. अंगाभोवती

शालजोडी लपेटून त्या आपल्या लेकींबरोबर हवेलीबाहेर बाग केली होती त्या बागेत आल्या. संगमरवरी तुळशी वृंदावन केलेलं होतं. त्याच्या आसपास रंगीबेरंगी फुलझाडं फुलली होती. बाजूला एक कट्टा केला होता. त्या कट्ट्यावर त्या टेकल्या.

'मातु:श्री आमच्यावर रागावल्या तर नाहीत ना?' बराच वेळ राधाबाई काही बोलल्या नाहीत हे पाहून अनूबाईंनी विचारलं.

'रागावले आहे गं, पण ते तुमच्यावर नाही.' राधाबाई सुस्कारा टाकून म्हणाल्या. 'आम्ही रागावलो आहो आमच्यावरच. पुरुष चळले म्हणजे घरच्या बाईनं स्वतःलाच दोष दिला पाहिजे. दुसऱ्यावर रागावून काय उपयोग?'

'पण मातु:श्रीबाई, आता त्याचं काय?' अनूबाई आवाजात प्रौढपणा आणण्याचा प्रयत्न करून म्हणाली, 'हवेलीतली गोष्ट हवेलीत राहिली. इथं त्याचं काय? इथं दुसरं काही बोलता येईल. ती फुलं पाहिलीत का? किती थोड्या वेळात ही बाग तयार झाली नाही?'

अशी सहजासहजी बरी होण्याइतपत ती जखम वरवरची नव्हती. हसण्याचा क्षीण प्रयत्न करीत राधाबाई पुटपुटल्या, 'अनू, भिऊबाई! तुम्ही आता जाणत्या, कर्त्या-सवरत्या आहात, तुमच्यापासून काय लपलं आहे ते आता हे लपवून ठेवावं! भिकाजी माझ्या सवतीचा मुलगा—'

अनूबाईनं राधाबाईंच्या तोंडावर हात ठेवला. गळा दाटून ती म्हणाली, 'बाई, हे सारं सांगितलं पाहिजेच का? नका बोलू.'

लेकीचा हात आईनं बाजूला केला. मातु:श्रीबाईंची चर्या आता नेहमीसारखीच गंभीर झाली होती. त्यांनी रोखून आपल्या लेकीकडे पाहताच ती गप्प बसली. राधाबाईंचे शब्द अगतिकपणे ऐकत बसली.

'जे मी अनुभवलं ते कुणालाही अनुभवावं लागेल म्हणून मी सांगत्ये.' त्या मंद आवाजात तुटक शब्दात बोलत होत्या. 'पुरुष हे असे नेहमी स्वाऱ्याशिकाऱ्यांवर. कुणाचा त्यांना कसा मोह पडेल ते सांगता येत नाही. राऊच्या लग्नाच्या वेळची गोष्ट. इकडच्या स्वारींनी समारंभात गाण्यासाठी अनेक कलावंत बोलवले होते. त्यात ती होती. कुणी रजपूत होती. पुढे कळलं तिचं नाव मानकुवर की कायसं होतं. अखेरीअखेरीस तीच इकडच्याबरोबर नेहमी असे. त्यातून भिकाजीचा जन्म झाला. शेवटच्या प्रसंगी त्याचा हात राऊच्या हाती देऊन मग डोळे मिटणं झालं. एका शब्दानं कधी माझ्याशी इकडून याबाबत बोलणं झालं नाही—'

'मातु:श्रीबाई—' शहारल्यासारखं अंग करून भिऊबाई मध्येच बोलली आणि एकाएकी गप्प झाली.

राधाबाईंनी तिच्याकडे चमकून पाहिलं.

'काय बाळ! काही म्हणालीस काय?'

'काही नाही. सहज मनात आलं.'

'काय आलं?'

'राऊंच्या लग्नात ती कलावंतीण आणली होती ना? भिकाजीची मातु:श्री!'

'होय. ते आम्हाला नंतर समजलं.'

'दोन वर्षांमागे राऊंच्या चिरंजिवांचं—नानासाहेबाचं लग्न झालं—'

'मग त्याचं काय?'

'त्याही वेळी राऊंनी गाण्याबजावण्यासाठी कलावंत आणलेच होते. त्यातलेच कुणीतरी कोथरूडच्या बागेत—'

'वेडी आहेस भिऊबाई.' राधाबाई मान वर उचलून म्हणाल्या, 'अग प्रत्येक वेळी असं थोडंच होतं? काहीतरीच तुझं बोलणं?'

मग कुणीच काही बोललं नाही.

सायंकाळी झाली होती. बागेत पडलेली सोनेरी किरणं आता झाडांच्या शेंड्यांवर विसावली होती. पाहता पाहता ती तिथूनही उठली. दूर कुठं तरी निघून गेली. बागेतून हवेलीत परतताना राधाबाई हलकेच म्हणाल्या, 'चला, सूर्य बुडाला. अंधार पडायला लागला. वेळ झाली की दिवस मावळायचाच. कुणी अडवू म्हटल्यानं तो थोडाच थांबणार आहे. दिवे लावावेत आणि प्रार्थना करावी एवढंच आपलं काम.'

गुजरातेत पेशव्यांचा दाभाड्यांशी झगडा चालू होता. मराठी दौलतीचे पेशवे आणि सेनापती एकमेकांसमोर दंड थोपटून उभे होते. तिथल्या झटापटीच्या बातम्या रोज पुण्यात येऊन आदळत होत्या. दोन्ही प्रतिस्पर्धी मातबर होते. त्यामुळे रोज येणारा जासूद कोणतं बातमीपत्र घेऊन येईल ते सांगता येत नव्हतं.

पुण्यात सरदारांच्या वाड्यातून आणि शिलेदारांच्या घरातून हीच चर्चा चालू होती. वाड्यातले आणि घरातले कर्ते तरुण पुरुष सारे मोहिमेवर गेले होते.

पेशव्यांच्या शनवारच्या हवेलीत राऊस्वामींचे चिरंजीव नानासाहेब अंबाजीपंत पुरंदऱ्यांबरोबर दौलतीची किरकोळ कामं उरकीत होते. पण सारं लक्ष गुजरातेकडे लागलेलं असायचं.

राधाबाई हवेलीत राहायला आल्यापासून हवेलीतला खासगीकडला नित्यक्रम व्यवस्थित चालू झाला होता. सकाळी प्रहर दिवसाला त्यांच्या सूनबाई काशीबाई, नातू नानासाहेब आणि इतर मंडळी त्यांच्या नमस्काराला येत असत. त्याच वेळी घरगुती गोष्टींचा फडशाही होत होता.

हवेलीत मारुतीजन्माचा छोटासा समारंभ झाला. त्या दिवशी काशीबाई नेहमीपेक्षा लवकर आटोपून राधाबाईंच्या दालनात नमस्काराला आल्या होत्या.

इतर मंडळींबरोबर काशीबाई नमस्कार करून परतत असताना राधाबाई म्हणाल्या, 'सूनबाई, तुम्ही अंमळ थांबा. हनुमानाचा प्रसाद आम्ही स्वतः तुम्हाला देणार आहोत. तो घेऊन मग जा.'

काशीबाई उमजल्या. सासूबाईंना सुनेशी काही खासगी बोलायचं होतं. दालनात त्या दोघीच राहिल्यानंतर उभ्यानंच काशीबाई म्हणाल्या, 'काही आज्ञा असली तर सांगावी.'

राधाबाई दर्भासनावर बसल्या होत्या. नमस्काराच्या माणसांसाठी भिंतीला लागून ओळीनं पाट मांडलेले होते. त्या पाटांकडे हात करून त्या म्हणाल्या, 'तुम्ही तिथं बसा. आम्हाला काही महत्त्वाच्या बाबतीत तुमचा सल्ला घ्यायचा आहे.'

काशीबाईंनी नजर उचलून आपल्या सासूबाईंकडे पाहिलं. सुनेकडून त्यांनी आजपावेतो कधी सल्ला घेतला नव्हता. आताच सल्ला घ्यावा अशी काही नवीन गोष्ट घडलेली काशीबाईंना आठवेना.

खाली मान घालून त्या समोरच्या पाटावर बसल्या.

'राऊंनी ही नवीन हवेली उभी केली त्याच्या, सूनबाई, तुम्ही मालकीण आहात.' राधाबाई थोड्या रुक्ष आवाजात बोलत होत्या. 'तुम्ही जबाबदारीनं वागायला हवं.'

काशीबाई एकदम गोंधळल्या. आपलं काय चुकलं ते त्यांच्या लक्षात येईना. सासूबाईंसमोर मान वर करून काही विचारण्याचा धीरही त्यांना होईना. त्या गप्प

बसून राहिल्या.

'आम्ही काय आज आहोत आणि उद्या नाही.' क्षणभर थांबून राधाबाई पुढं म्हणाल्या, 'पण हा गाडा तुम्हालाच पुढं रेटायचा आहे. आज इतकी वर्षं तुम्ही आमच्या नजरेसमोर वागत आहात. पण ही नवीन हवेली झाल्यापासून तुमच्या वागण्यात फरक पडला आहे.'

'काही चुकलं असेल तर आज्ञा करावी.' काशीबाईंच्या तोंडून कसेबसे शब्द बाहेर पडले.

'पेशव्यांच्या स्त्रीनं कुणाबरोबर बोलावं आणि कसं बोलावं याचे काही रिवाज आहेत. ते लक्षात घेऊन तुम्ही वागायला हवं.'

'उदाहरणानं आज्ञा झाली तर आम्ही सुधारू. वडिलांच्या शिवाय आम्हाला आज्ञा तरी दुसरं कोण करणार आहे?'

'सूनबाई! या गोड बोलण्यानं आम्ही फसणार नाही.' एकाएकी राधाबाईंचा स्वर कडक झाला. 'आणि तुम्हाला माहीत नसलं तर उदाहरणाचा उपयोग. तुम्हाला काय आणि नानाला काय असं वाटतं की, आपण सारा कारभार मुखत्यारीनं करावा. आमची अडगळ वाटू लागली तुम्हाला.'

काशीबाईंच्या डोळ्यांच्या कडा पाणवल्या. काही न बोलता ओठ घट्ट मिटून खाली पाहत त्या बसून राहिल्या. काही वेळ तसाच गेला.

शेजारच्या तिपाईवर वाळ्याचा छोटा पंखा होता. तो उचलून त्यानं वारा घेत राधाबाई नंतर म्हणाल्या, 'सासवडच्या अत्र्यांची कुणी भानुमती म्हणून बाई तुम्हाला येऊन गुपचूप भेटली असं आमच्या कानावर आलं. खरं का हे?'

काशीबाईंच्या मनावरचं दडपण एकदम कमी झालं. निःश्वास टाकून त्या म्हणाल्या, 'खरं आहे ते. पण वास्तुशांतीच्या समारंभामुळे हवेलीतल्या चौक्यापहाऱ्यांचा बंदोबस्त थोडा ढिला झाला होता.' त्यामुळे त्या बाई थेट आमच्यापर्यंत येऊन पोहोचल्या. आम्ही त्यांना बोलावलं नव्हतं—'

'त्या तुमच्या बाळपणीच्या मैत्रीण होत्या ना?'

'होय. वडिलांच्या आज्ञेनंच त्या सासवडच्या वाड्यावर येत होत्या.'

'पण त्या वेळी तुम्ही पोर होता. आता पेशवीण झाल्या आहात. पेशव्यांनी गरिबावर कृपा करावी, वाटल्यास, पै पैशानं मदत करावी. पण बरोबरीच्या नात्यानं त्यांना जवळ करू नये. लहानपणी एकत्र खेळलात त्याची मोठेपणी आठवण

देऊन त्यांना आपल्याशी लगट करू द्यायची नसते. आपल्यापेक्षा कमी दर्जाचे लोक आपल्या नजरेच्या धाकात हवेत.'

'आमचं चुकलं. पुन्हा आम्ही आज्ञा लक्षात ठेवून वागू.'

पण राधाबाईंचं समाधान एवढ्यानं होण्याजोगं नव्हतं. त्यांच्या मनात दुसरीच गोष्ट घोळत होती. सूनबाईंच्या मनाचा थांग लावण्यासाठी त्यांनी किरकोळ गोष्टीनं विषयाला हात घातला होता. लाल आलवणात त्यांचं सारं अंग लपेटलेलं होतं. फक्त गोल गोरा चेहेरा आणि भुंडे कोपरापर्यंत हात एवढेच उघडे होते.

सूनबाईंच्या अंगावर हिरवा शालू होता. हातात हिऱ्याची कंकणं होती. गळ्यात पाचूच्या मोठा पदकाची माळ मंगळसूत्राबरोबर शोभत होती. गोऱ्या कपाळावर घामाचे बिंदू जमले होते. नाजूक पातळ ओठ कोरडे पडले होते.

'सूनबाई, मृत्युंजयाच्या देवालयात अभिषेक करायला तुम्ही परवानगी दिलीत असं आमच्या कानावर आलं ते खरं का?' राधाबाईंनी आपले घारे डोळे सूनबाईंवर रोखले होते.

'वडील कोथरूडच्या बागेतल्या मृत्युंजयाच्या देवालयाबद्दल विचारीत असले तर आम्ही तशी परवानगी दिली आहे. काही चुकलं का त्यात?'

'कुणी परवानगी मागितली होती?'

'आपल्या कृष्णंभट कर्व्यांच्या मार्फत मृत्युंजयाचा पुजारी ती परवानगी मागत होता.'

'देवाच्या अभिषेकाला या दौलतीत तरी कुणाची परवानगी लागत नाही, सूनबाई. मग पुजाऱ्यानं परवानगी विचारायचं कारण काय?'

'कारण—कारण अभिषेक करणारा यजमान आपल्या धर्माचा नव्हता. आम्ही चौकशी केली. कुणी यवनी मृत्युंजयाला अभिषेक करणार होती. पेशव्यांच्या परवानगीशिवाय यवनाचा अभिषेक स्वीकारता येत नाही. म्हणून पुजारी आमच्यापर्यंत आला.'

'आणि तुम्ही परवानगी दिलीत?'

'होय. देवाच्या अभिषेकाला आम्ही मना तरी कसे करणार?'

'पण आजच मृत्युंजयाला अभिषेक करायचं कारण काय होतं त्या यवनीला? एवढी तरी चौकशी केलीत का?'

'होय. ती चौकशी आम्ही केली. इकडून गुजरातच्या स्वारीहून सुखरूप परत

येणं व्हावं म्हणून ती बाई मृत्युंजयाला अभिषेक करणार होती.'

'राऊ सुखरूप परत यावेत असं खुद्द तुम्हाला वाटत नाही?'

'हे काय विचारणं झालं?'

'मग तुम्ही-आम्ही एवढे इथं जिवंत असताना एका यवनीनं राऊकरता देवाला अभिषेक करावा यात तुम्हाला काही गैर कसं दिसलं नाही? पेशव्यांच्या सुखदुःखाची काळजी आम्हाला असावी का त्यांनी फेकलेला एखादा तुकडा चघळणाऱ्या नाचणारणीला असावी याची पर्वाही तुम्ही केलेली दिसत नाही. राऊ मोहिमेवर गेले की एरवी दौलतीतल्या प्रत्येक देवळात अभिषेक-अनुष्ठानं होतात. पण या वेळी झगडा आपापसातला आहे. म्हणून आम्हीच हे उपचार कुणाला करू दिले नाहीत. आणि तुम्ही मात्र विचार न करता— आणि तेही एका यवनीला—!' राधाबाई बोलता बोलता गप्प झाल्या. त्यांनी हातातला पंखा तिपाईवर ठेवला; शेजारी जपाची माळ होती ती उचलून त्या भरभर एकेक मणी ओढू लागल्या.

काशीबाईंना अवघडल्यासारखं झालं. आपल्या पतीच्या कल्याणासाठी देवाला अभिषेक करणाऱ्याला परवानगी देताना आपलं काही चुकलं असं अजून त्यांना वाटतं नव्हतं. पण सासूबाईंच्यापुढं त्यांना बोलताही येत नव्हतं. त्या तशाच बसून राहिल्या. थोडा वेळ तसाच गेला. मग राधाबाईंनी जपाची माळ आपल्या कपाळाला लावून बाजूला ठेवली. शांत आवाजात त्या म्हणाल्या, 'सूनबाई, तुम्ही अभिषेकाची दिलेली परवानगी आम्ही वाड्याच्या कारभाऱ्यांना सांगून मना केली आहे. ते तुम्हाला आमच्याकडून कळावं म्हणून तुम्हाला आता आम्ही थांबायला सांगितलं होतं. शिवाय पेशव्यांच्या तर्फे मृत्युंजयाला आज पौर्णिमेच्या दिवशी राऊसाठी अभिषेक करायला आम्ही सूचना दिल्या आहेत. तिसरा प्रहर उलटला म्हणजे देवदर्शनाला आम्ही कोथरूडच्या बागेत जाणार आहोत. तुम्हीही आमच्याबरोबर यायचं आहे. तुमचा मेणा तयार ठेवायला आम्ही बापूजी श्रीपतांना सांगितलं आहे.'

राधाबाईंना पुन्हा नमस्कार करून काशीबाई आपल्या दालनात परतल्या. येसू दासी त्यांची वाट पाहत ताटकळत बसली होती. आपल्या मालकिणीला पाहताच तिनं माहिती दिली, 'धाकटे धनी आपली दोनदा चौकशी करून गेले. आपण येताच मला वर्दी द्यायची आज्ञा झाली आहे.'

'चिरंजीव आले होते का?' गळ्यातली पाचूची माळ काढून बाजूला ठेवीत दमलेल्या स्वरात त्यांनी चौकशी केली.

'होय बाईसाहेब.'

'मग त्यांना सांग आम्ही आता कामात आहोत. पुन्हा आम्ही निरोप पाठवू तेव्हा भेटीला यावं.'

येसूला नवल वाटलं. घटकेघटकेला चिरंजिवांची चौकशी करणारी तिची मालकीण या वेळी त्यांना भेटायला तयार नव्हती. पण काही न बोलता ती दालनातून बाहेर निघाली.

'आणखी एक काम कर.' येसूला थांबवीत काशीबाई म्हणाल्या, 'बापूजी श्रीपतांना आमची निरोप सांग. म्हणावं, 'आमची प्रकृती तितकीशी बरी नाही. आम्ही आज कुठे बाहेर जाणार नाही. आमचा मेणा तयार ठेवू नये.'

दुपारी फडावरून चिरंजीव नानासाहेब सरळ काशीबाईंच्याकडे आले. दासीनं साशंक मनानंच वर्दी आत पोहोचवली.

काशीबाईंच्या मनातली खळबळ पुष्कळशी शांत झाली होती. त्यांनी चिरंजीवांना भेटीला परवानगी दिली.

दालनात येताच नानासाहेबांनी मातु:श्रींच्या पायांना स्पर्श करून वंदन केलं. काशीबाईंनी त्यांना जवळ बसवून घेतलं.

'ताई, कधी नव्हे ती आज आम्हाला दर्शनाला लवकर आज्ञा झाली नाही!'

'आज आम्हाला अंमळ बरं वाटत नव्हतं म्हणून तसं झालं.' चिरंजीवांची नजर टाळून मातुश्री: बोलत होत्या.

'पण मग हे आमच्या कानांवर कसं आलं नाही?' नाना आश्चर्याने उद्गारले.

'सकाळी वैद्यराज नेहमीप्रमाणे आपली नाडी पाहूनच मग आमच्याकडे आले होते. तेही काही बोलले नाहीत!'

'नसतील बोलले. सगळेच आजार वैद्यांना समजतात असं थोडंच आहे!'

'पण आता मातु:श्रींची प्रकृती बरी आहे ना? नसेल तर आम्ही नंतर येतो. आमचं काम काही मोठं महत्त्वाचं आहे असं नाही.'

'छें, छे! तसं करायची जरूर नाही.' काशीबाई घाईघाईनं म्हणाल्या.

'आणि आमची प्रकृती बरी नसली तरी तुम्हाला पाहिल्यावर सारं दुखणं पळून जातं.'

'आणि म्हणून आम्हाला भेटीची आज्ञा लवकर झाली नाही!'

'ते जाऊ द्या. आमचं मन कदाचित आमच्यापेक्षाही तुम्हीच अधिक जाणत असाल. आज सकाळी आमच्याकडे कोणतं काम काढलं होतं ते अगोदर सांगा.'

'काम होतं तसं किरकोळच. पण आमच्याकडून ते प्रथम आपल्याला समजावं म्हणून घाई करीत होतो. कोथरूडच्या बागेतील देवळात अभिषेकाची वडिलांनी दिलेली परवानगी मातु:श्रीबाईंनी रद्द करायला लावली. बाब क्षुल्लक. पण विनाकाराण काट्याचा नायटा झाला.'

'बरं मग?' काशीबाईंनी उत्सुकता दाखवली नाही.

'तसं विशेष काही घडलं नाही. पण एकदा दिलेली आज्ञा दुसरीकडून रद्द झाली म्हणजे सेवकांपुढे धन्याला कमीपणा येतो.

'असं! यापुढं आम्ही स्वतः कोणतीच आज्ञा देणार नाही. त्यामुळं सेवकांनाही अवघड वाटायला नको!'

'तसं नाही. मातु:श्रीबाईंनी निष्कारण फार महत्त्व दिलं या गोष्टीला.'

'वडिलांच्या आज्ञेबद्दल असं बोलायचं नसतं.'

नाना आपल्या मातु:श्रींकडे पाहत होते. त्या चिरंजीवांची नजर टाळीत होत्या. आपल्या मातु:श्रींच्या शब्दांतला मोकळेपणा त्यांना जाणवत होता.

'ताई, तुम्ही हे मनापासून बोलत नाही.'

'आमच्या मनाची कुणाला पर्वा आहे का?'

'पण म्हणून आम्ही आपल्याकडे धावत आलो ना?'

'हेच सांगायला ना की सेवकांना अवघड पडतं!'

'ताई, राऊस्वामींनी जाताना आम्हाला या फडावर बसवलं. तेव्हा फडावरचंही काम थोडं फार पाहिलं पाहिजे ना?'

'मग आम्ही काय करावं अशी चिरंजीवांची आज्ञा आहे?'

'आज्ञा? ताई, आमचं काही चुकलं तर कान धरावा. पण असं तोडून बोलू नये. मी पोर. माझी जागा आपल्या पायांशी.'

'नाना, आम्हाला काही समजेनासं झालं आहे. तुमचा काय सल्ला आहे?'

'मातु:श्रीबाईंनी आपला मेणा तयार ठेवायची आज्ञा दिली होती. आपण अचानक

दुसरी आज्ञा दिल्याचं कानांवर आलं म्हणून धावत इकडे आलो.'

'पण आम्हाला आज कुठं बाहेर पडावंसं वाटतच नाही.'

'लौकिकात ते ठीक दिसणार नाही. आणि शिवाय खुद्द राऊस्वामींच्या कल्याणासाठी तिथं अभिषेक होणार आहे. त्या वेळी खुद्द आपणच गेला नाहीत तर—'

काशीबाईंच्या चर्येवर सूक्ष्म हास्य पसरलं. डोळ्यांची उघडझाप करीत त्यांनी मध्येच विचारलं, 'नाना! आमच्या सूनबाई कुठं असतात अलीकडे?'

नानासाहेबांनी चमकून मातु:श्रींकडे पाहिलं. ते गोंधळले. पण लगेच त्यांची चर्या लाजेनं लाल झाली. काशीबाईंची नजर टाळून ते इकडे तिकडे पाहत पुटपुटले, 'खासगीकडे बापूजी श्रीपतांना खबर असेल. पण मातु:श्रींना आताच आठवण कशी आली?'

'गोपिकेला एक विचारायचं होतं.'

'मातु:श्री काय बोलतात ते समजलं नाही.'

'आमच्या सूनबाईंना विचारायचं होतं की आमच्या चिरंजिवांच्या कल्याणासाठी त्या कुठं अभिषेक वगैरे करतात की नाही?'

'ताई—'

'नाना, आम्हा बायकांचं मन तुम्हा पुरुषांना कधीच समजायचं नाही का रे? जी गोष्ट मनाच्या खोल कप्प्यात आम्ही जपून ठेवतो त्याचं क्षणाक्षणाला उघड्यावर प्रदर्शन करायची जरूर असते का? इकडच्या स्वारींच्या कल्याणाशिवाय आम्ही एक श्वाससुद्धा घेत नाही. मनोमन सारखी तीच पूजा असते. लौकिकासाठी काही करावं असं वाटतच नाही. पण हे तुम्हाला सांगून काय उपयोग? तुम्ही हवाला देणार फडावरच्या रिवाजाचा. ठीक आहे. सासूबाईंच्या आज्ञेबाहेर आम्ही नाही. सांगा आमचा मेणा तयार ठेवायला.'

'ताई, ताई! आम्हाला कोण आनंद झाला! तुम्ही सहजासहजी आपला विचार बदलाल असं आम्हाला वाटलं नव्हतं.'

'नाना, आम्हाला दोन्हीकडे पाहावं लागतं. आम्ही एकाच वेळी सून आहोत, आणि सासूही आहोत ना? आमचाच धंडा आमच्या सूनबाईही गिरवतील. त्यांची काळजी सासू म्हणून आम्हालाच घेतली पाहिजे.'

बराच वेळ मातु:श्रींशी सुखदु:खाच्या गोष्टी करून नानासाहेब त्यांच्या

दालनातून बाहेर पडले. बाहेर सेवकांचा मुजरा घेताना त्यांच्या ओठांवर हसू फुटत होतं. उगीचच.

दुसऱ्या दिवशी पेशव्यांच्या हवेलीवर सांडणीस्वार तातडीचा खलिता घेऊन आला. हवेलीच्या दरवाज्यासमोर पुढील गुडघे दुमडून सांडणी खाली बसली. घामानं भिजल्यानं तिचा मूळचा तांबूस रंग काळसर झाला होता. नाकपुडीतून ओवलेला रेशमी लगाम सांडणीस्वारानं खाली उतरता उतरता फेकून दिला. किनखापाच्या कापडाची लाल रंगाची खलित्याची थैली त्यानं एखाद्या ठेव्यासारखी उराशी कवटाळून धरली होती. लगबगीनं चालताना थैलीला लावलेल्या घुंगरांचा छुम् छुम् असा आवाज होत होता.

'काय बातमी?' देवडीवर कुणीतरी विचारलं.

तिकडे दुर्लक्ष करून सांडणीस्वारानं धापा टाकीत चौकशी केली, 'धाकले श्रीमंत कुठं हायती? निदान अंबाजीपंत हायेत ना?'

'दोघेही फडावर हायेत. नीट जावा.' देवडीवरच्या हवालदारानं माहिती दिली. सांडणीस्वाराला घेऊन तो स्वतःच घाईघाईनं फडाकडे निघाला.

पहिला निशाणाचा चौक ओलांडल्यावर पुढच्या बाजूस दोन्हीकडे कचेऱ्यांची दालनं होती. ओळीत बसलेले कारकून मांडी मुडपून बोरूनं वळणदार अक्षरात कचेरीच्या कामाचे ताव लिहीत होते. उत्सुकतेनं त्यांच्या माना पटापट वर झाल्या.

उजव्या बाजूच्या ऐसपैस दालनात खास पेशव्यांची कचेरी होती. गलेफ घालून मसनद झाकून ठेवली होती. मसनदीच्या उजव्या बाजूस नानांची छोटी मसनद — न्याहाली होती. लोडाला किंचित रेलून नाना काही कागदपत्र पाहत होते. अंबाजीपंत पुरंदरे शेजारी उभे राहून कागद समजावीत होते.

हवालदारानं लांबून मुजरा केला. सांडणीस्वाराचं मस्तकही झुकलं.

'काय आहे?' पंतांचा कठोर आवाज कचेरीत घुमला.

'तातडीचा खलिता आहे.'

तेवढ्यात पंत बरंच काही उमजले. सांडणीस्वाराकडून हवालदारानं खलिता

घेऊन तो अंबाजीपंतांना पेश केला. खलित्यावरची मोहर पाहून पंतांनी ती थैली कपाळाला लावली आणि पुटपुटत दोन्ही हातांनी ती नानासाहेबांच्या समोर धरली.

'श्रीमंतांकडून थैली आलेली दिसते. काही झुंजाची खबर असणार.'

नानांनी थैलीला स्पर्श केला.

पंतांनी काळजीपूर्वक मोहोर तोडली. थैलीच्या तोंडावरचा रेशमी सरकफास सैल केला. उजव्या हातानं आतला खलित्याचा कागद काळजीपूर्वक बाहेर काढला. फडावरची बोरूंची कुरकुर थांबली होती. अपेक्षेनं पंतांच्या मुद्रेकडे नाना पाहत होते.

पंतांनी क्षण दोण क्षण खलित्यावरून नजर टाकली. नेहमी वळणदार अक्षर वाचण्याची सवय असलेल्या पंतांना पेशव्यांचं ते थोडं गिचमीड अक्षर वाचायला क्षणभर वेळ अधिकच लागला. पण लगेच ओठावरच्या भरघोस मिश्या थरथरल्या. आनंदातिशयानं त्यांनी दोन्ही डोळे मिटले आणि खलिता पुढे वाचण्याऐवजी त्यांनी तो कागद तसाच नानांच्या हातात दिला. कागद देताना ते कसेबसे म्हणाले, 'वाचावं, श्रीमंतांनी स्वतःच वाचली पाहिजे अशी ही खबर आहे.'

नानासाहेबांना खलिता वाचायला काही क्षण पुरले. लगेच ते बैठकीवरून ताडकन उठून उभे राहिले. शेजारच्या पेशव्यांच्या मसनदीमागे गजाननाची मोठी मूर्ती बसवलेली होती. तिकडे वळून त्यांनी गजाननाला नमस्कार केला. त्यांना झालेला आनंद त्यांच्या चेहऱ्यावर मावत नव्हता. पंतांकडे वळून भावनावेगानं ते म्हणाले, 'फत्ते, पंत! फत्ते! राऊस्वामींनी झुंजात यश मिळवलं. गनीम ठार पडला. गजाननानं मोठी कृपा केली. पंत, मातु:श्रीबाईंना ही खबर तुम्ही स्वतः कळवा. आम्ही ताईंना सांगतो.— आणि हो—' असे म्हणून नानांनी बोटातली सल्ल्यांची जोडी काढली. समोर उभ्या राहिलेल्या सांडणीस्वाराकडे ती फेकून नाना त्याला म्हणाले, 'हे आमच्यातर्फेचं बक्षीस. नंतर रिवाजानुसार तुझं बक्षीस फडावरून घेऊन जा. आणि हे बघ, सांडणीवर नगारा घाल. आणि असाच साऱ्या शहरभर फीर. साऱ्यांना ओरडून सांग, 'राऊस्वामींची फत्ते झाली. गनीम ठार पडला. मोहीम फत्ते झाली.'

झंझावातासारखी ही बातमी हवेलीवर क्षणात पसरली. नगारखान्यात नगारा सुरू झाला. फडावरचे कारकून बोरू खाली ठेवून भराभर उठले. खासगीच्या कारखान्यातून शिधासामग्रीच्या गोण्या भरभरून पूर्वेकडच्या छोट्या दरवाजाजवळ त्यांचा ढीग रचला गेला. सारे कारकून तिथं ओळीत उभे राहून नगारा ऐकून

बातमीसाठी हवेलीवर जमा झालेल्या गोरगरिबांना शिधा वाटू लागले. खासगीकडे याद्या तयार होत्याच. याद्यांप्रमाणे पुण्यातल्या सरदारांच्याकडे, सावकारांच्याकडे, गृहस्थांकडे मिठाईचे पेटारे घेऊन हशम भराभर रवाना झाले.

अर्ध्या घटकेत पेशव्यांची ढालगज तख्तगौरी तयार होऊन हवेलीसमोर आली. खुद्द बापूजी श्रीपत हौद्यात बसून साऱ्या शहरभर साखरा वाटू लागले.

दाभाडे आणि पेशवे यांचं झुंज डभईनजीक होऊन खासा त्र्यंबकराव दाभाडे आणि इतर तीन खासे ठार पडले, चार खासे जखमी होऊन पळून गेले, दाभाड्यांची कुलफौज लुटली, हत्ती पाडाव केले अशा मजकुराची पत्रं पुण्याहून साऱ्या दौलतीभर रवाना झाली.

दाभाड्यांवरील मोहिमेचे पडसाद नुसत्या मराठी दौलतीतच उमटले असं नाही, हैदराबादच्या   निजामलाही त्या विजयानं चपराक बसली. नर्मदेपलीकडे राजकारणाचा रंग पालटू लागला. मराठ्यांचे दोन सेनापती एकापाठोपाठ एक निजामाला फितूर झाले होते. दोघांचाही बंदोबस्त पेशव्यांनी केला, त्यामुळे शाहू छत्रपतींच्या नावाची जरब उभ्या हिंदुस्थानाला बसली.

पण पुत्रवधानं उमाबाई दाभाडे संतापानं बेभान झाली. पेशव्यांचा सूड घ्यायची प्रतिज्ञा मनोमन करून तिनं दाभाड्यांच्या फौजेचं आधिपत्य स्वतःकडे घेतलं. गुजरातेतून परतणाऱ्या पेशव्यांचा पाठलाग तिनं हिरिरीनं सुरू केला.

विजयाच्या वार्ता पुण्यात येऊन थडकल्यानंतर तिसऱ्याच दिवशी बातमी आली, की लांब लांब मजला मारून पेशव्यांचं पुण्याकडे कूच सुरू झालं आहे. लौकरच चिमाजीआपा पुण्याला येऊन पोहोचणार आहेत.

आणि त्याप्रमाणे दिवस कलताच आपांच्या फौजेच्या आघाडीच्या तुकड्या पुण्याच्या परिसरात पोहोचल्या. अर्ध्या घटकेत आपांची स्वारीही गारपिरावर आल्याची बातमी घेऊन जासूद आला. पाठोपाठ सड्या स्वारीनिशी चिमाजीआपा पुण्यात आले. कसब्यातल्या गपणतीचं दर्शन करून आपा सरळ शनवारातल्या हवेलीवर आले.

राधाबाई चिरंजीवांची वाटच पाहत होत्या. कुलदैवताचं दर्शन करून आपा मातु:श्रींकडे आले. त्यांना पाहताच राधाबाई उद्गारल्या, 'आपा, किती दिवसांनी भेटता आहात? क्षेम आहे ना?'

राधाबाईंच्या पायांना स्पर्श करून आपा म्हणाले, 'सारं क्षेम आहे. हे पाय दृष्टीस पडले. आता साऱ्या चिंता नाहीशा झाल्या.'

राधाबाईंच्या शेजारी आपांसाठी छोटी बैठक घातली होती. आपा त्यावर बसणार एवढ्यात पलीकडच्या दालनातून नाना लगबगीनं आले. त्यांनी आपांच्या पायांना स्पर्श करून नमस्कार केला.

आपांनी कौतुकानं आशीर्वाद दिला, 'आयुष्यमान् भव.' मग ते म्हणाले, 'नाना, क्षणभर आम्ही तुम्हांला ओळखलंच नाही! एकदम मोठे झालात की! आम्ही म्हणतो ते खरं आहे ना मातु:श्रीबाई?'

राधाबाई किंचित हसल्या. आपांना बसण्याचा इशारा करून त्या म्हणाल्या, 'वयाप्रमाणं माणूस वाढणारच. आणि त्यांना आज किती महिन्यांनंतर पाहता आहात माहीत आहे?'

'खरंच की! आम्ही बरोबर सात महिन्यांनी आता पुण्याला परतलो आहोत.' चिमाजीआपा मागे लोडाला टेकत म्हणाले, 'मातु:श्रीबाई, तिकडे मोहिमेवर दिवस कसे भराभर गेले ते कळलंसुद्धा नाही.'

'आणि इकडे आमचा जीव मात्र टांगणीवर लागला होता. एकेक दिवस आम्ही मोठ्या कष्टानं ढकलीत होतो. तुम्ही आता दमून आला आहात. पण थोडक्यात आम्हाला मोहिमेची कच्ची हकिगत सांगा आणि मग विश्रांतीसाठी उठा.'

काकाशी पुतण्याचा जास्त स्नेह होता. त्यांना अधिक त्रास देणं बरं नाही असं वाटून नाना राधाबाईंना म्हणाले, 'काका बरेच थकलेले दिसताहेत. आता त्यांना विश्रांतीची आज्ञा व्हावी. त्यांची हकिगत नंतरही ऐकता येईल.'

'छे, नाना, आम्हाला बिलकुल थकवा आलेला नाही.' असं म्हणत आपल्या मूळच्या गोऱ्यापान चर्येवर जमलेले घामाचे बिंदू आपांनी पंचानं पुसले. तेवीस-चोवीस वर्षांचं त्यांचं वय. बांधा मध्यम. एकसारखं मोहिमेवर राहिल्यानं चेहरा उन्हानं काळवंडला होता. त्यावर त्यांनी आणलेलं हास्यही ओढूनताणून आणलेलं दिसत होतं.

राधाबाई चिरंजीवांना आपादमस्तक न्याहाळत होत्या. लहानपणपासून त्या

मुलाची प्रकृती पाहत होत्या. आपा कधीच धडधाकट नव्हते. पण प्रकृतीची कुरकुर सांगून ते कधी स्वस्थही बसले नव्हते. नेहमी आपांची काही ना काही कामगिरी चालूच असे. तरीही या वेळी आपांनी जास्त मेहनत घेतल्याचं स्पष्ट दिसत होतं. त्यांच्या तरुण चेहऱ्यावर थकव्याच्या रेषा उमटल्या होत्या.

राधाबाई काही बोलायच्च्या आतच आपा म्हणाले, 'मातु:श्रीबाई, राऊंनी या वेळी कमाल केली. ते नसते तर प्रसंग मोठा बाका होता. खासा निजामअल्ली फौज घेऊन रणात उतरला होता. त्याचा आणि दाभाड्यांचा राऊंनी मिलाफ होऊ दिला नाही, म्हणून या झुंजात आमच्या पदरी श्रीनं यश घातलं.'

'ते ठीक आहे.' चिमाजीआपांना थांबवीत राधाबाई मध्येच म्हणाल्या, 'कळायला लागल्यापासून राऊ घोड्यावरच आहेत, पण आपल्यापैकी कुणाचं काही नुकसान झालं का ते कळलं नाही, तेवढं अगोदर सांगा.'

'आपल्यापैकी शिलेदार पाच-पन्नास कामास आले. तितकेच जखमी झाले. खासा सरदारांपैकी ढमढेरे मात्र ठार पडले. तेवढीच वाईट गोष्ट झाली.'

'नारायणजी ढमढेरे काय?'

'होय, मातु:श्री. राऊंना फार वाईट वाटलं. पण त्याला कुणाचाच इलाज नव्हता. झुंजाला तोंड लागण्यापूर्वी एवढ्यावरच निभावणी होईल असं कुणाला वाटलं नव्हतं. पण श्रीकृपेने हे सारं घडलं.'

'स्वतः उमाबाई फौजेत हजर होती अशी खबर होती.' राधाबाईंनी मनातली शंका बोलून दाखवली.

'होय. आपल्या सेनापतिपदाचा तिनं वृथा अभिमान धरला आणि शेवटी हे फळ पावली.'

'पण आपा, एक गोष्ट लक्षात ठेवा; उमाबाई अपमान विसरणारी बाई नाही!'

'ते आम्ही जाणून आहोत. बाईमाणूस घरात बसायचं सोडून रणांगणावर उतरलं की त्याचाही मुलाहिजा धरता येत नाही. निष्कारण भरीला पडली नसती तर पुत्रशोक प्राप्त झाला नसता.'

'तरी आम्हाला वाटतं तुम्ही राऊंना खास पत्र लिहून आमचा हा सल्ला कळवा. म्हणावं गाफील राहू नका. उमाबाईचा क्षणाचाही भरवसा धरू नका. आता ती चवताळलेली नागीण आहे. तुम्ही तिच्यावर पाय दिला आहे. जपून राहा.'

'आज्ञेप्रमाणं करतो.' आपांनी पुन्हा चर्येवरचा घाम पुसला. मग किरकोळ

गोष्टी बोलून आपांनी मातुःश्रींचा निरोप घेतला.

आपा मातुःश्रींच्या दालनातून बाहेर पडले. सेवकांनी त्यांचे जोडे समोर ठेवले. त्यात पाय सरकवून ते आपल्या महालाकडे निघाले. चौक ओलांडताच त्यांना एकदम आठवण झाली. ते थबकले, बरोबर सेवक होता त्याला त्यांनी विचारलं, 'वहिनीसाहेबांना आज्ञा विचारून ये. म्हणावं, आम्हाला दर्शनाची आज्ञा व्हावी.'

आणि आपा तिथेच उभे राहिले. सोप्याला सुरूदार खांब होता. खांबाला टेकून खांद्यावरच्या शेल्यानं त्यांनी कपाळावरचा घाम टिपला.

'आज्ञा झाली. ताईसाहेब आपली वाट पाहत आहेत.' सेवकानं मुजरा करून निरोप सांगितला.

'मग आपा लगबगीनं काशीबाईंच्या दालनाकडे गेले. दालनाबाहेर येसू दासी उभी होती. तिचा मुजरा घेऊन आपा आत गेले.

'भावोजी, तुम्हीच का ते?' आपांनी दालनात प्रवेश करताच समोर झोपाळ्यावर किनखापी लोडाला टेकून बसलेल्या काशीबाईंनी उद्गार काढले. 'किती चेहरा सुकला आहे. तरी मोहिमवर तुम्ही जाऊ नका असं आम्ही सांगत होतो.'

आपा आत आले. त्यांनी वहिनींसमोर जमिनीला स्पर्श करून नमस्कार केला. काशीबाईंच्या प्रसन्न गोल चेहऱ्याकडे पाहत हसून ते म्हणाले,

'सहा महिन्यांत वहिनीसाहेब आम्हाला विसरतील असं वाटलं नव्हतं. आम्ही चिमणाजीच आहोत.'

'बसा. दमून आला असाल. अंमळ विश्रांती घ्या.'

'मोहिमेवर राऊ जातीनं होते. त्यामुळं आम्हाला सारी विश्रांतीच होती. आम्हाला दमायला काय झालं?' असं म्हणून समोरच्या गालिच्यावर आपा टेकले. क्षणभर विश्रांती घेऊन ते म्हणाले, 'वहिनीसाहेब, मोहिमेची सारी हकिगत आपल्याला कळली असेलच. नानाला मी तशी सख्त ताकीद देऊन ठेवली होती.'

'तुम्ही बरोबर असताना आम्हाला मोहिमेची मुळी काळजीच नसते.' काशीबाई गालात हसत म्हणाल्या.

'असं म्हणता मात्र. मनापासून नसतं हे.'

'कशावरून म्हणता हे?'

'मग आम्ही असताना राऊस्वामींसाठी पुण्याहून अंगारा पाठवायला कारणच काय होतं? आमच्यावर विश्वास नव्हता हेच ना?'

'म्हणजे, आम्ही पाठविलेला अंगारा तुमच्यापर्यंत आला तर?'

'पाहा, वहिनीसाहेब, तुम्ही लगेच विषय बदललात. आमच्यावर विश्वास होता की नव्हता ते सांगा अगोदर.'

'तुमच्यावर विश्वास होता. पण नव्हता तो आमच्यावर!'

'म्हणजे? मतलब ध्यानात आला नाही?'

'भावोजी, कुंकवाच्या धन्याबद्दल आमची काळजी कधी तरी कमी होणार आहे का?— पण ते तुम्हाला नाही समजायचं. काय सांगून उपयोग?'

'ते कदाचित नाही समजायचं.' आपा कौतुकानं आपल्या वहिनींकडे पाहत म्हणाले, 'पण एवढं कळतं की आपल्या भाळी जो कुंकमतिलक रेखला आहे त्याच्यामागे या दक्षिणेतल्या निदान लाखभर सौभाग्यवतींच्या कुंकुमतिलकाचं बळ आहे. पण हे राहू द्या. वहिनीसाहेब, तुम्ही अद्याप एक प्रश्न आम्हाला विचारलाच नाही?'

'कोणता?'

'राऊस्वामींचं कुशल.'

'ते तुमच्यावर चर्येवर स्पष्ट लिहिलंय. तुम्ही आत येताच आम्ही ते वाचलं. आज कित्येक वर्षं ते वाचायची आम्हाला सवय झाली आहे. पण भावोजी, तुमच्या समाधानाकरता विचारत्ये, 'स्वारींचं कुशल आहे ना?'

आपा खुदकन हसले. चेष्टेच्या स्वरात म्हणाले, 'वहिनीसाहेब, या उत्तराची आपण किंमत मोजली पाहिजे. तरच आम्ही उत्तर देऊ.'

'कोणती किंमत, सांगा तरी भावोजी?'

'गारपिराहून आम्ही निघाल्याला जवळजवळ दोन घटका झाल्या. दिवस हे अशा उष्ण काळाचे; मातुःश्रीबाईंच्या जवळ आम्हाला काही बोलता येत नाही. इथं हक्कानं सांगतो. घसा कसा सुकून गेला आहे—'

'एवढंच ना! आम्हाला का त्याची कल्पना नाही. आम्ही अगोदरच सूचना देऊन ठेवली आहे.' असं म्हणून काशीबाईंनी टाळी वाजवून दासीला बोलावलं. आणि तिला मुदपाकखान्यातल्या ब्राह्मणाकडून दुधाचे पेले आणायला आज्ञा केली.

'वहिनीसाहेब दूध नको. वैद्यराजांनी मना केलं आहे. कफ होतो म्हणतात. आम्हाला थंडगार सरबतच द्या.'

काशीबाईंनी दासीला सरबताची आज्ञा केली.

सरबत घेऊन आपांनी क्षणभर विसावा घेतल्यावर काशीबाईंनी आठवण केली, 'आमच्या प्रश्नांच्या उत्तराची आम्ही आता वाट पाहत आहोत.'

'पण ते उत्तर तर आपण आमच्या चर्येवरच वाचलं आहे असं म्हणालात. राऊ एक-दोन दिवसांत पुण्यात दाखल होतील.'

आपांशी बोलताना झोपाळा मंद झोके घेत होता. काशीबाईंनी गिर्दीला पाय लावून झोका थांबवला. मग थोड्या गंभीर स्वरात त्या म्हणाल्या, 'मघापासून पाहत्ये आहे, भावोजी सारं बोलणं इकडच्या स्वारीबद्दल किंवा इतरांबद्दल. माणसानं स्वतःचीही थोडी काळजी करावी म्हणत्ये.'

'त्यासाठी मातु:श्रीबाई आहेत. वहिनीसाहेब! आपण आहात. मग आम्ही कशाला चिंता करावी?' काशीबाईंची नजर टाळून आपा बोलले, त्यांनी एकवारे इकडे-तिकडे चोरटा कटाक्ष. त्यांचे डोळे कसला तरी शोध घेत होते.

'जवळजवळ सहा-सात महिन्यांनी भावोजी तुम्ही पुण्याला येताहात. तुम्ही पुणं सोडलंत तेव्हा तुमचे चिरंजीव सदाशिवपंत अवघे महिना-दीड महिन्याचे होते. आता ते माणसं ओळखू लागले आहेत. बसण्याचा प्रयत्न करतात. चिरजीवांना पाहून मगच तुम्ही आपल्या दालनात जावं अशी आमची इच्छा आहे—'

'पण वहिनीसाहेब—'

'आम्ही काही ऐकणार नाही. सदाशिवपंतांच्या आजीबाई जावयासाठी मुद्दाम इथं आल्या आहेत. त्यांचं दर्शन घेऊन कुशल पुसा अगोदर. मोहिमेवर जाण्यापूर्वी त्यांचं सांत्वन करण्याएवढीही फुरसद तुम्हाला नव्हती. त्यांची लेक अकस्मात गेली. बाळाला त्या जीव की प्राण करतात. त्यांची थोडी चौकशी करा.'

आपा उठले. काशीबाईंचा निरोप घेता घेता ते पुटपुटले, 'एवढ्यासाठीच म्हणत होतो. आपण असल्यावर आम्ही चिंता ती कसली करायची?'

बाजीराव पेशवे पुण्यात येण्याचा दिवस नक्की झाला. छावणीतून तपशिलवार पत्रं शनवारच्या हवेलीत येऊन पोहोचली. चुलते आणि पुतणे भराभर आज्ञा देत होते. कामं भराभर उठत होती. पेशवे सरळ हवेलीत येणार नव्हते. ते मोहिमेवर

असताना हवेलीची वास्तुशांत झाली होती. त्यांनी स्वतः आखून दिल्याप्रमाणं इमारत उभी झाली होती. त्यांचा हवेलीतला प्रथम प्रवेश चांगला मुहूर्त पाहून होणार होता.

मोहिमेतून परत पुण्याला आलं की प्रथम दरबार भरवून ज्यांनी मोहिमेवर जिवावर उदार होऊन कामं केली असतील त्यांना पेशवे स्वतःच्या हातानं बक्षिसं देऊन सन्मान करीत असत. दौलतीच्या कामी ज्यांचा देह पडला असेल त्यांच्या विधवांची, मुलांची वास्तपुस्त होऊन त्यांच्या नावे सनदा तयार होत असत. हे महत्त्वाचं काम प्रथम उरकायचं असे. त्यासाठी पेशव्यांचा मुक्काम कोथरूडच्या बागेत होणार होता. तिथंच दरबाराचीही व्यवस्था करायची होती.

सकाळी आपा आणि नाना घोड्यावर स्वार होऊन बरोबर निवडक शिलेदारांचं पथक घेऊन हवेलीतून बाहेर पडले. तीन दिवसांच्या विश्रांतीनंतर आता आपांच्या चर्येवर तजेला आला होता. डोळ्यांत पूर्वीची चमक आली होती.

मुठा नदीच्या किनाऱ्यावर कोथरूडचा बाग चांगला ऐसपैस अर्धा कोस पसरला होता. उष्ण काळामुळे नदीच्या पात्रात वाहता प्रवाह नव्हता. पण ठिकठिकाणी मोठे डोह तयार झाले होते. त्यामध्ये भरपूर पाणी होतं. पेशव्यांच्या फौजेच्या आघाडीच्या तुकड्या बागेपाशी केव्हाच पोहोचल्या होत्या. प्रत्येकाला आखून दिलेल्या भागात त्या त्या सरदाराची छावणी उभारण्याचं काम मोठ्या नेटानं सुरू होतं.

बागेतली सारी आंब्यांची झाडं फळांनी डवरली होती. झाडाखालच्या गर्द छायेत ठिकठिकाणी गाशे टाकून शिलेदार मंडळी विसावली होती. मोकळ्या बागेत कामाठी राहुट्या उभ्या करीत होते.

आपांना येताना दुरून पाहताच आडवी झालेली मंडळी झडझडून उठत होती. खाली माना घालून मुजरे होत होते.

झाडीमुळे उन्हाचा ताप जाणवत नव्हता. मध्यान्हापर्यंत आपांनी कामावर देखरेख केली. मग ते बागेतल्या मृत्युंजयाच्या मंदिरात दर्शनासाठी आणि थोडी विश्रांती घेण्यासाठी आले.

आपांच्या आगमनाची वर्दी असल्यानं फरासखान्याच्या लोकांनी मंदिराच्या मंडपात गालिच्याची बिछायत तयार ठेवली होती. उभयतांनी प्रथम मंदिरासमोरच्या हौदावर पाय धुतले, मग गाभाऱ्यात जाऊन देवदर्शन केलं आणि ते बैठकीवर

जाऊन बसले.

तेवढ्यात मंदिराचा पुजारी फळांचं तबक आणि दुधाचे पेले घेऊन आला.

'राऊस्वामी हा रम्य परिसर पाहून खूश होतील ना?' फराळ आटोपून विश्रांती घेत असताना नानांनी आपांना विचारलं.

'तुमच्या रसिकतेवर राऊंचा विश्वास आहे. म्हणून तर कोथरूडच्या मुक्कामाची सारी व्यवस्था त्यांनी तुमच्यावर सोपवली आहे.' आपांनी डोईवरचा मंदिल काढून बाजूला ठेवला. अंगरख्याचे बंद सोडीत मागे लोडाला टेकून आराम करीत ते पुढे म्हणाले, 'आमच्या बंधूंच्या डेऱ्यासाठी तुम्ही निवडलेली जागा तर आम्हाला एकदम पसंत पडली. तिथून एका बाजूला हे देवालय तर दुसऱ्या बाजूला बाणाच्या टप्प्यावर नदीचं पात्र. पलीकडच्या डोंगराच्या उतारावरच्या सरदारांच्या छावण्या राऊंना आपल्या डेऱ्यात बसल्या जागेवरून दिसतील. मग राऊ का खूश होणार नाहीत? आम्ही त्यांना सांगू, की चिरंजीवांनी ही व्यवस्था स्वतः आखली आहे म्हणून.'

'आमच्या हातून काही चांगलं घडलं असलं तर त्याचं श्रेय काका तुम्हालाच आहे. नाहीतर आम्हास काय कळतं?'

'नाना, तुमच्या या गोड बोलण्याचं श्रेय मात्र तुम्ही तुमच्या मातुःश्रींना दिलं पाहिजे. या बाबतीत तुमची वहिनींशी बरोबरी आहे.' आपा गालात हसत म्हणाले.

'बरी आठवण झाली काका. या छावणीत खासगीच्या डेऱ्याची आम्ही काहीच व्यवस्था केली नाही. मातुःश्रीबाई हवेलीतच राहणार आहेत. पण ताई छावणीत येतील. राऊंकडून आलेल्या सूचनांत खासगीच्या डेऱ्याचा उल्लेखच नव्हता.'

आपांनी डोळे मिचकवले. हसत ते म्हणाले, 'त्या साऱ्या सूचना राऊंनी आमच्या जवळ समक्ष दिलेल्या आहेत. आम्ही त्याचं पाहतो काय करायचं ते. पण राऊंच्या खासगी डेऱ्याच्या चौकशीच्या निमित्तानं नाना स्वतःच्या खासगीच्या तंबूची चौकशी करीत नाहीत ना?'

नानांनी काकांची नजर टाळली. त्यांची चर्या लाजेनं लाल झाली. न बोलता ते गप्प बसले. यावर आपा पुन्हा काही बोलणार इतक्यात मंदिराच्या पलीकडे जी छोटी बैठी इमारत होती, त्या बाजूनं काही गडबड झाल्याचा आवाज ऐकू आला. आपा चटकन सावरून बसले. मंदिराच्या बाहेर पहारेकरी उभा होता. त्याला त्यांनी आवाज चढवून विचारलं, 'काय गडबड आहे रे?'

गडबड कमी होण्याऐवजी वाढतच गेली. तेव्हा स्वतः नाना जागेवरून उठले. देवालयाच्या बाहेर येऊन त्यांनी पाहिलं. दोन-तीन हशमांनी एका इसमाला धरलं होतं. तो ओरडत होता. 'सोडा मला. मी खुद्द श्रीमंतांपाशीच तक्रार मांडणार आहे. तुम्ही आला असाल मोठ्या लढाया मारून. म्हणून तुम्ही आम्हाला काय म्हणून त्रास देता! ते काही नाही. श्रीमंत इथे आलेच आहेत. मी समक्षच सारा प्रकार त्यांच्या कानावर घालतो.'

नानांनी हात वर करून हशमांना इशारा केला. त्याबरोबर त्यांनी त्या इसमाला मोकळं केलं. मग ते आवाज उंचावून म्हणाले, 'आम्ही तक्रार ऐकतो आहोत. त्याला आपांच्यासमोर हजर करा.' आणि नाना आत देवालयात येऊन आपांना म्हणाले, 'काही किरकोळ तक्रार दिसते आहे. आपल्यासमोर हजर करायला सांगितलं आहे.'

तेवढ्यात दोन सशस्त्र पहारेकरी त्या इसमाला घेऊन देवालयाच्या मंडपात आले. त्याला आपादमस्तक न्याहाळत आपांनी विचारलं, 'कोण रे तू?'

'सरकार, मी राघू नटवा आहे.'

'नटवा? आणि इथं काय करतो आहेस?'

'पलीकडे बाईजींचा मुक्काम आहे. त्यांच्या सेवेत असतो मी, सरकार.'

'कोण बाईजी?' आपांचा स्वर कठोर झाला.

बाहेर अवसान दाखवणारा नटवा आपांच्यासमोर तत-पप करू लागला. त्याचा घसा कोरडा पडला. पण त्याच्या मदतीला नाना धावून आले. राघूच्या ऐवजी त्यांनीच माहिती दिली. 'कलावंतिणीचा ताफा त्या इमारतीत मुक्कामाला आहे. मिसकिन मस्तान कलावंत म्हणून गाणारीण आहे. राऊस्वामींनी त्यांना तिथं ठेवायला सांगितल्यावरून ती इमारत खाली करून त्यांच्या ताब्यात दिली आहे.'

'नाचगाणाऱ्यांना शहरापासून एवढं दूर ठेवलं?'

'बुंदेलखंडातले मुसलमान आहेत. आणि त्यांचा कारखानाही मोठा आहे. शहरात हरघडी कटकट नको म्हणून त्यांना इथं जागा दिली.'

'अस्सं! ती बाईजी काय?' मान हलवून आपा म्हणाले. 'मग या नटव्याची काय गडबड चालली होती?'

राघू थोडा सावरला होता. ओठावरून जीभ फिरवीत हात जोडून तो म्हणाला, 'सरकार फिर्याद आहे.'

‘कसली फिर्याद?’ आपांच्या भुवया वर चढल्या.

‘आमच्या बाईजींची लाडकी हरणांची जोडी या लष्कराच्या लोकांनी काल पळवली.’ राघूनं सांगून टाकलं. त्याला चांगली धाप लागली होती.

‘हरणांची जोडी? आणि ती कशाला पाळली होती तुम्ही?’

‘आमच्या बाईजींना षौक आहे सरकार?’

‘ती हरणं लष्कराच्या लोकांनी नेली कशावरून?

‘मी स्वतः पाहिली सरकार. काल सूर्य मावळायच्या बेताला मी स्वतः ती जोडी पाणी पाजायला त्या हौदावर आणली होती. तेवढ्यात बाजूच्या झाडाआडून फौजेतले तीन-चार इसम अचानक माझ्यासमोर आले, आणि त्यांनी पाहता पाहता हरणांची जोडी माझ्याकडून हिसकावून ओढून नेली.’

‘आणि तू ती त्यांना नेऊ दिलीस? कुणाला लोळवलं नाहीस?’

‘मी नटवा काय करणार सरकार? मी काही बोलणार तो त्यांनी आपला हात माझ्यावर अस्सा उगारला. सरकार, कसला मजबूत हात होता तो! माझे डोळे पांढरे व्हायची वेळ आली.’

आपांच्या चर्येवर हास्यरेखा चमकली. त्यांनी डोळे मिचकावून नानांकडे पाहिलं. तशी नानांनी राघूला विचारलं, ‘तू ओळखशील त्या लोकांना? कुणाकडचे लोक होते ते?’

‘सरकार, धनगर लोक दिसत होते ते. बहुतेक होळकरांचे असतील.’

‘अरे पण कशावरून?’

‘हरणजोडी नेताना खुषीत येऊन ते बोलले ते मला चांगलं ऐकू आलं. त्यांच्यापैकी मोठ्या गलमिश्यावाला म्हणतो कसा, ‘खंडोबा पावला. अशीच ही जोडी सुभेदाराला नजर करू. मोठी मजा येईल. बरेच दिवसांत त्यांच्या तोंडाला वशाट लागलं नव्हतं— आणि आणि अं-अं-’

‘आणखी काय? नीट बोल.’ आपांनी करड्या आवाजात दरडावलं.

‘आणि चांडाळ म्हणत होते की सुभेदारांबरोबर श्रीमंतानाही मेजवानी होईल या हरणांची! सरकार, मोठे वाईट लोक होते ते. त्यांचं पारिपत्य व्हायला पाहिजे. अब्रूदार माणसाबद्दल काही बोलायचं म्हणजे काय? एकेकाची जीभ हासडली पाहिजे सरकारांनी!’

‘वटवट बंद कर.’ आवाज उंचावून आपा ओरडले. ‘तुझी फिर्याद समजली.

नाना छावणीची व्यवस्था पाहणारा हवालदार आहे त्याला या फिर्यादीची चौकशी करायला सांगा. नटव्या, जा, तू. आणखी काय सांगायचे आहे?'

'आणि काही नाही सरकार. फक्त चौकशी लवकर करायला आज्ञा व्हावी. नाहीतर ते चांडाळ आमच्या हरणांना कापतील, ते आमच्या बाईजींच्या कानावर गेलं तर त्या प्राणच सोडतील.'

हातानंच इषारा करून आपांनी राघूला घेऊन जायला सांगितलं. पहारेकरी त्याला घेऊन गेले.

राघू नटवा देवालयातून बाहेर गेल्यावर आपांनी डोळे मिटले. थकल्यागत होऊन ते लोडाला थोडा वेळ रेलले. मग सावरून बसले. डोईवर मंदिल ठेवला. अंगरख्याचे बंद बांधले. उठून देवाच्या दिशेनं त्यांनी हात जोडले आणि ते पुटपुटले, 'हरे हरे!'

उन्हं कलती झाल्यावर आपा आणि नाना बागेतून बाहेर पडले. धूळ उडवीत दुडक्या चालीनं दोघांचेही घोडे दौडत होते.

प्रथम नगाऱ्याचा आवाज आला. पाठोपाठ चौघड्याचा आवाज आला आणि साऱ्या पुण्याला समजलं की श्रीमंत बाजीराव पेशवे पुण्यानजीक आले.

कोथरूडला पुण्यातले सावकार, सद्‌गृहस्थ घेऊन चिमाजीआपा पेशव्यांची वाट पाहत होते. आवाजाच्या पाठोपाठ सायंकाळच्या तांबूस किरणात धुळीचे ढग मिसळले. घोड्यांच्या टापांचा आवाज उठला. पाहता पाहता फौजेच्या टोळ्यांनी आसमंत भरून गेलं. स्वारांच्या आरोळ्या, उंचावलेले झेंडे, उभे धरलेले भाले यांची एक लाटच धुळीच्या ढगातून पुढं सरकत होती. मग तुतारीचा आवाज झाला आणि सारा कोलाहल जादूसारखा थांबला.

स्वतः बाजीराव पेशवे आपल्या शुभ्र घोड्याला टाच मारून बरोबर निवडक पाच सरदारांना घेऊन सड्या स्वारीनिशी त्यांच्या छावणीकडे दौडत आले. छावणीजवळ घोडा येताच पेशव्यांनी घोड्याचा लगाम खेचला. त्यासरशी त्या उमद्या उंचापुऱ्या जनावरानं पुढले दोन पाय उंच उचलून मागच्या पायावर एक गिरकी घेतली आणि मगच पुढले पाय जमिनीवर स्थिर केले.

बाजीरावांनी घोड्याच्या मानेवर थोपटलं आणि चटकन खाली उडी टाकली. त्यांनी फेकलेला घोड्याचा लगाम शेजारी उभ्या असलेल्या मोतद्दारानं पकडला. गुजराती नक्षीचे चढाव घातलेली त्यांची मजबूत पावलं जमिनीला टेकताच त्यांच्या स्वागतासाठी जमलेल्या सरदारांनी त्यांना मुजरे केले. गृहस्थांनी खाली वाकून नमस्कार केले.

उजवा हात किंचित वर उचलून त्यांनी सर्वांचं अभिवादन स्वीकारलं. मग पुढं होऊन त्यांनी चिमाजीआपांची खांदभेट घेतली. तेवढ्यात नानांनी तीर्थरूपांच्या पावलांना स्पर्श करून वंदन केलं.

अंगावरचे कपडे धुळीनं माखले होते. पोटऱ्यांना घट्ट बिलगलेली शुभ्र सुरवार, अंगातला अंगरखा, त्याच्यावरची रूदार अर्धी बंडी आणि डोईवरचं रेशमी पागोटं सारं धुळीनं भरलं होतं. छावणीसाठी उभारलेल्या तंबूकडे नजर फेकून बाजीरावांनी त्यांच्यासाठी तयार केलेल्या डेऱ्याकडं पावलं वळवली.

डेऱ्यात शुभ्र चादरीची बिछायत करून त्यावर गालिचे अंथरले होते. बाजीराव डेऱ्यात येताच तुतारीचा पुन्हा नाद झाला. पेशव्यांसाठी सजवलेल्या खास बैठकीवर बाजीराव बसण्यापूर्वी त्यांच्या चिरंजीवांनी त्यांच्या कमरेला बांधलेली तलवार सोडवून घेतली. शेल्यात खोचलेला बिचवा काढून घेतला. सेवकांनी ती हत्यारं ताब्यात घेतली.

खुरमांडी घालून पेशवे आपल्या आसनावर बसले. मागोमाग इतर मंडळी आपापल्या आसनावर बसली. पेशव्यांच्या बरोबर आलेले पाचही सरदार पेशव्यांच्या मागे अदब राखून बसले.

'आपा, साताऱ्याची खबर काय आहे?' आसनावर बसताक्षणी शेजारी बसलेल्या बंधूंकडे वळून बाजीरावांनी चौकशी केली.

'खुद्द छत्रपती महाराज उमाबाईंची समजावणी करण्यास तळेगावी गेले आहेत.'

'अस्सं. त्यांना पुत्रशोक झाला. आम्हालाही दुःखच वाटतं. पण दौलतीच्या जिवावर जर हे अस्तनीतले निखारे उठणार असतील तर आम्हाला त्यांचा असाच बंदोबस्त करायला पाहिजे.' अगोदर मोठे असलेले बाजीरावांचे डोळे हे शब्द उच्चारताना आणखी विस्फारले गेले. ऐटबाज मिश्यांच्या खालचे लाल ओठ आवळले गेले.

'दाभाडे दौलतीचे जुने सेवक. मानकरी सेनापती. झुंजात ते ठार पडल्यामुळं

महाराजही कष्टी झाले आहेत असं कळतं.' आपांनी आणखी माहिती दिली.

गोऱ्यापान चर्येवरची काळीभोर भुवई वर उचलली गेली. रुंद कपाळावर आठी पडली. पाठोपाठ बंदुकीच्या गोळीसारखा एकेक शब्द बाहेर पडला.

'झुंजाला उभं राहण्यापूर्वी माणसानं विचार करायचा असतो. एकदा उभं राहिल्यावर ते त्याच्या नियमानुसारच खेळावं लागतं. तिथं हा सेनापती, हा प्रधान असा विचार करता येत नाही. आम्ही मजबूर आहोत.'

पेशव्यांच्या मागे मल्हारराव होळकर, राणोजी शिंदे, आवजी कवडे, पिलाजी जाधवराव, बाजी भीमराव रेठरेकर आणि व्यंकटराव घोरपडे अशी सरदार मंडळी बसली होती. त्यांच्यापैकी मल्हारराव होळकर बसल्या जागेवरूनच बोलले, 'आपास्वामी पुण्याकडे परतल्यावर झालेला प्रसंग त्यांना ठावकी नसेल. श्रीमंतांनी आज्ञा केली तर सांगतो.'

मल्हाररावांचे शब्द ऐकताच बाजीरावांची चर्या सौम्य झाली. ते म्हणाले, 'मल्हारराव सांगा. सांगा सारी हकिगत.'

'दाभाड्यांशी झुंज घेताना आम्ही निजामअलीला दूर ठेवलं होतं हे आपांना माहीत आहेच. झुंजानंतर आपा तडक पुण्याकडे आले. आम्ही दोन-तीन मुक्काम करून इकडे परत फिरलो. दाभाड्यांचा प्रकार कानी पडल्यावर निजाम मुकाट्याने परत फिरेल असा आमचा अंदाज होता. तो तसा फिरल्याची आम्हाला खबरही आली. आम्ही वेगवेगळ्या मार्गानं पुण्याकडे निघालो. श्रीमंतांच्याबरोबर फक्त हे राणोजीबाबा होते. आणि अचानक निजामानं श्रीमंतांच्या फौजेवर रात्रीच्या अंधाराचा फायदा घेऊन हल्ला चढवला. राणोजीबाबांनी शर्थीनं हल्ला परतवला. पण त्यांच्या माणसांची फार खराबी झाली. त्यात चांगली गोष्ट एवढीच झाली की, दाभाड्यांच्या फितुरीचा सायसंगीन पुरावा आमच्या हाती लागला.'

'आणि यांना दौलतीचे सेनापती म्हणायचं.' बाजीरावांचा आवाज एकदम वर चढला. 'यापूर्वी चंद्रसेन जाधवांचाही आम्हाला असाच बंदोबस्त करावा लागला. दौलतीचे हे सेनापती स्वतःच्या तीर्थरूपांची सेवा विसरून सरळ आमच्या दुष्मनाला – निजामाला जाऊन मिळाले. त्यांना फूस प्रतिनिधींची, साताऱ्यात महाराजांभोवती बसून ही माणसं रोज एकेक कारण शिजवणार, दाभाड्यांची गत पाहिल्यावर आता तरी ते शुद्धीवर येतील.'

'आमची माणसं शुद्धीवर येणं कठीण आहे.' आपा म्हणाले. 'पण निजामाला

पुन्हा आमच्या वाटेला जाताना दहादा विचार करावा लागेल. इतके दिवस कोल्हापूरकर महाराजांना हाताशी धरून तो आम्हाला शह देऊ पाहत होता. पण खुद्द स्वामी महाराजांनीच बंधूंशी सलोख्याचा तह करून वारणेपर्यंत मुलूख त्यांना तोडून दिला आहे. त्यामुळे निजामाचा त्या बाजूचा मोठा आधार गेला. आता केव्हा तरी आम्हाला त्याचा समाचार घ्यावा लागेल. त्या वेळी निदान मराठी दौलतीतून त्याला आधार मिळणार नाही एवढा बंदोबस्त झाला आहे.'

आपांचं बोलणं ऐकत असताना बाजीरावांचं लक्ष त्यांच्या शेजारी बसलेल्या आपल्या चिरंजीवांकडे गेलं. क्षणमात्र चार डोळ्यांची भेट झाली. बाजीरावांच्या चर्येवरचा राजकारणाचा ताण थोडा कमी झाला. नानांचं पुरुषी सौंदर्यानं रसरसलेलं ते मुख पाहताच बाजीरावांना वीस वर्षांपूर्वीचं स्वतःचं रूप आठवलं. अगदी हीच प्रतिमा होती. हा विचार मनात येताच प्रथमच त्यांच्या चर्येवर हसू उमटलं. मागे वळून ते बाजी भीमराव रेठरेकरांना म्हणाले, 'बाजीपंत, या मोहिमेच्या वेळी केवळ तुमच्या शब्दाखातर आम्ही चिरंजीवांना मोहिमेवर नेलं नाही. पण पुन्हा एखादी मोहीम निघेल तेव्हा आम्ही नानांना पाठवणार. त्या वेळी तुमचं किंवा मातुःश्रीबाईंचंही काही ऐकणार नाही.'

'आम्ही तर त्या क्षणाची वाट पाहत आहोत.' नाना उतावीळपणे मध्येच म्हणाले.

'पण दौलतीचं काम फक्त मोहिमेवर असतं असं थोडंच आहे.' रेठरेकर किंचित पुढं झुकून बोलत होते. 'नाना साताऱ्याला छत्रपती महाराजांच्याबरोबर राहून दौलतीचीच सेवा करताहेत. खुद्द महाराजांचा त्यांच्यावर जीव जडला आहे.'

'पण ते आमचे चिरंजीव आहेत.' गालात हसून बाजीराव म्हणाले. 'वारा-पावसाच्या या मोहिमांचा त्यांना सराव व्हायला हवा. नाहीतर त्यांच्या शिकारी म्हणजे पाण्यातल्या माशांच्या, नाहीतर जंगलातल्या हरणांच्या एवढ्याच व्हायच्या.'

शाहू छत्रपतींच्या स्वाऱ्याशिकाऱ्यांना उद्देशून पेशवे बोलत होते हे लगेच सर्वांच्या लक्षात आलं. म्हणून त्यावर कुणीच काही बोललं नाही. ते पाहून बाजीराव पुढं म्हणाले, 'ठीक आहे. नाना, खास दरबारासाठी उद्याच मुहूर्त पाहा. सरदारांचे मानपान झाल्यावर आम्हाला इतरही बरीच महत्त्वाची कामं उरकायची आहेत. खुद्द स्वामी महाराजांना भेटून आम्हाला त्यांना सारी हकिगत सांगितली पाहिजे आणि पुढचे मनसुबे ठरवले पाहिजेत. आमच्या या सरदारांना आता निरोपाचे विडे द्या. त्यांच्या छावण्यांची व्यवस्था त्यांना पाहायची असेल.'

निरोपाचे विडे झाल्यावर सरदार डेऱ्यातून बाहेर पडले.

दुसऱ्या दिवशी तिसऱ्या प्रहरी मानापानाचा दरबार झाला. सरदारांना, शिलेदारांना पेशव्यांनी रोख बक्षिसं दिली. लढाईत कामाला आलेल्यांच्या वारसाच्या याद्या फडावर तयार होऊन त्या छावणीत अंबाजीपंतांनी रुजू केल्या होत्या. त्या याद्यांना पेशव्यांची मंजुरी मिळाली.

सूर्य मावळल्यावर बाजीराव आपल्या खासगीच्या डेऱ्यात आले. डेऱ्यात शामदानं प्रकाशत होती. समारंभाचा पोषाख बाजीरावांचा मर्जीतला हुजऱ्या कुंवर उतरवीत होता. त्यानं त्याच वेळी खबर दिली, 'पुण्याहून बंद मेणा आला आहे.'

'स्वतःच्या विचारात गर्क असलेल्या बाजीरावांनी कुंवरला विचारलं, 'काय म्हणालास?'

कुंवरनं पुन्हा खबर दिली, ती ऐकताच बाजीराव स्वतःशीच हसले आणि त्यांनी विचारलं, 'मेणा कधी आला?'

'प्रहर, अर्धा प्रहर झाला असेल.'

'आणि ही खबर आता देतो आहेस?

'श्रीमंत दरबारात होते.' कुंवर खाली मान घालून म्हणाला.

'अरे हो! खरंच!'

आणि मग लगबगीनं खासगीच्या डेऱ्यातून कुंवर बाहेर पडला.

खासगीच्या डेऱ्याला लागूनच काशीबाईसाहेबांचा तंबू उभा केला होता. दोन्ही दालनांच्यामध्ये एक नक्षीदार पडदा सोडलेला होता. पडदा बाजूला सारून येसू दासी आत आली.

'पलीकडच्या दालनात बाईसाहेब आपली वाट पाहत आहेत.' मुजरा करून तिनं वर्दी दिली.

'त्यांना म्हणावं, आम्ही आलोच.'

दासी डेऱ्यातून बाहेर पडली. पाठोपाठ जाळीचा पडदा बाजूला सारून बाजीराव काशीबाईंच्या दालनात गेले. दालन चौकोनी होतं. चारी बाजूंनी रंगीबेरंगी पडदे

सोडून ते सजवलेलं होतं. पडद्यावर रामायण-महाभारतातील वेगवेगळे प्रसंग कुशल चिताऱ्यांनी चितारलेले होते. पूर्वेकडे तोंड करून बाजीरावांसाठी छोटीशी बैठक तयार केली होती. बैठकीच्या शेजारी भरजरी शालू नेसून, गळ्यात आणि हातात सोन्यामोत्यांचे अलंकार लेवून काशीबाई खाली मान घालून उभ्या होत्या. त्यांच्याजवळ दासी हातात रुप्याचं तबक घेऊन त्यात पंचारती ठेवून उभी होती.

बाजीराव दालनात आले आणि क्षणभर तिथंच थबकून त्यांनी सगळीकडे पाहिलं. काशीबाईंची आणि त्यांची निमिषमात्र डोळेभेट झाली. मग काशीबाईंची नजर बाजीरावांच्या पायावर स्थिरावली. हीच ती पावलं. गेले सहा महिने ज्यांच्या दर्शनासाठी काशीबाई उत्सुक झाल्या होत्या. ती ही पावलं.

वर नजर करून आपल्या पतीच्या डोळ्याला डोळा भिडवण्याची काशीबाईंना हिंमत होईना. क्षण दोन क्षण असेच गेले. आपल्या पत्नीच्या त्या गोऱ्यापान चर्येकडे आणि अलंकारानं सजलेल्या देहाकडे पाहत बाजीराव तिथंच खिळून उभे राहिले. मग भानावर येऊन काशीबाई म्हणाल्या, 'इकडे बैठकीवर बसायचं.'

हलकेच पावलं टाकत बाजीराव बैठकीवर येऊन बसले. दासीच्या हातातून तबक घेऊन काशीबाईंनी बाजीरावांच्या कपाळावर कुंकुमतिलक रेखला. मग त्यांच्या भरजरी पागोट्यावर अक्षदा टाकल्या. चाफेकळी नाकात रत्नं जडवलेली पाचू-माणकांची मुठीएवढ्या आकाराची नथ होती. तिला काशीबाईंनी हलकासा झटका देऊन मागं सारण्याचा निष्फळ प्रयत्न केला. मग तबक हातात धरून बाजीरावांना तीनदा ओवाळलं. बाजीरावांनी बोटातली अंगठी काढून तबकात टाकली. तबक घेऊन दासी दालनाबाहेर गेली. काशीबाई मागं सरून कनाथीजवळ उभ्या राहिल्या.

बाजीराव लोडाला टेकून बसले. त्यांनी विचारलं, 'तुम्ही आल्याचं आताच आम्हाला समजलं. आम्ही सकाळपासून वाट पाहत होतो.'

पतीचे शब्द कानावर पडताच काशीबाईंचे गाल लाल झाले. अजूनही त्यांनी पतीच्या डोळ्याला डोळा दिला नव्हता. तशीच मान खाली घातलेली असताना त्या म्हणाल्या, 'आज प्रातःकाळी इथं आम्ही येणार होतो. पण....' आणि बोलताना त्या अडखळल्या.

'पण मग काय झालं?' बाजीरावांनी उत्सुकतेनं विचारलं.

'इकडं येण्यासाठी सकाळी योग्य मुहूर्त नव्हता, असं सासूबाईंनी आम्हाला

सांगितलं, त्यामुळं सकाळचं येणं तहकूब करून आम्ही आता तिसऱ्या प्रहरी इथं आलो.'

मंजूळ आवाजातले आपल्या पत्नीचे शब्द बाजीरावांना आनंद देत होते. त्यांच्या चेहऱ्यावर स्मिताची एक रेषा उमटली. ते म्हणाले, 'मातु:श्रीबाईंनी खरोखरच असं सांगितलं का पुण्यात यायला आम्हाला लवकरचा मुहूर्त मिळाला नाही त्याची परतफेड करण्यासाठी तुम्ही हे सांगताहात?'

'काय हे इकडून बोलणं? आजतागायत इकडच्या पायाशी कधी प्रतारणा केली आहे?'

'नाही, ते आम्हाला माहीत आहे. पण पुण्यात आपल्या हवेलीत यायला आम्हाला लवकरचा मुहूर्त मिळाला नाही म्हणून आमचंच मन आम्हाला खात होतं. ती शंका या वेळी मनात आली.'

'इकडच्या पायांच्या दर्शनाला आम्हाला मुहूर्ताची जरूरी नसते. पण काही रिवाज असतात ते पाळण्यासाठी मनात नसलं तरी आम्हाला थांबावं लागतं.'

'होय. आम्हाला त्याची जाणीव आहे. मोहिमेवर आम्ही होतो तेव्हा तिथं तुम्ही आम्हाला कुलदैवताचा अंगारा पाठवला होता तेव्हाच हे आमच्या लक्षात आलं.'

'पण इकडून मात्र आमची आठवण होत नाही असं दिसतं.'

'कशावरून म्हणता हे?'

'कारण मोहिमेवरून आपली एवढी पत्रं येत होती. चिरंजीव आपले खलिते आल्याचं सांगत होते. पण एकदाही त्या खलित्यातून इकडून आमची चौकशी करणं झालं नाही', इतका वेळपर्यंत बाजीरावांच्या पावलांकडे नजर ठेवून बोलणाऱ्या काशीबाईंनी आता आपली मान वर उचलून बाजीरावांच्या नजरेला नजर भिडवली.

पत्नीच्या त्या मोठ्या आणि भावपूर्ण डोळ्यांमध्ये बाजीरावांना करुणा अन् असहायता भरलेली दिसली. काशीबाईंनी त्यांना शब्दात पकडलं होतं. हसण्याचा प्रयत्न करीत बाजीराव म्हणाले, 'शत्रूनं टाकलेल्या व्यूहातून कसं चतुराईनं निसटायचं ते आम्ही जाणतो. पण तुम्ही मात्र या वेळी आमच्यावर बिनतोड मात केली आहे. आमच्यापाशी त्याला उत्तर नाही.'

पुन्हा नजर खाली वळवून काशीबाई म्हणाल्या, 'ह्यात मात कसली करायची आणि आम्ही ती काय करणार! सहज मनात आलं, जे सललं... ते ओठांतून

बाहेर पडलं इतकंच. इकडून ते विसरून जावं. मागं दोन-तीन वर्षांपूर्वी इकडून स्वारीसाठी बुंदेलखंडात जाणं झालं, त्याची ह्या वेळी सारखी याद येत होती.'

'का? त्याची याद येण्याचं कारण काय?'

'जसं काही इकडे ठाऊक नसेल! आमच्यांच तोंडून ऐकण्यात काही विशेष आनंद आहे का?'

'आपल्या तोंडून ऐकण्यातच विशेष आहे म्हणून तर आम्ही विचारतो.'

'त्या वेळी बुंदेलखंडात आपण हातघाईची लढाई घेतली, महंमदखान बंगषाचा पराभव केला. त्या रात्री मोहीम संपल्यानंतर इकडून काय करणं झालं होतं ते आठवतं?'

'तुम्ही सांगा म्हणजे आम्ही आठवलं तर हो म्हणतो.'

'लढाई घेतली त्याच रात्री पेशव्यांनी इकडे आणि दक्षिणेत सगळीकडे खलिते पाठवले. पण ते लिहिण्यापूर्वी आम्हाला एक खासगी पत्र लिहिणं झालं होतं. खास माणसाबरोबर ते आम्हाला पाठवलंही होतं.'

'हो, हो! आता याद आली. त्या पत्राचं काय?'

'ते पत्र आम्ही किती जपून ठेवलं आहे. आणि स्वारी नसली म्हणजे किती वेळा आम्ही ते वाचतो ह्याची इकडून कल्पना येणार नाही. एवढा मोठा जबरदस्त गनीम तो मारून काढल्यानंतर प्रथम आमची आठवण आली असं त्या पत्रात लिहिलं होतं.' मग सुस्कारा टाकून काशीबाई पुढं म्हणाल्या, पण ह्या वेळची मोहीम फार वेगळी होती, असं चिरंजीव म्हणाले. म्हणून कदाचित पत्र पाठवलं नसेल!'

'होय, ते बरोबर आहे. बुंदेलखंडातील आमची मोहीम शत्रूशी होती. तर ह्या वेळची मोहीम ही आपापसातली होती.'

'त्या वेळची एक गंमत आम्हाला या वेळी आठवते.' आता काशीबाईंच्या चेहऱ्यावर हास्य उमटलं होतं. त्या धीटपणानं आपल्या पतीच्या नजरेला नजर देऊन बोलत होत्या.

'काय आठवलं?'

'बुंदेलखंडाहून जे पत्र पाठवणं झालं होतं त्यात बुंदेलखंडातल्या बायकांच्याबद्दल मोठं मजेदार लिहिलं होतं.'

'काही तरी आम्ही वेडेपणा केला असेल आणि तो तुम्ही लक्षात ठेवला असेल.'

बाजीराव हसत हसत म्हणाले.

'इकडून वाटल्यास वेडेपणा म्हणावा, पण आमच्या मात्र तो चांगला लक्षात आहे. बुंदेलखंडातल्या बायका फार रूपवान असतात, असं कायसं लिहिलं होतं. त्याच्यापुढे असंही लिहिलं होतं, की ह्या रूपवान बायकांचा उपयोग करून तिकडे बुंदेली लोक पैसा मिळवतात, आणि त्याबद्दल पत्रात एक म्हणही लिहिली होती.'

'आठवली ती?'

'वा! न आठवायला काय झालं? आमचे मल्हारराव आणि राणोजी शिंदे कधी आम्हाला भेटले आणि आमच्या गप्पा निघाल्या म्हणजे त्यात कितीदा तरी त्या बुंदेलखंडाच्या स्वारीची उजळणी होते. आम्हाला पहिल्यांदा ती म्हण मल्हाररावांनी सांगितली. 'बुंदेले लोक फार काबुची लेक देऊन जावयाला मारणार.'

'होय, बरोबर. हीच म्हण—'

'लेक देऊन जावयाला मारणार', आणि त्याच्यापुढं स्वारीनं लिहिलं होतं, बरं झालं! आपल्याला लेक नाही. नाहीतर मोठा अनवस्था प्रसंग आपल्यावर आला असता.'

'वा! तुम्ही अगदी अक्षर नि अक्षर लक्षात ठेवलेलं दिसतं.'

'या अशा इकडच्या आठवणींवर तर आम्ही जगत असतो.' काशीबाईंनी डोळे मिटले. आठवणींचा पट त्यांच्या नजरेसमोरून सरकू लागला. प्रेमाच्या ओलाव्यानं शब्द बाहेर पडत होते, 'महिनोन् महिने इकडून स्वारीवर राहणं होतं. आम्ही नुसती वाट पाहत असतो. ते वाट पाहणं संपता संपत नाही. दिवस उगवतो आणि मावळतो. चांदण्या रात्री येतात आणि संपतात. हवेत सुखद थंडी येते आणि ती हळूहळू कमी होते. वैशाखातली लालसर पहाट डोळ्यांना सुखवीत नाही किंवा संध्याकाळचा मंद पश्चिमी वारा त्या वेळी हवाहवासा वाटत नाही. नुसत्या इकडच्या आठवणींवर हे दिवस आम्ही ढकलत असतो.'

'वा! आज तुम्ही आम्हाला अगदी न समजणाऱ्या भाषेत बोलताहात.' बाजीरावांनी काशीबाईंची समाधी भंग केली.

सायंकाळच्या भोजनाची तयारी केव्हाच झाली होती. पण वर्दी द्यायचा धीर सेवकांना होत नव्हता. छावणीतल्या पहाऱ्यावर तास वाजत होता.

पेशवे पुण्याला आले, तरी त्यांना शनवारात नवीन बांधलेल्या हवेलीत मुहूर्तानं प्रवेश करायला पंधरा दिवसांचा अवधी होता. पण तोपर्यंत फडावरच्या कामाची गर्दी उसळली होती. कोथरूडच्या छावणीमध्ये फडासाठी मोठा शामियाना उभारला होता. त्या शामियान्यात पेशवे तिसऱ्या प्रहरी जात असत, ते उशीर रात्रपर्यंत कामकाज पाहत तिथंच बसत असत.

नानांना साताऱ्याला रवाना करायचं होतं. छत्रपतींची आज्ञापत्रं रोज येत होती, म्हणून मुहूर्त पाहून पेशव्यांनी चिरंजीवांना साताऱ्याला पाठवलं. नेहमी साताऱ्याला नानांबरोबर राहणारे अंबाजीपंत पुरंदरे या वेळी गेले नाहीत. पेशव्यांच्या जवळ काही महत्त्वाच्या कामासाठी ते पुण्यातच थांबले. त्यांनी आपले चिरंजीव महादोबा पुरंदरे यांना नानांच्या बरोबर साताऱ्याला पाठवलं.

तिसऱ्या प्रहरी नेहमीप्रमाणे पेशवे फडाच्या शामियान्यात गेल्यानंतर काशीबाईंचे बंधू कृष्णराव जोशी चासकर हे खासगीच्या डेऱ्याजवळ आले. आणि त्यांनी आपली वर्दी आत पाठवली. लगेच त्यांना काशीबाईंनी आत बोलावून घेतलं.

काशीबाईंचे बंधू पेशव्यांच्या बरोबर गुजरातेच्या मोहिमेवर गेले होते, परंतु पेशव्यांच्या बरोबर सरळ पुण्याला न परतता ते चासेला जाऊन नंतर दोन दिवसांनी आता पुण्याला येत होते. आपले बंधू पेशव्यांच्या बरोबर स्वाऱ्याशिकाऱ्यांवर असतात याचा काशीबाईंना मोठा अभिमान होता.

'कृष्णराव, तुम्ही या वेळी मोठी बहादुरी केलीत, या बसा.' कृष्णराव आत आल्याबरोबर काशीबाईंनी त्यांचं सहास्य मुद्रेनं स्वागत केलं.

कृष्णराव काशीबाईंच्यापेक्षा वयानं दोन वर्षांनी लहान होते. कोकणस्थी गौरवर्ण आणि मध्यम बांधा. चेहऱ्यावर धूर्तता पुरेपूर भरलेली. बहिणीला नमस्कार करून कृष्णराव काशीबाईंच्या समोर बैठकीवर बसले.

''आम्ही मोठी बहादुरी केली, हे ताई, तुम्हाला कुणी सांगितलं?' कृष्णराव म्हणाले.

'ते सांगायला का लागतं! दाभाड्यांची एवढी कठीण मोहीम. त्यात प्रत्येकानं

पराक्रम गाजवलेलाच असणार. तुम्ही तर आमचे बंधू. तेव्हा तुम्ही त्यात मागं कसे राहणार? खरं ना, हे?'

...'अगदी बरोबर! ताई, या वेळची मोहीम इतर मोहिमांसारखी नव्हती. या वेळी प्रत्येकाला आपली ताकद पणाला लावावी लागत होती. आम्ही श्रीमंताच्या एकसारखे पाठीशीच होतो. त्यांनी ह्या वेळी अनेक कामगिऱ्या आमच्यावर सोपवल्या. त्या साऱ्या आम्ही तडफेनं पार पाडल्या. अखेरच्या रणकंदनात तर आम्ही हाती तलवार घेऊन, खुद्द लढलो.' बोलताना कृष्णरावांचे डोळे आपल्या बहिणीच्या चर्येचा वेध घेत होते. बंधूचा पराक्रम ऐकून काशीबाईंना फार समाधान वाटलं.

त्या म्हणाल्या, 'नेहमी आम्हाला इकडून चिडवणं होतं की, आमच्या माहेरची माणसं दौलतीच्या कामात मदत करत नाहीत. पण या वेळी मात्र तुम्ही तो डाग पुसून काढलात. इकडच्या स्वारींनाही त्यामुळे खूप आनंद झाला असेल नाही?'

'ताई, तेच आम्ही आपल्याला विचारायला आलो आहोत.'

'म्हणजे, कृष्णराव काय म्हणताहात? इकडच्या स्वारींना आनंद झाला नाही असं कसं होईल?'

'ताई, असं झालं आहे म्हणून तर चासेहून आम्ही तातडीनं इथं आलो. आमच्या मातु:श्रींनी आम्हाला चासेला घटकाभर थांबू दिलं नाही. त्या म्हणाल्या, 'पुण्याला तातडीनं ताईकडे जा. आणि पेशव्यांनी केलेला अन्याय त्यांच्या कानावर घाला.'

'इकडून तुमच्यावर अन्याय झाला कृष्णराव? आणि तो कशाबद्दल?'

'ताई, मोहिमेतून परत आलेल्या सरदारांचे अन् शिलेदारांचे पेशव्यांनी मानपान केले.'

'होय, मोठा दरबार झाला होता. त्या दरबारात तुमचंही मानपान झालं, असं आमच्या कानावर ओझरतं आलं होतं.'

'मानपान झाला हे खरं, पण आमच्यापेक्षा एखाद्या शिलेदाराचाही मानपान यापेक्षा डौलानं झाला असेल.'

'कृष्णराव!' काशीबाईंचा आवाज थोडा वर चढला.

'ताई, आपण रागावणार असलात तर आम्ही बोलणार नाही. आमच्या मातु:श्रींना सांगू की आम्ही स्पष्ट बोललेलं त्यांना आवडत नाही.'

'कृष्णराव, असं घालूनपाडून बोलू नका. आम्ही जरी इकडे असलो तरी माहेरच्या

लोकांचा उगाच अपमान झाला तर ते आम्हालाही बरं वाटणार नाही. काय हकीगत झाली ती सांगा.'

'हकिगत काय व्हायची? मोहिमेत पराक्रम गाजविल्याबद्दल पेशव्यांनी कुणाला गावं इनाम दिली, कुणाकुणाला मोठमोठ्या रकमा इनाम दिल्या, कुणाला सरंजाम दिले, कुणाला ऐवज दिले. आणि आम्हाला काय दिलं, माहीत आहे?'

'तुम्हीच सांगा.'

'आम्हाला दिला फक्त एक हजार रुपयांचा तोडा! ताई आम्ही गाजवलेल्या शौर्याची ही किंमत पेशव्यांनी केली. राणोजी शिंद्यासारख्या सामान्य मराठ्याला श्रीमंतांनी गाव इनाम दिलं, इतकंच कशाला, मल्हारराव होळकरासारख्या धनगरालादेखील, ताई, श्रीमंतांनी सरंजाम दिला.' कृष्णरावांच्या स्वरात कुत्सितपणा होता. 'एखाद्या शिलेदाराच्या तोंडावर भिकेचा तुकडा फेकावा त्याप्रमाणे एक हजार रुपयांचा तोडा आम्हाला दिला आणि आमच्या शौर्याची कदर केली!'

काशीबाई गप्प बसल्या. कृष्णरावांनी गुजरातच्या मोहिमेत कोणती कामगिरी बजावली होती हे त्यांना माहीत नव्हतं, आणि पेशव्यांनी त्यांना हजार रुपयाचा तोडा का दिला हेही त्यांना माहीत नव्हतं. तरीपण मनातल्या मनात त्यांना असं वाटत होतं की, पेशव्यांनी आपल्या या बंधूंना मोठमोठ्या सरदारांच्या बरोबरीनं वागवावं. पण फडावरच्या राजकारणात आपल्याला काय समजतं ह्या कल्पनेनं त्या नेहमी गप्प बसत. पण या वेळी मात्र कृष्णरावाचं बोलणं ऐकून त्यांना असं वाटलं की, आपल्या बंधूच्यांवर पेशव्यांनी अन्याय तर केला नाही? काशीबाई काही बोलत नाहीत असं पाहून कृष्णरावच पुढं म्हणाले, 'आम्ही बोलतो याच्यात काही गैर दिसत असेल तर ताई, तुम्ही आम्हाला सांगा.'

'कृष्णराव, फडावरच्या ह्या गोष्टीत आम्ही दखल घेत नाही. पण तुमच्याबद्दल आम्ही स्वारींना विचारू. मोठमोठ्या सरदारांना इकडून सरंजाम आणि इनामं दिलेली आहेत हे आमच्या कानांवर आहे. कुणी काय पराक्रम गाजविले हेही ओझरतं समजलं. कृष्णराव, एक विचारू?'

'विचारा, अवश्य विचारा.'

'गुजरातच्या ह्या मोहिमेवर तुम्ही एवढा पराक्रम केला म्हणता आणि तरीही पेशव्यांनी तुमची कदर केली नाही अशी तुमची तक्रार आहे.'

'खरं म्हणजे पेशव्यांनी आमचा हक्कच डावलला आहे.'

‘त्याबद्दलच विचारत्ये मी. कृष्णराव, त्या झुंजात तुम्हाला जखमा झाल्या असतील ना?’ काशीबाईंच्या स्वरात लपवाछपवी नव्हती. त्या सरळपणे विचारत होत्या. पण कृष्णरावाला आपल्या बहिणीच्या ह्या चौकशीचा राग आला. ते थोडं सावरून बैठकीवर बसले अन् आवाज चढवून म्हणाले, ‘ताई, तुम्ही आमच्या जखमांची चौकशी करता! म्हणजे तुम्हाला असं का म्हणायचं आहे, की जखमा झाल्या म्हणजेच आम्ही पराक्रम गाजविला. तसं असेल तर आम्ही विचारतो या झुंजात खुद्द श्रीमंतांना तरी कुठं जखमा झाल्या आहेत?’

‘कृष्णराव!’ काशीबाईंचा स्वर एकदम कठोर झाला. ‘बंधू म्हणून तुम्ही तक्रार करताहात म्हणून ऐकून घेतलं. पण इकडच्या स्वारींच्याबद्दल असलं काही अभद्र बोलणार असलात तर आम्हाला काही ऐकायचं नाही.’

काशीबाईंचा चढलेला स्वर ऐकून कृष्णराव चपापले. त्यांचे ते मतलबी आणि धूर्त डोळे एकवार सबंध खासगीच्या डेऱ्यात फिरले. आवाजात मार्दव आणून ते म्हणाले, ‘ताई, तुम्ही आमच्या म्हणण्याचा विपर्यास करता आहात. आम्हाला फक्त एवढंच सुचवायचं होतं की, लढाईमध्ये जे काही शौर्य गाजवलं असेल, जी काही कर्तबगारी केली असेल, त्याचा आणि आम्हाला प्रत्यक्ष जखमा झालेल्याचा काही संबंध नाही. आम्ही का वरकड सरदारांसारखे आहोत? आम्ही खुद्द श्रीमंतांचे नातेवाईक. आमच्या तोंडावर मामुली बक्षिसी फेकल्यानं कमीपण खुद्द श्रीमंतांकडेच येतो. ताई, याचा तरी तुम्ही विचार करायला नको का?’

काशीबाईंनी स्वतःला सावरलं. आणि आपल्या बंधूंची नजर टाळून त्या म्हणाल्या, ‘कृष्णराव, चासकर जोश्यांचा अभिमान जेवढा तुम्हाला आहे तेवढा आम्हालाही आहे. इकडून तुमचा अपमान झाला असेल तर आम्ही आमच्याकडून तो धुऊन काढण्याचा प्रयत्न करू. तुम्ही निश्चिंत राहा. वेळप्रसंग पाहून आम्ही तिकडच्या कानावर ही गोष्ट घालू.’

तेवढ्यामध्ये सेवकाने दुधाचे पेले आणून ठेवले. कृष्णरावांनी दुधाचा पेला रिकामा केला. मग उपरण्यानं मिश्या कोरड्या करून ते बैठकीवरून उठले. काशीबाईंचा निरोप घेऊन कृष्णराव डेऱ्याबाहेर पडले, तेव्हा ते खुषीत होते. बरेच दिवसांनी बंधूंची गाठ पडली आणि माहेरची हालहवाल समजली म्हणून सासुरवाशीण काशीबाईही मनोमन सुखावल्या होत्या.

पेशव्यांच्या छावणीभोवती गर्द आमराई होती. डेरेदार आम्रवृक्षांमध्ये असंख्य पक्षी होते. सकाळ-संध्याकाळ कोकिळांचं कूजन ऐकू येत असे. बाजीराव आणि काशीबाई यांचा दिवस उजाडे तोच मुळी पक्ष्यांच्या ह्या मंजुळ गायनानं. मैनांचा आणि कोकिळांचा किलबिलाट कानांवर पडला की काशीबाई आपल्या डेऱ्यातून बाहेर पडत असत. डेरेदार वृक्षांना मोठमोठे लाकडी पिंजरे टांगून ठेवले होते. त्यात देशोदेशीहून आणलेले निरनिराळ्या रंगाचे सुंदर पक्षी ठेवले होते. त्या पक्ष्यांच्याकडे पाहत राहणे, त्यांना दाणापाणी वेळेवर मिळतो आहे की नाही याची चौकशी करणे याचा काशीबाईंना एक छंदच लागून गेला होता. त्या छंदात मग सकाळची वेळ केव्हा निघून गेली याचाही त्यांना पत्ता लागत नसे.

वैशाख रणरणत होता. तिसऱ्या प्रहरापासून आता मधूनमधून धुळीची वादळं सुरू झाली होती. पण छावणीमध्ये दुपारी सूर्य डोक्यावर येईपर्यंत हवा मोठी प्रसन्न राहत असे.

काशीबाईंच्या सकाळच्या या छंदात कधीकधी बाजीरावही सामील होत असत. एकदा सकाळी लौकरच पक्ष्यांच्या पिंजऱ्यापाशी गेलेल्या काशीबाई डेऱ्यात परत आल्या. त्या उजव्या हाताची तर्जनी डाव्या हातात धरूनच. बाजीरावांचं लक्ष त्यांच्याकडे गेलं. काशीबाई काहीतरी लपवताहेत हे पाहून त्यांनी विचारलं, 'काय झालं?'

'काही नाही, काही नाही. किरकोळच आहे.'

'तरी पण काहीतरी झालेलं दिसतंय. तुम्ही हात का लपवता?'

'तसं विशेष काहीच नाही. सहज त्या पक्ष्याच्या पिंजऱ्यापाशी गेले.'

'आणि त्यानं तुमच्या बोटावर चोच मारली असंच ना?'

काशीबाईंनी खाली मान घातली आणि त्या पुटपुटल्या, 'हो, तसं विशेष काही नाही. आहे किरकोळच.'

बाजीराव चटकन उठले. म्हणाले, 'आम्हाला पाहू द्या तुमच्या बोटाला काय झालं ते.' आणि त्यांनी चटकन काशीबाईंची ती नाजूक गोरीपान बोटं आपल्या

हातात घेतली. तर्जनीच्या टोकाला एक लहानशी लालसर जखम झालेली होती. 'या नाजूक बोटाला जखम करणारा तो कोण अरसिक आहे, आम्हाला दाखवा बरं?'

काशीबाईंची चर्या गोरीमोरी झाली होती. पतीनं हात हातात घेतल्याबरोबर लज्जेनं त्यांची मान खाली वळली.

'चला, आम्ही तुमच्याबरोबर बाहेर येतो. पाहू द्या कोणता तो पक्षी आहे.' आणि काशीबाईंच्या विरोधाला न जुमानता बाजीराव डेऱ्याच्या बाहेर पडले. पाठोपाठ काशीबाईही बाहेर पडल्या.

अंगात नुसता मलमलीचा अंगरखा आणि सफेद सुरवार, अशा वेषात बाजीराव बागेत आल्याबरोबर शिकारखान्याच्या सेवकांनी त्यांना लवून मुजरे केले. झाडांना टांगलेले पक्ष्यांचे ते लाकडी मोठे पिंजरे पाहत पाहत बाजीराव अन् काशीबाई झाडांच्या सावलीतून फिरत होते. एका मोठ्या पिंजऱ्यापाशी काशीबाई क्षणभर थांबल्या. त्यांनी आतल्या पक्ष्याकडे रोखून पाहिलं. मोठ्या चोचीचा एक उमदा काकाकुवा त्या पिंजऱ्यात होता. बाजीरावांना पाहताच काकाकुवा पिंजऱ्यातून मागे हटून एकदम पलीकडच्या बाजूला गेला.

'हाच तो पक्षिराज वाटतं!' गालात हसत बाजीरावांनी काशीबाईंना विचारले.

क्षणभर त्यांच्या नजरेला नजर भिडवून मग खाली पाहत काशीबाई म्हणाल्या, 'हो, हाच तो.'

आणि मग बाजीरावांना हसू आवरलं नाही. शिकारखान्याचे सेवक दूर उभे होते. त्यांना ऐकू जाणार नाही अशा आवाजात बाजीराव म्हणाले, 'या पक्षिराजाची काही चूक आहे असं आम्हाला वाटत नाही. त्याच्या पिंजऱ्यावर तुम्ही हे आपलं नाजूक बोट ठेवलं असेल आणि त्याला भास झाला असेल, हे काहीतरी आपल्या खाण्यालायक नाजूक फळ आहे. रसाळ आणि चवदार.'

'इश्य! काहीतरीच काय बोलायचं इथं उघड्यावर, आसपास सेवक आहेत ते माहीत आहे ना?'

'माहीत आहे, पण आम्हाला आता या पक्षिराजाचा हेवा वाटतो, राग येतो.' असं म्हणून पेशवे पिंजऱ्यापासून माघारी वळले. पाठोपाठ इकडे तिकडे चोरटी नजर टाकीत काशीबाईही निघाल्या. दोन पावलं बाजीराव गेले असतील नसतील तोच त्यांच्या कानांवर शब्द पडले, 'श्रीमंत मोहिमेवरून परत आले का? बा

आदबः बा मुलाहिजा....'

बाजीराव चमकून थांबले. खणखणीत आवाजात हे कोण बोललं, ते पाहण्यासाठी ते मागे वळले. आसपास कुणी नव्हतं. दूरवर शिकारखान्याचे सेवक खाली मान घालून गालात हसत होते. ते पाहताच त्यांच्या लक्षात आलं.

पिंजऱ्यातले पक्षिराज आता जाळीच्या जवळ आले होते. आपली मोठी गर्दन फुगवून डुलत डुलत दांडीवर नाचत मान तिरपी करून ते बाजीरावांकडे पाहत होते.

बाजीराव पुन्हा पिंजऱ्याशी आले.

'अस्सं, तुम्ही काय?' हसत ते पक्ष्याला उद्देशून म्हणाले, 'आलो बरं, आम्ही मोहिमेवरून परत आलो. पण पक्षिराज, आपण खूश आहोत. बा आदब! बा मुलाहिजा!' एवढं बोलून बाजीराव दोन पावलं मागे सरले आणि पाठीमागं वळून हसत हसत आपल्या डेऱ्यामध्ये आले. मागाहून एकदोनदा ललकारी आलीच.

'बा आदब! बा मुलाहिजा!'

सकाळचा वेळ अशा प्रसन्न वातावरणात जात होता. म्हणून एके दिवशी मल्हारराव होळकरांना बाजीरावांच्यापाशी शिकारीची गोष्ट काढायला धीर झाला. पेशव्यांची अनुमती मिळताच वेताळाच्या डोंगरामध्ये त्यांनी शिकारीचा मोठा बेत आखला. स्वतः मल्हारराव, राणोजी शिंदे, पिलाजी जाधवराव, बाजी भीमराव रेठरेकर असे शेलके लोक बरोबर घेऊन सकाळीच पेशवे शिकारीसाठी डोंगराच्या दिशेनं छावणीतून बाहेर पडले.

शनवारातल्या हवेलीत प्रवेश करण्याचा मुहूर्त सायंकाळचा होता. बाजीराव पेशवे आपल्या शुभ्र घोड्यावर आरूढ होऊन, अंगभर स्वारीचा पोशाख घालून पुण्याकडे यायला निघाले. त्यांच्या मार्गावर दुतर्फा स्वारीचा थाट पाहण्यासाठी लोकांची एकच गर्दी उसळली होती.

प्रथम कसब्यातील गणपतीचं दर्शन घेऊन, मग अन्य ग्रामदेवतांच्या दर्शनासाठी बाजीरावांची स्वारी शहरभर फिरणार होती. स्वारीच्या निमित्तानं साऱ्या शहरामध्ये

एखाद्या सणासारखा उत्साह ओसंडत होता. केशराचे सडे अन् रंगीत रांगोळ्यांनी रस्ते आकर्षक झाले होते. ठिकठिकाणी लतापल्लवांच्या कमानी उभारलेल्या होत्या. देवतांचं दर्शन घेत घेत बाजीराव आपल्या हवेलीकडे आले तेव्हा सायंकाळ झाली. हवेलीजवळ पेशवे येताच नगारखाना सुरू झाला. वाद्यांच्या कल्लोळात बाजीराव पेशव्यांनी शनवारच्या हवेलीत प्रवेश केला.

मुहूर्ताचा दरबार फक्त एक घटकाच होता. त्या दरबारात पाच मानकरी सरदारांना मानाची पानं दिली. दरबार आटोपून बाजीराव आपल्या मातु:श्रींच्या दर्शनासाठी गेले. त्यांचं कुशल पुसून मग विश्रांतीसाठी काशीबाईंच्या महालात आले.

दुसरे दिवशी सकाळी चिमाजीअपा, हवेलीतले खासगी कारभारी आणि ती वास्तू उभी करणारे कामगार यांना घेऊन बाजीरावांना हवेली दाखविण्यासाठी मोठ्या चौकात आले. नवीन वास्तूतील एक एक दालन आपा मोठ्या उत्साहानं बंधूंना दाखवीत होते. इतर दालनं दाखवून झाल्यानंतर एका मोठ्या महालाच्या प्रवेशद्वाराजवळ बाजीराव आले. दार बंद होतं. सेवकांनी ते तत्परतेनं उघडलं. आपांना बाजीरावांनी विचारलं, 'हा महाल कुणासाठी बांधला आहे?'

गालातल्या गालात हसत आपांनी उत्तर दिलं, 'या हवेलीच्या मालकासाठी हा खास आरसेमहाल बनवलेला आहे.'

बाजीराव आत गेले. त्या विस्तीर्ण महालामध्ये ठिकठिकाणी मुद्दाम शामदानं लावून ठेवलेली होती. महालाच्या भिंतीवर विविध कोनांतून आरसे बसविलेले होते. आरशांचे कोन असे साधले होते की, शामदानातल्या ज्योती आरशात प्रतिबिंबित होऊन साऱ्या महालभर असंख्य ज्योती नाचताहेत असा भास होत होता. आयनेमहालाचं ते स्वरूप पाहून बाजीराव खूश झाले.

'ओ, हो! हा महाल जणू इंद्राचा महाल असल्याचा भास होतो आहे.'

'राऊना हा पसंत पडेल ही माझी खात्रीच होती.' आपा म्हणाले. 'मुद्दाम जयनगराहून या महालासाठी आम्ही कारागीर आणले होते. पण राऊंनी अजून त्यांची खरी करामत पाहिलीच नाही.'

'अस्सं?' मागं वळून आपाकडे पाहत बाजीराव म्हणाले, 'या महालातली ज्योतींची ही अद्भुत किमया पाहूनच आम्ही चकित झालो आहोत. तुमच्या कारागिरांची आणखी कोणती करामत आहे?'

महालाच्या पश्चिम बाजूला मोठा पलंग होता. पलंगाच्या शेजारी कमरेइतक्या

उंचीची एक अत्यंत आकर्षक आणि सुबक अशी पंचधातूची स्त्रीची मूर्ती होती. बारीक कमर, पुष्ट वक्षस्थळ आणि नाजूक हात. मूर्तीकडे टक लावून पाहिलं तर ती मोहकपणे हसत आहे असा क्षणाक्षणाला भास होत होता. आपांनी त्या मूर्तीकडे अंगुलिनिर्देश केला. तेवढ्यात ती मूर्ती आपल्या जागेवरून हलली. नाजूक पदन्यास करीत ती पाच-सहा पावलं पलीकडे गेली. तिथं एक तास टांगलेला होता. तासावर लाकडी हातोड्यांनी दोन टोले मारून ती मूर्ती तशीच पदन्यास करीत मागं आली. मग कमरेत किंचित झुकून तिनं बाजीरावांना मुजरा केला. दुसऱ्याच क्षणी ती जशी होती तशी उभी राहिली.

बाजीराव त्या मूर्तीजवळ गेले. त्यांनी त्या मूर्तीला हात लावून पाहिला, आणि मग आपांना म्हणाले, 'वा! कमाल केलीत. कारागिरानं ही मूर्ती बनवली असं तुम्ही अगोदर सुचविलं नसतं तर आम्हाला वाटलं असतं की प्रत्यक्ष सजीव व्यक्तीच उभी आहे. वा! आम्ही खूश आहोत.'

बाजीराव तो आरसेमहाल मोठ्या कुतूहलानं न्याहाळत होते. हवेलीचे मालक खूश झालेले पाहून बरोबरच्या सेवकांनाही उमेद आली. आरसेमहालाच्या पूर्वेकडे एक चौक टाकून काशीबाईंचा महाल होता. आरसेमहालाच्या पूर्वेकडच्या भिंतीजवळ खाली जमिनीवर दोन विती औरसचौरस एवढं किनखापी कापड टाकून ठेवलेलं होतं. बाजीरावांना घेऊन आपा त्या ठिकाणी गेले.

'आता ही आणखी एक करामत पाहावी.'

'काय आहे?' बाजीरावांनी किनखापाच्या कापडाकडे पाहत विचारलं.

आपांनी खूण करताच सेवकांनी ते कापड तत्परतेनं बाजूला केलं. कापडाच्या खाली संगमरवरात कोरलेले सुंदरसं कमळ बसविलेलं होतं. कमळाच्या पाकळ्यांचे रंग, त्याच्या देठाचा सुबकपणा मनाला मोह घालणारा होता.

'वा! कमळ तर मोठं छान आहे, पण ह्या ठिकाणी कोरून बसविण्याचा हेतू लक्षात आला नाही आमच्या.' बाजीरावांनी आपाकडं पाहिलं. आसपासच्या सेवकांकडे पाहिलं. जो तो त्यांची नजर टाळीत होता, आणि खाली बघून गालातल्या गालात थोडंसं हसत होता.

आवाज खाली आणून आपांनी माहिती दिली. 'ही एक नाजूक सोय केलेली आहे. राऊ इथं या कमळावर पाय ठेवून उभे राहिले तर त्याच क्षणी त्यांचं प्रतिबिंब समोर वहिनीसाहेबांचा महाल आहे, त्यातल्या आरशात उमटतं. आणि—'

'अस्सं, असं! आमचे बंधू एवढे रसिक असतील असं आम्हाला वाटलं नव्हतं.' एकदम दुसरीकडे पाहत बाजीराव म्हणाले. मग आरसेमहाल न्याहाळत न्याहाळत बाजीराव तिथून दुसऱ्या दालनात गेले, पलीकडे खास त्यांच्यासाठी तयार केलेला दिवाणखाना होता. त्याच्या पलीकडे खलबतखान्याची लहानशी खोली होती.

प्रत्येक दालन वेगवेगळ्या तऱ्हेनं सजवलेलं होतं. एकामागोमाग एक दालनं पाहत, दिवाणखाने पाहत, फडाच्या जागा न्याहाळीत, निरनिराळ्या चौकात थांबून, शिल्पांच्या सौंदर्याचा आस्वाद घेत घेत बाजीराव पेशवे त्या वास्तूमधून पश्चिमेकडच्या दरवाजानं बाहेर पडले.

हवेलीतलं मुख्य बांधकाम बहुतेक पूर्ण झालेलं होतं. किरकोळ बांधकाम मात्र चालू होतं. बांधकामावर मजूर राबत होते. पाथरवट त्यांच्याकडून काम करून घेत होते. एका बाजूला एक मोठं संगमरवरी तुळशी वृंदावन बांधलेलं होतं. वृंदावनाच्या खाली कृष्णाची बासरी वाजवीत असलेली मोहक मूर्ती बसवलेली होती. विविध प्रकारांच्या बागा आकार घेत होत्या. त्या पाहत हास्यविनोद चालू होता. आपांच्या कामाची पावती मिळत होती, आणि त्याचबरोबर नानांनी प्रत्येक गोष्टीत लक्ष घालून वास्तू सुंदर करण्याचा कसा प्रयत्न केला तेही आपा मधूनमधून बाजीरावांच्या कानांवर घालीत होते. वास्तूच्या सभोवताली निरीक्षण करीत पेशवे चालले असताना ते आपांना म्हणाले, 'आपा, हवेली तर छानच झाली. सुंदरही झाली. आम्ही खूश आहोत. पण ही पेशव्यांची हवेली आहे हेही लक्षात ठेवलं पाहिजे.'

'मतलब ध्यानात आला नाही.' आपा जवळ जाऊन नम्र आवाजात म्हणाले.

'मतलब असा की, पेशव्यांच्या ह्या हवेलीला चारही बाजूंनी कोटही तसाच मजबूत पाहिजे. वेळप्रसंग सांगता येत नाही. दोन-तीन वर्षांपूर्वीच निजामानं पुण्यावर हल्ला केला होता. ते लक्षात आहे ना? तेव्हा हवेलीच्या भोवती कोट पाहिजेच. मजबूत किल्लेवजा कोट पाहिजे.'

'होय, तेही आमच्या लक्षात आहे. त्याची तरतूद चालूच आहे. साल-दोन सालात तसा कोटही आम्ही बांधून घेतो आहोत.' आपांनी माहिती दिली.

उत्तरेला मोठा निशाणाचा बुरूज बांधलेला होता. पेशवे त्या ठिकाणी आले. एका बाजूला माणसांचा लहानसा घोळका उभा होता. बाजीरावांनी चौकशी केली, 'काय आहे? इतकी माणसं तिथं कशाला जमा झालेली आहेत?'

त्याबरोबर हवेलीचा चौकीदार पुढे येऊन मुजरा करून म्हणाला,

'सरकारस्वारीच्या पायांवर घालण्यासाठी पाथरवटानं आपला लेक आणला आहे. आज्ञा व्हावी.'

'का आहे हा प्रकार?' बाजीरावांनी आपांकडे वळून विचारलं.

'काही विशेष नाही, पाथरवटाची भोळी समजूत आहे.'

'पण आमच्या पायांवर कशासाठी?' बाजीरावांनी पुन्हा चौकशी केली.

तेवढ्यात आपांनी कोपऱ्यात उभ्या राहिलेल्या, डोक्यावर मुंडासं, अंगात फाटकी बंडी अशा वेषातल्या पाथरवटाला, खूण करून समोर बोलावलं. समोर येताच पाथरवटानं आपली डोई बाजीरावांच्या पायांवर ठेवली. उभं राहून हात जोडून तो म्हणाला, 'सरकार, एवढी कृपा करा.'

'अरे पण काय झालं? काय प्रकार आहे?'

'सरकार माझं तान्हं लेकरू आणलं आहे आपल्या पायांवर घालण्यासाठी.'

'पण कशासाठी?'

'सरकार ते मला कळत नाही. पण माझा लेक सारखा माझ्या स्वप्नात येतो. त्यानं मला हे सांगितलं आहे.' श्रीमंतांच्या करड्या नजरेकडं लक्ष जाताच पाथरवटाला पुढं बोलायला शब्दच सुचेनात. तेव्हा आपांनीच माहिती दिली.

'बुंदेलखंडातल्या पेशव्यांच्या स्वारीमध्ये या पाथरवटाचा लेक शिलेदारामध्ये होता. त्या स्वारीत तो कामाला आला. तेव्हापासून हा पाथरवट आम्हाला सांगतो आहे की, त्याचा मेलेला लेक त्याच्या स्वप्नात येतो, आणि त्याला सांगतो की, 'मी पुन्हा तुझ्या पोटी जन्म घेईन. पण मी पाच महिन्यांचा झाल्यानंतर जर मला पेशव्यांच्या पायांवर घातलं तरच मी जगेन, नाहीतर मरेन.' ही या पाथरवटाची हकिगत काही दिवसांपूर्वी आमच्या कानांवर आली. हवेलीच्या कामावरचा हा पाथरवट. त्यानं ही विनंती केली, तेव्हा नाही म्हणवेना. म्हणून आम्ही त्याला परवानगी दिली. त्याची भोळी समजूत आहे. मंजूर करायला हरकत नाही.'

'ठीक आहे, आण बाबा तुझ्या लेकराला.' श्रीमंतांची मंजुरी मिळताच पाथरवटाच्या डोळ्यात पाणी उभं राहिलं. 'सरकार, सरकार', म्हणत त्यानं पेशव्यांच्या पायांना दोन-तीनदा स्पर्श केला, आणि मागं वळून एका कपड्यात गुंडाळलेलं ते आपलं चार-पाच महिन्यांचं मूल घेऊन पेशव्यांच्या पायांवर घातलं. मग उभं राहून ते मूल आपल्या छातीशी लावून तो म्हणाला, 'सरकार, हाच माझा लेक. आपल्याबरोबर तिकडे बुंदेलखंडाच्या लढाईत होता. तिथं तो सरकार कामी

आला. त्यानं पुन्हा माझ्या पोटी जन्म घेतला आहे. आता त्याला काही भीती नाही. सरकारांनी एकदा त्याच्या अंगावरून हात फिरवावा.'

बाजीराव एकाएकी गंभीर झाले. त्यांनी आपला उजवा हात त्या कोवळ्या देहावरून दोन-तीनदा फिरवला. मग तिथून ते दुसरीकडे वळले.

हवेलीची पाहणी झाल्यानंतर पेशवे पुन्हा आपल्या दालनात आले, तेव्हा सूर्य बराच वर आला होता.

मानाचा दरबार आटोपल्यानंतर सारे सरदार आपापल्या सरंजामाच्या गावी गेले. शनवारच्या हवेलीत पेशव्यांचं रोजचं काम सुरू झालं. पेशवे आणि त्यांचे बंधू चिमाजीआपा सकाळपासून संध्याकाळपर्यंत फडावर बसून उत्तरेपासून दक्षिणेपर्यंतच्या राजकारणाची सूत्रं खेळवू लागले. फडावरची नेहमीची कामं आटोपल्यानंतर उशिरा रात्री हिंदुस्थानभर पसरलेल्या जासुदांकडून बातमीपत्रं येत असत. ती बातमीपत्रं आणि काही महत्त्वाचे राजकीय खलिते उभय बंधू खलबतखान्यात बसून त्याच वेळी पाहत.

एके दिवशी ही राजकारणाची कामं आटोपायला बराच वेळ झाला. बाजीराव कंटाळले होते. विश्रांतीसाठी काशीबाईंच्या महालात आपण केव्हा जातो असं त्यांना झालं होतं. पण चिमाजीआपा कंटाळलेले दिसत नव्हते. बाजीराव त्यांना म्हणाले, 'आपा, आता पुरे झालं. राहिलेलं काम उद्या पाहता येईल.'

आपल्या बंधूंच्या चेहऱ्याकडे निरखून पाहत आपा म्हणाले, 'गेले काही दिवस एक-दोन गोष्टींबाबत काही सांगायचं मनात घोळत आहे. बोलावं का न बोलावं याचा निश्चय होत नाही.'

आळसानं जडावलेले बाजीरावांचे डोळे एकदम लकाकले. ते म्हणाले, 'आपा आमच्याशी बोलताना एवढा संकोच कसला? कोणत्या राजकारणाबद्दल तुम्हांला बोलायचं आहे?'

'राजकारणाबद्दल असतं तर संकोचाचं कारणच नव्हतं.'

'मग कशाबद्दल आहे? स्पष्ट बोला. आम्ही ऐकतो आहोत.'

‘थोडं खासगीबद्दल बोलायचं आहे.’

‘खासगी? आमच्याबद्दल?’

‘होय. मग बोला. त्याला परवानगी काय करायची आहे?’

‘परवा स्वारीवरून आपण भिकाजी शिंद्यांना बारामतकरांकडे खलिता देऊन रवाना केलं होतं.’

‘होय. आमची हालचाल भिऊबाईला आणि तिच्या सासरच्या माणसांना तातडीनं कळावी म्हणून खास आमच्या मर्जीतला माणूस पाठवला होता.’

‘पण ते बारामतकरांना आवडलं नाही.’

‘का?’

‘कारण उघड आहे. बारामतकर हे पेशव्यांचे व्याही. त्यामुळे त्यांचा मोठा लौकिक झालेला आहे. आणि अशा वेळी भिकाजीसारखा दासीपुत्र—’

‘समजलो. आपा, आम्ही समजलो.’ मध्येच बाजीराव फटकळपणे म्हणाले, ‘भिकाजी दासीपुत्र आहे हे आमच्या लक्षातच आलं नाही. आम्ही त्याला आमचा तिसरा भाऊच समजतो.’

‘पण लौकिकाला तो हीन कुळाचा आहे. आणि अशा माणसाला मुद्दाम व्याह्यांच्याकडे पाठविलं, तर त्यांना कमीपणा वाटतो.’

‘आपा, तुम्हाला काय वाटतं?’

‘आमच्या वाटण्याचा प्रश्न नाही. व्याह्यांच्याकडून तक्रार आली. मातु:श्रीबाईंनी ती आमच्या कानांवर घातली. आम्हाला पटली. म्हणून आपल्यापुढं ठेवली आहे.’

‘अस्सं, म्हणजे ह्यावर अगोदरच चर्चा झाली आहे.’

आपा काही बोलले नाहीत. तशी बाजीरावाच पुढे म्हणाले, ‘आपा, भिकाजीचं कूळ हलकं आहे असं तुम्ही म्हणता पण ह्यात त्याचा काही दोष आहे का?’

‘दोष आहे असं आम्ही तरी कुठं म्हणतो आहोत? प्रश्न आहे तो लौकिकात बरं काय असेल अन् वाईट काय दिसेल, पेशव्यांच्या इभ्रतीला काय शोभेल अन् काय शोभणार नाही याचा.’

‘आपा, पेशव्यांची इभ्रत ही असल्या गोष्टीवर अवलंबून आहे?’

‘राऊ’, आपा किंचित गंभीर होऊन म्हणाले, ‘असल्या गोष्टीत तर्कांचा कीस पाडायचा नसतो. लोकांच्या ज्या समजुती आहेत त्याला आपण मान दिला पाहिजे.’

‘आपा, दिवसेंदिवस बारामतकरांचं वर्तन असह्य होत चाललं आहे. आम्हाला

तर वाटतं भिकाजीला आम्ही पाठवलं याचं केवळ ते निमित्त करताहेत. त्यांनी पेशव्यांना कर्ज दिलं आहे. तेव्हा त्यांना असं वाटतंय की आपण मोठे, आपलं घराणं मोठं, आपली अब्रू मोठी. त्यांच्या मोठेपणाच्या कल्पना ते आमच्यावर लादू पाहताहेत.'

'ते काही असलं तरी, आम्हाला वाटतं की, आपण भिकाजीला त्यांच्याकडे नाही पाठवलं तर सहज चालण्याजोगं आहे. एखाद्याला जी गोष्ट आवडत नाही ती मुद्दाम आपण तरी का करावी?'

'ठीक आहे आपा. यापुढं आम्ही ती काळजी घेऊ. पैशाच्या जोरावर व्याही त्यांचा मोठेपणा आमच्यावर लादू पाहतात. ठीक आहे. आम्ही तो मानतो. एवढंच सांगायचं होतं ना आपा?'

'राऊ नाराज होणार नसले तर आणखी एक गोष्ट आम्ही सांगणार आहोत.'

बाजीराव थोडं हसले. 'आपा, आमच्या राजी–नाराजीचा प्रश्न नाही. आम्हाला या सावकारांच्या मनोवृत्तीचं आश्चर्य वाटतं एवढंच. पण ठीक आहे. चालायचंच. आमचा हात दगडाखाली अडकलेला आहे. तेव्हा ते जे म्हणतील ते ऐकून घेतलं पाहिजे. बोला, तुमच्या मनामध्ये आणखी जे काही असेल ते सगळं बोला.'

'बाब थोडी नाजूक आहे.'

'अस्सं, मग सांगा लौकर!' बाजीराव उत्सुकतेनं म्हणाले.

'परवा म्हणजे कोथरूडच्या छावणीची व्यवस्था पाहण्यासाठी आम्ही तिथं गेलो होतो, बरोबर नानाही होते— त्या वेळी तिथं, एक कलावंतीण आहे, तिच्या माणसांनी काही तक्रार आमच्याकडे केली होती.'

'कलावंतीण? गेल्या वर्षी नानांच्या लग्नात नाचली होती ती तर नव्हे?'

'होय, तिच्याबद्दलच आम्ही बोलतो आहोत.'

'मस्तानी ना?'

'वा! राऊ, नावही तुमच्या लक्षात आहे.'

बाजीराव स्वतःशीच हसले. 'लक्षात राहण्याजोगं आम्ही लक्षात ठेवतो. ते असू द्या. तिच्याबद्दल काय म्हणत होता?'

'तिची एक हरणजोडी चोरीला गेल्याची तिथं आमच्यापुढं तक्रार आली. त्या संबंधात पेशव्यांच्या नावाचा जो उल्लेख झाला तो मोठा चांगला नव्हता. राऊ, त्या दिवशी आम्हाला फार वाईट वाटलं. बेचैन झालो आम्ही.'

‘पण असं झालं तरी काय? आमचा कसला उल्लेख केला?’

‘हरणांची जोडी होळकरांच्या माणसांनी ओढून नेली असं तक्रार करणारा नटवा सांगत होता. अन् होळकरांच्या लोकांचे काही शब्दही त्यानं आमच्या कानांवर घातले.’

‘काय म्हणाले ते लोक?’

‘ते काय म्हणाले याचा आम्हाला उच्चारसुद्धा करवत नाही. पण राऊ, ब्राह्मणाला जे अभक्ष्य त्याचंही क्वचित प्रसंगी आपण सेवन करता असा काहीतरी तो उल्लेख होता!’

बाजीरावांनी आपांवर रोखलेली आपली नजर एकदम बाजूला वळवली. क्षणभर ते गप्प बसले. तेल कमी झाल्यामुळे खलबतखान्यातली दोन शामदानं क्षीण प्रकाश देत होती. तो फिकट प्रकाश आपांच्या घट्ट मिटलेल्या ओठांवर पडलेला होता. बंधूंनी फिरवलेलं तोंड पाहून ते उमजायचं ते उमजले. तरीही कुठंतरी वेडी आशा होती. तो धागा पकडून ते म्हणाले, ‘कदाचित हे खोटंही असेल. लोक काय, काही तरी बोलतात पण नटव्यासारखी माणसं किंवा साध्या शिलेदारासारखे लोक जेव्हा असं काही बोलू लागतात तेव्हा पेशवे म्हणून राऊंनी त्याची दखल घ्यावयाला नको का?’

बाजीरावांनी मोठ्या कष्टानं आपली नजर बंधूंच्याकडं वळवली. त्यांचा शब्द जड झाला. ते म्हणाले, ‘आपा, आम्ही हमेशा मोहिमांवर असतो. बरोबर ही सारी सरदार मंडळी असतात. कुणी मराठे, कुणी धनगर, कुणी कोळी, कुणी भिल्ल. उन्हातान्हात, वाऱ्यापावसात संगत असते ती त्यांची.’

‘ते का आम्हाला माहीत नाही?’ मध्येच आपा म्हणाले. ‘पण आपण ब्राह्मण. आपला ब्राह्मणधर्म आपल्याला कसा सोडता येईल?’

‘चार भिंतीच्या आड आमचा तो धर्म ठीक होता. पण आपा, ह्या सगळ्या गोष्टींकडे दुर्लक्ष करण्याजोगं नाही का?’

‘दुर्लक्ष? राऊ, परवाचा तो प्रसंग तुमच्यासमोरच घडला ना? त्या बिचाऱ्या पाथरवटाला वाटलं की, पेशव्यांच्या पावलांवर आपलं मूल घातलं म्हणजे ते जगेल. ही श्रद्धा राऊ, एकट्या पाथरवटाची नाही. या दौलतीतल्या साऱ्या लोकांची पेशव्यांच्याबद्दल हीच श्रद्धा आहे. पेशवे म्हणून जशी श्रद्धा आहे तशी ब्राह्मण म्हणूनही आहे. उद्या जर हे त्यांना समजलं,—’ पुढं आपा बोलले नाहीत.

बाजीराव पेशवे गप्प बसले. बराच वेळ कुणीच काही बोललं नाही. मग बाजीराव हलकेच म्हणाले, 'आपा, आम्ही जरूर लक्षात ठेवू. तुमच्या मनात काय आहे ते आम्हाला समजलं. आम्ही प्रयत्न करू. आपण आणि मातु:श्रीबाईंनी निर्धास्त असावं.' खलबतखान्यातून उठता उठता पेशवे स्वत:शीच पुटपुटले, 'पण आपा, ब्राह्मणांच्या हातात तलवार आली याचाही काही वेळा विचार करायला नको का?'

आपांकडून उत्तराची अपेक्षा न करता, हात मागं बांधून पेशवे खलबतखान्यातून बाहेर पडले.

मोहीम आटोपून पेशवे आणि त्यांचे प्रमुख सरदार बरसातीसाठी परत फिरलेले पाहताच हिंदुस्थानातील निरनिराळ्या पेठांतून व्यापारी दक्षिणेत पुणे-साताऱ्याकडे आले. गंगथडीपासून नीरथडीपर्यंत घोड्यांचे, हत्तींचे बाजार भरू लागले. बंदुका, तलवारी, बारूद यांचे व्यापारी सरदारांच्या हवेल्यांवर तळ ठोकून बसले. वेगवेगळ्या पेठांतून उंची, भरजरीची वस्त्रं, किनखाप, तापता इत्यादी घेऊन कापडविके पुण्याला आले. अत्तरं विकणारे गंधे आले, जवाहिरे आले. पुण्याच्या सभोवतालची मोकळी मैदानं व्यापाऱ्यांच्या दुकानांनी गजबजून गेली. बरसातीसाठी परत आलेले सरदार, शिलेदार मोकळ्या मनानं या मालाची खरेदी करू लागले.

एके दिवशी तिसरे पहरी जामदारखान्याचे कारकून काशीबाईंच्या महालात आले. मुजरा करून ते म्हणाले, 'श्रीमंत जामदारखान्यात बसले आहेत. हिंदुस्थानातला एक नामांकित जवाहिऱ्या आपला माल घेऊन तिथं आला आहे. श्रीमंतांनी त्याला बाईसाहेबांकडे पाठवलं आहे. बाईसाहेबांनी त्यांच्या पसंतीचा माल निवडावा म्हणजे त्या मालाचा सौदा श्रीमंत पक्का करतील.'

बाहेरच्या बाजूला रुप्याच्या कड्या लावलेला एक मोठा झोपाळा टांगलेला होता. काशीबाई येऊन त्या झोपाळ्यावर बसल्या. जवाहिरे आपला माल घेऊन समोर उभे होते. जामदारखान्याच्या कारकुनानं जवाहिऱ्यांना त्यांचा माल काशीबाईंना दाखवण्याबद्दल सूचना दिली.

सफेद वस्त्रामध्ये गुंडाळलेल्या पेट्या जवाहिऱ्यानं खोलल्या. दागिन्याचा एकेक नमुना ते काशीबाईंना पेश करू लागले. सुवर्णाचे दागिने, मोत्यांचे दागिने, रत्नांचे अलंकार, नाना पेठांचे, नाना प्रकारचे अलंकार त्यांनी आणले होते. कर्नाटकी, दखनी, गुजराथी, मोगलाई, लखनवी, अलाहाबादी, वेगवेगळ्या तऱ्हेचे, नजर ठरणार नाहीत असे अलंकार काढून जवाहिरे काशीबाईंच्या समोर मांडू लागले. सुवर्णाचा एक हार हातात धरून जवाहिरा काशीबाईंना म्हणाला, 'ही खास चीज, बाईसाहेबांच्यासाठी आणलेली आहे. हे रत्नं बसवलेलं सुवर्णाचं खोड पाहा. हा नील, हा हिरा, हा लाल, हा पाचू, एकेक रत्न आपण पाहत राहावं, असं आहे. हा हार बाईसाहेबांच्या अंगावर शोभून दिसेल.'

झोपाळ्यावर बसून काशीबाई समोरचे अलंकार पाहत होत्या. गर्भरेशमी सोनसळी रंगाच्या साडीचा पदर त्यांनी नेहमीप्रमाणे डोक्यावरून घेतला होता. जवाहिऱ्याचे शब्द ऐकताच त्यांनी डोईवरचा पदर आणखी पुढं ओढून घेतला. शेजारी जामदारखान्याचे कारकून उभे होते. त्यांना काशीबाई म्हणाल्या, 'हे अलंकार काही आमच्या कामाचे नाहीत. काहीतरी आम्हाला पसंत पडेल अशी नवी वस्तू दाखवायला यांना सांगा.'

'वाई हुक्म पेसुवा साहेबने हमको दिया है. ये जेवरात खास करके देहलीमें ईसे लोग आजकल पेहनते हैं' कारकुनाच्या ऐवजी जवाहिऱ्याच बोलला.

'पण यांनी दाखविलेले अलंकार आमच्या मनाला येत नाहीत.' काशीबाई व्यापाऱ्याकडे दुर्लक्ष करून कारकुनांना म्हणाल्या.

व्यापारी थोडे नाराज झाले. पण काशीबाईंच्या मनाचा थांग लागावा म्हणून, चिकाटीनं ते म्हणाले, 'रत्नांचे अलंकार बाईसाहेबांना पसंत नसले तर बाजूला ठेवतो. हा मोत्यांचा माल पाहा. खास खंबायती आहे. एकेक मोती बोराएवढा आहे. आणि हे सगळे मोती, निरखून पाहावेत. पहिल्या मोत्यापेक्षा दुसरा लहान, त्यापेक्षा तिसरा लहान, दोन्ही पदरांमध्ये याप्रमाणे एकाखालचा एक असे मोती आहेत. अखेरीस हारांचा जिथं फासा आहे, तिथं सर्वांत लहान मोती आहे.'

काशीबाईंनी मोत्यांचा हार हातात घेऊन पाहिला. पिवळसर झाक असलेल्या त्या अस्सल मोत्यांचा थंड स्पर्श हाताला सुखवीत होता. चेहऱ्यावर नापसंती दर्शवून काशीबाईंनी तो हार बाजूला ठेवला.

त्या म्हणाल्या, 'हा हार आम्हाला पसंत नाही.'

एका बाजूला नापसंत केलेल्या अलंकारांचा ढीग वाढत होता. चिकाटीनं जवाहिरे आणखी पेट्या खोलून त्यातले अलंकार दाखवत होते. सुवर्णाचे पिवळे धमक अलंकार झगमगत होते. रत्नजडित कमरपट्ट्यावर नजर ठरत नव्हती. एकेक अलंकार हातात घेऊन त्याच्यावरून नजर टाकावी आणि तो नापसंतीनं बाजूला सारावा असं काशीबाईंनी केलं. ते पाहून जामदारखान्याचे कारकून अदबीनं पुन्हा म्हणाले, 'श्रीमंतांनी मुद्दाम यांना आपल्याकडे पाठवलं आहे. आपण अलंकार पसंत केले नाहीत तर श्रीमंतांना वाईट वाटेल.

ती संधी हेरून, जवाहिरे म्हणाले, 'बाईसाहेबांनी हे अलंकार पसंत केले नाहीत तरी हरकत नाही. पण माझ्याकडे एक खास चीज आहे. ती पाहिल्यानंतर, बाईसाहेब ती नक्कीच पसंत करतील.'

'दाखवा, कोणती खास चीज आहे ती?' काशीबाई विशेष उत्सुकता न दाखवता म्हणाल्या.

समोरचे अलंकार बाजूला ठेवून जवाहिऱ्यांनी एक चंदनी पेटी काढली. पेटीवर हस्तिदंतात कोरीव काम केलेलं होतं.. मखमलीच्या आवरणात गुंडाळलेली ती पेटी जवाहिऱ्यांनी हलक्या हातानं उघडली. आत मोठी अंगठी होती. सोन्याच्या पिवळ्या धमक होनाएवढ्या कोंदणावर वेगवेगळी नऊ रत्नं गोलाकार बसविलेली होती. मध्यभागी सोन्याच्या मोहरेवर लक्ष्मीची सुबक आणि नाजूक अशी मूर्ती कोरलेली होती. कारकुनानं जवाहिऱ्याकडून ती छोटी पेटी घेऊन काशीबाईंच्या पुढे धरली. अंगठीचं वर्णन जवाहिऱ्या करत होता.

'लाख मोलाची ही अंगठी आहे बाईसाहेब. नऊ रत्नं आहेत, आणि एकेक रत्न एवढं दुर्मीळ आहे की ते मिळवण्यासाठी आम्हाला कित्येक वर्षे झटपट करावी लागली. ही अंगठी विकत घेतील असे दौलतमंद लोक हिंदुस्थानात काही थोडे नाहीत. पण त्या कुणालाही ही अंगठी द्यायचं आमच्या मनात येत नाही. ही अंगठी बोटात घालणारी व्यक्ती तशीच तोलामोलाची असली पाहिजे. म्हणून ही चीज घेऊन मी पुण्याला आलो आहे. ही अंगठी ज्याच्या बोटात असेल त्याला ह्या दुनियेत काहीही कमी पडणार नाही.'

तरीही बाईसाहेब काही बोलल्या नाहीत. ते पाहून जवाहिऱ्या पुढे म्हणाला, 'बाईसाहेबांना हे खोटं वाटत असेल, पण हे शब्द माझे नाहीत. काशीतल्या प्रख्यात ज्योतिष्यांनी ही अंगठी पाहून हे भविष्य वर्तवलं आहे. आणि म्हणून मी ही अंगठी

घेऊन इथं पुण्याला पेशव्यांच्या हवेलीवर आलो आहे. बाईसाहेबांनी काही म्हटलं तरी ही अंगठी मी इथं ठेवून जाणार आहे.'

जवाहिऱ्याची ती बडबड ऐकून काशीबाईंना हसू आलं. अंगठी उचलून त्यांनी हातात घेतली. चारी बाजूंनी निरखून पाहिली. आतली लक्ष्मीची मूर्ती पाहिली. बाजूचे रत्नांचे खडे पाहिले आणि त्या खूश झाल्या. शेजारी उभे असलेल्या कारकुनांना त्या म्हणाल्या, 'इकडच्या बोटामध्ये ही अंगठी शोभून दिसेल नाही?'

अदबीनं हास्य करीत कारकून म्हणाले, 'ते काय विचारणं बाईसाहेब! ह्या अंगठीला फक्त स्वामींचं बोटच शोभेल.'

'असं, मग राहू द्या ही अंगठी. ठेवा आमच्या महालात आणि इकडे सांगा की, आमची अलंकारांची खरेदी संपलेली आहे.'

पण कारकून चाचरले. ते पाहून काशीबाई म्हणाल्या, 'हेच की, आम्ही आमच्यासाठी काही खरेदी केली नाही. त्याची तुम्ही चिंता करू नका. आम्हाला जी खरेदी करायची होती, ती आम्ही केलेली आहे. ह्यांना घेऊन परत जामदारखान्यात जा.'

जवाहिऱ्यांनी आपला पसारा आवरला. थोड्याशा निराशेनच ते काशीबाईंच्या समोरून उठले.

रात्री निवांत वेळी बाजीराव काशीबाईंच्या महालात आले. आल्याबरोबर त्यांनी चौकशी केली. 'आम्ही मोठ्या हौसेनं जवाहिरे तुमच्याकडे पाठविले होते. पण तुम्ही स्वतःकरिता त्यांच्याकडून काहीच खरेदी केली नाहीत!'

'खरेदी करण्यासारखं त्यांच्याकडे काही नव्हतं म्हणून आम्ही खरेदी केली नाही.'

'वा, कमाल आहे! खरेदी करण्याजोगं त्यांच्याकडे काही नव्हतं म्हणता? त्यांनी आम्हाला दाखवलेला एकेक दागिना नजर ठरत नव्हती असा होता. राजे-महाराजांच्या बायकांनी अंगावर घालून नटावं, असे ते दागिने होते. आणि तुम्ही म्हणता त्यांच्याकडे दागिने नव्हते!'

'त्यांच्याकडे असतील दागिने. आम्ही नाही म्हणत नाही.' काशीबाई पुन्हा गालांतल्या गालात हसत म्हणाल्या, 'पण आम्हाला ते मोलाचे वाटले नाहीत.'

'मग तुमच्या दृष्टीनं मोलाचे दागिने कोणते?' बाजीरावांनी भुवई वर उचलून विचारलं.

काशीबाईंच्या चर्येवर लाजेनं एकदम लाली चढली. खाली नजर वळवून पायांच्या नखाकडे पाहत त्या पुटपुटल्या, 'आमचे अलंकार आमच्या समोरच उभे आहेत. पृथ्वीचं मोलही त्यापेक्षा कमीच आहे.'

काशीबाईंचे ते शब्द ऐकताच बाजीराव मोठ्यानं हसले.

'तुम्हा बायकांना भोळ्या म्हणतात ते उगीच नाही. चांगले जवाहिरे आम्ही होऊन पाठविले होते. त्यांच्याकडून अलंकार खरेदी करण्याऐवजी काहीतरी भोळ्या कल्पना मनात आणून तुम्ही त्यांना परत पाठविलंत.'

आता काशीबाईही मोकळेपणानं हसल्या. पलीकडे चंदनाची पेटी होती. ती पेटी घेऊन त्यातून त्यांनी नवग्रहांची अंगठी बाहेर काढली. बाजीरावांच्या समोर ती अंगठी धरून त्या प्रेमानं म्हणाल्या,

'पण तुमच्या जवाहिऱ्यांना आम्ही अगदीच रिकाम्या हातानं परत पाठवलं नाही. ही वस्तू आम्ही खरेदी केली आहे.'

'होय, कारकून म्हणाले खरं आम्हाला. नवग्रहांची अंगठी ना?—'

'स्वारींनी बोट पुढं करावं, आम्ही स्वतः ही अंगठी इकडच्या बोटात घालणार आहोत.'

'वा! आज आमचं भाग्य काही औरच आहे म्हणायचं.' असं म्हणून हसत हसत बाजीरावांनी आपल्या उजव्या हाताचं अंगठ्याजवळचं बोट काशीबाईंच्या समोर धरलं.

आपल्या थरथरत्या नाजूक निमुळत्या बोटांनी काशीबाईंनी नवग्रहांची ती अंगठी बाजीरावांच्या बोटात सरकवली. बोट तसंच हातात धरून मान वळवून त्या म्हणाल्या, 'आता आमच्या मनाप्रमाणं झालं. ही नवग्रहांची शकुनाची अंगठी आहे. ही जोपर्यंत इकडच्या बोटात आहे तोपर्यंत आम्हाला इतर कशाचीच मातब्बरी वाटणार नाही. अलंकारांची तर नाहीच नाही.'

काशीबाईंनी बोट तसंच हातात धरून ठेवलेलं पाहिल्यानंतर बाजीरावांनी काशीबाईंचा हात आपल्या हातात घेतला. गालात हसत ते म्हणाले, 'आमच्या लक्षातच आलं नाही. या अलंकाराला आणखी कोणत्या अलंकारानं शोभा येणार आहे?'

दुपारचं भोजन झाल्यानंतर वामकुक्षीसाठी बाजीराव आपल्या महालात आले. पाठोपाठ काशीबाईही आल्या. त्यांच्याबरोबर दासीनं आत येऊन विड्याचं तबक तिपाईवर ठेवलं. पलंगावर मोठा लोड होता. त्या लोडाला टेकून बाजीरावांनी विडा घेण्यासाठी तबकाकडे हात केला.

'थांबावं. स्वारींना आम्ही विडा देतोय.'

'अरे वा! आमचं आज भाग्य मोठं आहे म्हणायचं.' हसत बाजीराव म्हणाले.

त्यांच्याकडे तिरप्या नजरेनं पाहत, लाजून काशीबाई म्हणाल्या, 'म्हणजे जसं काही रोज आम्ही इकडे विडा देतच नाही.'

'रोज देता पण आज इथं येऊन बसलात तरी विडा देण्यासाठी तुम्ही उठला नाहीत म्हणून आम्हाला वाटलं आपल्याच हातानं विडा घ्यावा.'

'चूक झाली खरी. अंमळ लक्ष दुसरीकडे गेलं म्हणून सेवेत कसूर झाली. माफी असावी.'

'लक्ष कुठं गेलं होतं? आम्हाला सांगता?'

'ते सांगू आम्ही नंतर. प्रथम विडा तर घ्यावा.'

'द्या त्या तबकातला.'

'छे, छे! तबकातला नाही. हे विडे सेवकांनी केलेले. आम्ही स्वतःच्या हातांनी गोविंदविडा तयार करून स्वारींना देणार आहोत.'

'वा! वा! मग आमचा विडा फारच रंगणार.' बाजीरावांनी खुशीनं उद्गार काढले.

'काहीतरीच बोलायचं.' असं म्हणून काशीबाईंनी पानाचं तबक आपल्या समोर घेतलं. निवडून कळीदार चार पानं त्यातून घेतली. आपल्या नाजूक नखांनी पानांच्या शिरा काढल्या. मग त्याला केशरी चुना लावला. सुगंधी सुपारी, जायपत्री, केशर, वेलदोडे असं घालून चांगला टपोरा गोविंदविडा त्यांनी तयार केला. मग उठून हसतमुखानं त्यांनी तो आपल्या पतीला दिला. बाजीरावांनी मोठ्या समाधानानं तो विडा आपल्या तोंडात घातला.

'बरेच दिवस विचारावं म्हणत्ये.'

'विचारा की.'

'नाही म्हटलं नेहमी स्वाऱ्यांवर राहणं होतं. तेव्हा भोजन झाल्यानंतर तांबूल कोण देतं?'

'तांबूल!' बाजीरावांची उजवी भुवई वर गेली. क्षणभर त्यांच्या चर्येवर मिस्कील हास्य तरळून गेलं. मग ते म्हणाले, 'तांबूल द्यायला नाजूक हात स्वारीवर काही कमी असत नाहीत.'

'आम्ही तर कधीं स्वारीवर नसतो.' गोऱ्यामोऱ्या होऊन खाली पाहत काशीबाई म्हणाल्या.

'आपण नसता पण आम्हाला काय, कुठल्याही नाजूक हातांनी दिलेला विडा चांगलाच लागतो.' काशीबाई काही बोलल्या नाहीत. बाजीराव पुन्हा मिस्कीलपणे म्हणाले, 'स्वारीवर आम्हाला तांबूल कोण देतं! हे समजलं ना?'

कपाळावर आलेला घाम टिपीत काशीबाई पुटपुटल्या, 'समजलं.'

बाजीरावांना चेष्टा करायची लहर आली होती. मुखात विडा रंगत चालला होता. ते म्हणाले, 'ती निजामअल्लीची गोष्ट आपल्या कानांवर आली असेल ना?'

'कोणती?'

'खास आमचं रूप पाहण्यासाठी एके दिवशी ते आम्हाला त्यांच्या जनानखान्यात घेऊन गेले होते. त्यांच्या बेगमांनी आम्हाला मनसोक्त पाहून घेतलं. आमच्या रूपावर फिदा होऊन त्यांनी आमच्यावर पायलीभर मोती उधळले. ती बातमी तुमच्या कानांवर आली ना?'

'होय, काय तरी एकेक बाया असतात!' काशीबाईंची नजर अजून वर झाली नव्हती.

'पुरुषांना एकांतात बोलावून एवढं मेलं काय पाहायचं असतं!'

'आता ते आम्हाला काय माहीत? पण औरंगाबादेला आम्ही गेलो आणि खुद्द निजामअल्लींनीच आम्हाला सांगितलं की, त्यांच्या बेगमा आम्हाला पाहायला उत्सुक झालेल्या आहेत. एक सांगा बरं, खरंच का आम्ही एवढे खूबसुरत आहोत?'

काशीबाईंनी एक कटाक्ष आपल्या पतीच्या मुखावर टाकला आणि पुन्हा खाली पाहत त्या म्हणाल्या, 'ते आमच्याच मुखानं सांगायला पाहिजे का?'

'मग तसं असेल तर त्या बायकांचं काय चुकलं?' हो, पण एक तुम्हाला सांगू? स्वारीवर आम्हाला तांबूल कोण देतं असं तुम्ही आम्हाला विचारलंत आणि तुम्हाला

आम्ही त्याचं उत्तरही दिलं. पण एक गोष्ट तुम्ही आम्हाला विचारलीच नाहीत!'

'कोणती?'

'स्वारीवर असताना आम्ही भोजनाला कुठं बसतो?'

'मग आता सांगावं.'

'तो आमचा आवडता घोडा आहे ना! पांढरा सफेत. त्याच्या पाठीवर आमचा पाट मांडलेला असतो.'

'घोड्याच्या पाठीवर पाट? नवलच ऐकत्ये.' काशीबाई नजर वर उचलून म्हणाल्या, 'इकडून आमची चेष्टा तर करणं चाललं नाही?'

'चेष्टा नाही, पण तुमच्या भोळेपणाचं आश्चर्य वाटतं. की स्वाऱ्यांवर आम्ही पाट मांडून अन् रांगोळ्या काढून जेवत असतो. जेवल्यानंतर विडे खातो. विड्यानंतर वामकुक्षी करतो.'

'इकडून कधी ह्याबाबत बोलणं झालं नाही. मग आम्हाला कसं समजणार?'

'ह्याबाबत कानांवर आलं तर निष्काराण चिंता कराल म्हणून आम्ही बोललो नाही. आज तुम्ही विचारले, की आम्हाला तांबूल कोण देतं? त्याच्याऐवजी असं विचारलं असतं, की मोहिमेवर गेलो असताना आम्हाला जेवण कोण देतं, किती दिवसांनी आमची अन् अन्नाची गाठ पडते, तर ते अधिक बरोबर झालं असतं.'

काशीबाईंनी सुस्कारा टाकला. 'म्हणजे नाजूक हातांनी स्वारीवर तांबूल मिळतो, असं जे सांगितलंत ती सारी आमची चेष्टाच होती तर!'

मनापासून बाजीराव हसले. 'तुम्हाला काय वाटलं हे सारं खरं आहे? आम्ही स्वारीवर असलो म्हणजे आमच्याभोवती गराडा असतो तो आमच्या ह्या राकट सरदारांचा, त्यांच्या शिलेदारांचा, त्यांच्या हत्यारांचा, बंदुकांचा, तोफांचा. त्यात ते नाजूक हात आणि तो तांबूल याचं आम्हाला दर्शनही होत नाही. म्हणून तर स्वारीहून पुण्यास परतलो की आम्हाला असं वाटतं, की केव्हा एकदा तुमच्या हातून आम्हाला तांबूल मिळतो.'

'इश्श, काहीतरीच काय!'

'काहीतरीच नाही. तुम्ही दिलेला तांबूल पाहिलात किती रंगलेला आहे!'

'पण आम्हाला तर रंगलेला दिसत नाही!' थोड्या धीटपणाने बाजीरावांच्या नजरेला नजर देत काशीबाई म्हणाल्या.

'तुम्हाला दिसत नाही? जरा जवळ या आणि हा रंगलेला विडा स्वतःच पाहा.'

बसल्या ठिकाणाहून काशीबाई गडबडीत उद्गारल्या, 'नको! नको! आम्ही आहोत तिथंच ठीक आहोत. पण आम्ही दिलेला विडा रंगलेला दिसत नाही हे मात्र खरं.'

'कशावरून म्हणता?'

'कारण तांबूल न खाताही स्वारींचे ओठ नेहमीच रंगल्यासारखे दिसतात.'

'अरे वा! तुम्ही आम्हाला न समजणारं बरंच काही बोलता की! आम्ही रांगडे शिलेदार. आम्हाला तुमची ही असली भाषा अजिबात समजत नाही.'

'हे बाई आम्हाला माहीत नव्हतं. कुणी तिऱ्हाइतानं ऐकलं, तर त्याचा एकदम विश्वास बसला असता. पण ही भाषा आम्ही इकडूनच उचलली आहे.'

दालनाबाहेर येसू दासी पहाऱ्यावर होती. पलीकडे चौकातून वर्दळ तुरळक चालू होती. काशीबाई मनातलं काही बोलण्यासाठी चुळबूळ करीत होत्या. मग धीर करून त्या म्हणाल्या, 'जरा बोलायचं होतं, आमच्या बंधूंबद्दल.'

'कृष्णरावांबद्दल? त्यांच्याबद्दल काय?'

'परवा ते आमच्याकडे आले होते. पेशव्यांनी त्यांना दिलेल्या बक्षिसाबद्दल त्यांची थोडी नाराजी दिसली.'

'अस्सं, आम्ही त्यांना काय द्यायला पाहिजे होतं?'

'ते आम्ही कसं सांगणार? आम्हाला एवढंच समजतं, की कृष्णराव आमचे बंधू आहेत तसेच इकडचे मेहुणेही आहेत. वयानं लहान आहेत. प्रेमानं काही अधिक मानपान करावा.'

इतका वेळपर्यंत पलंगावर लोडाला टेकून बसलेले बाजीराव उठून बसले. त्यांची गोरीपान पावलं पलंगासमोर ठेवलेल्या गिर्दीवर विसावली होती. रेशीमकाठी धोतरानं पाय घोट्यापर्यंत झाकलेले होते. काशीबाईंना उगीच चुटपूट लागून राहिली. आपल्या भावाबद्दल आपण बोललो हे बरं झालं का वाईट झालं, हे त्यांना समजत नव्हतं. तेवढ्यात बाजीराव म्हणाले, 'ठीक आहे, कृष्णराव आमचे मेहुणे आहेत. वयानंही लहान आहेत. तेव्हा आम्ही त्यांना आणखी काय द्यायचं ते देतो. पण एक सांगतो. फडावरच्या त्या राजकारणी बाबी आहेत. कुणाला काय द्यायचं नि काय द्यायचं नाही याचे रिवाज ठरलेले आहेत. कृष्णराव केवळ आमचे मेहुणे आहेत म्हणून आम्हाला त्यांना वेगळी वागणूक देता यायची नाही. तसं आम्ही केलं तर आमचे इतर सरदार आमच्यावर नाराज होतील. पण—'

'तसं असेल तर आमचं काही म्हणणं नाही.' मधेच काशीबाई म्हणाल्या. खाली मान घातलेली होती. खांद्यावरून ओढून घेतलेला भरजरी साडीचा पदर थोडा ढळला होता. दृष्टीसमोर पतीच्या बोटातले नवग्रह झगमगत होते.

'पण तुम्ही दिलेला हा विडा आमच्या तोंडात रंगलेला आहे. अशा वेळी कधी नव्हे ते तुम्ही मागणं मागितलंत आणि आम्ही दिलं नाही असं व्हायला नको. म्हणून आम्ही तुमचं मागणं मान्य करतो. कृष्णरावांना आम्ही आणखीही काही बक्षीस देऊ. ते बक्षीस मात्र आमच्या खासगीतलं असेल. दौलतीतलं असणार नाही. आता तर झालं समाधान? आता वर बघा. आमच्याकडे पाहा.'

काशीबाई खुदकन हसल्या. धीटपणानं त्यांनी वर पाहिलं. बाजीराव पलंगावरून खाली उतरले. तबकातला एक विडा त्यांनी उचलला.

'आता विडा द्यायची आमची पाळी आहे. हा विडा घ्या.' असं म्हणून त्यांनी आपल्या पत्नीच्या हातावर तो गोविंदविडा ठेवला.

विडा घेताना काशीबाईंचा हात थरथरत होता. तो विडा त्यांनी आपल्या मुखात घातला. मान वर करून पाहण्याचा धीर त्यांना झाला नाही.

काशीबाई देवदर्शनासाठी बंद मेण्यातून निघाल्या. नित्याप्रमाणे दर्शन घेत त्या जोगेश्वरीपाशी आल्या. मेण्यातून उतरून मंदिरात जाऊन त्यांनी देवीची खणानारळानं ओटी भरली. हात जोडून मोठ्या प्रसन्न मनानं त्यांनी देवीची प्रार्थना केली. मग त्या देवळातून बाहेर आल्या.

बाहेर मेणा घेऊन भोई तयारच होते. काशीबाई मेण्यात प्रवेश करणार तोच जवळपास उभ्या असलेल्या गर्दीतून एक बाई वेगानं धावत काशीबाईंच्या समोर आली. ती बसंती दासी होती. खाली वाकून काशीबाईंच्या पायाला स्पर्श करून तिनं नमस्कार केला, आणि उठून ती म्हणाली, 'बाईसाहेब, फिर्याद आहे.'

'फिर्याद? अन् ती कसली?' काशीबाईंनी आवाज थोडा चढवून विचारलं.

'बाईसाहेब, आमच्या मालकिणीनं धाकट्या सरकारांच्याकडे फिर्याद दिली होती त्याला बरेच दिवस झाले; पण चौकशी झाली नाही. त्यामुळे आमच्या

बाईजी खिन्न आहेत.'

'आपांच्याकडे फिर्याद दिली होती? मग तुझी जी काय तक्रार असेल ती हवेलीत फडावर पेशव्यांना सादर कर. ते त्याचा निवाडा करतील. आम्ही दौलतीच्या या असल्या कामात दखल देत नाही.'

काशीबाई मेण्यात बसायला वळणार तोच बसंती म्हणाली, 'बाईसाहेब, ते सारे प्रयत्न मी केले. पण हवेलीत आमची दाद पेशव्यांच्यापर्यंत लागतच नाही. दरवाजातूनच आम्हाला हाकलून देतात. त्यामुळे बाईजींनी मला खास आपली गाठ घेऊन फिर्याद द्यायला सांगितली आहे.'

'अस्सं, तुझ्या बाईजींचं काय नाव आहे?' काशीबाईंनी चौकशी केली.

'मस्तानी. कलावंत आहेत त्या. मस्तानी कलावंत. कोथरूडच्या बागेत आमचा मुक्काम आहे.'

'अस्सं. नाव काही का असेना. आम्ही सूचना देऊन ठेवतो.' काशीबाई सहज बोलून गेल्या आणि शेजारच्या कारकुनाकडे वळून त्या म्हणाल्या, 'पंत, ह्या बाईंची जी तक्रार असेल ती पेशव्यांच्यापर्यंत पोहोचवा. कुणी अडथळा केला, तर आमचं नाव सांगा आणि त्यांना न्याय मिळवून द्या.'

कारकुनाची पगडी हलली. काशीबाई मेण्यात बसल्या. भोयांनी मेणा वर उचलला आणि मग देवतांचं दर्शन संपवून काशीबाई शनवारातल्या आपल्या हवेलीत परत आल्या.

रात्रीचं भोजन आटोपल्यानंतर बाजीराव विश्रांतीसाठी आयनेमहालात आले. तेव्हा काशीबाईंनी त्यांना जोगेश्वरीजवळ घडलेला प्रसंग सांगितला.

'गरीब बिचारी कुणी कलावंत दिसते. इकडून तिला न्याय द्यायला पाहिजे.'

बाजीरावांच्या डोळ्यांवर झोप आली होती. जड आवाजात ते म्हणाले, 'अवश्य, आम्ही न्याय देऊ, तुम्ही त्याबद्दल निश्चिंत असावं.'

चिमाजीआपा छत्रपतींना भेटण्यासाठी साताऱ्याला निघून गेले. त्यानंतर बाजीरावांनी हवेलीतला आपला मुक्काम हलवून पर्वतीच्या पायथ्याशी असलेल्या

बागेमध्ये नेला. बागेत गजाननाचं मोठं देऊळ होतं. देवळाच्या समोर विस्तीर्ण सभामंडप होता. त्याला तीन बाजूंनी ओवऱ्या होत्या.

बाजीरावांचा मुक्काम गजाननाच्या मंदिरात झाला. दुसऱ्याच दिवशी सकाळी मंदिरातच त्यांनी लोकांच्या तक्रारींची चौकशी सुरू केली. बसंती दासी आपल्या बाईजींसह पेशव्यांच्यासमोर तक्रार मांडण्यासाठी आली होती.

हवेत उष्मा बराच होता, म्हणून अंगात मलमलीचा अंगरखा घालून पेशवे मंदिरातल्या छोट्याशा बैठकीवर आले. एकेक तक्रार पेश होत होती. पेशवे तिचा फडशा करीत होते. शेजारी अंबाजीपंत पुरंदरे बसून पेशव्यांनी दिलेल्या निकालाप्रमाणे ताकीदपत्रं तयार करीत होते. समोरच्या कागदावर दृष्टी फिरवून बाजीरावांनी चौकशी केली. 'या बाईंची काय तक्रार आहे?' आणि सहज त्यांची नजर वर गेली.

मंदिरातल्या त्या विस्तीर्ण सभामंडपाच्या पूर्व बाजूला पायऱ्या होत्या. पायऱ्यांवर मस्तानी खाली मान घालून उभी होती. तिनं आपल्या चेहऱ्यावरून गुलाबी रंगाची ओढणी बरीच पुढं ओढून घेतलेली होती. उजव्या हाताच्या दोन नाजूक बोटांनी ओढणीचा पदर चेहऱ्यावर धरला होता.

समोर उभ्या असलेल्या त्या नाजूक आकृतीकडे बाजीरावांनी क्षणमात्र पाहिले. तो कमनीय बांधा, तो गौर वर्ण, उभं राहण्यातली ती अदब, ओढणीच्या आडून दिसणारे ते भिरभिरणारे डोळे. सारंच मोहक होतं. त्या डोळ्यांनी तरुण बाजीरावांचा क्षणभरच वेध घेतला आणि मग ते खाली झुकले.

बाजीरावांनी पुन्हा चौकशी केला, 'काय तक्रार आहे तुझी?'

'आला हजरत, तक्रार मी पूर्वीच पेश केली. सरकारातून त्याची आजतक तहकीकात झाली नाही. ती करावी अशी विनंती करण्याकरता मी इथं आले आहे.' ओढणीच्या आड लालचुटुक ओठांच्या दोन पाकळ्या होत्या; त्यांची थोडी नाजूक हालचाल झाली, आणि ते मधाळ शब्द बाहेर पडले.

बाजीरावांनी कान टवकारले. त्यांची नजर मस्तानीच्या आकृतीवरून बाजूला झाली नाही. त्यांनी पुन्हा विचारलं, 'फिर्याद तरी कसली आहे?'

मस्तानी काही बोलणार तोच शेजारी बसलेले पंत म्हणाले, 'ही कलावंतबाई आहे. कोथरूडच्या बागेत श्रीमंतांनी तिला जागा दिली आहे. नानांच्या विवाहसमारंभात हिचा नाच झाला होता. तेव्हापासून दरबारामध्ये वेळीप्रसंगी

नाचगाण्याला उपयोगी पडावी म्हणून ही कलावंत तिथं ठेवलेली आहे. तिची एक हरणजोडी होती. ती होळकरांच्या लोकांनी जबरदस्तीनं काढून नेली, अशी तिची तक्रार धाकट्या श्रीमंतांच्याकडे रुजू झालेली आहे.'

'मग पुढं काय झालं?' बाजीरावांनी विचारलं. प्रश्न उद्देशून होता अंबाजीपंतांना, पण नजर खिळलेली होती समोरच्या स्त्रीदेहावर. ओढणी धरलेली दोन बोटं एकत्र येऊन मान किंचित झुकवून त्या बोटांनी आदाब अर्ज फर्मावला.

पंतांचं लक्ष समोरच्या कागदात होतं. ते चाळीत पंत म्हणाले, 'फिर्यादीची चौकशी केली. परंतु छावणीच्या गडबडीत त्या हरणांचा तपास लागला नाही.'

'खुद्द मल्हारराव होळकरांच्याकडे चौकशी केली?'

'नाही. बाब किरकोळ होती. सरदारांच्यापर्यंत चौकशी करण्याची आवश्यकता वाटली नाही.'

'ठीक आहे. बाई, तुझ्या हरणजोडीचा तपास तर लागणं शक्य दिसत नाही. त्याची भरपाई आम्ही आमच्या खासगी शिकारखान्यातून करून देतो. मल्हारराव आणि आम्ही दोन नाही. पंत, आमच्या खासगी शिकारखान्यातून एक हरणजोडी बाईंकडे पाठवा.'

'ठीक आहे.' पंतांची मान हलली. 'आज्ञेप्रमाणे लवकरच व्यवस्था होईल. पण—' असं म्हणून पंत अडखळले.

'पंत, आमच्या निवाड्याबद्दल शंका आहे तुम्हाला?'

'निवाडा तर योग्यच आहे.' पंत अडखळत बोलले. 'पण या कलावंतिणीच्या किरकोळ नुकसानीची भरपाई श्रीमंतांनी आपल्या खासगीतून करणं म्हणजे थोडं रीतीला सोडून वाटतं.'

बाजीराव काही बोलणार तोच मस्तानीच्या तोंडून शब्द बाहेर पडले, 'एरवी हरणाच्या जोडीची मातब्बरी होती असं नाही. पण ही हरणजोडी माझी आवडती होती. माझी त्यांच्यावर मोहब्बत होती. मी गायला बसले म्हणजे माझ्या शेजारी बसून कान टवकारून ही जोडी गाणं ऐकत बसे. म्हणूनच तर हुजुरांना ही तकलीफ.'

'म्हणजे तू एवढं चांगलं गातेस?'

मस्तानी काही बोलली नाही. पण नजर वर उचलून तिनं पेशव्यांच्या नजरेला नजर भिडवली. तिची नजर बरंच काही सांगत होती.

पंतांना आठवलं. पंत म्हणाले, 'श्रीमंतांनी हिचं गाणं नानांच्या लग्नात ऐकलेलं

असणार.'

'असेल, असेल! आम्ही त्या वेळी गडबडीत होतो. पण या वेळी आम्हास फुरसत आहे. पंत, आम्ही दिलेला निवाडा पक्का करा.'

'आज्ञा.'

'आणखी आमची एक इच्छा आहे.'

'आज्ञा करावी.'

गालात हसत बाजीराव म्हणाले, 'आमची इच्छा आहे हे आम्ही तुम्हाला उद्देशून बोललो नाही.' मस्तानीकडे बोट दाखवून बाजीराव म्हणाले, 'मस्तानीला उद्देशून म्हणालो.'

'आला हजरत, हुक्म कीजिये. ताबडतोब तामिली होईल.' पुन्हा त्या नाजूक कंठातून शब्द बाहेर पडले. तो आवाज ऐकून बाजीराव खिळल्यासारखे झाले. ते म्हणाले, 'मस्तानी, आम्हाला तुझं गाणं ऐकायचं आहे. ज्या सुरांनी पशू मोहित होतात, त्यांनी माणूस मोहित झालाच पाहिजे.'

'केव्हाही हुकूम फर्मावावा. मी नाचीज बाई सेवेला हजर आहे.'

'पंत', अंबाजीपंतांकडे वळून बाजीराव काही बोलणार होते पण पंत हातातले कागद चाळीत होते. पेशव्यांच्या शब्दाकडे त्यांचं लक्ष नव्हतं. तेव्हा आवाज चढवून बाजीराव म्हणाले, 'या वेळी आम्ही तुम्हाला उद्देशून बोलतो आहोत, पंत.'

'आज्ञा करावी.'

'आज संकष्टी आहे. आम्हाला सायंकाळच्या भोजनाला उशीर आहे. आज सायंकाळी आम्ही मस्तानीचं गाणं ऐकू. इथंच या मंदिरातच.'

'हुजूर माझं गाणं ऐकणार हे पाहून मी खूश झाले आहे. पण हुजूर इजाजत देतील तर आणखी एक बाब पेश करायची आहे.'

'बोल काही मागणं आहे? गाण्याच्या बिदागीबद्दल?'

'नाही. हुजूर खुद्द माझं गाणं ऐकणार ह्यापेक्षा मोठी बिदागी कोणती? मला त्याबाबत काही सांगायचं नाही.'

'मग आणखी काय आहे?'

'सरकारांनी आम्हाला कोथरूडच्या बागेत ठेवलेलं आहे. तिथं बंदोबस्ताची नीट व्यवस्था नाही. शिलेदार बारगीर मंडळी आता मोहिमेतून रिकामी झालेली

आहेत. बागेत त्यांचा आम्हाला निष्कारण त्रास होतो. एखादे वेळी त्यातून काही आफत निर्माण होईल असं वाटतं. हुजुरांनी याचा बंदोबस्त केला पाहिजे.'

'अवश्य. पंत, मस्तानीच्या मुक्कामावर पहाऱ्याची माणसं खास आमच्या तैनातीतली निवडून ठेवा. चंदा जामदारावर हे काम सोपवा. त्याला सांगा, बंदोबस्ताच्या बाबत मस्तानीची पुन्हा तक्रार आली, तर मुलाहिजा केला जाणार नाही.' आणि मग मस्तानीकडे वळून बाजीरावांनी विचारलं, 'और कुछ!'

खाली वाकून आपल्या नाजूक हातांनी कुर्निसात करीत मस्तानी म्हणाली, 'और कुछ नहीं. सबकुछ मिल गया तो बाकी है ही क्या?' पाठ न वळवता मागं पावलं टाकीत मस्तानी मंडपातून बाहेर गेली.

नंतर पंत पेशव्यांना म्हणाले, 'श्रीमंतांची आज्ञा झाली तर काही कानांवर घालावं म्हणतो.'

'पेशव्यांचं लक्ष मस्तानी गेली त्या दिशेला अजूनही होतं. एकदम भानावर येऊन त्यांनी विचारलं, 'काय सांगायचं आहे पंत तुम्हाला?'

'विशेष काही नाही. पण सातारला जाताना आपा सांगून गेले होते की, कलावंताचं गाणं काही विशेष प्रसंग असला तरच व्हावं. एरवी होऊ नये.'

'अस्सं!' भुवई वर चढवून बाजीराव म्हणाले, 'पंत तुमचं वय काय आहे?'

पंतांची मुद्रा गोंधळलेली दिसली. श्रीमंतांच्या प्रश्नाचा रोख त्यांच्या लक्षात आला नाही. किंचित हसून बाजीराव म्हणाले, 'आम्ही आज्ञा दिलेली आहे त्याप्रमाणे ताबडतोब व्यवस्था करा. चिमाजीआपा काही म्हणाले, तर आम्ही त्यांचं समाधान करू. तुम्ही इथं फडावर बसता पंत. आम्ही बाहेर स्वाऱ्याशिकाऱ्या करतो. ही धुंदी तुम्हाला समजायची नाही.'

पेशवे आपल्या बैठकीवरून उठले अन् आतल्या दालनात गेले.

फडावरचे कागद आवरीत असताना, पंत स्वतःशीच पुटपुटत होते. 'खरंच, आम्हाला काही समजत नाही हेच खरं.' आणि मग कागद आवरून ते कारकुनाच्या हातात देत पंत म्हणाले, 'हे कागद आमच्या राहुटीत नेऊन ठेवा. आणि एक तातडीनं पत्र लिहायचं आहे त्यासाठी कलमदान घेऊन या.'

'कुणाला पत्र लिहायचं आहे?' कारकुनानं सहज चौकशी केली.

बाजीराव पेशवे ज्या दिशेनं गेले होते तिकडे एक चोरटा कटाक्ष टाकून अंबाजीपंत म्हणाले, 'चिमाजीआपांना आम्हाला तातडीनं पत्र पाठवलंच पाहिजे. नाहीतर ते

आम्हावर खफा होतील.'

कारकुनाच्या काही लक्षात आलं नाही. पण दप्तर उचलून तो निमूटपणे चालायला लागला.

दुपारी वादळ झालं. वळवाच्या पावसाची मोठी सर पडून गेली. पण मग संध्याकाळपर्यंत आकाश स्वच्छ झालं.

संध्याकाळ उलटली आणि कुंवरची एकच गडबड सुरू झाली. खासगीकडले सेवक पर्वतीच्या पायथ्याला असलेल्या मंडपामध्ये गाण्यासाठी बिछाईत पसरीत होते. त्यांच्यावर देखरेख करण्याच्या निमित्तानं कुंवर इकडे तिकडे धावपळ करीत होता. निरनिराळ्या सूचना देत होता. खुद्द पेशव्यांचा हुजऱ्या असल्यामुळे सेवक कुंवरच्या सूचना खाली मान घालून ऐकत होते.

साऱ्या मंडपभर मोगऱ्यांच्या फुलांच्या माळा सोडलेल्या होत्या. खाली सफेत बिछायतीवर एका बाजूला गर्द तांबड्या रंगाचा गालिचा टाकलेला होता. दुसऱ्या बाजूला खासे पेशवे आणि त्यांच्या बरोबरीच्या मंडळींसाठी सजवलेली आसनं तयार केली होती. मंडपभर हिन्याच्या अत्तराचा शिडकावा केलेला होता. सबंध वातावरणात एक सुगंध दरवळत होता.

बैठकीची वेळ होताच मस्तानी आपल्या साजिंद्यांसह मंडपात आली. तिच्याबरोबर राघू नटवा, बाबू गुरव आणि एक सारंगिया असे तिघे होते. निष्कारण मुरकत बसंती दासी मागे उभी होती.

गालिच्यावर मस्तानी उभी राहिली. शुभ्र रंगाच्या सुरवारीवर किंचित गुलाबी रंगाची झाक मारणाऱ्या रंगाची पिस्वादी ती अंगभर ल्याली होती. पिस्वादीवर हिऱ्याच्या गुंड्या शोभत होत्या. गर्द लाल रंगाच्या गालिच्यावर उभं राहण्याचा मस्तानीचा झोक मोह घालत होता. खांद्यावरची पिवळसर रेशमी रंगाची झिरझिरीत ओढणी तिनं डोक्यावरून पुढं ओढून घेतली होती. मेंदीनं हात रंगलेले होते. पावलं रंगलेली होती. गळ्यामध्ये एक शुभ्र मोत्यांचा हार रुळत होता. कानांमध्ये मोत्यांचीच कर्णभूषणं होती. केतकीसारखा गोरापान वर्ण त्या नाजूक अवगुंठनात

आणखीनच उठून दिसत होता. मेंदीनं लाल झालेलं बोट तिच्या लालचुटुक ओठांवर टेकलं होतं. मोठे काळेभोर डोळे सजवलेल्या मंडपभर भिरभिरत होते.

तेवढ्यामध्ये पेशवे येत असल्याची वर्दी मंडपात पोहोचली. त्याबरोबर मस्तानीनं नजर खाली करून आपल्या पायांकडे वळवली. ओढणी डोक्यावरून ओढून आणखी पुढं घेतली. पिस्वादीच्या आत बेलपत्ती काढलेली फतोई होती. ओढणी छातीवर ओढून चापून बसवली तरी तिच्या आडून फतोईवरचं भरतकाम दुरून दिसण्याजोगं उठावदार होतं.

पेशव्यांचा पदरव ऐकू येताच मस्तानीची छाती खालीवर झाली. उभार छातीवरची ओढणी न कळत खाली घसरली तरी तिला ते समजलं नाही. बाजीराव मंडपात आले. त्यांच्याबरोबर व्यंकटराव घोरपडे आणि बाजी भीमराव रेठरेकर होते. बाजीराव आपल्या आसनावर बसल्यानंतर इतर मंडळीही आपल्या आसनावर बसली. तेवढ्यात लगबगीनं कुंवर पुढं झाला, आणि रुप्याच्या तबकातून मोगऱ्याचा गजरा काढून त्यानं तो आपल्या धन्याच्या उजव्या हाताला गुंडाळला. मग गजऱ्याचं तबक इतरांच्यासमोर फिरलं. सरदारांच्या मनगटांभोवती मोगऱ्याचा एकेक गजरा बांधला गेला.

बैठकीत आल्यापासून बाजीराव समोर उभ्या राहिलेल्या मस्तानीकडे खिळलेल्या नजरेनं पाहत होते. त्यांच्या त्या नजरेला मस्तानीच्या खाली झुकलेल्या मस्तकावरले मोत्यांचे अलंकार, नाजूक कमानदार भुवया, सरळ नाकाची धार आणि शुभ्र वस्त्रामध्ये उठून दिसणारे ते गुलाबी गाल, एवढंच दिसत होतं. तिच्या आकृतीतलं सौंदर्य नजरेनं टिपीत ते मनाशीच पुटपुटले, 'ओह, क्या खूबसूरती है!' आणि मग हातांनीच त्यांनी तिला बसण्याचा इशारा केला.

खाली वाकून मस्तानीनं पेशव्यांना तीनदा कुर्निसात केला आणि गुडघे टेकून ती गालिच्यावर बसली. मनगटाला गुंडाळलेल्या गजऱ्याचा सुवास घेत बाजीरावांनी बैठकीवर बसलेल्या इतर मंडळींच्याकडे पाहिलं. सगळे जवळपास श्रीमंताच्याच वयाचे होते. तरी बाजीरावांनी मुद्दाम चौकशी केली.

'अंबाजीपंत पुरंदरे दिसत नाहीत?'

कुणीतरी माहिती दिली, की त्याची प्रकृती थोडीशी बरी नाही, म्हणून ते आले नाहीत. बाजीराव स्वतःशीच हसले. गाणं सुरू करायचा त्यांनी इशारा दिला.

सारंगियानं सारंगी जुळवायला सुरुवात केली. तबलियानं ठेका जमवला. आणि

दोघंही मस्तानीच्या गळ्यातून बाहेर पडणाऱ्या सुरांची वाट पाहू लागले.

मस्तानीनं उजवा हात कपाळाला लावून अदब बजावली. पाठोपाठ एक तान घेऊन तिच्या गळ्यातून सूर बाहेर पडले.

निसदिन बरसत नयन हमारे,

निसदिन बरसत नयन हमारे,

मस्तानीचा मुलायम स्वर रसिकांच्या अंगाला स्पर्श करून गेला. आर्तता अंतरंगाला भिडली. बाजीरावांच्या तोंडून पसंतीदर्शक उद्गार बाहेर पडला.

'वाह!' आणि त्यासरशी गाता गाताच मस्तानीनं पेशव्यांच्या नजरेला नजर भिडवून पुन्हा आदाब अर्ज फर्माविला.

निसदिन बरसत नयन हमारे,

सदा रहत पावस ऋतु पै,

सदा रहत पावस ऋतु पै,

सारंगीचा सूर आणि तबल्याचा ठेका एकदमच सुरू झाला. आणि मस्तानीनं सुरांच्या बरसातीत रसिकांना न्हाऊ घातलं. तान वर गेली. तिच्या नाजूक हातांची मोहक हालचाल झाली. ओठांतून नजाकतदार शब्द बाहेर पडले.

जब ते स्याम सिधारे

जब ते स्याम सिधारे

बाजीरावांच्या चेहऱ्यावर हास्य उमटलं. उजव्या हाताचं मनगट वर करून त्यांनी फुलांचा सुगंध हुंगला. प्राजक्ताच्या फुलांप्रमाणे समोर सुरांचा वर्षाव होत होता. शब्द आणि सूर यांनी एकमेकांना आलिंगन दिलं होतं. सारंगीतून तरल स्वर निघत होते. गळ्यातून स्वर्गीय तान बाहेर पडत होती. धुंद सुरांबरोबर डोळ्यांचे विभ्रम होत होते. भृकुटी आणि नेत्रांच्या हालचाली एवढ्या मोहक होत होत्या, की मस्तानीच्या कंठातून बाहेर पडणारे सूर कानात साठवून घ्यावेत, की सुरापाठोपाठ तिच्या त्या तारुण्यानं रसरसलेल्या मुखावरचे हावभाव आपल्या नजरेत साठवून घ्यावेत याचा ऐकणाराला संभ्रम पडत होता. एक बेहोषी सगळीकडे पसरली. मस्तानी गात होती.

निसदिन बरसत नयन हमारे

तिच्या कंठातून नयन हमारे हे शब्द अशा काही लालित्यानं बाहेर पडत होते, की ऐकणाराचं सारं लक्ष तिच्या त्या काळ्याभोर आणि विशाल नयनांकडे खिळत

होतं. नयनांतली अदाकारी जाणत्याला समजणारी होती.

पेशवे जाणकार होते. गाणं संपल्यानंतर मस्तानी क्षणभर थांबली. त्याबरोबर बैठकीतून एकदम 'वाहवा! खूब!' असे शब्द बाहेर पडले. झुकून कपाळाला हात लावून मस्तानीनं त्याचा स्वीकार केला. बसंतीनं तेवढ्यात एक तबक तिच्या पुढं केलं. त्या तबकामधून वेलदोड्याचे दाणे आणि लवंगा तोंडात टाकून दुसरी चीज म्हणण्याकरिता मस्तानी तयार झाली.

पहिल्या सुरांची धुंदी अद्याप उतरलेली नव्हती. व्यंकटराव घोरपड्यांच्याकडे वळून बाजीराव म्हणाले, 'व्यंकटराव, असं गाणं ऐकलं होतं कधी?'

व्यंकटरावांची मान हलली. 'नाही. आम्ही एवढी गाणी गुजराथेत ऐकली, राजपुतान्यात ऐकली, पण गाण्यातला हा गोडवा काही औरच आहे.'

'आम्ही खूष आहोत, मस्तानी, आणखी एक चीज ऐकव.'

'शौकसे' असे म्हणून मस्तानीनं बरोबरच्या साथीदारांना इशारा केला. दुसरी चीज तिच्या कंठातून बाहेर पडू लागली. सुरांनी तो मंडप भरून गेला. असे सूर की ज्यांची स्पंदन किती तरी वेळ कानांत तरंगत राहावीत. मस्तानी एकापाठोपाठ एक चिजा म्हणत होती. बाजीराव 'वा! खूब, शाबास' अशी तिच्यावर खुशीची बरसात करीत होते.

बैठक आटोपली. आणि कुर्निसात करून मस्तानी मंडपातून बाहेर पडली. बाजीराव पेशवे बैठकीवर बसून होते. बराच वेळ त्यांच्या तोंडून शब्द बाहेर पडला नाही. मग बाजीपंत रेठरेकरांना ते म्हणाले, 'बाजीपंत, असं गाणं ऐकायला भाग्य लागतं, नाही?'

बैठक संपून पेशवे तिथून उठून आपल्या दालनात गेले तेव्हा स्वच्छ आकाशामध्ये चतुर्थीचा चंद्र उगवत होता.

राजदर्शनासाठी बाजीराव साताऱ्याला जाणार होते. तिथं मुक्काम किती दिवस पडेल, आणि परत येण्यासाठी राजांची आज्ञा केव्हा मिळेल ते सांगता येत नव्हतं. म्हणून फडावरची उरली सुरली कामं ताबडतोब पुरी करण्याची पेशव्यांनी अंबाजीपंत

पुरंदऱ्यांना सक्त ताकीद देऊन ठेवली होती.

एके दिवशी दुपारी फडावरचं काम आटोपून बाजीराव पेशवे उठणार तोच अंबाजीपंतांनी विनंती केली, 'गुजराथच्या स्वारीचे हिशोब तयार झालेले आहेत. मर्जी असेल तर श्रीमंतांनी ते नजरेखालून घालावे.'

'कागद तयार असतील तर आम्ही आताच पाहतो. गुजराथच्या स्वारीचा जमाखर्च काय आहे तो आमच्यापुढे पेश करा.'

वळणदार अक्षरामध्ये एकाखाली एक नोंदी केलेला लांबलचक जुन्नरी कागद अंबाजीपंतांनी पेशव्यांच्या समोर ठेवला. पेशव्यांनी त्यावर ओझरती नजर टाकली. शेवटच्या कमाल बेरजेच्या रकमा पाहिल्या. मग सुस्कारा टाकून पंतांना विचारले, 'पंत, हिशोब अगदी बरोबर आहे ना?'

'मी स्वतः तपासून पाहिला. हिशोब अगदी बरोबर आहे. काही चूक आढळली का?'

'नाही. या कागदावरून आम्हाला तसं काही म्हणता येणार नाही. हा शेवटचा आकडा—' आणि पेशव्यांनी त्या आकड्यावर बोट ठेवलं.

'तीन लाख रुपये.' अंबाजीपंतांनी कागदावर नजर टाकून माहिती दिली. 'होय. गुजराथच्या स्वारीच्या जमाखर्चाचा तो आढावा आहे.'

'आकडा बरोबर आहे याचा अर्थ या स्वारीत पेशव्यांना तीन लाखांचं कर्ज झालं असंच ना?'

'होय, कारण लुटीत मिळवलेलं सामान श्रीमंतांच्या आज्ञेप्रमाणं तळेगावला दाभाड्यांच्याकडे रवाना करावं लागलं. यामुळे नगद अशी विशेष लूट मिळालीच नाही. झाला तो खर्चच झाला. सरदारांचे मानपान आणि त्यांचा सरंजाम यासाठी खर्च झाला. तेव्हा स्वारीतून फक्त कर्जच तेवढं दौलतीवर चढलं.'

'पंत, या स्वारीचा खर्च धरून दौलतीवरचं एकंदर कर्ज किती झालं? आकडा सांगता का?'

'हो, तोही हिशोब तयार ठेवलेला आहे.' कागद चाळीत अंबाजीपंत म्हणाले, एकूण कर्जाचा आकडा तीस लाखांवर गेलेला आहे.'

'तीस लाखांवर!' बाजीराव आश्चर्यानं म्हणाले. मग स्वतःशीच बोलल्याप्रमाणं त्यांनी उद्गार काढले, 'आज दहा-बारा वर्षं आम्ही ही पेशव्यांची गादी चालवतो आहोत. तीर्थरूपांनी दिल्लीहून स्वराज्याच्या सनदा आणल्या. काहीतरी त्यातून

संपत्ती उत्पन्न होईल, अशी त्यांची आणि महाराजांची कल्पना होती. पण दहा वर्षं सारख्या मोहिमा करून आम्हाला पैसा मात्र दिसत नाही. रणांगणावर यश उदंड मिळालं. पण अखेर कर्जाचा डोंगर वाढतच चालला. पंत, तुमचा काय सल्ला आहे?'

'आम्हाला असं वाटतं की, सहासुभा दक्षिणेची सरदेशमुखी आणि चौथाई मराठी दौलतीला फक्त कागदावर मिळाली आहे. तिची उगवण करण्याकडे आता स्वतः पेशव्यांनी लक्ष द्यायला हवं.'

'मतलब?'

'बादशहाकडून आम्ही सनदा आणल्या... पण दक्षिणेत जोपर्यंत निजाम बसलेला आहे तोपर्यंत त्या ज्या कागदावर लिहिलेल्या आहेत त्या कागदाइतकीसुद्धा त्याला किंमत नाही.'

'पंत, दोन वर्षांपूर्वी पालखेडला आम्ही निजामाला माती चारली हे तुम्ही विसरता. आता सहासुभा दक्षिण आम्हाला मोकळी आहे. आमचे हक्क आम्ही उगवून घेतले पाहिजेत, हे तर खरं ना! यासाठी ठिकठिकाणी आमचे कारकून आणि सरदार पाठविले होते. त्यातून वसुली किती झाली?'

'आम्ही कारकून पाठविले. पण निजामानं कागदावर दिलेलं वचन पाळलं नाही. आपल्या हाताखालच्या कामगारांना उलट हुकूम पाठवले. परिणाम असा झाला, की सनदा आमच्याकडे आणि वसुलीची रक्कम मात्र निजामाकडे. आपास्वामींनी माळव्यातून लूट आणली नसती आणि खुद्द श्रीमंतांनी बुंदेलखंडातून मोठा नजराणा मिळवला नसता तर दौलतीचा रोजचा कारभारही चालवणं कठीण झालं असतं.'

अंबाजीपंतांचा तो सल्ला ऐकून बाजीराव गप्प बसले. विचार करून, काही वेळानं ते म्हणाले, 'पंत, ताबडतोब नवीन खलिते रवाना करा. आमच्या कारकुनांना सक्त ताकीद द्या, की त्यांच्या हातात असलेल्या सनदांवरून त्यांनी दौलतीच्या हिश्शाची वसुली ताबडतोब सुरू करावी. निजामाच्या कामदारांनी त्यात अडथळा आणला तर फौजा पाठवून वसुली करा. जाळपोळ करा, वाटेल ते करा, पण वसुलीत एक रुपयाही कमी घेऊ नका. प्रसंगी पेशवेही शत्रूच्या मुलखात लूट करू शकतात याची जाणीव निजामाला झाली पाहिजे.'

'आज्ञेप्रमाणे पुन्हा खलिते तयार करतो. पण एक सुचवावंसं वाटतं.'

‘बोला, पंत.’

‘याचा परिणाम एवढाच होईल, की वसुली व्हायच्या ऐवजी आम्हाला आताच निजामाबरोबर लढायला उभं राहावं लागेल.’

‘तशी वेळ आली तरी बेहत्तर.’ आम्हाला केव्हातरी एकदा निजामाचा सोक्षमोक्ष लावावयाचा आहे. दक्षिण त्याच्या कब्जातून मोकळी केल्याशिवाय आम्हाला स्वास्थ्य मिळणार नाही हे आम्हाला कळून चुकलं आहे. वेळ आली तर आम्ही पुन्हा त्याला धडा शिकवू.’

‘पण श्रीमंत, त्याचा अर्थ मोहिमेसाठी पुन्हा नवं कर्ज असा होणार आहे. आणि सावकरांनी आताच जुन्या कर्जाचा तगादा लावला आहे. त्यांच्याकडून नवीन कर्जाची अपेक्षा करता येणार नाही.’

पेशव्यांना ही सारी माहिती होतीच. पुण्यात आल्यापासून कधी भेटींच्या निमित्तानं तर कधी इतर समारंभाच्या निमित्तानं सावकार पेशव्यांची गाठ घेत होते. बापूभट मोघे, बाजी नाईक कांबरस, रामाजी नाईक, भिडे, कानडे, अनगळ हे सारे सावकार पेशव्यांना भेटून गेले होते. प्रत्येकानं आडवळणानं कर्जाच्या फेडीचा विषय काढला होता. त्यांना थोपवून धरता धरता पेशव्यांना मुष्कील होत होती. दिलेले वायदे पाळता येत नव्हते. मोहिमा फत्ते होत होत्या, पण हात रिकामे राहत होते. ही जाणीव पेशव्यांनाही बेचैन करीत होती’ म्हणून ते गप्प बसत.

अंबाजीपंत पुन्हा म्हणाले, ‘इतर सावकरांची एखादे वेळेला आम्हाला भीड पडणार नाही. त्यांना दम धरायला सांगू. पण बाबूजी नाईक बारामतकरांचा भरवसा नाही. दोन दिवसांपूर्वी त्यांनी मला त्यांच्या वाड्यावर बोलावून यासंबंधी विचारलं. पैशासाठी नाही नाही ते ऐकून घ्यावं लागलं. मी कसातरी वायदा करून तिथून परतलो. यातून काहीतरी मार्ग काढला पाहिजे. त्याशिवाय दौलतीचा कारभार चालणार नाही’ म्हणून हे हिशोब पेश केले.

‘पंत, बाबूजी नाईक बारमतकर आमचे व्याही. त्यांनी आम्हाला थोडा उसंत द्यायला पाहिजे.’

‘उत्तर मी दिलं तर कदाचित् श्रीमंतांना आवडणार नाही.’

‘बोला.’

‘बारामतकर श्रीमंतांचे व्याही आहेत, म्हणूनच एवढ्या ताठ्यानं ते बोलतात. पारिपत्याची भीती त्यांना नाही.’

भोजनासाठी उठलेले बाजीराव पेशवे पुन्हा फडावर बसले. बराच वेळ अंबाजीपंतांनी त्यांच्या समोर ठेवलेले कागद ते चाळत होते. शेवटी फडावरून उठण्यापूर्वी अंबाजीपंत बाजीराव पेशव्यांना म्हणाले, 'यातून आम्हाला एक तोड सुचते. पसंत असल्यास श्रीमंतांनी त्याचा विचार करावा.'

'कर्जातून सुटण्याची कोणतीही तोड सांगा. आम्ही त्याचा विचार करू.'

'आताच श्रीमंतांनी आज्ञा केली होती की, चौथाई–सरदेशमुखीच्या रकमा वसूल करण्यासाठी आम्ही सहासुभा दक्षिण मुलखात धुमाकूळ घालावा. मुलूख मारावा, त्याचे ठाणेदार धरावे, रयत तजावजा झाली तरी फिकीर करू नये, हे ठीक आहे.'

'पण तुम्ही तर याला हरकत घेतली होती.'

'होय, हरकत घेतली होती. पण आणखी एक गोष्ट त्याचबरोबर केली तर याचा फायदा होईल असं वाटतं.'

'कोणती गोष्ट?'

'आम्ही इकडे आपल्या आज्ञेप्रमाणे वसुलीची मोहीम जारी करतो. तिकडे श्रीमंतांनी निजामअल्लीशी वरकरणी तरी स्नेहाची बोलणी लावावीत. आपली स्नेहाची बोलणी चालू असताना त्यांना आमच्या वसुलीत विघ्न आणता येणार नाही.'

'त्यांचा–आमचा स्नेह पालखेडचा तह झाल्यापासून आहेच.'

'तो कागदोपत्री आहे. श्रीमंतांनी एकदा आपणहून निजामाची गाठ घ्यावी. मराठी दौलतीत भेद पाडण्याचा त्याचा प्रयत्न निष्फळ झाल्यामुळे आता तो उमजला असेल. एकदा वसुली होऊन दौलतीच्या खजिन्यात पैसा जमा झाला, की मग निजामाला आम्हाला केव्हाही सळो की पळो करून टाकता येईल.'

'ठीक आहे, आम्ही ह्या सल्ल्याचा विचार करतो, पंत.'

दुपारचं भोजन झाल्यानंतर बाजीराव आपल्या महालात शतपावली करत होते. दरवाजावर कुंवर उभा होता. तो आत आला. आणि मुजरा करून त्यानं वर्दी दिली, 'मातु:श्रीबाई श्रीमंतांची चौकशी करीत होत्या.'

'कुठे आहेत त्या आता?'

'देवघरामध्ये जप करताहेत.'

'त्यांना वर्दी दे. जप झाल्यानंतर आम्ही येतो.'

कुंवर दालनातून बाहेर पडला. बाजीरावांनी तोंडातला विडा पिकदाणीत टाकला. चूळ भरली, मातु:श्रींच्या दर्शनासाठी ते देवघराकडे गेले. देवघराच्या बाहेर पाटावर मातु:श्री जप करीत होत्या. चिरंजीवांना आलेले पाहताच त्यांनी जप पुरा करून माळ बाजूला ठेवली आणि समोरच्या पाटावर बसण्यासाठी हातानं त्यांना खूण केली.

'मातु:श्रींनी आठवण केली होती.' पाटावर बसत बाजीराव म्हणाले.

'होय. मोहिमेवरून परत आल्यानंतर फडावरची धामधूम आता संपली असेल, म्हणून विचार केला. थोडं खासगी बोलावं.'

'आज्ञा करावी.'

'राऊ, आपांबद्दल काय विचार केला आहे?'

'एवढा पावसाळा संपला, दसरा झाला, की ते मोहिमेवर कोकणात उतरतील.'

मोहिमेचं आम्ही विचारीत नाही, राऊ आपांच्या चिरंजीवांना आई नाही. त्याबद्दल विचारतो आहोत.'

'आपांच्या लग्नाबद्दल?'

'होय, तेच आम्ही म्हणतो. लेकरू लहान आहे. आणि आपा नेहमी स्वारीवर. कुणीतरी मायेचं माणूस घरात असावं. मुलाची आजी आहे. पण ते व्याह्यांचं माणूस आणि शिवाय आपाचं वय काही बायकोविना राहण्याचं नाही.'

'ते आम्ही जाणून आहोत.' बाजीराव म्हणाले, 'मातु:श्री आज्ञा देतील त्याप्रमाणे ताबडतोब करतो. दुसऱ्या संबंधाबाबत मातु:श्रींनी एखादी मुलगी पाहून ठेवली आहे का?'

'पाहायला लागलं की मुलगी मिळेल. त्याची अडचण नाही. पण आपाला आम्ही विचारलं तर तो नाही म्हणतो. तेव्हा राऊ, तुम्ही त्यांची समजूत काढून, त्यांना लग्नाला उभं केलं पाहिजे. त्यानं अजून पुरी पंचविशीदेखील गाठली नाही. नेहमी असं परदेशी राहणं होतं. कोणत्या वेळी काय होईल, ते सांगता येत नाही.'

'मातु:श्री, आपांबद्दल आम्ही खात्री देतो. पण तरी त्यांच्या विवाहाची व्यवस्था करायला पाहिजे हेही खरं. आम्ही लवकरच जातीनं लक्ष घालू.'

'मी तरी तेच म्हणत्ये. आपांबद्दल मलाही खात्रीच आहे. पण कितीही केलं तरी तो पुरुष आहे. घरात सोन्यासारख्या बायका असतानादेखील पुरुषांचं बाहेर लक्ष जातं, मग हा तर सडाफटिंग आहे. म्हणून काळजी वाटते.'

'एकीकडून मातु:श्री म्हणतात आपांबद्दल खात्री आहे, आणि लगेच त्यांच्याबद्दल संशयही व्यक्त करतात.'

'राऊ, आम्हाला काय म्हणायचं आहे ते तुम्हाला समजलं. आजच तुम्हाला बोलवायचं कारणही घडलं आहे.'

'आज्ञा करावी.'

'कुलाब्याला नारो भिकाजी राहतात. त्यांच्याकडे एक मुलगी आहे असं आपल्या तिथल्या सरदारांनी आम्हाला खासगी पत्रात लिहिलं आहे. मुलीला नुकतंच आठवं वर्षं लागलं आहे. तेव्हा दिवाळी आली की आपाला लग्नाला उभं करावं. त्याचं मन वळविण्याचं काम तुमचं. म्हणून तुम्हाला बोलावून सांगितलं.'

'मातु:श्रीबाईंना सून पसंत असेल तर आपांना लग्नाला उभं करण्याचं काम आमच्याकडे. मातु:श्रींनी निश्चिंत असावं.'

'आपांसाठी मुलगी शोधण्याचं काम आम्ही केलं. नारो भिकाजी आमच्या शब्दाबाहेर जाणार नाहीत. पण राऊ बाकीची सारी व्यवस्था तुम्हाला करायला पाहिजे.'

'कोणती व्यवस्था?'

'पेशव्यांच्या घरचं हे लग्न त्याच तोलामोलानं झालं पाहिजे. सातारकर छत्रपतींचा आपांच्यावर फार मोठा जीव आहे. त्यांना लग्नाला बोलावलं पाहिजे. साऱ्या सरदारांना आमंत्रणं धाडली पाहिजेत. तेव्हा खर्चाची तरतूदही तशीच करायला पाहिजे.'

बाजीराव विचारात पडले. ते लगेच काही बोलले नाहीत. राधाबाईंचं त्यांच्या चर्येकडं बारीक लक्ष होतं. ताबडतोब जबाब आला नाही. तेव्हा जे ओळखायचं ते त्यांनी ओळखलं. त्या पुढं म्हणाल्या, 'राऊ, काही अडचण का आहे त्यात? असली तर स्पष्ट सांगा. काहीतरी मार्ग काढता येईल.'

'अडचणी डोंगराएवढ्या आहेत. पण मार्ग काढणं आमचं कर्तव्य आहे. मातु:श्रींनी निश्चिंत असावं.'

आमच्यावर विश्वास नाही राऊ तुमचा? अडचणी आमच्या पुढे सांगितल्या

तर आम्ही त्यावर विश्वास का ठेवणार नाही? मनात असेल ते स्पष्ट बोला.'

'आपाचं लग्न मोठ्या धामधुमीत करावं, हा मातु:श्रींचा विचार रास्तच आहे. पण आम्हाला वाटतं की सध्याच लग्नाची हाकाटी करू नये. पाया मोठा घातला की मग इमारतही मोठीच बांधावी लागते. पेशव्यांचा लौकिक मोठा, लौकिकास शोभेल असा खर्चही करावा लागतो. मातु:श्रींचा आग्रहच असला तर आम्ही सातारच्या छत्रपतींना बोलावू. आमच्या इतर सरदारांनाही आमंत्रणं पाठवू.'

'त्याबाबत आमचा कोणताच आग्रह नाही.' राधाबाई मधेच म्हणाल्या, 'आग्रह एवढाच आहे की, नवी सून लवकर घरात आणावी.'

'मग त्याबाबत मातु:श्रींनी निश्चिंत असावं, काय करायचं ते आम्ही पाहतो,'

मातु:श्रीबाई चिरंजीवांशी बराच वेळ बोलत बसल्या. खासगीकडले, राजकारणातले वेगवेगळे विषय निघत होते. दौलतीच्या कारभाराचं त्यांना ज्ञान होतं. त्या चौकशी करत होत्या. बाजीराव उत्तर देत होते. शेवटी त्या म्हणाल्या, 'एवढं आपाचं लगीन आटोपलं म्हणजे आम्ही तीर्थयात्रा करायला मोकळ्या झालो.'

'ती लांबची गोष्ट. नंतर पाहता येईल.' बाजीराव विषय टाळून म्हणाले.

'आमचा आताच आग्रह नाही. नंतर ही आमची व्यवस्था करा.' राधाबाई म्हणाल्या, 'पण राऊ, अलीकडे भिकाजी कुठं दिसत नाही.'

'त्याला सागरकडे पाठवलं आहे. मातु:श्रींनी त्याची याद का केली?'

'सहजच आठवलं. दौलतीची कामं असतील म्हणून त्याला पाठवलं असेल.' राधाबाईंनी तो विषय तेवढ्यावरच सोडला.

तिसऱ्या प्रहरी कुंवरनं बाजीरावांना माहिती दिली, की नित्याप्रमाणे काशीबाईसाहेब देवदर्शनासाठी बाहेर पडल्या नाहीत. पाय दुखतो म्हणून त्या आपल्या महालातच आहेत.

बाजीराव समाचारासाठी काशीबाईंच्या महालात आले. काशीबाई बैठकीवर मोठा नारिंगी रंगाचा सकलादीचा पट मांडून येसूबरोबर बुदबळं खेळत बसल्या होत्या. श्रीमंत दालनात येत आहेत हे पाहताच दासी गडबडीने उठली. बाजीरावांना

मुजरा करून ती दालनातून बाहेर पडली.

'आम्ही आलो म्हणून डाव अर्धाच टाकून उठायचं कारण नव्हतं.' काशीबाई उठून उभ्या राहिलेल्या पाहताच बाजीराव म्हणाले, 'आम्हाला समजलं आज प्रकृती बरी नसल्यामुळं तुम्ही नेहमीप्रमाणं देवदर्शनासाठी न जाता इथंच थांबलेल्या आहात.'

'होय. सकाळपासून पाय अंमळ दुखतो आहे. प्रत्येक वेळी मेण्यात बसायचं आणि उतरायचं त्यामुळे त्रास होईल म्हणून आम्ही इथंच तुळशी-वृंदावनाजवळ देवाचं दर्शन घेतलं. आणि वेळ घालविण्यासाठी हा पट मांडून बसलो.'

बाजीराव एका लहानशा चौपाईवर टेकले. त्यांचे लक्ष पटाकडे गेलं. 'अरे वा! पट आणि बुदबळं नवीन दिसताहेत. यापूर्वी कधी आमच्या पाहण्यात आली नाहीत.'

'नवीनच आहेत. पिलाजीरावांनी खंबायतेहून खास आमच्यासाठी ती पाठवली. इकडून मध्येच कशासाठी येणं झालं?'

'आम्ही सहज चौकशी करायला आलो होतो. पायाला काही विशेष तर झालं नाही ना?'

'छे! छे! अगदीच किरकोळ आहे. पण आता इकडून महालात येणं झालं आहेच, तर आम्ही पटावर डाव मांडतो. इकडून खेळावं.

'आमची हरकत नाही. पण पटावरची ही हस्तिदंती मोहरी फिरवण्याचा आम्हाला सराव नाही. सांभाळून घेणार असाल तर खेळू एखादा डाव.'

काशीबाईंनी तिरप्या नजरेनं बाजीरावांच्याकडे पाहिलं. गालांतल्या गालात त्या हसल्या आणि म्हणाल्या, 'पण एक शर्त आहे. अगोदर मंजूर म्हणावं, मग आम्ही सांगू.'

'ठीक आहे. मंजूर म्हणतो. सांगा आता.'

'इकडून फुरसत फारच थोडी असते. कधीमधी आमच्या महालात येऊन, डाव मांडून, आमच्या समोर खेळायलाही बसणं होतं. पण काही ना काही कारणानं प्रत्येक वेळी, डाव अपुराच ठेवून उठणं होतं. या वेळी डाव पुरा झाल्याशिवाय आम्ही उठू देणार नाही. शर्त अगोदरच मंजूर झाली आहे. आता नाही म्हणता येणार नाही.'

'होय. शर्त तर आम्ही मंजूर केलीच आहे. पुरा डाव खेळू पण मग तुमच्या

दासीला सांगून ठेवा. या वेळी कुणीही आलं तरी त्याची वर्दी आमच्यापर्यंत पोचू देऊ नका. नाहीतर ऐनवेळी कुणी राजकारणाचा खलिता घेऊन येतो आणि मग डाव बाजूला सारून आम्हाला उठावं लागतं.'

काशीबाईंनी टाळी वाजवून दासीला बोलावलं. तिला आज्ञा दिली. आणि मग प्रसन्न मनानं त्यांनी सकदालीचा पट मांडून त्याच्यावर मोहरी ठेवली. मोहरी मांडता मांडता काशीबाई म्हणाल्या, 'डाव अर्धाच टाकून उठण्याबद्दल इकडून सबब मात्र छान सांगितली.'

'का! काही चुकीचं सांगितलं आम्ही?'

'नाहीतर काय? इकडून जेव्हा जेव्हा डाव अर्धा टाकून उठणं झालं, तेव्हा तेव्हा डाव आम्ही जिंकणार होतो, ते पाहून उठणं झालं.'

बाजीराव मनापासून हसले; आणि म्हणाले, 'आम्हाला काही आठवत नाही बुवा. पण या वेळी मात्र आम्ही डाव पुरा खेळू आणि तरीही डाव तुम्हाला जिंकू देणार नाही.'

'पाहू या. अगोदरच कशाला याबाबत चर्चा!'

बाजीराव पटाच्या समोर बसले. न बोलता पटावरून मोहरी हलायला लागली. काशीबाईंनी पटावरचा घोडा उचलून अडीच घरं त्याची चाल केली. पण मोहरं पटावर ठेवण्यापूर्वी तसंच हातात धरून त्यांनी बाजीरावांना विचारलं, 'हा बुदबळाचा डाव मांडून बसलो की, आमच्या मनात एक शंका नेहमी येते.'

'कोणती शंका येते? आम्हाला यातलं काहीच समजत नाही. पण शंका सांगा. शक्य झालं तर आम्ही उत्तर देऊ.'

काशीबाईंनी पटावरच्या एकेक मोहऱ्यावर बोट ठेवीत म्हटलं, 'हे पाहा, हा राजा, हा वजीर, हे हत्ती, हे उंट, हे घोडे आहेत, प्यादी आहेत, पण एक मोहरं त्यांच्यात का नसावं?'

'कोणतं बुवा?' भुवया उचलून बाजीरावांनी विचारलं.

'राणीचं.'

'राणीचं?' असं म्हणून बाजीराव मोठ्यानं हसले.

'इकडून चेष्टा होणार असेल तर आम्ही बोलणार नाही.'

'त्यासाठी आम्ही हसलो नाही, हा बुदबळाचा डाव म्हणजे दोन राजांची लढाई आहे. तिथं राणीचं काय काम?'

‘राणीचं काय काम ते आम्हाला माहीत नाही.’ काशीबाई म्हणाल्या, ‘मनात आलेली शंका फक्त आम्ही बोलून दाखविली. कारण राजा म्हटलं की लगेच आम्हाला राणीची आठवण होते. लहानपणी चासेला असताना मातु:श्री गोष्टी सांगायच्या, त्यामध्ये राजाचं नाव आलं की पाठोपाठ राणीचंही नाव यायचं. एक आवडती. एक नावडती.’

पुन्हा बाजीराव हसले. ‘तुम्हा बायकांच्या हे बरं लक्षात राहतं. आम्हाला आठवतसुद्धा नाही की आम्ही लहान केव्हा होतो आणि मोठे केव्हा झालो. कळायला लागलं तेव्हा पाह्यलं तर हातात तलवार धरलेली होती. आणि त्या तलवारीच्या पात्यावरून रक्ताचे थेंब गळत होते.’

काशीबाईंचं अंग शहारलं. मानेला झटका देत त्या म्हणाल्या, ‘पुरुषांचं सगळंच वेगळं. पण इकडून आमच्या शंकेचं उत्तर देणं झालं नाही. नसेल देता येत तर हरलो म्हणावं.’

‘हरलो म्हणतो. तुमच्या शंकेचं आम्हाला नाही उत्तर देता येत.’

तेवढ्यात हातातलं मोहरं काशीबाईंनी पटावर चटकन मांडलं, आणि त्याबरोबर बाजीरावांचं एक प्यादं मारून काढलं. मग हलकेच हसत त्या म्हणाल्या, ‘खेळायला बसलं की सगळं लक्ष खेळाकडेच ठेवावं. काही तरी इतर बोलण्यामध्ये असं लक्ष गुंतलं की मग असं प्यादं मारलं जातं.

‘बाजीराव हसत म्हणाले, ‘कबूल कबूल! आम्हाला बोलण्यात गुंतवून तुम्ही आमचं प्यादं मोठ्या शिताफीनं मारलंत. आता आम्ही बोलणार नाही. तुम्ही काही विचारलं तरी उत्तर देणार नाही. लक्ष लावून खेळ खेळू. नाहीतर पाहता पाहता तुमचा शह या राजालाच बसायचा.’

घटका दीड घटका खेळ झाल्यानंतर दोघांनाही कंटाळा आला. पट बाजूला सारला गेला. बाजीराव पुन्हा चौपाईवर बसले. काशीबाईंना ते म्हणाले, ‘आज आम्ही आमच्या मनाशी एक ठरवलं आहे. ते तुम्हाला सांगण्यासाठी आम्ही केव्हातरी इकडे येणार होतो. आताच सांगून टाकतो.’

‘सांगावं.’

‘मोहिमेवर आम्ही नेहमी बाहेर असतो. तुम्ही इथं असता आणि मग नाही नाही त्या चिंता मनाशी उगाळीत बसता. तेव्हा तुम्हाला थोडं काम सांगावं असं आम्ही ठरवलंय.’

'आज्ञा करावी. होण्यासारखं काम आम्ही जरूर करू.'

'आमच्या कलावंतांचा कारखाना आहे. त्यांच्या बिदागीचे आकडे घालण्याचं काम आम्ही तुमच्यावर सोपवणार आहोत. कारकून मदतीला आहेतच. पण कलावंतांच्या बिदागीबाबत तुमचा शब्द अखेरचा राहील. तुमच्या समोर याद्या आल्यानंतर आपल्या हातानं तुम्ही बिदागीचा आकडा त्यावर टाकायचा. कलावंतांत कलासूत्री आहेत, कारीगरं आहेत, नाच-गायन करणाऱ्या आहेत, त्या साऱ्यांचा परामर्श तुमच्या आज्ञेनं घेतला जाईल. चालेल?'

'प्रयत्न करतो आम्ही. पण आजच इकडच्या मनात ही गोष्ट कशी आली?'

'त्याला कारण झालं. परवा तुम्ही त्या तक्रारीत लक्ष घातलं नसतं, तर त्या गाणाऱ्या बाईंची तक्रार आमच्यापर्यंत येऊन पोहोचलीच नसती. तेव्हा तुम्ही लक्ष घातलं तर आमचा हा कलावंतांचा कारखाना नीट चालेल, असं आम्हांला वाटतं.'

बाजीराव काशीबाईंच्या चर्येकडं रोखून पाहत होते. काशीबाईंनी लगेच काही उत्तर दिलं नाही.

समोरच्या खलित्यावरून बाजीरावांनी नजर फिरवली, आणि रागानं त्यांचे डोळे लाल झाले. कपाळाला आठ्या पडल्या. उजव्या हातात तो खलिता धरून डावीकडे अदबीनं उभे असलेल्या अंबाजीपंतांकडे पाहत पेशवे म्हणाले, 'पंत, पाहिलात हा काय प्रकार आहे तो. हे आमचे सरदार! हे उदाजी पवार! ह्यांना आम्ही सरदार केलं. शेकडो वर्षांनंतर धारच्या गादीवर परमारवंशीय म्हणून आम्ही या पवारांना बसवलं. त्या या उदाजी पवारांची ही करामत! ही हिंमत!'

फडावर सर्वजण गप्प बसले होते. दूरवर उभे राहिलेले भालदार, चोपदारही कान टवकारून ऐकत होते. पेशवे संतापले म्हणजे कोणती आज्ञा देतील अन् कोणती नाही याचा नेम नसे. त्यामुळं जो तो कानात प्राण आणून ऐकत होता.

पंतांनी समजावण्याचा प्रयत्न केला. 'उदाजी पवारांच्या हातून आगळीक झाली, हे खरं. पण श्रीमंतांनी थोडं दुर्लक्ष करावं.'

'आगळीक! याला पंत तुम्ही आगळीक म्हणता?' आवाज चढवून बाजीराव

म्हणाले. 'अगोदर गुजरातेत ते आमच्या विरुद्ध दाभाड्यांना मिळाले. ही त्यांची पहिली चूक. आम्ही तिकडे दुर्लक्ष केलं. पण आता ते आमचेच महाल लुटीत सुटलेले आहेत. जाळपोळ करताहेत आणि आमच्याच सरदारांशी क्षुल्लक दावे उभे करून भांडत आहेत. पवारांचं हे पाजीपणाचं कर्म म्हणजे क्षुल्लक आगळीक!'

'आज्ञा झाली तर पवारांना ताकीदपत्र पाठवतो.'

'पंत, ताकीदपत्राच्या पलीकडं या गोष्टी गेलेल्या आहेत. आमच्या या सरदारांना जरब बसेल असंच काहीतरी करायला पाहिजे. नाही तर मराठे अन् लुटारू ह्यांच्यात फरक राहणार नाही. माळव्यातल्या प्रजेला आम्ही अभय देऊन आमच्या सत्तेखाली घेतलं आहे. तीच प्रजा उदाजी पवार, कंठाजी कदम लुटीत आहेत. पंत, पिलाजी जाधवरावांना आज्ञापत्र लिहा. त्यांचे कारकून इथं हजर आहेत ना?'

पिलाजीरावांचे कारकून हजर होते. पुढे येऊन पेशव्यांना मुजरा करून ते उभे राहिले. पेशव्यांनी त्यांना आज्ञा केली, 'पिलाजीरावांना आमचा हुकूम कळवा. त्यांना म्हणावं, माळव्यात ताबडतोब तुमच्या फौजेच्या तुकड्या जाऊ द्यात. उदाजी पवारांना घेरा घाला. त्यांना पकडा. पायांत मोठे साखळदंड घालून त्यांना अटकेत ठेवा आणि आज्ञेची तामिली झाल्याची पत्रं पुण्याला रवाना करा.'

उदाजी पवार दौलतीचे अब्रूदार सेवक होते. छत्रपतींशी त्यांचा घरोबा होता. त्यांच्या पायात बेडी घालण्याची आज्ञा पेशवे देतील असं कुणाला वाटलं नव्हतं. म्हणून अंबाजीपंतांनी मध्ये बोलण्याचा प्रयत्न केला.

'शिक्षा थोडी जबर होते आहे. पवारांची इज्जत जाईल, शिवाय छत्रपतीस्वामींना वाईट वाटेल.'

'पंत, एरवी तुमचा सल्ला मानला असता, पण या वेळी आम्ही तो ऐकणार नाही. पवारांच्या इज्जतीची आम्ही एरवी कदर केली असती, पण दौलतीच्या इज्जतीवर ते उठल्यानंतर त्यांना त्यांच्या कर्माचा नतीजा पोहोचलाच पाहिजे. हुकमाप्रमाणं आज्ञापत्र ताबडतोब तयार करा.'

यावर काही बोलण्याची कुणाची छाती नव्हती. अंबाजीपंत खाली मान घालून कागदावर भराभरा लिहू लागले. तेवढ्यामध्ये कारकुनानं दुसरं एक पत्र पेशव्यांच्या समोर ठेवलं. पत्रातील अक्षरांवरून पेशव्यांनी भराभर नजर फिरवली. मग स्वत:शीच आश्चर्याचा उद्गार काढून ते पत्र हातात घेऊन पेशव्यांनी पुन्हा पहिल्यापासून वाचून पाहिलं. पंतांकडे वळून ते म्हणाले, 'पंत, ही खबर अगदी पक्की?'

घाईनं उठून पंतांनी त्या पत्रावरून नजर फेकली. ते म्हणाले, 'होय, मी खात्री केली आहे.'

'ठीक आहे. आम्ही लौकरच याचा फैसला करू. पंत, आमच्या खलबतखान्यातल्या गुप्त कागदपत्रांत हे पत्र ठेवा.'

फडावरची कामं आटोपल्यानंतर बाजीराव भोजनासाठी उठले. बाबूजी नाईक बारामतकरांचे बंधू आणि भिऊबाईंचे यजमान आबाजी नाईक बारामतकर भोजनाला होते. पेशव्यांचे दुसरे मेहुणे व्यंकटराव घोरपडे हेही होते. उदाजी पवारांना बेडी घालण्याचा हुकूम पेशव्यांनी दिलेला आहे, ही बातमी तोपर्यंत सगळीकडे पसरलेली होती. म्हणून भोजनाच्या वेळी नेहमीचा हास्यविनोद झाला नाही. बाजीरावांनी आपल्या दोन्ही मेहुण्यांची किरकोळ चौकशी केली.

भोजन आटोपल्यानंतर ते आबाजी नाइकांना म्हणाले, 'नाईक, तुमच्याशी थोडं काम आहे. आमच्याबरोबर खलबतखान्यात चलावं.'

आबाजी नाईक पेशव्यांच्याबरोबर खलबतखान्यात गेले. खाली बसल्यानंतर पेशव्यांनी विचारलं, 'आबाजी, तुम्ही आमचे मेहुणे. आजपर्यंत आम्ही तुम्हाला अब्रूनं वागवलं, व्याही मंडळी म्हणून राखायचा तो मानही राखला. पण आमच्या नात्याचा गैरफायदा घेऊन तुम्ही आमच्याशी निमकहरामी कराल असं वाटलं नव्हतं.'

आबाजी नाईक मोठ्या खुषीमध्ये तांबूल खात लोडाला टेकून बसलेले होते. पेशव्यांचे शब्द ऐकताच ते चमकून नीट मांडी घालून बसले. नापसंतीची छटा त्यांच्या चेहऱ्यावर उमटली. ते म्हणाले, 'निमकहरामी आम्ही केली?'

'होय, तुम्हीच!'

'पेशव्यांनी आरोप करण्यापूर्वी तीनदा विचार करायला हवा होता.'

'विचार पुरता केला आहे.'

'आम्ही कोणती निमकहरामी केली, त्याचा तपशील तरी द्या.'

'तपशील काय करायचा आहे? पुरावाच देतो.' असं म्हणून गादीखालून पेशव्यांनी एक पत्र काढलं, आणि ते आबाजी नाइकांकडे फेकलं. आबाजींनी पत्रावरून नजर फिरवली. त्यांची चर्या उतरली. तरी शब्दात ताठरपणा आणून ते म्हणाले, 'मग काय झालं. गुजरातच्या लढाईत आम्ही पेशव्यांच्या बरोबरीनं लढलो. लुटीमध्ये आम्ही एक हत्ती आणला अन् तो ठेवला आमच्याकडं. त्यात कोणती

निमकहरामी आम्ही केली?'

'आबाजी; लढाईत मिळालेली लूट पहिल्यांदा फडावर जमा करायची हा रिवाज तुम्हाला नवा नाही.'

'हे रिवाज होळकरांसारखे धनगर सरदार, किंवा राणोजी शिद्यांसारखे मराठे लोक यांच्यासाठी आहेत. श्रीमंत, आम्ही वरकड सरदारांच्यासारखे नाही. शिवाय आम्ही नुसते सरदार नाही. अब्रूदार सावकारही आहोत. पेशव्यांना कर्ज देणारे! एका हत्तीची ती काय गोष्ट! त्यावरून पेशव्यांनी आम्हाला निमकहराम म्हणावं!'

संतापानं बाजीरावांच्या कपाळाला आठ्या पडल्या.

'आबाजी नाईक, आम्हाला वाटलं होतं झालेली चूक तुम्ही कबूल कराल आणि हत्ती सरकारात जमा कराल. पण पेशव्यांच्या नात्याचा गैरफायदा घेऊन तुम्ही आपली अरेरावी चालवता आहात. ते आम्ही परिच्छिन्न सहन करणार नाही!'

बाजीरावांचा स्वर चढलेला होता. पण आबाजी नाईक सहजासहजी माघार घेणारे नव्हते. त्यांनी गुर्मीत उत्तर दिलं, 'लढाईत आम्ही हत्ती मिळवलेला आहे. विजयाचं स्मारक म्हणून तो सावकार नाईक बारामतकरांच्या वाड्यापुढेच झुलेल.'

अस्सं? ठीक आहे! आबाजी नाईक, मग पेशवे त्यांना कळेल त्याप्रमाणे याचा बंदोबस्त करतील.'

खलबतखान्यातून उठून पेशवे बाहेर पडले. संध्याकळी सूर्य मावळायच्या आत आबाजी नाईक बारामतकरांच्या वाड्यावर पेशव्यांच्या हशमांची चौकी बसली.

मध्यरात्र उलटून गेली होती. खलबतखान्यात बाजीराव पेशवे अस्वस्थपणे येरझाऱ्या घालीत होते. बाजूला गादीवर कागदपत्रांचा ढीग पडला होता. कोपऱ्यात अंबाजीपंत हात बांधून उभे होते. पेशवे काही न बोलता दालनामध्ये फेऱ्या मारीत होते. अंबाजीपंतांची अस्वस्थता क्षणाक्षणाला वाढत होती. अखेरीस ते म्हणाले, 'श्रीमंतांनी आमचा सल्ला ऐकावा. थोरल्या नानांच्यापासून आम्ही दौलतीच्या सेवेत आहोत. आमच्या सल्ल्यानं झालं तर दौलतीचं कल्याणच होईल.' येरझाऱ्या थांबवून बाजीराव अंबाजीपंतांच्या समोर उभे राहिले. त्यांनी विचारलं,

'पंत, तुमच्या सल्ल्यावरच आम्ही मघापासून विचार करतो आहोत. हिंदुस्थानात आमचे वकील गांधार देशापासून कामरूप देशापर्यंत पसरलेले आहेत. त्यांच्याकडून येणारे खलिते, बातमीपत्र आम्ही रोज वाचतो. दिल्लीला काय चालू आहे याची खडान् खडा खबर आम्हालाही आहे. कधीकधी आमचंही रक्त एकदम उसळतं आणि थेट इंद्रप्रस्थाकडे झेप घ्यावी असं वाटतं. पण या साऱ्या वाटण्याला व्यावहारिक मर्यादा पडतात. आणि मग हात चोळीत स्वस्थ बसण्याखेरीज आमच्यापुढं इलाज नसतो.'

'पण श्रीमंत, महंमदखान बंगषाला नतीजा पोहोचवल्यापासून रोहिलखंड आणि गंगा–यमुनेचा दुआब यांच्यामध्ये मराठ्यांचा दरारा उत्पन्न झाला आहे. त्यामुळे रजपूत, जाट आणि खुद्द दिल्लीतला मोगलांचा एक पक्ष आता मराठ्यांकडे मोठ्या आशेनं पाहतो आहे. म्हणून जयपूरच्या सवाई जयसिंगांनी त्यांचा वकील पुण्याला पाठवला आहे. श्रीमंतांनी त्याची गाठ घ्यावी.'

खलबतखान्यात आल्यापासून अंबाजीपंतांनी हे कितीतरी वेळा पेशव्यांना सांगितलं होतं. पुन्हा त्याचा त्यांनी उच्चार केला.

'पंत, रजपुतांच्यावर आम्हाला एकदम विश्वास टाकता येत नाही. याच सवाई जयसिंगांच्या पूर्वजांनी थोरल्या महाराजांच्या वेळी काय केलं होतं हे माहीत आहे ना? रक्ताचं पाणी करून मराठी दौलत थोरले महाराज दक्षिणेमध्ये उभी करत असताना याच जयसिंगाच्या बापजाद्यांनी मोगलांना मिळून दौलतीच्या गळ्याला नख लावलेलं होतं.'

'त्या जुन्या गोष्टी झाल्या श्रीमंत. आज परिस्थिती पार पालटलेली आहे. आपण त्याचा फायदा घेतला पाहिजे. जुनी वैरं आज उगाळत बसून फायदा होणार नाही.'

'पण पंत, काळ पालटला असला तरी माणसं पालटली असतील याचा पुरावा मिळाल्याशिवाय आम्ही विश्वास ठेवायला तयार नाही. राजपुतांनी आजतागायत इकडे आम्हाला लढायला भरीला घालून तिकडे दिल्लीला मोगलांची खुषामत केली आहे. दोघांनी परस्पर लढून हतबल व्हावं आणि दिल्लीवर आपण कब्जा करावा ही त्यांची इच्छा.'

'असेल, एकेकाळी त्यांची ती इच्छा असेल.' पंत पुन्हा समजावणीच्या सुरात म्हणाले, 'पण मनात असलं तरी तसं करण्याची आज रजपुतांच्यात ताकद नाही, हिंदुस्थानभर आज दरारा एकाच सत्तेचा आहे. आणि तो म्हणजे मराठी सत्तेचा.'

म्हणून ते विनवण्या करत आहेत. आपण त्यांचं राजकारण ऐकून घ्यावं. आणि नंतर मनाला येईल तसं करावं.'

बराच वेळ पंतांनी युक्तिवाद केल्यानंतर पेशव्यांनी रजपुतांच्या वकिलाला खलबतखान्यात आणण्याबद्दल आज्ञा दिली. पंतांनी दालनातून बाहेर जाऊन बाहेर वाट पाहत असलेल्या सवाई जयसिंगाच्या वकिलाला खलबतखान्यात आणलं.

गोरापान वर्ण, काळ्याभोर पिळदार मिश्या, डोईवर कुसुंबी रंगाचं रजपुती पागोटं, खाली तंग तुमान, आणि अंगामध्ये पायघोळ अंगरखा अशा वेषात सवाई जयसिंगाचा वकील खलंबतखान्यात आला. पेशव्यांना पाहताच खाली वाकून त्यानं मोगली पद्धतीचा तीनदा कुर्निसात केला.

शिष्टाचारात वेळ न घालवता बाजीरावांनी रोखठोक प्रश्न विचारला,

'वकील, पंतांनी आम्हाला जे सांगायचं ते सांगितलं. सवाईजींची इच्छा आहे, आम्ही दिल्लीवर हल्ला करावा. हीच वेळ आहे. हे सारं खरं, पण आम्ही उत्तरेत आलो तर रजपूत आम्हाला कोणती मदत करणार आहेत ते सांगा.'

वकील बाजीरावांच्या चेहऱ्याकडे पाहत होते. बाजीरावांचा गौर वर्ण, कणखर शरीरयष्टी, भेदक डोळे यांचा वकिलावर परिणाम झाला. पण वकील राजकारण घेऊन आले होते. म्हणून ते म्हणाले, 'मराठी फौजा चंबळ नदी ओलांडून गंगा-यमुनेच्या दुआबात आल्या तर रजपूत त्यांच्या साहाय्याकरिता वाटेल ते करायला मागंपुढं पाहणार नाहीत.'

बाजीरावांच्या चेहऱ्यावर एक लहानशी आठी उमटली. रोकठोक स्वरात ते म्हणाले, 'वकील, मुत्सद्द्यांची भाषा ऐकायची आम्हाला सवय नाही. स्पष्ट आणि ठाम सांगा. उदेपूरकर, जयपूरकर, जोधपूरकर आम्हाला कोणती मदत द्यायला तयार आहेत? फौजेची, पैशाची, तोफा-बंदुकांची, कोणती मदत द्यायला तयार आहेत?'

वकील राजकारणात मुरलेले होते. पेशव्यांच्या रोकठोक सवालाला त्यांनी आडवळणानं उत्तर दिलं. 'सवाईजींनी मुद्दाम मला श्रीमंतांची गाठ घ्यायला पाठवलेलं आहे. मोगलांच्या आक्रमणामुळं हिंदू धर्म निस्तेज झाला आहे: आमची सारी तीर्थक्षेत्रं यवनांच्या ताब्यात आहेत. ती सोडवणं आणि इंद्रप्रस्थावर पुन्हा आमच्या सनातन धर्माचा झेंडा फडकावणं हे सवाईजींचं उद्दिष्ट आहे. ह्या उद्दिष्टापोटी ते पेशव्यांना कोणतीही मदत द्यायला तयार आहेत. मग ती मदत फौजेची असो,

बंदुका-तोफांची असो. किंवा प्रत्यक्ष पैशाची असो. श्रीमंतांनी आपली अपेक्षा बोलून दाखवावी.'

बाजीरावांना याही भाषेची सवय होती. ते म्हणाले, 'ठीक आहे, आम्ही उत्तरेत येण्याचा विचार करू. आम्ही नर्मदा ओलांडल्याबरोबर सवाईजींनी फौजेच्या खर्चासाठी एक कोट रुपये आमच्या हवाली करावेत. दिल्लीला पोहोचल्यानंतर आणखी पाच कोट रुपये आमच्या हवाली करावेत. शर्त कबूल आहे?'

बाजीराव पेशवे एकदम उघड उघड अशी पैशाची मागणी करतील याची वकिलांना अपेक्षा नव्हती. मनातून वकील थोडे गांगरले. पण मुद्रेवर तसं दिसू न देता ते म्हणाले, 'आकडा थोडा जबर वाटतो. पण तो मी आमच्या धन्यांच्या कानी घालीन. त्याचं उत्तर येईल ते पेशव्यांना कळवीन. पण या बरसाती आटोपल्यानंतर मराठी फौजेचं उत्तरेकडे कूच होणार आहे असा पेशव्यांचा निरोप मी त्यांना सांगू ना?'

वकिलाची ती चिकाटी आणि पेशव्यांकडून वचन घेण्याची ती युक्ती पाहून बाजीराव मनातल्या मनात हसले. उघड एवढंच म्हणाले, 'वकील, तुमच्या धन्यांना सांगा की बाजीराव पेशवे आहेत. मराठी दौलतीचे मालक नाहीत. त्यांच्या साऱ्या हालचाली छत्रपतींच्या हुकमांनी होतात. छत्रपतींनी आज्ञा दिली तर मराठे नर्मदाच काय पण यमुनासुद्धा ओलांडतील. आम्ही सांगितलेल्या अटी सवाईजींना पसंत असल्या तर दिल्लीचं राजकारण हाती घेण्यासाठी आम्ही छत्रपतींची आज्ञा मागू.'

'ठीक आहे. आम्ही आमच्या धन्याला पेशव्यांच्या अटी कळवून त्यांचं जे उत्तर येईल ते महिना पंधरा दिवसांत पेशव्यांना पेश करू.'

एवढे झाल्यानंतर पंत वकिलांना खलबतखान्याच्या बाहेर घेऊन गेले. ते पुन्हा खलबतखान्यात परतल्यावर बाजीराव म्हणाले, 'रजपुतांच्या वचनात कितपत खरेपणा आहे, याची खात्री झाल्यानंतर उत्तरेतलं राजकारण अंगावर घ्यायला हरकत नाही. महाराजांची गाठ घेण्यासाठी आम्ही लौकरच साताऱ्याला जाणार आहोत. त्या वेळी आम्ही हे राजकारण त्यांच्या कानांवर घालू. तोपावेतो पंत, हिंदुस्थानातल्या आपल्या वकिलांना गुप्त खलिते धाडा. ठिकठिकाणची बातमी खडान्खडा तातडीनं पुण्याला यायला पाहिजे. चोख बातमी म्हणजे निम्मी मोहीम हे लक्षात ठेवा.'

तीन दिवस झाले. भिऊबाई राधाबाईंच्या पुढं धरणं धरून बसल्या होत्या. राधाबाई आपल्या लेकीची समजूत काढीत होत्या. पण लेकीची समजूत पटत नव्हती. पुन्हा पुन्हा भिऊबाई एकच प्रश्न राधाबाईंना विचारत होत्या.

'पण राऊंची ही अरेरावी आम्ही काय म्हणून चालून घ्यायची! असतील ते पेशवे! पण एका हत्तीची ती बाब काय? आणि त्यासाठी आमच्यासारख्या प्रतिष्ठित सावकारांच्या घरावर पेशव्यांनी चौकी बसवावी हे अति झालं.'

राधाबाई आपल्या लेकीची समजूत काढीत होत्या.

'भिऊबाई, जावईबापूंच्याबद्दल आम्हालाही माया आहे. ते अब्रूदार अन् प्रतिष्ठित आहेत. तुलाही माहीत आहे, की माझा ओढा धाकट्या जावयांपेक्षा थोरल्या जावयांकडेच जास्त आहे. पण—'

राधाबाईंना पुढं बोलू न देता भिऊबाई म्हणाल्या, 'मातु:श्रीबाई, थोरल्या जावयावर आपली माया जास्त आहे असं म्हणता, पण प्रत्यक्षात मात्र राऊंनी आमच्या वाड्यावर चौकी बसवली तरी आपण त्याबद्दल त्यांच्याकडे एक अक्षर बोलत नाही. मग आम्ही तरी काय समजावं? सासरी आम्हाला वर तोंड काढू देत नाहीत. मातु:श्रीबाई, तुम्हीच काय तो निकाल दिला पाहिजे.'

भिऊबाईंनी वारंवार असं म्हटलं म्हणजे मातु:श्रीबाई म्हणत, 'ते सारं खरं असलं तरी दौलतीच्या कामाचे काही रिवाज असतात. ते त्यांनी पाळायला पाहिजेत. ते पाळले नाहीत—'

संतापानं भिऊबाई म्हणाली, 'काय पाळले नाहीत? लढाईत मिळालेला हत्ती ठेवून घेतला एवढंच ना? आमची का ऐपत नाही?'

'पण असं कोण म्हणतं? आमच्या कानांवर आलं की जावईबापू एखाद दुसरा उणा शब्द राऊंना बोलले. राऊ तुमचे बंधू असले तरी पेशवे आहेत. ते कसं ऐकून घेतील? त्यांनी दिलेल्या निवाड्यामध्ये आम्हाला तरी हात घालता येत नाही.'

राधाबाई असं म्हणाल्या की भिऊबाई रुसून बसत. राधाबाई मनातून कष्टी होत. अगोदरच आपल्या या लेकीची कूस उजवली नाही, तिचं मूल आपल्या

मांडीवर खेळलं नाही म्हणून आजीचं मन हळवं झालेलं होतं. ती हट्ट धरून बसली, की मातु:श्रींच्या मनात कालवाकालव होत असे. पण त्यांचा इलाज चालत नव्हता. अशा अटीतटीला पडलेल्या प्रकरणामध्ये आपण मध्यस्थी केली नि ती राऊंनी ऐकली नाही तर आपल्या शब्दांचा बोझ कमी होईल हे त्या जाणून होत्या. म्हणून त्या भिऊबाईंची समजूत घालीत असत. दोन्हीकडून त्यांचा कोंडमारा होत होता. भिऊबाई ऐकत नाहीत असं पाहून राधाबाई म्हणाल्या, 'भिऊबाई, बारामतकरांनी हत्ती ठेवून घेतला, तर निदान रिवाजाप्रमाणं त्याची किंमत तरी दौलतीत भरायची की नाही?'

'तसंच होतं तर राऊंनी किंमत मागायची होती आमच्याकडून! ती दिली असती आम्ही. तेवढे पैसे अद्याप बारामतकरांच्याकडं आहेत.' ठसक्यात भिऊबाईंनी दिलेला तो टोमणा राधाबाईंनाही लागला. पण लेकीच्या मायेनं त्या एवढंच म्हणाल्या, 'भिऊबाई, असं बोलू नये. कुणाकडे पैसे आहेत, आणि कुणाकडे नाहीत हा का प्रश्न आहे? इतर साऱ्यांना जी वागणूक पेशवे देतात तीच त्यांनी तुम्हाला दिली. पण अजूनही काही तरी मार्ग काढता येईल.'

'त्यासाठीच तर मातु:श्रीबाई, आम्ही आपल्याकडे आलो. काही तरी मार्ग काढा. वाड्यावरची चौकी उठली पाहिजे. पण आम्हाला माघार घ्यायला लावू नका. हत्ती वाड्यात राहिला पाहिजे, अशी काही तरी तोड आपण काढा.'

'बघते मी प्रयत्न करून.' असं म्हणून राधाबाईंनी फडावरून अंबाजीपंत पुरंदऱ्यांना बोलावून घेतलं.

पंत आले. मातु:श्रींना नमस्कार करून समोर उभे राहिले. गेले तीन–चार दिवस कोणती कुजबूज पुण्यामध्ये चालली होती ते त्यांच्या कानांवर येत होतं. हवेलीत काय चाललं आहे तेही त्यांना समजत होतं. डोळे लाल झालेल्या भिऊबाई मातु:श्रीबाईंजवळ बसलेल्या आहेत हे पाहताच त्यांनी जे ओळखायचं ते ओळखलं. पंत सेवक होते, नम्रपणानं ते समोर उभे राहिले.

'पंत' राधाबाई त्यांना म्हणाल्या, 'आबाजी नाइकांच्या वाड्यावर चौकी बसली आहे?'

'होय, आम्ही नाही म्हणत असतानाही श्रीमंतांनी आज्ञा दिली. माझा नाइलाज झाला.'

'नाइकांनी हत्ती दौलतीकडे जमा केला नाही तर अन्य काही मार्ग आहे का?'

'होय, हत्ती नाइकांना ठेवून घ्यायचा असला तर त्यांनी हत्तीची किंमत सरकारात भरणा केली तर चालण्याजोगं आहे.'

'किती किंमत आहे हत्तीची?' मातुःश्रीबाईंनी विचारलं. तशी मधेच ताडकन भिऊबाई म्हणाल्या, 'पण मातुःश्रीबाई, आपण आम्हाला किंमत भरायला सांगितलं तर आमच्या सासरी ते आवडणार नाही.'

'भिऊबाई, तुम्ही आता सारं आमच्यावर सोपवलं आहे ना? मग आम्ही काय करायचं ते करतो.' मग पंतांच्याकडे वळून राधाबाई म्हणाल्या, 'पंत, हत्तीची किंमत किती आहे?'

पंतांनी फडावर मुरलेलं उत्तर दिलं. 'आबाजी नाइकांच्या वाड्यात असलेला हत्ती मी पाहिलेला नाही. त्यामुळे त्या हत्तीची किंमत किती आहे ते मला सांगता येणार नाही.'

'पण तरीही दौलतीसाठी तुम्ही हत्तीची नेहमीच खरेदी करत असता. हत्तीची साधारण किंमत किती असेल ती सांगा.'

'असेल साधारण दोन हजार रुपये.' चाचरत पंतांनी उत्तर दिलं.

'ठीक आहे पंत. मग असं करा. आमच्या स्वतःच्या खासगी खर्चासाठी तोडून दिलेली रक्कम तशीच शिल्लक आहे. त्या खात्यातून अडीच सहस्र रुपये दौलतीत जमा करा. त्याची पावती आबाजी नाइकांच्याकडे पाठवा, आणि त्यांच्या वाड्यावरची चौकी उठवा.'

'पण त्यासाठी आम्हाला श्रीमंतांची आज्ञा लागेल. आणि शिवाय मातुःश्रींनी हत्तीची भरलेली किंमत श्रीमंतांना आवडेल की नाही सांगता येत नाही. एखादे वेळी या साऱ्या प्रकारानं पेशव्यांची या सेवकावरच खफा मर्जी व्हायची.'

'ती काळजी तुम्ही करू नका पंत. आम्ही आहोत. तसा प्रसंग आला तर राऊंच्यापाशी आम्ही तुमची रदबदली करू. मात्र तूर्त पैसे आम्ही खासगीतून भरले आहेत, हे राऊंच्या कानांवर जाऊ देऊ नका.'

पंतांची चर्या कष्टी झाली. त्यांच्याकडून चटकन होकार आला नाही. ते पाहून राधाबाईंनी विचारलं, 'पंत, यात अवघड ते काय?'

'अवघड एवढंच की आजतागायत श्रीमंतांची सेवा करताना, कधी मनात एक, आणि ओठात एक, असं ठेवलं नव्हतं. ते आता करायला लागणार आहे.' आणि पंतांनी एक उसासा टाकला.

राधाबाईंचा निरोप घेऊन पंत पुन्हा फडावर आले. फडावरची कामं आटोपून माध्यान्हीला ते रिवाजाप्रमाणं मुजरा करायला पेशव्यांच्या समोर गेले. मुजरा करून ते बाजीरावांना म्हणाले, 'बरेच दिवस मनात विचार येतो आहे तो आज बोलतो.'

बाजीरावांनी नजर वर उचलून पंतांच्याकडे पाहिलं. पंत म्हणाले, 'अलीकडे प्रकृती ठीक राहत नाही. शिवाय आमचे चिरंजीव महादोबाही आता दौलतीच्या कामात तयार झालेले आहेत. तेव्हा श्रीमंतांनी आम्हाला कामातून मोकळं करावं. तीर्थयात्रा करून देहाचं काही सार्थक करावं असा विचार आहे.'

आश्चर्यानं बाजीरावांच्या भुवया वर चढल्या. ते म्हणाले, 'पंत, हे नवीन काय आहे? परवापर्यंत हिंदुस्थानचं राजकारण आम्ही शिरावर घ्यावं म्हणून तुम्ही आटापिटा करत होता. आणि आज एकाएकी हे काय काढलंत? पेशव्यांच्या बरोबरीनं दौलतीच्या कामामध्ये पुरंदरे आहेत. देह पडेल तेव्हाच ही सेवा थांबेल हा रिवाज तुमच्यासारख्या जुन्या माणसाला आम्ही का सांगायचा?'

काही न बोलता पंत तसेच उभे राहिले. थोड्या वेळाने पेशवे उठून गेले.

काशीबाई आपल्या महालात एकट्याच बसल्या आहेत, असं पाहून येसू दासी लगबगीनं आत आली. मालकिणीचं लक्ष आपल्याकडं जावं म्हणून उगीच इकडे तिकडे करू लागली. काशीबाईंचं तिच्याकडं लक्ष गेलं. त्यांनी विचारलं, 'का ग येसू, स्वारी आता कुठे आहे?'

'श्रीमंत आज सकाळपासूनच घोडी फिरवण्यासाठी पर्वतीच्या मैदानात गेले आहेत.'

'अस्सं.'

मग काशीबाई काही बोलत नाहीत असं पाहून येसू म्हणाली, 'बाईसाहेब, आपल्या कानांवर आलं का?'

ऐकलं न ऐकलं असं करून काशीबाई म्हणाल्या, 'काय गं? काय कानांवर यायचं?'

'आहो, साऱ्या हवेलीभर ज्याच्या त्याच्या तोंडी हीच गोष्ट झाली आहे.'

तरी काशीबाईंनी येसूला फारसं उत्तेजन दिलं नाही. त्या एवढंच म्हणाल्या, ‘अगं पण कोणती गोष्ट?’

‘मोठा चमत्कार घडला बाईसाहेब, चमत्कार तरी कसला म्हणायचा! त्या मेल्या जामदाराला श्रीमंतांनी पहाऱ्याचं काम सांगितलं, तेव्हाच मला ती शंका आली होती. काल अंबाजीपंत सदरेवर बसले होते. तेव्हा त्यांच्यासमोर तक्रार घेऊन बसंती नावाची त्या कलावंतिणीची दासी आली होती.’

‘बसंती! मागे जोगेश्वरीच्या देवळापाशी आमच्या समोर तक्रार करणारी तीच तर नाही ना?’

‘होय, तीच बाईसाहेब. हे कलावंत अलीकडे फार शेफारले आहेत. मस्तानी म्हणून कुणी कलावंतीण आहे. तिचीच ती दासी.’

‘बरं! मग काय झालं?’

‘भर-सदरेवर तिनं पंतांच्या पुढं काय फिर्याद मांडावी बाईसाहेब! जिभेला काही हाड असावं की नाही माणसाच्या!’

‘अगं, पण तक्रार तरी काय मांडली?’

‘बाईसाहेब, अलीकडे श्रीमंतांनी चंदा जामदारावर मोठं जोखमीचं काम टाकल्यापासून तोही मेला मोठा फुगून बसला आहे.’

‘कसलं जोखमीचं काम टाकलं आहे?’

‘कलावंतांचा मुक्काम आहे ना त्या कोथरूडच्या बागेत. त्या मुक्कामाच्या भोवती पहाऱ्याचं काम दिलं आहे त्याच्याकडे. पण ते करण्याऐवजी याचं लक्ष दुसरीकडेच.’

‘काय केलं त्यानं?’

‘त्यानं काय केलं ते तर ती दासी पंतांच्या पुढं सदरेवर सांगत होती. ती म्हणाली, ‘पहाऱ्यावरचं निमित्त करून हा श्रीमंतांचा जामदार माझी एकसारखी छेड काढत असतो. त्याचा बंदोबस्त करा.’ असं तिनं पंतांना सांगितलं.’

‘एवढंच ना? पंतांनी बंदोबस्त केला असेल त्याचा.’

‘तसं झालं असतं तर बाईसाहेब, मी ही सारी कथा कशाला सांगत बसले असते? उलट पंतांनी विचारलं, ‘त्रास देतो म्हणजे काय करतो?’

काशीबाई हसल्या. त्यांच्या तोंडून चटकन शब्द बाहेर पडला, ‘काहीतरीच पंतांचं असतं! बाईच्या जातीला चारचौघांत काय विचारावं अन् काय नाही ते

समजायला नको त्यांना?' अन् काशीबाईंनी आपली जीभ चावली... येसूनं ते हेरलं, ती आपली बातमी घोळून घोळून आपल्या मालकिणीला सांगू लागली.

'ती दासी सांगत होती की, जामदार तिला सारखं गाणं म्हण, गाणं म्हण, असं म्हणत असतो. अन् गाणं कोणतं माहीत आहे?'

'मला काय माहीत? तू सांग.'

'काही दिवसांपूर्वी श्रीमंतांच्या समोर मस्तानीनं जे म्हटलं होतं ते.'

काशीबाईंनी मानेला नापसंतीचा झटका दिला. त्या म्हणाल्या, 'कलावंतिणीचं गाणं ते काय आणि ते पहाऱ्यासाठी ठेवलेला हा जामदार गुणगुणतो ते काय! साराच मूर्खांचा बाजार. मला वाटतं येसू, तुम्हा नोकरलोकांना पुरेसं काम दिसत नाही, म्हणून असल्या ह्या गोष्टी चघळत बसता. स्वारींना सांगून तुमचा बंदोबस्त केला पाहिजे.'

'बाईसाहेब, मी सहज बोलले. उगीच माझ्यावर नसती तोहमत यायला नको. पाहिजे तर मी सांगितलेलं हे सारं विसरून जा.'

पण काशीबाईंचं मन विसरायला तयार होईना. त्यांनी थोड्या वेळानं येसूला विचारलं, 'काय गं येसू, त्या गाण्यात काय आहे एवढं? आम्हाला ती यवनी भाषा नीट समजत नाही. काय आहे ते गाणं?'

'निसदिनी बरसत नयन हमारे।'

'अगं हो, पण त्याचा अर्थ काय?'

'अर्थ सांगितला तर बाईसाहेब हसाल, बोलूनचालून कलावंतिणीचं गाणं. त्याचा अर्थ चांगला का असणार?'

'आता एवढं सांगितलंस तर अर्थ सांगून टाक.'

'बाईसाहेब, त्याचा अर्थ असा आहे, कुणी तरी एक बाई एखाद्या बाप्याला असं म्हणते की आहे, पावसाळा आला यात नवल काय? तुम्ही गेल्यापासून आमच्या डोळ्याला ज्या धारा लागलेल्या आहेत त्या पाहून आम्हाला असं वाटतं, की आमच्यासाठी बाराही महिने पावसाळा चालूच आहे.'

'काय म्हणालीस पुन्हा सांग!' काशीबाईंनी उत्सुकतेनं विचारलं. येसूनं पुन्हा अर्थ सांगितला.

'आमच्यासाठी पावसाळा बाराही महिने चालू आहे.'

'वा! अग मग ही तर विराणी झाली. गोपींनी कृष्णाला उद्देशून म्हटलेली.'

'असेल बाईसाहेब, हे काय मला माहीत? पण सदरेवर त्या दासीनं सांगितल्यापासून ज्याच्या त्याच्या तोंडी हेच शब्द आहेत.'

'हे गाणं इकडच्यापुढं गायलं असं तू म्हणालीस नाही आता?' काशीबाईंनी सहज विचारलं.

'होय, मी काही ऐकायला नव्हते. पण हवेलीतले लोक बोलत होते. ही कलावंतीण श्रीमंतांच्या समोर त्या दिवशी हे गाणं म्हणाली, आणि गाणं ऐकण्यासाठी बाईसाहेब, श्रीमंतांच्या बरोबर घोरपडे, रेठरेकर आणि इतर मंडळीही होती.'

'असतील. त्यात काय विशेष आहे? पुरुषांना असतो षौक गाणे ऐकण्याचा.'

'पण बाईसाहेब. मला एक गंमत वाटते.' मुरकत मान वेळावून येसू म्हणाली.

'आता आणखी कसली गंमत काढलीस?'

'आपण म्हणालात पुरुषांना असतो षौक गाण्याचा. मग चंदा जामदारानं बसंतीला गाणं म्हणायला सांगितलं, तर त्याचं काय हो चुकलं? त्या सटवीला एवढी तक्रार घेऊन भर सदरेवर यायचं कारणच काय, मी म्हणत्ये.'

काशीबाई खुदकन हसल्या. 'तुझ्या बोलण्यातला अर्थ आता आमच्या लक्षात आला. तुला असं म्हणायचंय की त्या बसंतीच्या जागी तू असतीस—'

गोरीमोरी चर्या करून येसू दासी चटकन म्हणाली, 'छे, छे! मला तसं काही म्हणायचं नाही बाईसाहेब. हवेलीत काय चाललं होतं ते मी सांगितलं आपल्याला. मला हो काय करायचंय तिच्याशी! ती बसंती दासी जाणे अन् तो चंदा जामदार जाणे. मी नव्हे गं बाई तशी.'

काशीबाईंना हसू आवरेना. हसू थांबल्यानंतर त्या म्हणाल्या, 'आम्ही कुठं म्हणतो आहोत की, तू तशी आहेस म्हणून. पण तुला त्या बसंतीचा मत्सर कशासाठी वाटला ते आमच्या लक्षात आलं एवढंच आम्ही म्हटलं.'

'तुमचं काहीतरीच असतं बाईसाहेब. माझ्या तसं काहीच मनात नाही बरं बाईसाहेब. पण एक वाटतं, की या कलावंतांचा कारखाना बाईसाहेब आता आपल्याकडे आहे. तेव्हा ही तक्रार तुम्ही ऐकायला पाहिजे होती. ह्या पंतांनी त्यात लक्ष कशाला घालायला पाहिजे?'

काशीबाईंना पुन्हा हसू फुटलं. त्या म्हणाल्या, 'रास्त बोललीस. आम्ही तुझा सल्ला ऐकतो बरं. सांगू आम्ही पंतांना की आमची दासी असं म्हणत होती.'

तशी एकदम घाबरून, तोंडावर हात ठेवून येसू म्हणाली, 'नको, नको! बाईसाहेब,

पंतांना यातलं काही सांगू नका. मी असं आपल्यापाशी म्हणाले हे त्यांना कळलं तर माझी काही धडगत नाही. सुखानं चार घास खाते आहे आपल्या पायांपाशी. त्याच्यात माती कालवायला नको.' आणि मग येसूची ती बडबड बंद झाली.

दालनाच्या खिडकीतून पलीकडचं निळं आकाश दिसत होतं. पश्चिमेच्या बाजूनं आभाळात काळे ढग चढत होते. हवेतला बदल जाणवू लागला होता. काशीबाई सहज स्वतःशीच पुटपुटल्या, 'आता लवकरच पावसाळा सुरू होईलसं दिसतंय.'

मालकीण आपल्यालाच उद्देशून बोलली असं समजून येसू म्हणाली, 'होय, बाईसाहेब, आता पावसाळा तोंडावरच आला म्हणायचा. वळीव संपला. आता हा आपला नेहमीचा पावसाळा सुरू होईल. म्हणून तर श्रीमंत घोडी फिरवण्यासाठी आज पर्वतीकडे गेले आहेत. कुणी तरी फडावर म्हणत होतं, की एकदा पावसाळा सुरू झाला म्हणजे मग घोडी फिरवता येणार नाहीत.'

खिडकीवरचा मखमली पडदा काशीबाईंनी सरकन ओढला. काळे ढग दृष्टीआड झाले.

पर्वतीच्या डोंगरापासून नदीपर्यंत झाडी तोडून घोडी फिरवण्यासाठी मैदान तयार केलेलं होतं. घोड्यांची परीक्षा घेण्यासाठी पेशवे याच मैदानात येत असत. डोंगराच्या दिशेनं उंचवट्यावर घोड्यांचे सौदागर आपापले घोडे घेऊन जमा झाले होते.

बाजीराव पेशवे बरोबर बाजीपंत रेठरेकरांना घेऊन मैदानावर आले होते. बाजी भीमराव रेठरेकर पेशव्यांच्या खास मर्जीतले. उभयतांच्या तीर्थरूपांच्यापासून घरोबा असलेले. पेशवे त्यांचा सल्ला मानत असत. मैदानावरचे घोडे पाहून बाजीरावांनी रेठरेकरांना म्हटलं, 'बाजीपंत, आज घोड्यांचे बरेच सौदागर आलेले दिसतात.'

ओळीत उभ्या राहिलेल्या घोड्यांवरून नजर फिरवीत रेठरेकर म्हणाले, 'घोडे घेऊन सौदागर पुण्याला का येणार नाहीत? हिंदुस्थानात आज घोड्याला बाजार फक्त इथंच उरला आहे. घोड्यांची खरी पारख पुण्यालाच होते, असा समज सगळीकडे पसरलेला आहे.'

आपल्या शुभ्र घोड्यावर बसून बाजीराव मैदानात हिंडून घोडे पाहत होते. ते

जवळ येताच सौदागर खाली वाकून पेशव्यांना कुर्निसात करत असत. आपापल्या घोड्यांची स्तुती करण्यात सौदागर एकमेकांना मागे सारत असत. पंचकल्याणी, जयमंगल, कमलकंठा, देवमणी, पद्मखूर अशा वेगवेगळ्या लक्षणांचे घोडे मैदानात होते. एका काळ्या घोड्याकडे बाजीरावांची नजर गेली. सौदागर तो घोडा घेऊन पेशव्यांच्या समोर आला. पेशव्यांच्या पागेवरचे अश्वपरीक्षक बरोबर होतेच. त्यांनी घोड्याची परीक्षा केली. बापूजी श्रीपत यांच्याकडे हुजूरपागा होती. त्यांनी पेशव्यांना माहिती दिली.

'चांगला पंचकल्याणी घोडा आहे. त्याचे गुडघ्यापर्यंतचे पाय, कपाळ आणि तोंड पांढऱ्याशुभ्र रंगाचं आहे.'

'उमर किती?' पेशव्यांनी चौकशी केली.

सौदागर झुकून म्हणाला, 'सिर्फ दो साल सरकार.'

पेशव्यांनी संमतीची मान हलवली. सौदागरानं घोडा पागेच्या अधिकाऱ्याच्या ताब्यात दिला.

पेशवे आणि रेठरेकर यांची अश्वपरीक्षा बराच वेळ चालली होती. त्यांनी पसंत केलेल्या घोड्यांची सेवक तपशीलवार नोंद करून घेत होते. बापूजी श्रीपत सौदागरांशी किमतीची वाटाघाट करीत होते. पसंत केलेल्या घोड्यांच्या चिठ्ठ्या सौदागरांना देत होते.

सूर्य वर आला. उन्हाचा त्रास मैदानात जाणवू लागला. तेवढ्यात पेशव्यांचं लक्ष एका उंच उमद्या आणि पांढऱ्याशुभ्र घोड्याकडे गेलं. रेठरेकरांना त्यांनी विचारलं, 'बाजीपंत, तो घोडा तुम्हाला कसा वाटतो?'

बाजीपंतांनी घोड्याचं थोडा वेळ निरीक्षण केलं. मग ते म्हणाले, 'खुरावर दोन काळे पट्टे आहेत. चांगला पद्मखूर आहे. देखणाही दिसतो. असा हा घोडा पेशव्यांच्या पागेत पाहिजे. श्रीमंतांनी आज्ञा दिली तर पागेसाठी हा घोडा घ्यायला सांगतो.'

पेशव्यांनी लगेच आज्ञा दिली नाही. त्यांनी सौदागराला जवळ बोलावलं. त्याला विचारलं, 'घोड्यात आयब काय आहे?'

'ऐब तो कुछ नही सरकार, हां! तेज जरूर है!'

'मतलब?'

'घोडा मामुली आदमीको आसानीसे बैठने नही देता है!'

'आम्ही परीक्षा करतो.' आणि शेजारच्या सेवकांना पेशव्यांनी आज्ञा दिली, 'घोड्याला लगाम लावा आणि पाठीवर लहानसं खोगीर आवळा.'

रेठरेकर शेजारी उभे होते. ते म्हणाले, 'श्रीमंतांनी आज्ञा दिली तर आम्ही पहिल्यांदा स्वार होऊन पाहतो. अनोळखी जनावर आहे. श्रीमंतांनी एकदम त्याच्यावर स्वार होऊ नये.'

'पण घोडा तर उमदा दिसतो आहे. आम्हाला एकदम पसंत आहे. असलं जनावर तेज नसलं तरच नवल. आम्ही स्वारी करून पाहतो.' एवढं बोलून पेशव्यांनी आपल्या घोड्यावरून खाली उडी टाकली. पायांत चढाव होते, वर तुमान होती. आणि अंगात घट्ट अंगरखा होता. उजव्या हातात चाबूक घेऊन पेशव्यांनी घोड्याच्या रिकिबीत चढावाचं पाऊल टाकलं. उडी मारून वर स्वारी करणार, तेवढ्यात घोडा मोठ्यानं खिंकाळला, आणि त्यानं आपले पुढचे दोन पाय वर उचलले. बाजीरावांनी चपळाईनं आपलं शरीर त्याच्या पाठीवर झोकून दिलं होतं. रिकिबीत पाय घट्ट रोवून, त्यांनी लगाम ओढून धरला. जवळ उभे राहिलेले मोतद्दार पुढे धावले. त्यांना तिथंच थांबण्याचा इशारा करून बाजीरावांनी आपल्या हातातल्या चाबकाचा घोड्याच्या पुठ्ठ्याला स्पर्श केला. तेवढा इशारा पुरेसा होता. पुढचे दोन पाय जमिनीवर टेकवण्याऐवजी त्यानं मागचे दोन पाय जमिनीत रोवून पुढे उडी घेतली. आणि एकदम चौखूर दौड सुरू केली. बाजीरावांनी लगाम ओढून दोन्ही मांड्यांमध्ये घोडा घट्ट धरून ठेवलेला होता. वाटेत येणाऱ्या अडथळ्यांना कुशलतेने टाळून घोड्याला त्याच्या मनाप्रमाणे दौडू देत होते.

पाहता पाहता पटांगण सोडून घोडा नदीच्या दिशेनं निघाला. दरडीवरून त्यानं खाली लहानशी उडी घेतली. एकदम तो नदीच्या वाळवंटात आला. चारी खुरांनी वाळू मागे फेकत तो नदीच्या पात्रातून सुसाट दौडत होता. नदीच्या पात्रात दहा–पाच हात रुंद पाण्याचं डबकं होतं. घोडा डबक्यापर्यंत आला आणि तेथून त्यानं मागच्या पायांवर जोर देऊन एकच उडी घेतली आणि पैलतीर गाठलं.

पैलतीरावर झाडी होती. झाडीच्या मधल्या मोकळ्या पायवाटेवरून घोडा दौडत होता. आता घोड्याच्या दौडण्याचा वेग कमी आला होता. त्याचा श्वास जोरानं चालला होता. घोड्याचा तो चपळपणा, रस्त्यांची त्याला असलेली जाण, त्याच्या खुरातलं बळ हे पाहून बाजीराव खूष झाले. लगाम खेचून ते त्याला थांबवण्याचा प्रयत्न करीत होते. झाडीत पाऊलवाटेच्या दुसऱ्या टोकाला बऱ्याच अंतरावर

माणसांचा एक घोळका उभा असलेला बाजीरावांनी पाहिला. त्यांनी आवेशानं घोड्याचा लगाम जोरानं खेचला. घोड्यानं वेग आवरता घेतला. आणि खिंकाळून पुन्हा मागच्या पायावर उभं राहण्याचा प्रयत्न करीत घोडा अखेर थांबला.

घोडा थांबल्याबरोबर पलीकडे झाडाखाली जमलेल्या लोकांच्यापैकी दोन–चार लोक धावत धावत तिथं आले. कुणीतरी म्हणालं, 'खासे श्रीमंतच दिसताहेत! आणि एकटे इकडे कुणीकडे?'

घोडा घामानं निथळत होता. बाजीरावांची मांड थोडी ढिली झाली. डोक्यावरच्या पागोटचाच्या शेमल्यानं आपल्या कपाळावरचा घाम पुसून शेमला तसाच गळ्याभोवती टाकून त्यांना विचारलं, 'कोण लोक आहेत? काय चाललंय?'

तेवढ्यात त्या घोळक्यातून एक दासी धावत धावत आली. ती बसंती होती. पेशव्यांना पाहताच कुर्निसात करून ती म्हणाली, 'सरकारस्वारी इकडे जंगलात कुठं आली? आणि घोडा घामानं निथळतो आहे. पलीकडं चलावं, बाईजी तिथं आल्या आहेत.'

'कोण बाईजी?' बाजीरावांनी भुवई उचलून चौकशी केली.

'मस्तानी बाईसाहेब, श्रीमंतांनी परवा ज्यांचं गाणं ऐकलं त्या.'

'अस्सं', बाजीरावांच्या चर्येवरचे भाव भराभर बदलले. हातातला चाबूक त्या गर्दीच्या दिशेनं करून त्यांनी विचारले, 'काय चाललं आहे तिथं?'

'आज आमचा सण आहे. बकरी ईद. तेव्हा खुद्द बाईजी तिथं फकिरांना खैरात वाटताहेत.'

बाजीरावांनी घोडा त्या गर्दीच्या दिशेकडे वळवला. पेशव्यांना जवळ आलेले पाहताच खैरातीसाठी जमलेले फकीर एका बाजूला झाले. मध्यभागी एका उंचवट्यावर बसून मस्तानी फकिरांना खैरातीचे पेटारे वाटीत होती.

अचानक पेशवे समोर आलेले पाहताच ती गोंधळून उभी राहिली. खाली वाकून तिनं अदब बजावली. शेजारी बसंती दासी उभी होती. तिला तिनं विचारलं, 'पेशवे सरकार अचानक इकडे कुठं आले आहेत?'

'ते मलाही माहीत नाही, बाईसाहेब. आपण दिसलात म्हणून यांनी घोडा इकडे वळवला.'

मस्तानी काहीच बोलली नाही.

बाजीरावांनीच विचारलं, 'तुम्हा कलावंतांना कोथरूडच्या बागेत आम्ही

राहायला जागा दिली आहे ना? मग तिथं खैरात वाटण्याच्या ऐवजी इथं या जंगलात काय चाललं आहे?'

मस्तानीनं क्षणभर नजर वर उचलून बाजीरावांच्या नजरेला नजर भिडवली. मग खाली नजर करून ती बसंतीला उद्देशून म्हणाली, 'सरकारांना सांग, की आम्ही राहतो त्याच्या शेजारीच महादेवाचं देऊळ आहे आणि बकरीईदची खैरात ही अशी आहे.'

मस्तानीनं आपलं नाजूक बोट उजवीकडे केलं, त्या बाजूला कत्तल केलेली दहा पाच बकरी पडलेली होती. ती पुढे म्हणाली, 'सरकारांना सांगा, आजची खैरात ही या प्रकारची असल्यामुळं आम्ही तिथं ती न वाटता इकडे दूर जंगलामध्ये येऊन वाटतो आहोत.'

सारा प्रकार लक्षात आल्यानं बाजीरावांना गंमत वाटली. त्यांच्या तोंडून सहज शब्द बाहेर पडले, 'खैरातच वाटण्याचं काम चाललं आहे तर मग आमच्या वाटणीला काही खैरात येणार आहे का?'

मस्तानीला वर पाहण्याचा धीर झाला नाही. तिरप्या नजरेनं दासीकडं पाहत ती म्हणाली, 'सरकारांना सांग, की आपण ब्राह्मण आहात. आमची ही खैरात आपल्याला चालणार नाही. पण सरकार दासीची सेवा स्वीकारणार असतील तर आमच्या मकाणाकडे चलावं. खुदा आम्हाला बुद्धी देईल त्याप्रमाणं आम्ही आपली सेवा करू.'

बसंतीनं अपेक्षेनं बाजीरावांच्या चेहऱ्याकडे पाहिलं.

'सकाळपासून घोडी फिरवून आम्ही दमलो आहोत. घसा सुकलेला आहे. आम्हाला पाणी हवं आहे. बागेतल्या मंदिराकडे आम्ही जातो. तिथं कुणीतरी पुजारी आम्हाला पाणी देईल.' असं म्हणून बाजीरावांनी आपला घोडा कोथरूडच्या बागेतल्या मंदिराच्या दिशेनं वळवला.

मंदिराच्या जवळ बाजीराव पेशव्यांचा घोडा येताच आवारातून चंदा जामदार धावत धावत त्यांच्या दिशेनं आला. घोड्याचा लगाम धरून त्यानं उजव्या हातानं पेशव्यांना मुजरा केला. आणि विचारलं, 'वर्दी नव्हती. अचानक येणं झालं.'

बाजीरावांनी घोड्यावरून खाली उडी टाकली. अंगाला आळोखेपिळोखे देत ते म्हणाले, 'आम्हाला तहान लागली आहे. आम्ही देवदर्शन करून घेतो. तोपर्यंत पुण्याला हवेलीकडे माणूस पाठवून आम्ही इथं आहोत याची वर्दी दे. शिवाय

पर्वतीच्या मैदानातही आमच्यासाठी लोक थांबले असतील; त्यांना आम्ही इथं आल्याची वर्दी पाठव.'

श्रीमंतांना पाहताच पुजाऱ्यांची धावपळ उडाली. एकानं पुष्करणीतून पाण्याचा तांब्या भरून बाजीरावांच्या हातात दिला. चूळ भरून आणि डोळ्याला पाणी लावून बाजीरावांनी गाभाऱ्यात जाऊन मृत्युंजयाचं दर्शन घेतलं. गाभाऱ्यातून सभामंडपात आल्यावर तिथं क्षणभर बसून त्यांनी पुजाऱ्याकडून पाणी मागून घेतलं. पुजारी गडबडला होता. त्यानं पाण्याचा तांब्या श्रीमंतांच्या समोर ठेवला.

तहान शमल्यावर बाजीराव देवालयातून बाहेर आले. तेवढ्यात देवालयाच्या मागच्या बाजूनी घोड्यांच्या टापांचा आवाज आला. बाजीरावांनी तिकडं पाहिलं. मस्तानी आणि बसंती दासी घोडे फेकीत देवळाच्या दिशेनं येत होत्या. बाजीराव पायऱ्यांवरच थबकले. मस्तानीनं मोठ्या ऐटबाजपणे आपला घोडा देवालयाच्या जवळ थांबवला, आणि वेलीवरून अलगद फूल खाली यावं त्या नजाकतीनं तिनं घोड्यावरून खाली उडी घेतली. बाजीरावांना ती म्हणाली, हुजूर 'आज आमचा मोठा सण आहे. अल्लामियानं मोठी मेहरबानी केली आणि हुजूरांचे पाय आमच्या कोठीला लागले. काहीतरी सेवा घेतल्याशिवाय हुजूर येथून परत गेले तर मला बहुत दुःख होईल. शिवाय परवरदिगारकडे ते रुजू होणार नाही.'

'ऐसा है?' बाजीराव मस्तानीचं सौंदर्य न्याहाळत म्हणाले, 'आम्ही काय सेवा घ्यावी अशी तुझी अपेक्षा आहे?'

'आमच्याकडे घटकाभर विश्रांती घ्यावी, जशी कळेल तशी सेवा करता येईल.' बोलताना मस्तानीला धाप लागली होती. नाकाच्या गुलाबी पाकळ्या वर-खाली होत होत्या. नजर बावरली होती. गोंधळली होती.

'ठीक आहे. त्या झाडाखाली आमच्यासाठी गाशा टाका. आम्ही थोडा वेळ थांबतो.'

मस्तानीला आनंद झाला. बाजीराव गाशावर बसले. थोड्याच वेळात ब्राह्मण रुपेरी तबकात दुधाचा पेला ठेवून त्यांच्याजवळ आला. पाठोपाठ मस्तानी आली. समोर उभी राहून उजव्या हातानं सलाम करीत हलकेच म्हणाली, 'हुजूर आजच्या आमच्या सणातले खाण्याचे पदार्थ आपल्याला चालणार नाहीत. आपण ब्राह्मण आहात. तेव्हा मुद्दाम आम्ही हा दुधाचा पेला ब्राह्मणाकडून आणला आहे. त्याचा स्वीकार करावा.'

बाजीरावांनी पेला घेण्यासाठी हात पुढे केला नाही. त्यांची नजर मस्तानीच्या चेहेऱ्यावर खिळलेली होती. झिरझिरीत ओढणीच्या आडून तिचं होणारं अस्फुट दर्शन मनाला जास्तच मोहवत होतं. समोर साक्षात स्त्रीसौंदर्य जणू आपली सारी आयुधं सरसावून उभं होतं. त्या सौंदर्याच्या पुतळीच्या एकेका अवयवावरून बाजीरावांची नजर मुलायम पिसासारखी फिरत होती. अनवाणी गोरे नाजूक पाय, भरदार नितंब, लहानशी कटी, निमुळती हनुवटी अन् काळ्या नेत्रांवरच्या भुवयांची मोहक हालचाल पाहून बाजीराव चकित झाले. अतृप्त मनानं पाहत राहिले.

बाजीराव हात पुढं करत नाहीत हे पाहून मस्तानीनं डोळ्यानं पुन्हा इशारा केला. आर्त नजरेनं केलेला तो इशारा ओळखण्याइतपत बाजीराव चतुर होते. नकळत त्यांच्या ओठातून शब्द बाहेर पडले, 'वाह!'

तरीही बाजीरावांचा हात पुढं झाला नाही. समोरच्या सौंदर्यानं त्यांचं भान हरपलं होतं. मस्तानीच्या भुवयांची हालचाल ते आपल्या नजरेत साठवून घेत होते.

नजरेची ती जादू मस्तानीच्या चटकन लक्षात आली. तिच्या गालावर गुलाब उमलले. भावनावेगानं ओठ थरथरले. आसपास चोरटा कटाक्ष टाकून तिनं ब्राह्मणांकडून तो पेला आपल्या हातात घेतला. पेशव्यांच्या समोर तो धरला. तेव्हा तिची सोनचाफी बोटं थरथरत होती.

बाजीरावांनी पेला आपल्या हातात घेतला. आणि चटकन ओठाला लावला.

'खुदा इन्हे सलामत रखे' हे शब्द मस्तानीच्या ओठातून बाहेर पडले; पण ते बाजीरावांना ऐकू आले नाहीत. पलीकडून माणसांचा, घोड्यांचा आवाज आला. पेशव्यांच्या पाठोपाठ निघालेले लोक कोथरूडच्या बागेत येऊन पोहोचले.

एक दिवस अगोदर काशीबाई पुण्यातून निघाल्या. साताऱ्याला जाताना वाटेवर कुरकुंबच्या देवीचं दर्शन घेऊन मग पुढं जाण्याचा पेशव्यांचा रिवाज होता. कुरकुंबची फिरंगाई पेशव्यांचं कुलदैवत. मोहिमेला जाताना अन् मोहिमेवरून परत आल्यानंतर बाजीरावांनी कुलदेवतेचं दर्शन घ्यावं असा काशीबाईंचा आग्रह असे.

भल्या पहाटे काशीबाईंचा मेणा पुण्याहून निघाला. बरोबर पाच-पन्नास स्वारांचं पथक घेऊन खुद्द अंबाजीपंत पुरंदरे घोड्यावर बसून निघाले. पाटसचा घाट ओलांडून कुरकुंबच्याजवळ मेणे आले. तेव्हा संध्याकाळ झाली.

डोंगरावर देवीचं देऊळ होतं. पायथ्याला येईपर्यंत अंधार झाला. काशीबाई मेण्यातून बाहेर आल्या.

अंबाजीपंत पुढे होऊन म्हणाले, 'बाईसाहेबांनी मेण्यात बसूनच डोंगर चढावा. पाय बरा नाही. त्रास होईल.'

काशीबाईंनी ते ऐकलं नाही. मेण्यातून बाहेर आल्यानंतर त्यांनी अंगाभोवती शाल लपेटून घेतली. त्या पंतांना म्हणाल्या, 'आजपर्यंत जेव्हा जेव्हा या कुलदेवतेच्या दर्शनाला आले तेव्हा पायीच हा डोंगर चढले. देवाजी मर्जी असली तर काही न होताना आम्ही डोंगर चढू.'

पंत घोड्यावरून खाली उतरले. पलिते आणि मशाली घेऊन मशालजी पुढे चालू लागले. त्या पिवळसर प्रकाशामध्ये काशीबाई पंतांच्याबरोबर डोंगराच्या पायऱ्या चढू लागल्या. निम्मं अर्ध अंतर चालून गेल्यानंतर त्या विसाव्यासाठी थोड्या टेकल्या. तेव्हा पंतांनी पुन्हा विनंती केली, 'त्रास होत असेल तर अजूनही मेण्यात बसावं. मेणा बरोबर घेतला आहे.'

काशीबाईंनी ते ऐकलं न ऐकल्यासारखं केलं आणि त्या उठून पुन्हा पायऱ्या चढायला लागल्या. घटकेमध्ये सर्व मंडळी डोंगराच्या माथ्यावर देवालयात आली.

काशीबाईंनी मंडपातूनच देवीचं दर्शन घेतलं. बाजूच्या नक्षीदार दगडी कमानीच्या ओवऱ्यांमध्ये कनातीला लागूनच मुक्कामाची सोय केली होती. तिकडे त्या वळल्या. कुलदैवताच्या दर्शनाला पेशवे सहकुटुंब येत असल्यामुळे पायथ्याला त्या लहानशा गावामध्ये माणसांची हालचाल वाढली होती. अंधाराच्या आवरणात मशाली घेऊन माणसांची चाललेली ये-जा पाहत काशीबाई गवाक्षाजवळ अर्धघटका बसून होत्या.

दुसरे दिवशी दुपारी वर्दी आली की, घटका अर्ध्या घटकेत खुद्द पेशवे कुरकुंबला येऊन पोहोचतील. वर्दी मिळताच काशीबाई ओवरीच्या गवाक्षापाशी उभ्या राहिल्या. तेथून थेट पश्चिमेला पाटसचा नागमोडी घाट दिसत होता. घाटातून खाली उतरलेली वेडीवाकडी वाटही दिसत होती. पाहता पाहता घाटात माणसांची वर्दळ वाढली. पाठोपाठ घोडे फेकीत येत असलेला पाच-पन्नास स्वारांचा जमावही दिसला.

ऊन चांगलंच कडक होतं. माथ्यावरून सूर्य थोडा पश्चिमेकडे कलला होता. धुरळा उडवीत आघाडीचे स्वार कुरकुंब गावाजवळ आले, तशी काशीबाईंनी बाजीरावांना ओळखलं, घाटातून सुसाट वेगानं निघालेले घोडे थेट देवीच्या टेकडीच्या पायथ्याला येऊन थांबले. बाजीरावांनी आपल्या घोड्यावरून खाली उडी टाकली. हातातला लगाम मोतद्दाराकडे फेकला. डोंगराच्या पायरीला स्पर्श करून कपाळाला हात लावला. वाऱ्याच्या वेगानं एकेका उडीत दोन दोन-तीन तीन पायऱ्या ओलांडीत बाजीराव टेकडी चढत होते. गवाक्षातून काशीबाई पाहत होत्या. क्षणभर – अगदी क्षणभर काशीबाईंना कालचा प्रसंग आठवला. टेकडीची एकेक पायरी त्या मोठ्या कष्टानं चढत होत्या. आणि आता त्या पाहत होत्या उत्साहानं सळसळणारे त्यांचे पती पंधरा-वीस कोसांची दौड करूनही न थकता पायऱ्या चढत होते. स्वतःच्या दुर्बल शरीराची त्यांना उगीचच चीड आली.

मंदिराच्या पहारेकऱ्यांनी धावत येऊन काशीबाईंना वर्दी दिली, की पेशवे महाद्वाराजवळ येऊन दाखल झाले. काशीबाई तटाच्या भिंतीपासून बाजूला झाल्या. त्या आपल्या दानलामध्ये येऊन बसल्या. देवालयाच्या आवारातील सारी हालचाल त्यांना तिथूनही दिसत होती.

बाजीराव महाद्वाराजवळ येताच शिंगांचा व तुताऱ्यांचा आवाज झाला. महाद्वारात त्यांनी पायातले चढाव काढले. ते बरोबरच्या हुजऱ्यांनी तत्परतेनं उचलून घेतले. बाजीराव मंदिराच्या आवारात आले. सेवकांनी समोर केलेला तांब्या घेऊन त्यांनी चूळ भरून डोळ्यांना पाणी लावलं आणि दुरून देवीचं दर्शन घेऊन ओवरीच्या दुसऱ्या बाजूला त्यांच्या मुक्कामाचं दालन होतं तिथं ते गेले.

पुजारी बाजीरावांच्यासाठी खोळंबले होते. थोड्या वेळाने बाजीराव आणि काशीबाई देवीच्या मंदिरात आले. उभयतांनी देवीची पूजा केली. काशीबाईंनी देवीला मळवट भरला. साडीचोळी नेसवली. तिच्या गळ्यात सोन्याच्या मोहरांची एक माळ घातली आणि मग पुजाऱ्यांनी दिलेला प्रसाद घेऊन उभयता मंदिरातून बाहेर आले.

रात्री भोजन आटोपल्यावर देवालयाच्या मंडपाच्या गच्चीवर पेशव्यांच्यासाठी खास बैठक टाकली होती. आकाश चांदण्यांनी लखलखत होतं. थंड सुखद पश्चिमवारा अंगावर घेत हास्यविनोद करत बाजीराव आणि काशीबाई बसलेले होते. बोलता बोलता बाजीराव काशीबाईंना म्हणाले, 'अंबाजीपंत आम्हाला सांगत

होते की, त्यांचं न ऐकता आपण पायी हा डोंगर चढलात. पाय दुखत असताना एवढे कष्ट कशाला घेतलेत?'

'देवीच्यासमोर आमचं ऐश्वर्य दाखवावं हे मनाला कसंसंच वाटलं.'

'प्रश्न ऐश्वर्याचा नाही. आपली प्रकृती ठीक नसली तर माणसानं जपून असलं पाहिजे.' बाजीरावांच्या शब्दात विलक्षण मार्दव होतं.

एका लहानशा लोडाला टेकून बसलेल्या काशीबाईंची चर्या चंद्रप्रकाशात मोहक दिसत होती. अधिकच नाजूक दिसत होती. दुपारी पुजाऱ्यांनी प्रसादाची दिलेली हिरवी काकणं हातात घालून आणि अंगाभोवती शाल लपेटून काशीबाई बसल्या होत्या.

अंगात फक्त मलमलचा अंगरखा घालून बाजीराव स्वस्थतेनं आराम करीत होते. हातातल्या नवग्रहांच्या अंगठीवर चांदणं पडल्यामुळं अंगठीवरची रत्नं चमचमत होती. बाजीरावांनी पुन्हा चौकशी केली, 'आता पाय बरा आहे ना?'

थोडासा दुखत होता. आता ठीक आहे. त्याची एवढी फिकीर ती काय करायची?'

'तुम्ही बोलत नाही. पण अंबाजीपंतांच्याकडून आम्हाला सारं समजलं. डोंगर चढताना तुम्हाला मध्ये विश्रांतीसाठी बसावं लागलं ना?'

काशीबाई लाजल्या. त्या म्हणाल्या, 'हो इकडच्या स्वारींनी एका दमात साऱ्या पायऱ्या ओलांडल्या. आम्हाला ते का जमणार आहे? बरं झालं आम्ही पुढं मेण्यातून आलो. इकडच्या स्वारीबरोबर आलो असतो आणि बरोबरीनं डोंगर चढायला लागलो असतो तर केवढी फजिती झाली असती!'

बाजीराव मंद हसले आणि म्हणाले, 'तेवढ्यासाठी तर आम्ही तुम्हाला पुढं मेण्यातून पाठवलं. तुमचा पाय दुखत नसता तर या वेळी आम्ही तुम्हाला तुमच्या आवडत्या घोड्यावरच यायला सांगणार होतो.'

'घोड्यावर!' ओठांवर बोट ठेवून काशीाबई उद्गारल्या, 'आम्ही का आता घोड्यावर बसणार आहोत!'

'का, त्याला काय हरकत आहे? आमच्या बरोबरीनं तुम्हाला घोडा फेकता येणार नाही असं थोडंच आहे? तुम्हीच तर म्हणत होता ना, की माहेरी चासेला तुम्ही घोड्यावर बसत होता. मैदानातून, नदीच्या वाळवंटातून घोडा फेकत होता.'

'या साऱ्या जुन्या गोष्टी झाल्या. बालपणामध्ये माणूस काहीही करतं. आता या वयात ते कसं शक्य आहे? आणि बाईमाणसानं पुरुषांच्या बरोबरीनं घोडा फेकला

तर लोक तरी काय म्हणतील?'

'हो, तेही खरंच, हे कुठं आमच्या लक्षात आलं? लोक काय म्हणतील ते कधी आमच्या लक्षातच येत नाही. कारण नेहमी आमची इच्छा असते, की आम्ही काय म्हणतो ते लोकांनी ऐकावं.'

काशीबाई खुदकन हसल्या, आणि म्हणाल्या, 'ते इतर वेळी ठीक आहे. पण आम्हाला लोकांचा विचार करायला पाहिजे ना! तेव्हा आमचा मेण्यातून चाललेला हा प्रवास ठीक आहे. आपण घोड्यावरून जावं. आपल्या बरोबरीनं येणं आम्हाला कसं जमणार? अंबाजीपंत आमच्याबरोबर आहेत. त्यांच्याबरोबर आम्ही येऊ.'

चंद्र माथ्यावर आला होता. मंद वाऱ्याबरोबर सुगंध येत होता. चद्रबिंबाकडे पाहत बाजीराव लोडावर रेलले होते. बराच वेळ कुणी बोललं नाही. मग काशीबाई म्हणाल्या, 'आमच्या माहेरची एक आठवण झाली.'

त्यांनी बाजीरावांकडं पाहिलं, अपेक्षित प्रतिसाद मिळाला नाही. म्हणून त्यांनी निरखून पाहिलं. चांदणं अंगावर घेत बाजीरावांनी डोळे मिटलेले होते. अंगठीतल्या रत्नांचं इंद्रधनुष्य बाजीरावांच्या चर्येवर पडलं होतं. नवरंगाच्या झळाळीनं चर्या हसरी दिसत होती. गार वाऱ्यानं त्यांना डुलकी लागलेली होती. काशीबाई पुन्हा मोठ्यानं म्हणाल्या, 'आमच्या माहेरची एक मजेदार आठवण येते.'

तरी बाजीराव जागे झाले नाहीत. ते पाहून काशीबाई उठल्या. त्यांनी आसपास पाहिलं. सेवक दूर उभे होते. त्यांना हाक मारली तर कदाचित आपल्या पतीची झोप मोडेल म्हणून त्या काही बोलल्या नाहीत. त्यांच्या अंगावर शाल होती. ती काशीबाईंनी काढली. आजूबाजूला पाहत हलक्या हातानं ती त्यांनी बाजीरावांच्या अंगावर घातली. पावलांचा आवाज न करता त्या गच्चीवरून खाली उतरल्या.

•

साताऱ्याला अदालतवाड्यात पेशव्यांचा मुक्काम होता. चांगला मुहूर्त पाहून पेशवे छत्रपतींच्या दर्शनासाठी राजवाड्यात गेले. बरोबर चिमाजीआपा, नाना, अंबाजीपंत आणि महादोबा पुरंदरे होते. नजराण्याची दहा तबकं घेऊन पेशव्यांचे

कारकून अदबीनं त्यांच्या मागोमाग राजवाड्यात गेले. विविध रंगांच्या रेशमी रुमालांनी तबकं आच्छादलेली होती.

दरबाराच्या दालनात सर्व मानकऱ्यांसह छत्रपती बसलेले होते. राजांच्या आजूबाजूला सरदार आणि दरकदार आपापल्या मानाप्रमाणे बसले होते. राजांच्या मस्तकावर दोन चौरीदार चौऱ्या ढाळीत होते. पेशवे भेटीला आल्यामुळे शाहू छत्रपती खूष दिसत होते. त्यांची सावळी गोल चर्या आनंदानं फुलली होती. वयानं साठी गाठली होती. डोक्यावरून खांद्यापर्यंत आलेले केस आणि भरदार मिश्या पांढऱ्याशुभ्र झाल्या होत्या. त्या सात्त्विक मुद्रेकडे पाहिलं, की पाहणाराची मान नम्रतेनं खाली होत होती.

पेशवे आत येताच त्यांनी छत्रपतींना लवून मुजरा केला. प्रतिनिधींनी पेशव्यांच्या हाताला धरून त्यांना राजांच्या जवळ आणलं. राजांनी पेशव्यांच्या मस्तकावर हात ठेवला, आणि आपल्या डाव्या बाजूला उभं राहण्याबद्दल पेशव्यांना आज्ञा केली. नंतर हिंदुस्थानातून आणलेल्या विविध भेटी पेशव्यांनी राजांच्या समोर पेश केल्या. त्यात उंची वस्त्रे, जडजवाहीर, कलाकुसरीच्या वस्तू आणि नाना देशींच्या कारागिरांनी केलेल्या चमत्कारिक कळीच्या वस्तूही होत्या. नजराणा पाहून छत्रपती खूष झाले.

पेशव्यांच्या स्वागतासाठी मग घटका-दीड घटका नर्तकीचा नाच झाला. नर्तकी दरबारातून निघून गेल्यानंतर राजांनी पेशव्यांची औपचारिक चौकशी केली. त्यांच्या नजराण्याबद्दल पसंती दर्शवली. पेशव्यांनी आता पावसाळा संपेपर्यंत साताऱ्यात राहावं असं सूचित केलं. मग निरोपाचे विडे आले. त्यानंतर दरबार बरखास्त करून छत्रपती खासगी दालनात गेले. पेशव्यांना आणि चिमाजीआपांना बरोबर येण्याची आज्ञा दिली.

खासगी दालनात मंचकावर मखमली गालिच्यावर छत्रपती बसले होते. समोर बैठकीवर रुजामे टाकून त्यावर बाजीराव अन् चिमाजीआपांसाठी दोन आसनं तयार केलेली होती. पुन्हा मुजरा करून बाजीराव अन् चिमाजीआपा छत्रपतींच्या समोर अदब राखून बसले. पलीकडे चिकाचा पडदा होता. पडद्याच्या आड छत्रपतींच्या लाडक्या राणीसाहेब बिरूबाई बसल्या होत्या. बाजीराव आसनावर बसताच शाहू छत्रपती गंभीर आवाजात त्यांना म्हणाले, 'राऊ, दाभाड्यांच्या मोहिमेत तुम्हाला यश मिळालं हे ऐकून आम्हाला जेवढा आनंद झाला, तेवढंच

दुःखही झालं. आपापसातला हा तंटा टळता तर बरं होतं.'

छत्रपती पुढं काही बोलणार तोच बाजीराव म्हणाले, 'दाभाड्यांच्यावरची आमची मोहीम किरकोळ स्वरूपाची होती. पण त्यापेक्षाही मोठं राजकारण घेऊन मी आता आपल्या पायाशी आलो आहे. आज्ञा झाली तर सवडीनं सारा तपशील सांगेन.'

'चिमणाजी पंडितांनी आम्हाला त्याची कल्पना दिली आहे.' छत्रपती म्हणाले, 'उत्तरेकडचं राजकारण तुमच्या डोक्यात घोळतं आहे. पण राऊ, एक लक्षात ठेवा. औरंगजेब बादशहाच्या कैदेतून सुटताना आम्ही त्यांना एक वचन दिलेलं आहे.' बोलताना एकाएकी शाहू छत्रपती थांबले. त्यांनी डोळे मिटले. मागे रेलून जणू ते भूतकाळात गेले. मग हलक्या स्वरात म्हणाले, 'आम्ही कैदेत असताना गाईचं पुच्छ हातात धरून बादशहाला वचन दिलेलं आहे, काय वाटेल ते झालं तरी मराठे बादशाहीला धक्का लावणार नाहीत. त्याची आठवण राऊ, तुम्ही नेहमी ठेवली पाहिजे. त्यासाठी जुनं काही मोडू नये. नवीन काही घेऊ नये असं आम्ही सर्वांना नेहमी सांगत असतो.'

बाजीरावांच्या कपाळावर एक लहानशी आठी उमटली. समोर छत्रपती बसलेले होते. पण एकाएकी त्यांना जणू त्याचा विसर पडला. आणि त्यांच्या तोंडून भराभर शब्द बाहेर पडले, 'म्लेच्छांना दिलेल्या शब्दांची मातब्बरी ती काय? म्लेंच्छ खुद्द मात्रागमनी. तेव्हा स्वामींनी आपल्या अडचणीच्या प्रसंगी त्याला दिलेल्या वचनाबद्दल चिंता करू नये. कोणती वचनं पाळायची आणि कोणती वचनं पाळायची नाहीत याचे राजकारणातील ठोकताळे वेगळे आहेत.'

'पण राऊ, ते कसेही असले तरी आमचं वचन गुंतलं आहे आणि छत्रपती दिलेलं वचन मोडतात असा आमचा दुर्लौकिक हिंदुस्थानभर व्हायला आम्हाला नको आहे.'

'स्वामींचा विचार रास्त आहे. पण म्लेच्छांना दिलेलं वचन पाळण्यापूर्वी स्वामींनी आणखी एक वचन आठवावं. ते त्याच्याही पूर्वी दिलेलं आहे.'

'कोणतं वचन आम्ही दिलेलं आहे?'

'स्वामींनी खुद्द दिलेलं नसेल. पण वाडवडील सांगत आले ते मी बोलतो आहे. थोरल्या महाराजांना रायगडावर राज्याभिषेक केला, तेव्हा ब्राह्मणांच्यासमोर त्यांनी जे वचन दिलं आहे, त्याबद्दल मी बोलतो आहे.'

छत्रपती काही न बोलता बसले आहेत ते पाहून बाजीराव पुढं म्हणाले, 'थोरल्या

महाराजांनी वचन दिलं आहे आणि तेही हिंदुस्थानातल्या साऱ्या पवित्र नद्यांच्या जलांना साक्षी ठेवून. मस्तकावर अभिषेक होत असताना ते म्हणाले होते, 'अवघा हिंदुस्थान यवनांच्या मगरमिठीतून मी सोडवीन आणि हिंदूंच्या तीर्थक्षेत्रांवर हिंदवी स्वराज्याची ध्वजा फडकत राहील. यासाठी ही छत्रचामरं मी धारण करत आहे.' त्या वचनाची पूर्तता करण्याकरता तर स्वामींनी आम्हाला हे पेशवेपद दिलं आहे. काही पराक्रम करावा, काही यश संपादावं, तीर्थक्षेत्रं सोडवावीत यासाठी खुद्द आमचा शब्द स्वामींपाशी गुंतला आहे. ते जर करायचं नसेल तर मग ही मोठी पदं आम्ही कशाला मिरवावीत?'

आवेशानं बाजीराव बोलत होते. शाहू छत्रपती शांतपणे आपल्या पेशव्यांचा तो घुमणारा आवाज ऐकत होते. काही न बोलता ते गप्प बसले. ते पाहून आपांनी मध्यस्थी केली. ते म्हणाले, 'स्वामींच्या बोलण्याचा रोख आपण लक्षात घेतला पाहिजे. धर्मक्षेत्रं सोडवू नयेत, असं त्यांचं म्हणणं नाही. दिल्लीची बादशाही कायम ठेवूनही ते आम्हाला करता येईल.'

'तेच आम्ही म्हणतो. आमचा मुद्दा चिमणाजी पंडितांना बरोबर समजला. थोरल्या महाराजांनी दिलेलं वचन आम्हालाही माहीत आहे.'

बाजीरावांच्या चर्येवर आठ्यांचं जाळं पसरलं. पण आपांच्या डोळ्यांकडे त्यांचं लक्ष गेलं, आणि त्यातला इशारा ओळखून ते गप्प बसले. मग आपा म्हणाले, 'तूर्तास दिल्लीपतीचा रोष न पत्करताही आमची दौलत आम्हाला वाढवता येईल. चौथाई आणि सरदेशमुखीच्या सनदा आम्ही त्यांच्याकडून मिळविल्या आहेतच. त्याची उगवणी करण्यासाठी आम्हाला काही मोहिमा कराव्या लागतील. तेवढ्या करण्याची स्वामींनी आज्ञा दिली म्हणजे आमचा कार्यभाग होईल.'

'राऊ आताच राजधानीत आलेले आहेत. आता पावसाळा संपेपर्यंत त्यांनी इथं राहावं. राजकारणाचा विचार जो कर्तव्य असेल तो आम्ही, प्रतिनिधी, नारो राम मंत्री आणि तुम्ही असे अवघे मिळून करू. आणि जो मनसुबा ठरेल त्याप्रमाणं आम्ही तुम्हाला आज्ञापत्र देऊ. राजधानीत मुक्काम आहे तोपर्यंत मधूनमधून आम्हाला भेटत चला.'

उठण्याचा इशारा झालेला पाहून निरोपाचे विडे तबकातून पुढे आले. बाजीरावांनी आणि चिमाजीआपांनी त्यातून विडे उचलले, आणि ते आपल्या आसनावर उभे राहिले. छत्रपती मंचकावरून खाली उतरले. तेवढ्यामध्ये त्यांचे चढाव घेऊन

बाजूला सेवक उभा होता. त्याच्या हातून आपांनी ते आपल्या हाती घेतले आणि अदबीनं छत्रपतींच्यासमोर ठेवले. चढावामध्ये पाय सरकवीत असताना बाजीरावांच्याकडे पाहून हसत छत्रपती म्हणाले, 'पाहिलंत राऊ, आमच्या चिमणाजी पंडितांना समयसूचकता कशी आहे ती. उगीच नाही आम्ही त्यांना पंडित हा किताब बहाल केला.'

काशीबाईंचा मेणा अदालतवाड्यासमोर येऊन थांबला. तेव्हा धूमधार पावसाला सुरुवात झाली होती. काळ्या ढगांनी यवतेश्वराचा डोंगर पार झाकून गेला होता. अजिमताऱ्याच्या डोंगरावर पावसाचे ढग उतरलेले दिसत होते. मंगळाईच्या देवळाचं शिखर ढगाआड गेलेलं होतं. वाड्याच्या कौलारू छपरावर घोड्यांच्या टापांसारखा धाडधाड आवाज करत पाऊस कोसळत होता. डोंगरातून पावसाळी पाण्याचे ओहळ उधळलेल्या घोड्याप्रमाणे बेफाम वेगानं धावत होते. मृग आला तोच मुळी असा कोसळता पाऊस घेऊन. आठ दिवस सूर्यदर्शन तर नव्हतंच पण त्यानं माणसांना घराबाहेर पडू दिलं नाही. शेवटच्या चरणात पाऊस थोडा मंदावला. मधून उघडीप मिळू लागली.

पाऊस असाच प्रहरभर थांबला असताना एके दिवशी प्रातःकाळी बाजीराव राजदर्शनासाठी वाड्यात गेले. कुत्तेवानांनी आणलेले कुत्रे छत्रपती पाहत बसलेले होते. शिकवलेले कुत्रे कुत्तेवानाच्या इशाऱ्याबरोबर वेगवेगळी कामं करून दाखवत होते. बदकांच्या काही जोड्या, नाना प्रकारच्या पक्ष्यांचे पिंजरे छत्रपतींच्यासमोर ठेवलेले होते.

बाजीराव आल्यावर अर्ध घटकेतच छत्रपतींनी कुत्तेवानांना कुत्रे घेऊन जाण्याबद्दल आज्ञा दिली. आसपास सेवक उभे होते. त्यांना दूर केलं. आपल्या पेशव्यांना जवळ बोलावून बसवून घेतलं. मग ते म्हणाले, 'काल सायंकाळी आम्हाला तुमची आठवण झाली. एका कामात आम्हाला तुमचा सल्ला पाहिजे.'

'आज्ञा झाली असती तर ताबडतोब दर्शनासाठी आलो असतो. स्वामींनी हुजऱ्या पाठवला असता तरी काम होतं.'

‘तेवढं तातडीचं काम असतं तर हुजऱ्याही पाठवला असता. पण आता तुमचा सल्ला द्या.’

‘स्वामींनी आज्ञा करावी.’

‘काल आमच्यासमोर एक तक्रार आली. त्याचा निवाडा आम्ही केला, पण राहून राहून असं वाटत होतं की, आम्ही निवाडा देण्यापूर्वी तुमचा सल्ला घ्यायला पाहिजे होता.’

‘महाराजांच्यापुढे पेशव्यांची मातब्बरी ती काय? महाराजांनी निवाडा केला तो योग्यच असणार.’

‘राऊ, काही गोष्टी अशा असतात की, त्यातलं योग्य कोणतं आणि अयोग्य कोणतं हे माणसाला ठरवता येत नाही. कर्तव्य म्हणून कुठल्यातरी एका बाजूनं निर्णय द्यावाच लागतो. आमच्यासमोर आलेल्या प्रत्येक तक्रारीचा निर्णय देताना या साऱ्याची झडती आम्हाला वर द्यावी लागणार आहे याची जाणीव आम्हाला असते. आणि मग कधी कधी निर्णय दिल्यानंतर असं वाटतं की, आम्ही चूक तर केली नाही! कालचा प्रकार त्यातलाच होता.’

‘काय घडलं ते महाराजांनी सांगावं. आमच्या अल्पमतीप्रमाणे आम्हाला सुचेल ते बोलू.’

‘यशवंतराव प्रभू आमच्या दरबारचे मानकरी.’ छत्रपती सांगत होते. ‘काही चांगल्या कामगिरीसाठी बक्षीस देताना इतर अनेक गोष्टींबरोबर आम्ही आमची एक आवडती बटीकही त्यांना बक्षीस दिली होती. यशवंतरावांनी त्या बटकीबरोबर बदकर्म केलं. बटीक प्रसूत झाल्यानंतर तिच्यावरच दोष ठेवून यशवंतरावांनी तिच्या पायात बेडी घातली. काल ही तक्रार आमच्यासमोर आली. आम्ही काय निर्णय द्यायला हवा होता?’

बाजीरावांनी छत्रपतींच्या चर्येकडे पाहिलं. खांद्यापर्यंत आलेले केस, शांत मुद्रा आणि डोळ्यांमध्ये समाधानाचं तेज पाहून बाजीरावांनी खाली मान घातली. ते म्हणाले, ‘महाराजांनी दिलेला निर्णय योग्यच असणार. यशवंतरावानं बदकर्म केलं तेव्हा शिक्षा त्यालाच व्हायला पाहिजे.’

‘आम्ही शिक्षा यशवंतरावालाच दिली. महिनाभर त्याला दरबार मना केला.’

‘काय! बदकर्माबाबत फक्त महिनाभर दरबार मना केला!’

‘होय, आम्हाला तेवढीच शिक्षा पुरेशी वाटली.’

'दौलतीचा रिवाज वेगळा आहे. अशा गुन्ह्यासाठी पूर्वीही शिक्षा दिल्या आहेत.'

'ते आम्हाला ठाऊक आहे.' शांतपणे छत्रपती बोलत होते. 'थोरल्या महाराजांच्यापासून अशा गुन्ह्याला हातपाय तोडण्याची शिक्षा असे, हे आम्हाला माहीत आहे. तसे दाखलेही कागदोपत्री उपलब्ध आहेत. पण राऊ, चुकतो त्याला आम्ही माणूस म्हणतो. माणूस चुकल्यानंतर शिक्षा काय कोणीही देऊ शकेल. पण पश्चात्ताप करायला त्याला एकदा संधी देणं हे आमच्या मते राजा म्हणून आमचं कर्तव्य आहे. म्हणून सारे रिवाज बाजूला ठेवून आम्ही यशवंत प्रभूला फक्त महिनाभर दरबार मना करण्याचीच शिक्षा दिली.

'महाराजांची आज्ञा बरोबरच असणार. आम्हाला त्यात काही बोलता येणार नाही.'

छत्रपती गप्प बसले. आपण दिलेली सौम्य शिक्षा पेशव्यांना पसंत पडली नाही, हे त्यांच्या लक्षात आलं. पण त्यांच्या डोक्यात आणखीही काही विचार गर्दी करीत होते म्हणून ते म्हणाले, 'राऊ, तुमच्या इन्साफाबद्दल अलीकडे काही तक्रारी आमच्या कानांवर आल्या आहेत.'

'आमच्या इन्साफाबद्दल?' बाजीरावांनी आश्चर्यानं विचारलं. 'कोणत्या इन्साफाबद्दल? महाराजांनी आमचे गैरवाजवी इन्साफ सांगितले तर आम्ही दिलेल्या आज्ञा दुरुस्त करू.'

'राऊ, माणसाच्या हातात सत्ता आली, की आपण दिलेला प्रत्येक इन्साफ हा रास्तच आहे असा गर्व त्याला कधी कधी होतो, आणि मग आपण केलेले गैरवाजवी इन्साफही त्याला वाजवीच दिसू लागतात.'

'पण आम्ही कोणते गैरवाजवी इन्साफ केले ते महाराजांनी आमच्या नजरेस तरी आणावेत. महाराजांची आमच्यावर माया आहे. आमचं चुकत असेल तर ममतेनं आम्हाला ती चूक दाखवून मार्गावर आणण्याचं कामही महाराजांचंच आहे. त्यांनी आज्ञा करावी, आणि आम्ही ऐकावी. आमचे कोणते इन्साफ महाराजांना गैरवाजवी वाटतात?'

'आम्हाला कोणते इन्साफ गैरवाजवी वाटतात ते, राऊ, तुम्हाला माहीत नाहीत असं नाही. आमच्याच तोंडून त्याची वाच्यता करायला पाहिजे असंही नाही. पण एक सांगून ठेवतो ते ध्यानात ठेवा. मागे थोरल्या महाराजांच्या वेळी दादोजी कोंडदेव हा लहानसाच ब्राह्मण झाला. पण त्याने केलेले इन्साफ औरंगजेब बादशहालाही

वाजवी वाटले, आणि त्यानं ते उचलून धरले. आज तुम्ही कोणताही गैरवाजवी इन्साफ केला तर तुमच्या प्रेमापोटी तो आम्हाला उचलून धरावा लागेल. पण लक्षात ठेवा, असे इन्साफ तुम्ही आम्ही आहोत तोपर्यंतच चालतील. पुढे चालणार नाहीत.'

बाजीरावांच्या काही लक्षात आलं नाही. ते विचारात पडले. यशवंतराव प्रभूनं केलेलं बदकर्म हे केवळ एक निमित्त होतं, हे त्यांच्या लक्षात आलं. वयोमानाप्रमाणं छत्रपतींच्या राज्यकारभारामध्ये थोडी उदारता आली होती. पेशव्यांना तसं वागून चालण्याजोगं नव्हतं. त्यांच्या जरबेवर दौलतीची मोठमोठी कामं उठत होती. पण हे सारं छत्रपतींच्यासमोर बोलण्यात काही अर्थ नव्हता, हे त्यांना माहीत होतं. छत्रपतींचा निरोप घेताना बाजीराव एवढंच म्हणाले, 'महाराजांनी आज्ञा केली ती आम्ही सदैव ध्यानात ठेवू.'

वाड्यात परतल्यावर रात्रीच्या निवांत वेळी बाजीरावांनी बंधूंना ही सारी हकिगत सांगून म्हटलं, 'स्वामींच्या मनामध्ये काय आहे ते समजत नाही.'

हेरांची आलेली बातमीपत्रं आपा पाहत होते. त्यांच्यावरून नजर बाजूला करून ते म्हणाले,

'आताच पुण्याहून बातमीपत्र आलं आहे. बाबूजी नाईक बारामतकरांनी पेशव्यांच्या विरुद्ध छत्रपतींच्याकडे तक्रार केली आहे, असं आमचा जासूद त्यात लिहितो.'

'तरीच!' असं म्हणून बाजीराव गप्प बसले.

सबंध आषाढ महिना पाऊस कोसळतच होता. आषाढ संपला आणि थोडी उसंत मिळाली.

मग सकाळी काशीबाईंच्या दर्शनासाठी त्यांचे चिरंजीव आले. नानांची चर्या प्रसन्न दिसत होती. मातुःश्रींना नमस्कार करून ते म्हणाले,

'ताई, बाहेर स्वच्छ ऊन पडलेलं आहे. हवा मोठी छान आहे नाही!'

'आता श्रावण लागला आहे, इथून पुढे हवा अशी छानच राहणार.'

'आम्ही आपल्याला एक आनंदाची बातमी सांगायला आलो आहोत.' नाना मातुःश्रींच्या जवळ बसत म्हणाले.

'ते तुमच्या चर्येवरून आम्ही ओळखलं. बोला काय आहे?'

'काल राऊ कितीतरी वेळ काकांशी बोलत होते. आम्ही शेजारी बसलो होतो. एरवी अशी काही खासगी बोलणी निघाली म्हणजे आम्हाला तिथून उठून जाण्याची आज्ञा होते. पण काल राऊंनी आम्हाला मुद्दाम बसवून घेतलं.'

'इकडच्या स्वारीचं बरोबरच आहे. आता तुम्ही जाणतेपणानं कारभार पाहताहात. तेव्हा इकडून तुम्हाला विश्वासात घेतलं ते ठीकच झालं. पण एवढं बोलणं तरी कसलं चाललं होतं?'

'तेच सांगतो ताई. राऊ अगदी निश्चय करून आल्यासारखं बोलत होते. काकांनी दुसऱ्या लग्नाला तयार व्हावं म्हणून राऊ त्यांचं मन वळवीत होते. एवढ्यातच काय घाई आहे असं काही तरी म्हणून काका तो विषय टाळीत होते. पण राऊस्वामींनी शेवटी त्यांच्याकडून वचन घेतलं तेव्हाच ते उठले.'

'भाऊजी लग्नाला तयार झाले म्हणायचे.'

'झाले म्हणजे काय? राऊसाहेबांनी पसंत केलेली मुलगीसुद्धा त्यांना सांगितली. आणि एवढी बरसात आटोपली, आणि पुन्हा पुण्याला जाणं झालं की, लग्न करायचं असंही त्यांनी काकांना सांगून टाकलं.'

'बरं झालं. पण आता भाऊजींची गाठ पडू दे. आम्ही त्यांच्यावर रागावणार आहोत.'

'कशासाठी?'

'सासूबाईंनी त्यांना दुसऱ्या लग्नाबद्दल थोडं का सांगितलं? खुद्द आम्ही तर कित्येकदा सांगितलं. पण त्यांचा आपला एकच ठेका. माझ्या नशिबी कुटुंबसुख नाही. मी पुन्हा लग्नाला उभा राहणार नाही. आणि आता इकडून आज्ञा होताच चटकन तयार झाले.' काशीबाई हसत म्हणाल्या.

'राऊस्वामींच्या आज्ञेपुढं काका काय म्हणणार?' नाना म्हणाले. मग त्यांना एकदम आठवण झाली. ते म्हणाले, 'त्यांनी आम्हालाही आज्ञा केली आहे.'

'कशाबद्दल?'

'एका बाबतीत तुमचा सल्ला घेण्याबद्दल.'

'अगोबाई! म्हणजे आम्हाला आज्ञा केली तर आम्ही का ऐकलं नसतं!'

'तसं नाही. बाब किरकोळ आहे. फडावर आम्ही होतो म्हणून आम्हाला सांगितलं एवढंच.'

'काय आहे बोला.'

'जन्माष्टमीचा उत्सव आता जवळ आलेला आहे. त्या उत्सवात गायन नर्तन करण्यासाठी पुण्याहून कलावंत बोलवावेत असा राऊस्वामींचा इरादा आहे. आपला सल्ला घेऊन कलावंत बोलवावेत असं राऊंनी आम्हाला सांगून ठेवलं आहे.'

'ह्यात आम्हाला काय विचारायचं? दरसालच्या रिवाजाप्रमाणं ज्यांना आमंत्रण पाठवावयाची त्यांना पाठवावीत.'

'एरवी तसंच झालं असतं ताई. पण आम्ही पुण्यांत नव्हतो तेव्हा राऊस्वामींनी कलावंतांचा सारा कारखाना तुमच्या अखत्यारीत दिला आहे, असं आम्हाला समजलं, म्हणून आपली आज्ञा घेण्यासाठी इथं आलो.'

काशीबाई हसल्या. त्या म्हणाल्या, 'इकडचा स्वभाव तुम्हाला माहीत नाही असं नाही. काहीतरी काम आमच्यामागे लावून दिलं आहे एवढंच. नाना, तुम्हाला पाहिजे त्यांना तुम्ही बोलवा. जन्माष्टमीचं कीर्तन होईल तेवढं आम्ही ऐकणार आहोत. बाकीच्याशी आमचा संबंधच कुठं पोचतो?'

'पण ताई, राऊस्वामींनी तर आम्हाला तीनदा बजावून सांगितलं होतं, की जन्माष्टमीच्या समारंभासाठी ज्या ज्या आज्ञा तुम्ही द्याल त्या त्या आम्ही तंतोतंत पाळल्या पाहिजेत. आणि तुम्ही तर आमच्यावरच सर्व सोपवता आहात.'

'मग आम्ही सांगतो ते स्वारींच्या कानांवर घालावं. त्यांना म्हणावं, की त्यांची मर्जी आणि आमची इच्छा या दोन नाहीत. कोणतीही व्यवस्था करावी. ती आम्हाला मान्यच असेल.'

'ठीक आहे. आम्ही त्याप्रमाणं करतो.' नाना कबूल झाले. आणि मग मातुःश्रींची आज्ञा घेऊन नाना दालनातून बाहेर आले.

तिसऱ्या प्रहरी फडावर बाजीराव पेशव्यांच्या कानांवर सारी हकिगत घालून नानांनी पुण्याला खासगी कारभाऱ्यांकडे पत्र रवाना केलं. पत्र घेऊन जासूद पुण्याच्या दिशेनं रवाना झाले. पत्रात मस्तानी कलावंत आणि तिचे साजिंदे यांना जन्माष्टमीच्या उत्सवासाठी साताऱ्याला पाठवून देण्याबद्दल बाजीराव पेशव्यांनी आज्ञा दिली होती.

बाजीराव पेशवे आणि काशीबाई यांचा साताऱ्यात मुक्काम असल्यामुळे जन्माष्टमीच्या उत्सवाची फार मोठी तयारी झाली. शाहूमहाराजांना खास आमंत्रण गेलं. त्यांचे दोन्ही महाल आणि विरूबाई याही उत्सवासाठी अदालतवाड्यात येणार होत्या. कृष्णेच्या काठावर माहुलीला पंतप्रतिनिधींनी नवीन वाडा बांधला होता. उत्सवासाठी पुण्याहून येणाऱ्या लोकांच्यासाठी तो वाडा पेशव्यांच्या हवाली करण्याची छत्रपतींनी प्रतिनिधींना आज्ञा दिली.

मस्तानी आणि तिचे साथीदार यांना पेशव्यांनी माहुलीच्या वाड्यात उतरण्यासाठी जागा दिली.

अदालतवाड्यात जन्माष्टमीच्या उत्सवाची धूमधडाक्यात तयारी सुरू होती. दोन रात्री सेवक घटकेचीही विश्रांती न घेता वाड्यात राबत होते. सबंध वाडा शृंगारला होता. ठिकठिकाणी वेगवेगळ्या तऱ्हेच्या बिछायती पसरलेल्या होत्या. जागोजाग रंगीबेरंगी शमादानं प्रकाशत होती. जन्माष्टमीचा सोहळा ज्या चौकात होणार होता तो चौक विशेष शृंगारलेला होता. चौकाच्या बाजूच्या सुरूदार खांबामधून किनखाफाचे पडदे सोडलेले होते. पडद्यांना लावलेले रेशमी गोंडे हातानं बाजूला करून सेवकांची ये–जा चालू होती. बाजूच्या दालनामधून लोडतक्क्यांची बैठक केली होती. एका बाजूला चिकाचे पडदे सोडून छत्रपतींचा राणीवसा आणि इतर स्त्रियांची बसण्याची सोय केलेली होती. समोरच्या बाजूला कीर्तनासाठी गालिचा अंथरला होता.

चिमाजीआपा आणि नाना उत्सवाच्या तयारीवर स्वतः देखरेख करीत होते. पेशव्यांचं उणं काढायला साताऱ्यातील काही मुत्सद्दी मंडळी टपून बसलेली असत. त्यांना कुठेही वाव मिळू नये म्हणून आपांनी सक्त देखरेख ठेवून सर्व व्यवस्था चोख केलेली होती.

काशीबाई उत्साहानं वावरत होत्या, अलीकडे श्रम थोडे जास्त पडल्यामुळे त्यांचा उजवा पाय पुन्हा दुखू लागला होता. जन्माष्टमीच्या दिवशी सकाळपासून त्या आपल्या महालातच बसून होत्या.

उत्सवाची तयारी झाली. रात्री वेगवेगळे मानकरी आणि सरदार मंडळी आपापल्या लवाजम्यासह अदालत वाड्यात आली. पेशव्यांच्या सेवकांनी त्यांना मानाप्रमाणं आसनावर बसवलं. सर्वांत शेवटी शाहू छत्रपती आले. त्यांच्या पाठोपाठ बंद मेण्यातून त्यांच्या राणीवसाही आला.

वाड्याच्यासमोर दरवाजामध्ये बाजीराव पेशव्यांनी लवून मुजरा करून छत्रपतींचं स्वागत केलं, आणि ते त्यांना वाड्यात घेऊन गेले. चौकामध्ये छत्रपतींच्यासाठी उंच आसन तयार केलं होतं. किनखाफी गलेफ घातलेले लोड बैठकीवर तीन बाजूंनी ठेवलेले होते. खाली पाय टेकण्यासाठी चांदीची नक्षीदार तिपाई ठेवलेली होती. गिर्दीवर पाय देऊन छत्रपती आपल्या आसनावर बसले. त्यांच्या दोन्ही बाजूंनी प्रकाशासाठी मोमबत्तीचे मोठे दीप लावले होते.

हरदास कीर्तनासाठी उभे राहिले. कृष्णजन्माचं रसाळ आख्यान सुरू झालं. कृष्णजन्मासाठी समोर पाळणा टांगलेला होता. पाळण्याच्या चारी बाजूंनी फुलांच्या माळा सोडल्या होत्या. पाळण्याला झोके देण्यासाठी रेशमाची चार-पाच हात लांब दोरी समोर सोडलेली होती. पाळण्यात सोन्याचा बाळकृष्ण चांदीच्या ताम्हनात ठेवलेला होता.

चिकाच्या पडद्याआड विरूबाईंनी चौकशी केली, 'पेशवीणबाई कुठं दिसत नाही?'

कुणी तरी त्यांना माहिती दिली, 'त्यांचा पाय दुखतो आहे. बसवणार नाही म्हणून त्या आल्या नाहीत.'

हरदासांच्या कीर्तनाकडं साऱ्यांचं लक्ष होतं. शाहू महाराज एकाग्रतेनं कीर्तन ऐकत होते. वासुदेव-देवकीचा बंदिवास. बंदिवासात झालेला श्रीकृष्णाचा जन्म. बाळाला पाटीत घालून यमुनेच्या अथांग पाण्यामधून पलीकडे नेणारा तो वासुदेव. पुरानं दुथडी वाहणाऱ्या यमुनेचं काळं पाणी, श्रीकृष्णाच्या पुनीत पदकमलांचा स्पर्श व्हावा म्हणून कालिंदीवर उसळणाऱ्या त्या लाटा. एकेक प्रसंग चित्त थरारून सोडणारा होता. कीर्तनकाराची वाणी रसाळ होती. श्रोते ऐकताना बेभान झाले. मध्यरात्रीचे टोले पहाऱ्यावर वाजले आणि कृष्णजन्म झाला.

शाहू महाराज आपल्या आसनावर उभे राहिले. तशी सर्व मानकरी मंडळी आपापल्या ठिकाणी उभी राहिली. श्रीकृष्णाच्या नावाचा एकच जयजयकार झाला. छत्रपतींनी रेशमी दोरी आपल्या हातात घेऊन पाळण्याला दोन झोके दिले.

जन्माष्टमीचा सुंठवडा सर्वांना वाटण्यात आला.

छत्रपतींच्या उजव्या हाताला बसून बाजीराव पेशवे सारा समारंभ पाहत होते. कृष्णजन्म झाल्यानंतर छत्रपती आणि त्यांचा राणीवसा पेशव्यांचा निरोप घेऊन अदालतवाड्यातून बाहेर पडले. राजवाड्यापर्यंत महाराजांना पोहोचविण्यासाठी चिमाजीआपा त्यांच्या पालखीबरोबर चालत गेले.

कलावंतांच्या नाचण्यासाठी खास बैठक तयार केली होती. कृष्णजन्म झाल्यानंतर त्या बैठकीवर राजदरबारातील निवडक मानकऱ्यांसह बाजीराव पेशवे नाच पाहण्यासाठी बसले.

नाचाला मस्तानी उभी राहिली. डोळ्यांमध्ये काजळ घातलं होतं. त्यामुळे तिचे मूळचे मोठे डोळे अधिकच मोठे भासत होते. गोऱ्या गुलाबी गालाच्या खाली हनुवटीच्या उजव्या बाजूला काजळाचा एक ठिपका तिच्या चेहऱ्याला शोभा देत होता. डोक्यावरचा विपुल केशसंभार जांभळ्या मखमलीच्या टोपीत मावत नव्हता. अंगातल्या गुलाबी पिस्वादीवर कमरेचा जांभळा शेला खुलून दिसत होता. गुंडीचा हिरा लाख मोलाचा होता. खाली सफेद सुरवार होती. पायांना पैंजण गुंडाळलेले होते.

बैठकीवर मस्तानी आली तीच मुळी खाली झुकून पेशव्यांना तीनदा अदाब अर्ज बजावत. पैंजणांच्या ठोक्याबरोबर तिनं मान वर उचलून बाजीराव पेशव्यांच्याकडे एक तिरपा कटाक्ष टाकला. बाजीरावांसमोर संकोचणारी मस्तानी त्या लाल गालिच्यावर आता आत्मविश्वासाने उभी होती. साऱ्या मानकऱ्यांच्याकडे तिनं एकदा नजर फिरवली. तिची नजर पुन्हा बाजीरावांच्या चर्येकडे खिळली.

बैठकीमध्ये गुलाबपाण्याचा शिडकावा केला होता. अत्तराचा घमघमाट सुटला होता. फुलांचे गजरे हातोहात फिरत होते.

तेवढ्यात बाजीरावांनी इशारा दिला. उजवा पाय किंचित वर उचलून पुन्हा अलगद गालिच्याला टेकवून मस्तानीनं नाचाचा एक तोडा घेतला. पैंजणातून मुलायम छुमछुम निनादली. मग डावा पाय वर उचलून तीच गत पुन्हा पैंजणातून काढून दाखवली, आणि समोर बसलेल्या पेशव्यांच्या तोंडून 'वाहवा!' असा शब्द बाहेर पडण्यापूर्वीच ती नाजूक पावलं गालिच्यावर नाचू लागली. मस्तानीची गोरीपान पावलं, हाताची निमुळती बोटं, डौलदार शरीर आणि काळ्या डोळ्यांतले मादक भाव या साऱ्यांचा असा काही मिलाप जमून आला होता की, पाहणाराची

दृष्टी कुठंही एका ठिकाणी स्थिर होत नव्हती. हातांच्या बोटांनी दर्शविलेले विविध भाव, गोल चर्येवरच्या भृकुटींची हालचाल करून दर्शविलेल्या विविध मुद्रा आणि वाऱ्याशी स्पर्धा करीत पावलांनी पैंजणातून काढलेलं स्वरब्रह्म यांनी पाहणाऱ्यांचं भान हरपलं.

दीड-दोन घटका मस्तानी नाचली तरी पाहणाऱ्यांची तृप्ती झाली नाही. 'वाहवा! बहोत खूब!' असे उद्गार बैठकीतून उठत होते. मधूनच मस्तानी पायांतून निघणारे पैंजणाचे आवाज एकदम थांबवत होती. अपेक्षेनं बाजीरावांच्या चर्येकडे पाहत होती. पसंतिदर्शक मान हलली की कमरेतून थोडं वाकून उजव्या हातांची बोटं जुळवून ती पेशव्यांना अदब बजावीत होती. आणि पुन्हा तिचा नाच सुरू होत होता. अडीच-तीन घटका नाच झाल्यानंतर मस्तानीनं नाच संपवला.

सारंगीच्या छेडलेल्या सुरांची धुंदी आणि मस्तानीच्या पायांतल्या पैंजणांची धुंदी हळूहळू उतरली. रुमालानी झाकलेलं बिदागीचं ताट सेवकांनी पेशव्यांच्या पुढं केलं. पेशव्यांनी त्या ताटाला स्पर्श केला. मस्तानीनं पुढं होऊन मेंदीने रंगवलेले आपले दोन्ही हात पुढं करून त्यावर ते ताट अलगदपणे घेतलं. पाठ न दाखवता हलक्या पावलांनी पैंजणांचा छुमछुम आवाज करीत ती बैठकीतून मागे मागे सरली.

कलावंतांचा नाच संपल्यावर कृष्णजन्माचा सोहळा संपला. वाड्यात जमा झालेले पाहुणे परतले.

बाजीराव पेशवे बैठकीतून उठले. आपल्या महालात जाण्यासाठी चौकातून ते वळले. तेवढ्यात सेवकांनी त्यांना वर्दी दिली. बाईसाहेब त्यांची वाट पाहत आहेत.

बाजीराव तसेच मागं फिरले. काशीबाईंच्या दालनाजवळ ते आले. बाहेर एहाऱ्यावर दासी होती. बाजीरावांना पाहताच ती खडबडून उभी राहिली अन् खाली वाकून तिनं मुजरा केला. मान वर करून तिनं माहिती दिली, 'श्रीमंतांची वाट पाहून बाईसाहेबांचा आताच डोळा लागलेला आहे. आज्ञा झाली तर उठवते.'

बाजीराव महालात आले. त्यांनी पाहिलं. पलंगावर लोडाला टेकून काशीबाई झोपल्या होत्या.

बाजीरावांनी दासीला विचारलं, 'आता बाईसाहेबांचा पाय कसा आहे?'

'थोडा बरा आहे.' येसूनं माहिती दिली. 'वैद्यांनी दिलेला लेप संध्याकाळपासून पायावर घालून ठेवलेला आहे. त्यामुळे वेदना जरा कमी झाल्या आहेत, म्हणून

बाईसाहेबांचा डोळा लागला.

नक्षीदार तिपाईवर चांदीच्या वाटीत सुंठवडा ठेवलेला होता. त्याच्या शेजारी भिनेगारीचं काम केलेल्या रुप्याच्या पेल्यात केशरी दूध होतं. वाटीतून चिमूटभर सुंठवडा घेऊन बाजीरावांनी तोंडात टाकला. पेला उचलताना बोटातील नवग्रहांच्या अंगठीचा आवाज झाला. तेवढ्या आवाजानंही काशीबाईंची झोप चाळवली काय हे पाहण्यासाठी बाजीरावांनी पलंगाकडे नजर टाकली. पण काशीबाईंना गाढ झोप लागली होती. ते पाहून बाजीरावांनी दूध पिऊन पेला हलकेच तबकात ठेवला. काशीबाईंना न उठवता ते त्यांच्या दालनातून बाहेर पडले.

पहाऱ्यावर तासाचे टोल पडत होते. आपल्या शयनमहालात बाजीराव या कुशीवरून त्या कुशीवर होत होते. त्यांचा डोळ्याला डोळा लागत नव्हता. मग ते उठून बसले. समोर मोठी खिडकी होती. खिडकीवरचा पडदा बाजूला सारून त्यांनी बाहेर पाहिलं. बाहेर काळामिट्ट अंधार होता. त्यांना भास झाला. कुठून तरी पैंजणांचा छुमछुम आवाज येत होता. महालातल्या कोपऱ्यामध्ये कमरेइतकी उंच समई तेवत होती. समईच्या मंद प्रकाशात त्यांनी आसपास पाहिलं. दालनात कुणीही नव्हतं. मग ते स्वतःशीच हसले. बिछान्याला पाठ टेकल्यापासून पैंजणांचे ते आवाज त्यांच्या कानांत घुमत होते. अंधारातून तिरप्या डोळ्यांचे कटाक्ष कुणीतरी फेकत आहे, असा त्यांना उगीचच भास होत होता. अस्वस्थ मनाने दालनामध्येच त्यांनी दोन-तीन फेऱ्या मारल्या. कानांमध्ये घुमणारा तो आवाज थांबत नव्हता. ते तिरपे नेत्रकटाक्ष त्यांचा पाठलाग करायचे सोडीत नव्हते. अस्वस्थता वाढत होती.

बाजीराव दालनातून बाहेर आले. पायात चढाव घातले. अंगरख्यावरून शाल लपेटून घेतलेली होती. डोईवर मंदील ठेवलेला होता.

दालनाबाहेर कुंवर खाली मान घालून जमिनीवर बसला होता. त्याच्या खांद्याला स्पर्श करताच तो धडपडून उभा राहिला. बाजीरावांना पाहताच त्याच्या तोंडून काही शब्द बाहेर पडणार तोच ओठावर बोट ठेवून बाजीरावांनी गप्प राहण्याचा त्याला इशारा केला. कुंवरला घेऊन दोन चौक ओलांडून बाजीराव बाहेर आले.

पागेमध्ये त्यांचा खास घोडा उभा होता. धन्याची चाहूल लागताच त्यानं खुरानं पायाखालचं गवत मागं फेकलं. दोन्ही बाजूंना दोन मोतद्दार झोपलेले होते. ते जागे झाले नाहीत. बाजीरावांच्या इशाऱ्यासरशी कुंवरनं घोडा पागेतून बाहेर काढला. स्वतःसाठी दुसरा एक घोडा घेतला. बाजीराव घोड्यावर स्वार झाले.

प्रथम दुडक्या चालीनं आणि नंतर चौखूर वेगानं घोडे पूर्वेकडे माहुलीच्या दिशेनं निघाले. काळामिट्ट अंधार पडला होता. नदीच्या दिशेनं उतरत गेलेली पाऊलवाट अर्धवट दिसत होती. डोक्याला बांधलेल्या मंदिलाचा शेमला वाऱ्याबरोबर मागे उडत होता. कुंवरला काही समजत नव्हतं. धन्याच्या मागोमाग घोडा फेकायचा एवढंच त्याला माहीत होतं. एकदम उतार आला आणि समोर कृष्णानदीच्या पुराच्या पाण्याचा घनगंभीर आवाज कानावर आला.

बाजीरावांनी घोड्याचा लगाम खेचला. नदी पार करण्यासाठी कुंवरला नाव पाहायला सांगितलं. 'नाव चालवणारे कहार जवळपासच असतील. एखाद्याला उठवून नाव तयार करून घे.'

अस्वस्थपणे बाजीराव पुरानं वाहणाऱ्या कृष्णा नदीकडे आणि त्या नदीच्या पैलतीरावर असलेल्या पंतप्रतिनिधींच्या वाड्याकडे अंधारातून डोळे फाडून पाहत उभे होते. थोड्याच वेळात कुंवर आला. अशा भयानक रात्री आणि पूर आला असताना नावाडी नदीत नाव घालायला तयार नव्हते. त्याचा आवाज घोगरा झाला होता. 'श्रीमंतांचं नाव सांगितलं तर तयार होतील. नाव सांगण्याची आज्ञा द्यावी.'

'आमचं नाव सांगण्याची जरूर नाही. हे त्यांना दे, म्हणजे ते पुरातही नाव घालतील.' असं म्हणून बाजीरावांनी पटकन हातातली नवरत्नांची अंगठी काढून ती कुंवरच्या हातात दिली.

झोपडीशेजारी पलिता विझण्याच्या बेतात होता. पलित्याच्या उजेडात कुंवरनं ती वस्तू पाहिली. ती लकाकणारी रत्नं पाहून त्याचे डोळे विस्फारले. मागं वळून त्यानं अंधारात घोड्यावर बसलेल्या आपल्या धन्याकडं क्षणमात्र पाहिलं. आणि मग वेगानं तो नदीच्या किनाऱ्यावर नावाडी शोधण्यासाठी पुन्हा गेला.

नावाड्याची नाव तयार झाली. बाजीराव आणि कुंवर तिथंच घोडे बांधून ठेवून नावेत बसले. पैलतीराला नाव लागल्यानंतर घाटाच्या पायऱ्या चढून बाजीराव प्रतिनिधींच्या वाड्याजवळ आले. कुंवरला त्यांनी आज्ञा दिली, 'पहाऱ्यावर आमचा चंदा जामदार असेल, त्याला सांग आम्ही आलो आहोत. आत मस्तानीकडे वर्दी पाठव.'

निरोप देऊन कुंवर परत येण्याची बाजीरावांनी वाट पाहिली नाही. ते त्याच्या पाठोपाठ वाड्याच्या आत गेले. पेशवे आलेले समजताच दरवाजे भराभर उघडले गेले. बाजीराव थेट आतल्या दालनात गेले.

एक मोठा रेशमी पडदा समोर टांगलेला होता. त्याच्या आड उभी राहून मस्तानी दासीच्या मदतीने गळ्यातले एकेक अलंकार उतरवून बाजूला ठेवत होती. अंगावरची वस्त्रं उतरवत होती. मोमबत्तीच्या प्रकाशामध्ये पडद्यावरची तिची सावली थरथरत होती.

हातानं पडदा बाजूला सारून बाजीराव मस्तानीच्या पुढे उभे राहिले.

ध्यानीमनी नसताना समोर बाजीराव पाहून मस्तानीच्या हातातला दागिना खालच्या तबकात पडला. खांद्यावरची ओढणी पायाजवळ पडली होती. ती उचलायचंच काय पण अंगातल्या पिस्वादीच्या काढलेल्या गुंड्या लावण्याचंही तिला भान राहिलं नाही. तोंडाजवळ हात नेऊन ती उद्‌गारली, 'आप?'

बाजीरावांनी दासीकडे पाहिलं. मागच्या पावलानं ती तिथून निघून गेली. मस्तानी डोळे विस्फारून बाजीरावांकडे पाहत होती. तिचे गुलाबी ओठ थरथरत होते. कशीबशी ती पुटपुटली, 'इतनी रात हुई. नदीका ये पानी. आप कैसे आये? क्यूं आये?'

मस्तानीच्या चेहऱ्यावर भराभर लाली चढत होती.

बाजीराव मस्तानीला आपादमस्तक न्याहाळत होते. बाजूच्या शमादानातल्या दोन मोमबत्या आपला प्रकाश मस्तानीच्या चर्येवर टाकीत होत्या. त्या अंधुक प्रकाशातही डोळ्यांची दोन कबुतरं अर्धमेली झालेली दिसत होती.

'मस्तानी, आम्ही मजबूर आहोत. तुझ्या पैंजणांच्या नादानं आम्हांला इथं ओढून आणलं आहे.'

'काय हे? एवढ्या रात्री! लोक मला काय म्हणतील?'

लोक काय म्हणतील याचा बाजीरावांनी जबाब दिला नाही. मोमबत्तीच्या क्षीण झालेल्या ज्योती डाव्या हातानं बाजीरावांनी शांत केल्या. दालनामध्ये अंधार झाला. त्या अंधारात बाजीरावांचा हात मस्तानीच्या अंगाभोवती पडला.

दोन

मार्गशीर्षामध्ये आपांचं लग्न झालं. राधाबाईंनी नवी सून घरात आणली. मोठ्या हौसेनं त्यांनी तिचं नाव अन्नपूर्णा असं ठेवलं. लग्न झालं आणि आपा कोकणच्या मोहिमेवर निघून गेले. काही महिने सासर-माहेर असं झालं.

श्रावणामध्ये मंगळागौरीसाठी राधाबाईंनी आपल्या सुनेला मुद्दाम माहेराहून सासरी बोलावून घेतलं. त्यांची नातसून गोपिकाही वाईहून मंगळागौरीसाठी पुण्याला आली. मंगळागौरीच्या समारंभासाठी सरदारांच्या बायका आणि सुनालेकी यांनी हवेलीमध्ये एकच गर्दी केली होती. काशीबाईंच्या मातुःश्री शिऊबाई याही चासेहून मुद्दाम आल्या. हवेलीतल्या वडील सवाष्ण बाई म्हणून काशीबाई आपल्या जाऊबाईंच्या मंगळागौरीच्या समारंभावर जातीनं देखरेख करीत होत्या. त्यांच्या उत्साहाला उधाण आलं होतं. हवेलीतली खासगीची दालनं बायकांच्या आणि मुलींच्या हास्यविनोदानं भरून गेली होती. सारी रात्र मंगळागौरी जागली. फुगड्या खेळून आणि कोंबडा नाचवून काशीबाईंचा पाय आणखीनच दुखू लागला. पाच-सहा दिवसांनंतर मंगळागौरीसाठी आलेले अन्नपूर्णेच्या माहेरचे लोक परत गेले. राधाबाईंनी हौसेनं आपल्या सुनेला आणखी थोडे दिवस ठेवून घेतलं. रास्त्यांनीही गोपिकेला महिनाभर सासरी ठेवलं.

अन्नपूर्णेचं वय होतं आठ वर्षांचं. गोपिकेला दहावं लागलं होतं. सुनेपेक्षा सासू वयानं लहान होती. दोघींच्या बरोबर त्यांच्या दासी कुळंबिणी होत्या. राधाबाईंनी दोघींची सारी व्यवस्था आपल्या स्वतःच्या दालनामध्ये केली होती.

सकाळी दालनामध्ये दुसरं कुणी नव्हतं. राधाबाई आपलं नैमित्तिक देवधर्माचं करण्यासाठी देवघराकडे गेल्या होत्या. जाताना त्यांनी अन्नपूर्णा आणि गोपिका दोघींनाही नित्य पाठाचे काही अभंग पाठ करून ठेवायला सांगितले होते. दोघी ओठातल्या ओठात पाठ म्हणत होत्या. बरोबरच्या कुळंबिणी दालनाच्या बाहेर इकडे तिकडे करत होत्या. थोडा वेळ असाच गेला आणि मग अन्नपूर्णेनं गोपिकेकडे पाहून हाक मारली, 'सूनबाई!'

गोपिकेनं वर पाहिलं. तिच्या बाळचर्येवर नापसंती दिसत होती. मानेला नाजूक

झटका देत तिनं आपलं तोंड फिरवलं. तशी अन्नपूर्णेनं पुन्हा हाक मारली, 'सूनबाई!'

ते ऐकताच गोपिकेनं नजर वर उचलून विचारलं, 'मला हाक मारलीत?'

'होय, तुम्हालाच. तुम्हीच आमच्या सूनबाई ना?' अन्नपूर्णा खांद्यावरून चापून-चोपून पदर घेत म्हणाली.

'आम्ही नाही तुमच्या सूनबाई!' गाल फुगवून गोपिका म्हणाली.

'अगंबाई! तुम्ही आमच्या सूनबाई नाही? पण त्यांनी तर आम्हाला सांगितलं की, आम्ही तुम्हाला नेहमी सूनबाई म्हणून हाक मारायची.'

गोपिकेने आपले डोळे विस्फारले. अन्नपूर्णेला ती म्हणाली, 'कुणी सांगितलं तुम्हाला सूनबाई म्हणायला?'

'देवघरापाशी बसतात ना! तांबडे आलवण नेसलेल्या मातु:श्रीबाई, त्यांनी आम्हाला सांगितलं. काल आपल्या शेजारी इथं झोपल्या होत्या ना, त्यांनी.'

'असं, असं! त्या साऱ्यांना असंच काही तरी सांगतात.'

'पण त्यात काही चूक आहे का? तुम्ही आमच्या सूनबाई ना?'

'छे, छे! आम्ही नाही तुमच्या सूनबाई!' ठसक्यानं गोपिका म्हणाली. 'म्हटलं, आम्ही तुमच्यापेक्षा मोठ्या आहोत. आणि सूनबाई मिळायला मुलगा असावा लागतो.'

'मग आमच्या माहेरी तिकडे कुलाब्याला आमच्याकडे मुलगे आहेत की, चांगले दोन-तीन मुलगे आहेत. आमचं लग्न होण्यापूर्वी आम्ही त्यांच्याशी खेळतसुद्धा होतो.'

गोपिकेच्या काही लक्षात आलं नाही. ती गोंधळली. पण मग तिची समजूत पटली. ती म्हणाली, 'तुमच्याकडे मुलगे आहेत म्हणता तर मग असेल बरोबर. मग त्यांनी तुम्हाला सूनबाई म्हणून आम्हाला हाक मारायला सांगितलं ते बरोबर म्हणायचं.'

'बरं बाई! म्हणत जाऊ. पण आम्हाला एक सांगता का?'

'हो. विचारा ना?'

'आमची कुळंबीण म्हणत होती की, तिकडे तुमच्याकडे कुलाब्याला मोठा समुद्र आहे. खरं का हो?'

'हो. आमच्या कुलाब्याला मोठा समुद्र आहे. पुळणीवर खेळायला किती मजा येते. तुमच्या माहेरी नाही का हो अशी पुळण?'

'आमच्या माहेरी वाईला मोठी नदी आहे. तिला मोठा घाट आहे. त्या घाटावर आम्ही खेळतो. तुमचा तो समुद्र आमच्या नदीपेक्षा मोठा आहे की लहान आहे?'

अन्नपूर्णा हसली. ती म्हणाली, 'नदी समुद्रापेक्षा लहानच असते.'

'म्हणजे तुम्ही आमच्यापेक्षा वयानं लहान असूनही तुम्हाला माहिती मात्र बरीच दिसते.'

अन्नपूर्णा खुदकन् हसली. ती हसली हे पाहून गोपिका हसली. मग सासू-सुना दोघी खळखळून हसल्या. दोघींच्या मधला दुरावा नाहीसा झाला. सासूबाईंनी पढवून ठेवलेल्या सूचना दोघीही काही काळ विसरल्या. माहेरच्या लोकांनी घातलेला धाकही विसरल्या. मग अन्नपूर्णा गोपिकेला म्हणाली, 'आमच्या ज्ञानाची मोठी मातब्बरी नाही, पण तुम्ही आमच्यापेक्षा वयानं थोर आहो म्हणता ना?'

'हो, आहोच मुळी थोर!'

'आणि या हवेलीतही आमच्या अगोदर आलात ना?'

'होय, आमचं लगीन झालं त्याला आता दोन वर्सं झाली असतील.'

'मग आम्हाला एक माहिती सांगता?'

'विचारा ना?'

'मंगळगौरीला बऱ्याच बायका जमल्या होत्या. ज्यांनी त्यांनी नाव घ्या, नाव घ्या असं म्हणून आम्हाला अगदी भंडावून सोडलं होतं. आमच्या माहेरच्यांनी जेवढी नावं शिकवून ठेवली होती ती सारी नावं घेऊन झाली. पण एक काही समजलं नाही.'

'कोणतं हो?' गाल फुगवून गोपिकेनं चौकशी केली.

'इतके पुरुष हवेलीमध्ये फिरतात त्यांपैकी आमची स्वारी कोणती?'

या प्रश्नाचं उत्तर गोपिकेलाही लवकर सुचलं नाही. पण ती वयानं मोठी होती. अन्नपूर्णेपेक्षा दोन-तीन वर्षं अगोदर हवेलीत आली होती. तेव्हा तिला आता माहिती असणं रास्तच होतं. तो हक्क ती सोडायला तयार नव्हती म्हणून ती म्हणाली, 'त्यात हो काय मोठंस! मी तुम्हाला दाखवते तुमची स्वारी कोणती ते. आता दुपारी भोजनाला बसण्यापूर्वी देवघरापाशी येऊन तीर्थ घेण्याची इकडच्या पुरुषांची पद्धत आहे. मातु:श्रीबाईही तिथं असतात. काहीतरी काम काढून आपण देवघरापाशी जाऊ. तुमची स्वारी देवाचं तीर्थ घ्यायला तिथं आली, की मी डोळ्यानं खूण करीन. मग तुम्ही पाहून ठेवा.'

अन्नपूर्णा खूश झाली. दुपारी भोजनाची वेळ झाली. तशा दोघी चोरपावलानं देवघरापाशी गेल्या. राधाबाईंचं तेवढं लक्ष नव्हतं. त्या डोळे मिटून जपमाळ ओढीत होत्या. देवघरामध्ये कुलोपाध्याय कृष्णंभट देवाची पूजा आटोपून जवळ तीर्थाचं भांडे ठेवून कसल्या तरी पोथीची पानं चाळीत बसले होते. त्या दोघींच्या पावलांचा आवाज होताच त्यांनी पोथीतून मान वर काढली. तीर्थ घेण्यासाठी सूनबाई देवघराजवळ आल्या असाव्यात या कल्पनेनं त्यांनी दोघींच्या हातावर पळीभर तीर्थ घातलं. अन् पुन्हा पोथीमध्ये डोकं घालून ते बसले.

देवघराचं दालन मोठं प्रशस्त होतं. एका कोपऱ्यामध्ये गंध उगाळणाऱ्या परातीएवढ्या तीन सहाणा आणि त्यावर भली मोठी चंदनाची खोडं होती. बाजूला फुलांच्या परड्या होत्या. श्रावणाचा महिना असल्यानं परड्या फुलांनी गच्च भरल्या होत्या. जवळच सुई–दोरा घेऊन फुलांचा हार करण्याच्या निमित्तानं अन्नपूर्णा आणि गोपिका तिथंच बसल्या.

थोड्याच वेळात सोवळं नेसून अंगावर रेशमी शाल पांघरून बाजीराव देवघराजवळ तीर्थ घेण्यासाठी आले. त्यांची चाहूल लागताच कोपऱ्यात बसलेल्या गोपिकेनं चोरट्या नजरेनं त्यांच्याकडे ओझरतं पाहून घेतलं आणि मग शेजारी बसलेल्या अन्नपूर्णाला खूण करून हलक्या आवाजात म्हणाली, 'हीच तुमची स्वारी.' पुन्हा खाली मान घालून दोघी फुलं माळू लागल्या. बाजीरावांची चाहूल लागताच डोळे उघडून मातु:श्रींनी विचारलं, 'भोजनाला आज आपा नाहीत का?'

'आपा आज विसाजीपंत पेठ्यांच्याकडे भोजनाला गेले आहेत.' असं म्हणून तीर्थ घेऊन बाजीराव भोजनासाठी दालनातून बाहेर पडले.

कोपऱ्यामध्ये फुलांच्या माळा करीत बसलेल्या गोपिका आणि अन्नपूर्णा लाजून एवढ्या चूर झाल्या होत्या की राधाबाई आणि बाजीराव यांचं बोलणं त्यांच्या लक्षातच आलं नाही. तेवढ्यात राधाबाईंना त्या दोघींची चाहूल लागली. आवाज चढवून त्या म्हणाल्या, 'सूनबाई, तिथं काय चाललं आहे? पुरुषांची देवघराकडे यायची ही वेळ झाली माहीत आहे ना? या वेळी तुम्ही आपल्या दालनात असलं पाहिजे.'

दोघींनी फुलं तिथंच टाकली आणि खाली माना घालून त्या राधाबाईंच्या दालनामध्ये जाण्याकरता निघाल्या. पाठीमागून त्यांना राधाबाईंचा स्वर ऐकू आला.

'सकाळी दिलेले अभंग पाठ करा. मी तिकडे आल्ये म्हणजे म्हणून दाखवा.'

आपल्या दालनात येताच अन्नपूर्णेनं गोपिकेला म्हटलं, ‘इकडची स्वारी रूपानं छान आहे नाही! कानातल्या तो चौकडा त्यांना किती शोभून दिसतं होता?’

गोपिका घाबऱ्या नजरेनं दालनाच्या दरवाजाकडे पाहत म्हणाली, ‘तुमची स्वारी तशी दिसायला बरी आहे असं सगळेजण म्हणतात. पण मधूनमधून जरा खोकतात एवढंच.’

दोघी गालिच्यावर शेजारी बसल्या. मग अन्नपूर्णेनं चौकशी केली, ‘का हो तुमची स्वारी दिसायला कशी आहे?’.

‘आमची स्वारी फार मोठी आहे?’

‘मोठी म्हणजे केवढी?’

‘आमच्या माहेरची माणसं म्हणत होती की ते फार मोठे आहेत. ते पेशवे होणार आहेत. मग सगळ्यांनी त्यांचा हुकूम ऐकला पाहिजे.’

‘सगळ्यांनी म्हणजे आमच्या स्वारींनीसुद्धा?’

‘हो, तुमच्या स्वारींनीसुद्धा. तुम्ही काही पेशवे नाही. बाबा म्हणत होते, की आमची स्वारी पेशवे होणार आहेत. तुमच्या स्वारींना आमच्या स्वारींच्या हाताखालीच काम करावं लागणार आहे.’

‘ते बरोबरच आहे. तुम्ही आमच्यापेक्षा वयानं मोठ्या आहात ना? मग तुमची स्वारीही मोठीच असणार.’

अन्नपूर्णा आणि गोपिका यांची ही बडबड दुपार टळून गेली तरी चालली होती.

राजकारणानं विलक्षण वेग घेतला होता. गुजराथ, माळवा, बुंदेलखंड यांमध्ये पेशव्यांच्या फौजा धुमाकूळ घालीत होत्या. शिंदे, होळकर, आबाजी कवडे त्या प्रदेशामध्ये खंडणी गोळा करण्याचं काम करीत होते. दिल्लीत मोगल पादशहा आपले वजीर कमरुद्दीनखान, मीरबक्षी खान डौरान, बहादूर मनसूरजंग, महंमद बंगष आणि इतर सल्लागार यांना जवळ घेऊन अहोरात्र मराठ्यांच्या स्वाऱ्यांची चर्चा करत होता. दक्षिणेत निजामही हतबल झाला होता. एखादी मोठी मोहीम अंगावर घेऊन खुद्द बाजीराव पेशवे आपल्या राजधानीवरच चालून येतात की काय अशी

दहशत हिंदुस्थानभर पसरली होती.

सरदारांचे खलिते बाजीराव पेशवे फडावर बसून वाचत होते. तेवढ्यात साताऱ्याहून छत्रपतींच्याकडून खास आज्ञापत्र घेऊन दोन हुजरे हवेलीत आल्याची वर्दी मिळाली. अंबाजीपंतांनी त्यांना ताबडतोब सदरेवर पेश केलं. हुजऱ्यांना पाहताच बाजीराव आपल्या बैठकीवरून उठले. रेशमी गोंडे लावलेली थैली त्यांनी आपल्या हातानं स्वीकारून ती कपाळाला लावली. खलिता वाचण्यासाठी शेजारी अंबाजीपंत उभे होते. ती त्यांच्याकडे दिली. अंबाजीपंत खलिता वाचून दाखवत होते, तोपर्यंत पेशवे उभेच होते. नंतर ते खाली बसले.

'पंत!' बाजीराव छत्रपतींचं आज्ञापत्र हातात घेऊन म्हणाले, 'राजेश्री स्वामींनी आम्हाला निजामाची भेट घेण्याबद्दल आज्ञा दिली आहे. एकाएकी अशी आज्ञा देण्याचं कारण आमच्या लक्षात येत नाही.'

'पेशव्यांच्या हालचालीमुळे बादशाही मनसबदार हवालदिल झाले आहेत.' पंत म्हणाले, 'दक्षिणेचा सुभा त्यांचा आहे असं नवाब म्हणतात. त्यामुळं चौथाई सरदेशमुख वसुली करताना निजामअली अडथळेही आणतात. श्रीमंतांनी त्यांची भेट घेऊन दिलसफाई करावी असा त्यांचा उद्देश असेल.'

पंतांचं बोलणं बाजीरावांना रुचलं नाही. आज्ञापत्र समोरच्या रुप्याच्या तबकात ठेवलं होतं. ते उचलून घेऊन आणि एकवार त्याच्यावर नजर टाकून पेशव्यांनी ते पुन्हा तबकात टाकलं. आवाज चढवून ते म्हणाले, 'पंत, तुम्हाला आमची रीत माहीत आहे. आम्ही शत्रूंची गाठ घेतो ती रणांगणात त्याच्याबरोबर झुंजण्यासाठीच. शत्रू आमची गाठ घेतात ते हात बांधून तहाची याचना करण्यासाठी. हीच आमची रीत आहे. खलित्याला तसं उत्तर जाऊ द्या.'

'पण राजश्री स्वामींना काय वाटेल याचाही श्रीमंतांनी विचार करावा. त्यांचा तसा आग्रह दिसतो.....'

'त्यांना लिहा, अशी कोणती गोष्ट आहे, की जी निजामअलीची गाठ घेऊन आम्ही ठरवावी. आमचे वकील आहेत. पत्रं, खलिते रवाना होतच आहेत. किरकोळ बाबी ह्या रीतीने उलगडतच आहेत. तेव्हा निजामअलीची भेट घेऊन काही खास प्रयोजन साधता येईल असं आम्हाला वाटत नाही. असा साफ साफ जबाब छत्रपतींना पाठवा.'

'आज्ञेप्रमाणं करतो. उत्तर तयार करून श्रीमंतांच्या नजरेखालून घालतो. पण

आज्ञापत्रातलं एक वाक्य श्रीमंतांनी लक्षात घ्यावं. ते वाचून मला तर काही वेगळा संशय येतो आहे.' पंत मुरलेले मुत्सद्दी होते. आज्ञापत्रातलं अक्षर न् अक्षर त्यांनी लक्षपूर्वक वाचलं होतं.

'काय मजकूर आहे तो?' बाजीरावांनी चौकशी केली.

'राजेश्री स्वामींनी निजामाच्या वकिलाला विचारून भेटीची जागाही मुक्रर केली आहे. मांजरा नदीच्या काठी रुईरामेश्वराला ही भेट व्हावी अशी निजामअलीची इच्छा दिसते.'

'मतलब आमच्या ध्यानात आला नाही पंत.'

'निजामअलींशी पेशव्यांच्या एरवी भेटी होतात त्या औरंगाबादेला होतात. याच वेळी इतक्या एका बाजूचं ठिकाण निवडून तिथं श्रीमंतांची भेट घेण्यात निजामअलीचा काय हेतू आहे याचा तलास करायला पाहिजे.'

पेशवे क्षणभर गप्प बसले. मग ते म्हणाले, 'तुम्ही तलास करा. आमच्या वकिलांनाही लिहून विचारा. पण ज्या निजामअलीला पालखेडच्या झुंजात आम्ही चारी मुंड्या चीत केलं आहे त्याला पुन्हा आपणहून उठून जाऊन भेटावं असं आम्हाला वाटत नाही. नबाबांना आम्ही चांगले ओळखून आहोत. आम्ही वसुलीची तसदी लावताच खुद्द महाराजांकडेच त्यांनी राजकारण लावलेलं दिसतं आहे. पण काही हरकत नाही. रणांगणावर आम्ही त्यांना एकदा धूळ चारलीच आहे. त्यांची इच्छाच असेल तर दरबारी बोलण्यातही आम्ही त्यांचा डौल उतरून दाखवू. पण प्रथम आम्ही सांगितल्याप्रमाणं महाराजांना विनंतीपत्र तयार करा.'

'आज्ञेप्रमाणे करतो.' पंत म्हणाले.

'पंत, आणखी एक करा.'

'आज्ञा करावी.'

'निजामअलीलाही एक पत्र पाठवा. त्यांना विचारा तुमचे चर्चेचे कोणते मुद्दे असतील ते आम्हाला लिहून कळवा. आम्ही इथूनच त्याला योग्य तो जबाब देऊ.'

पंतांनी होकारार्थी मान हालवली.

आठ दिवसांनी छत्रपतींच्याकडून दुसरा खलिता आला. पेशव्यांनी निजामाची भेट घ्यावी अशी आज्ञा त्यांना पुन्हा झाली होती.

छत्रपतींच्या आज्ञेवरून पेशवे निजामअलींना भेटणार ही बातमी ज्याच्या त्याच्या तोंडी झाली. प्रमुख सरदार मोहिमेवर निघून गेलेले होते. पण त्यांचे कारकून, सावकार, व्यापारी पुण्यातच होते. त्या साऱ्यांच्या तोंडी हीच बातमी घोळत होती.

काशीबाईंच्या माहेरी ही बातमी पोहोचायला उशीर लागला नाही. एके दिवशी काशीबाईंच्या मातु:श्री शिऊबाई चासेहून घोड्यावर बसून बरोबर फक्त दोन सेवक घेऊन तडक निघाल्या त्या पुण्याला पेशव्यांच्या हवेलीसमोर येऊन घोड्यावरून खाली उतरल्या. ही वर्दी काशीबाईंना लागताच त्यांनी मातु:श्रींना ताबडतोब आपल्याकडे बोलावून घेतलं.

काशीबाई दिसताच उसंत न घेता त्यांच्या मातु:श्री म्हणाल्या, 'आम्ही ऐकतो आहोत ते खरं आहे का?'

'मातु:श्री, उन्हातान्हातून घोड्यावर बसून एवढ्या तातडीनं येण्याजोगं काय घडलं आहे? आल्यासरशी थोडी विश्रांती घे. मग बोलता येईल.'

'विश्रांती आम्ही मागाहून घेऊ!' शिऊबाई म्हणाल्या. 'प्रथम आम्हाला सांग, की आम्ही ऐकलं ते खरं का?'

तरी काही उत्तर न देता काशीबाईंनी आपल्या मातु:श्रींना खाली बैठकीवर आपल्या शेजारी बसवून घेतलं. समोर चांदीच्या तांब्यात पाणी होतं. ते त्यांनी आपल्या मातु:श्रींसमोर केलं. हातांनीच तांब्या बाजूला सारून मातु:श्रींनी पुन्हा तोच प्रश्न विचारला.

'काय ऐकलंस आई तू?' काशीबाईंनी विचारलं.

'अग, तुला इथं हवेलीत असून पत्ता लागत नाही. तिथं चासेत आम्ही बातमी ऐकली अन् साऱ्यांची झोप उडाली. आणि इथं येऊन पाहते तो तू अगदी शांत. हे गं काय तुझं वागणं!'

'अगं पण झालं तरी काय आई?'

'काय व्हायचं? छत्रपतींनी आज्ञा दिली म्हणून पेशवे निजामाच्या भेटीला जाणार असं आम्ही चासेत ऐकलं, खोटं आहे ना ते?'

‘खरं आहे ते.’ आईची नजर टाळून काशीबाई म्हणाल्या.

‘खरं आहे ते? अन् ते तेवढ्या शांतपणे बोलतेस?’

‘मला त्यातलं काय कळतंय? त्या साऱ्या राजकारणाच्या गोष्टी.’

‘अग हे कसलं राजकारण? हे राजकारण नाही. मोठं अरिष्ट आहे. श्रीमंत कुठं आहेत?

‘कचेरीच्या दालनात या वेळी असतील.’

‘कुणबिणीला आताच पाठव आणि बोलावून घे. त्यांना म्हणावं, मी चासेहून आले आहे. अन् तातडीनं त्यांची भेट पाहिजे आहे.’

‘अगं पण आई, आताच तू आली आहेस. दमली आहेस. थोडा विसावा घे. मग संध्याकाळी त्यांच्याशी बोलता येईल.’

‘वेडी आहेस तू. अशा कामामध्ये मुळीच वेळ दवडता उपयोगी नाही. एकदा का श्रीमंत लेखी गुंतले की मग त्यांनाही मागं घेता येणार नाही. तेव्हा मला आताच त्यांची गाठ घेतली पाहिजे. तू ताबडतोब त्यांना बोलावून घे.’

काशीबाईंनी येसू दासीला बोलावलं आणि तिच्याबरोबर श्रीमंतांकडे निरोप पाठवला. थोड्या वेळानं बाजीराव पेशवे कचेरीच्या दालनातून उठून खासगीकडे आले. शिऊबाई आल्याची त्यांना कचेरीतच वर्दी मिळाली होती. आपल्या सासूबाईंनी आपल्याला एवढं तातडीनं का बोलावलं याचं त्यांनाही आश्चर्य वाटत होतं.

बाजीरावांना आत आलेले पाहताच शिऊबाई उठून उभ्या राहिल्या. बाजीराव एका चौपाईवर टेकल्यानंतर त्या वेगळ्या आसनावर बसल्या.

‘तुम्ही निजामअलीची भेट घ्यायला जाणार असं चासेत समजलं म्हणून तातडीनं आम्ही इकडं आलो.’ पेशवे चौपाईवर टेकताच शिऊबाई एकदम म्हणाल्या.

‘होय, छत्रपतींचा हुकूम आहे. तेव्हा जायला हवं’ बाजीराव शांतपणे म्हणाले. त्यांनी काशीबाईंकडं पाहिलं. त्या खाली मान घालून उभ्या होत्या.

‘पण छत्रपतींनी ही आज्ञा सरळ मनानं दिली नाही. मुद्दाम इशारा द्यावा म्हणून आम्ही तातडीनं इथं आलो.’

‘मातु:श्रींना काही बातमी असेल तर सांगावी. आम्ही तिचा विचार जरूर करू.’

‘बातमी अशी तशी नाही. खास महत्त्वाची आहे. आणि ती खात्रीच्या माणसाकडून मिळाली आहे.’

'काय बातमी आहे ती सांगावी.'

'पेशव्यांचा घात करायची छत्रपतींनी ही योजना आखली आहे!' डोळे किलकिले करून मोठा उसासा टाकून शिऊबाईंनी बातमी दिली.

'घात! आमचा घात छत्रपती कशासाठी करतील? आम्ही तर त्यांचे सेवक आहोत.'

'श्रीमंत आपल्याला छत्रपतींचे सेवक म्हणतात. पण खुद्द छत्रपतींच्या पोटात भीती उत्पन्न झाली आहे. पेशवे काही दिवसांनी त्यांना खाऊन टाकणार. तेव्हा त्यांचा परस्पर काटा निघत असेल तर बरं. तिकडे निजामअलीच्याही डोळ्यांत तुम्ही सलत आहात. तेव्हा एकाच दगडात दोन पक्षी मारण्याचं हे राजकारण छत्रपती खेळत आहेत. श्रीमंतांनी सावध असायला पाहिजे.'

'विश्वास न बसण्याजोगीच गोष्ट आहे. पण हे सत्य आहे. त्रिवार सत्य आहे. तुम्ही जपून असायला पाहिजे.'

'पण अशी गोष्ट छत्रपती कशी करतील?'

'आमच्याकडे कागदोपत्री पुरावा आहे. तुमची आणि निजामअलीची भेट शाहूमहाराजांनी घडवून आणली तर या कामाबद्दल नबाब छत्रपतींना दोन कोट रुपये देणार आहेत.'

'दोन कोट रुपये? मातु:श्री, आपण काहीतरी बाजारगप्प ऐकली असावी. आम्ही जे जे करतो ते सारं महाराजांना पसंत पडतं असं नाही, हे आम्हाला ठाऊक आहे. आमच्या काही न्यायनिवाड्यांवर ते असंतुष्ट आहेत हे आम्ही जाणून आहोत. पण म्हणून छत्रपती आपल्या पेशव्यांच्या जिवावर उठतील याच्यावर आमचा विश्वास बसत नाही.'

'तुम्हाला जागं करण्याचं आमचं काम आम्ही केलं. याउप्पर आमचं ऐकणं न ऐकणं हे तुमच्या मर्जीवर!' थोड्या नाराजीनं शिऊबाई म्हणाल्या.

'मातु:श्रींनी नाराज होऊ नये. त्यांची कळकळ आम्हाला समजते. पण शाहू छत्रपती थोरल्या महाराजांचे नातू आहेत हे ध्यानात घ्या. दगाबाजी त्या रक्तात नाही. आमची खात्री आहे. सेवकांचा खून शत्रूकडून करावा, एवढ्या हलक्या मनाची व्यक्ती त्या कुळात जन्म घेणार नाही. मातु:श्रींनी निश्चिंत असावं.'

'खुद्द छत्रपती स्वामी तसे नसतीलही. पण त्यांच्या आसपासचे सगळेच लोक तुमचं कल्याण चिंतणारे आहेत असं समजायचं कारण नाही.' शिऊबाई आपला

मुद्दा सोडायला तयार नव्हत्या.

'ते आम्ही जाणून आहोत. तरीही त्यांच्या दरबारातले मुत्सद्दी एवढे हरामखोर असतील यावर आमचा विश्वास बसत नाही.'

'श्रीमंतांनी देशस्थांचा विश्वास धरू नये. कोकणस्थांनी छत्रपतींची दौलत आटोपली आहे, असा त्यांचा एकसारखा आक्रोश चालू असतो. आम्हा चिपळुण्यांचा उत्कर्ष त्यांना सहन होत नाही. पंतप्रतिनिधी किती कारस्थानी आहेत ते आम्ही आपल्याला सांगायला नको. देशस्थ घातकी आहेत. पाताळयंत्री आहेत. त्यांनी हा सल्ला छत्रपतींना दिला असेल.'

'असेल, तसंही असेल.' बाजीराव म्हणाले, 'मातुःश्रीबाई एवढ्या कळकळीनं सांगताहेत तर आम्ही त्याचा जरूर विचार करू. अंबाजीपंत पुरंदरे आम्हाला सारी बातमी खडान्खडा देतील. आम्ही त्यांच्यावरच हे सोपवलं आहे.'

बाजीराव उठून दालनाबाहेर गेले तरी बराच वेळ शिऊबाई आपल्या लेकीशी याबाबत बोलत होत्या.

निजामाच्या भेटीला जाण्यासाठी छत्रपतींचं पेशव्यांना निक्षून आज्ञापत्र आलं. ते वाचताच आज्ञा प्रमाण मानून भेटीला जाण्याची पेशव्यांनी तयारी सुरू केली. चिमाजीआपा, शिंदे, होळकर, पिलाजी जाधवराव इत्यादी मातबर सरदार उत्तरेकडे मोहिमेसाठी पूर्वीच रवाना झाले होते. दक्षिणेत आता नाव घेण्याजोगे दावलजी सोमवंशी, संताजीराव जाधव, आणि शंभूसिंह जाधव असे तिघेच उरले होते. पेशव्यांनी त्यांना भेटीसाठी तातडीनं बोलावून घेतलं.

निजामअलीच्या भेटीसाठी पेशवे जाणार ही बातमी धावडीला परमहंसबाबांना समजताच त्यांनी आपला खास शिष्य भागवत पत्र देऊन पाठवला. बाजीरावांनी निजामअलीच्या भेटीला लक्ष प्रकारे जाऊ नये अशी आज्ञा परमहंसबाबांनी त्या पत्रात दिली होती. बाबांचं समाधान करण्यासाठी बाजीरावांनी त्यांना मोठं नम्रतेचं उत्तर पाठवलं. भेटीचा तपशील अंबाजीपंत ठरवत होते. दोन-तीन दिवस ह्या तयारीखाली गेले. बाजीरावांना इतर चौकशी करायला फुरसतच मिळाली नाही.

एके दिवशी संध्याकाळी बाजीराव कचेरीच्या दालनातून आपल्या खासगी महालात आल्यावर कुंवरनं त्यांना बातमी दिली. काशीबाई गेले तीन दिवस अन्नग्रहण न करता आपल्या दालनात बसून होत्या. बातमी समजताच बाजीरावांनी सेवकांना मुदपाकखान्यातून दुधाचे पेले घेऊन काशीबाईंच्या दालनात येण्याबद्दल सांगितलं आणि ते स्वतः काशीबाईंच्या दालनात गेले.

काशीबाई पलंगावर लोडाला मान टेकून पडल्या होत्या. बाजीरावांची चाहूल लागताच त्यांनी मान वर उचलून पाहिलं आणि त्या लगेच पलंगावरून उठून मान खाली घालून उभ्या राहिल्या. रडून त्यांचे डोळे सुजले होते. मूळची गौर चर्या लालभडक झाली होती.

सेवक दुधाचे पेले ठेवून दालनातून बाहेर गेला. बाजीराव काशीबाईंच्या जवळ जाऊन म्हणाले, 'आम्हाला आताच समजलं की तुम्ही तीन दिवस अन्नग्रहण केलं नाही. कशासाठी हे?' बाजीरावांच्या शब्दात आग्रही ओलावा होता.

ते शब्द ऐकताच काशीबाईंच्या डोळ्यांतून घळघळ आसवं वाहायला लागली. ओठांतून शब्द बाहेर पडेना. बाजीराव काशीबाईंच्या जवळ गेले, आपल्या हातानं त्यांची हनुवटी वर उचलून ते म्हणाले, 'ही आसवं पुसा पाहू! पेशव्यांच्या या हवेलीत गृहलक्ष्मीच्या डोळ्यांतून वाहणारी आसवं पाहण्याची कुणालाही सवय नाही.'

तरी काशीबाईंनी आसवं थांबली नाहीत. ते पाहताच बाजीरावांनी आपल्या खांद्यावरच्या रेशमी वस्त्रांनी काशीबाईंचे अश्रू पुसले. त्यांच्या खांद्यावर थोपटत ते म्हणाले, 'माणसानं एवढा त्रागा करून घेऊ नये.'

हुंदके देतच काशीबाई म्हणाल्या, 'मग अशा वेळी माणसानं करावं तरी काय? कुणाचंच ऐकायचं नाही. आपलाच हट्ट चालवणं बरं आहे का?'

'आम्ही निजामअलीच्या भेटीला जाणार त्याबद्दल तुमचा राग ना?'

काशीबाईंनी मान नुसतीच हलवली.

'पण जाणं न जाणं आमच्या का हातात आहे? छत्रपती स्वामींनी आज्ञा दिली की ती पाळणं एवढंच आमचं कर्तव्य.'

'हे सारं एखाद्या तिऱ्हाइताला सांगावं. ते त्याला खरं वाटेल.' रडवेल्या स्वरात काशीबाई म्हणाल्या, 'आमचा त्यावर विश्वास कसा बसेल! इकडच्या शब्दांना छत्रपतींच्या जवळ किती मान आहे हे का आम्हाला माहीत नाही? इकडच्या

मनात नसेल ती कोणतीही गोष्ट स्वारींवर कुणीही लादू शकत नाही, हे आम्ही जाणून आहोत.'

काशीबाईंच्या खांद्यावर बाजीरावांनी पुन्हा थोपटलं. हळुवार आवाजात ते म्हणाले, 'आम्ही मुद्दाम तुमच्या समाचाराला आलो आहोत. ही आसवं आवरली नाहीत आणि रडण्याचं थांबवलं नाहीत तर आम्ही तुमच्याशी कसे बोलणार?'

काशीबाईंनी पदरानं आपले डोळे पुसले. बाजीराव पलंगावर बसले. काशीबाई म्हणाल्या, 'आम्ही आमची आसवं पुसली. आता इकडून बोलावं.'

'एवढा त्रागा करणं चांगलं नाही. निदान आम्हाला विचारायचं तरी अगोदर.'

'त्यात काय विचारायचं? त्या दिवशी आमच्या मातुःश्रींच्या समोरच तर सारं बोलणं झालं ना?'

'होय, पण आमचा अगदी नाइलाज आहे. स्वामींनी निक्षून आज्ञा केली. ती पाळली पाहिजे. आणि आम्ही इतक्या मोहिमा केल्या. स्वाऱ्या केल्या. त्यात काय थोडा धोका होता? त्या वेळी तुम्ही आम्हाला आडवलं नाही. आणि आता ह्या किरकोळ गोष्टीला काय एवढं महत्त्व देता!'

'इकडून किरकोळ म्हणायचं होतं पण आमचं सर्वस्व त्यात गुंतलेले आहे. मोहिमेवर जाणं वेगळं आणि अशा दगाबाज दुष्मनाची एकट्यानं भेट घेणं वेगळं. कोणत्या वेळी काय होईल त्याचा काही नेम सांगता येतो का?'

बाजीरावांनी हसण्याचा प्रयत्न केला. 'तुमची आम्हाला गंमत वाटते. आम्ही नबाबांच्या भेटीला जाणार तसे तेही आमची भेट घेणार. ते आम्हाला दगा करतील अशी तुम्हाला भीती वाटते. आम्ही त्यांना दगा करू ही भीती त्यांना नाही का?'

'काहीतरी बोलून आमचं समाधान करण्याचा प्रयत्न होतो आहे. पण आमचं इकडून ऐकणं झालं आणि भेटीला नाही गेलं तर चालण्याजोगं नाही का?'

'होय, चालण्याजोगं आहे. पण एका अटीवर.' बाजीराव काशीबाईंची नजर टाळून म्हणाले.

काशीबाईंना एकदम आशा उत्पन्न झाली. उत्सुकतेनं त्यांनी विचारलं, 'कोणत्या अटीवर?'

'पेशवा निजामाला भ्याला अशी त्याची कीर्ती हिंदुस्थानभर व्हावी अशी तुमची इच्छा असेल तर आम्ही तुमचं म्हणणं मान्य करतो.'

'काहीतरीच काय?'

'काहीतरीच नाहीतर काय? यःकश्चित निजाम तो काय. त्याच्या भेटीला आम्ही एवढं महत्त्व द्यावं, आणि तुम्ही त्यासाठी घाबरून आमचं मन वळवण्याचा प्रयत्न करावा याचं आम्हाला मोठं नवल वाटतं. या वेळी जर आम्ही माघार घेतली तरी हिंदुस्थानभर आमची केवढी नाचक्की होईल याची तुम्हाला कल्पना नाही. आज पेशव्यांचं नाव ऐकलं की हिंदुस्थानात शत्रू नुसता थरथर कापत असतो. त्याला हे जर समजलं की भिऊन पेशव्यांनी भेट टाळली तर एकदा नव्हे दहादा रणांगणांत शत्रूनं आमचा पराजय केला असं होईल. तुम्हाला हे चालेल?'

'असं काही अवघड बोलणं झालं म्हणजे माणसानं त्याच्यावर काय बोलावं?'

'माणसानं त्याच्यावर काही बोलूच नये.' बाजीराव काशीबाईंच्या हनुवटीला हात लावून म्हणाले. 'हे नाजूक ओठ राजकारण बोलण्यासाठी नाहीत. काही वेगळंच बोलण्यासाठी आहेत. खरं ना आम्ही म्हणतो ते?'

काशीबाईंनी बाजीरावांकडे एक तिरपा कटाक्ष टाकला. त्यांचे डोळे आता कोरडे झाले होते. हनुवटीवर टेकलेला बाजीरावांचा हात आपल्या हातात घेऊन त्या म्हणाल्या, 'नेहमी असं काहीतरी गोड बोलणं होतं आणि मग आमचा हट्ट कुठल्या कुठं पळून जातो. पण आमच्या बायकांच्या मनाची कल्पना इकडे नाही हेच खरं. तशी ती असती तर सारा प्रकार एवढा हसण्यावारी नेला नसता.'

बाजीराव थोडे हसले आणि म्हणाले, 'तुमच्या भावनांची कदर नसती तर आज तीन दिवस तुम्ही अन्नग्रहण केलं नाही हे समजताच धावत तुमची समजूत घालण्यासाठी तुमच्या महालात आम्ही आलोच नसतो. झुंजात रणगर्जना करणारे ओठ इथं तुमच्यासमोर मुके होतात हा चमत्कार आम्हाला न समजणारा आहे.'

'काहीतरी विषय बदलून आमचं लक्ष दुसरीकडं न्यावं हा स्वारींचा इरादा आम्ही ओळखला. पण इकडून मनाचा निश्चयच झाला असेल तर आम्ही तरी काय बालणार? एकच विनंती करावीशी वाटते, की एकट्यानं जाऊ नये. भाऊजींना तरी बरोबर न्यावं. शिवाय मल्हारराव होळकर, राणोजी शिंदे अशी जिवाभावाची माणसं बरोबर ठेवावीत.'

बाजीराव हसले. काशीबाईंच्या हातातून आपला हात हलकेच सोडवून घेत उद्‌गारले, 'म्हणजे तुमचा आमच्यावर विश्वास नाही. आपा, शिंदे, होळकर हे आमचं रक्षण करणार. मग आम्ही पेशवे कसले?'

'हसण्यावारी नेऊ नये. त्यांना बोलावून घ्यावं.' कळकळीनं काशीबाई म्हणाल्या.

'ते शक्य नाही. आपा, होळकर मोठ्या फौजा घेऊन उत्तरेत गेले आहेत. ते दक्षिणेत येणं शक्य नाही. पण आमच्यावर विश्वास ठेवा. आम्ही निजामाची गाठ घेऊन अगदी सुखरूप परत येतो. आता प्रसन्न मनानं हसून आम्हाला निरोप द्या.'

काशीबाईंनी हसण्याचा प्रयत्न केला तरी त्यांच्या ओठातून हसू बाहेर पडलं नाही. पलंगावरून बाजीराव खाली उतरले. समोर तबकात दुधाचे पेले होते. त्यातला एक पेला उचलून बाजीरावांनी आपल्या हातानं काशीबाईंच्या ओठाला लावला. ते म्हणाले, 'आता हे दूध आमच्या हातानं घ्या.'

काशीबाईंच्या ओठातून हसू बाहेर आलं नाही. आसवांबरोबरच त्यांनी पेल्यातलं दूध संपवलं. खाली मान घालून त्यांनी तबकातून दुसरा पेला उचलून तो बाजीरावांच्या हातात दिला. थोडा वेळ इकडचं तिकडचं बोलून काशीबाईंचा निरोप घेऊन बाजीराव त्यांच्या दालनातून बाहेर पडणार तोच काशीबाई त्यांना म्हणाल्या, 'एक सांगायचं आम्ही विसरतच होतो.'

परत वळून बाजीरावांनी विचारलं, 'काय सांगणार आहात?'

'निजामअलीशी भेट तर आता टळत नाही हे नक्की. पण भेटीला जाताना निदान आम्ही दिलेली ती नवग्रहाची अंगठी बोटात घालून जावी.'

बाजीरावांनी चमकून आपल्या उजव्या हाताच्या बोटाकडे पाहिलं, तशी काशीबाईच पुढे म्हणाल्या, 'जामदारखान्यात ठेवलेली दिसते. ती काढून घ्यावी, आणि बोटात घालावी. त्या अंगठीत आमचा आत्मा आहे. कुठल्याही संकटातून इकडच्या स्वारींना ती सांभाळून पार पाडील.'

'ठीक आहे. त्याप्रमाणं आम्ही करू.' असं स्वतःशी पुटपुटत बाजीराव परत फिरले.

सारी रात बाजीराव पलंगावर तळमळत होते. त्यांच्या डोळ्याला डोळा लागला नाही. निजामअलीच्या भेटीला आपण जाणार असल्यामुळं काळजीनं सुकलेला काशीबाईंचा चेहरा नजरेसमोरून हलत नव्हता. मधूनच उजव्या हाताच्या बोटावर

काशीबाईंनी प्रेमानं दिलेली ती नवग्रहांची अंगठी आहे असा त्यांना भास होत होता. मोठ्या आशेनं त्यांचा हात अंगठीच्या स्पर्शासाठी बोटावरून फिरत होता. मग भ्रमनिरास झाला की ते अस्वस्थ होत होते. पहाटे केव्हातरी त्यांना थोडी डुलकी लागली.

सकाळी उठल्यावर रोजचं आन्हिक आटोपल्यानंतर बाजीरावांनी कुंवरला आपल्या दालनात बोलावलं. तिथं दोघांशिवाय तिसरं कुणी नव्हतं. मुजरा करून कुंवर पुढं उभा राहताच बाजीरावांनी त्याला विचारलं, 'गेल्या वर्षी साताऱ्याला आमचा मुक्काम असताना जन्माष्टमीच्या रात्री आम्ही माहुलीला गेलो होतो. आठवतं?'

कुंवरनं धन्याची दृष्टी टाळली. तो पुटपुटला, 'होय, चांगलं आठवतं.'

'त्या रात्री नदीच्या काठावर नावाड्याला देण्यासाठी आम्ही आमच्या बोटातली अंगठी काढून तुझ्याजवळ दिली होती. त्या अंगठीचं काय झालं?'

'ती अंगठी मी त्या नावाड्याला दिली. आणि अंगठी मिळाल्यावरच तो नावाडी पुरात नाव घालायला तयार झाला.'

बाजीरावांच्या मनात कुठं तरी आशेचा एक किरण तरळत होता. कुंवरचे शब्द ऐकून त्यांनी निःश्वास टाकला. स्वतःशीच बोलावं तसं ते म्हणाले, 'म्हणजे ती अंगठी गेलीच.'

कुंवरनं मान वर करून बाजीरावांकडे पाहिलं. क्षण दोन क्षण त्याची चर्या गोंधळली. बोलावं की बोलू नये याचा निश्चय करता येत नव्हता. मग हलकेच तो म्हणाला, 'हुजूरना आज अंगठीची याद झाली?'

'पण याद होऊन उपयोग काय? त्या दिवशी आम्हीच आपल्या हातानं अंगठी काढून तुला दिली होती. उगाच वाटलं की कदाचित ती तुझ्याकडेच अजून असेल.'

'तोबा, तोबा! हुजूर ती अंगठी जर अजूनही माझ्याकडे असती तर ती श्रीमंतांना केव्हाच पेश केली असती. पण त्या अंगठीच्या तलाशीमध्ये हुजूर असले तर काही खबर देता येईल.'

'कसली खबर?'

धीटपणानं धन्याकडे पाहत कुंवर म्हणाला, 'हुजूर ती अंगठी या वेळी पेशव्यांच्या जामदारखान्यात आहे.'

'आमच्या जामदारखान्यात! तिथं ती कशी आली?'

'श्रीमंत कसूर माफ करतील आणि अभय देतील तर ती हकिगत सांगेन.'

उतावीळपणानं बाजीराव म्हणाले, 'काय प्रकार आहे?'

'ती अंगठी पेशव्यांच्या जामदारखान्यातच आहे. त्या अंगठीपायी आपास्वामींनी माझी चामडी लोळविली होती सरकार.

बाजीरावांच्या भुवया आश्चर्यानं वर गेल्या. ते उद्‌गारले, 'काय हकिगत आहे ही? आतापर्यंत आम्हाला कुणीच कसं बोललं नाही.'

'कोण बोलणार? ह्याबाबत चुकूनही अवाक्षर तोंडातून काढलं तर जीभ छाटून टाकीन अशी जरब आपास्वामींनी मला दिली आहे. श्रीमंतांनीच आता विचारलं म्हणून अभय घेऊन मी हे बोलतो आहे.'

'अरे, पण हा काय प्रकार आहे?'

'हुजूर, जन्माष्टमीच्या त्या रात्री आपण ती अंगठी मला दिली. मी ती कोळ्यांना दिली. गरीब लोक सकाळी ज्याला त्याला ती अंगठी दाखवत सुटले. पृथ्वीमोलाची रत्नं असलेली ती अंगठी कोळ्याच्या झोपडीत पाहताच नदीवर पहाऱ्यासाठी आपली जी चौकी बसली होती तिच्यातल्या चौकीदाराच्या कानापर्यंत ती गोष्ट गेली. कोळ्याला चौकीदारानं चाबकानं मार दिल्यानंतर ती अंगठी कुठून मिळाली ते त्यानं त्या चौकीदाराला सांगितलं.'

'त्याच्या नावेतून त्या रात्री आम्ही नदीतून पैलतीराला गेलो ही गोष्ट जगजाहीर झाली तर!'

'नाही हुजूर, आपल्या नावेत बसून कोण चाललं आहे याची नावाड्याला कल्पना नव्हती. कुणीतरी मोठं माणूस चाललेलं त्यानं अंदाजानं ताडलं. कोळ्यानं दिलेली माहिती ऐकून आमच्या चौकीदारानं स्वतःचं डोकं चालवलं. ती अंगठी घेऊन तो अदालतवाड्यात आपास्वामींच्यापाशी आला. त्या वेळी काय घडलं ते मला नंतर समजलं.'

बोलताना कुंवरची चर्या पांढरीफटक पडलेली होती. कोरड्या ओठांवरून जीभ फिरवीत कुंवर पुढं म्हणाला, 'अंगठी आपास्वामींनी निरखून पाहताच त्यांनी प्रथम मला सदरेवर बोलावून घेतलं. सदरेवरच्या बाकीच्या लोकांना रजा देऊन त्यांनी एकांतात मला दरडावून ही नवग्रहाची अंगठी कोळ्याकडे कशी गेली ते विचारलं. ते म्हणाले की, कोळी म्हणतो त्याच्या नावेत बसून रात्री नदी पार करून पैलतीरावर जे लोक गेले त्यांनी ही अंगठी त्याला दिली. खरा प्रकार मला सांगता येईना.

आणि तो सांगितल्याशिवाय आपास्वामी मला सोडीनात. अखेरीस त्यांनी माझ्या पाठीवर कोरडा ओढला तेव्हा मला बोलणं भाग पडलं. गलती झाली पण श्रीमंतांनी मला माफ केलं पाहिजे. आपास्वामींच्या पुढं माझा अगदी नाइलाज झाला.'

बाजीराव डोळे विस्फारून कुंवरची हकिगत ऐकत होते. कुंवर बोलायचा थांबलेला पाहताच ते म्हणाले, 'पुढं काय झालं?'

''मला आपास्वामींना सारी हकिगत सांगावी लागली. हुजूरांनी ती अंगठी कोळ्यांना दिली हेही सांगावं लागलं. तेवढं मी सांगताच आपास्वामींनी माझ्यावर सवालांचा असा काही भडीमार केला की, मला त्यांच्यापासून काहीही लपवून ठेवता आलं नाही. सारी हकिगत बयाजवार मला त्यांना सांगावी लागली.'

ओठ घट्ट मिटून बाजीराव ऐकत होते. 'मग पुढं?'

'सारी हकिगत आपास्वामींना मी सांगितल्यानंतर त्यांनी मला जरब दिली. अंगठी परत त्यांच्याकडे आली आहे आणि जन्माष्टमीच्या त्या रात्री हुजूर माहुलीच्या वाड्यात गेले होते ही हकिगत त्यांना समजली आहे हे माझ्या तोंडून बाहेर पडता कामा नये असं त्यांनी मला बजावलं. आपास्वामींच्या भीतीनं आजपर्यंत ही गोष्ट मी तोंडाबाहेर काढली नव्हती.'

'अस्सं.' बाजीरावांचा स्वर कठोर झाला. 'अंगठीची हकीगत हवेलीत आणखी कुणाकुणाला माहीत आहे?'

'बहुतेक अंबाजीपंत पुरंदऱ्यांना ती माहीत असावी.'

'पंत फडावर बसले असतील, त्यांना आम्ही तातडीनं बोलावलं आहे म्हणून सांग.'

सुटकेचा निःश्वास टाकून पुन्हा मुजरा करून कुंवर घाईघाईनं दालनातून बाहेर पडला. थोड्याच वेळात त्यानं अंबाजीपंतांना आणून बाजीरावांच्यापुढं उभं केलं. एकदा कुंवरकडे आणि एकदा बाजीरावांकडे नजर टाकताच पंत बरंच काही उमजले. तथापि चेहऱ्यावर काही दिसू न देता त्यांनी अगदी सहजगत्या बोलावं असं विचारलं, 'श्रीमंतांनी मला तातडीनं बोलावलं होतं म्हणून आलो.'

'होय. पंत, तुमच्याशीच आमचं काम आहे. बसा त्या बैठकीवर.' पेशव्यांच्या समोर गालिच्याच्या एका टोकावर अंग सावरून पंत बसले. दालनाच्या प्रवेशद्वाराजवळ कुंवर पाहऱ्यासाठी उभा होता. त्याच्याकडे पाहून बाजीरावांनी मोठ्या स्वरात आज्ञा दिली, 'पंत दालनात आहेत तोपर्यंत सबता बंद ठेव.'

'आज्ञा' म्हणून कुंवरनं मान हलवली.

आपली भेदक नजर पंतांच्या चर्येवर रोखून बाजीरावांनी विचारलं, 'पंत, आमच्या बोटातली नवग्रहांची अंगठी जामदराखान्यात जमा झाली हे तुम्हाला माहीत आहे?'

ओठावरच्या पांढऱ्या मिश्या क्षणभर थरथरल्या. त्यातून शब्द बाहेर पडले, 'होय, श्रीमंत. माहीत आहे.'

'मग आम्हाला कधी बोलला नाहीत?'

'याबाबत आपल्याशी बोलू नये अशी आपांची आज्ञा होती म्हणून बोलू शकलो नाही.'

'पण या हवेलीत जे काही घडतं ते आमच्या कानांवर घालायचं तुमचं कर्तव्य आहे ना?'

'होय श्रीमंत, पण मामला नाजूक होता म्हणून मी अवघडलो.'

'त्यात काय नाजूक मामला होता?'

'श्रीमंतांना खासगीतून मोठ्या प्रेमानं मिळालेली अंगठी ज्या परिस्थितीत एका कोळ्याला दिली ती सारी बाब मोठी नाजूक होती.'

'अस्सं, आणि म्हणून तुम्ही पुढं झालेला सारा प्रकार आमच्यापासून लपवून ठेवलात.'

'श्रीमंतांपासून लपवून ठेवावा असा माझा इरादा नव्हता. पण त्या रात्री जो काही प्रकार झाला—'

'काय प्रकार झाला? मस्तानीकडे आम्ही गेलो हाच प्रकार ना? त्यात गैर ते काय?'

'गैर—' आणि बोलता बोलता पंत थबकले.

'होय. गैर ते काय, तेच आम्ही म्हणतो. मस्तानी आमच्या दरबारातली कलावंतीण. आम्हाला तिचा मोह पडला. आणि आम्ही तिच्याकडे गेलो. यात गैर ते काय?'

'श्रीमंतांचा अधिकार मोठा. मी सेवक माणूस. बोललो तर रुचणार नाही.'

'तुम्ही गप्प बसला होता ते तरी आम्हाला कुठं रुचलं? आमच्या रुचण्या न रुचण्याची पर्वा न करता जे काही मनात असेल ते बोलून टाका. आम्ही केलं ते तुम्हाला गैर वाटतं पंत?'

'श्रीमंत नाटकशाळेकडे गेले यात मला काहीच गैर वाटत नाही. घरंदाज माणसं, सरदार, दरकदार प्रत्येकाचं अंगवस्त्र, नाटकशाळा ह्या असतातच. पुरुषाला ते भूषणच आहे. मी त्याला गैर समजत नाही. मी गैर समजतो याला, की आपल्या जिवाभावाच्या माणसानं जी वस्तू मोठ्या प्रेमानं आपल्याला दिली ती कोणताही मागचापुढचा विचार न करता एका नाटकशाळेच्या पायी आपण दीड-दमडीच्या कोल्याच्या अंगावर फेकून द्यावी! हे करण्यापूर्वी श्रीमंतांनी बाईसाहेबांच्या भावनांची थोडीशी कदर करायला पाहिजे होती.'

एका दमात पंत बोलून गेले पण त्यांच्या कपाळावर घामाचे बिंदू चमकू लागले.

'पंत, तुम्ही आम्हाला आज ओळखत नाही. पुरंदऱ्यांपासून पेशव्यांच्या घरातली कोणतीही गोष्ट लपून राहिलेली नाही. आम्ही कसे आहोत ते तुम्हाला चांगलं माहीत आहे.'

'होय, पण तरीही वागण्यामध्ये काही विचार असावा. बेहोषीनं एखाद्या वेळी गोष्टी भलत्याच थराला जातील.'

'बेहोषीतच आम्ही जगतो आहोत, पंत. एकोणिसाव्या वर्षी राजश्री स्वामींनी दिलेली दौलतीची शिक्केकट्यार स्वीकारताना आम्ही कोणता विचार केला होता? त्यानंतर आजतागायत दर क्षणाला आयुष्याची कुर्बानी करीत आम्ही जगत आलो. पंत, झुंजात आणि इष्कात आम्ही नेहमीच बेहोष असतो. तिथं तुमचा सबुरीचा सल्ला आमच्या कामाचा नाही.'

'मग बोलणंच खुंटलं.'

'नाही पंत. आम्ही बेहोष असलो तरी आमच्या हातून घडलेला अन्याय आम्ही अमान्य करीत नाही. एवढ्या प्रेमानं आमच्या बोटात घातलेली अंगठी आम्ही अशी वाऱ्यावर टाकायला नको होती. ही चूक आम्ही पदरात घेतो. पण पंत, आमची बेहोषी आमच्याजवळ. सेवकांनी आपली पायरी ओळखून वागलं पाहिजे.'

बाजीरावांचा आवाज एकाएकी वर चढला. धनी नाराज झाल्याचं पंतांनी ताडलं म्हणून गुळमुळीत स्वरात ते म्हणाले, 'आमच्याकडून वागण्यात काही चुकलं असल्यास क्षमा करावी.'

'एकवार सांगतो नीट ध्यानात धरा. आमच्यापासून जर पुन्हा अशा काही गोष्टी दडवून ठेवल्या तर आम्ही वयाचा मुलाहिजा ठेवणार नाही. बेमुर्वत पारिपत्य होईल.'

दचकून पंतांनी वर पाहिलं, 'पण श्रीमंत—'

'या बाबतीत आम्हाला जे सांगायचं होतं ते सांगून झालं आहे. तुम्ही फडावर जाऊन बसा. रोजच्या कामासाठी आम्ही लौकरच फडावर येतो आहोत.'

पंत उठले. नमस्कार करून दालनातून बाहेर पडले.

दिवाळी आली तरी पेशव्यांच्या हवेलीत कुणाच्याच चेहऱ्यावर उत्साह आणि आनंद नव्हता. हवेलीभोवती मोठा कोट बांधायचं काम चाललं होतं. ते छत्रपतींच्या आज्ञेमुळं एकाएकी बंद पडलं. त्यामुळे बाजीराव अगोदरच नाराज झाले होते. त्यात भर म्हणून राजश्री स्वामींनी एकाएकी निजामाची भेट घेण्याची आज्ञा दिली. छत्रपतींची प्रत्येक आज्ञा ते तत्परतेनं झेलत असताना छत्रपतींनी त्यांच्याबद्दल संशय घेऊन कोट बांधण्यास मना करावं आणि शत्रूच्या भेटीला पाठवावं याचं त्यांना दुःख झालं. पण ते बाहेर न दिसू देता त्यांचे रोजचे उद्योग चालले होते.

परमहंसबाबांच्याकडून पुन्हा पुन्हा पत्र येत होती. पेशव्यांनी निजामाच्या भेटीला जाऊ नये असं ते सुचवीत होते. खुद्द अनूबाई आणि भिऊबाई यांनीही बाजीरावांना तीच गळ घातली. पण कुणाचंच ऐकण्याच्या मनःस्थितीत ते नव्हते. छत्रपतींच्या दरबारातल्या मुत्सद्यांनी पेशव्यांना पेचात धरलं होतं. बाजीरावांनी बेडरपणानं त्यांचं आव्हान स्वीकारलं. निजामाच्या भेटीच्या तयारीच्या आज्ञा त्यांनी कारभाऱ्यांना दिल्या.

त्यांचा हा निश्चय पाहताच हवेलीतल्या त्यांच्याजवळच्या नातेवाइकांच्या तोंडचं पाणी पळालं. दिवाळी आली. नरकचतुदर्शीची स्नानं नेहमीप्रमाणं झाली. लक्ष्मीपूजन झालं. नवीन वर्ष आलं. पाडव्याच्या दिवशी निशाणाच्या बुरजावर नवं निशाण चढलं. रिवाजाप्रमाणं व्हायचं ते सारं झालं. पण कुणाचंच मन त्या समारंभात लागत नव्हतं. जो तो एकमेकाला पुढं काय हाच प्रश्न विचारत होता. फडावर मनसुबे त्याच दिशेनं चालू होते. पेशव्यांच्या राजकारणी खलित्यातून निजामाच्या भेटीचा मजकूर होता. फौजांच्या तातडीच्या हालचाली त्या एकाच धोरणानं होत होत्या. सांकेतिक पत्र घेऊन सांडणीस्वार राजस्थान, माळवा,

बुदेलखंडातून दौडत होते. निजामअलीच्या दरबारातले पेशव्यांचे वकील दररोज जासूदजोडीबरोबर निजामाची रोजची हालचाल पेशव्यांना कळवीत होते. पेशव्यांचे नजरबाज निजामी मनसबदारांच्या छावण्यांभोवती घिरट्या घालीत होते.

पाडव्याच्या दिवशी सणाचा दरबार लवकर आटोपला. बाजीराव दरबार आटोपून मातु:श्रींच्या दर्शनाला आले. नंतर खासगीच्या महालात न जाता ते सरळ हवेलीतून बाहेर पडले. आपल्या आवडत्या घोड्यावर स्वार होऊन बरोबर निवडक शागीर्दपेशा घेऊन त्यांनी कोथरूडच्या बागेकडे घोडा वळविला.

बागेच्या जवळ येताच बाजीराव नवलानं पाहत राहिले. मस्तानी राहत असलेली इमारत दीपांनी उजळली होती. इमारतीच्या समोर शोभेची दारू उडत होती. रंगीबेरंगी चंद्रज्योती हवेत उडत होत्या. त्या प्रकाशानं इमारत इंद्राच्या राजवाड्याप्रमाणं शोभत होती. बाजीरावांनी घोड्यावरून खाली उडी टाकली. पेशव्यांची वर्दी अगोदरच मस्तानीला पोहोचली होती. निळ्या-तांबड्या दीपांनी इमारतीचा अंतर्भाग झगमगत होता. बाजीराव सजवलेल्या बैठकीवर बसले. तेवढ्यात मस्तानी त्या दालनात आली. बाजीरावांनी तिच्याकडं पाहिलं आणि त्यांच्या तोंडून खुषीचा उद्गार बाहेर पडला. 'वा! आज थाट काही वेगळाच आहे!'

'आज दिवाळी आहे ना! वर्षाचा सण. हुजूरनी मोठ्या हौसेनं सणाचा पोषाख आणि अलंकार पाठविले. खास माझ्या आवडीचे. हा पोषाख कसा दिसतो?'

शब्दांबरोबरच मस्तानीच्या डोळ्यांनी बाजीरावांच्या हृदयाचा वेध घेतला. गर्द हिरव्या रंगाचा शालू एखाद्या कुलवंताच्या बाईप्रमाणं मस्तानी नेसली होती. केसांचा खोपा घालून त्यात मोत्यांच्या मुदी माळल्या होत्या. अग्रफूल खोचलं होतं. रत्नजडित कर्णभूषणांतून निघालेले मोत्यांचे वेल तांबड्या निळ्या प्रकाशात शोभून दिसत होते. गळ्यातले सुवर्णाचे अलंकार चापून घेतलेल्या पदरावरूनही दिसत होते. कंबरपट्ट्यात समोरच्या बाजूनं रत्नं जडवलेली होती. त्याच्यावर पडलेला रंगीत प्रकाश डोळे दिपवीत होता. हातात गोठतोडे, आणि नाकात टपोऱ्या मोत्यांची नथ होती. गोऱ्यापान दंडावर रेशीमगाठी चोळीची बाही रुतून बसली होती. त्यावर घातलेल्या बाजूबंदाचे झुबके खाली लोंबत होते. कुलीन खानदानी स्त्रीसारखं ते रूप पाहून बाजीरावांना बोलण्यासाठी चटकन शब्द सापडले नाहीत.

बाजीराव आपल्याकडे रोखून पाहताहेत हे लक्षात येताच तिच्या गुलाबी गालांवर झरझर लाली चढली. डोक्यावरून घेतलेल्या जरीच्या पदराशी चाळा करताना

तिच्या तोंडून मधाळ शब्द बाहेर पडले, 'आज नवीन वर्ष सुरू झालं. मस्तानीचा हा नवा साजशृंगार पसंत आहे ना?'

मस्तानीच्या अप्रतिम स्त्रीसौंदर्यावर खिळलेल्या बाजीरावांच्या नजरेत थोडी चलबिचल झाली.. मग आपादमस्तक मस्तानीला न्याहाळीत ते म्हणाले, 'लाजबाब? मस्तानी, स्वर्गातली अप्सरा यापेक्षा अधिक खुबसुरत असेल असं आम्हाला वाटत नाही.'

'शुक्रिया!' म्हणून मस्तानीनं झुकून सलाम केला. मागं वळून तिनं खुणेची टाळी वाजवली. त्याबरोबर निरनिराळ्या फराळाची तबकं घेऊन सेवक बैठकीवर आले. तबकं बाजीरावांच्या समोर गालिच्यावर ठेवली गेली. मस्तानी अदबीनं बाजीरावांना म्हणाली, 'हुजूर, आज या खुषीच्या दिवसासाठी खास मी बनवलेली मिठाई आहे. स्वीकार करावा.'

'जरूर, जरूर!' खूष होऊन मागे लोडाला टेकून बाजीराव म्हणाले, 'पण एक शर्त आहे. तू थोडी मिठाई आमच्याबरोबर खाल्ली पाहिजे. शर्त मंजूर?'

'नाही, नाही! दासीला माफी असावी. हुजूरना पाहताच आमचं पोट भरलेलं आहे.'

बाजीरावांच्या दर्शनामुळे आनंदानं फुलून गेलेल्या मस्तानीच्या हसऱ्या डोळ्यांत प्रथमच वेदना चमकली. बळकट बांध्याचा, पुरुषी सौंदर्याचा आविष्कार एकेका पावलानं जणू धरणी नमवीत तिच्याकडे आला होता. अंतःकरणात आनंदाचे कल्लोळ उठत होते. पण मधूनच विषादाची किनार जाणवत होती. पायथ्याशी उभं राहून उंच पर्वताकडे पाहावं तसं तिला वाटलं. आपल्या खुजेपणाची तिला जाणीव झाली. अन् समजायचं ते बाजीराव समजले. मग त्यांनी फार आग्रह केला नाही. एवढंच म्हणाले, 'ये बात है, ठीक आहे. तू मिठाई घेऊन निदान आमच्यासमोर बैस तरी.'

'या नाचीज औरतीला श्रीमंतांच्या समोर बसायची इजाजत नाही.' मृदू हसत मस्तानी म्हणाली.

'पण आम्ही इजाजत देतो आहोत ना!'

'आपण दिली तरी आमचं दिल देत नाही. आम्ही उभे आहोत तेच ठीक आहे. आजच्या या सणाच्या प्रसंगी काही कमी असेल तर सांगावं.'

बाजीरावांनी समोरच्या तबकातून मिठाईचा तुकडा उचलला. तो तोंडात

घालण्यापूर्वी मस्तानीकडे पुन्हा हसून पाहिलं. त्या हास्यात आव्हान होतं. बेभानपणा होता. धुंदी होती. समोर उभी होती ती सामान्य कंचनी नव्हती. घटकाभर करमणूक करणाऱ्या नाटकशाळांचा छावणीत राहणारांना तोटा नव्हता. पण हे बंध वेगळे होते. ही मुलायम रेशमी सजा वेगळ्या जातीची होती. आपलं जीवनसर्वस्व मस्तानीनं या पुरुषश्रेष्ठाच्या पायांशी वाहिलं होतं. त्याच तोलाच्या हळुवारपणानं बाजीरावांनी तिला आपल्या हृदयात स्थान दिलं होतं. मस्तानीच्या शब्दातला विषाद बाजीरावांनी अलगद पकडला आणि मग त्यांचं मन बंड करून उठलं.

हातातली मिठाई तिबकात टाकून बाजीराव चटकन उठून उभे राहिले. मस्तानी बावरली. तिनं संकोचानं विचारले, 'कुछ कमी है क्या? कुछ और चाहते?'

'हां एक बात कमी है.' बाजीरावांची बेबंद नजर काहीतरी शोधत होती. 'ह्या रूपाला, ह्या साजाला आणि आजच्या या दिवसाला एक गोष्ट कमी आहे.'

'हुजुरांनी फर्मावावी. तामिली ताबडतोब होईल.'

'तामिली आम्हीच करायला पाहिजे.' असं म्हणून बाजीरावांनी बसंती दासीला जवळ बोलावलं. हलक्या आवाजात तिला आज्ञा दिली. त्याबरोबर धावत जाऊन बसंती एका चांदीच्या तबकात कुंकवाचा करंडा घेऊन आली. मस्तानीनं त्या करंड्याकडे आश्चर्यानं पाहिलं. उजव्या हाताचं बोट ओठावर ठेवून ती एकदम उद्गारली, 'ना, ना! ये कभी नही हो सकता.'

'पण आमची मर्जी आहे. आज त्यौहार आहे. आमची मर्जी मोडणार?' भावनातिरेकानं बाजीरावांच्या तोंडून शब्द बाहेर पडले.

'हुजूर, मी एक नाचीज औरत आहे. अखेर मी एक कलावंतीण आहे. पेशव्यांच्या पैजाराइतकीही माझी किंमत नाही. माझं स्थान तिथंच आहे. तिथंच राहू द्या. कधी तरी केव्हा तरी या दासीला कृपेचा एखादा कटाक्ष वाटणीला आला तरी उभं आयुष्य उजळून निघेल. ती ऊब मला पुरे. धगधगती आग या मस्तानीला सहन होणार नाही.'

'मस्तानी, तू जवळ असलीस म्हणजे साक्षात अग्नीदेखील आपला स्वभाव विसरेल. ज्या क्षणी मस्तानी, आम्ही तुला आलिंगन दिलं त्या क्षणी सारी आग प्रथम आम्ही झेलली. तुझ्यासाठी शीतल चांदण्याची बरसात मागे ठेवली. आता झालं समाधान?'

'हुजूरनं आग झेलून चांदण्याची बरसात मस्तानीवर करावी एवढी या देहाची

किंमत नाही.'

'मस्तानीची किंमत करायला बाजीरावाचे डोळे पाहिजेत. मस्तानी, तुझ्या या जादूच्या शब्दांत आम्हाला फार वेळ गुंतवून ठेवू नकोस. बाजीरावाची मर्जी ती मस्तानीची मर्जी असं आम्ही समजतो.'

'मंजूर है.' मस्तानी ओठांत पुटपुटली. 'या दासीनं आपल्या दिलाची कुर्बानी हुजूरच्या कदमांवर केव्हाच केली आहे.'

बाजीरावांनी करंड्यातून कुंकू घेऊन मस्तानीच्या त्या भव्य गोऱ्या कपाळावर रेखलं. दोन पावलं मागं सरून मान तिरपी करून मस्तानीकडे पाहत ते समाधानानं म्हणाले, 'आता ही तसबीर पूर्ण झाली. आता कसं आमच्या मनाप्रमाणं झालं. या साऱ्या साजामध्ये जी कमतरता होती ती भरून निघाली. आम्हा आता खूष आहोत.'

बाजीरावांनी मस्तानीची मेंदीनं रंगलेली लांबसडक बोटं आपल्या बोटांत गुंफली. तिला त्यांनी जवळ बसवून घेतलं. मस्तानीनं डोईवरून पदर ओढून घेतला होता. लाजून डोळ्यांनीच इशारा करून मस्तानीनं बाजीरावांना मिठाई खाण्याचं सुचवलं. नाजूक चाफेकळीसारख्या नाकाला भार झालेल्या नथीपासूनं मस्तानीच्या पायांत रुळणाऱ्या साखळ्यांपर्यंत एकेक अलंकार रसिक नजरेनं पाहत बाजीरावांनी समोरच्या तबकातून मिठाईचा तुकडा उचलला.

मस्तानीनं आपल्या हातानं गुलाबी सरबताचा प्याला बाजीरावांच्या हातात दिला. सरबत प्याल्यानंतर मस्तानीनं विचारलं, 'गेले काही दिवस बुरी खबर आमच्या कानांवर येत आहे. ती खरी का?'

बाजीरावांना या प्रश्नांची सवय झाली होती. त्यांनी लगेच उत्तर दिलं, 'होय. निजामाच्या भेटीला आम्ही जाणार आहोत. हीच बुरी खबर ना?'

'यापेक्षा दुसरी बुरी खबर कोणती असणार?'

'भेटीत आम्हांला काही दगाफटका होईल असं तुला वाटतं?'

'छे, छे! हुजूरवर माझा विश्वास आहे. आकाश कोसळलं तरी त्याला आधार देण्याइतके हे हात समर्थ आहेत. पण खान कपटी आहे म्हणून मनात शंका येते.'

'मग भेटीला आम्ही जाऊ नये असा तुझा सल्ला आहे का?'

'छे, छे! हुजूरना मी असा सल्ला कसा देईन? अस्मानामध्ये उंच गिरक्या घेणाऱ्या गरुडाला विजा कडकडतात म्हणून एखाद्या झाडाच्या ढोलीत बसून राहा असं मी कसं म्हणेन! आपण निश्चिंत मनानं जा. मात्र एक अर्जी आहे.'

‘ती कोणती?’

‘लवकरच आमचे रोजे सुरू होतील. महिनाभर मी रोज खुदापाशी आपल्यासाठी दुवा मागेन. खुदाताला आपली हमेशा हिफाजत करील यात मला शंका नाही. रोजे संपल्यानंतर रमजान ईद आहे. हुजूर निदान ईदला तरी पुण्याला परततील आणि दासीची सेवा घेतील अशी अपेक्षा बाळगते.’

जरूर, जरूर. ईदला अजून बराच अवकाश आहे. तोपर्यंत आम्ही निजामाची भेट घेऊन पुण्याला नक्कीच परत येऊ.’

मस्तानीनं करून दिलेला विडा घेऊन बाजीराव कोथरूडच्या बागेतून पुण्याकडे परतले तेव्हा बरीच रात्र झाली होती. अंधारात घोडी फेकत असताना त्यांनी एक-दोन वेळा मागे वळून पाहिलं. बागेतल्या इमारतीवरचे तांबडे-निळे दीप झाडीतून चमचमत होते. पाडव्याच्या सणाचा जल्लोष ऐकू येत होता.

थंडी पडायला सुरुवात झाली होती. निजामाच्या भेटीसाठी पेशव्यांच्या बरोबर जाणारे सरदार पुण्याला तळ देऊन बसले होते. मार्गशीर्ष महिन्याच्या अखेरीस मुहूर्ताचा डेरा गारपिरावर उभारला. आघाडीच्या तुकड्या पुढे रवाना झाल्या. बरोबर अंबाजीपंत पुरंदऱ्यांना घेतलं. घोडदळ आणि भेटीच्या प्रसंगी आवश्यक म्हणून अंबारीसह हत्ती स्वारीत सामील करून घेतला.

हवेलीतून निघण्यापूर्वी बाजीरावांनी काशीबाईंच्या महालात जाऊन त्यांचा निरोप घेतला. डोळ्यांतले अश्रू सावरीत काशीबाईंनी बाजीरावांच्या हातावर दही घातलं. मग मातु:श्रींच्या पायांवर डोकं ठेवून बाजीरावांनी त्यांचा आशीर्वाद घेतला. कुलस्वामीचं दर्शन घेतलं, आणि मागे वळून हवेलीकडे न पाहता फौजेत येऊन ते दाखल झाले.

फौजांचं कूच रुईरामेश्वराच्या दिशेनं सुरू झालं. पंधरा दिवसांनी मांजरा नदीच्या ऐलतीरावर पेशव्यांच्या फौजेचा तळ पडला. पैलतीरावर निजामाचा शाही तळ पाच कोसांपर्यंत अगोदरच पसरला होता. त्यात चांदताऱ्याची शेकडो निशाणं उभारलेले भव्य शामियाने, मोठे डेरे आणि तंबू यांचा जणू समुद्र पसरला होता.

ऐलतीरावरची पेशव्यांची छावणी त्या मानानं आटोपशीर होती. पेशव्यांच्या डेऱ्यासमोर जरीपटका फडफडत होता. वकिलांची ये-जा सुरू झाली.

तिसऱ्या दिवशी निजामअलींचे वकील अंबाजीपंतांना बरोबर घेऊन पेशव्यांच्या भेटीसाठी आले. डोक्यावर मोगली पद्धतीची पगडी, अंगात लांब अंगरखा, कमरेला दुशेला आणि त्यामध्ये पायाच्या घोट्यापर्यंत पोहोचेल एवढी लांब तलवार अशा वेषात वकील आले. त्यांच्याबरोबर पन्नास घोडेस्वारही पाठीला भाले आणि कमरेला तलवारी खोचून पेशव्यांच्या छावणीत आले.

अंबाजीपंतांनी वकिलांना पेश केलं. पेशव्यांना पाहताच निजामाच्या वकिलानं खाली लवून तीनदा मुगली पद्धतीचा कुर्निसात केला. बाजीरावांनी फक्त मान हलवली. पंतांनी वकिलांना त्यांच्या आसनावर बसवलं. पेशव्यांच्या फडावरचे पारसनीस शेजारी बसले. वकिलांनी फारसी जबानीत बात सुरू केली.

'नबाबसाहेबांची विनंती पेशव्यांनी मानली. ते आमच्या या मुलखात आले, याबद्दल नबाबसाहेबांना फार आनंद झाला आहे. त्यांनी पेशव्यांना सलाम सांगितला आहे.' वकील छातीपर्यंत आलेल्या आपल्या दाढीवरून हात फिरवीत बोलत होते.

'नबाबांची भेट होणार म्हणून आम्हालाही आनंद झाला आहे. यापूर्वी त्यांची आमची झालेली भेट त्यांच्या लक्षात नसेल.'

'मतलब?'

'पालखेडच्या मैदानावर त्यांची आमची दुरून फक्त नजरभेट झाली होती. ती त्यांना आता कदाचित आठवतही नसेल.

बाजीरावांच्या स्वरामध्ये बेफिकीरपणा होता. पालखेडला त्यांनी निजामाचा पराभव केला होता. पेशव्यांच्या फौजेला निजामानं पाठ दाखवली होती. अब्रू वाचवता वाचवता मुश्कील झाली होती. ती आठवण निजामाच्या वकिलाला फारशी अभिमानाची नव्हती. तेव्हा विषय टाळून निजामाचे वकील म्हणाले, 'तीच कशाला, दिल्लीहून दक्षिणेच्या सुभ्याची सुभेदारी बादशहानं नबाबसाहेबांना दिल्यापासून किती तरी वेळा पेशव्यांची आणि त्यांची मुलाखत झाली आहे. त्या साऱ्या मुलाखतींची त्यांना याद आहे. आणि आता पुन्हा पेशव्यांची मुलाखत होणार म्हणून नबाबसाहेबांना मोठा आनंद झाला आहे.'

किरकोळ आगतस्वागताची अशी बोलणी झाल्यानंतर बाजीरावांनी मुख्य

मुद्द्याला हात घातला.

'आम्ही आता इथं आलो आहोत तर नबाबांशी भेटीची तारीख लवकर मुक्रर करा.'

'हां! तेच बोलण्यासाठी नबाबसाहेबांनी आम्हाला पाठवलं आहे.'

'भेटीची कोणती वेळ मुक्रर करता?' बाजीरावांनी विचारलं.

'पेशवे लांब पल्ल्याहून दौड करीत आले आहेत. त्यांनी थोडा आराम करावा. दहा-पंधरा दिवसांनंतर भेटीची वेळ मुक्रर करू असं नबाबसाहेबांचं म्हणणं आहे.'

'दहा-पंधरा दिवस छावणीत नुसतं बसून राहण्याची आम्हाला सवय नाही.'

'पेशव्यांना आराम करायला तेवढे दिवस लागतीलच. त्यांच्या आरामासाठी नबाबसाहेबांनी लखनौहून गाणारणींचे आणि नाचणारणींचे खास ताफे आणलेले आहेत. पेशव्यांनी षौक करावा म्हणून त्यातले काही ताफे नबाबसाहेब आज सायंकाळपर्यंतच पेशव्यांच्या छावणीत रवानाही करतील. नाचगाणं ऐकत पेशव्यांनी आराम करावा. मग सवडीनं भेटीची तारीख पेशव्यांच्या या कारभाऱ्यांशी बोलून आम्ही नक्की करू.'

अंबाजीपंत निजामाच्या वकिलांचं बोलणं लक्ष देऊन ऐकत होते. त्यांचा तो वेळकाढूपणा पाहून ते अस्वस्थ झाले. वकिलांना ते म्हणाले, 'इतका काळ इथं स्वस्थ बसण्याइतपत पेशव्यांना फुरसत नाही. पेशव्यांची भेट व्हावी म्हणून छत्रपती महाराजांकडे तुम्ही खलिते पाठविले, त्याप्रमाणं पेशवे आले आहेत. नबाबसाहेबांनी भेटीचा दिवस लौकर मुक्रर करावा.'

बाजीरावांनी अंबाजीपंतांच्याकडे पाहिले. गालात हसत ते म्हणाले, 'पंत, आम्हाला परत फिरण्याची घाई तर आहेच. पण आमच्या ऐषआरामाकरिता नबाबसाहेबांनी लखनौचे ताफे आणले आहेत असं म्हणतात तर आमच्या छावणीकडे येऊ द्यात. आम्ही त्यांचं नाचगाणं ऐकू.'

खुद्द पेशव्यांनी असं म्हटल्यानंतर अंबाजीपंतांचा नाइलाज झाला. पण त्या पाठोपाठ पेशव्यांनी नबाबाच्या वकिलाला विचारलं, 'वकील, भेटीचा दिवस मुक्रर करण्यापूर्वी आम्हाला एक शंका आहे, त्याचा जबाब तुम्ही आम्हाला दिला पाहिजे.'

'जरूर! जरूर! आम्ही जबाब देऊ.'

'नबाबसाहेबांची आणि आमची ही सलोख्याची भेट आहे. म्हणून आम्ही

सडच्या फौजेनिशी केवळ पाच हजार स्वार बरोबर घेऊन भेटीला आलो आहोत. समोर नबाबसाहेबांचा तळ दिसतो. तिथं निदान चाळीस–पन्नास हजार फौज तरी असली पाहिजे. आमच्याशी सलोख्याची भेट घ्यायची असताना नबाबसाहेबांना एवढी फौज गोळा करायची जरूर काय?'

'दुरुस्त आहे, दुरुस्त आहे! आपला सवाल बिलकूल ठीक आहे.' वकील डोक्यावरची आपली मोगली पगडी सावरत म्हणाले. बोलताना दाढीवरून हात फिरवण्याची त्यांना सवय होती. दाढी कुरवाळीत त्यांनी उत्तर दिलं, 'पेशवे आपल्या राजधानीहून इकडे आले आहेत. त्यांच्या फौजा ठिकठिकाणी गुंतल्या असतील म्हणून ते सडच्या फौजेनिशी आले. पण आम्ही आमच्याच मुलखात आहोत, आणि आमची फौज कुठंही मोहिमेवर गुंतलेली नाही. आम्हाला कोणतीही मोहीम करायची नाही. फक्त दक्षिणेच्या सहा सुभ्यांचा कारभार करायचा आहे, म्हणून आमची फौज नेहमी नबाबसाहेबांच्या बरोबरच असते.'

'अस्सं, म्हणजे नबाबसाहेबांना स्वतःच्या मुलखात हिंडतानाही फौजबंद होऊन हिंडावं लागतं असं दिसतं, आणि आम्ही त्यांच्या मुलखात आलो तरी मोजकी माणसं बरोबर घेऊन आलो आहोत. भेटीचा दिवस मुक्रर कराल त्या वेळी नबाबाच्या फौजेपैकी त्यांची खासगत फौज सोडून बाकी सारी फौज पंचवीस कोस मागे हटली पाहिजे, हे लक्षात ठेवा.'

'तोबा, तोबा! पेशवे सरकारांचा आमच्या नबाबसाहेबांवर इतबार नाही काय?'

'इतबार जरूर आहे. नबाब आमचे दोस्तच आहेत. पण दोस्त असतानाही पुण्याला वकील पाठवून जे काही राजकारण त्यांच्या मनात होतं ते त्यांना सहज पार पाडता आलं असतं. पण दोस्तीच्या गोष्टी बोलत असताना फौज घेऊन निजामअली आमची भेट घेऊ इच्छितात. इतबाराचं असं एकतर्फी प्रदर्शन आम्हाला करता यायचं नाही. पंधरा दिवस आम्ही फौज मागे हटण्याची वाट पाहू. फौज जर मागे हटली नाही तर आम्हाला आमची छावणी उठवून पुन्हा परत जावं लागेल. आणि दोस्तांच्या समोरची छावणी उठवून पुन्हा पेशवे परत जातात तेव्हा त्याचा काय अर्थ असतो तो आम्ही तुम्हाला सांगायला पाहिजे असं नाही. उत्तरेकडे आमचे सरदार मोहिमेवर आहेत. त्या फौजेचा रोख क्षणात दक्षिणेकडे फिरेल एवढंच आम्ही बजावून ठेवतो.'

पेशव्यांचा स्वर एकदम कडक झाला होता. मुत्सद्दीपणाचा मोठा डौल घालून

वकील पेशव्यांची समजूत काढीत होते. पुन्हा पुन्हा लखनौच्या लवंड्या ऐषआरामाकरिता पेशव्यांच्या छावणीत येणार आहेत याचा उल्लेख करीत होते. पण वकिलांच्या चलाखीला दाद न देता बाजीराव त्यांना पुन्हा पुन्हा आपला ठाम निश्चय सांगत होते. बोलणे चालू असताना शेजारी पारसनीस बसले होते. त्यांनी एक फारशी पत्र पेशव्यांच्या समोर ठेवलं. पत्रावरून झरकन नजर टाकून बाजीराव म्हणाले, 'हां, बरी याद झाली. नबाबसाहेबांशी आणखी एका गोष्टीबद्दल बोलायचं आहे. त्याबद्दल आताच तुमच्यापाशी सुचवून ठेवतो. आमची भेट मुक्रर होण्यासाठी नबाबसाहेबांच्या मुलखात परळीवैजनाथाचं आमचं पुरातन देवालय आहे. त्या देवालयाला हल्ली तुमच्याकडून उपसर्ग पोहोचतो आहे. तो उपसर्ग ताबडतोब बंद झाला पाहिजे. आणि निजामसाहेब आमची भेट घेतील त्याआधी देवस्थानासाठी नबाबसाहेबांनी इनामाच्या सनदा तयार ठेवल्या पाहिजेत. नबाबसाहेबांची आमची भेट होईल तेव्हा त्यांनी त्या सनदा आमच्या स्वाधीन कराव्यात. आम्ही त्या सनदा पुजाऱ्याकडे पोहोचत्या करू. पेशवे मोठ्या दिमाखानं निजामाच्या भेटीला आले आणि नुसते हात हालवीत परत गेले, असं इथल्या लोकांना वाटायला नको. आमच्या भेटीची यादगार म्हणून नबाबसाहेबांनी परळीवैजनाथच्या या सनदा दिल्याच पाहिजेत.'

पेशव्यांचं ते आग्रही बोलणं पाहून वकील काही न बोलता आपल्या दाढीवरून हात फिरवीत गप्प बसून राहिले. बराच वेळ झाल्यानंतर त्यांनी पेशव्यांची इजाजत घेतली. छावणीबाहेर त्यांना पोहोचते करण्यासाठी अंबाजीपंतही बैठकीवरून उठले. वकील निघण्यापूर्वी बाजीराव त्यांना म्हणाले, 'आणि वकील, तुमच्याकरता आमची एक सूचना आहे.'

वकिलांच्या कपाळावर आठ्या चढल्या. अडीच-तीन घटका झालेल्या भेटीत त्यांना समजून चुकलं होतं, की पेशवे आपल्याला अडचणीत टाकण्यासाठी कोणीतरी अट आपल्यावर लादल्याशिवाय राहणार नाहीत. म्हणून विशेष उत्सुकता न दाखविता ते नुसतेच उभे राहिले.

'पुन्हा भेटीसाठी आमच्या छावणीत जेव्हा तुम्ही दुसरी तशरीफ आणाल तेव्हा बरोबर दोन-चार मदतगारांशिवाय दुसरे कुणीही आणू नका. दोस्तीखातर तुम्ही येता आहात. पेशव्यांच्या छावणीमध्ये दोस्तांनी खुशाल मोकळ्या मनानं यावं. त्यांच्या हिफाजतीसाठी जरूर पडली तर पेशव्यांचे हात समर्थ आहेत. समजलं?'

आवाज उंचावून पेशव्यांनी सांगितलं.

'जी हुजूर' असं म्हणत नाखुषीनं निजामाच्या वकिलानं पुन्हा कुर्निसात केला.

तीन दिवसांनी नबाबाच्या फौजेमध्ये हालचाल सुरू झाली. पायदळ फौज मागे हटू लागली. आठ दिवसांत बरीचशी फौज नबाबांच्या छावणीपासून दूर निघून गेली. पौषातली थंडी सुरू झाली. दिवस लहान झाले. मांजरा नदीचं वाळवंट रात्री बर्फासारखं गार पडू लागलं.

भेटीचा दिवस मुक्रर झाला. बाजीरावांनी आपल्याबरोबर दावलजी सोमवंशी, शंभूसिंह जाधव आणि संताजी जाधव हे सरदार आणि अंबाजीपंत आणि इतर दोन मुत्सद्दी घेतले. बरोबर निवडक दीड हजार स्वारांचा ताफा घेऊन नेमलेल्या दिवशी बाजीरावांनी मांजरा नदी ओलांडली. पेशवे हत्तीवर अंबारीत बसले होते. भरजरीचा दरबारी पोषाख करून वर मंदिलात मोत्यांचा तुरा खोवलेला होता. कमरेला शेल्यात किनखाफी म्यानात रुप्याच्या नक्षीच्या मुठीचा बिचवा खोचून ठेवला होता. आपली पल्लेदार तलवार बाजीरावांनी मांडीशी ठेवली होती. तलवारीच्या मुठीला सोन्याचं पाणी दिलं होतं. मुठीवर कोंदणात रत्नं बसवलेली होती.

हत्तीच्या समोर उंटावर पेशव्यांची नौबत झडत होती. उंटाच्या मागे मराठी दौलतीचा जरीपटका फडकवीत पाच स्वार पाठीला बंदुका बांधून धीम्या चालीनं चालले होते. खवासखान्यात अंबाजीपंत बसले होते. त्यांची नजर चारी बाजूंना भिरभिरत होती. आघाडीला दावलजी सोमवंशीचं घोडेस्वारांचं पथक चाललं होतं. बाजूला जाधवांचे घोडेस्वार होते. पिछाडीला खास हुजरातीची पागा चालली होती.

भेटीसाठी निजामानं एक प्रचंड शामियाना सजवून तयार ठेवला होता. शामियान्यावर पादशाही झेंडा फडकत होता. शामियान्याच्या आसपास पहाऱ्यासाठी असंख्य घोडेस्वार उभे होते. बाहेर शाही नौबती झडत होत्या. खासे निजामसाहेब हत्तिणीवर सोन्याच्या अंबारीत बसून पेशव्यांना सामोरे येण्यासाठी निघाले.

शामियान्यापासून तीन-चारशे कदम हत्तीण पुढे चालल्यानंतर नबाबांनी आपली

हत्तीण उभी केली. समोरून बाजीराव पेशव्यांचा हत्ती डुलत येता होता. त्याच्या गळ्यातल्या चांदीच्या घंटांचा मंजुळ आवाज येत होता. हत्तीच्या पायापासून सोंडेपर्यंत चित्रविचित्र आकृती रेखाटून तो सजविलेला होता. गळ्यात रुप्याच्या कुयऱ्यांची माळ लोंबत होती. पायातल्या रुप्याच्या साखळ्या काळ्या रंगावर उठून दिसत होत्या.

झुलत झुलत हत्ती निजामाच्या हत्तीपासून वीस कदमांवर येऊन उभा राहिला. हत्तीनं सोंड वर करून चीत्कार केला. निजामांनी माहुताला इशारा केला, आणि त्यांची हत्तीण खाली बसली. मग बाजीरावांचा हत्ती खाली बसला. माहुतांनी छोटीशी शिडी खाली सोडली. त्या शिडीवरून कमरेची समशेर सावरून बाजीराव खाली उतरले. नबाबसाहेब भेटीसाठी आतुरतेनं उभे होते. मोगली पगडीत हातभर उंचीचा माणिकमोत्यांचा तुरा झगमगत होता. कपाळावर आठ्यांच्या रेखा उमटलेल्या होत्या. दोन धूर्त डोळे पेशव्यांच्या हालचाली ससाण्याच्या वेगानं टिपीत होते. रापलेल्या चेहऱ्यावर पांढऱ्या गलमिश्यांचे झुपके होते. करड्या रंगाची दाढी छातीपर्यंत आली होती. अंगावर मखमलीचा दरबारी जामानिमा पेहेनलेल्या निजामअलीची उंचीपुरी भव्य शरीरयष्टी नजरेत भरत होती. भेटीसाठी नबाब चार पावलं पुढे आले. बरोबर फक्त चार सरदार घेऊन बाजीराव भेटीसाठी आले. निजामअलींनी बाहू पसरून बाजीरावांना आलिंगन दिलं. उभयतांची खांदेभेट झाली, आणि भेट घेत असतानाच नबाबांनी बाजीरावांचं कुशल पुसलं. मग बाजीरावांचा हात धरून निजामअलींनी त्यांना शृंगारलेल्या शामियान्यात नेलं. भेटीच्या जागेपासून शामियान्यापर्यंत काश्मिरी गालिच्यांच्या पायघड्या घातल्या होत्या. शामियान्यात शुभ्र चादरीवर गालिच्यांची बैठक पसरलेली होती. ठिकठिकाणी किनखापी पडदे सोडून त्यांच्यावर सुगंधी फुलांच्या माळा सोडल्या होत्या. पडद्यांना लागून दरबारी पोषाख करून खास बारदार उभे होते.

खाशांच्या बैठकीसाठी गुडघाभर उंचीच्या गाद्या घालून त्यावर लोडतक्क्यांची बैठक केली होती. मसनदीच्या मागे चांदताऱ्यांची हिरवी निशाणं नक्षीदार काठ्यांवर लोंबत होती. एका बाजूला निजामाच्या मानकऱ्यांसाठी लहान लहान बैठकी सजवल्या होत्या. दुसऱ्या बाजूला पेशव्यांच्या मानकऱ्यांसाठी बैठकी केलेल्या होत्या. निजामाची आणि बाजीरावांची भेट होताच नौबती, ताशे, कर्णे यांचा एकच आवाज झाला.

पेशव्यांना हाती धरून नबाब मसनदीवर बसले. पाठोपाठ सारे मानकरी मुजरा करून आपापल्या आसनावर बसले. मग निजामाच्या कारभाऱ्यांनी भेटीची तबकं पुढं आणली. भेटीच्या तबकांना स्पर्श करून निजामांनी हसून पेशव्यांकडे पाहिलं. मंद स्मित करून पेशव्यांनी त्यांना जबाब दिला. पहिल्या भेटीची यादगार म्हणून नबाबांनी बाजीरावांना बोराएवढ्या मोठ्या पाणीदार मोत्यांची एक जोडी, सात पर्चे वस्त्र, एक सुवर्णाचा रत्नजडित पंजा, दोन घोडे आणि एक हत्ती अशी नजर केली.

पेशव्यांनी ती नजर स्वीकारली.

नजराण्याचा समारंभ आटोपताच पाठ न दाखविता कुर्निसात करून खासगी कारभारी मागे गेले. मग जरीची टोपी घातलेला नबाबांचा नाटकशाळांचा मुखत्यार तीन ठिकाणी लचकत मुरडत शामियान्यात आला. कुर्निसात करून नाचगाण्याची त्यानं इजाजत मागितली. मग पेशव्यांच्या मनोरंजनाकरिता शामियान्यात मध्यभागी पसरलेल्या गोल गालिच्यावर नाच सुरू करण्याची नबाबांनी आज्ञा दिली. पन्नास कलावंतिणींचा ताफा नाचाच्या तयारीत उभा राहिला. नबाबांच्या इशाऱ्यासरशी नाच सुरू झाला. नबाबांनी स्वत: बाजीरावांना अत्तर लावलं. सबंध शामियान्यात अत्तराची उधळण केली. खुषबूदार फुलांचा गुच्छ बाजीरावांच्या हातात देऊन निजामअली म्हणाले, 'आमच्या पदरचे नाचणार कसे नाचतात ते आता पेशव्यांनी पाहावं.'

मनगटाभोवती गुंडाळलेल्या गजऱ्यांचा खुषबू घेत डोळे किलकिले करून नबाब समोरचा नाच पाहत बसले. घटकाभर नाच झाला. बाजीरावांनी उत्सुकतेनं नाच पाहिला. नाच आटोपून कलावंत परत गेल्यावर निजामांनी विचारलं, 'पेशवासाहेबांना नाचगाणा पसंद आया?'

'एकदम बेहतरीन था' बाजीरावांनी उत्तर दिलं. मग ते पुढं म्हणाले, 'नबाबसाहेब खास पादशाही रीतिरिवाजाचे मुरब्बी. त्यांच्या दरबारातले कलावंतही त्याच दर्जाचे असणार यात आम्हाला शंका नाही. आम्ही खूष आहोत.'

आगतस्वागताची ही बोलणी काही वेळ झाल्यानंतर नबाब बाजीरावांना घेऊन मागच्या छोट्या बिचोव्यात गेले. निवडक पाच-दहा मुत्सद्दी प्रत्येकाच्या बरोबर होते. तिथं बैठकीवर बसल्यानंतर पेशव्यांनी नबाबांना विचारलं, 'अशी कोणती मसलत नबाबसाहेबांच्या मनात आहे, की जी पत्रोपत्री उलगडता आली नसती.'

नबाबांचा आठ्यांनी सुरकुतलेला चेहरा किंचित थरथरला. त्यांच्या अंतरंगांचा ठाव त्या चेहऱ्यावरून लागत नव्हता. शामियान्याच्या मागच्या त्या बिचोव्यात कनातीच्या बाजूंनी सशस्त्र पहारेकरी उभे केले होते. नबाबांनी आपल्या हातानं इशारा करून त्यांना बिदा केलं. बिचोव्यात आता मुत्सद्द्यांच्याशिवाय दुसरं कुणी नव्हतं. मग थोडं हसून निजमाअली म्हणाले, 'पेशव्यांनी आमची मुलाकात घ्यावी अशी आमची ख्वाईष होती. त्यात काही गैर तर नाही ना?'

'छे, छे! गैर असण्याचा सवाल नाही, पण यापूर्वी नबाबांची आम्ही घेतलेली मुलाकात नबाबांना फारशी सुखावह नव्हती. म्हणून आता त्यांची भेट घ्यायचं आम्ही टाळत होतो.'

'सुखावह नव्हती असं म्हणता आणि आमची भेट घेताना घाबरता? पेशवे घाबरले, असं आम्ही समजावं काय?'

'आम्ही घाबरलो हे नबाब कशावरून म्हणतात?'

'आमची फौज मागे हटवावी अशी शर्त पेशव्यांनी घातली त्यामागे भीतीशिवाय दुसरं कारण असेल तर ते सांगावं.'

'कारण साफ आहे. वेळप्रसंग आहे. काही कमी जास्त झालं तर नबाबांच्या फार मोठ्या फौजेची कत्तल होऊ नये अशी आमची ख्वाईष होती.'

'मतलब?'

'मतलब एवढाचं की इत्तफाकसे आम्हाला दगाफटका झालाच तर उत्तरेकडे आमचे गेलेले सरदार तिथून मागे वळतील आणि नबाबांची एवढी मोठी फौज कोंडीत सापडून निष्कारण जान घालवून बसेल.'

'पेशवे, तुम्ही बोलण्यात फार चतुर आहात असं आम्ही ऐकून होतो. आज आम्हाला त्याचा यकीन आला. पण एक ध्यानात ठेवा. आम्ही दोस्तीची अपेक्षा करीत असताना आमच्या पोटामध्ये तुमच्याबद्दल काही पाप असेल ही शंकासुद्धा तुम्ही घ्यायला नको होती.'

'थोडं स्पष्ट बोलतो नबाबसाहेब. पण तुमच्या दोस्तीचा एवढा अनुभव आम्हाला आलेला आहे, की तुम्ही ज्याला दोस्ती म्हणता ती केव्हा आमच्या अंगाशी येईल याचा भरवसा नाही.'

'पेशव्यांची बात आम्हाला समजली नाही. कोणती बाब आमच्या हातून घडली आहे, की ज्यावर पेशव्यांनी नाराज व्हावं?'

'एक का अनेक गोष्टी अशा आहेत. आमचे कोल्हापूरचे छत्रपती आपण नादी लावले होते. मराठी दौलतीच्या सेनापतींना मधाचं बोट तुम्हीच दाखवलं होतं. पंतप्रतिनिधीसारखे आमच्या सातारच्या दरबारातले मुत्सद्दी आमच्यापासून फोडले होते. ह्या साऱ्या तुमच्या दोस्तीच्याच हालचाली आहेत असं पेशव्यांनी समजावं काय?'

निजामअली बाजीरावांच्या त्या गोंडस चेहेऱ्याकडे टक लावून पाहत होते. रोखठोकपणे पेशवे बोलत होते. ते पाहून नबाब स्वतःशीच हसत होते. मग ते म्हणाले, 'बाजीरावसाहेब, एक बोललं तर खफा होऊ नका.'

'बोला. जे दुरुस्त असेल ते आम्ही मान्यच करू.'

'तुमच्या कोल्हापूरच्या छत्रपतींना किंवा तुमच्या मराठी दौलतीच्या सेनापतींना, पंतप्रतिनिधींना आम्ही आमंत्रण पाठवलं नव्हतं आमच्याकडे या म्हणून. त्यांचेच आमच्याकडे एकापाठोपाठ एक गुप्त खलिते आले, की पेशव्यांच्या विरुद्ध आम्हाला मदत करा. त्यांचे कारकून आमच्याकडे धरणं धरून बसले तरी बसेच दिवस आम्ही तिकडं दुर्लक्ष केलं. मग आम्हालाही त्यांची थोडी गंमत करावीशी वाटली आणि त्यांना आश्रय देऊन काही दिवस आम्ही खेळवलं. तुमचे मराठे लोक स्वार्थाला आणि खोट्या प्रतिष्ठेला कसे चटकन बळी पडतात ते पाहून आम्हाला मोठं ताजुब वाटलं. बाजीरावसाहेब, मराठ्यांनी आपल्या नशिबाला बोल लावण्याऐवजी, आम्ही तुमचे लोक फोडतो म्हणून, तुम्ही आम्हाला दोष देता याचं नवल वाटतं.'

पेशव्यांच्यावर आपण बिनतोड मात केली या खुषीनं नबाबसाहेबांची मान ताठ झाली. एक क्षणाचीही उसंत न घेता पेशव्यांनी जबाब दिला, 'नबाबसाहेब, शत्रूंना मिळणारे सरदार आणि मुत्सद्दी फक्त मराठ्यांच्यात आहेत आणि तुम्हा मोगलांच्यात नाहीत असं समजण्याचं कारण नाही.'

'हां! हो सकता है. कोई मामूली आदमी होगा.' गडबडीनं नबाबसाहेब म्हणाले.

'मामुली नही. मातबर है.'

'कौन है वो बद्तमीज?'

'दुसरा कोण? नबाबसाहेब, खुद्द आपणच.'

'अफसोस. क्या बात कर रहे आप!'

'घुस्सा करणार नसाल तर बोलतो.'

पेशव्यांची नजर टाळून नबाब म्हणाले, 'हां, बोलो. हम सुनते है.'

'दक्षिणेतली सुभेदारी पदरात पाडून पातशहाचा निरोप घेऊन तुम्ही दक्षिणेत आलात. खरं म्हणजे तुम्ही पातशहाचे वफादार नोकर. ती वफादारी विसरून दक्षिणेत तुम्ही पातशहापासून फुटून स्वतःचं राज्य स्थापन करता आहात. धन्याशी ही निमकहरामी नाही तर काय आहे?'

'पण बाजीरावसाहेब आम्ही शत्रूला तर मिळालो नाही!'

'पातशहांनी आपला बंदोबस्त करण्याकरिता फौज पाठवली होती. त्या वेळी नबाबसाहेब तुम्ही आम्हा मराठ्यांची मदत घेतली होती. त्या झुंजात बादशहाचा मनसबदार कुणी मारला, ते आठवा आणि मग मराठ्यांना नावं ठेवा!'

जबाब न देता नबाबसाहेब गप्प बसले. निजाम आणि पेशवे यांचं बोलणं चढाला लागलं असं पाहताच अंबाजीपंत मध्ये बोलले, 'नबाबसाहेब, या जुन्या गोष्टी आहेत. ह्या आपल्याला आजच उगाळत बसण्याची जरुरी नाही. आपल्या आमंत्रणाप्रमाणं पेशवे इथं आले आहेत. उभयतांच्या हिताचं काही बोलता आलं तर आपण बोलावं!'

एकदम मान हालवून नबाबसाहेब म्हणाले, 'हां हां! आमच्याही दिलात तेच आहे. दक्षिणेची सुभेदारी घेऊन आम्ही इकडे आलो आहोत. पेशव्यांचे कामदार आमच्या सुभ्यामध्ये चौथाई आणि सरदेशमुखी वसुली करताहेत ते आम्हास मंजूर नाही.'

'ते तर पालखेडच्या तहातच आम्ही नबाबासाहेबांच्याकडून कबूल करून घेतलं आहे.' पेशवे नबाबांना अडवून म्हणाले.

'ती शर्त आम्ही पूर्वीच कबूल केली आहे हे खरं. पण, आम्हाला पेशव्यांकडून एक वचन पाहिजे. ते मिळालं तरच आम्ही तो तह पाळू.'

'दुरुस्त असेल तर आम्ही वचन देऊ. नबाबसाहेबांनी बोलावं.'

'आम्हाला अंदेशा येतो की, दक्षिणेच्या आमच्या सुभ्यातून चौथाई आणि सरदेखमुखी वसूल करण्याच्या निमित्तानं पेशवे सारेच सुभे गिळू पाहताहेत.'

'नाही. नबाबसाहेब, ती कल्पनासुद्धा आमच्या मनात नाही.'

'आज नसली तरी उद्या येईल.' गंभीर आवाजात नबाब म्हणाले.

'उद्याचं काही सांगता येत नाही. आणि उद्यासाठी आम्हाला बांधूनही घेता येत नाही.'

'बांधून घेऊ नका. पण पेशव्यांच्या मनामध्ये काय आहे त्याचा आम्हाला अंदाज आहे. उत्तरेकडे मुघल सल्तनत आहे. ती पालथी घालावी हा पेशव्यांचा इरादा आहे.' दोन भेदक डोळे बाजीरावांचा वेध घेत बोलत होते.

'हां, दुरुस्त!' ताडकन पेशव्यांनी जबाब दिला. 'अवघा हिंदुस्थान यवनांच्या कचाट्यातून सोडवून तीर्थक्षेत्रं मोकळी करावीत यासाठी हिंदवी स्वराज्याचा हा खेळ थोरल्या महाराजांनी सुरू केला आहे. आम्ही त्यांचे पाईक. तेव्हा आमची ती मंझील दिसेपर्यंत मराठे थांबणार नाहीत. यात आम्हाला लपवण्याजोगं काहीच नाही.'

निजामातला मुत्सद्दी एकदम खडबडून जागा झाला. सावधपणे त्यांनी आपलं मनोगत बोलून दाखवलं. 'ठीक आहे. नर्मदेच्या उत्तरेला मराठे जे जे करतील त्यात आम्ही बिलकूल दखल देणार नाही.'

'आणि त्याचा मोबदला?' अंबाजीपंतांनी विचारलं.

'त्याच्या मोबदल्यात आमच्या सुभ्यातून तुमचा हक्क वसूल करण्याव्यतिरिक्त तुम्ही आम्हाला तकलीफ देऊ नये.'

'नबाबसाहेबांच्या या सूचनेचा आम्ही विचार करू.' असं म्हणून आणखी किरकोळ बोलणी झाल्यानंतर नबाबांशी झालेली पेशव्यांची पहिली मुलाखत संपली.

मांजरा नदीकाठी पेशव्यांचा महिनाभर मुक्काम होता. मुत्सद्द्यांच्या गाठीभेटी अहोरात्र चालू होत्या. अटींच्या याद्या या छावणीतून त्या छावण्यांत फिरत होत्या. कधी रागानं, कधी लोभानं, कधी आडवळणानं प्रत्येक बाजू दुसऱ्याला अजमावीत होती. अखेरीस पेशव्यांनी आपल्या अटी निजामाच्या गळी उतरवल्या. चंदीचंदावरला शिवाजी महाराजांचं राज्य होतं ते निजामांनी शाहू छत्रपतींच्या नावे करून द्यावं ही महत्त्वाची अट पेशव्यांनी निजामाकडून कबूल करून घेतली. आणि पेशव्यांच्या कर्जासाठी खानदेश, औरंगाबाद, विजापूर या सुभ्यांमध्ये पन्नास लक्षांचा मुलूख पेशव्यांना तोडून द्यावा हीही शर्त कबूल करून घेतली. निजामअलींनी स्वतःला लेखी करारात गुंतवून घेतलं नाही पण पेशव्यांशी गुप्तपणे कुराणावर हात ठेवून कसम खाऊन शर्ती कबूल केल्या, त्या मोबदल्यात त्यांनी दक्षिणेतल्या सुभ्यातली शांतता मिळवली.

मांजरा नदीच्या काठावरून नबाबांची शाही दावत घेऊन बाजीराव परत फिरले,

तेव्हा ते स्वतःशीच हसत होते. मनात तहाच्या अटी घोळत होत्या. हात समशेर कुरवाळीत होता.

उत्तरेस दिल्लीपासून दक्षिणेत कर्नाटकापर्यंत प्रत्येक दरबार पेशव्यांच्या निजामभेटीकडे कान लावून बसला होता. निजामाची भेट घेऊन पन्नास लक्षांच्या मुलखाच्या सनदा घेऊन पेशवे पुण्याला परत आले, ही बातमी समजताच मराठी दौलतीत सर्वांनी सुटकेचा निःश्वास टाकला. जिकडे तिकडे आनंदोत्सव सुरू झाला. पेशव्यांनी केवळ स्वतःचा फायदा पाहिला नाही, तर थोरल्या छत्रपतींपासून चालत आलेले चंदीचंदावरचं राज्य नबाबाकडून आपल्याकडे मागून घेतलं म्हणून शाहूछत्रपतींना आनंद झाला. भेटीची बातमी साताऱ्यास पोहोचताच त्यांनी नौबत वाजवली. हत्तीवरून साखर वाटली, आणि तोफांचे पाच बार केले.

नानांनी चिमाजीआपांना खुशीची वर्तमानं कळविली. उत्तरेला मोहिमेत गुंतलेल्या फौजेमध्ये आनंदी वातावरण पसरलं. खुशालीचे तोफांचे बार झाले.

बाजीराव निमाजाची भेट आटोपून पुण्याला परत आले तेव्हा गारपिरापासून ते शनवारातल्या हवेलीपर्यंत एखाद्या प्रचंड मोहिमेत विजय मिळवून यावा त्याप्रमाणे मिरवत ते आपल्या हवेलीपाशी आले. माळवा, बुंदेलखंड, राजपुताना इकडे गेलेल्या मराठी फौजा रोज एकेक विजय मिळवीत होत्या. विजयाच्या वार्ता दररोज जासूद पुण्यात पोचवीत होते.

आठ-पंधरा दिवसांतच त्यांची भेट घेण्यासाठी चासेहून बाजीरावांच्या सासूबाई शिऊबाई आल्या. भिऊबाई आपला राग विसरून शनवारच्या हवेलीत आली. बाजीराव गेल्यापासून राधाबाईंच्या जवळच अनूबाई येऊन राहिल्या होत्या. त्याही होत्याच. वाईहून पेशव्यांच्या सूनबाईंना घेऊन रास्ते पुण्यात आले. कुलाब्याहून अन्नपूर्णाबाई आल्या. नव्हते चिमाजीआपा. ते दूर हिंदुस्थानात खंडण्या वसूल करीत होते. आप्तेष्टांच्या संगतीत चार-आठ दिवस बाजीरावांचे मोठ्या सुखासमाधानात गेले.

हुताशनी आठ दिवसांवर आली होती. त्या उत्सवाकरिता बाजीरावांनी आपले

इष्टमित्र शनवारच्या हवेलीत जमा केले. शाहू छत्रपतींची आज्ञा घेऊन नानासाहेब महादोबा पुरंदऱ्यांना बरोबर घेऊन पुण्यात आले. हवेलीमध्ये रंगाचे हौद ठिकठिकाणी तयार ठेवले. पाच दिवस फडावरची सारी कामं बंद होती. हुताशनीनिमित्त साऱ्या शहराला सणासुदीची कळा आली होती. खुद्द बाजीराव पेशवे हुताशनीच्या वेळी दससाल बहुतेक मोहिमेवर असत. याच वर्षी हुताशनीचा सण ते पुण्यात साजरा करीत होते.

दिवसभर रंग खेळल्यानंतर संध्याकाळी रंगपंचमीचा दरबार आणि नाचगाणं होणार होतं. रंगाचे हौद चौकाचौकावर ठेवण्यासाठी सेवकांची धावपळ चालू होती. खासगीकडले कारकून निरनिराळ्या हौदांमध्ये रंग योग्य तऱ्हेने तयार झाले की नाही हे पाहत होते. सबंध वाड्यामध्ये रंगाची अशी एकच गडबड उडाली असताना येसू दासी काशीबाईंच्या दालनामध्ये घाईघाईनं धावत आली.

पांढरी शुभ्र जरीची साडी नेसून काशीबाई बसल्या होत्या. येसूला धावत आलेली पाहताच त्यांनी ताडलं, की हवेलीमध्ये काहीतरी विशेष घडलं आहे, आणि ते येसूला आपल्याला सांगायचं आहे. त्यांनी विचारलं, 'काय गं, रंगाची तयारी झाली ना? पुरुषमंडळी कुठं आहेत?'

धापा टाकीत येसून उत्तर दिलं, 'रंग तिसऱ्या प्रहरी खेळणार आहेत. एकेक मंडळी हवेलीमध्ये सदरेवर जमा होत आहेत.'

'मग तू अशी गडबडीनं का आलीस?'

'बाईसाहेब, आपल्या कानांवर आलं नाही?'

'काय आहे?'

'आपास्वामींच्या नव्या बाईसाहेब नुकत्याच कुलाब्याहून आल्याची खबर आपल्याला असेलच!'

'त्यांचं राहू दे. तुझी गडबड काय चालली ते अगोदर सांग.'

'तेच सांगत्ये बाईसाहेब. आज रंगाचा दरबार आहे. तेव्हा आपास्वामींच्या बाईसाहेबही रंग खेळण्याकरिता तयार होऊन बसल्या आहेत.'

'अगबाई, खरंच! मातु:श्रीबाईंनी त्यांना सांगायला पाहिजे होतं.'

'सांगितलं ना?'

'काय सांगितलं?'

'बाईसाहेब, मातु:श्रीबाईंनी त्यांना जवळ बोलावून एक थोबाडीत ठेवून दिली.'

आश्चर्यानं काशीबाईंचे डोळे विस्फारले. त्यांनी विचारले, 'पण काय झालं?'

'काय व्हायचंय? अहो त्या बाईसाहेब आपल्या धाकट्या धन्यांना काय म्हणाल्या माहीत आहे?'

'कुणाला, नानाला?'

'होय, त्यांनाच. धाकटे धनी त्यांच्या दालनासमोरून जात होते. त्यांना त्यांनी थांबवून आपल्या अंगावर रंग टाकायला सांगितलं.'

'नवल आहे बाई. पण असं कसं त्या म्हणाल्या?'

'कसं म्हणाल्या म्हणजे काय? आपल्या धाकट्या धन्यांनी मातु:श्रीबाईंची नजर चुकवून केव्हा तरी आपल्या सूनबाईंच्या अंगावर रंग टाकलेला त्यांनी पाहिलं. आणि तसाच रंग आपल्याही अंगावर टाकावा म्हणून त्यांनी चक्क धाकट्या धन्यांना सांगितलं. मातु:श्रीबाईंच्या ते कानांवर जाताच त्या रागानं लाल झाल्या. अन् मग त्यांनी जवळ बोलावून त्यांच्या गालावर आपली पाची बोटं उमटवली.'

'अगं आई गं!' काशीबाई कळवळल्या. त्यांनी विचारलं, 'आता जाऊबाई कुठं आहेत?'

'बसल्या आहेत एका बाजूला मान खाली घालून मुळूमुळू रडत. त्यांची दासी त्यांना समजावते आहे. ते पाहूनच तर मी आपल्याला सांगायला आले.'

'सांगितलंस ते बरं झालं. पण थोडा जिभेला लगाम घाल आणि आता जा त्यांच्याकडे आणि जाऊबाईंना म्हणावं आम्ही बोलावलं आहे. असाल तशाच या.'

'त्यांना इकडे घेऊन येऊ?'

'हो.'

तरी येसू चटकन गेली नाही. ते पाहून काशीबाईंनी भुवया वर उचलल्या. त्यांच्या चर्येकडे पाहत येसू अडखळत म्हणाली, 'पण थोरल्या मातु:श्रीबाईंना ते आवडायचं नाही.'

'ते आम्ही पाहतो. दासींनी सांगितलेलं काम करावं.'

थोड्याच वेळात येसूच्या पाठोपाठ अन्नपूर्णेला तिची दासी घेऊन आली. काशीबाई खाली गादीवर बसल्या होत्या. त्यांनी आपल्या शेजारी अन्नपूर्णेला बसवून घेतलं. दासींना महालाबाहेर जायला सांगितलं. मग त्यांनी अन्नपूर्णेच्या पाठीवरून हात फिरवला. रडून तिचे डोळे लाल झाले होते. गालांवर आसवांचे

ओघळ होते. काशीबाईंनी चौकशी केली, 'काय झालं? आम्हाला सारं सांगा पाहू!'

ममतेनं काशीबाईंनी हात फिरवलेला पाहताच अन्नपूर्णेला रडण्याचा उमाळा आला. काशीबाईंच्या खांद्यावर मान टाकून हुंदके देत ती रडू लागली. तिला थोपटीत काशीबाई म्हणाल्या, 'जाऊबाई, असं काय करायचं? मी आहे ना? मला सांगा बरं सगळं, काय झालं ते. मातु:श्रीबाई तुमच्यावर का रागावल्या? अशी कोणती आगळीक तुमच्याकडून झाली?'

स्फुंदत स्फुंदत अन्नपूर्णा म्हणाली, 'आमच्याकडून काहीच आगळीक झाली नाही. तरी सासूबाईंनी आम्हाला शिक्षा केली.'

'पण तुम्ही काय केलंत?'

'आम्ही काहीच केलं नाही. आज रंगाचा सण आहे ना? तेव्हा आमच्या सूनबाईंच्या अंगावर चिरंजीवांनी रंग टाकलेला आम्ही पाहिला. तेव्हा आमच्याही अंगावर रंग टाका असं आम्ही त्यांना म्हणालो. मग आमचं काय चुकलं?

अन्नपूर्णेनं मान वर करून काशीबाईंच्याकडे पाहिलं. तिची निरागस चर्या पाहून काशीबाईंना वाईट वाटलं. या मुलीला समजवावं तरी कसं हे त्यांच्या चटकन लक्षात येईना. मग त्या एवढंच म्हणाल्या, 'हे पाहा. तुम्ही लहान आहात, आम्हाला मुलीसारख्या आहात. तेव्हा तुम्हाला असं काही करावंसं वाटलं तर अगोदर आम्हाला विचारत चला.'

डोळ्यांची उघडझाप करीत पदरानं नाक पुसून अन्नपूर्णनं विचारलं, 'पण थोरल्या बाई, आमचं चुकलं तरी काय? गोपिकेपेक्षा आम्ही वेगळं का काही केलं?

'जाऊबाई, ते आम्ही तुम्हाला नंतर समजावून सांगू. आता आम्ही सांगता तेवढं ऐका. आमचे भाऊजी मोहिमेवर आहेत ना. ते परत आले म्हणजे आम्ही सांगू त्यांना तुमच्या अंगावर रंग टाकायला.'

काशीबाई अन्नपूर्णेची समजूत घालीत होत्या. तेवढ्यामध्ये येसूनं वर्दी दिली, 'धाकटे धनी इकडेच येताहेत.'

'नाना का?'

'होब तेच?'

मग अन्नपूर्णेकडे वळून काशीबाई म्हणाल्या, 'तुम्ही आता मातु:श्रीबाईंच्या दालनाकडे जा. आणि मघाशी आम्ही जे काय सांगितलं ते नीट लक्षात ठेवा. समजलं ना?'

खाली मान घालून ‘होय’ म्हणून अन्नपूर्णेनं जाऊबाईंना नमस्कार केला आणि दासीला घेऊन ती दालनातून बाहेर पडली.

नाना काशीबाईंना भेटायला आले होते. डोईला रंगीत फेटा बांधलेला होता. अंगात पांढराशुभ्र अंगरखा घालून पायामध्ये सफेद सुरवार घातली होती. चिरंजीवांच्या अंगावर रंगाचे शिंतोडे उडालेले पाहून काशीबाईंनी गालात हसून चौकशी केली.

‘अजून रंगाचा खेळ तर सुरू होणार आहे. एवढ्यात चिरंजीवांच्या अंगावर कुणी रंग टाकला?’

मातुःश्रींची नजर टाळून नाना म्हणाले, ‘रंगाची व्यवस्था करीत होतो. कुठंतरी शिंतोडे उडाले असतील. नाही तरी संध्याकाळपर्यंत हा पांढरा पोशाख रंगानं भिजून जायचाच आहे.’

‘आता एवढ्या तातडीनं आलात. काही विशेष काम आहे?’

‘आज रंगाचा दरबार झाल्यानंतर हवेलीमध्ये कलावंतांचा नाच होणार आहे. त्यासाठी कोणते कलावंत निवडावेत म्हणून आम्ही राऊस्वामींना विचारलं, तेव्हा त्यांनी आपल्याकडे बोट दाखवलं.’

‘त्यात आम्हाला काय विचारायचं? तुम्ही ठरवाल ते आम्हाला मान्यच आहे.’

‘तेच म्हणतो मी. आम्ही कलावंतांना आज्ञाही देऊन ठेवली आहे. एखादे वेळी राऊस्वामी आपल्याला विचारतील की आपली आज्ञा घेतली की नाही, म्हणून आम्ही आपल्या कानांवर घालण्यासाठी आलो आहोत.’

‘मग कोणत्या कलावंताला आज नाचण्यासाठी आपण सांगितलं आहे?’

‘मस्तान कलावंत.’

‘ठीक आहे.’ आणि मग चिरंजीवांच्या वरून नजर वळवून काशीबाई म्हणाल्या, ‘नाही तरी आम्हाला त्यात काय समजतं? तुम्हीच जाणकार आहात.’

नानासाहेबांनी चमकून मातुःश्रींकडे पाहिलं आणि ते म्हणाले, ‘बोलण्यातला मतलब आमच्या ध्यानात आला नाही.’

‘त्यात कसला आला आहे मतलब? आता तुम्ही मोठे झालात, हे आम्ही लक्षात घेतलं पाहिजे.’

नानासाहेबांच्या एवढंच लक्षात आलं की, मातुःश्रींबाईंच्या या बोलण्यामध्ये काही तरी वेगळा अर्थ आहे. मग आणखी काही किरकोळ बोलून नमस्कार करून

त्यांनी काशीबाईंचा निरोप घेतला. दालनातून बाहेर पडताना पोशाखावरच्या गुलाबी शिंतोड्याकडे पाहत ते गालात हसत होते.

रंगाचा दरबार आटोपला. पण मस्तानीचा नाच झाला नाही.

अंबाजीपंत पुरंदरे दौलतीचे जुने सेवक. बाजीरावांच्या तीर्थरूपांपासून ते दौलतीच्या कामकाजात होते. वयानं वडील. बाजीराव त्यांचा अधिकार मानीत असत. तरीही बाजीरावांचा कडक स्वभाव लक्षात घेऊन अंबाजीपंत वेळप्रसंग पाहून बाजीरावांना न आवडणाऱ्या गोष्टी त्यांच्याशी समक्ष बोलत असत.

सकाळी बाजीरावांना थोडी फुरसत आहे, हे समजताच अंबाजीपंत त्यांच्या महालात गेले. बाजीरावांच्या समोर दुधानं भरलेले चांदीचे पेले होते. त्यातलं दूध संपवून त्यांनी पेले खाली तबकात ठेवले. तबक उचलून सेवक बाहेर गेले. अंबाजीपंत बाजीरावांच्या समोर अदबीनं बसले.

'परवा रंगाचा दरबार मोठा छान झाला नाही?' बाजीरावांनी हसत अंबाजीपंतांना विचारलं.

'श्रीमंत पुण्यात फारसे नसतातच. या वेळी त्यांचा मुक्काम इथं होता. त्यामुळं रंगाचा दरबार मोठा मौजेचा झाला.' मग बाजीरावांची नजर टाळून अंबाजीपंत म्हणाले, 'पण मी आता श्रीमंतांची वेगळ्या कामाकरिता गाठ घेण्यासाठी आलो आहे.'

'बोला पंत.'

'आता आमचं वय झालं. सेवेतून निरोप द्यावा ही विनंती करायला आलो आहे.'

बाजीरावांनी अंबाजीपंतांकडे निरखून पाहिलं. त्यांच्या चर्येवर वयाच्या खुणा दिसत होत्या. कपाळावर आठ्यांचं जाळं झालं होतं. हातांना थोडा कंप सुटला होता. पण तरीही अंबाजीपंतांची शरीरयष्टी कणखर दिसत होती.

'पण पंत, मागेच याबाबत आम्ही तुम्हाला आमचा इरादा सांगितला आहे. पुनः काही नवं झालं का? काही कारण झालं का?'

'होय, एक कारण झालं आहे.'

'कोणतं कारण झालं आहे, पंत?'

'काल सायंकाळी मातुःश्रीबाईंनी मला बोलावून त्यांच्या तीर्थयात्रेबद्दल विचारलं. मातुःश्रीबाई तीर्थयात्रेला जाणार असतील तर त्यांच्याबरोबर मीही जावं असं मला वाटतं.'

'अलीकडे मातुःश्री तीर्थयात्रेच्या गोष्टी वारंवार काढतात हे खरं. पण पंत, त्यांच्या तीर्थयात्रेबद्दल अजून आमच्या मनाचा निश्चय होत नाही.'

'आता निश्चय तो काय व्हायचा? मातुःश्रीबाईंची इच्छा आहे तेवढी पूर्ण करावी. त्यांनी वारंवार म्हणावं आणि आम्ही काहीतरी सबबी सांगाव्यात हे लौकिकातही बरं दिसत नाही. त्या तीर्थयात्रेला जाणार असतील तर माझी अनायासे सोय होणार आहे. आता काशीतच गंगाकिनारी वास करावा असं वाटू लागलं आहे.'

'मातुःश्रींनी तीर्थयात्रा करू नये असं का आम्हाला वाटतं पंत? पण उत्तरेतली सध्याची परिस्थिती तुम्हाला माहीत आहेच. काशी, गया, प्रयाग ही आमची तीर्थक्षेत्रं बंगषाच्या ताब्यात आहेत. रोहिल्यांना आम्ही डिवचलं आहे. चांगला मार दिला आहे. त्यांच्या मुलखात तीर्थयात्रेच्या निमित्तानं आमच्या मातुःश्री गेल्या तर काय घडेल हे सांगता येणार नाही.'

'हे सारं काल मी मातुःश्रीबाईंना समजावून सांगत होतो.' अंबाजीपंत म्हणाले, 'पण त्यांनी आपला आग्रह सोडलेला नाही.'

'शिवाय मातुःश्री तीर्थयात्रेला एकट्या जाणार नाहीत. त्यांच्याबरोबर नात्यातली इतर मंडळी जातील. घरातल्या पुरुष माणसांपैकी कुणीतरी बरोबर दिलं पाहिजेच. सारी यात्र सुखरूप पार पाडण्याची जोखीम मोठी आहे, पंत!'

'मी माझ्याकडून होईल तेवढं त्यांचं मन वळवण्याचा प्रयत्न केला. मला यश आलं नाही. मर्जी असेल तर खुद्द श्रीमंतांनी सांगून पाहावं. पण त्या आपला हट्ट सोडतील असं वाटत नाही.'

'आम्ही प्रयत्न करून पाहतो पंत. मातुःश्रींनी तीर्थयात्रेचा अगदीच हट्ट धरला, तर मोठी फौज बरोबर देऊन पाठवणी करावी लागेल. एकदा फौज बरोबर आली की केव्हा कोणता प्रसंग उभा राहील त्याचा अंदाज यायचा नाही. सारं अवघड होऊन बसेल,' पेशव्यांच्या शब्दाशब्दांत काळजी होती.

अंबाजीपंतांना राजकारणाच्या या चाली बिनचूक अवगत होत्या. पण मातु:श्रींनी त्यांना बजावून सांगितलं होतं की, राऊंच्याजवळ हा विषय काढून त्यांचं काय मत आहे हे त्यांना सांगावं.

अंबाजीपंतांनी आपलं मुख्य काम केलं होतं. पण बाजीरावांची गाठ पडली की त्यांना कितीतरी गोष्टींची उकल करून घ्यायची असे. थोडं चाचरत ते म्हणाले, 'परवा रंगाचा दरबार झाल्यानंतर मस्तानी नाचली नाही.'

बाजीरावांनी चमकून अबाजीपंतांच्या वृद्ध चर्येकडे पाहिलं. पंतांनी बाजीरावांची नजर टाळली. त्यांनी खिडकीतून बाहेर पाहिलं. पलीकडे फडाची कचेरी होती. तिथं कारकुनांची वर्दळ सुरू झाली होती.

'आम्हीच मस्तानीला मना केली होती.'

'पण त्या दिवशी नाचाला कोणते कलावंत बोलावायचे ते श्रीमंतांनी चिरंजीवांच्यावर सोपविलं होतं. त्यामुळे ऐनवेळी मस्तानी न आल्यानं त्यांचा आणि साऱ्यांचाच विरस झाला.'

'आम्ही मजबूर आहोत पंत. यापुढं मस्तानी समारंभात नाचणार नाही, गाणार नाही!'

पंत खिडकीतून बाहेर पाहत होते. तरी त्यांचे कान बाजीरावांच्या शब्दाकडे होते. अपेक्षित शब्दच त्यांच्या कानांवर आले. गेले काही महिने बाजीरावांच्या वर्तनात जो फरक पडला होता तो पंतांच्या नजरेतून सुटला नव्हता. प्रथम किरकोळ बाब म्हणून त्यांनी तिकडे दुर्लक्ष केलं होतं. त्यांच्या कानावर येणाऱ्या बातम्यांना त्यांनी सुरुवातीला महत्त्व दिलं नव्हतं. पण हळूहळू एकेक घटना घडत होती. पंतांनी जग पाहिलं होतं. फडावर त्यांचा रोज माणसांशीच संबंध येत होता. पंत मनाशी त्या घटनांचा अन्वयार्थ लावत होते. एकेक शब्द सावकाश उच्चारत ते म्हणाले, 'याचा अर्थ मस्तानी कलावंतीण श्रीमंतांनी खास आपल्या अंगाखाली घेतली असा होतो.'

'तसं समजा हवं तर, पण यापुढं मस्तानी चारचौघांपुढं नाचणार नाही, आणि गाणारही नाही.'

कानावर आलं होतं तरी बाजीराव इतक्या चटकन आणि इतक्या उघड मस्तानीचा संबंध कबूल करतील असं पंतांना वाटलं नव्हतं. निदान बाजीराव उडवाउडवी करतील, मग आपण एकेक प्रसंग सांगून त्यांना कुंठित करू असा अंदाज मनाशी

बांधून पंतांनी हा विषय काढला होता. पण बाजीरावांनी सारा व्यवहार रोखठोक स्पष्ट केल्यावर काय बोलावं हे त्यांना सुचेना.

पंतांच्या अस्वस्थतेचा थोडासा सुगावा बाजीरावांना लागला. गालात हसत त्यांनी पंतांना विचारलं, 'पण पंत, आजच तुम्ही मस्तानीची एवढी बारकाईनं चौकशी कशाकरता करताहात?'

'दरबारात नाचगाणं करण्यासाठी श्रीमंतांनी बुंदेलखंडात मिळालेली ही यवनी खास राखून ठेवली होती. आजपर्यंत तिचा बंदोबस्त त्याच रीतीनं होतो आहे.' मनातली खळबळ लपवीत पंत म्हणाले, 'श्रीमंतांनी आता तिला आपल्या मर्जीत घेतलं असेल तर पेशव्यांच्या नाटकशाळांच्या रीतिरिवाजाप्रमाणं तिची आम्हाला वेगळी व्यवस्था करावी लागेल. शिवाय नाटकशाळेचे शिष्टाचार तिला बजावून ठेवावे लागतील.'

'रीतीप्रमाणे जे काही करणं असेल ते तुम्ही करा. आमचा तुमच्यावर विश्वास आहे.'

पंतांना कितीतरी बोलायचं होतं, पण शब्द ओठाबाहेर पडत नव्हते. विषय नाजूक होता. कुठं बोचला तर नसती आफत यायची या भीतीनं पंत गप्प बसले.

पंतांच्या मनाचा पुरता अंदाज आता बाजीरावांना आला होता. त्यांनी सरळच विचारलं, 'पंत, आत्ताच तुम्ही मातु:श्रीबाईंच्या तीर्थयात्रेबद्दल बोलत होता. त्या वेळी तुमच्या बोलण्याचा संदर्भ आमच्या लक्षात आला नव्हता. आता तो आला.'

पंतांची अस्वस्थता वाढत होती. अंगावरच्या उपरण्यानं त्यांनी गळ्याभोवती आलेला घाम टिपला. मग बैठकीवर मांडी बदलून ते म्हणाले, 'छे, छे! श्रीमंतांनी त्याचा अर्थ तसा घेऊ नये. तीर्थयात्रेला जाण्याची मातु:श्रींबाईंची खरोखरच इच्छा आहे. ती आपल्या कानावर घालावी म्हणून मी आलो होतो. योगायोगानं मस्तानीची गोष्ट आठवली, म्हणून मनातलं बोलून खुलासा करून घेतला इतकंच!'

'माणसं पूर्वीसारखी मनमोकळी वागेनाशी झाली आहेत पंत. कदाचित आम्हाला तसा भासही होत असेल.'

पंतांनी काही उत्तर दिलं नाही.

मोहरमचा सण आला. ती संधी साधून अंबाजीपंतांनी आपल्या हाताखालच्या फडावर मुरलेला एक वृद्ध कारकून बरोबर दोन स्वार देऊन कोथरूडच्या बागेत मस्तानीकडे पाठवला.

कारकून बागेत येताच चंदा जामदारानं पुढं येऊन त्याची चौकशी केली. पंतांच्याकडून खुद्द मस्तानीला भेटायला कारकून आला आहे असं समजताच जामदारानं ती वर्दी आत पोहोचवली. थोड्याच वेळात कारकुनाला आत जायची इजाजत मिळाली.

एका झिरझिरीत पडद्याआड मस्तानी बसंती दासीसह बसली होती. पडद्यासमोर आसनावर कारकून बसले. त्यांच्यासमोर चंदा जामदारानं सरबताचे पेले ठेवले. तबकातल्या पेल्याकडे पाहत कारकून घाईघाईने उद्गारले, 'हे–हे आम्हाला चालणार नाही, उचला आमच्या समोरून.'

'आज मोहरमचा सण आहे, पंडतजी. आलेल्या पाहुण्याला सरबत द्यायचा इथला रिवाज आहे.' जामदार गालातल्या गालात हसत म्हणाला.

'पण यवनाच्या हातचे मला काही चालत नाही. मी ब्राह्मण माणूस. माहीत नाही तुला?' कारकून आपला आवाज चढवून म्हणाले.

'ते मला चांगलं माहीत आहे. पण खुद्द श्रीमंत इथं येऊन सरबत घेतात. म्हणून वाटलं की तुम्हीही घ्याल. त्यासाठी सरबताचे पेले आणले. तुम्हाला पसंत नसेल तर आमचं काही म्हणणं नाही.'

हात जोडून जामदार बोलत होता. त्याच्या उभ्या राहण्यातही मिस्कीलपणा होता. ओठातल्या ओठात पुटपुटत कारकून इकडे तिकडे पाहत बसून राहिले.

पडद्याआड बसलेल्या मस्तानीनं अखेर त्यांची सुटका केली. तिथूनच ती म्हणाली, 'जामदार, त्यांच्यावर जबरदस्ती करू नका. त्यांना विचारा फडावरून असं कोणतं काम घेऊन ते आता आमच्याकडे आले आहेत?'

कारकून सावरून बसले. घसा साफ करून पडद्याकडे पाहत ते म्हणाले, 'पंतांनी आम्हाला मुद्दाम पाठविलं आहे. श्रीमंतांनी तुम्हाला खास आपल्या मर्जीत ठेवून घेतलं आहे.'

'मतलब?' पडद्याआडून तीरासारखा आवाज आला.

'मतलब, एवढाच की यापुढे तुम्हाला फक्त श्रीमंतांचीच सेवा करावी लागेल.'

'ते तुम्ही सांगण्याची जरूरत नाही. इथं तुम्ही कशाकरिता आला ते सांगा.'

'श्रीमंतांच्या खास मर्जीतल्या कलावंतांसाठी काही रीतिरिवाज आहेत. त्याची माहिती तुम्हाला देण्यासाठी मला आज्ञा आली आहे.'

'बोला, आम्ही ऐकतो आहोत.'

कारकुनांनी बरोबर खलित्याची एक पिशवी आणलेली होती. तिचं रेशमी गोफानं बांधलेलं तोंड त्यांनी उघडलं. मग आत हात घालून त्यांनी एक कागद बाहेर काढला. कागदाची सुरळी उलगडून त्यांनी एक एक कलम वाचायला सुरुवात केली.

'एकेक कलम तुम्हाला वाचून दाखवायची मला आज्ञा आहे.'

'ही कलमबंदी कसली आहे?' मस्तानीनं पडद्याआडून विचारलं.

'थोरामोठ्यांच्या नाटकशाळांनी कसं वागावं याचे हे नियम आहेत.'

शेजारी बसंती दासी बसली होती. तिला उद्देशून मस्तानी मोठ्यानं म्हणाली, 'कारकुनांना म्हणावं, जे काही सांगायचं असेल ते जलदी सांगावं.'

कारकून सावरून बसले. त्यांनी हातातल्या कागदाकडे पाहिलं. आपल्या रूक्ष आवाजात ते कलमबंदी वाचू लागले.

'श्रीमंतांच्या खासगीच्या महालात बोलावल्याशिवाय मस्तानीनं जाऊ नये.'

पलीकडून होकार आला नाही. म्हणून कारकुनानं तेच कलम पुन्हा मोठ्यानं उच्चारून दाखवलं.

'तुम्ही वाचा. आमचं लक्ष आहे.' पडद्याआडून शब्द आले.

कारकुनानं पुढं वाचलं. 'श्रीमंतांच्या खासगी महालात बोलावणे झाले तर मस्तानीने अदबीने जावे. काशीबाईसाहेब किंवा श्रीमंतांच्या कुटुंबातल्या स्त्रिया समोर असल्या तर त्यांनी बस म्हटल्याशिवाय मस्तानीने बसू नये. हे कलम दुसरे.'

कारकुनांनी पडद्याकडे अपेक्षेनं पाहिलं. तिकडून काही प्रतिसाद आला नाही. मग घसा साफ करून त्यांनी पुढलं कलम वाचलं.

'काशीबाईसाहेबांसमोर मस्तानीने तांबूल खाण्याचा नाही.'

कारकून पुढचं कलम वाचणार तोच पडद्याच्या पलीकडून हसण्याचा मंद ध्वनी आला. त्याबरोबर कारकुनानं कान टवकारले. तेच कलम पुन्हा मोठ्यानं त्यांनी

वाचून दाखवलं.

पडद्याआडून आवाज झाला,

'पण खुद्द श्रीमंतांनीच तांबूल दिला तरी आम्ही खायचा नाही?'

कलम सांगते की काशीबाईसाहेबांच्या समोर खायचा नाही. त्यांच्या महालातून बाहेर पडल्यानंतर तांबूल खायचा किंवा नाही याचा कलमात उल्लेख नाही.'

'तो फिर कोई हर्ज नही!' पडद्याआडून पुन्हा हास्याच्या फवाऱ्यात उद्‌गार आले, 'और क्या क्या है?'

'तेच सांगतो आहे.' मस्तानीचं हसणं कारकुनाला पसंत पडलं नाही. थोड्या त्रासलेल्या आवाजात ते पुढची कलमं वाचून दाखवत होते.

'काशीबाईसाहेब, मातु:श्रीबाईसाहेब आणि धाकट्या बाईसाहेब या साऱ्यांना मस्तानीने नेहमी बाईसाहेब म्हणूनच हाक मारली पाहिजे.'

'आणि तुम्हाला?' पडद्याआडून एकदम प्रश्न आला.

कारकुनांना ते नीट ऐकू आलं नाही. त्यांनी विचारलं, 'मला काही विचारलेत?'

'होय. तुम्हालाच! तुम्हाला आम्ही कोणत्या नावानं हाक मारायची?

क्षणभर कारकून गोंधळले. मग सावरून म्हणाले, 'तुम्ही आम्हाला हाक मारण्याचा प्रश्नच कुठे येतो? तुम्ही श्रीमंतांच्या कुटुंबातल्या लोकांसमोर कसे वागायचे आहे त्याबद्दलचे रीतिरिवाज मी सांगत आहे.'

'ठीक आहे. पुढं बोला.'

'श्रीमंतांचे चिरंजीव नानासाहेब, त्यांचे बंधू आपासाहेब यांना नेहमी तुम्ही सरकार अशीच हाक मारली पाहिजे. श्रीमंतांच्या हवेलीत असताना मस्तानीने पीकदाणी अथवा तस्त वापरण्याचे नाही.'

'ठीक आहे. आज्ञेप्रमाणं वागू. आणखी काही सांगायचं शिल्लक राहिलं आहे?'

हातातला कागद उलटसुलट करीत कारकून पडद्याकडे पाहत म्हणाले, 'होय, एक महत्त्वाचे कलम शिल्लकच आहे.'

'यापुढे मस्तानीने तिची यवनी राहणी व मुसलमानी चालरीत सोडून दिली पाहिजे.'

'कलम नीट समजलं नाही.'

कारकुनाची हयात फडावर कारकुनी करून दाखवण्यात गेली होती. सरळ उत्तर देणं त्यांना अवघड वाटलं. ते एवढंच म्हणाले, 'कागदावर लिहिले ते कलम

आम्ही वाचून दाखवले. त्याचा अर्थ जसा आपल्या मर्जीला येईल तसा आपण घ्यावा.'

कलम वाचता वाचता कारकून हैराण झाले. मामला थोरामोठ्यांचा होता. थोडीशी चूक झाली तरी प्राणाशी गाठ होती हे ते ओळखून होते. कलमांचा कागद हातात थरथरत होता. घशाला कोरड पडली होती. डोईची पगडी काढून त्यांनी डोक्यावरचा घाम उपरण्यानं पुसला. शेंडी सावरून पगडी नीट बसवली. कागद गुंडाळून थैलीत ठेवत ते म्हणाले, 'आणखीही बरीच कलमे आहेत. पण ती किरकोळ आहेत. त्या कलमांचा कागद मी इकडे पाठवून देईन. जेवढी कलमे मी सांगितली तेवढ्या कलमांबाबत काही अडचण असेल तर मला सांगावं. फडावर पंतांना मी ती कळवीन.'

'अडचणी काही नाहीत. पंतांनी दिलेल्या हुकमाप्रमाणं आम्ही वागू असं त्यांना सांगा. मात्र एक विचारायचं आहे.'

'विचारा.' व्यवस्थित मांडी घालून लोडाला कोपर रेलून रुबाबात कारकून म्हणाले.

'सारी कलमं तुम्ही अगोदर श्रीमंतांच्या नजरेला आणली असतीलच.'

'ते मला माहीत नाही. मी पंतांच्या हाताखाली फडावर काम करीत असतो. पंत सांगतील तेवढे माझे काम.'

पडद्याआड बसलेल्या मस्तानीकडून सुस्कारा बाहेर पडला. कारकून कलमं वाचत असताना तिची करमणूक होत होती. पण शेवटी ती एकदम खिन्न झाली. कारकुनाशी जास्त बोलता येत नव्हतं, म्हणून ती एवढंच म्हणाली, 'पंतांना सांगा, तुम्ही पाठविलेली कलमं आम्ही लक्षपूर्वक ऐकली. त्याबरहुकूम आम्ही जरूर वागू. आमच्या वागण्यात काही कमी-जास्त आढळलं तर पंतांनी आम्हाला सांभाळून घ्यावं आणि पंतांना असंही सांगा, की तुमच्या या कलमामध्ये एक महत्त्वाचं कलम घालायचं तुम्ही विसरला आहात.'

'कोणतं कलम?'

'आम्ही काशीबाईसाहेबांना काय म्हणावं, मातुःश्रीसाहेबांना काय म्हणावं, चिरंजिवांना काय म्हणावं हे सारं तुम्ही सांगितलं. पण खुद्द पेशवे सरकारांना आम्ही काय म्हणावं ते तुम्ही कलमात लिहून कळवलं नाही.'

'यात काय कळवायचे? सारे त्यांना श्रीमंत म्हणतात. तुम्हीही त्यांना श्रीमंतच

म्हणायचं.' पटकन कारकून बोलून गेले. पण आपण नको ते बोललो याची त्यांना जाणीव झाली. त्यांनी जीभ चावली.

'पण आम्ही कलावंत आहोत. इतर लोक पेशव्यांना श्रीमंत म्हणत असतील ते रास्तच. इतर घरंदाज लोकांप्रमाणं नाटकशाळेला वागून कसं चालेल?'

कारकुनांना उत्तर सुचलं नाही.

'तुमचा सवाल मी पंतांच्या कानांवर घालीन. त्यांना जी काही आज्ञा करायची असेल ती ते आपल्याला करतील. माझे काम संपले आहे. मला निरोप द्यावा.'

'बसंती, त्यांना निरोपाचे विडे दे. आमच्याकडचं सरबत त्यांना चालत नाही, पण विडा तरी घ्यायला हरकत नाही.'

आसपास पाहत कारकून म्हणाले, 'विड्याला काही हरकत नाही. द्या विडा.'

बसंतीनं विड्याचं तबक पुढं केलं.

कारकून निघून गेल्यानंतर मस्तानी बसंतीला म्हणाली, 'दुपारची श्रीमंतांची हवेलीवर गाठ घे. त्यांना म्हणावं आम्ही याद केली आहे. फुरसद असेल तर इकडे येऊन जावं.'

बसंती दासी हवेलीवर आली तेव्हा तिला समजलं की बाजीराव अचानक साताऱ्याला निघून गेले आहेत.

चार घटका दिवस आला आणि काशीबाईंची तुळशीची पूजा आटोपली. नेसतं सोवळं बदलून त्यांनी पोषाखी लुगडं नेसलं. अंगावर अलंकार लेऊन कपाळावर कुंकवाची चिरी रेखत असतानाच येसूदासी आत आली. आणि म्हणाली, 'मातु:श्रीबाईंच्याकडून निरोप आला आहे, की आपली सकाळची पूजा आणि वेणीफणी आटोपली असली तर नमस्कारासाठी यायचं ते त्यांच्या दालनातच या. त्या वाट पाहत आहेत.'

कपाळावर कुंकवाची चिरी बरोबर रेखली आहे की नाही हे आरशात पाहत असतानाच काशीबाईंनी चौकशी केली, 'सासूबाईंनी बोलावलं आहे का?

'होय. त्यांचाच निरोप आहे.'

'मग त्यांना म्हणावं आज्ञेप्रमाणं नमस्कारासाठी आम्ही त्यांच्या महालातच येतो.'

थोड्या वेळात काशीबाई राधाबाईंच्या महालात गेल्या. राधाबाई दर्भासनावर बसल्या होत्या. त्यांच्या शेजारी गोपिका आणि अन्नपूर्णा बसून काही पाठांतर करीत होत्या. काशीबाईंना पाहताच राधाबाई सुनांना उद्देशून म्हणाल्या, 'तुम्ही देवघरात जा. तिथं कुलोपाध्याय कृष्णंभट आहेत. त्यांना तुम्ही आज केलेलं पाठांतर म्हणून दाखवा. नंतर आम्ही बोलावू तेव्हा इकडे या.'

गोपिका आणि अन्नपूर्णा उठल्या. काशीबाईंना नमस्कार करून त्या बाहेर पडल्या. मग काशीबाईंनी आपल्या सासूला खाली वाकून नमस्कार केला, आणि त्यांच्यासाठी मांडलेल्या दर्भासनावर त्या बसल्या. गोपिका गेली होती त्या दिशेकडे पाहत राधाबाई म्हणाल्या, 'सुनबाई, तुमची गोपिका मोठी चलाख आहे बरं. पाठांतराला आम्ही जे जे तिला सांगतो ते ते चटकन पाठ करते.'

काही न बोलता काशीबाई प्रसन्नपणे हसल्या. खाली मान घालून त्या बसल्या होत्या. मग राधाबाईंनीच विचारलं, 'सकाळचं सारं आन्हिक आटोपलं?'

'होय सासूबाई,' नम्र आवाजात काशीबाईंनी उत्तर दिलं.

'सूनबाई, काही महत्त्वाच्या कामासाठी आम्ही तुम्हाला एकांतात इकडे बोलावलं आहे.' राधाबाई बोलता बोलता थांबल्या. खाली मान घालून बसलेल्या आपल्या सूनबाईकडे त्यांनी पाहिलं. त्यांच्या मनात सहज विचार आला की, आपल्या राऊची पत्नी म्हणून चासेहून काशी जेव्हा सासवडला त्यांच्या वाड्यात आली तेव्हा ती किती अशक्त होती. बायका पाठीमागे हसत होत्या. दिवसामासांनी सूनबाई मोठ्या होत होत्या. वर्षं उलटली. अंगानं भरली. नानाचा जन्म झाला. कर्तेपणानं सूनबाई वावरू लागल्या. सासवडाहून पुण्याला आल्या. एवढ्या मोठ्या हवेलीत भारदस्तपणे पेशवीण म्हणून सूनबाई वावरते आहे. तप्त सुवर्णासारखी तिची कांती होती तशीच अजून आहे. चेहऱ्यावरचं तेज थोडंही कमी झालं नाही. सासरी आल्यावर पहिल्यांदा आपल्या समोर अशी ती नम्रतेनं बसत असे तशी ती अजूनही बसते आहे.

मनात आलेले विचार बाजूला टाकून राधाबाई म्हणाल्या, 'आम्हाला तुमचा सल्ला हवाय.'

काशीबाईंनी मान वर करून सासूबाईंच्याकडे पाहिलं. त्या म्हणाल्या, 'आज्ञा

करावी, आज्ञेप्रमाणं आम्ही वागू, मनात असेल ते बोलावं.'

'अलीकडे तीर्थयात्रेचा विषय आमच्या मनात नेहमी येतो. अंबाजीपंतांच्याकडे आम्ही तो बोलून दाखवला आहे. वेळ प्रसंग पाहून राऊशीही आम्ही बोलू. तुम्हाला आमचा विचार पसंत आहे ना?'

काशीबाईंचे डोळे आश्चर्याने विस्फारले. आजपर्यंत राधाबाईंनी त्यांचा सल्ला कधी विचारला नव्हता. सासूबाईंसमोर बसल्यानंतर त्या देतील त्या आज्ञा ऐकायच्या आणि उठून जायचं, एवढंच त्यांना माहीत होतं. पण आज बरोबरीच्या नात्यानं सासूबाई आपला सल्ला विचारतात हे पाहून काशीबाईंना आश्चर्य वाटलं. त्या म्हणाल्या, 'तीर्थयात्रेला आताच जाण्याची काय घाई आहे? यात्रेचे दिवस पुढेच आहेत. सासूबाई आम्हाला कंटाळल्या तर नाहीत ना?'

'सूनबाई, तुम्हालाच काय आम्ही कुणालाच कंटाळलो नाही, पण आता नातसून घरात आली. थोड्या दिवसांनी पतवंडंही हवेलीत खेळायला लागतील. आता आमचं काय राहिलं आहे? तीर्थयात्रा कराव्यात आणि काहीतरी देहाचं सार्थक करावं असं वाटतं. जाण्यापूर्वी तुम्हाला काही सूचना द्याव्यात असं वाटलं म्हणून बोलावलं.'

'आज्ञा करावी.' सूनबाई नेहमीच्या सरावानं म्हणाल्या. राधाबाई आपल्याला काय सांगणार आहेत याचा त्यांना अंदाज येईना.

'गुजरातेत दाभाड्यांच्या मोहिमेवर राऊ गेले होते ते आठवतं?'

'चांगलं आठवतं. डोळ्यांत प्राण आणून हवेलीतली मंडळी त्यांची वाट पाहत होती.' उत्तर देताना काशीबाईंना अवघडल्यासारखं झालं. त्यांच्या मनातली सारी भावना संकोचानं बोलून दाखवता येत नव्हती. म्हणून त्या आडवळणानं बोलत होत्या.

'सूनबाई, हे डोळ्यांत प्राण आणून वाट पाहणंच बायकांचा कधी कधी घात करतं बरं!'

काशीबाईंनी चमकून पाहिलं, राधाबाईंचा मनाचा त्यांना थांग लागला नाही; म्हणून त्या म्हणाल्या, 'आमचं काही चुकलं का?'

'तेच आम्ही आता सांगणार आहोत. गुजरातेतल्या स्वारीचा प्रसंग तुम्हाला आठवला ते बरं झालं. त्या वेळी मृत्युंजयाला अभिषेक करायला तुम्ही एका यवनीला परवानगी दिली होती!'

काशीबाई चपापल्या. त्या वेळी जे जे घडलं ते सारं त्यांना आता आठवलं. त्यांनी सहजगत्या एका यवनीला दिलेली परवानगी सासूबाईंनी रद्द केली होती. त्या वेळी त्यांना वाईटही वाटलं होतं. पण आताच आपल्या सासूबाईंनी ती आठवण का यावी हे काशीबाईंच्या लक्षात येईना. त्या म्हणाल्या, 'होय, आम्हाला ते आठवतं. पण सासूबाईंनी आज्ञा दिल्यामुळे पुढं तो अभिषेक झाला नाही असंही आमच्या कानांवर आलं.'

'तुम्हाला त्या वेळी आमच्या त्या कृतीमुळे फार वाईट वाटलं असेल नाही?' राधाबाईंच्या स्वरात खोचकपणा होता. काही न बोलता काशीबाई गप्प बसल्या. तशा राधाबाई पुढं म्हणाल्या, 'आज तुम्हाला त्याचा अर्थ कळत असेल.'

राधाबाई असं म्हणाल्या तरी काशीबाईंच्या काही लक्षात आलं नाही. भाबडेपणानं त्यांनी विचारलं, 'काय असेल ते उलगडून सांगावं. आज्ञा ऐकायला आम्ही तयारच आहोत.'

'त्या दिवशी ती यवनी कलावंतीण मोहिमेवरून राऊंनी सुखरूप परत यावं म्हणून मृत्युंजयाला अभिषेक करायला निघाली होती. आमच्या साऱ्यांच्या नाकावर टिच्चून तीच कलावंतीण राऊंनी आता नाटकशाळा म्हणून सांभाळली आहे असं आमच्या कानांवर आलं! खरं का हे?'

राधाबाईंचा एक एक शब्द काळीज कापीत जात होता. उडत उडत कानांवर आलेल्या गोष्टी आजपर्यंत काशीबाईंच्या समोर कुणीही बोललं नव्हतं. आपल्या सासूबाईंच्या नजरेला नजर देण्याचं धाडस काशीबाईंना नव्हतंच. त्यांनी खाली मान घातली. पाहता पाहता त्यांचे डोळे भरून आले. त्या डोळ्यांतून आसवं वाहू लागली.

राधाबाई आपल्या सुनेकडं टक लावून पाहत होत्या. सूनबाईंच्या डोळ्यांतून ओघळलेले अश्रू पाहताच त्या चटकन् म्हणाल्या, 'हेच ते! हेच ते सूनबाई! डोळ्यांचे तुम्हाला फक्त दोनच उपयोग माहीत आहेत. डोळ्यांत प्राण आणून तुम्ही वाट पाहत असता नाहीतर डोळ्यांतून अश्रू गाळीत तुम्ही मनात दाटलेल्या दुःखाला वाट करून देता. पण सूनबाई, बायकांनी डोळ्यांचा उपयोग यापेक्षा निराळा केला पाहिजे, हे तुम्हाला केव्हा समजणार?'

पदरानं डोळे टिपीत काशीबाईंनी वर पाहिलं.

'राऊची मातुःश्री म्हणून आम्ही सांगतो, नीट ऐका. डोळ्यांच्या धाकात

माणसाला ठेवता आलं तर ओठातून बाहेर पडणाऱ्या भाषेपेक्षा कितीतरी वेगळी भाषा बायकांना डोळ्यानं बोलता येते.'

तरीही काशीबाई गप्प बसून राहिल्या. मग राधाबाईंनी विचारलं, 'आम्ही काय म्हणतो ते सूनबाई तुमच्या लक्षात येतं ना?'

अडखळत काशीबाईंच्या तोंडून शब्द बाहेर पडले, 'इकडून नाटकशाळा ठेवली त्याबाबत सासूबाई बोलताहेत. पण त्याला आमचा काही इलाज होता का?'

'इलाज होता आणि नव्हताही!' सुस्कारा टाकून राधाबाई म्हणाल्या.

'जेवढं आमच्याकडून करण्यासारखं होतं तेवढं आम्ही केलं. अजूनही जे शक्य असेल ते करू.'

'एक लक्षात ठेवा सूनबाई. एखाद्या झटापटीत पीछेहाट झाली म्हणजे सारी लढाई हरली असं होत नाही.'

'आम्ही कसं वागावं याची आज्ञा करावी.'

'लढाई हरू नका एवढीच आज आम्ही तुम्हाला सूचना देऊन ठेवत आहो!'

'सासूबाईंनी आज्ञा करावी. आम्ही त्याप्रमाणं वागू, काही कसूर झाली तर दाखवून द्यावी.' काशीबाई पुन्हा म्हणाल्या.

इतका वेळ गंभीरपणे बोलत असलेल्या राधाबाईंच्या वृद्ध आणि सुरकुतलेल्या चेहऱ्यावर स्मिताची रेषा नकळत चमकून गेली. त्या म्हणाल्या, 'सूनबाई, काही काही लढाया अशा असतात, की त्या ज्याच्या त्यांनीच खेळायच्या असत त. त्यातले डावपेच, शह–काटशह, कारस्थानं हे सारं ज्याचं त्यानं आपल्या प्रकृतीच्या धर्माला धरून आखायची असतात. इथं दुसऱ्याचा सल्ला कामाला येत नसतो. तुम्हाला खेळावी लागणारी लढाई त्याचपैकी आहे.'

'पण सूनबाई, इकडचा स्वभाव आपल्याला माहीतच आहे.'

स्वतःशीच पुन्हा हसून राधाबाई म्हणाल्या, 'सूनबाई, तुम्ही अलीकडे सासरी आला आहात. जन्मापासून राऊला आम्ही पाहतो आहोत. त्यांच्या तीर्थरूपांशी तर आम्ही संसार केला. एक नाही चांगली तीस वर्षं. लहानपणापासून राऊचा स्वभाव बेबंद आहे. त्यातून यशाची नशा माणसाला बेभान करते. पेशवा झाल्यापासून सुदैवानं राऊला अपयश कसं ते माहीत नाही. जी जी मोहीम अंगावर घ्यावी, जे जे राजकारण हाती घ्यावं त्यात फत्तेच होत जावं, असा त्याचा दैवयोग आहे. अशा वेळी त्याच्यावर कुणाचा तरी अंकुश पाहिजे. सूनबाई, ते काम तुम्हाला

करावं लागेल. आम्ही तीर्थयात्रेला जाणार आहोत. आम्ही आता तुम्हाला जे जे सांगितलं त्या त्या साऱ्या गोष्टी नीट लक्षात घ्या. अजून काही बिघडलं नाही, बिघडेल असंही आम्हाला वाटत नाही. कारण काहीही झालं तरी राऊ आमचाच पुत्र आहे. तो वेडंवाकडं काही करणार नाही. पण मनात जे आलं ते आम्ही तुम्हाला बोलून दाखवलं.

राधाबाई सुनेशी हवेलीतल्या इतर कित्येक किरकोळ कामाबद्दल बोलू लागल्या. काशीबाई ऐकत होत्या; पण त्यांचं कशातच लक्ष लागत नव्हतं. त्यांच्या डोक्यात सासूबाईंचे ते अंकुशाबद्दलचे शब्द सारखे घोळत असावेत. राधाबाईंनी ते ताडलं. नको ते आपण बोललो की काय अशी त्यांना क्षणभर शंका आली. सूनबाईंचं लक्ष दुसरीकडे वेधण्यासाठी त्या म्हणाल्या, 'तुम्ही आता आलाच आहात तर घटकाभर बसा. गोपिका अन् अन्नपूर्णा आमच्याजवळ बसून काय शिकतात ते पाहा.'

उगीचच मनावरचं ओझं हलकं झाल्यासारखं काशीबाईंना वाटलं. त्या आसनावर मोकळेपणानं बसल्या. राधाबाईंना म्हणाल्या, 'सासूबाई स्वतः देखरेख करतात असं म्हटल्यानंतर आम्हाला काही चिंताच नाही. सूनबाईंना बोलवावं. त्या काय शिकतात, ते आम्ही पाहू तरी.'

राधाबाईंच्या इशाऱ्याबरोबर बाहेरून गोपिका आणि अन्नपूर्णा दालनात आल्या. वयाच्या मानानं अवजड झालेल्या लुगड्याचा भार सावरीत त्या शेजारी आदबीनं बसल्या. राधाबाईंनी आज्ञा देताच त्यांनी पाठांतर केलेलं म्हणायला सुरुवात केली.

'रेणुके उदरी भार्गव झाले।
राजे समस्त संहारिले।।
राज्य ब्राह्मणा दीधले।
सुखी केले भूदेव।।'

सातार्‍याहून पेशवे परस्पर कोकणात उतरले. सहा महिने जंजिर्‍याच्या सिद्द्यावरची मोहीम चालू होती. अनेक लढाया झाल्या. रायगड दौलतीत आला.

सिद्द्याला जरब बसली. पण पावसाळा तोंडावर आल्यामुळे मोहीम अर्धवट सोडावी लागली.

जंजिऱ्याची मोहीम सोडून बाजीराव पुण्यास परतले तेव्हा आनंदाच्या बातम्या त्यांची वाट पाहत होत्या.

चिमाजीआपा उत्तरेकडील मोहिमा आटोपून परतले होते. बुंदेलखंड, राजपुताना आणि माळवा यांतून मराठ्यांनी खंडण्या वसूल केलेल्या होत्या. खंडणीने लादलेले शेकडो उंट दक्षिणेची वाटचाल करीत होते.

बाजीराव पुण्याला परतताच प्रथम त्यांनी आपांच्या प्रकृतीची चौकशी केली. मोहिमा आटोपून पुण्याला आल्यापासून आपा आजारीच होते. बंधूंना भेटण्यासाठी उत्सुकतेनं बाजीराव त्यांच्या महालात गेले तेव्हा आपा दोन तक्के आधाराला घेऊन बिछान्यावर कसेबसे बसले होते. अंबाजीपंत पुरंदरे जवळ बसून त्यांना काही राजकारणी खलिते वाचून दाखवत होते. वैद्यांनी दिलेले काढे, भस्मं आणि चाटणं एका बाजूला तिपाईवर ठेवलेली होती.

बाजीरावांना पाहताच आपांनी बिछान्यावरून उठण्याचा प्रयत्न केला. पण बाजीरावांनी त्यांना मना करून पडून राहायला सांगितलं. आपांच्या त्या कृश शरीराकडे पाहत बाजीराव म्हणाले, 'आपा, दौलतीची खंडणी गोळा करून आणलीत पण प्रकृतीच्या या खंडणीची अशी हेळसांड का केलीत?'

आपांना खोकल्याची उबळ आली. त्याबरोबर वैद्यराजांनी त्यांना चाटण दिलं. ते जिभेवर ठेवल्यानंतर थोड्या वेळानं ढास कमी झाली. धापा टाकीत आपा म्हणाले, 'प्रकृतीची एवढी मातब्बरी नाही. थोडा किरकोळ त्रास होतो आहे एवढंच. वैद्यांनी औषधं दिली आहेत. वाटेल आता बरं.'

एवढ्यात बाजीरावांचं लक्ष अंबाजीपंतांच्या हातातल्या खलित्याकडे गेलं. ते पंतांना म्हणाले, 'आपांना आताच त्रास कशाला देता पंत. प्रकृती मूळपदावर आल्यावर मग कामं आहेतच.'

'आम्ही इतका वेळ आपास्वामींना तेच सांगत होतो. पण ते ऐकतील तर ना!'

'काही तातडीचा मजकूर असेल तर आम्ही आता आलोच आहोत.'

पंत काही बोलणार तोच उजव्या हातानं छाती चोळीत आपा म्हणाले, 'पंतांना आम्हीच बोलावलं होतं. कामाचे पर्वत पडले आहेत. ते आम्हाला स्वस्थ बसू देत नाहीत. शिवाय आपण जंजिऱ्याच्या मोहिमेवर गुंतले असताना

आम्ही पुण्याला नुसतं अंथरुणावर पडून राहावं हे मनाला प्रशस्त वाटत नाही. म्हणून अंबाजीपंतांना कोकणातल्या मोहिमांची बातमीपत्रं वाचून दाखवायला आम्हीच सांगितलं.'

बाजीराव जंजिऱ्याच्या मोहिमेत गुंतले असताना आपांनी हिंदुथानातून परत येऊन साताऱ्याला राजश्रीस्वामींची भेट घेतली होती. त्या भेटीची हकिगत ऐकायला बाजीराव उत्सुक होते. पण आपांची नादुरुस्त प्रकृती पाहून ते गप्प बसले. मग अंबाजीपंतांनीच तो विषय काढला.

'श्रीमंतांनी एवढं श्रम साहस करून कोकणची मोहीम केली, पण राजश्री स्वामींच्या बोलण्यात त्याबद्दल काहीच आलं नाही. म्हणून आपास्वामी नाराज झाले आहेत.'

चिमाजीआपांच्या चेहऱ्यावर आठ्या उमटल्या. साताऱ्याला छत्रपतींच्या भेटीत जे जे घडलं ते सारं सांगणं त्यांच्या जिवावर आलं होतं. पण अस्वस्थपणे बाजीरावच म्हणाले, 'आपा, दिवसेंदिवस साताऱ्याचं राजकारण मोठं अवघड होत चाललं आहे. उघड शत्रू परवडतो, पण हे अस्तनीतले निखारे फार धोकादायक!'

आपांना खोकल्याची पुन्हा उबळ आली. ती शांत झाल्यावर ते दमलेल्या स्वरात म्हणाले, 'राऊ, गेले आठ-दहा महिने आम्ही फौजा घेऊन उत्तरेतल्या खंडण्या वसूल केल्या. छत्रपतींना त्या पेशही केल्या. पण राजश्री स्वामी काही समाधानी दिसले नाहीत म्हणून विरूबाईंची आम्ही गाठ घेतली. तेव्हा राजश्रींच्या नाराजीचा सारा खुलासा झाला.'

'काय म्हणत होत्या विरूबाई?'

'त्या म्हणत होत्या, कोकणच्या मोहिमेवर जाण्यासाठी पेशवे साताऱ्याला आले आणि त्यांना न भेटताच मोहिमेवर निघून गेले. विरूबाई नाराज होत्या. आणि त्या नाराज होत्या म्हणून छत्रपती नाराज होते.'

आपांच्या स्वरात कडवटपणा पुरेपूर भरला होता.

'कोकणातल्या मोहिमेवर आम्हाला किती तातडीनं जावं लागलं हे सारं राजश्रींना माहीत असताना त्यांनी गैरसमज करून घ्यावा याचं आश्चर्य वाटतं.'

'पण राऊ, आश्चर्याची गोष्ट पुढेच आहे.' आपांना बोलताना त्रास होत होता. धाप लागत होती. ते पाहून बाजीराव म्हणाले, 'राहू द्या आपा. प्रथम प्रकृतीची काळजी घ्या. बोलताना तुम्हाला त्रास होतो आहे. पुन्हा आपण बोलू.'

'आमची काळजी करू नका. दुखणं आमच्या कायमचंच मागं लागलं आहे. कदाचित मनात साचलेलं आम्ही बोललो तर आम्हाला मोकळं वाटेल.'

'बोला.'

'आम्ही विरूबाईंच्या नाराजीचं कारण विचारलं. आणि त्यांनी सांगितलं ते ऐकून आम्हाला हसावं की रडावं ते कळेना.'

'कोणतं कारण?'

'विरूबाईंनी खास निरोप पाठवून पुण्याहून वीस-पंचवीस बटकी पाठवाव्यात असं तुम्हाला सांगितलं होतं असं त्या म्हणाल्या. पेशव्यांनी आज्ञेचं पालन केलं नाही. तेव्हा रागावून त्यांनी आम्हाला विचारलं, 'पुण्याला बटक्यांचा दुष्काळ पडला आहे काय, म्हणून वारंवार आज्ञा केली असतानाही प्रधान बटक्या पाठवीत नाहीत?'

त्याही परिस्थितीत बाजीरावांना हसू आवरलं नाही. मग ते म्हणाले, 'होय. आम्हाला ते आठवतं. आम्ही कुणाला तरी आज्ञाही देऊन ठेवली होती. पण राजकारणाच्या या गडबडीत आम्हाला तिकडे लक्ष द्यायला फुरसत झाली नाही. आपा, बायकांचा पगडा राजकारणावर बसला म्हणजे नाराजीला एवढंही कारण पुरतं. आमचं एक राहू द्या. पण तुम्ही एवढा पराक्रम करून आलात, राजांच्या समोर धनाच्या राशी ओतल्यात. मराठी दौलतीचा झेंडा बुंदेलखंडात, राजस्थानात, गंगायमुनेच्या दुआबात फडकवलात याचा तरी राजश्रींना आनंद झाला असेल ना?'

'सांगायला शरम वाटते राऊ.' आपांचा स्वर पडला होता. 'आम्ही हिंदुस्थानातून आणलेल्या खंडणीपेक्षा राजश्रींना फिकीर पडली होती एका कांचनमृगाची.'

'कांचनमृगाची?'

'होय. त्यांनी आम्हाला राजस्थानातून कांचनमृग आणायला सांगितला होता. तो आणला नाही म्हणून मर्जी खपा झाली होती. परिणामी राजेश्री वाटेल तसे बोलत होते. उत्तरेस आम्ही मोहिमा करतो त्या छत्रपतींचं नाव व्हावं म्हणून करीत नाही तर पेशव्यांच्या स्वार्थासाठी करतो असं जेव्हा खुद्द राजेश्रींच म्हणाले, तेव्हा राऊ आम्हाला काय बोलावं आणि कांय नाही असा भ्रम पडला. शिलेदार सरदारांच्या समजुती घालून, त्यांना झुंजाला उभं करून एवढ्या लढाया आम्ही लढतो आहोत, माणसं मरताहेत, घरदारं उद्ध्वस्त होताहेत, जिकडतिकडे

छत्रपतींच्या नावाची द्वाही फिरते आहे आणि खुद्द राजांच्या चित्तात मात्र पेशव्यांबद्दल आकस आहे, हे पाहिलं म्हणजे नको तो दौलतीचा कारभार असं वाटू लागतं.'

बाजीरावांना या गोष्टी नवीन नव्हत्या. राजेश्रींच्या या मतांची ते फारशी पर्वा करीत नव्हते. कारण ही मतं राजेश्रींची स्वतःची नव्हती, हे ते ओळखून होते. म्हणून ते आपांना म्हणाले, 'आपा, तुम्ही मनाला निष्कारण लावून घेता. अशा गोष्टी ऐकायच्या आणि सोडून द्यायच्या असतात. कर्तव्यात मात्र चुकायचं नाही. एवढं धोरण आम्ही सांभाळलं तरी पुरेसं आहे.'

घटका दीड घटका बसून बाजीराव महालातून बाहेर पडणार तेवढ्यात चिमाजीआपा म्हणाले, 'गेले दोन-तीन महिने फडावर बसून आम्ही कोकणातले कागद पाहिले. राजकारणाबाबत एक नवीन कल्पना आम्हाला सुचते आहे. तुम्हाला पसंत पडली तर पाहा.'

'बोला.'

'कोकणातल्या मोहिमेकडे राऊंनी लक्ष देऊ नये. हबशी, इंग्रज, पोर्तुगीज यांनी कबजात घेतलेल्या कोकणपट्टीकडे आम्ही लक्ष देतो. राऊंनी आता उत्तरेकडच्या राजकारणात लक्ष दिलं पाहिजे. सवाई जयसिंग आमचा मित्र म्हणता म्हणता पुन्हा एकदा आमच्या विरुद्ध उभा ठाकला होता. त्याला नतीजा पोहोचवला. उभ्या जन्मात तो मराठ्यांच्या विरुद्ध उभा राहील असं वाटत नाही. तेव्हा दिल्लीचं राजकारण तुम्ही मनावर घ्या. कोकणचं राजकारण आम्ही पाहतो.'

बाजीरावांनी बंधूंच्याकडे रोखून पाहिलं. चिमाजीआपांनी नजर फिरवली. साताऱ्यात काय घडलं ते सारं बंधूंनी आपल्याला सांगितलं नाही हे बाजीरावांच्या लक्षात आलं, पण कोकणात आपण लक्ष घालू नये असं आपांनी आडून सुचवलं होतं. हे लक्षात येताच त्यांना वाईट वाटलं. उठताना ते एवढंच म्हणाले, 'आता महिना दीड महिना आमचा मुक्काम पुण्यातच आहे. दिवाळी करून आम्ही मोहिमेसाठी बाहेर पडू, तोपर्यंत फडावर बसूनच राजकारण चालवायचं आहे. तुमचा सल्ला आम्ही जरूर लक्षात ठेवू.'

दिवाळीच्या अगोदरच आपांच्या प्रकृतीला आरोग्य झालं. पालखीत बसून त्यांनी कसब्यातल्या गणपतीचं दर्शन घेतलं, आणि फडावर बसून कामकाज पाहावयास सुरुवात केली. आपांचे चिरंजीव सदाशिवपंत आता चार वर्षांचे झाले होते. राधाबाईंना आईविना पोरक्या असलेल्या सदाशिवपंतांची नेहमी काळजी वाटत असे. बहुतेक वेळ सदाशिवपंत आजीच्या जवळच असत.

बाजीराव मातु:श्रींना नमस्कार करायला आले, तेव्हा राधाबाई नातवाला जवळ घेऊन बसल्या होत्या. सदाशिवपंतांनी छोटासा रंगीत मंदील डोईला गुंडाळला होता. अंगात अंगरखा घालून क़मरेला लुटुपुटीची तलवार खोचली होती. हे ध्यान पाहताच बाजीरावांना हसू आलं. मातु:श्रींना नमस्कार करून ते म्हणाले, 'आमचे सदाशिवपंत तर मोहिमेवर जायच्या तयारीसाठी नटून बसले आहेत.'

नातवाच्या पाठीवर मायेनं हात फिरवीत राधाबाई म्हणाल्या, 'का नाही बसणार? चार वर्षांचे आहेत. पण यांचे काका याच्याही अगोदर झुंजाला जायचं म्हणून हट्ट धरून बसले होते. बाळकडूच तसं आहे ना?'

कान लावून सदाशिवपंत ऐकत होते. गाल फुगवून आपले काळे डोळे मोठे करून ते राधाबाईंना म्हणाले, 'मातु:श्रीबाई, आम्हाला लढाईला पाठवणार असं आपण नेहमी म्हणता. पण पाठवत मात्र नाही. या वेळी आम्ही काकास्वामींच्या बरोबर मोहिमेला जाऊ?'

छाती पुढे काढून मुठी वळून बाजीरावांच्यासमोर सदाशिवपंत उभे होते. त्यांचा बालआवेश पाहून बाजीरावांना कौतुक वाटलं. त्यांनी सदाशिवपंतांच्या खांद्यावर थोपटलं आणि गमतीनं चौकशी केली, 'सदाशिवपंत, कोणत्या मोहिमेवर तुम्ही येता बोला. तुमचे तीर्थरूप कोकणातल्या मोहिमेवर जाणार आहेत. आम्ही जाणार आहोत दिल्लीच्या मोहिमेवर. मग बोला, हबश्यांची मोहीम तुम्हाला पसंत आहे का पातशाहीची मोहीम पसंत आहे?'

मान वर करून छोटे सदाशिवपंत आपल्या काकांच्या मजबूत शरीरयष्टीकडे, त्यांच्या अलंकारांकडे पाहत होते. रेशीमकाठी धोतर बाजीरावांनी नेसलं होतं.

अंगात शुभ्र मलमलीचा मोठा अंगरखा घातला होता. अंगरख्याला धरून सदाशिवपंत एकदा आजीकडे तर एकदा काकांकडे आळीपाळीनं पाहत म्हणाले, 'काकास्वामी, कोणत्या मोहिमेवर गेलो तर तुमच्यासारखी मोठी भिकबाळी आम्हाला मिळेल?'

हसून भिकबाळीच्या मोठ्या टपोऱ्या मोत्यांना हात लावून बाजीराव म्हणाले, 'अशी मोती फक्त पातशहाच्या मोहिमेवरच मिळतील.'

'मग आम्ही दिल्लीच्याच स्वारीवर येणार. आमची तलवार पाहिलीत? मातु:श्रींबाईंनी ही खास आमच्यासाठी तयार केली आहे. ही घेऊन आम्ही दिल्लीवर हल्ला करू.'

राधाबाईंनी सदाशिवपंतांना हात धरून आपल्याजवळ ओढून बसवून घेतलं. त्या म्हणाल्या, 'सदाशिवपंत, दिल्लीवर जाल तेव्हा जाल. पण पंतोजींनी कालपासून तुम्हाला धुळाक्षरं गिरवायला दिली होती ती गिरवलीत का? रामरक्षा पाठ करायला दिली होती ती पाठ केलीत का? तुमचे काकास्वामी समोर उभे आहेत. त्यांना रामरक्षेतले काही श्लोक म्हणून दाखवा.

दिल्ली स्वारीला जाण्याच्या मोठ्या गोष्टी करणाऱ्या सदाशिवपंतांना रामरक्षेचं आकर्षण नव्हतं. आजीनं हातात धरलेला हात सोडून काकांच्या समोर उभं राहून वर मान करून ते म्हणाले, 'काकास्वामी, रामरक्षा म्हणून दाखवलेली आपणाला आवडेल का ही तलवार आहे हिचे काही हात आम्ही हुजऱ्याकडून शिकलो आहोत ते करून दाखवलेलं आवडेल?'

बाजीराव हसले. म्हणाले, 'सदाशिवपंत, वयाच्या मानानं तुम्ही बरंच बोलता की! पण मातु:श्रीबाईंनी आज्ञा केली ना? त्याप्रमाणं तुम्ही वागायला पाहिजे. मग आता तुम्हीच आम्हाला सांगा. मातु:श्रीबाईंची आज्ञा तुम्ही ऐकणार का हुजऱ्यानं शिकविलेले हात करणार?'

राधाबाई नातवंडाच्या बोलण्याकडे कौतुकानं पाहत होत्या. त्या म्हणाल्या, 'पाहिलंत राऊ, आमचे सदाशिवपंत कसे लबाड आहेत ते?'

'आम्ही कोणती लबाडी केली मातु:श्रीबाई?' सदाशिवपंत आजीच्या मांडीवर बसत म्हणाले. त्यांची लाडीगोडी आजींनी ओळखली होती, तशी त्या म्हणाल्या, 'खरी गोष्ट अशी आहे की राऊ, आमच्या सदाशिवपंतांना रामरक्षाही येत नाही आणि तलवारीचे हातही येत नाहीत. येतं फक्त बोलता. बापात नसलेला हा गुण

मुलात मात्र पुरेपूर उतरला आहे.'

मातु:श्रीबाईंना नमस्कार करून बाजीराव निरोप घेणार एवढ्यात मातु:श्रीबाईंनी त्यांना बसण्याची आज्ञा केली. सदाशिवपंतांना सेवकांकडं सोपवलं. सेवक त्यांना घेऊन बाहेर गेले. राधाबाई बाजीरावांना म्हणाल्या, 'राऊ, अलीकडे तुमचा साताऱ्यात मुक्काम असताना आम्ही नको म्हणत असतानाही आपांनी तुमच्याकडे सूनबाईंची तातडीनं रवानगी केली होती.' एवढंच बोलून राधाबाई थांबल्या. बाजीरावांचा त्या अंदाज घेत होत्या. जंजिऱ्याच्या स्वारीहून राजदर्शनासाठी आपण साताऱ्याला येऊ तेव्हा आपल्या कुटुंबालाही साताऱ्याला पाठवावं असं बाजीरावांनी आपांना पत्रातून सूचित केलं होतं. म्हणून चिमाजीआपांनी काहीतरी निमित्त करून काशीबाईंना मेण्यातून तातडीनं साताऱ्याला रवाना केलं होतं. याच घटनेचा राधाबाईंनी उल्लेख केला होता.

काशीबाईंचा उल्लेख निघताच बाजीरावांनी मातु:श्रींची नजर टाळली.

मग राधाबाई पुढे म्हणाल्या, 'तुमचा मुक्काम साताऱ्यात फारच थोडा होता आणि त्यानंतर तुम्ही पुण्यास आला त्याही वेळी लांब मजला मारून सूनबाईला पुण्याला परत यावं लागलं.'

'असं झालं खरं.' खाली मान घालून बाजीराव म्हणाले.

'तुमचा मुक्काम जास्त दिवसांचा असला तर सूनबाईंना बोलावून घेत चला. अलीकडे तिची प्रकृती कशी झाली आहे हे तुम्हाला माहीत आहे ना? प्रवास तिला सोसवत नाही.'

'पण आपा तर मला सांगत होते की वैद्यांच्या औषधांचा आता गुण दिसू लागला आहे. त्यांच्या पायाचंही दुखणं बरंच कमी झालं आहे.' आपांच्या नावावर बाजीराव सांगत होते. पण आपांच्या ऐवजी एकांतात काशीबाईंनी हे सारं त्यांना सांगितलं होतं. पण संकोचामुळे आपांच्या आड दडून बाजीराव मातु:श्रींशी बोलत होते.

'खरं आहे ते.' राधाबाई म्हणाल्या, 'सूनबाईंचा पाय आता बराही आहे. पण त्या आजाराबद्दल आम्ही बोलत नाही.'

पटकन् बाजीरावांच्या तोंडून शब्द गेले, 'मग कोणत्या आजाराबद्दल मातु:श्री बोलताहेत?'

राधाबाईंना आपले चिरंजीव चांगले माहीत होते. कुठं ते संकोचानं बोलणार

नाहीत, कुठं ते वाटेल ते बोलतील हे त्या चांगल्या जाणून होत्या. आणि जे सांगायचं मनात होतं ते सांगण्याशिवाय गत्यंतर नव्हतं. म्हणून त्या म्हणाल्या, 'त्या दुखवण्याबद्दल म्हणत नाही आम्ही. पण तुम्हाला आता पुन्हा पुत्र होणार आहे. सूनबाईचं दुखणं ते आहे. आता त्यांना धावपळीचा प्रवास झेपणार नाही. म्हणून आम्ही सांगत होतो.'

बाजीरावांना हे माहीत नव्हतं. काशीबाई हे बोलणं शक्य नव्हतं. मातु:श्रींनी हे सारं सरळ सांगितल्यानंतर त्यांच्यासमोर बाजीरावांना उत्तर देता येत नव्हतं. वेळ मारून नेण्यासाठी ते एवढंच म्हणाले, 'फडावर बरीच कामं खोळंबली आहेत. मातु:श्रीबाई निरोप देतील तर आम्ही आता तिकडे जातो.'

जंजिऱ्याची मोहीम अर्धवट टाकून यावं लागलं याचा राग पेशव्यांच्या मनात धुमसत होताच. छत्रपतींना त्याबाबत काही बोलता येत नव्हतं. पण पोर्तुगीजांचा वकील वाटाघाटीसाठी पेशव्यांच्या फडावर आला तेव्हा बाजीरावांनी त्याचा अजिबात मुलाहिजा न धरता संताप व्यक्त केला. चौलच्या आणि वसईच्या पोर्तुगीज गव्हर्नरांनी संझगिरी या नावाचा उभय भाषा जाणणारा आपला वकील मुद्दाम पेशव्यांच्या दरबारात पाठवला होता. कोकणच्या मोहिमेत पेशव्यांच्या मनातले हेतू काय आहेत आणि पेशव्यांचं सामर्थ्य कोणत्या प्रकारचं आहे, यांचे अंदाज काढण्याचं काम संझगिरीकडे सोपवलं होतं. वकिलांची भेट घेण्यासाठी शनवारच्या हवेलीत पेशव्यांनी छोटासा दरबार भरवला होता. सरदार दरकदार हजर होते.

वकील पेशव्यांच्या कचेरीत आले. त्यांनी रीतीप्रमाणं भेट म्हणून पोर्तुगीज गव्हर्नरांनी दिलेली पोटरीएवढी आकाश पाहण्याची दुर्बीण, किनखापाच्या पिशवीत घालून पेश केली.

बाजीरावांनी अंबाजीपंतांना विचारलं, 'नजराणा काय आहे?'

पेशव्यांनी उच्चारलेला नजराणा शब्द संझगिरींना आवडला नाही. त्यांनी ताबडतोब दुरुस्ती केली, 'पोर्तुगीज गव्हर्नरांनी पेशव्यांना ही प्रेमाची भेट पाठविली आहे.'

संझगिरीच्या बोलण्यातली खोच पेशव्यांच्या ताबडतोब ध्यानात आली. भुवया उचलून ते म्हणाले, 'यालाच आम्ही नजराणा म्हणतो. एरव्ही आजपर्यंत फिरंगी गव्हर्नरांना आमची याद आली नव्हती. कोकणातला आमचा झंझावात पाहूनच त्यांना आमची आठवण होऊन त्यांनी भेट पाठवली.'

पेशव्यांच्या तोंडून रोखठोक शब्द बाहेर पडत होते. आयुष्यभर फडावर बसलेल्या अंबाजीपंतांना त्या शब्दातलं कडवटपणा सौम्य करावा असं वाटलं म्हणून ते मध्येच म्हणाले, 'फिरंग्यांनी जी वस्तू पाठविली आहे ती मोठी नवलाची आहे.'

'काय आहे?'

शब्दात अडकून आपण आणलेलं राजकारण बिनसू नये म्हणून संझगिरींनी स्वतःला सावरून किनखापी खोळीतून दुर्बीण बाहेर काढली. ती पेशव्यांसमोर धरून ते म्हणाले, 'वस्तू मोठ्या नवलाची आहे आणि ती पेशव्यांना आवडेल म्हणून आमच्या गव्हर्नरांनी ती श्रीमंतांकडे पाठवली आहे. लांबचं पाहण्याची ही दुर्बीण आहे. हिच्यातून दिवसा जरी आकाशात पाहिलं तरी तारे दिसतात.'

बाजीरावांचा दबलेला संताप कमी झाला नव्हता. त्यांनी दुर्बिणीकडे तुच्छतादर्शक नजर फेकली आणि अंबाजीपंतांना दुर्बीण बाजूला ठेवून द्यायची आज्ञा केली.

संझगिरींनी पोर्तुगीजांच्या वतीनं आपलं गाऱ्हाणं पेश केलं.

'मराठ्यांच्या फौजेनं आमची गलबतं पकडली आहेत. ती मोकळी करावीत अशी विनंती करण्यासाठी गव्हर्नरसाहेबांनी मला पाठवलं आहे.'

रागाने बाजीरावांचे डोळे लालबुंद झाले होते. भुवया वर चढल्या होत्या.

'शत्रूची युद्धात पकडलेली गलबतं परत करण्याचा आमचा रिवाज नाही.' बाजीराव ताडकन् म्हणाले.

'पण आम्ही मराठ्याचे शत्रू नाही. आम्हाला विनाकारण शत्रू समजून आंग्र्यांनी आमची गलबतं अडकवून ठेवली आहेत.'

'पडत्या पावसात राजापुरीला छावण्या ठोकून पेशवे हबश्यांशी लढत असताना गलबतात दारूगोळा भरून जंजिऱ्याकडे पोचवणं याला फिरंगी भाषेत दोस्ती म्हणत असतील तर तोफेच्या तोंडाला गव्हर्नरांना बांधून तोफेला बत्ती देणं याला पेशवे खेळ समजतील.'

तोफेला आत्ताच बत्ती द्यावी असे थाडथाड शब्द पेशव्यांच्या तोंडून बाहेर पडत

होते. फडावर कारकून काम करीत होते. त्यांच्या लेखण्या एकदम थांबल्या. अंबाजीपंतांनी बाजीरावांकडे पाहिलं. परक्या दरबारातल्या वकिलाला एवढ्या कडक शब्दात श्रीमंत समज देतील याची त्यांना कल्पना नव्हती. संझगिरींनाही ते शब्द अनपेक्षित होते. ते म्हणाले, 'आमच्या गलबतात काही दारूगोळा असेलही. जंजिऱ्यावरून सिद्दींनी काही दारूगोळ्याची मागणी केली म्हणून आम्ही तो दारूगोळा गलबतात भरून पाठवला. पेशव्यांनी मागणी केली असती तर त्यांनाही दिला असता. पण एवढ्यावरून आम्ही मराठ्यांचे दुष्मन ठरत नाही. हे मला श्रीमंतांच्या समोर सांगायचं आहे.'

'हबश्यांनी आमच्यावर तोफा डागल्या. त्या तोफांतून तुमचे गोळे उडाले. मराठ्यांनी ते गोळे फुलाचे आहेत असं समजून स्वस्थ बसावं असं फिरंग्यांना म्हणायचं आहे की काय?'

'तसं नाही.... पण....!'

'तुमच्या कडाबिनी, तुमची दारू, तुमचे कुलपी गोळे यांनी हबश्यांनी आमच्यावर मारगिरी केली. आमच्या आरमाराचं नुकसान केलं तरी फिरंगी आमचे दोस्त!' पेशव्यांच्या शब्दांना धार आली होती.

पण संझगिरी मुत्सद्दी डावपेचात मुरलेले होते. त्यांनी आवाजात आणखी नम्रता आणून म्हटलं, 'श्रीमंतांचा गैरसमज होतो आहे. हबश्यांना आम्हीच मदत केली असं नाही. मुंबईकर इंग्रजांनीही त्यांना मदत केली आहे. व्यापारी कुणाचेच शत्रू असत नाहीत. कुठून तरी व्यापार झाल्याशी त्यांचा मतलब.'

'संझगिरी, तुमच्या वायफळ गोष्टी ऐकण्याइतपत आम्हाला फुरसत नाही. शत्रूशी लढत असताना शत्रूंना जे जे मदत करतात त्यांनाही शत्रू समजावं ही आमची नीती आजची किंवा कालची नाही. कौटिल्यापासून आम्ही राजकारणाचे धडे घेतले आहेत. गलबतात आमच्या विरुद्ध वापरण्यासाठी दारूगोळा भरून तुम्ही जो जंजिऱ्याकडे रवाना करीत होता म्हणून आमच्या सरखेलांनी तुमची गलबतं अडकवून ठेवली आहेत. ही खबर आम्हाला कळताच आम्ही सरखेलांना हुकूम पाठवले आहेत.'

संझगिरींना अंधुक आशा होती. म्हणून ते आवाजात शक्य तितकी नम्रता आणून म्हणाले, 'पेशव्यांनी आमची गलबतं सोडून देण्याबद्दल हुकूम दिले ना?'

'नाही, फिरंग्यांची पकडलेली गलबतं माल उतरवून खाडीत बुडवून टाका असे

हुकूम आम्ही दिले आहेत.'

'म्हणजे मराठ्यांनी पोर्तुगीजांच्या विरुद्ध युद्ध पुकारलं असं समजायचं का?'

संझगिरींच्या शब्दात गर्भित धमकी होती. ती ऐकताच पेशव्यांचा आवाज चढला. बंदुकीतून गोळ्या सुटाव्यात त्याप्रमाणं त्यांच्या तोंडून शब्द बाहेर पडले, 'युद्धाचीच खुमखुमी असेल तर तुमच्या त्या फिरंगी गव्हर्नरांना सांगा की मराठे एक दिवशी तीही पुरवतील. मग चौलच्या आणि वसईच्या फिरंगी देवळातल्या घंटांचा आवाज कायमचा बंद पडेल. मराठ्यांच्या विजयाचा डंका मुलखात ऐकू यावा म्हणून जेजुरीच्या खंडोबासमोर त्या घंटा वाजतील हे खूब समजून राहा.'

संझगिरीचा घसा कोरडा पडला. पण उसनं अवसान आणून ते म्हणाले, 'पेशव्यांनी आम्हाला शत्रू लेखावं असं आम्ही काही केलं नाही. उलट दोस्तीखातर दिवसा तारे पाहण्याचं—'

पण बाजीरावांनी संझगिरींना पुढं बोलू दिलं नाही. उजवा हात वर उचलून ते मोठ्या आवाजात म्हणाले, 'बस् झालं. आम्हाला डावपेचाचं बोलता येत नाही. पुन्हा बजावतो. आमच्या शत्रूला पुन्हा पोर्तुगीजांनी अशी मदत केली तर दिवसा आकाशातले तारे दाखविण्यांची ही दुर्बीण त्यांनी आम्हाला नजर केली तशी दुर्बीण आम्ही त्यांना न देताही त्यांच्या नजरेसमोर दिवसा तारे चमकतील.'

संझगिरी एकदम गप्प बसले. बाजीरावांची रागीट मुद्रा पाहताच आता आणखी काही बोललं तर राजकारण जमण्याऐवजी बिघडण्याचीच शक्यता होती, हे त्यांना कळून चुकलं.

बाजीरावांची आज्ञा झाली, 'अंबाजीपंत, फिरंग्यांच्या वकिलांना निरोपाचे विडे द्या. वायफळ बोलायला आम्हाला फुरसत नाही.'

दिवाळीपर्यंत पेशव्यांच्या फडावरची सारी राजकारणी कामं आटोपली. निरनिराळ्या मोहिमांची आखणी झाली. सरदारांच्या नेमणुका झाल्या. सावकारांच्या मदतीनं मोहिमांसाठी पैशाचा पाठपुरावा झाला. दिवाळी आटोपली. महिना सव्वा महिना बाजीरावांना सख्त मेहनत पडली. म्हणून विश्रांतीसाठी त्यांनी कोथरूडच्या

बागेत तीन दिवस मुक्काम केला. बागेतून सकाळी आपल्या घोड्यावर बसून वेताळाच्या डोंगरापर्यंत फेरफटका मारण्याचा पेशव्यांचा शिरस्ता होता. बरोबर मस्तानीही दुसऱ्या घोड्यावर बसून बाजीरावांच्या बरोबरीनं घोडा फेकीत असे.

सकाळी घोडा तयार झाला. बाजीराव डेऱ्याबाहेर आले. दररोज मस्तानी पुरषी पोशाख करून बाजीरावांची वाट पाहत असे. आज ती दिसली नाही. तेवढ्यात बसंती धावत आली. सलाम करून तिनं खबर दिली, 'बाईजींची प्रकृती थोडी नादुरुस्त आहे म्हणून घोड्यावरून फेरफटका मारायला त्या आज येणार नाहीत.'

बाजीरावांना आठवण झाली. आदल्या दिवशी उशीर रात्रपर्यंत मस्तानीशी ते बोलत होते. तेव्हा तिची प्रकृती चांगली होती. आज सकाळीच एकाएकी काय झालं ते त्यांना समजेना. पण जास्त काही न बोलता त्यांनी घोड्यावर मांड ठोकली आणि बरोबर चार राऊत घेऊन ते नित्याप्रमाणे घोडी फेरण्यासाठी वेताळाच्या डोंगराकडे निघून गेले. सूर्य माथ्यावर येईपर्यंत बाजीरावांनी डोंगरातून जंगलातून घोडा फिरविला. घाम निथळत होता. राउतांचा दम उखडून ते मागे पडले होते. आपल्या डेऱ्यात जाताना बाजीराव मस्तानीच्या मुक्कामाकडे गेले.

बाजीराव आले आहेत ही वर्दी लागताच मस्तानी अंगावर ओढणी घेऊन लगबगीनं त्यांच्या भेटीसाठी बाहेरच्या दालनात आली. गुलाबी ओढणीचा पदर चेहऱ्यावर धरून खाली मान घालून ती बाजीरावांच्या समोर उभी राहिली. तिचा सलाम घेऊन बाजीरावांनी चौकशी केली. 'आज तुझी रोजची घोड्यावरची फेरी चुकली.'

'होय.' नजर न उचलता मस्तानी म्हणाली, 'आज सकाळपासून जरा तबियत थोडी नादुरुस्त वाटली म्हणून मी आले नाही.'

'पण एकाएकी काय झालं? कालपर्यंत तुझी तबियत तर उत्तम होती.'

'पण रात्री नटव्याचा खेळ बऱ्याच उशिरापर्यंत पाहिला. ते जाग्रण सोसलेलं दिसत नाही.'

मस्तानीच्या तोंडून शब्द बाहेर पडत होते. पण ती बाजीरावांची नजर टाळीत होती. बाजीरावांना काही समजेना. त्यांनी हलकेच मस्तानीचा हात आपल्या हातात घेतला. तिला आपल्या शेजारी बसवून घेतलं. मिस्कील नजरेनं मस्तानीकडे पाहत म्हणाले, 'मस्तानीला जागरण सोसत नाही हे आम्हाला आताच समजतं आहे.'

'काहीतरीच काय बोलायचं?' असं म्हणून मस्तानीनं आपलं तोंड बाजूला

केलं. ओढणीचा पदर तोंडावर घेतला. त्या झिरझिरीत ओढणीआडून तिचे डोळे बाजीरावांच्या रूपाचा वेध घेत होते.

'क्या ये सच नही?' बाजीराव गालात हसत म्हणाले.

'जी, नहीं.'

'तो फिर असली बिमारी कौनसी है?'

'वो मैं क्या जानूं? सकाळी हकीम आले होते त्यांनी दवा दिली.'

'ठीक आहे. आम्ही हकिमालाच विचारतो.'

चेहऱ्यावरची ओढणी मागे खांद्यावर फेकून उजव्या हाताची तर्जनी नाकासमोर धरत मस्तानी घाईघाईनं म्हणाली, 'नको, नको. हकीमजींना विचारू नका.'

'का?'

'माझी कसम.'

अचानक समोर शिकारी उभा राहावा तशी ती मृगनयना बावरली. एका ठिकाणी तिची नजर ठरेना. क्षणात जमिनीकडे नजर वळवून रंगलेली आपली पावलं ती पाहत होती तर क्षणात मान वर करून नजर बाजीरावांच्या नजरेला भिडवण्याचा व्यर्थ प्रयत्न करीत होती. मस्तानी विलक्षण गोंधळली होती.

तिच्या डोळ्यांचे हे विभ्रम पाहून बाजीरावांची करमणूक झाली. मस्तानीला जवळ घेत ते म्हणाले, 'नेहमी आमच्याबरोबर घोड्यावर बसून फेरफटका मारायला उत्सुक असलेली प्यारी मस्तानी आज आमच्याबरोबर नसल्यानं आम्हाला मोठं चुकल्यासारखं झालं. लेकिन ये बिमारीकी वजह क्या है?'

बाजीरावांच्या मिठीतून मस्तानीनं हलकेच आपली सोडवणूक करून घेतली. 'कुछ कह नहीं सकती' असं स्वतःशीच पुटपुटत ती दालनातून निघून आत गेली.

बाजीराव मस्तानीच्या पाठमोऱ्या आकृतीकडे पाहत राहिले. मस्तानीच्या चमत्कारिक वर्तनाचा अर्थ त्यांच्या लक्षात येईना. तेवढ्यात बसंती दासी चौकातून घाईघाईने पलीकडे गेलेली त्यांना दिसली. टाळी वाजवून त्यांनी बसंतीला आपल्याकडे बोलावून घेतलं. दासीनं आत येऊन सलाम केला.

बाजीरावांनी विचारलं, 'तुझ्या बाईजींना काय झालं आहे? आम्ही विचारलं तर बोलत नाहीत. काय प्रकार आहे? हकीमजीची दवा लागू पडत नसेल तर आम्ही हवेलीवरचे आमचे वैद्य पाठवतो. त्यांच्या औषधाचा उपयोग होईल.'

'मालिक, इजाजत होगी तो कहूँगी.'

'बोल, आमची परवानगी आहे.'

डावा हात खाली घेऊन त्याच्यावर उजव्या हाताची बोटं मिटवून दाखवीत डोळे मिचकावून बसंती म्हणाली, 'बाईजींची ही बिमारी आहे.'

क्षणभर बाजीरावांनी बसंतीच्या हातवाऱ्याकडे पाहिलं. एकदम सारा प्रकार त्यांच्या लक्षात आला. माग लोडाला टेकून पाय पसरून ते मोठ्यानं हसले. म्हणाले, 'तुझ्या बाईजींची बिमारी अशी आहे तर?'

'मला काही समजत नाही.' असं म्हणत लाजून दासी बाहेर पडली. बाजीराव उठले. त्या लहानशा इमारतीत एका बाजूला खासगी दालन होतं. तिकडे ते निघाले. बसंतीनं धावत जाऊन मस्तानीला वर्दी दिली.

बिछान्यावर उशीत तोंड लपवून मस्तानी लोडाला रेलली होती. तिच्या जवळ येऊन खांद्यावर हात ठेवून बाजीराव म्हणाले, 'तुझी बिमारी आताच आम्हाला समजली. बिमारी कसली, खुषीची बात आहे!' उशीत लपविलेलं मुख मस्तानीनं वर केलं नाही. तशी बाजीरावांनी तिला उठवून तिचं लाजेनं लाल झालेलं मुख आपल्याकडे वळवलं. खुषीच्या स्वरात ते म्हणाले, 'आमच्याकडे पाहा बरं! यात बिमारीची बातच कुठं आहे. तुझ्या कुशीत आमचा वंश वाढणार आहे. याच्याइतकी आनंदाची दुसरी गोष्टच नाही!'

बाजीरावांचा चेहरा आनंदानं फुलला होता. त्या आनंदाचा वेग मस्तानीला सहन होत नव्हता. एकीकडे आनंदाचा कल्लोळ उरात मावत नव्हता, तर दुसरीकडे त्या राजबिंड्या पुरुषाबरोबर शृंगारात घालवलेल्या अनेक रात्रींच्या स्मृती उरात दाटत होत्या. छातीवरून ओढणी ओघळत होती, त्याचं भान नव्हतं. काया थरथरत होती. ओठ बोलण्यासाठी आतुर झाले होते, पण एकाएकी शब्द मुके झाले होते. अस्मानातून फरिश्ता बोलावा तसे गूढ शब्द मस्तानीच्या कानांवर पडले. 'प्यारी मस्तानी!'

देहभान विसरलेल्या मस्तानीच्या लालसर ओठांतून शब्दांचे मोती ओघळले, 'राऊ!'

असीम आनंदानं अंगातला कणन् कण फुलवून टाकणारा शब्द ऐकू आला.

'हां, हां राऊ! मस्तानीचा राऊ! मस्तानी, पुन्हा एकदा म्हण, राऊ.'

मंद सुगंधाबरोबर हवेत शब्द तरळला, 'राऊ, राऊंची मस्तानी! राऊ, राऊ!'

श्रीमंत, मालिक, सरकार हे शब्द केव्हा गळाले आणि हृदयाला साद घालणारा राऊ शब्द मस्तानीनं केव्हा उच्चारला हे तिच्याही लक्षात आलं नाही. पण जेव्हा ती भानावर आली तेव्हा बाजीरावांना जाणवलं की मस्तानीनं आपल्या खांद्यावर मान टेकवली आहे आणि तिनं आपल्या डोळ्यांतल्या आसवांना वाट मोकळी करून दिली आहे. मिठीत विसावलेल्या मस्तानीच्या पाठीवर हळुवारपणे हात फिरवीत बाजीराव म्हणाले, 'माणसानं दुःख झालं तर डोळ्यांतून आसवं वाहावीत. पण वेडे, ही दुःखाची वेळ आहे का?'

हातानं डोळे पुशीत मस्तानी पुटपुटली, 'सुख कोणतं, आणि दुःख कोणतं हे समजेनासं झालं की आम्हा बायकांच्या डोळ्यांना आसवांचा आश्रय असतो. राऊ, ही आसवं सुखाचीही नाहीत आणि दुःखाचीही नाहीत. ती आहेत भीतीची!'

'भीतीची? बाजीराव असताना मस्तानीला भीती तरी कसली आहे?'

'मी एक नाचीज औरत आहे. लोकांच्या दृष्टीनं कलावंतीण आहे. हिंदुस्थानभर कीर्ती गाजवणाऱ्या पेशव्यांचं हे ओझं मला कसं पेलणार म्हणून मी घाबरून गेले आहे.'

बाजीरावांनी मस्तानीच्या पाठीवरून हात फिरविला. तिच्या शेजारी पलंगावर ते बसले. मस्तानीचे केस मोकळे सुटले होते. खांद्यावरून कमरेपर्यंत आलेल्या त्या केसांतून बाजीरावांची बोटं फिरत होती. तिच्या अंगावरची ओढणी बाजूला पडली होती. मेंदीनं रंगवलेले पाय उघडे पडले होते. भावनावेग ओसरल्यानंतर मस्तानीचा हात आपल्या हातात घेऊन बाजीराव म्हणाले, 'यात घाबरण्याजोगं काहीच नाही. आम्ही आहोत ना?'

'तुम्ही आहात म्हणूनच भीती वाटते! तुमच्या जागी दुसरा कुणी असता तर या मस्तानीला भिण्याचं काही कारण नव्हतं. पण पेशव्यांच्या रूपानं साक्षात तुफानाशीच माझा संबंध आला आहे. या तुफानात ही मस्तानी पाचोळ्यासारखी उडून तर जाणार नाही याची भीती वाटते.'

'वेडी आहेस तू मस्तानी. ज्या दिवशी तुला आम्ही आमच्या मर्जीत घेतलं त्याच दिवशी आमच्या या दोन्ही बळकट हातांचा आधार तुला मिळाला आहे. माहुलीतल्या जन्माष्टमीची ती रात्र आठव. याद येते?'

बाजीरावांची नजर टाळून मस्तानीनं म्हटलं, 'जिंदगी संपेल. पण ती याद संपणार नाही.'

'त्या रात्री आम्ही तुला जे वचन दिलं ते वचन या राऊच्या जिवात जीव आहे तोपर्यंत पाळलं जाईल हे लक्षात ठेव.'

'तुमच्या भरवशावरच मस्तानी जगते आहे.'

'मग आता डोळ्यांतली आसवं पूस पाहू.' असं म्हणून बाजीरावांनीच आपल्या खांद्यावरच्या शेल्यानं मस्तानीची आसवं पुसली.

'आता या डोळ्यांनी आसवं न गाळता त्या झिरझिरीत वस्त्राआडून आमच्याकडे पाहून नेहमी हसतेस तसं हसलं पाहिजे.'

ओढणीचा उल्लेख होताच मस्तानीच्या एकदम लक्षात आलं की तिच्या छातीवर ओढणीचा पदर नव्हता, 'या अल्ला!' असा उद्गार काढून पलंगावरची ओढणी तिनं पटकन् उचलली. खांद्यावर ती लपेटून तिचा पदर डोक्यावरून घेतला. मग ती म्हणाली, 'राऊस्वामींनी एवढं यकीन दिलं असताना मी दुनियेची फिकीर काय म्हणून करावी? राऊंच्या प्रेमाचा माझ्या उदरी वाढणारा अंश मी अभिमानानं वाढवीन. सबंध आयुष्यभर मला त्याचीच सोबत राहील. पण आज एक मनात आलं आहे ते बोलून दाखवते.'

'हां... बोल, जरूर बोल.'

'लवकरच आमचे रोजे सुरू होतील...'

लगेच मस्तानीच्या ओठांवर हात ठेवीत बाजीराव म्हणाले, 'आता रोजे बंद. यापुढं आम्ही सांगू तेवढंच तू करायचं.'

'पण रोज्याचा उपवास तर करायला पाहिजे.'

'यापुढं तुझं नाव मस्तानी असलं तरी तू आमची झाली आहेस. आता तुझा अन् आमचा धर्म एकच झाला आहे. तुला रोज्याचा उपवास करायचं कारण नाही.'

'राऊंच्या आज्ञेबाहेर मी नाही. पण एक इच्छा झाली आहे ती सांगते. आज घोड्यावरून एकटेच फिरून आपण दमून आला आहात. बागेतला मुक्काम संपवनू उद्या पुन्हा हवेलीवर जाल तेव्हा राजकारणाच्या गडबडीत या दासीला विसरून जाल. आजच्या दिवस भोजन आमच्याबरोबर करावं.'

क्षणाचाही विचार न करता बाजीरावांनी उत्तर दिलं. 'जरूर! आम्ही तुझ्याबरोबर भोजन करू, मुदपाकात सांगून ठेवा की आणखी घटकाभरात आम्ही भोजनासाठी येतो आहोत. आणि हे पाहा भोजनाला आम्ही तुझ्याबरोबर बसू तेव्हा आम्हाला

हवेलीतलं आमचं नेहमीचं भोजन नको आहे. तुझ्या रोजच्या ताटातला घास आम्ही खाऊ.'

'पण आपण ब्राह्मण. माझ्यासाठी आपण धर्म सोडू नये. आताच मला काय आज्ञा झाली ते एवढ्यात विसरलात?'

बाजीराव खुदकन् हसले. पलंगावरून उठले. ते म्हणाले, 'विसरलो नाही. पण जिथं जीव जडला तिथं या किरकोळ गोष्टी लक्षातच येत नाहीत. लक्षात येतं ते एकच—'

आणि ते मुद्दामच थांबले.

'काय?' भाबडेपणानं मस्तानीनं विचारलं.

'जिथं राऊ तिथं मस्तानी! जिथं मस्तानी तिथं राऊ!'

राधाबाई या कुशीवरून त्या कुशीवर अस्वस्थपणे वळल्या. रात्र बरीच झाली होती तरी त्यांच्या डोळ्याला डोळा लागला नव्हता. अंगावर घेतलेली शालजोडी त्यांनी बाजूला सारली आणि त्या उठून बसल्या. व्यंकटेशस्तोत्राचा काही भाग मनाशी पुटपुटल्या, पण काही केलं तरी डोक्यातलं विचारांचं वादळ कमी होणारं नव्हतं. झोप येणार नाही असं पाहून त्या उठल्या. चूळ भरली. खिडकीतून बाहेर नजर टाकली. कचेरीच्या चौकातून उजेड येताना दिसला. महालातून त्या बाहेर आल्या.

पहाऱ्यावर बसलेली दासी गुडघ्यात मान घालून डुलक्या घेत होती. तिला हलवून त्यांनी जागं केलं. विचारलं, 'कचेरीतल्या चौकात अजून उजेड दिसतोय. इतका उशीर झाला तरी तिथं कोण बसलंय ते जरा पाहून ये.'

डोळे चोळीत कचेरीच्या चौकाकडे जाऊन दासी परत आली. तिनं माहिती दिली, 'आपास्वामी अद्याप कचेरीतच बसले आहेत.'

'एवढी रात्र झाली, अजून आपा तिथंच बसले आहेत! जा, त्यांना म्हणावं, आम्ही बोलावलं आहे.'

थोड्याच वेळात आपा राधाबाईंच्या दालनात आले. अंगावरचा मलमलीचा

अंगरखा चुरगळलेला होता. रेशीमकाठी धोतरालाही ठिकठिकाणी चुण्या पडल्या होत्या. जाग्रणानं डोळे लाल झाले होते. मातु:श्रींनी इतक्या रात्री कशासाठी बोलावलं हे न समजल्यामुळं आत येताच त्यांनी चौकशी केली, 'इतक्या रात्री मातु:श्रींनी आमची आठवण कशासाठी केली?'

'तुमचं फडावरचं काम आटोपलं असलं तर थोडा वेळ आमच्याजवळ बसा. मग आम्ही सांगतो.'

'मातु:श्रीबाईंनी बोलावल्यावर फडावरच्या कामाची मातब्बरी ती काय? आज्ञा असेल ती सांगावी. पण अगोदर हे सांगावं, एवढी रात्र झाली तरी अद्याप मातु:श्री झोपल्या कशा नाहीत?'

'हाच प्रश्न आपा आम्ही तुम्हाला विचारला तर?'

'फडावरचं राजकारण फार गुंतागुंतीचं झालं आहे. वकिलांचे खलिते येतात, बातमीदारांची बातमीपत्रं येतात, म्हणून पाहत बसावं लागतं.'

'तुमचं फडावरचं राजकारण गुंतागुंतीचं झालं तसं आमचं खासगीतही झालं आहे.' आपा समोर बसताच राधाबाई म्हणाल्या.

'खासगीतलं राजकारण कसलं आणि त्यात एवढा गुंता होण्याचं कारणच काय?'

'झालं आहे एवढं खरं. त्या विचारानं झोप येत नव्हती म्हणून बिछान्यावर नुसतंच पडण्यापेक्षा आम्ही उठून बसलो. पाहतो तो कचेरीत तुम्ही जागे. म्हणून तुम्हाला बोलावलं.'

'कोणता गुंता झाला आहे ते मातु:श्रींनी आम्हाला सांगावं. आमचा काही उपयोग होणार असेल तर आज्ञा जरूर करावी.'

'आपा, बाब नाजूक आहे. तिचा फडशा कसा करायचा हे कदाचित तुम्हालाच उलगडेल म्हणून एवढ्या रात्री तुम्हाला बोलावलं.'

आपांच्या काही लक्षात आलं नाही. खासगीत अशी कोणती गोष्ट घडली आहे, की मातु:श्रींनी एवढ्या रात्रीसुद्धा त्यांची चिंता करावी हे त्यांच्या चटकन् ध्यानात आलं नाही. मग आसपास पाहत हलक्या आवाजात राधाबाईच म्हणाल्या, 'राऊंच्या वर्तनाबद्दल मी म्हणते आहे.'

एकदम प्रकाश पडावा तसं आपांचं झालं. भराभरा कितीतरी गोष्टी त्यांना आठवल्या. जे कधी कुणासमोर बोलता येत नव्हतं अशा समजलेल्या अनेक घटना त्यांच्या ओठावर गर्दी करू लागल्या. पण संयमानं ओठ मिटून ते बसले.

थोड्या वेळानं त्यांनाच ती शांतता असह्य झाली. म्हणून त्यांनी विचारलं, 'राऊंचं काय?'

'मागे आम्ही तुम्हाला राऊंच्याबद्दल बोललो होतो. आमच्या कानांवर काही आलं होतं. तेही आम्ही तुम्हाला सांगितलं होतं.' राधाबाईंच्या शब्दात चिंता दाटली होती.

'होय. मातु:श्रींच्या आज्ञेप्रमाणं आम्ही राऊंच्या जवळ त्याबद्दल सूचकतेनं बोललोही होतो.'

'पण त्याचा काही उपयोग झाला का?'

आपानी काही उत्तर दिलं नाही. मग राधाबाईंच म्हणाल्या, 'कुलोपाध्याय कृष्णंभट कर्वे आज सकाळी आमच्याशी बोलत होते. तेव्हा त्यांनी जे सांगितलं ते ऐकून आम्ही थक्क झालो.'

'काय सांगितलं?'

'आजपर्यंत त्या यवनीशी राऊंचा संबंध अगदी मामुली असेल अशी आमची समजूत होती पण कृष्णंभट म्हणाले, की कोथरूडच्या बागांत अलीकडे राऊंचं जाणंयेणं फार वाढलं आहे.'

'होय. आमच्याही ते कानांवर आहे.'

'मग तुम्ही काय करायचं योजलं आहे?'

'आम्ही काय करणार? राऊ आमचे वडील बंधू. आम्हाला ते तीर्थरूपांच्या ठिकाणी. सूचकतेनं एकदा बोलायचं ते बोललो.'

'राऊ तुमचे वडील बंधूच फक्त असते तर चिंता नव्हती. मराठी दौलतीचे ते पेशवेही आहेत. ते चुकत असतील तर त्यांना सांगण्याचं काम तुमचं आहे. अलीकडे आमच्या कानांवर आलं ते काही विचित्रच...'

राधाबाईंच्या मनात बोलावं का बोलू नये याचा गोंधळ उडाला होता. फडावर बसून आपांनाही काही गोष्टी समजत होत्या. जासूद काही खास बातमीपत्रं केवळ आपांच्याच हातात आणून देत होते. आपांची जरब अशी होती की त्यांच्यापासून काही लपून राहण्यासारखं नव्हतं. पण जे माहीत आहे ते सांगून मातु:श्रींच्या मनाला यातना द्याव्यात असं आपांच्या मनात येईना. म्हणून मातु:श्रीच काय सांगतात हे ऐकण्यासाठी ते स्वस्थ बसले.

'कृष्णंभट म्हणाले की, 'परवा कोथरूडच्या बागेत राऊंचा तीन-चार दिवस

मुक्काम असताना तिथं त्या यवनीबरोबर त्यांनी ब्राह्मणधर्माला जे अभक्ष्य त्याचं भक्षण केलं...''

कोपऱ्यात समया तेवत होत्या. बाहेर रातकिड्यांचा आवाज ऐकू येत होता. त्यापलीकडे मुठानदीच्या पात्रातलं पाणी खळखळ करीत वाहत होतं.

'कलावंतिणी काय कुणी ठेवल्या नव्हत्या? पण तिच्या आहारी जाऊन आपला ब्राह्मणधर्म सोडण्याचं विपरीत कर्म कुणी केलं नव्हतं.' राधाबाई स्वतःशीच मोठ्यानं बोलल्या, 'तुम्ही याचा बंदोबस्त केला पाहिजे.'

आपांच्या तोंडून हलका निःश्वास बाहेर पडला. ते म्हणाले, 'आमच्याही ते कानांवर आलं आहे. या अगोदर हिंदुस्थानात स्वारी शिकारीवर असतानाच असं वर्तन होत होतं, असं आम्ही ऐकून होतो. पण आता इथं पुण्यामध्ये राऊ असं काही करतील असं वाटलं नव्हतं. पण झाल्या गोष्टीला काही इलाज नाही.'

'आम्हीही तेच म्हणतो.' आजारातून उठल्यामुळे चिरंजीवांच्या दिसणाऱ्या फिक्कट चर्येकडे राधाबाई पाहत म्हणाल्या, 'यापुढं तरी राऊ असं करणार नाहीत अशी खबरदारी तुम्ही घेतली पाहिजे. ते पेशवेपदावर आहेत. पुण्याला काही खुट्ट वाजलं तर साताऱ्याला छत्रपती महाराजांना ते क्षणात समजतं. आपल्या पेशव्यांचं वर्तन बेबंद आहे, असं समजलं तर राजेश्री स्वामी काय करतील याचा विचार राऊंनी केला नाही तरी आपण सर्वांनी केला पाहिजे. आज कृष्णंभट बोलले. उद्या पुण्यातील इतर ब्राह्मण बोलतील. अगोदरच दाभाड्यांना मारल्यामुळं श्रावणमासाचा देकार बंद झाला आहे. ब्राह्मण खवळले आहेत. माकडाच्या हातात ते कोलीतच मिळेल. म्हणून राऊंनी जपूनच राहायला पाहिजे.'

'मला एक मार्ग सुचतो.' आपा म्हणाले.

'कोणताही मार्ग काढा. पण राऊंना अशा वर्तनापासून परावृत्त करायला पाहिजे.'

'आम्हाला वाटतं याबाबत वहिनीसाहेबांची आपण मदत घेतली पाहिजे.'

'सूनबाईंची? त्या काय करणार आहेत?'

'आमच्या शब्दांपेक्षा त्यांच्या शब्दांचं राऊंवर वजन पडेल.'

राधाबाई काही बोलल्या नाहीत हे पाहून आपाच पुढं म्हणाले, 'पण उलट आमच्या कानांवर असं आलं आहे की मातुःश्रीबाईंनी सूनबाईंना राऊंच्याबरोबर मोहिमेवर राहायला मना केली आहे.'

'मना केली आहे हे खरं. पण त्याचं कारण आहे. घोड्यावर बसून राऊ लांब

लांब मजल मारणार. सूनबाईंना दिवस गेले आहेत. त्या मजला मारणं तिला सोसवणार नाही म्हणून आम्ही त्यांना मना केलं आहे.'

'पण मातु:श्रीबाईंनी आमचा सल्ला ऐकावा. आम्ही काही सांगितलं तर राऊ वरकरणी होय म्हणतील पण ऐकतीलच असं नाही. वहिनींनीच सांगितलं तर काही उपयोग होईल. त्यांना त्यांच्याबरोबर राहू द्यावं.'

'पण आजपर्यंत सूनबाई चिरंजीवांच्याबरोबर होत्याच.'

'त्या होत्या हे खरं, पण इथं पुण्यामध्ये. असलं वर्तन माणसाच्या हातून आपल्या जिवाभावाची माणसं जवळ नसली म्हणजे बेदरकारीच्या धुंदीत होत असतं, त्याला आळा बसावा म्हणून स्वारीतही राऊंनी कुटुंबाला बरोबर न्यावं असा आग्रह मातु:श्रीबाईंनी धरला पाहिजे. वहिनींच्याही ते मनात असतं पण त्यांना बोलता येत नाही.'

'कशावरून हे म्हणता?'

'परवाच त्या मला म्हणत होत्या. नर्मदातीरी देवालय बांधावं अशी त्यांची इच्छा आहे. राऊंच्या बरोबर मोहिमेत राहिलं तर अनायासे नर्मदास्नानाचं पुण्य मिळेल. देवालयाचं काम मार्गी लागेल. पण मातु:श्रीबाईंनी मना केल्यानं स्वारीबरोबर राहता येत नाही याचं दु:ख त्यांनी माझ्याजवळ बोलून दाखविलं होतं.'

'आपा, सूनब ईंना दिवस गेले आहेत. नर्मदास्नानासाठी राऊंच्या बरोबर त्यांना पाठवलं तर त्यांना मानवेल का नाही याची खात्री नाही.—'

'त्यांच्या मनात आहे तर आपण शंका काढू नयेत. दुष्टग्रहदानं द्यावीत. बरोबर कुलोपाध्यायांना दिलं म्हणजे अनायासे धर्मकृत्यंही होतील. आणि राऊंच्या वर्तनाला काहीसा पायबंदही बसेल.'

'तुम्ही म्हणता तर सूनबाईंना राऊबरोबर जाऊ द्या. पण आपा एका गोष्टीची खंत वाटते. राऊंचं वर्तन ब्राह्मणधर्माला शोभेल असं राहिलं नाही. या घराण्यात आजपर्यंत कुणी केलं नाही, ते त्यांच्या हातून घडलं आहे. घराण्याच्या अब्रूवर कुलस्वामिनीनंच आता पांघरूण घालायला हवं.' खिन्नपणे राधाबाई बोलत होत्या.

आपांनी त्यांची समजूत घालण्याचा बराच प्रयत्न केला. चिरंजीवांच्या जवळ मनातलं दु:ख बोलून टाकल्यामुळं राधाबाईंना हलकं वाटलं.

रुईरामेश्वराला निजामअल्लींनी पेशव्यांना जी खंडणी कबूल केली होती तिच्या पोटी खानदेश, औरंगाबाद आणि विजापूरच्या सुभ्यातून ती वसूल करण्याच्या सनदा त्यांनी पेशव्यांना दिल्या होत्या. त्या खंडणीची वसुली होऊ नये म्हणून निजामअल्ली हजार सबबी सांगत होते. बाजीरावांना हे अनपेक्षित नव्हतं. निजामअल्लीकडून एक पै वसूल करायची असली तरी हातात शस्त्र धरायला पाहिजे हे ते जाणून होते. राजकारणी खलित्यांचे मार्ग थकल्यानंतर निजामाचा खानदेशचा सुभाच अचानक लुटून घ्यावा, आणि एकाच सुभ्यातून तीन सुभ्यांतील खंडणी वसूल करावी असा पेशव्यांनी विचार केला. मोहिमेची सारी सूत्रं बाजीरावांनी आणि आपांनी धोरणीपणानं आखली.

निजामअल्ली कर्नाटकाच्या मोहिमेवर निघून गेल्यानंतर खुद्द पेशव्यांनी खानदेशचा सुभा लुटावा असं ठरलं. पेशव्यांच्या मोहिमेची बातमी समजून नबाब जर उत्तरेकडे वळले तर पिलाजी जाधवरावांनी गोदावरीच्या आसपास मराठी फौज घेऊन दोघांच्यामध्ये निजामाला गनिमी काव्यानं अडवून ठेवावं असं राजकारण ठरलं. मोहिमेचे बारीकसारीक तपशील ठरले.

आठ दिवसांनी प्रत्यक्ष मोहिमेवर निघण्याचा मुहूर्त ठरला.

एके दिवशी रात्री फडावरचं काम आटोपून बाजीराव आपल्या नवीन सजवलेल्या आरसेमहालात आले असताना काशीबाईंनी त्यांना अचानक विचारलं, 'इकडून खानदेशची एवढी मोहीम आखणं चाललं असताना आम्हाला या कानाचं त्या कानाला कळू दिलं नाही.'

बाजीराव हसले. अगदीच जरूर पडली तर फडावरची राजकारणं ते मातु:श्रीबाईंशी बोलत असत. घरातल्या इतर बायकांशी याबाबत बोलण्याचा त्यांचा रिवाज नव्हता. तरीही काशीबाईंना मोहिमेची वार्ता समजली हे कळताच त्यांनी गमतीनं म्हटलं, 'तुम्हालाच फक्त गुपित राखता येतं आणि आम्हाला येत नाही असं थोडंच आहे?'

बाजीरावांच्या डोक्यावरचा मंदिल काढून तो बाजूला ठेवून फडावरचा त्यांचा

पोशाख उतरवीत असताना काशीबाई लडिवाळपणे म्हणाल्या, 'आम्ही आपल्यापासून कोणतं गुपित लपवून ठेवलं ते सांगा पाहू? इकडच्याप्रमाणं गुपितं राखायची सवय आम्हाला नाही.'

अंगावरचा पोषाख उतरून झाल्यावर बाजीरावांनी अंगातला आळस झाडला. तबकातून थोडे वेलदोडयाचे दाणे तोंडात टाकत ते म्हणाले, 'आम्हाला वाटत होतं की तुम्ही फार भोळ्या आहात, पण आपलं गुपित आमच्यापासून चोरून ठेवण्याला तुम्ही आपल्या फडावरच्या मुत्सद्द्यावरही मात केली आहे.'

आश्चर्यानं काशीबाई उद्गारल्या, 'अगबाई, आम्ही असं कोणतं गुपित इकडच्यापासून लपवून ठेवलं ते तरी सांगावं? आजतागायत जे घडलं नाही ते आताच कसं घडलं?'

काशीबाई दूर समईपाशी उभ्या होत्या. महालातल्या झुंबरांचा प्रकाश बिलोरी आरशातून त्यांच्या चर्येवर पडला होता. चेहरा उजळून निघाल्यासारखा दिसत होता. पलंगावर बसलेले बाजीराव म्हणाले, 'नानांना बंधू मिळणार आहेत हे तुम्ही आम्हाला कधी बोललाच नाहीत.'

काशीबाईंची चर्या लज्जेनं एकदम लाल झाली. त्यांनी नजर खाली वळवली. आणि त्या घाईघाईनं पुटपुटल्या, 'इश्श ऽ ऽ! भलतंच काय बोलायचं ते. काय बोलावं आणि काय नाही, याचा इकडे ताळतंत्रच राहिला नाही.'

मग बाजीराव मोकळेपणानं हसले.

'तुमचं गुपित आम्ही ओळखलं म्हणून तुम्ही कशा गोंधळल्या आहात ते समोरच्या आरशात एकदा पाहा तरी. आमचं नजरबाजांचं खातं एवढं जबरदस्त आहे की तुम्ही कितीही लपवून ठेवलं तरी आमच्यापासून काहीही लपवलं जाणार नाही.'

'त्यात लपवण्याजोगं काय आहे? काही दिवसांनी ते स्वारींना आपोआपच समजलं असतं.'

'तशी सारी गुपितं एकमेकांना केव्हा ना केव्हा तरी समजतातच. पण ती ताबडतोब हुडकून काढण्यातच खरी गंमत असते. आमच्यापासून तुम्ही तुमचं गुपित लपवून ठेवलं म्हणून आम्ही तुम्हाला शिक्षा करणार आहोत.' बाजीरावांचा आवाज मिस्कील झाला.

'शिक्षा? आमचा गुन्हा तरी कोणता?'

'गुन्हा आम्ही तुम्हाला सांगितलाच, आमची मर्जी खफा झाली आहे. आम्ही तुम्हाला शिक्षा करणारच.'

काशीबाईंच्या नेत्रांची उघडझाप झाली. पतीला त्यांच्या शब्दात उत्तर देण्यासाठी त्या शब्द शोधू लागल्या. मुद्दाम गोरीमोरी चर्या करून त्या म्हणाल्या, 'करावी शिक्षा. आम्ही काय करणार आहोत? सुटले केस पाठीला शरण.... इकडून जे करणं होईल त्याला आम्ही ना म्हणणार नाही.'

'पण आम्ही कोणती शिक्षा करणार आहोत ते विचारा तर खरं!'

'थट्टा तरी माणसाची किती करायची! एखाद्याला खरंच वाटेल की स्वारींची मर्जी गेली म्हणून. पण एक सांगू?'

'सांगा.'

'गुन्हेगारानं आपल्याला शिक्षा किती आणि कोणती होणार आहे हे विचारायचं नसतं. तो अधिकार शिक्षा देणाऱ्याचा असतो. फर्मावावी आम्हाला शिक्षा.'

'वा! बोलण्यात तुम्ही आम्हाला ऐकत नाही. मग आम्ही शिक्षा सांगतो ती ऐका. नानांचा जन्म झाला तेव्हा नुकतं कुठं आम्ही पेशव्यांच्या गादीवर बसलो होतो. घरात सारी सत्ता मातुःश्रीबाईंकडेच होती. आमची मांड अहोरात्र घोड्यावरच होती, आम्हाला तुमच्याकडे पाहायला, तुमची आवडनिवड जपायला फुरसतच झाली नाही. तुम्हाला शिक्षा हीच की ह्या वेळी तुम्हाला लागणारे सारे डोहाळे आम्ही पुरवू.'

'छे, छे! भलतंच काय हे? पुरुषांच्या जातीनं भलतंच काय बोलायचं ते!'

'शिक्षा दिल्यानंतर गुन्हेगाराला त्याची पसंती-नापसंती कुणी विचारत नसतं. दिलेली शिक्षा त्यानं निमूट भोगायची असते. तुमचे डोहाळे आम्ही पुरवणार आहोत. हे आमचं वचन पक्कं!'

'अगबाई, खरंच का हे सगळं? पण आम्हाला डोहाळे लागले तर हवेलीत मातुःश्रीबाई आहेत, तिकडे चासेला आमच्या मातुःश्री आहेत. इकडून कशाला त्यात लक्ष घालायचं. या बायकी गोष्टी इकडच्या मुखात शोभतसुद्धा नाहीत.'

'त्या साऱ्यांचा विचार आम्ही करू. आम्हाला तुमचं उत्तर पाहिजे. तुमचे डोहाळे सांगा.'

'इकडून हट्ट असला तरी आम्ही डोहाळे सांगणार नाही. पण अलीकडे आमच्या मनात येणारी एक दुसरी इच्छा सांगू, एवढी पुरी व्हावी.'

'बोला, काय आहे तुमच्या मनात?'

'फार दिवसांची मनाची इच्छा आहे, की नर्मदेच्या काठावर आम्ही काहीतरी आमची आठवण उभी करावी. एखादं देऊळ, एखादी धर्मशाळा किंवा असंच काही तरी. अनायासे इकडून स्वारीही त्याच प्रदेशात जात आहे. ग्रहयोगही चांगला आहे. मग करणार आमची इच्छा पूर्ण?'

काशीबाईंनी मोठ्या आशेनं पतीच्या मुखाकडे पाहिलं.

बाजीरावांच्या चेहेऱ्यावरचं हास्य मावळलं. ते म्हणाले, 'आमची खानदेशची स्वारी फार तर तापीनदीपर्यंत जाईल. त्याच्या पलीकडे जायचा आमचा इरादा नाही. तुम्ही आम्हाला पेचात टाकलंत.'

'इश्श! त्यात कसला आला आहे पेच? सहज मनात आलं ते बोलून दाखवलं, नसेल शक्य तर राहू द्यावं.'

'छे, छे! शक्याशक्यतेचा प्रश्न आमच्यासमोर कधीच नसतो. आम्हीच पुन्हा पुन्हा तुम्हाला मनातलं बोलून दाखवण्याबद्दल सांगितलं होतं ते तुम्ही बोललात. ते आता तडीला लावायचं काम आमचं. आम्ही वचन देतो की तुमची इच्छा पूर्ण होईल. आता झालात ना खूष?'

आमच्या मनासारखंच इकडून बोलणं झाल्यावर आम्हाला आणखी काय पाहिजे! सासूबाईंची परवानगी मात्र काढायला पाहिजे. कदाचित आमच्या या परिस्थितीत त्या अडचणीही सांगतील.'

'त्याबाबत आम्ही पाहू काय करायचं ते.'

'या डोहाळ्यांवरून एक आठवण झाली. इकडून स्वाऱ्याशिकाऱ्यांत नेहमी दंग असायचं. वाड्यात काय चाललं आहे तिकडे आम्हाला लक्ष द्यावं लागतं. आम्ही आता मोठे झालो आहोत. पण मुलांच्याकडेही पाहिलं पाहिजे.'

बाजीरावांच्या चटकन लक्षात आलं नाही. ते म्हणाले, 'कुणाबद्दल तुम्ही बोलताहात?'

'चिरंजीवांबद्दल बोलते आहे. ते आता मोठे झाले आहेत.'

'ते आम्हाला माहीत आहे. साताऱ्याला त्यांना आम्ही मुद्दाम नेमलं आहे. राजश्री स्वामींजवळचं आमचं काम ते अगदी चोख करतात.'

'तिकडच्या दौलतीच्या कामाबद्दल आम्ही म्हणत नाही. ते वयाने मोठे झाले आहेत. आम्ही घरात सूनही आणली आहे. सुनेचे डोहाळे आम्ही आता पुरवायचे

का आम्ही आमचीच हौस करून घ्यायची?'

बाजीराव हसले. ते म्हणाले, 'अहो, पण तुमची सून ती केवढी! तिला मोठी तरी होऊ द्या. मग आम्हाला सांगा. तिच्यासाठी जे काही करायचं असेल ते करू.'

'इकडून हवेलीत लक्ष नसतं. पण आपल्याला लहान वाटणारी मुलं आपल्या न कळत मोठी होत असतात. सूनबाईंना आमच्याकडे येऊन नुकतीच पाच वर्षं झाली. आणखी फार तर वर्षभरात फलशोभनाचा समारंभही करावा लागेल.'

'आमच्या ते लक्षातच आलं नाही.' मध्येच काशीबाईंना अडवून बाजीराव म्हणाले, 'तुम्हा बायकांचं फार लक्ष असतं.'

'तेच तर आमचं सर्वस्व. गोपिकेसाठी आणि चिरंजीवांसाठी आता वेगळा महाल बांधला पाहिजे. केव्हा तरी ते आम्ही इकडच्या कानांवर घालणारच होतो. आज सहज आठवलं म्हणून बोललो.'

'या मोहिमेवर जाण्यापूर्वी आम्ही आपांना नवीन महालाचा आराखडा तयार करायला सांगू.'

'चिरंजीवांसाठी महाल बांधताना एक ध्यानात ठेवावं. या आमच्या आरसेमहालात त्या ठिकाणी इकडून उभं राहणं झालं की इकडची मूर्ती तिकडे आमच्या महालात दिसते. तशी सोय चिरंजीवांच्या महालातही व्हायला पाहिजे.'

'एवढंच. आम्हाला वाटलं की तुम्ही स्वतःसाठी काही मागणार आहात.'

'आम्हाला काय कमी आहे, म्हणून मागावं?' शेजारी तबकात केशरी दुधाचे पेले होते. त्यांतून एक उचलून काशीबाईंनी बाजीरावांच्या हातात दिला. पेला घेताना बाजीरावांना काशीबाईंच्या बोटांचा स्पर्श झाला, आणि एकाएकी ते दचकले. कशाचीतरी त्यांनाही तीव्रतेनं आठवण झाली, आणि हातातून पेला निसटला.

'अगबाई!' असा एकदम उद्गार काशीबाईंच्या तोंडून बाहेर पडला. केशरी दुधाचा बाजीरावांच्या गोऱ्या पावलांवर शिडकावा झाला होता. काशीबाईंनी पंचा घेऊन बाजीरावांची पावलं पुसली. मग दुसरा पेला बाजीरावांना देत त्या म्हणाल्या, 'कसा माझ्या हातून निसटला ते समजलं नाही.'

'तुमच्या नाही आमच्या हातातून निसटला, देणाऱ्यानं दिलं तरी घेणाऱ्याच्या नशिबात असावं लागतं.'

काशीबाईंना उगाच चुटपुट लागून राहिली. बळेच हसून त्या आपल्या पतीला

म्हणाल्या, 'आणखी एक इच्छा आहे. इकडून परवानगी देणं झालं तर बोलायचं आहे.'

'बोला. मनात असेल ते मोकळेपणानं बोला. कधी कधी आम्हाला असं वाटतं की, आम्ही तुमच्याकडे पुरेसं लक्ष देत नाही. मोहिमा आणि फड यात आमचा एवढा वेळ जातो की, खासगीतल्या महालात यायला आम्हाला फार कमी फुरसत मिळते.'

बाजीरावांचा स्वर एकदम मृदू झाला. कुठंतरी आत नाजूक तारा छेडल्या गेल्या.

'स्वारी असं काही बोलणार असेल तर आम्ही मनातलं बोलून दाखवणार नाही. आम्हाला काय कमी आहे? आम्ही भरून पावलो आहोत. मन प्रसन्न आहे. तेव्हा इकडून मनाला काही लावून घेऊ नये.'

'ते राहू द्या. तुमच्या मनात काय इच्छा आहे ती तरी सांगा.'

'एकदा माहेरी जावं असं वाटतं. बरेच दिवस मातु:श्री बोलावताहेत पण इथून पायच निघत नाही. आता नर्मदास्नानाला जाण्यापूर्वी एकदा माहेरी जावं. चिरंजीव आणि सूनबाई यांनाही बरोबर न्यावं. त्यांचं लग्न झाल्यापासून चासेला जाणं झालं नाही. इकडची स्वारी बरोबर असली तर दुधात साखर पडेल. पण ते आमच्या हातात नाही.'

'ठीक आहे. मोहिमेवर निघायला आम्हाला अजून आठ–दहा दिवस अवकाश आहे. तोपर्यंत तुम्ही चासेला जाऊन या. कृष्णरावांना आम्ही उद्याच पत्र पाठवतो.'

मग प्रसन्नपणे काशीबाई स्वत:शीच हसल्या. पतीची नजर टाळून त्या समईच्या तेवणाऱ्या ज्योतीकडे पाहत राहिल्या. पलंगाशेजारी कळीची बाहुली उभी होती. तिनं धावत जाऊन तासाचा टोला वाजवला, आणि समईच्या ज्योती शांत झाल्या.

काशीबाई तुळशीची पूजा करीत होत्या. शेजारी कुलोपाध्याय कृष्णंभट पूजेचं तबक घेऊन उभे होते. काशीबाईंनी पूजा आटोपली. मग कृष्णंभट म्हणाले, 'माझी लग्न झालेली लेक माहेरपणाला आली आहे. बाईसाहेबांच्या एकदा पायावर घालावी अशी फार इच्छा आहे.'

पूजा आटोपून आतल्या चौकात जाताना काशीबाई म्हणाल्या, 'ठीक आहे. थोड्या वेळामध्ये आम्ही आमच्या महालात बसलो म्हणजे तिथं तुमच्या मुलीला घेऊन या.'

राधाबाईंना नमस्कार करून काशीबाई ओवळ्याचं लुगडं नेसून अलंकार लेवून आपल्या दालनात येऊन बसल्या. तेवढ्यात कृष्णंभट आपल्या मुलीला घेऊन काशीबाईंच्या महालात आले. दहा-अकरा वर्षांची ती मुलगी अंगावरच्या लुगड्याचा बोंगा सांभाळीत खाली मान घालून आत आली. काशीबाईंनी तिच्याकडे पाहिलं. पायात चांदीचे तोडे, अंगावर टोपपदरी लुगडं, नाकामध्ये नथ, गळ्यामध्ये मोजके दोन-तीन दागिने अशा पोशाखात कृष्णंभटांची लेक उभी होती.

'बाईसाहेबांना नमस्कार कर.' कृष्णंभटांची आज्ञा होताच मुलीनं खाली वाकून तीनदा नमस्कार केला.

'औक्षवंत हो.' काशीबाईंनी आशीर्वाद दिला.

'कितवं वर्ष लागलं हिला?'

'दहावं सरून अकरावं लागलं असेल.'

'मग वयाच्या मानानं बरीच थोराड दिसत्ये. कुणाकडं दिली हिला?'

'मेहेंदळ्यांकडे दिली?'

'काय करतात मेहेंदळे?'

'दाभाड्यांकडून त्यांना आतापर्यंत वर्षासन मिळत होतं. शिवाय श्रावणमासातला देकारही मिळत होता. पण आता वर्षासनही बंद झालं आणि देकारही बंद झाला. त्यामुळं मेहेंदळे कुठंतरी वृत्तीच्या शोधात आहेत.'

आश्चर्यानं काशीबाईंनी चौकशी केली, 'एकाएकी वर्षासन बंद करायचं दाभाड्यांना काय कारण झालं?'

'श्रीमंतांबरोबर झालेल्या झुंजात दाभाडे ठार पडले. मग त्यांनी साऱ्या ब्राह्मणांची वर्षासनं बंद केली. श्रावणातला दक्षिणेचा देकारही बंद केला. त्यामुळे आमचे व्याही आत उघड्यावर पडले आहेत.'

काशीबाई काही बोलल्या नाहीत. किरकोळ चौकशी झाल्यानंतर मग कृष्णंभटच म्हणाले, 'काहीतरी करून दाभाड्यांना ब्राह्मणांची वर्षासनं परत करायला लावली पाहिजेत. शिवाय श्रावणमासातला देकारही पुन्हा सुरू झाला पाहिजे. नाहीतर ब्राह्मण जगणार कसे?'

‘तुम्ही याबाबत इकडच्या स्वारींना कधी बोलला नाहीत? निदान भाऊजींना तरी?’

मान हलवत कुलोपाध्याय म्हणाले, ‘छे, छे! आपास्वामींना खासगीतल्या सेवकांनी या इतर गोष्टींमध्ये लक्ष घातलेलं आवडत नाही. आता बाईसाहेबांनीच मनावर घेतलं तर होईल. ब्राह्मण श्रीमंतांना कायमचा दुवा देतील.’

‘वेळप्रसंग पाहून आम्ही इकडे हा विषय काढू. मर्जी असेल त्याप्रमाणं होईल.’

पण कृष्णंभट तेवढ्यावर समाधानी नव्हते. त्यांच्या मनात आणखी काही बोलायचं आहे हे पाहून काशीबाईंनीच त्यांना विचारलं, ‘आणखी काही सांगायचं आहे?’

‘होय.’

‘छत्रपतींचे सेनापती पेशव्यांनी लढाईत मारल्यामुळं जनात थोडा दुर्लौकिक झाला आहे. शिवाय हत्येचं पातकही माथ्यावर आलं आहे.’

‘कृष्णंभट, पेशवे आजच स्वाऱ्या करीत नाहीत. मोहिमेवर गेल्यावर हत्या कुणाला चुकली आहे का? क्षत्रियधर्म पत्करल्यानंतर हत्येला भिऊन कसं चालेल?’

‘त्या हत्या वेगळ्या बाईसाहेब, सेनापतीच्या हत्येचा दोष वेगळा आहे. शिवाय एकाच हत्येचा दोष आहे असं नाही. श्रीमंत मोहिमेसाठी महिनोन् महिने बाहेर असतात. ब्राह्मणधर्माला सोडून कधीकधी वर्तन होत असतं.’

‘कृष्णंभट, पायरी सोडून तुम्ही बोलताहात. पेशव्यांच्या वर्तनाची चिकित्सा करायचा अधिकार तुम्हाला कुणी दिला?’ कृष्णंभटांना मधेच अडवून काशीबाईंनी आवाज चढवून विचारलं.

कृष्णंभटांशेजारी त्यांची मुलगी उभी होती. तिनं घाबरून डोळे मोठे करून काशीबाईंकडे पाहिलं. जागच्या जागी चुळबूळ करीतच ती उभी राहिली. कृष्णंभटांनी जरा सावरून घेतलं. घाईघाईनं ते म्हणाले, ‘बाईसाहेब, माझा उद्देश तसा नव्हता. श्रीमंतांच्या हातून दुर्वर्तन घडतं असं मला म्हणायचं नव्हतं. पण हजारोंची फौज घेऊन श्रीमंत मोहिमेवर जातात. सेवकाकडून काही दुर्वर्तन घडलं तर त्याचा दोष धन्याकडेच येतो. त्या अर्थानं मी म्हणालो.’

‘बरं मग तुम्हाला सुचवायचं तरी काय आहे?’

‘काही नाही, जमलं तर बाईसाहेबांनी श्रीमंतांच्यासह एकदा नर्मदास्नान करावं. नर्मदास्नानानं महादोषही धुऊन जातात. कळत न कळत काही घडलं असेल तर ते

पाप नर्मदास्नानानं नाहीसं होईल. शिवाय त्यानिमित्तानं ब्राह्मणांना दक्षिणाही वाटता येईल. कुटाळ तोंडं बंद होतील.'

'कृष्णंभट, तुमच्या मनात काय आहे ते स्पष्ट बोलून दाखवा.'

'बोललो तर बाईसाहेबांना राग येतो म्हणून बोलण्याचा संकोच वाटतो.'

'आडून बोलण्यापेक्षा माणसानं स्पष्ट बोलावं.'

'पेशव्यांचे आम्ही कुलोपाध्याय, आम्हाला कमी-अधिक बोलता येत नाही. पण बाईसाहेब, पैठणपासून तुंगभद्रेपर्यंत ठिकठिकाणी ब्राह्मण पेशव्यांच्याबद्दल काय बोलतात ते कधीमधी कानांवर येतं. त्यांचं तोंड आपल्याला बंद करता येत नाही, तेव्हा त्यांच्या समाधानासाठी आपल्याला काहीतरी मार्ग काढला पाहिजे.'

कृष्णंभटांची बडबड काशीबाईंना सहन होत नव्हती. पण कुलोपाध्याय पेशव्यांचे फार जुने सेवक होते. मातु:श्रीबाईंही त्यांचा शब्द मानीत होत्या. आपण त्यांचं ऐकून घेतलं नाही तर वेळप्रसंगी ते राधाबाईंच्याजवळ काहीतरी बोलतील हे काशीबाई ओळखून होत्या. म्हणून मग त्याच म्हणाल्या, 'कृष्णंभट, आजपर्यंत तुम्ही आम्हाला याबाबत कधीच काही बोलला नाहीत?'

'आजपर्यंत तशी वेळ आली नव्हती. आज माझी लेक बाईसाहेबांच्या पायांवर घालावी असा विचार आला. त्याच वेळी हेही कानांवर घालावं म्हणून म्हटलं.'

'ठीक आहे, तुमच्या सूचनेचा आम्ही जरूर विचार करू. कृष्णंभट, लेकीला आज पहिल्यांदाच घेऊन आलात. तिला रिक्त हस्तानं आम्हाला पाठवता येत नाही. खासगीकडे आम्ही सूचना देऊन ठेवतो. कारभाऱ्यांना भेटून मगच तुम्ही बाहेर जा.'

कारभाऱ्यांनी काशीबाईंच्या सूचनेप्रमाणं कृष्णंभटाच्या लेकीला साडीचोळी केली.

सातााऱ्याहून महादोबा पुरंदऱ्यांना घेऊन नाना पुण्याला आले. आल्याबरोबर उभयतांनी बाजीरावांची भेट घेतली.

'विरूबाईंनी आमच्याबरोबर निर्वाणीचा निरोप पाठवला आहे.' सदरेवर जाताच

नानांनी बाजीरावांना सांगितलं.

'काय म्हणतात त्या?'

'पुण्याहून बटकी पाठवण्याबद्दल त्यांनी मागेच पेशव्यांना दोन-तीन आज्ञापत्रं पाठविली होती. तिकडे दुर्लक्ष झाल्यामुळं त्या रागावल्या आहेत. आम्ही या वेळी पुण्याला निघालो तेव्हा त्यांनी पुन्हा आमच्याबरोबर कडक शब्दांत ताकीदपत्र दिलं आहे. बाब किरकोळ आहे.'

क्षणभर विचार करून बाजीराव म्हणाले, 'ठीक आहे. तुम्ही आता आलाच आहात. बरोबर महादोबाही आहेत. बटकींचा वर्षाचा बाजार बहुतेक संपत आला असेल. तरीही अजून बटकी खरेदी करता येतील. राजश्री स्वामींना पसंत पडतील आणि पसंतीनं ते मान डोलावतील अशा वीस-पंचवीस बटक्या खरेदी करा. त्या बंदोबस्तानं साताऱ्यास रवाना करता येतील.'

दुसऱ्या दिवशी गारपिरावर भरलेल्या बटकींच्या बाजारात खुद्द नाना आणि महादोबा पुरंदरे बरोबर कारकून आणि हशम घेऊन आले.

देशोदेशींचे सौदागर बटक्यांचा सौदा करण्यासाठी बटक्या घेऊन बाजारात उभे होते. दिवाळीच्या सुमारास बटक्यांचा भरणारा बाजार पंधरा दिवस चालत असे. ठिकठिकाणचे सरकार, सावकार, जहागिरदार आपल्या गरजेनुसार बटक्यांची खरेदी-विक्री या बाजारात करीत असत. सात-आठ वर्षांपासून ते पन्नास-साठ वर्षांपर्यंतच्या बटक्या विक्रीसाठी बाजारात उभ्या केल्या होत्या. त्यांच्या वयाप्रमाणं आणि रंगरूपाप्रमाणं त्यांची वेगवेगळी किंमत होती. सूर्य माथ्यावर येईपर्यंत नानांनी बटकी पाहण्यासाठी बाजारात स्वतःच फेरफटका मारला. पण त्यांच्या मनात भरेल अशी एकही बटकी त्यांना दिसली नाही. गारपिरावर बाजाराच्या बंदोबस्तासाठी कोतवालानं तंबू उभारला होता. त्या ठिकाणी नाना आणि महादोबा आले. डोळे मिचकावून महादोबा नानांना म्हणाले, 'पेशव्यांचे चिरंजीव छत्रपती स्वामींसाठी बटकी खरीदण्यासाठी बाजारात आले आहेत अशी आवई उठल्यामुळे बटक्यांचे भावही एकदम वाढलेले दिसतात.'

कोतवालांनी तयार केलेल्या आसनावर बसून खांद्यावरच्या उपरण्यानं घाम पुशीत नाना म्हणाले, 'भावाचं एक असो. पण राजश्री स्वामींनी सांगितल्याप्रमाणे वयानं जवान आणि खूबसुरत अशा मनात भरण्याजोग्या बटक्या बाजारात विशेष दिसत नाहीत.'

कोपऱ्यात कोतवाल उभे होते. ते म्हणाले, 'बटक्याच खरेदी करायच्या होत्या तर खुद्द श्रीमंतांनी एवढी तकलीफ घेण्याची आवश्यकता नव्हती. हुकूम केला असता तर आम्ही पाहिजे तशा बटक्या निवडून सादर केल्या असत्या.'

नानांनी कोतवालाकडं पाहिलं आणि मग महादोबांना डोळ्यांनी इशारा करीत ते म्हणाले, 'राजश्री स्वामींना बटक्या पसंत पडल्या नसत्या म्हणजे त्यांनी आमच्यावर ठपका ठेवला असता की आमचं एवढंही काम पेशव्यांना स्वतः करता आलं नाही. कोतवालावर सोपवून ते बेफिकीर राहिले.'

'पण राजश्री स्वामींना पसंत पडतील अशाच बटक्या आम्ही बाजारातून खरेदी केल्या असत्या. अजूनही आज्ञा झाली तर समोर बटक्यांची रांग उभी करतो. स्वामींनी त्यातून पाहिजे तितक्या निवडाव्यात.'

नानांनी लगेच उत्तर दिलं नाही. त्यांनी सल्ल्यासाठी महादोबांकडे पाहिलं. महादोबा नानांच्यापेक्षा पाच-दहा वर्षांनीच वडील होते. ओठावर झुपकेदार मिश्या होत्या. आपल्या तरुण धन्याला मार्गदर्शन करणं हे आपलं कर्तव्य आहे अशा समजुतीनं त्यांनी नानांना सल्ला दिला, 'कोतवाल म्हणताहेत तर त्यांना बटक्या हजर करण्याची आपण आज्ञा द्यावी. पसंत नापसंत नंतर बघता येईल.'

'ठीक आहे. तुम्ही निवडून आणा.'

आज्ञा मिळताच कोतवालानं आपले हशम बाजारात पिटाळले. अर्ध्या घटकेतच पाच-पंचवीस बटक्या आणि त्यांचे दहा-वीस सौदागर असा मोठा घोळका कोतवालाच्या तंबूसमोर जमा झाला. बटक्यांवरून नजर फिरवीत नाना महादोबांना म्हणाले, 'आश्चर्य आहे. आम्ही एवढा बाजार फिरलो, पण आम्हाला या बटक्या दिसल्या नाहीत. पण आता कोतवालांनी अशी कोणती जादू केली की त्यांच्या हशमांना या मिळाल्या?'

महादोबा गालात हसले. ते म्हणाले, 'ज्याचा धंदा त्यानं करावा हेच खरं.'

एवढ्यात कोतवाल मुजरा करून म्हणाले, 'समोर बटक्या आल्या आहेत. स्वामींनी पसंती करावी. मग किमतीचा सौदा ठरवता येईल.'

'बटक्या कुठल्या देशाच्या आहेत?' बसल्या ठिकाणावरून नानांनी चौकशी केली.

'बटक्या निरनिराळ्या देशांच्या आहेत. गांधार देशाच्या आहेत त्या एकदम खूबसुरत आहेत. नाकीडोळी ठीक आहेत. वर्णानं गौर आहेत. पण काही वर्षांतच

त्यांचे रूप बेडौल दिसायला लागेल. मुसलमानांच्या बटक्या आणल्या आहेत. अलाहाबाद, लखनौ, दिल्ली इथले सौदागर त्यांना घेऊन आले आहेत. या बटक्या नाच आणि गाणं उत्तम म्हणतात. पण राजश्री स्वामींच्या साताऱ्याच्या राजवाड्यात विरूबाईसाहेबांना महालाच्या कामासाठी पाहिजे असतील तर त्यांचा उपयोग होणार नाही. कर्नाटकी सौदागरही कर्नाटकातून बटक्या घेऊन आले आहेत. या बटक्या दिसायला रंगाने सावळ्या आहेत. पण नाकीडोळी नीटनेटक्या आहेत. त्यांचं रूपही लवकर उतरत नाही.'

'गाणंबजावणं?' मध्येच नानांनी चौकशी केली.

'सगळ्यांना येतंच असं नाही. काही बऱ्या गातात. याशिवाय राजस्थानी बटक्या आहेत. कामरूप देशाचे सौदागरही आले आहेत. त्यांच्या आखूड नाकाच्या आणि बारीक डोळ्यांच्या बटक्या आहेत. पण त्या राजश्रींना पसंत पडणार नाहीत. कोकणातूनही सौदागर काही नवीन माल घेऊन बाजारात आले आहेत. पण त्यांनी आणलेल्या बटक्या एकजात काळ्यारीस. पाहताच ओकाऱ्या येतील अशा. वरकड शिलेदारांच्या त्या उपयोगाच्या. म्हणून त्यांना मी इथं बोलावलं नाही.'

कोतवालाचं वर्णन ऐकल्यानंतर नाना महादोबांना म्हणाले, 'महादोबा, कोतवालांना या बटक्यांची बरीच माहिती दिसतेय.' महादोबांच्याऐवजी कोतवालानंच उत्तर दिलं,

'या बाजारावर देखरेख करण्याचं आमचं कामच आहे. श्रीमंतांनी याच कामावर आम्हाला नेमलं आहे. तेव्हा रोजच्या रोज बाजारातून फेरफटका मारून जी माहिती मिळाली ती स्वामींच्यापुढं पेश केली.'

'ठीक आहे. कोतवाल, तुम्हीच तुमच्या पसंतीनं यातल्या पंचवीस बटक्या बाजूला काढा. यामध्ये एक-दोन गांधार देशातल्या घ्या. दोन-चार दिल्ली-लखनौकडच्या असू द्यात. काही वाण कर्नाटकातला निवडा. मग साऱ्यांच्या किमती किती झाल्या तो आकडा आम्हाला सांगा.'

तंबूच्या बाहेर सौदागरांच्या आवाजाचा एकच कोलाहल चालू होता. हशम बरोबर घेऊन कोतवालानं तो गोंगाट बंद केला, आणि मग अर्ध घटकेमध्येच एका कागदावर प्रत्येक बटकीचं तपशीलवार वर्णन लिहून तिच्या नावासमोर तिच्या किमतीचा आकडा घालून तो कागद कोतवालानं नानांच्या समोर ठेवला. नानांनी वाचण्यासाठी तो महादोबांच्याकडे दिला.

'पंचवीस बटक्यांचे हे एकंदर त्रेचाळीस हजार रुपये झाले असं कोतवाल म्हणतात.'

'आकडा जास्त वाटतो. राऊस्वामी एवढी रक्कम मंजूर करणार नाहीत.' नाना कपाळाला आठ्या घालत म्हणाले.

'पसंतीचा माल हवा असेल तर दामही तसाच मोजला पाहिजे' कोतवाल अजीजीनं म्हणाले.

महादोबांच्या हातून यादी घेऊन नानांनी तिच्यावर नजर टाकली. मग ते म्हणाले, 'या साऱ्याच बटक्या जवानीतल्या दिसताहेत. कुणाचं वय तेरा तर कुणाचं सतरा. अगदी जास्तीत जास्त ही बावीस वर्षांची चांद मुलतानी दिसतेय. तेव्हा असं करा. यातल्या पाच कमी करा. आणि त्यांच्याऐवजी वय झालेल्या पस्तीसच्या पुढच्या पाच निवडा. म्हणजे रक्कम काहीतरी कमी होईल.

'ठीक आहे.' असं म्हणून कोतवाल तंबूच्या बाहेर गेला.

बटक्या खरेदी करायचा हा घोळ अस्तमानपर्यंत असाच चालू होता. कोतवालांनी बाजारातून बटकी आणून ती नानांसमोर उभी करावी. त्यांनी ती पसंत करावी अथवा नापसंत करावी. नापसंत करताना कधी तिचं वय जास्त तर कधी कमी. कधी तिचा रंग गोरा तर कधी काळा. कधी नाक नकटं तर कधी डोळे भयाण. कधी केसांचा रंग काळा तर कधी भुरकट. अशा अनेक सबबींवर नाना बटक्यांना पसंत नापसंत करीत होते. शेवटी एकदाची बटक्यांची खरेदी पूर्ण झाली. मग सारा सौदा वीस हजार रुपयांवर तुटला. प्रत्येक बटकीची खरेदीची पावती कोतवालानं तयार केली. कोतवालाच्या वह्यात त्या खरेदीची नोंद झाली.

सौदागराकडून नानांच्या कारकुनांनी त्या बटक्या ताब्यात घेतल्या. पेशव्यांच्या हशमांनी बटक्यांचा तो जथा रात्र पडायच्या आत शहरातल्या कोतवाल चावडीवर बंदोबस्तात ठेवला.

काशीबाई माहेरी चासेला आल्या ही बातमी आसपास पसरताच पंचक्रोशीतून त्यांना पाहण्यासाठी किती तरी बायका आल्या. पंशक्रोशीतल्या माहेरवाशिणी

मुद्दाम काशीबाईंना भेटण्यासाठी म्हणून चासेला आल्या. सकाळपासून वाड्यावर बायकांची रीघ लागलेली होती. कृष्णरावांच्या पत्नी रखमाबाई एक एक करून त्यांची ओळख करून देत होत्या.

सूनबाईंना जवळ बसवून काशीबाई भेटायला आलेल्या प्रत्येक स्त्रीची चौकशी करीत होत्या. कुणाचे यजमान कुठं आहेत, कुणाला किती मुलं आहेत, कुणाचं सासरचं कसं आहे, कुणाच्या मुली चांगल्या स्थळी पडल्या आहेत का नाही अशी त्या चौकशी करत असता आलेल्या बायका घटकाभर बसून मग काशीबाईंची खणा-नारळानं ओटी भरत असत. भेटीला आलेल्या प्रत्येक बाईला रिकाम्या हातानं परत पाठवायची नाही म्हणून रखमाबाई त्यांची नारळानं ओटी भरत असत. पुरुष मंडळी नानासाहेबांना भेटायला येत असत. त्यांच्याबरोबर कृष्णराव सदरेवर बसलेले असत. बाजीराव पेशव्यांचे चिरंजीव चासेला आले आहेत म्हणून त्यांना भेटण्यासाठी आणि आपली गाऱ्हाणी त्यांच्या कानी घालण्यासाठी चारी बाजूंनी चासेत लोक येत होते. दोन दिवस कसे गेले ते समजलं नाही.

संध्याकाळी तिसऱ्या प्रहरी काशीबाई आपल्या बंधूंना म्हणाल्या, 'कृष्णराव, गावातून फेरफटका मारावा असं वाटतं.'

'त्याची सारी जय्यत तयारी आहे. ताई, तुम्ही बोलायचीच खोटी.'

थोड्या वेळानं अंगावर जरीचा शेला पांघरून, अलंकार लेवून आपल्या सुनेला बरोबर घेऊन देवदर्शनासाठी म्हणून काशीबाई वाड्याच्या बाहेर पडल्या. त्यांच्यासाठी बंधूंनी बाहेर मेणे तयार ठेवले होते. मेणे पाहताच काशीबाई म्हणाल्या, 'मेण्यांची काय जरूर आहे? आम्ही पायीच जाऊ.'

अंगावरचं उपरणं सावरत कृष्णराव म्हणाले, 'तुम्हाला चासेत पायी हिंडवल्यावर पेशवे आम्हाला काय म्हणतील?'

'काही म्हणणार नाहीत याची आम्ही हमी घेतो.'

'पण हे असं कडक उन्ह आहे. उन्हाचा त्रास होईल.'

'माहेरवाशिणीला कधी माहेरच्या उन्हाचा त्रास वाटतो का? कृष्णराव, आम्ही असंच पायी देवदर्शन करू. आमच्या या सूनबाईंना मात्र मेण्यातून जाऊ द्या.'

आपल्या सासूबाई पायीच निघाल्या हे पाहून गोपिकाही मेण्यात बसली नाही. कृष्णराव बहिणीबरोबर चालत होते. पुढे त्यांचे सेवक रस्ता मोकळा करीत होते. समोर दिसेल त्या वाड्याकडे बोट दाखवून काशीबाई कृष्णरावांना काहीतरी विचारीत

होत्या. कृष्णरावही उत्तर देत होते.

दुतर्फा चिंचेचे मोठे वृक्ष होते. वाटेवर त्यांनी दाट सावली धरली होती. ती वाट नदीवर जात होती. तिच्या काठावर सोमेश्वराचं मंदिर होतं. काशीबाईंची पावलं नदीच्या वाटेवर वळली. सूनबाईंना त्या म्हणाल्या, 'बघितलं का सूनबाई. आज किती वर्षांनी आम्ही या वाटेवरून चालतो आहोत. क्षणाक्षणाला असा भास होतो आहे, की आम्ही तुमच्याच वयाच्या झाल्या आहोत. त्या वयात सेवकांनी कितीदा तरी आमच्या कागाळ्या तीर्थरूपांकडे आणल्या असतील याला सीमा नाही.'

काशीबाईंचं ते कुतूहल पाहून कृष्णराव म्हणाले, 'ताई, तुम्ही एवढ्या मोठ्या झाल्या. हिंदुस्थानभर ज्यांची सत्ता चालते त्या पेशव्यांचं गृहिणीपद तुम्ही भूषवता आहात; पण तुमचं हे बोलणं ऐकून असं वाटतं की, अजून तुमच्या मनात कुठंतरी लहानपणीची ती लाडूबाई लपून बसली आहे.'

'लग्न झालेल्या आणि सासरी गेलेल्या प्रत्येक स्त्रीच्या मनात माहेरवाशीण अशी लपलेलीच असते, कृष्णराव. कधी ती इतरांना दिसते, कधी ती दिसत नाही. पण तिची तिला ती जाणवत असते.'

बोलता बोलता कृष्णराव आणि काशीबाई दाट सावलीतून भीमा नदीच्या काठावर आले. नदीच्या काठावर फरसबंदीचा विस्तीर्ण घाट बांधून काढला होता. नदीचं खळाळतं काळं पाणी घाटाच्या पायऱ्यांवर आपटून फेसाळत पुढं जात होतं. अंगावरचा शेला सावरीत घाटाची एक-एक पायरी उतरत काशीबाई पाण्याच्या प्रवाहाजवळ आल्या. मग पाण्यात पाय बुडवून ओंजळीत घेऊन त्यांनी ते डोळ्यांना लावलं. सुखावून त्या म्हणाल्या, 'कृष्णराव, नेहमीपेक्षा यंदा पात्रात पाणी जास्त आहे, नाही?'

'होय ताई. यंदा डोंगरमाथ्यावर पाऊस जास्त झाला. म्हणून नदीला पाणी बरंच आहे.'

तेवढ्यामध्ये सेवकांची नजर चुकवून गोपिकाबाई भीमा नदीच्या वाळवंटावर गेल्या. सेवक त्यांना आणण्यासाठी धावले. ते पाहून काशीबाई म्हणाल्या, 'वाळवंटात सूनबाई काय शोधताहेत?'

त्यांच्या बरोबरची दासी म्हणाली, 'बाईसाहेब वाळवंटातले शंख आणि शिंपले गोळा करताहेत. आम्ही नाही म्हटलं तरी ऐकत नाहीत.'

'नाही म्हणू नका. त्यांना पाहिजे असतील तेवढे आणि शंख शिंपले वाळवंटातून

गोळा करू द्या. त्यांच्या वयाच्या असताना आम्ही या वाळवंटात हाच खेळ खेळत असू.'

'ताई, दोन दिवसांपासून तुम्ही आठवणी सांगत राहिला आहात. आता दिवस मावळत चालला आहे. सोमेश्वराचं दर्शन घेऊ या, आणि वाड्याकडे परत जाऊ या.'

'कृष्णराव, किती वर्षांनी आम्ही आमच्या भीमेच्या काठी घाटावर उभे राहत आहोत. पुन्हा इकडे येण्याचा योग केव्हा येईल ते सांगता येत नाही.'

एवढ्यात दोन्ही मुठीत शिंपले धरून आणि शंखशिंपल्यांचं ओझं कुणबिणीकडे सोपवून गोपिका काशीबाईंकडे आली. गोपिकेकडं पाहत काशीबाई म्हणाल्या, 'वाईला या आमच्या चासेसारखे घाट आहेत ना?'

'आमच्या वाईला एकच घाट नाही तर किती तरी घाट आहेत. आणि त्या घाटावर देवळंही खूप आहेत. आमच्या वाईच्या घाटावरच्या गपपतीसारखा देव दुनियेत नाही.'

गोपिकेचं बोलणं ऐकून काशीबाई खुदकन हसल्या. बंधूंना म्हणाल्या, 'ऐकलंत, बायकांना माहेरचा अभिमान हा असा असतो. चला आता सोमेश्वराचं दर्शन घेऊ.'

देवदर्शन आटोपून काशीबाई सुनेसह सोमेश्वराच्या देवळातून बाहेर पडल्या तेव्हा दिवस मावळून अंधार पडायला सुरुवात झाली होती. कृष्णरावांनी मंदिराच्या बाहेर मेणे तयार ठेवले होते. काशीबाई वाड्यात परत आल्या तेव्हा रखमाबाई त्यांची वाटच पाहत होत्या. दुसऱ्या दिवशी माहेरचा मुक्काम आटोपून पुण्यास परतायची वेळ झाली तशी काशीबाई अधीर झाल्या. भेटायला आलेल्या प्रत्येकीला त्या काही ना काही आश्वासन देतच होत्या. कुणाच्या गावाला पाणी नव्हतं, कुणाला पोटापाण्यासाठी एखादी वृत्ती हवी असे, नाहीतर किल्ल्यावरची आसामी हवी असे. अशा अनेक मागण्या होत्या. मागण्यांचं समाधान करणं मोठ कठीण असे. असा प्रकार चासेतून काशीबाई परत निघण्याची वेळ झाली तरी चालूच होता.

बाहेर मेणे घेऊन भोई केव्हाचेच तयार झाले होते. बरोबरीचे स्वार आणि शागीर्दपेशा पुढं रवानाही झाला होता. पण काशीबाईंचा पाय वाड्यातून बाहेर पडत नव्हता. पुनःपुन्हा त्या रखमाबाईंना काही तरी सांगत होत्या. पुनःपुन्हा त्या

मातुःश्रींशी बोलत होत्या.

नानांनी कृष्णरावांच्या आणि आजीबाईंच्या पायाला हात लावून वंदन केलं. आजीबाईंनी नातवाला समोर बसवून त्याचं मुख प्रेमानं कुरवाळलं. त्याच्या हातावर कर्जखताची एक थैली ठेवली. त्या म्हणाल्या, 'जावईबापूंना आम्ही वेळोवेळी काही कर्जे दिली. त्याची ही कर्जखतं आहेत. कर्जाची भरपाई झाल्याचं आम्ही त्या खतांच्यावर लिहूनही दिलं आहे. आता पेशवे आमचं काहीही देणं लागत नाहीत. आमचा त्यांना निरोप सांगा. म्हणावं, सुखानं राजा रामासारखं राज्य करा!'

नानांनी ते कागद वंदून शेजारी बसलेल्या कारकुनाच्या ताब्यात दिले. सर्वांत शेवटी मातुःश्रींना वंदन करण्यासाठी काशीबाई आल्या. मातुःश्रींना नमस्कार करून त्या म्हणाल्या, 'येत्ये मी.'

डोळ्यांतून आसवं वाहात असताना मातुःश्री म्हणाल्या, 'तुम्हाला काय द्यायचं?'

'मातुश्री, आम्हाला सारं काही तुमच्याकडून मिळालं आहे. आता काही देऊ नका. तुमची माया आम्हाला शेवटपर्यंत पुरेल एवढाच आशीर्वाद द्या.'

ओघळणाऱ्या आसवांना मागं सारून शिऊबाई म्हणाल्या, 'मातेच्या उदरी ज्या वेळी मुलं येतात त्या वेळीच माता हा आशीर्वाद त्यांना देते. तो तर आम्ही तुम्हाला केव्हाच दिला आहे.' मग कृष्णरावांच्या हातून सनदापत्र घेऊन, ती लेकीच्या ओटीत टाकून त्या म्हणाल्या, 'माहेरपणाला आला आहात तर हे घ्या.'

'काय आहे हे मातुःश्री?'

'चोळीबांगडीसाठी तुमच्या बंधूंनी तुम्हाला दोन गावांच्या सनदा करून दिल्या आहेत. आम्ही आज आहोत, उद्याचा भरवसा धरता येत नाही. पुन्हा तुम्ही माहेरी याल तेव्हा तुमचे माहेरपण आमचे हे कृष्णराव आणि आमच्या सूनबाई करतीलच. पण आमच्या डोळ्यांदेखत ह्या सनदा तुम्हाला इथं बोलावून द्याव्यात असं फार वाटत होतं. आमच्या जावईबापूंना सांगा तुमची दिगंत कीर्ती आहे. तुम्हाला काही कमी आहे असं नाही. पण सासुरवाडीची ही भेट म्हणून आम्ही देत आहोत.'

शेजारी एक चंदनी पेटी ठेवली होती. शिऊबाईंनी ती आपल्या हातात घेऊन पेटीचं झाकण उघडलं. आत रत्नजडित तुरा होता. पेटीला कुंकू लावून ती पेटी शिऊबाईंनी काशीबाईंच्या स्वाधीन केली.

'राऊंना म्हणावं, दरबारात बसाल तेव्हा हा तुरा पगडीवर खोचत जा. आमची

ही आठवण सदैव तुमच्या भाळी राहू द्या.'

रखमाबाईंनी हातावर दिलेलं दही काशीबाईंनी जिभेवर ठेवलं. एकवार माहेरच्या आपल्या वाड्याकडे पोटभर पाहिलं, मग त्या मेण्यात बसल्या. दुसऱ्या मेण्यात गोपिका बसली. नाना आणि कृष्णराव घोड्यावर स्वार होऊन पुढे निघाले. माहेरवाशिणीला निरोप द्यायला सारं गाव लोटलं होतं.

गर्द छायेतून मेणा जात होता. पुनःपुन्हा वळून काशीबाई चासेतल्या आपल्या वाड्याकडे पाहत होत्या. समाधानाच्या विलक्षण आनंदात त्या न्हाऊन निघाल्या होत्या.

खानदेशच्या मोहिमेसाठी आघाडीच्या फौजा रवाना झाल्या. स्वारीबरोबर नर्मदास्नानासाठी काशीबाई येणार होत्या. त्यांचे मेणेही पाठोपाठ रवाना झाले. दुसऱ्या दिवशी भल्या पहाटे बाजीराव पेशवे पुण्याहून मोहिमेसाठी बाहेर पडणार होते.

हवेलीतलं सारं काम आटोपल्यानंतर बाजीराव खासगीतल्या महालात आले. कुंवरनं वर्दी दिली, 'भोजनशाळेत भोजनासाठी पंगत खोळंबली आहे.'

चटकन बाजीराव म्हणाले, 'भोजनासाठी आज आम्ही भोजनशाळेत जाणार नाही म्हणून निरोप सांग. आज कोथरूडच्या बागेत आम्ही मुक्काम करणार आहोत. उद्या पहाटे तिथून परस्पर आम्ही मोहिमेवर जाऊ.'

बाजीराव हवेलीतून कोथरूडच्या बागेत जाण्यासाठी निघाले तेव्हा अष्टमीचा चंद्र माथ्यावरून चांदणं बरसत होता. बागेत येताच बाजीराव मस्तानीच्या बंगल्यात गेले.

मस्तानी त्यांची वाट पाहत होती. बाजीरावांना पाहताच तिनं समाधानाचा सुस्कारा टाकला. 'मला वाटलं, पेशव्यांचं इकडे येणं होतं का नाही!'

मस्तानीच्या दालनात जाताच डोईवरचा मंदिल उतरून बाजीरावांनी मस्तानीच्या हातात दिला. कमेरचा शेला मस्तानीनं काढून घेतला. खाली गादीच्या बैठकीवर बसून बाजीराव म्हणाले, 'तुमचा निरोप पोहोचला तेव्हा आम्ही फडावर

कामात होतो. उद्या मोहिमेवर जायचं आहे. त्यामुळं फडावरची कामं आटोपायला वेळ लागला. पण तुमचा निरोप आला नसता तरीही आज आम्ही इकडे येणारच होतो.'

'मोहिमेवर जाण्यापूर्वी दासीकडून काही सेवा घ्यावी म्हणून याद केली.'

बाजीरावांनी दालनात नजर फिरवली. एका बाजूला हातभर उंचीच्या बैठकीवर लाल मखमलीचा गालिचा पसरला होता. त्यावर दोन मोठे तंबोरे आणि सारंगी ठेवली होती. एका बाजूला पैंजणांची जोडीही होती. मस्तानीच्या रसरशीत गुलाबासारख्या चर्येकडे पाहत मग बाजीराव म्हणाले, 'लाजून दूर उभं राहायचं कारण नाही. इथं आमच्याजवळ बस.'

मान झुकवून अदब बजावीत मस्तानी बाजीरावांच्या समोर गुडघे टेकून बसली. डोक्यावरची ओढणी खांद्यावर पडली तरी ती तिनं सावरली नाही. प्रसन्न होऊन बाजीराव बोलत होते. 'परवा आम्ही इथं तुझ्याबरोबर दोन घास खाल्ले त्याचा हवेलीत मोठा गवगवा झाला.'

'अगबाई, खरंच का? पण एवढा गवगवा व्हायचं कारण काय? पेशव्यांचे कारकून इथं येऊन आम्हाला रस्मोरिवाजाबद्दल बजावून गेले होते. त्याचप्रमाणं आम्ही वागतो आहोत. त्यात काही चूक झाली काय?'

'मस्तानी, गवगवा झाला तो तुझ्याबद्दल नाही. आम्ही इथं येतो त्याबद्दलही नाही. पण आम्ही इथं येऊन त्या दिवशी तुझ्याबरोबर भोजन केलं म्हणून मंडळी नाराज झाली आहेत.'

'त्यात नाराज होण्यासारखं काय आहे?' मस्तानीची मेंदीनं रंगलेली बोटं गालावर टेकली होती.

'आम्ही ब्राह्मण आहोत. ब्राह्मणानं यवनाच्या हातचं खाऊ नये हा आमचा रिवाज आहे. तो तर आम्ही मोडलाच पण ब्राह्मणानं जे खाऊ नये तेसुद्धा आम्ही तुझ्याबरोबर खाल्लं.'

'त्या क्षुल्लक गोष्टीचा एवढा गवगवा होणार हे मला अगोदरच समजलं असतं तर मीच तसा प्रसंग श्रीमंतांच्यावर येऊ दिला नसता.'

'श्रीमंत नाही....राऊ!'

लाजून खाली पाहत मस्तानी पुटपुटली, 'होय... राऊ!'

'हं आता ठीक. मस्तानी, आम्हाला राऊ म्हणून हाक मारणाऱ्या फक्त दोन

स्त्रिया आहेत. एक हवेलीत आमच्या मातु:श्री आणि इथं या बागेत तू. मातु:श्रींच्यावर आमची भक्ती आहे आणि मस्तानी तुझ्याकडे आमचं दिल गुंतलं आहे.'

'एवढं भाग्य या दासीचं असलं तर मी स्वतःला धन्य समजेन राऊ!'

'का तुला शंका येते?'

'शंका यायचं कारण नाही. तुमचा शब्द मला पुरेसा आहे. पण राऊ, तुमच्या या स्वभावानं मला भीती वाटते.'

'भिण्याचं कारण काय?'

'उतावळेपणानं आपण काहीतरी करून बसलात तर परिणाम भोगावा लागेल मला.'

'कशावरून म्हणतेस हे?'

'परवा तुम्ही माझ्या इथं भोजन केलं त्याच्या दुसऱ्याच दिवशी संध्याकाळी आपास्वामींचा राऊत येऊन माझ्या जामदाराला तंबी देऊन गेला. त्यानं निरोप सांगितला की, कलावंतिणीनं आपल्या पायरीनं राहावं, ती सुटली तर तोंड फुटेल हे ध्यानी घ्यावं.'

बाजीराव बेफिकिरीनं म्हणाले, 'त्यांना काय म्हणायचं असेल ते म्हणू द्या. आम्हाला जे करायचे असेल ते आम्ही करू. इतकं झाल्यावरही आज आम्ही भोजनशाळेत काय निरोप पाठवला माहीत आहे?'

'सांगावं!'

'आम्ही त्यांना निरोप पाठवला की आजची रात्र आम्ही कोथरूडच्या या बागेतच घालवणार आहोत. उद्या सकाळी इथूनच परस्पर मोहिमेवर जाऊ.'

'पण हवेलीतल्या मंडळींना आवडत नसेल तर मुद्दाम असा निरोप आपण कशासाठी पाठवावा? हवेलीत सर्वांसमवेत भोजन करून घटका दोन घटका मन रमविण्यासाठी राऊ इथं आले असते तरी चाललं असतं.'

'आमचा स्वभाव असा आहे मस्तानी. रणांगणात आम्हाला कुणी आव्हान दिलं की जसं ते आव्हान आम्ही तलवारीच्या टोकावर पेलतो तसंच खासगीमध्ये कुणी निष्कारण अधिकार चालवू म्हटलं तर ते आम्हाला आवडत नाही. आम्हाला जे आवडेल आणि जसं आवडेल तसंच आम्ही करणार. मग बेहत्तर आहे त्यामुळं कुणाची मर्जी गेली तरी.'

बाजीरावांच्या मनाला त्या विषयानं व्यथा होतात हे पाहून मस्तानीनं बोलणं तेवढ्यावरचं संपवलं. बाजीरावांचं मन दुसरीकडे गुंतावं म्हणून तिनं मग चौकशी केली, 'मोहिमेवर बाईसाहेब आहेत ना?'

'होय, लवकरच पुण्यकाळ आहे. त्या वेळी नर्मदास्नान करावं असं त्यांच्या मनात आलं म्हणून त्यांना बरोबर घेतलं.

'मग आमची काळजी मिटली. मोहिमेवर आपलं स्वतःचं माणूस बरोबर असलं म्हणजे काळजी नसते. पणं तुम्ही या अशा दौडी मारणार, बाईसाहेबांची प्रकृती नाजूक. त्यांना सोसेल अशाच मजला मारीत जाव्यात.'

शेजारी बसलेल्या मस्तानीचा मेंदीनं रंगलेला हात आपल्या हातात घेऊन बाजीरावांनी तिला आपल्याजवळ ओढलं.

'माणसानं काही स्वतःबद्दलही बोलावं.'

'होय, राऊंना एक विनंती करायची आहे.'

मस्तानीच्या पोवळ्यासारख्या नाजूक ओठांवर आपलं बोट ठेवून बाजीराव म्हणाले, 'अशा नाजूक ओठातून विनंती ऐकायची बाजीरावांना सवय नाही.'

आपल्या मोठ्या डोळ्यांची उघडझाप करीत बाजीरावांच्या चेहऱ्याकडं पाहत मस्तानी म्हणाली, 'दासी विनंतीशिवाय दुसरं काय करणार?'

'अशा ओठांनी विनंती करायची नसते. हुकूम करायचा असतो. बोल मस्तानी, काय तुझ्या मनात आहे?'

'सारा जीव ओतून जिथं प्रेम केलं तिथं हुकमाचा शब्द माझ्या तोंडून बाहेर कसा पडेल? दासीची जागा राऊ तुमच्या पायांजवळ आहे हे मी जाणते. पण मनामध्ये असं येतं की तुम्ही नेहमी मोहिमेवर जाता. केव्हा तरी मलाही मोहिमेवर घेऊन जावं.' कधी कंटाळा आला, मोहिमेतल्या श्रमानं कधी थकलात तर ही मस्तानी गाण्याबजावण्यानं राऊंचं मन रिझवील. घटकाभर तरी राऊंच्या श्रमांचा, तकलिफींचा त्यांना विसर पडेल.'

'एवढंच ना! त्यात काय आहे? उद्या आम्ही मोहिमेवर जाणार आहोत. तुझी इच्छा असली तर उद्या आम्ही तुला बरोबर नेऊ.'

बाजीरावांच्या गळ्यात मोत्यांचा हार होता. त्या हाराशी लडिवाळ चाळा करीत मस्तानी म्हणाली, 'आताच नको. मागेपुढे केव्हातरी दासीला बरोबर न्यावी. तिची सेवा पाहावी आणि मग पसंत पडली तर हमेशा बरोबर न्यावी.'

'ठीक आहे. तुझ्या इच्छेप्रमाणं होईल. पण त्याआधीच तुझ्यासाठी मनात एक बेत आखला आहे.'

'कोणता बेत आखला आहे?'

'पुण्यापासून दूर इथं या बागेत मस्तानीनं राहावं असं आम्हाला वाटत नाही.'

'मनात असलं तर शहरात एखाद्या ठिकाणी आमची सोय करावी.'

'नाही. तेही आमच्या मनाला येत नाही.'

'मग आपण मनात काय ठरवलं आहे, ते सांगावं.'

'तुला हवेलीतच आणून ठेवावं असं आम्ही ठरवलं आहे.'

गळ्यातल्या मोत्यांच्या हाराशी चाळा करणाऱ्या मस्तानीनं एकदम विचारलं,

'हवेलीत! राऊ, लोक काय म्हणतील?'

'काय म्हणतील ते म्हणू देत. आमच्या चिरंजीवांसाठी नवीन महालाचं बांधकाम सुरू झालं आहे. त्यातच आमच्या मस्तानीसाठी एक महाल तयार होतो आहे. अजून कुणाला माहीत नाही. पण महाल तयार होईल आणि ही मस्तानी तिथं येईल तेव्हा लोक काय म्हणतील यानं आताच आमची करमणूक होते आहे.'

'मुद्दाम रान पेटवून त्यात उडी घेण्याची राऊंना हौसच आहे.'

समोर वाद्यं होती तिकडे पाहत बाजीराव म्हणाले, 'मोहिमेवर आमच्याबरोबर याल तेव्हा या. पण मोहिमेवर नसतानाही इथं आमचं मन रिझविण्यासाठी गाणं म्हणायला हरकत नाही.'

'आज्ञा करावी. दासी तयार आहे.' बाजीरावांच्यापासून दूर उभं राहत मस्तानी म्हणाली.

सारंगीकडे बोट करून बाजीराव म्हणाले, 'ती सारंगी आपल्या नाजूक बोटांच्या मालकिणीची केव्हापासून वाट पाहते आहे. सारंगीच्या सुरांची लय साधून आमच्या मनाचा दाह शांत होईल असं एखादं गाणं आम्हाला ऐकव. हवेलीत आमच्या शेजारी येशील तेव्हा रोजच तुझं गाणं ऐकू. पण आता मोहिमेवर जाण्यापूर्वी तुझ्या मधुर स्वरांनी आमचे कान भरून घेऊ देत.'

बाजीराव खुशीत येऊन बोलत होते. पण त्यांच्या तोंडून मस्तानीसाठी शनवारच्या हवेलीत महाल तयार होतो आहे ही बातमी ऐकून मस्तानीला मोठं संकट वाटलं. ज्या वादळाची साथ तिला मिळाली होती त्या वादळाचे तडाखेचं एखाद्या वेळी आपल्या वाट्याला येतील की काय म्हणून ती मनोमन अस्वस्थ झाली होती.

मनातली खळबळ दाबून टाकीत मस्तानीनं गालिच्यावरून सारंगी उचलून हातात घेतली. बसंतीनं तंबोरे जुळवले. मस्तानीनं सारंगीवर गज फिरवला. सारंगीतून निघालेल्या सुरांनी दालन भरून गेलं. बाजीरावांनी डोळे मिटले. हातांनी मांडीवर ठेका धरला.

मस्तानी गात होती.

बादल देख डरी ओ श्याम
मैं बादल देख डरी ।
काली पीली घटा उमडी बरसो एक घटी
जीत जाऊ तीत पानी हुई भोमहरी ।
मैं बादल देख डरी । ओ श्याम

भोजन झाल्यानंतर बिछान्यावर विश्रांती घेता घेता मनाला झाकळून टाकणाऱ्या काळ्या मेघांबद्दल मस्तानी बाजीरावांच्या जवळ व्याकुळतेनं बोलत होती. बाजीराव तिची समजूत घालत होते. रात्र संपून पहाटे शुक्राची चांदणी केव्हा उगवली याचं दोघांनाही भान नव्हतं. किती तरी आणाभाका मस्तानी घेत-देत होती. बाजीराव तिचं समाधान करीत होते. बाहेर बागेत पक्ष्यांचा किलबिलाट सुरू झाला. सेवकांची वर्दळ ऐकू यायला लागली तशी मस्तानीची मिठी सोडून बाजीराव तिथून बाहेर पडले.

खानदेशात उन्हाळा मी म्हणत होता. तापीनं आपलं नाव सार्थ केलं होतं. नदीच्या वाळवंटातून निघणाऱ्या उन्हाच्या झळा साऱ्या खानदेशाला भाजून काढीत होत्या. बाजीरावांनी खानदेश सुभ्यातून आपली खंडणी वसूल करण्यासाठी सरदार फौजा देऊन रवाना केले. सुभ्यातून खंडणीच्या रकमा लादलेले उंट दररोज बाजीरावांच्या छावणीत दाखल होत होते. बाजीराव पेशवे आपल्या सुभ्यात घुसले आहेत आणि जी खंडणी देण्याची आपण टाळाटाळ करीत होतो ती खंडणी ते जबरदस्तीनं वसूल करीत आहेत ही बातमी निजामअलीला पोहोचेपर्यंत एक महिना उलटून गेला. निजामअलीच्या दरबारातले मराठ्यांचे वकील निजामाचं इकडे

लक्ष जाऊ नये म्हणून खटपट करीत होते. शांत चित्तानं बाजीराव खानदेश सुभा लुटीत होते.

खंडणी वसूल करण्याचं काम संपत आलं तशी काशीबाईंच्या नर्मदास्नानाची निकड सुरू झाली. खंडण्यांचे उंट दक्षिणेला रवाना करून बाजीराव बरोबर निवडक फौज घेऊन चैत्री पौर्णिमेला नर्मदातीरावार येऊन उतरले. माळव्यातून पेशव्यांच्या स्वारीच्या बंदोबस्तासाठी खुद्द मल्हारराव होळकर नर्मदातीरावर आले होते. रावेरखेडीला नर्मदेला उतार होता. तिथं नर्मदा उतरून पैलतीरावर पेशव्यांची छावणी पडली. नर्मदातीरावरच्या दाट वनराजीत पागांनी आपापल्या राहुट्या ठोकल्या. नर्मदेच्या पात्रातल्या डोहावर सकाळ-संध्याकाळ घोडे पाणी पिऊ लागले.

शिंदे, होळकर, पवार यांच्यासह चिमाजीआपांची फौज हिंदुस्थानभर धुमाकूळ घालत होती. त्यांच्या विजयाच्या वार्ता रावेरखेडीला समजत होत्या. नर्मदेच्या तीरावर बसून दिल्लीच्या बादशहाचं पाणी पेशवे जाखत होते. पातशाही सरदारांची झेप कुठपर्यंत आहे याचा अंदाज घेत होते. हिंदू तीर्थक्षेत्रं सोडवण्यासाठी कोणत्या मोहिमा आखायला पाहिजेत याचे मनसुबे तिथं शिजत होते.

दुपारी तलखी फार होत होती. उष्म्यानं जीव हैराण होत होता. बाजीरावांनी मल्हारराव होळकरांना बोलावून घेतलं. मग दोघेही स्नानासाठी डोहाकडं गेले. मनसोक्त पोहून बाजीराव बाहेर आले तेव्हा सूर्य पश्चिमेकडे कलला होता.

छावणीत परतल्यानंतर डेऱ्याच्या बाहेर सावलीमध्ये बाजीराव मल्हाररावांशी बोलत बसले. बाजूला कनाती लावून आडोसा केला होता. गाद्या टाकून त्यावर काशीबाई बसल्या होत्या. बाजीराव त्यांना विनोदानं म्हणाले, 'आमची छावणी पाहिलीत ना?'

'होय, काय हा उष्मा! अशा या उष्म्यात आम्हाला एवढा त्रास होतो, तर लढणाऱ्या स्वारांना किती त्रास होत असेल?'

बाजीराव हसून म्हणाले, 'मागे पुण्याच्या हवेलीत तुम्ही चौकशी करीत होता की स्वारीवर असताना भोजन झाल्यावर आम्हाला तांबूल कोण देतं. त्याचं उत्तर मिळालं ना?'

'हो मिळालं. त्याच वेळी स्वारींनी उत्तर दिलं होतं. इथं आल्यावर त्याची खात्री पटली. पुण्याला बसून आम्हाला स्वारीच्या कष्टांची कल्पना नव्हती. या असल्या उन्हाळ्यामध्ये डेऱ्यात नुसतं बसणंसुद्धा असह्य होतं तर झुंजात काय होत असेल!'

‘काही होत नाही. कळायला लागल्यापासून आम्हाला हे असंच राहायची सवय झाली आहे. उलट पुण्याच्या हवेलीत आलो म्हणजे मात्र आम्हाला गुदमरल्यासारखं वाटतं. इथं मोकळ्या मैदानात माणसांची मनंही कशी मोकळी असतात. हवेलीतल्या चार भिंतींत माणसांना मनमोकळेपणानं विचारच करता येत नाही.

शेजारीच मल्हारराव बाजीरावांचं बोलणं ऐकत होते. ते मध्येच म्हणाले, ‘पुण्यातल्या श्रीमंतांच्या हवेलीत उन्हाळ्यात उष्मा भासू नये म्हणून बंदोबस्त करता येईल. राजस्थानात आम्हाला या बाबतीत तरबेज असलेले कारागीर मिळाले आहेत. ही मोहीम आटोपली की आम्ही त्यांना पुण्याला रवाना करतो.’

‘मल्हारराव, नानांना आम्ही यापूर्वीच सूचना देऊन ठेवल्या आहेत. पुण्यातला आमचा नवीन महाल तयार झाला म्हणजे तिथं तुम्हाला आमच्या कारागिरांची करामत दिसेल.’

‘या बरसातीला आम्ही पुण्याला परत येऊ तेव्हा पाहू. पण नवलाईची कोणती गोष्ट आहे ती श्रीमंतांनी सांगावी.’

‘नव्या महालात खास उष्णकाळात वापरण्यासाठी एक दालन बनवून घेतलं आहे. त्या दालनावरून पाण्याचा प्रवाह एकसारखा वाहतो आणि पलीकडे तो खाली हौदामध्ये पडत असताना पाण्याची जणू चादर उलगडते आहे असं दिसतं. आज आम्ही सांगतो त्यावरून तुम्हाला कल्पना येणार नाही, पण महाल तयार झाल्यावर इंद्रप्रस्थातल्या वाड्यात नाही असा चमत्कार पाहून तुम्ही थक्क व्हाल.’

काशीबाईंना काही आठवलं. त्या म्हणाल्या, ‘खरंच, बरेच दिवस विचारीन म्हणून म्हणत होते. नानासाठी एक वेगळा महाल बांधून घ्यावा म्हणून आम्हीही सुचवलं होतं. त्याचं बांधकामही सुरू झालं, पण कोटाच्या आत आणखी दुसऱ्या एका महालाचं बांधकाम चालू आहे ते कशासाठी समजलं नाही.’

बाजीरावांनी क्षणभर रोखून काशीबाईंच्याकडे पाहिलं. मग सरळ उत्तर द्यायचं टाळून ते म्हणाले, ‘आधी महाल तयार होऊ द्यात. तयार महालात राहायला कुणीही मिळेल. त्याची चिंता आत्ताच कशाला पाहिजे!’ मग मल्हाररावांकडे वळून ते म्हणाले, ‘उद्या पुण्यकाल आहे. नर्मदास्नानाची सारी व्यवस्था चोख झाली ना?’

‘सारा बंदोबस्त आपल्या आज्ञेप्रमाणं ठेवला आहे. आता नर्मदास्नानानिमित्त

जी दानं द्यायची आहेत त्याची यादी पक्की झाली की मी ती श्रीमंतांना दाखवीन.'

मध्येच काशीबाई म्हणाल्या, 'नित्य दानं तर होतीलच. पण नर्मदानदीचा हा पवित्र परिसर पाहून आमच्या मनात आणखी एक गोष्ट आली आहे. स्वारीवर असताना इकडचा मुक्काम या स्थळाला नेहमी होतो, असं आम्हाला समजलं. पण इथं एवढा रेवाकाठ असतानाही महादेवाचं देऊळ असू नये याचं आश्चर्य वाटतं. इकडून मनावर घेणं झालं तर या उत्तर तीरावर एक छोटंसं देऊळ बांधण्याचा संकल्प या वेळी सोडावा असा आमचा विचार आहे.'

कनातीच्या उघडच्या जागेतून बाजीरावांनी नर्मदेच्या पात्राकडे नजर टाकली. थोडा वेळ विचार करून ते म्हणाले, 'इतक्या दूर नर्मदेच्या तटावर महादेवाचं मंदिर बांधण्याची तुमची कल्पना आम्हाला पसंत आहे. पण अडचण एकच आहे की, मंदिराची देखभाल, पूजाअर्चा या निर्जन अरण्यात कोण करणार? नाहीतर तुम्ही हौसेनं मंदिर बांधून ठेवणार आणि कोल्ह्या-कुत्र्यांची सोय होणार.'

माळव्याच्या स्वाऱ्या मल्हारराव करीत असत. ते मध्येच म्हणाले, 'श्रीमंत, तसं होणार नाही. बाईसाहेबांच्या मनात आलं आहे तर आज्ञा द्यावी. मंदिराच्या पूजेची व्यवस्था आम्ही करून घेऊ.'

मग नर्मदास्नानाचे बारीकसारीक तपशील ठरवले गेले. दुसऱ्या दिवशी सकाळी प्रहरभर दिवसाला पुण्यकाल सुरू होत होता. तेव्हापासून पेशव्यांच्या खासगीकडील डेऱ्यात कृष्णंभटांनी धार्मिक कृत्यं सुरू केली. आसपासच्या गावांतून ब्राह्मण बोलावले होते. नदीच्या काठी राहणारे कहार आशेनं आपापल्या होड्या घेऊन काठावर जमा झाले. बरोबर खासगीतले कारकून घेऊन बाजीरावांनी जमलेल्या ब्राह्मणांना, कहारांना व कोळ्यांना दानधर्म केला.

पुण्यकाल सुरू होताच कनाथा लावून आडोसा केला होता तिथं काशीबाईंनी नर्मदेत स्नान केलं. अमाप दानधर्म झाला.

चार घटकांनी नर्मदास्नानाचा तो सोहोळा आटोपला. नर्मदेच्या वाळवंटातून मुक्कामाकडे परतताना काशीबाईंनी येसू दासीला बजावलं, 'नर्मदेच्या या वाळवंटात चांगले मोठे शंख-शिंपले सापडतात, असं आम्ही ऐकलं आहे. कारकुनांना सांगून चांगले मण-दोन मण शंख शिंपले गोळा करून पुण्याकडे पाठवायला सांग.'

मल्हाररावांनी नर्मदेच्या काठावर एक उंचवट्याची जागा महादेवाच्या मंदिरासाठी पाहून ठेवली होती. संध्याकाळी काशीबाई बाजीरावांना घेऊन त्या जागी गेल्या.

कृष्णंभट पूजेचं साहित्य घेऊन तिथं तयारच होते. ब्राह्मणांच्या मंत्रघोषात उभयतांनी भूमिपूजन केलं. नर्मदेतला एक सुरेखसा बाण मल्हाररावांनी काशीबाईंच्या समोर तबकात ठेवला. बाजीरावांनी त्याची विधिपूर्वक पूजा केली. गणाची प्रतिष्ठापना झाली. सोवळ्यामध्ये बाजीरावांनी मंदिराचा प्राकार पलाशवृक्षाच्या काठीनं आखून दिला. दिक्पालांची स्थापना चारी बाजूंनी झाली, आणि मंदिराच्या भूमिपूजनाचा समारंभ आटोपला.

डेऱ्यात परत आल्यानंतर बाजीरावांनी लगेचच पूजेच्या व्यवस्थेसाठी माळव्यातल्या जमिनींची दानपत्रं तयार केली. दानपत्रावरून अखेरचा हात फिरवण्यापूर्वी त्यांनी काशीबाईंना विचारलं, 'सारं तुमच्या मनासारखं झालं ना?'

'होय, सारं आमच्या मनासारखं झालं. इकडच्या हातून अशी धर्मकृत्यं घडावीत असं आम्हाला नेहमी वाटतं. तो योग आज होता.' समाधानानं काशीबाई उद्गारल्या.

दानपत्राचे कागद काशीबाईंना दाखवीत बाजीरावांनी विचारलं, 'तुम्ही जे मंदिर त्या उंचवटयावर बांधणार आहात त्याला काय नाव द्यायचं ते सांगा. म्हणजे दानपत्रात देवाचं नाव घालता येईल.'

काशीबाई म्हणाल्या, 'चासेला आमच्या माहेरी सोमेश्वराचं देऊळ आहे. इथं आम्ही जे देऊळ बांधतो आहोत त्याचं नाव ठेवावं रामेश्वर.'

'ठीक आहे. तुमच्या मर्जीप्रमाणं होऊ द्या.'

कर्नाटकातली मोहीम अर्धवट सोडून नबाब निजामअली उत्तरेकडे यावयास निघाले ही बातमी समजताच बाजीरावांनी खानदेशात खंडणीवसुलीसाठी घुसलेल्या मराठी फौजांना परत फिरण्याचा हुकूम दिला. ते स्वतः हलक्या मजला मारीत परत फिरले. काशीबाईंच्या प्रकृतीला झेपेल त्याचप्रमाणे वाटेतल्या देवस्थानांना त्यांनी भेटी दिल्या. काहींना इनामं दिली. विजयश्री मिळवून बाजीराव पुण्याला आले तेव्हा आषाढ सुरू झाला. पेशव्यांनी पुण्यात प्रवेश केला, तेव्हा मेघांनी सतत वृष्टी सुरू केली होती.

स्वारीहून परतल्यानंतर बाजीरावांनी फडावर बसून स्वारीचे सारे हिशेब बारकाईनं तपासून काढले. हिंदुस्थानभर खंडण्या गोळा करून चिमाजीआपाही बरसातीसाठी पुण्यास परतले होते. आषाढ संपला. श्रावण सुरू झाला. ऊनपावसाचा मजेदार खेळ निसर्ग हवेलीतल्या अंगणात खेळू लागला. अवघडलेल्या काशीबाई आता दालनाबाहेर पडेनाशा झाल्या. राधाबाई दररोज प्रकृतीची चौकशी करीत होत्या. एके दिवशी भोजन झाल्यावर विश्रांतीसाठी स्वतःच्या दालनात न येता बाजीराव आपांच्या दालनात गेले. किरकोळ बोलणी झाल्यावर बाजीराव त्यांना म्हणाले, 'आपा, मागे आम्ही तुम्हाला प्रकृतीची काळजी घ्यायला सांगितली होती. पण तुम्ही ती घेतलेली दिसत नाही. राजस्थानच्या मोहिमेवरून परत आलात ती बिघडलेली प्रकृती घेऊनच.'

'किरकोळ उन्हाचा त्रास झाला तेवढाच.' आपा आपला सुकलेला चेहरा बंधूंपासून लपवीत म्हणाले.

'ते काही चालणार नाही. आतापर्यंत सांगून पाहिलं. यापुढे आज्ञा देऊ. या पुढच्या मोहिमेच्या मोसमात तुम्ही बाहेर जाऊ नका. या इथं पुण्यात बसा किंवा साताऱ्यास राजश्री स्वामींबरोबर राहून फडावरचं राजकारण पाहा.'

'कोकणची मोहीम पार पडेपर्यंत आम्हाला विश्रांती घेता येत नाही. तुम्ही उत्तरेकडे गेलात तर आम्ही कोकणात जाऊ. हबश्यांवरची मोहीम अर्धवटच राहिली आहे. तिचा शेवट लागला पाहिजे. मधूनच पोर्तुगीजही डोकं वर काढताहेत. त्यांनाही नतीजा पोहोचवला पाहिजे. करायची कामं पुष्कळ पडली आहेत. आम्हाला इथं नुसतं माश्या मारायची कामं तुम्ही देऊ नयेत.'

बाजीरावांनी आपांची समजूत घालायचा प्रयत्न केला, पण ते ऐकायला तयार नव्हते. हिंदुस्थानभर राजकारण करीत आपा हिंडत असले तरी पुण्यातल्या बारीकसारीक गोष्टींवरही त्यांचं तेवढंच लक्ष होतं.

बोलता बोलता बाजीरावांनी आपांना विचारलं, 'दाभाड्यांवरची आमची मोहीम झाल्यानंतर दाभाड्यांनी ब्राह्मणांची दक्षिणा बंद केली आहे. ती आम्ही पुन्हा सुरू करावी असा विचार करीत आहोत. तुमचा काय सल्ला आहे?'

आपांनी डोळे मिटून थोडा वेळ विचार केला. ते म्हणाले, 'नुसत्या दक्षिणेवर ब्राह्मण खूश होणार असतील तर दाभाड्यांचा दक्षिणेचा समारंभ पेशव्यांनी पुण्यातही सुरू करावा.'

आपांच्या बोलण्यात खोच आहे याची बाजीरावांना जाणीव झाली. त्यांनी चौकशी केली, 'ब्राह्मणांना नाराज व्हायला दुसरं काही कारण आहे का?'

'असलं तर ते आम्हाला माहीत नाही. आम्ही दूर मोहिमेवर असल्यामुळे आम्हाला पुण्यात काय घडतं ते सारंच कळतं असं नाही.' आपांनी सरळ उत्तर द्यायची टाळाटाळ केली. बाजीरावांना ठाऊक होतं. म्हणून ते फारसं खोलात न शिरता म्हणाले, 'श्रावण मासाचा देकारही पुण्यात सुरू करावा, ब्राह्मणांना खूश करायचं आमच्या हातात जेवढं आहे तेवढं आम्ही करू. एखाद्याचं समाधान होण्यासारखं नसलं तर त्याला आम्ही काय करणार?'

ब्राह्मणांच्या नाराजीचं कारण दोघांनाही माहीत होतं. त्याचा स्पष्ट उल्लेख करण्याचं दोघेही टाळीत होते. आपल्या पश्चात पुण्यात आणि साताऱ्यात आपल्या विरुद्ध काही कारस्थानं शिजू नयेत म्हणून आपा दक्ष असत; त्यासाठी काटेकोर बातमी ठेवीत. पण या वेळी बाजीरावांशी स्पष्ट बोलावं असं त्यांना वाटलं नाही. आडवळणानं बोलणं शक्य होतं, म्हणून खुबीनं आपांनी बोलणं तिकडे वळवलं.

'आज सकाळी मातुःश्रीबाईंनी आम्हाला एक अपूर्व गोष्ट सांगितली.' आपा म्हणाले.

'काय म्हणाल्या त्या? आम्हाला काही बोलल्या नाहीत!'

आपा क्षीणपणे हसले. ते म्हणाले, 'असल्या खासगीतल्या गोष्टी ऐकायला तुम्हाला फुरसत तरी कुठं आहे? मातुःश्रीबाई असल्या गोष्टी आमच्याजवळच बोलतात.'

'काय म्हणाल्या त्या?'

'मागे छत्रपती स्वामींच्यासाठी काही बटकी खरेदी करून पाठवल्या होत्या.'

'होय, आम्हीच तशी आज्ञा नानांना दिली होती. राजश्री स्वामींना त्या पसंत आल्या ना?'

'पण त्या बटकींमध्ये एका चांगल्या घराण्यातली विधवा सून अचानक सापडली होती.'

'अस्सं.' आश्चर्यानं बाजीरावांची भुवई वर गेली, 'पण हे लक्षात कसं आलं?'

'मातुःश्रीबाईंच्या समोर त्या बटकीच्या सासूनंच खुद्द तक्रार मांडली.'

'मग बटीक परत आणली?'

‘एरवी आली नसती. पण मातुःश्रीबाईंनी फार कळवळून विनंती केली त्यामुळं विरूबाईंनी बटीक परत पाठविली. बटीक परत आली. तक्रार करणाऱ्या बाईंनी ती ओळखलीसुद्धा. आता खुद्द ती बाईच आपल्या सुनेला परत न्यायला तयार नाही.’

‘का? काय झालं?’

‘बटीक परत आल्यावर समजलं ती विधवा सून गरोदर आहे. आपल्या सुनेनं बदकर्म केलं असं समजल्यानं इतका वेळ सुनेसाठी आदळआपट करणारी ती सासू सुनेचा नाद सोडून पुण्याहून निघून गेली. आता बटकीचं काय करावं असा मातुःश्रीबाईंना प्रश्न पडला आहे.’

‘प्रश्न पडायचं कारण नाही.’ बाजीराव म्हणाले, ‘बटीक आपल्याकडे ठेवून घ्या. एवीतेवी बिचारी फसलीच आहे. मोकळी झाल्यानंतर तिचं काय करायचं त्याचा विचार करता येईल.’

‘पण तिच्या हातून पापाचरण घडलं आहे.’ आपांनी शंका प्रदर्शित केली.

‘अशी दुराचारी बाई आपण हवेलीत ठेवून घेतली तर ते लौकिकात बरं दिसणार नाही.’

‘दुराचरण बटकीकडून घडलं की अन्या कुणाकडून घडलं याची चौकशी नंतर करता येईल.’

‘पण बटीक गरोदर आहे म्हणजे दुराचरण तिच्याकडूनच घडलं. वेगळा पुरावा कशाला पाहिजे?’ मधेच अधीरपणे आपा म्हणाले.

‘बटकीचा गुन्हा हा आम्ही माफ केला आहे, असं समजा.’

तेवढ्यात येसूदासी धावत आपांच्याकडे आली. दुरूनच तिनं बाजीरावांना पाहिलं. ती एकदम थबकली. बाजीरावांचं तिच्याकडे लक्ष गेलं. कडक स्वरात त्यांनी विचारलं, ‘काय गडबड आहे?’

हलक्या पावलानं आत येत मुजरा करत दासी म्हणाली, ‘आनंदाची बातमी आहे. म्हणून खुद्द मीच धावत आले. कसूर माफ करावा. बाईसाहेब प्रसूत झाल्या. त्यांना मुलगा झाला.’

‘मुलगा झाला? मोठी आनंदाची बातमी आणलीस’ आपांच्या चेहऱ्यावरची मरगळ एकदम नाहीशी झाली. आनंदानं त्यांचा चेहरा एकदम खुलला. ‘आम्हाला पुतण्या झाला.’ असं म्हणत त्यांनी बोटातली अंगठी दासीला देऊन टाकली.

बाजीरावांनी आपला आनंद बोलून दाखविला नाही. बंधूंच्याकडे पाहत ते

म्हणाले, 'आपा, दुसऱ्याच्या आनंदानं माणूस स्वतः एवढा आनंदी होतो हे आम्ही आज प्रथमच पाहतो आहोत.'

नगारखान्यात चौघड्यावर टिपरी पडली, आणि सर्वांना समजलं की पेशव्यांना पुत्ररत्न झालं. तोफांचे बार झाले. हवेलीतल्या सेवकांनी आनंदानं ती बातमी बाहेर सांगितली. पेशव्यांचा खास हत्ती माहुतानं बाहेर काढला. तो शृंगारला. त्याच्यावर खासगीतले कारकून साखरेची पोती घेऊन बसले. ज्या सरदार, सावकार, सरंजामदार यांच्याकडे मानाची साखर पाठविण्याचा रिवाज होता त्यांच्या याद्या घेऊन समोर उंटावरची नौबत झडत असताना हत्ती गजगतीनं पुण्याच्या रस्त्यातून झुलत चालू लागला. हत्तीवरून शहरात साखर वाटण्याचा समारंभ सुरू झाला.

कोथरूडच्या बागेत तिसऱ्या प्रहरी हौदाच्या कट्ट्यावर मस्तानी एकटीच बसली होती. हौदाच्या पाण्यामध्ये रंगीबेरंगी मासे इकडे तिकडे फिरत होते. मुठीमध्ये धान्य घेऊन ते पाण्यात फेकून माशांची होणारी झुंबड पाहत मस्तानी स्वतःच्या मनाची करमणूक करून घेत होती. ब्राह्मणी पद्धतीनं मोठं खंबायती लुगडं ती नेसली होती. सुवर्णाचे अलंकार ल्याली होती. कपाळावर कुंकू रेखलं होतं.

हौदातली माशांची हालचाल थांबली की त्या स्वच्छ पाण्यामध्ये मस्तानीचा सुंदर चेहरा दिसत होता. नाकातली नथ खुलून दिसत होती. आपल्याच प्रतिबिंबाशी मस्तानी बोलत होती.

'ऐकलंत का बाईजी!' प्रतिबिंबाला उद्देशून मस्तानी पुटपुटली. 'राऊ मोहिमेवरून परत आले तरी त्यांना अजून तुमच्याकडे यायला फुरसत झाली नाही.'

मग आपणच उत्तर देत मस्तानी म्हणाली, 'मस्तानीला राऊ सर्वस्व आहेत. पण त्यांना अनेक कामं असतात. दौलतीची कामं, खासगीतली कामं, सारी उरकून यायचं म्हणजे काही दिवस जाणारच. माणसानं थोडा धीर धरावा.'

'बाईजी, माणसानं दुसऱ्यावर प्रेम थोडं कमी करावं' मस्तानीच पुन्हा उत्तर देत होती.

इतक्यात तिला 'बाईजी, बाईजी' अशी मोठ्यानं मारलेली हाक ऐकू आली.

हौदातल्या प्रतिबिंबावरची आपली नजर काढून तिनं बाजूला पाहिलं. बसंती दासी धावत धावत तिच्याकडेंच येत होती.

'बाईजी, खूशखबर आहे.' धापा टाकीत बसंती म्हणाली.

स्वतःच्या स्वप्नातून जागं होऊन मस्तानीनं विचारलं, 'कसली खूशखबर आहे?'

बसंतीनं हातातलं रेशमी वस्त्र मस्तानीसमोर धरलं. त्यातून मूठभर साखर बाहेर काढली. म्हणाली, 'बाईजी, अगोदर हात पुढं करा.'

मस्तानीच्या हातावर बसंतीनं साखर ठेवली. साखरेकडं पाहताच मस्तानीच्या लक्षात आलं. ती आनंदून म्हणाली, 'क्या पैदाईश हुयी?'

'जी हां. लडका हुआ!'

'तर मग फारच खुशीची गोष्ट.' असं म्हणून मस्तानीनं बसंतीच्या हातातून साखर घेतली. तीच साखर बसंतीच्या मुखात घालत भावनावेगानं मस्तानी उद्गारली, 'अशी चांगली बातमी इतक्या हलक्या आवाजात का सांगतात? पुण्यात ओरडली असतीस तरी मला इथं ऐकू आली असती. या बातमीसाठी कान किती आतुर झाले होते!'

'बाईजी, पुण्यात हत्तीवरून साखर वाटली. सुवासिनींनी नदीच्या पाण्याचे हंडे हवलीच्या पायऱ्यांवर ओतले. त्यांचा ओघ नदीच्या पात्रापर्यंत गेलेला मी पाहिला. नगारा तर एकसारखा वाजतो आहे.' बसंतीला किती बोलू आणि किती नाही असं झालं होतं.

हौदाच्या काठावरून उठताना मस्तानीनं चौकशी केली. 'रस्मेरिवाज शिकवण्यासाठी पंडितजी इथं येतात. मुलगा झाल्यावर काय करायचं असतं ते त्यांना विचारलं पाहिजे.'

बसंती हसत होती. 'त्यात पंडितजींनी काय सांगायचं आहे? बाईसाहेब मला माहीत आहे!'

'मग सांग लवकर. मुलगा झाला म्हणजे ब्राह्मणांच्या घरी काय रिवाज असतो?'

'बाळंतविडा घेऊन जावा लागतो बाईजी.'

'बाळंतविडा म्हणजे काय गं?'

'लहान बाळासाठी अंगातलं झबलं, त्याच्या डोक्यावर मखमलीची कुंची, त्याच्या गळ्यात घालण्यासाठी दागिना, मनगटात घालण्यासाठी बिंदली असं सर्व घेऊन जायचं. बाळाचं नाव ठेवतात तेव्हा हा बाळंतविडा द्यायचा असतो.'

'बस्स, इतनाही? मग ताबडतोब त्याची तयारी कर. पण हा बाळंतविडा पेशव्यांच्या हवेलीवर वेळेवर पोहोचला पाहिजे.'

उत्साहानं बसंती बोलत होती. तिला मस्तानी बारीकसारीक सूचना देत होती. चंदा जामदार, राघू नटवा, गुरव आणि इतरांना बोलावून मस्तानीनं आपल्या हातानं साखर वाटली.

बंगल्याच्या पायऱ्या चढताना अवघडल्यामुळं मस्तानीला त्रास होत होता. पायांवर सूज आली होती. बसंतीचा हात धरून मस्तानी पायऱ्या चढून आत गेली. दालनात गेल्यावर मस्तानीनं मिठाईसाठी एक पेटारा निवडून घेतला. त्यामध्ये बाजीरावांना आवडणारी मिठाई भरली. तो पेटारा बसंतीजवळ देऊन मस्तानी म्हणाली, 'हा पेटारा घेऊन आता लगेच श्रीमंतांच्या हवेलीवर जा. पेशव्यांना ही मिठाई देऊन आमचा सलाम सांग. त्यांना म्हणावं पेशव्यांना पुत्र झाला त्याची साखर साऱ्या शहरानं खाल्ली. मूठभर आमच्याही वाटणीला आली. आम्हाला आनंद झाला. आम्ही मिठाई पाठविली आहे तिचा स्वीकार करावा. श्रीमंतांच्यासाठी आम्ही हा बुंदेलखंडी दागिना पाठविला आहे. तोही स्वीकारावा.'

असं म्हणून मस्तानीनं एक मोठा मोत्यांचा हार रेशमी थैलीत घालून बसंतीच्या स्वाधीन केला. बसंती मिठाईचा पेटारा घेऊन निघणार तोच मस्तानीनं तिला आडवलं.

'थांब बसंती, मी सारं दिलं पण बाईसाहेबांना काही दिलं नाही. त्यांच्यासाठी काही दिलं पाहिजे.'

वरमून बसंती म्हणली, 'बाईजी, तुम्ही द्याल पण ते काशीबाईसाहेबांपर्यंत पोहोचणार कसं? आपास्वामींचा बंदोबस्त खासगीत फार कडक असतो. खुद्द श्रीमंतांनीच सांगून ठेवल्यामुळं त्यांच्याकडे मला केव्हाहा जाता येतं. पण खासगीमध्ये मी पाऊल टाकलं तर बाईसाहेब, पुन्हा दासीचं नखही तुम्हाला दिसणार नाही.'

मस्तानी विचारात पडली. पण लगेचं तिला मार्ग सुचला. कोपऱ्यातल्या नक्षीदार कातीव तिपाईवर एक चांदीचं पात्र ठेवलं होतं. पात्रात शेजारच्या मृत्युंजयाचा अंगारा होता. बाजीरावांनी मस्तानीसाठी ती खास सोय केली होती. पात्रातून मूठभर अंगारा काढून मस्तानीनं तो एका लहानशा संदुकीतून बसंतीला दिला. गुप्त गोष्ट सांगावी तसं मस्तानी दासीला म्हणाली, 'ही संदूक खुद्द राऊंच्या हातात दे.

म्हणावं. यात बाळासाठी आणि बाईसाहेबांसाठी आम्ही अंगारा पाठविला आहे. तो त्यांच्याकडे पोहोचता करावा. माझा हा निरोप ऐकताच राऊ सारी व्यवस्था करतील.'

'ठीक आहे.' असं म्हणून बसंती दासी निघाली.

एवढ्या श्रमांनी मस्तानीला थकल्यासारखं झालं. बाहेर चंदा जामदाराची गडबड चालू होती. मस्तानीला बसंतीचं आणि त्याचं बोलणं ऐकू येत होतं. श्रमानं ती डोळे मिटून पडली.

वेळ किती गेला ते समजलं नाही. केव्हातरी बाहेरचा आवाज ऐकून मस्तानीनं डोळे उघडले तेव्हा पायऱ्या चढून श्रीमंतांच्या खासगीकडचे कारकून आत दालनात येत होते. चांदीच्या ताटात घालून पुत्रजन्माची साखर खुद्द बाजीरावांनी मस्तानीकडे पाठविली होती. ती पाहून डोळे सुखावले होते. समोरच्या दृश्याची संवेदना अस्पष्ट होऊन मनापर्यंत पोहोचत होती. मस्तानीला संभ्रम पडला. आपण पाहतो आहोत ते सत्य आहे, का आपलंच मन वेड्या आशेने हे खेळ आपल्या समोर खेळून दाखवतं आहे हे तिला उलगडेना.

खऱ्याखोट्याचा असा खेळ तिच्या जीवनाचा भागच झाला होता.

भाद्रपदात गौरीगणपती आले. हवेलीमध्ये उत्साहाचं वातावरण पुन्हा खेळू लागलं. बिछान्यावर पडल्या पडल्या काशीबाई खासगीत अनेक सूचना देऊन सणाचा समारंभ नीट पार पडतो का नाही ते पाहत होत्या. गणपतीसमोर कलावंतांच्या नाचगाण्याचे कार्यक्रम रोज झडत होते. कलावंतांचा कारखाना बाईसाहेबांच्या अखत्यारीत आल्यापासून दररोज गणपतीसमोर हजेरी देणाऱ्या कलावंतांची यादी कारकून काशीबाईंना दाखवून मंजूर करून घेत होते.

फडावर कामाची एकच गर्दी उसळली. चिमाजीआपा उत्तरेच्या मोहिमेचे कागद पेशव्यांना दाखवून त्यावर मखलाशी करून घेत होते. अंबाजीपंत पुरंदरे थोड्याच दिवसांच्या आजारानं अचानक मृत्यू पावले. थोरल्या नानांच्या वेळेपासून ते पेशव्यांच्या सेवेत होते. घरातलं एखादं वडीलधारं माणूस जावं तसं बाजीरावांना

आणि आपांना दुःख झालं. हवेलीवरचा चौघडा चार दिवस बंद होता. रीतीप्रमाणे पुरंदऱ्यांच्या घरी दुखवटऱ्याची वस्त्रं रवाना झाली. त्यांचे चिरंजीव महादोबा पुरंदरे साताऱ्याहून पुण्याला आले. बाजीरावांनी स्वतः त्यांचं सांत्वन केलं.

अंबाजीपंत पुरंदऱ्यांच्या देहावसनानं फडावरच्या कामाचा सगळा ताण आता आपांवर पडला. सकाळी लवकर उभय बंधू फडावर बसत. उशीर रात्र झाली तरी त्यांची कामं संपत नसत.

एके दिवशी संध्याकाळी बाजीराव फडावरचं काम आटोपून खासगीच्या महालात आले. कुंवरनं वर्दी दिली, 'श्रीमंतांसाठी एक आनंदाची बातमी आहे. बाईसाहेबांना मुलगा झाला.'

फडावरची राजकारणं बाजीरावांच्या डोक्यात घोळत होती. कुंवरच्या म्हणण्याचा अर्थ त्यांच्या नीटसा ध्यानात आला नाही. थोडं त्रासून ते म्हणाले, 'आमच्या रघुनाथपंतांचा जन्म झाला ही बातमी एक महिनाभर उशिराने तुझ्याकडे आलेली दिसते.'

अजिजीच्या स्वरात कुंवर म्हणाला, 'रघुनाथपंतांच्या जन्माबद्दल मी म्हणत नाही.'

बाजीराव पलंगावर टेकले होते. त्यांचा इमानी सेवक समोर मान खाली घालून उभा होता. बाजीरावांनी सहज विचारलं, 'मग कुणाला मुलगा झाला?'

'त्या तिकडे, कोथरूडच्या बागेत बाईसाहेबांना मुलगा झाला.'

'मस्तानीला मुलगा झाला?'

'होय! मस्तानीबाईसाहेबांना मुलगा झाला.'

'केव्हा झाला?'

'आठ-दहा दिवस झाले असतील.'

'आणि हे तू आम्हाला आत्ता सांगतो आहेस? बागेमध्ये आमचे सेवक आहेत त्यांनी या अगोदर आम्हाला वर्दी कशी पाठविली नाही?'

'बागेतल्या इमारतीतून आलेली मस्तानीबाईसाहेबांची खास दासी रोज हवेलीवरून हेलपाटे मारून जात होती.'

'मग आमच्याकडे कशी आली नाही?'

'आपास्वामींचा अलीकडे सख्त हुकूम झाला आहे. त्यामुळे बागेतला कोणताही सेवक हवेलीपर्यंत पोहोचत नव्हता. आज सकाळी मी कोथरूडच्या बागेत गेलो

तेव्हा मला ती बातमी समजली.

फडातली राजकारणं एव्हाना बाजीरावांच्या डोक्यातून साफ निघून गेली होती. कुंवरनं दिलेल्या बातमीनं त्यांना आनंद झाला. आवाज चढवून ते एकदम म्हणाले, 'अरे, एवढी आनंदाची गोष्ट तू अशी खाली मान घालून सांगतोस! जा खासगी कारभाऱ्यांना सांग. त्यांना म्हणावं, मस्तानीला पुत्र झाला आहे. हत्तीवरून....' बाजीराव एकाएकी बोलायचे थांबले. गोंधळलेला कुंवर समोर उभा होता. तो चाचरत म्हणाला, 'श्रीमंत, नाटकशाळेला पुत्र झाला आहे. खासगी कारभाऱ्यांना श्रीमंतांचा हा निरोप दिला तर मधल्यामधे आपास्वामी माझ्यावर खफा होतील.'

बाजीरावांना झालेला आनंद क्षणात मावळला. तरीही स्वतःशीच बोलल्याप्रमाणं ते पुटपुटले, 'अरे नाटकशाळा असली म्हणून काय झालं? पुत्रजन्माचा कुणाला आनंद होणार नाही. इतरांना नाही पण खुद्द मुलाच्या आईला तर झाला असेल!'

मग कुंवरच्या चर्येकडे रोखून पाहत ते म्हणाले, 'कुंवर, तुझा जन्म झाला तेव्हा तुझ्या आईला आनंद झाला नाही? राजपुतानातल्या एका राजानं तुझी आई नाटकशाळा म्हणूनच बाळगली होती ना?'

कुंवरनं खाली मान घातली. त्याच्या जन्माचा असा अचानक उल्लेख होईल ही त्याला कल्पना नव्हती. खाली केलेली मान वर न करता त्याच स्वरात कुंवर म्हणाला, 'नाटकशाळेच्या मुलांची काय मातब्बरी आहे? श्रीमंत, थोरामोठ्यांच्या पायांतल्या चढावाइतकीसुद्धा आम्हाला किंमत नाही. आम्ही जन्मलो काय आणि मेलो काय!'

बाजीराव तसेच उठले. तडक दालनाच्या बाहेर पडले. बाहेर पहारेकरी उभा होता. त्यानं लवून मुजरा केला. त्याला ते म्हणाले, 'खासगी पागेत जा. आम्हाला तातडीनं बाहेर जायचं आहे. घोडा हजर ठेवा.'

घोडा तयार होऊन आल्यानंतर बाजीरावांनी त्यावर मांड टाकली. कुंवरला बरोबर घेऊन ते कोथरूडच्या बागेत गेले.

बाजीराव पेशवे येत आहेत याची वर्दी दुरूनच चंदा जामदाराला मिळाली. त्यानं ती खबर आत पाठवली. बसंती दासी घाईघाईनं बंगल्याच्या पायऱ्यांवर येऊन उभी राहिली. बाजीराव घोड्यावरून उतरताच पुढं होऊन सलाम करून ती म्हणाली, 'बाईजी श्रीमंतांची सारखी याद करताहेत.'

'आम्हाला थोडा उशीर झाला हे खरंच.' असं पुटपुटत ते बैठकीतल्या दालनात

आले. दालनात ते बसताच बसंतीनं त्यांच्यासमोर सरबताचे पेले ठेवले. तबकातल्या पेल्यांकडे दुर्लक्ष करून ते म्हणाले, 'आमची मस्तानी कुठं आहे? आमचे चिरंजीव कुठे आहेत? आम्हाला प्रथम त्यांना पाहायचं आहे.'

'हुजूर, थोडा दम धरावा. बाईसाहेब बिछान्यावर आहेत. चिरंजीवांना घेऊन त्या थोड्याच वेळात इथं येतील.'

बाजीराव अस्वस्थपणे चुळबूळ करीत बसले. समोर नेहमीप्रमाणं तंबोरे होते. सारंगी होती. नेहमी वाद्यांच्या दर्शनानं सुखावणाऱ्या बाजीरावांना आज ती वाद्यं नेहमीचं समाधान देत नव्हती. उठून अस्वस्थपणे दालनात फेऱ्या घालीत असताना बाजीरावांना आवाज ऐकू आला. 'हुजूर, ये आपके लिये तोफा लाया है.'

वळून बाजीरावांनी पाहिलं. अंगाभोवती शाल घट्ट लपेटून तोंडावरून पदर घेऊन, हातात दुपट्यानं गुंडाळलेलं छोटंसं बाळ घेऊन मस्तानी उभी होती. बाळंतपणानं चर्या फिकट झाली होती. काजळ घातलेल्या तिच्या डोळ्यांत समाधान ओसंडत होतं.

बाजीराव आवेगानं पुढं झाले. मस्तानीच्या हातातल्या बाळाकडे ओणवं होऊन पाहत ते म्हणाले, 'चिरंजीवांनी आपल्या मातु:श्रींचा चेहरा घेतलेला दिसतोय. आम्हाला नीट पाहू द्या.'

'थोडं दुरूनच पाहावं. लहान बाळाच्या एकदम इतकं जवळ जायचं नसतं.' मस्तानी मुलाला छातीशी धरून म्हणाली. एकदा मुलाकडे आणि समोरच्या त्याच्या त्या उमद्या पित्याकडे पाहत लाजून मस्तानी म्हणाली, 'गुलाम थेट आपल्या पित्याच्याच वळणावर गेलेला दिसतो.'

'आम्ही त्याचा फैसला केला असता पण तुम्ही त्याला छातीशी कवटाळून ठेवलं आहे. आम्हाला नीट पाहूही देत नाही.' बाजीराव उसन्या रागानं म्हणाले.

'मुलाचं मुख पाहण्याची एवढी उतावीळ होती, तर माणसानं एवढा उशीर का करावा?' मस्तानीच्या स्वरात नाराजी होती.

बाजीरावांच्याजवळ उत्तर नव्हतं. ते खाली बैठकीवर बसले. समोर सरबताचे पेले तसेच आहेत असं पाहून मस्तानीनं एका हातात मुलाला सावरून दुसऱ्या हातानं सरबताचा पेला बाजीरावांना दिला. पेला ओठाला लावीत बाजीराव म्हणाले, 'आमच्याकडून गलती झाली हे खरं. पण म्हणून त्याची शिक्षा तुम्ही एवढ्या कठोरपणानं आम्हाला द्यायला नको. चिरंजीवांना आम्हाला निदान डोळे भरून

पाहू तरी द्या.'

मस्तानी बाजीरावांच्या शेजारी बसली. तिच्या मांडीवर ते गुलाबी वर्णाचं बाळ डोळे मिटून पडलं होते. बाजीराव त्याच्याकडे निरखून पाहत होते. त्याचे इवलेसे डोळे, लहानसे ओठ, एवढ्यातच निघालेलं धारदार नाक. कपाळावरचं भुरूभुरू उडणारं पिंगट रंगाचं जावळ पाहून बाजीरावांना आनंद झाला. मग टाळी वाजवून त्यांनी बाहेर उभ्या असलेल्या कुंवरला आत बोलावलं.

कुंवरनं एक थैली बाजीरावांच्या समोर ठेवली. बाजीरावांनी त्या थैलीतून सुवर्णाचा एक लहानसा अलंकार बाहेर काढला. आपल्या हातानं बाळाच्या गळ्यात तो घातला. मस्तानी कौतुकानं ते पाहत होती. ती म्हणाली, 'राऊ, पुन्हा मोहिमेवर जाणार असं ऐकलं.'

'मोहिमेवर नाही. पण छत्रपती स्वामींची आज्ञा झाली आहे. त्यांच्या भेटीसाठी साताऱ्याला जायचं आहे.'

'पुन्हा लवकर भेट होईल न होईल म्हणून आताच विचारते. बाळाचं नाव काय ठेवायचं?'

'नाव?'

'होय, पंडितजी म्हणाले, मुलाचं नाव बाराव्या दिवशी ठेवतात. त्या दिवशी राऊ इथं असतील असं नाही. मुलाचा नामकरणविधी मी उरकून घेईन. राऊंनी आपली पसंती सांगावी.'

मोठ्या वृक्षांना सहस्र छिद्रं सहज पाडणाऱ्या भुंग्याला कमलपत्राचा मात्र छेद करता येऊ नये तसं बाजीरावांचं झालं. मस्तानीनं पुढं केलेला नाजूक पेच त्यांना सोडवता येईना. बाजीरावांचे शब्द उत्सुकतेने झेलणाऱ्या मस्तानीला ते हसून म्हणाले, 'मस्तानी, तुझी आणि आमची पसंती वेगळी का आहे?'

'मग आम्ही कोणतं नाव ठेवायचं ठरवलं आहे ते ऐकावं.'

'ऐकू दे तुझी पसंती.'

'याद येते साताऱ्यातल्या त्या घडीची?' डोळ्याच्या कोपऱ्यातून बाजीरावाकडे पाहून मस्तानी उद्गारली.

'कोणती?'

'जन्माष्टमीच्या उत्सवात पेशव्यांच्या समोर माझा नाच झाला. त्या रात्री मी माझ्या मुक्कामाच्या ठिकाणी आल्यानंतर ध्यानीमनी नसताना, वर्दी नसताना राऊ

माझ्या हवेलीवर आले.'

गालात हसून बाजीराव म्हणाले, 'चांगली याद आहे. झिरझिरीत पडद्यावर मेणबत्तीच्या मंद प्रकाशात पडलेली तुझी सावली प्रथम आमच्या नजरेला पडली. अंगावरचं एक एक वस्त्र खाली उतरवीत होतीस—'

आपला उजवा हात एकदम पुढं करून मस्तानी म्हणाली, 'हा, हा! आठवतं एव्हढं म्हटलं तरी पुरे आहे. तपशीलवार वर्णन कशाला!'

'बरं बुवा. नुसतं आठवतं म्हणतो. पण त्याचं काय?'

'जन्माष्टमीच्या त्या रात्री राऊंची आणि मस्तानीची प्रथम भेट झाली. तिची आठवण राहावी म्हणून मुलाचं नाव कृष्णसिंग ठेवावं असं मला वाटतं.'

'नाव छान आहे, आम्हालाही ते पसंत आहे.'

एवढ्यात मिठाईचं ताट पुढं आलं. त्यातला एक पेढा उचलून बाजीरावांनी तो मस्तानीच्या मुखात घातला.

लाजून तिरप्या नजरेनं बाजीरावांकडं पाहत मस्तानीनं मिठाई बाजीरावांच्या मुखात घातली. मग बाजीराव मस्तानीला म्हणाले, 'चिरंजीवांना तुम्ही कृष्णसिंग या नावानं हाका मारा. आम्ही त्याला म्हणू—' आणि बाजीराव थबकले.

'का? आम्ही दिलेलं नाव पसंत नाही?' मस्तानीनं आपल्या डोळ्यांची उघडझाप करीत विचारलं.

'नाव पसंत आहे. पण आमची इच्छा आमच्या चिरंजीवांनी आमच्यासारखीच तलवार गाजवावी अशी आहे. आमची समशेर पेलणारा हा चिरंजीव निघावा असं आम्हाला वाटतं. प्रेमात आणि झुंजात माणसाला त्याच जिद्दीनं समशेर चालवता आली पाहिजे. त्यालाच आम्ही खरा बहाद्दर समजतो.'

'राऊंच्या मनात चिरंजीवांसाठी कोणतं नाव आहे ते तरी सांगावं.'

'समशेरबहाद्दर.'

क्षण दोन क्षण मस्तानीनं बाजीरावांच्या पाणीदार नजरेला नजर भिडवली. त्या नजरेची तिला विलक्षण मोहिनी होती. ती भारली होती. आपलं वेगळेपण तिला जाणवतच नव्हतं. एकदम ती म्हणाली, 'राऊंना शोभणारं नाव आहे. आम्हाला आठवण राहील प्रेमाची. राऊंना याद येईल झुंजाची.'

रात्र पडल्यानंतर बाजीराव हवेलीवर परतले. आल्याबरोबर खासगी कारभाऱ्यांना त्यांनी बोलावून घेतलं. त्यांना भराभर आज्ञा दिल्या. दुसऱ्या दिवशी सकाळी

आपांना माहिती होण्यापूर्वीच उंची वस्त्रं आणि मौल्यवान दागिने यांनी भरलेल्या संदुका मस्तानीकडे रवाना झाल्या. मस्तानीला ब्राह्मण रीतिरिवाज शिकवण्यासाठी ठेवलेल्या पंडितजींना मानाची वस्त्रं मिळाली.

तीन

चंदा जामदार दौडत कोथरूडच्या बागेत आला. घोड्याच्या टापा ऐकताच बसंती दासी बंगल्यातून बाहेर आली. जामदाराच्या पुढ्यात घोड्यावर मस्तानीचा मुलगा समशेर होता. बसंतीनं पुढं होऊन समशेरला घोड्यावरून उतरवून घेतलं. दोन अडीच घटका समशेर चंदा जामदाराबरोबर पुण्यातून फिरून आला होता.

उन्हाची तिरीप जाणवत होती. समशेरचा गुलाबी चेहरा उन्हाने कोमेजून गेला होता. घोड्यावरून खाली उडी टाकून जामदार बसंतीला म्हणाला, 'श्रीमंतांचा मुलगा शोभतो खरा. दोन अडीच घटका हा माझ्याबरोबर घोड्यावर होता पण कंटाळला नाही की दमलाही नाही.'

जांभळ्या मखमलीवर जरीकाम केलेली टोपी समशेरनं एका हातानं डोक्यावर घट्ट धरून ठेवली होती. अंगात त्याच रंगाची फतोई घालून वर मलमलचा अंगरखा घातला होता. त्यातून मखमलीवरची बेलपत्ती खुलून दिसत होती. खाली सफेत सुरवार घालून पायांत लालचुटुक चढाव घातले होते. उन्हानं अधिकच लाल झालेल्या समशेरच्या गालाचा मुका घेत बसंती म्हणाली, 'आमचे पेशवेसरकार आहेत हे. दोन घटका तुमच्याजवळ बसून उलट त्यांनी तुमच्यावर कृपाच केली आहे. दुरुस्त आहे ना श्रीमंत?'

समशेर नुसता हसला. त्याच्या गालाला आपला गाल घासत बसंतीनं चंदा जामदाराकडे एक चोरटा कटाक्ष टाकला. घोडा मोतद्दाराकडे देऊन आपल्या अंगावरचे कपडे ठाकठीक करीत जामदार उद्गारला, 'श्रीमंत भाग्यवान दिसतात खरे! कुणावर त्यांची कृपा होईल ते सांगता यायचं नाही.'

बसंती समशेरला घेऊन बंगल्यात जाण्यासाठी वळली तोच जामदार तिला म्हणाला, 'बसंती, झाली एवढी कृपा बस्स आहे. पुन्हा आपण हे काम करणार नाही.'

पायरीवर ठेवलेला पाय मागं घेऊन बसंतीनं भुवया उचलून विचारलं, 'कोणतं काम?'

'समशेरला घेऊन पुण्यात जाण्याचं.'

‘का? झालं तरी काय?’

‘आज कंबख्ती भरायची वेळ आली होती. पण बचावलो.’

‘पण झालं काय?’

ओठावर आलेले शब्द गिळून आजूबाजूस पाहत जामदार म्हणाला, ‘तेवढं विचारू नकोस. थोरामोठ्यांच्या या भानगडी. आमच्यासारखे नोकर हकनाक बळी जायचे!’

‘काय झालं ते सांग तरी—’

‘सांगेन केव्हातरी. आता नको.’ असं म्हणून चंदा जामदार जड पावलं टाकीत पागेकडे आला.

ती वर्दी मस्तानीपर्यंत पोहोचली. थोड्याच वेळात मस्तानीनं त्याला बोलावून घेतलं.

‘जामदार, आज समशेरला घेऊन तू पुण्याहून बराच वेळ फेरफटका मारलास असं समजलं.’ मस्तानीनं चौकशी केली.

‘हां बाईजी. आज शहरामध्ये मोठा जुलूस होता. ती मौज पाहण्यासाठी समशेरला घेऊन गेलो होतो.’

‘काय होतं शहरात?’

‘पेशव्यांच्या मातु:श्री तीर्थयात्रा करून आज शहरात परत आल्या. गारपिरापासून शनवारच्या हवेलीपर्यंत पालखीतून त्या मिरवत आल्या.’

‘अस्सं. आम्हाला वर्दी असती तर आम्हीही तो जुलूस पाहायला गेलो असतो.’

‘तुम्ही गेला नाहीत ते बरं झालं बाईजी.’

‘का रे? काय झालं?’

‘थोडक्यात बचावलो, बाईजी.’

‘पेशव्यांची वालिदा साहिबा शहरात येताना फार गर्दी झाली होती काय?’

‘गर्दीला हा चंदा जामदार भीत नाही, बाईजी. पण आज मोठा बाका प्रसंग गुदरला होता.’

न बोलता मस्तानीच्या भुवया फक्त उंचावल्या.

‘मातु:श्रीबाई पालखीतून मोठा लवाजमा घेऊन शहराकडे येत होत्या. समशेरला घोड्यावर घेऊन मीही त्या गर्दीत सामील झालो. ठिकठिकाणी लोक मातु:श्रीबाईंचं दर्शन घेण्याकरता गर्दी करत होते. वाटेत मंदिर लागलं की मातु:श्रीबाई दर्शन

घेण्यासाठी पायउतार होत होत्या. त्या पायउतार झाल्या की त्यांच्या पायाला हात लावून वंदन करायची एकच गर्दी उडत होती. एवढ्या गर्दीत चिरंजीव हसतखेळत माझ्या पुढ्यात बसले होते.'

'पण तुझ्यावर तोहमत कसली आली?'

'आपास्वामी मातु:श्रींच्या बरोबर बंदोबस्तासाठी होते. शहर कोतवाला आपल्या राउतांकडून गर्दी हटवत होता. पण लोकांचा उत्साह पाहून मातु:श्रीबाईंनीच त्यांना मना केलं. नागेश्वराच्या मंदिराजवळ मातु:श्रीबाई पालखीतून उतरल्या. यात्रेचं पुण्य गाठी बांधून त्या आल्या तेव्हा आपणही दर्शन घ्यावं म्हणून घोडा बाजूला बांधून समशेरला घेऊन मी मातु:श्रीबाईंच्या पायाला स्पर्श करून वंदन केलं.'

'अच्छाही किया.'

'माणसांच्या गर्दीतून मातु:श्रीबाईंचं समशेरकडं लक्ष गेलं. त्यांनी सहज विचारलं, 'कुणाचा लेक आहे?' मी बोलायच्या आत जवळच्या कुणीतरी मातु:श्रीबाईंना सांगितलं, 'आपल्या राऊस्वामींचा लेक आहे.'

'मग काय म्हणाल्या, मातु:श्रीबाई?' अधीरपणे मस्तानीनं विचारलं.

'त्या म्हणाल्या 'यवनीपासून झालेलाच पोर ना?' आणि लगेच तोंड फिरवून मातु:श्रीबाई पालखीत बसल्या. लेकराच्या हातावर खडीसाखर ठेवण्यासाठी पुढं केलेला हातही त्यांनी मागं घेतला. हे पाहून समशेरना घेऊन गडबडीनं मी गर्दीतून बाजूला झालो.'

मस्तानीनं खोल निःश्वास टाकला. समशेरचा जन्म झाल्यापासून गेली दोन-अडीच वर्षं तिला हा अनुभव मधून मधून येतच होता. लोकांच्या कुजबुजण्याला ती फारसं महत्त्व देत नव्हती. पण राऊंच्या मातु:श्रीनंच चारचौघांच्यासमोर समशेरबद्दल नाराजी दाखवावी यानं ती मनोमन दुखावली. मग विचारायचं म्हणून तिनं विचारलं, 'मग पुढं काय झालं?'

'तेवढ्यात शहर कोतवाल माझ्यासमोर आले. त्यांनी आपास्वामींचा हुकूम मला सांगितला. शहरात न रेंगाळता मी समशेरला घेऊन ताबडतोब कोथरूडच्या या बागेत जावं अशी आपास्वामींची ताकीद झाली होती. ते शब्द ऐकताच मी लगेच घोडा शहराच्या बाहेर काढला.' थोडं थांबून तो पुढं म्हणाला, 'बाईजी, समशेरला घोड्यावरून फिरवायचं असलं तर पुन्हा कधी शहरात जाणार नाही.'

मग मस्तानीनं पुन्हा चौकशी केली, 'मातु:श्रीबाई तीर्थयात्रेवरून आल्या पण

राऊ अजून कसे आले नाहीत?’

‘पुण्यात कुणीतरी बोलत होतं की ते महिना पंधरा दिवसांत उत्तरेची मोहीम आटोपून परत येणार आहेत.’

दुसऱ्या दिवशी पेशव्यांच्या हवेलीत तीर्थयात्रेचं मावंदं होतं. ब्राह्मणभोजन झालं. ब्राह्मणांना चिमाजीआपांनी दक्षिणा वाटली. संध्याकाळी पुण्यातल्या सरदारांच्या, सावकारांच्या आणि दरकदारांच्या बायका मातु:श्रीबाईंना आहेर करण्यासाठी हवेलीत आल्या. आहेराचा समारंभ तीन घटका चालला.

त्या दिवशी संध्याकाळी नेहमीप्रमाणे पंडितजी मस्तानीच्या बंगल्यावर आले. पेशव्यांच्या हवेलीत झालेल्या दुपारच्या समारंभाचं ते रसाळपणे वर्णन करीत होते.

ते ऐकल्यावर मस्तानी त्यांना म्हणाली, ‘साऱ्या शहरानं मातु:श्रीबाईंना आहेर केला. आम्ही मात्र या बागेतल्या इमारतीत अडकून पडलो आहोत. राऊही सध्या पुण्यात नाहीत. एरवी त्यांना विचारता आलं असतं. पण उद्या सकाळीच आपल्याकडचा आहेर घेऊन तुम्ही हवेलीवर जा. मातु:श्रीबाईंना आमचा सलाम सांगून तो द्या.’

‘छे छे! बाईजी, हे भलतंच काय बोलता? मातु:श्रीबाई आपल्याकडून आहेर कसा स्वीकारतील?’

‘का?’

‘आपला जन्म यवनकुळात झाला आहे. मातु:श्रीबाई आता तीर्थयात्रेवरून आल्या आहेत. यवनांची सावलीसुद्धा त्यांना वर्ज्य आहे. मग आपला स्पर्श झालेला आहेर कसा खपेल?’

मस्तानी मनोमन ओशाळली. तिला भीती वाटत होती ती खरी ठरली. पण साऱ्यांनी आहेर केले आणि आपण नुसते स्वस्थ राहिलो तर राऊंना ते आवडणार नाही या कल्पनेनं तिनं विचार करून मार्ग काढला. ती म्हणाली, ‘मी स्वतः आहेराला स्पर्शही केलेला नाही असं तुम्ही त्यांना सांगा. तुमच्यासारख्या ब्राह्मणांचा स्पर्श मातु:श्रींना चालेल.’

‘पाहतो प्रयत्न करून.’ गुळमुळीत स्वरात पंडितजी म्हणाले. ‘अगोदर आपास्वामींच्या कानांवर मला हे घातलं पाहिजे. त्यांनी परवानगी दिली तर आपला आहेर मातु:श्रीबाईंकडे मी पोहोचता करीन.’

दुसऱ्या दिवशी पंडितजींना आपास्वामींची भेट घेता आली नाही. हवेलीत

मावंदं झालं त्याच रात्री आपांना अचानक ज्वर चढला. दुसऱ्या दिवशीही ज्वर तसाच कायम होता. फडावरची सारी कामं बंद पडली.

तिसऱ्या दिवशी मस्तानीनं चौकशी केली तेव्हा तिला खबर मिळाली की चिमाजीआपांचा ज्वर कमी न होता वाढतच आहे. आपास्वामींना भ्रम पडला आहे.

कोकणातल्या मोहिमेवर आपांनी सख्त मेहनत केली होती. अहोरात्र कोकणातला पाऊस अंगावर घेऊन ते स्वतः झुंजावर देखरेख करीत होते. रेवसच्या लढाईत अखेरीस आपांनी स्वतः खासा सिद्धीसास ठार मारला. हबश्यांचा मूळ कंदच उपटून काढला. भार्गवरामाची भूमी यवनापासून मुक्त केली.

खुशीची वर्तमानं धावडशीला ब्रह्मेंद्रस्वामींना आणि साताऱ्यास छत्रपतींना कळताच त्यांना अतिशय आनंद झाला. विजयाबद्दल त्यांनी चिमाजीआपांना अभिनंदनाची पत्रं लिहिली. पत्रं वाचण्याच्या मनःस्थितीत आपा नव्हते.

मातु:श्रीबाई तीर्थयात्रेवरून परत येणार होत्या, म्हणून प्रकृती बरी नव्हती तरी ते पुण्याहून पाबळपावेतो त्यांना सामोरे गेले होते. भर उन्हामध्ये प्रहर-दीड प्रहर पालखीबरोबर पाबळापासून पुण्यापर्यंत प्रवास झाला. कधी घोड्यावर; कधी पालखीत. अर्धकोसापर्यंत आपांनी मातु:श्रीबाईंची पालखी स्वतः खांद्यावर वाहिली. मातु:श्रीबाई मना करीत होत्या. पण ऐकलं नाही. श्रमानं त्यांना विलक्षण थकवा आला. मावंदं झालं त्या दिवशीही आपांनी बरेच कष्ट घेतले. त्यामुळे त्यांची प्रकृती पुरी ढासळली. रात्री न जेवताच ते आपल्या महालात गेले.

बाजीरावांच्या बरोबर राजपुतान्याच्या स्वारीत गेलेल्या काशीबाई उदयपुराहून लांब मजला मारीत अगोदरच पुण्याला आल्या होत्या. आपांची प्रकृती बरी नाही असं समजताच त्यांनी ताबडतोब महादोबा पुरंदऱ्यांना बोलावून घेतलं. त्यांच्याकडून आपांच्या औषधपाण्याची सारी व्यवस्था केली.

सकाळी वैद्य नाडी पहायला आले तेव्हा काशीबाईंनी चौकशी केली, 'भाऊजींची प्रकृती आता बरी आहे ना?'

'सकाळपर्यंत उतार पडावा असं वाटत होतं. पण पडला नाही. आता स्वामींचा थोडा डोळा लागला आहे.'

'पण ज्वर कमी झाला ना?'

'थोडा कमी झाला. पण भ्रम गेला नाही. बडबड मधूनच सुरू होते. सेवक

जवळ असतात. ते ऐकतात. उगाच आपणाकडे कमीपणा येतो.'

'वैद्यराज, तुम्ही काय म्हणता ते आमच्या लक्षात येत नाही!'

'आपास्वामींच्या भ्रमाबद्दल मी बोलत होतो.' वैद्यराज अंगावरची उपरण्याची घडी नीट करीत म्हणाले, 'कलावंतिणीच्या नादानं राऊ बहकले. गैरवर्तनाला काही सीमा असावी. एकटा मी काय काय सांभाळू— असं काहीसं भ्रमात ते बोलतात. जवळचे सेवक ते ऐकतात. त्यांचा बंदोबस्त करायला पाहिजे.'

हातातल्या मोत्यांच्या तोडच्यांकडे काशीबाई पाहत होत्या. वैद्यांचे शब्द ऐकताच त्या दचकल्या. मोत्यांचं पाणी निस्तेज झाल्याचा त्यांना उगीचच भास झाला. त्यांच्या तोंडून सहज शब्द बाहेर पडले, 'भ्रमातली बडबड मातु:श्रीबाईंनी ऐकली काय?'

'नाही. समाचार घेऊन त्या उठून गेल्यावर आपास्वामींची बडबड सुरू झाली.' मग कपाळावरचा घाम उपरण्यानं पुसून वैद्यराज पुढं म्हणाले, 'बाईसाहेब, आपास्वामी इतर कुणाचं ऐकणार नाहीत. आपलं ऐकतील म्हणून एक सांगतो.'

काशीबाईंनी विचारलं, 'काय सांगणार आहात?'

'हेच की आता मोहिमेची दगदग त्यांना सोसेल असं वाटत नाही, शरीराबरोबर त्यांचं मनही थकलेलं आहे. निदान वर्षभर तरी आपास्वामींनी आता इथंच राहावं. पथ्यपाणी करावं. एकदा प्रकृतीतले दोष दूर झाले म्हणजे पुढं मोहिमा आहेतच. आपण आपास्वामींची समजूत घालावी.'

'ठीक आहे. आमच्या आग्रहानं भाऊजी इथं राहिले तर त्यांच्या शरीराला आरोग्य होईल. पण त्यांच्या मनाचा आजार आम्हाला दूर करता येईल असं वाटत नाही. पण काढू काहीतरी मार्ग.'

काशीबाईंनी वैद्यांना निरोप दिला. आपास्वामींच्या दुखण्यामुळे हवेलीभर उदास वातावरण पसरलं होतं. ज्वर हटत नव्हता. भ्रम वाढतच होता. आपांची बडबड चालूच होती. वैद्य पराकाष्ठा करीत होते. अंगारेधुपारे चालू होते. मातु:श्रीबाई तीर्थयात्रेवरून आल्यावर हवेलीत आलेला उत्साह एकदम ओसरला.

कसब्यातल्या गणपतीला अभिषेक सुरू झाला. दुष्ट दानं, महिषीदान यांचे संकल्प सुटले. धावडशीला परमहंसबाबांनी भार्गवरामाला साकडं घातलं. देवाचा अंगारा आणि तीर्थ शिष्यांबरोबर पुण्याला पाठवलं. आठ दिवसांनी प्रकृतीला थोडा उतार पडतो आहे असं दिसलं.

त्या दिवशी संध्याकाळी महादोबा पुरंदरे घाईघाईनं काशीबाईंच्या दालनात आले. नानांच्यापेक्षा फक्त दोन वर्षांनी ते वडील होते. काशीबाई त्यांना आपल्या पुत्राप्रमाणेच वागवत होत्या. त्यामुळेच महादोबा केव्हाही वर्दीशिवाय काशीबाईंच्या महालात येत असत. महादोबांची घाबरलेली चर्या पाहताच काशीबाईंच्या काळजात चर्र झालं. बोलताना त्यांच्या स्वरात कंप होता.

'महादोबा, एकाएकी आलात! काय काम होतं?'

'काम फार महत्त्वाचं आहे म्हणून वर्दी न पाठविता आलो, बाईसाहेब.'

'बोला, आपास्वामींच्या प्रकृतीबद्दलच ना!'

'नाही. त्यांच्याबद्दल नाही. त्यांच्या प्रकृतीला आता थोडा उतार पडतो आहे असं वैद्य म्हणाले, म्हणून सुटकेचा थोडा निःश्वास टाकतो, तोच हे नवं संकट उत्पन्न झालं.'

'आता कोणतं संकट काढलंत, महादोबा?' काशीबाईंच्या शब्दात सुटकेचा मोकळेपणा होता. पण त्यांचं समाधान फार वेळ टिकणारं नव्हतं.

'आपास्वामी आजारी आहेत. तेव्हा त्यांच्या समाचाराला येण्याबद्दल मस्तानीनं परवानगीसाठी आपला कारकून हवेलीत पाठवला आहे.' एका दमात महादोबांनी सांगून टाकलं. त्यांची सराईत नजर काशीबाईंची प्रतिक्रिया अजमावीत होती.

मस्तानीचं नाव ऐकताच काशीबाईंच्या काळजात कळ उठली. त्यांना कितीतरी गोष्टी आठवल्या. जवळ जवळ वर्षभर त्या बाजीरावांच्या बरोबर राजस्थानच्या स्वारीत होत्या. पेशवे राजकारण करीत होते. काशीबाई उदयपूर, जयपूर, नाथद्वारच्या तीर्थयात्रा करीत होत्या. मोहिमांत काशीबाईंना अहोरात्र बाजीरावांच्या बरोबर राहता येत नव्हतं. पण मोठ्या शहरात पेशव्यांचा मुक्काम सात-आठ दिवस पडत होता, तेव्हा त्या बाजीरावांजवळ सर्वकाळ असत. त्या निकट सहवासात त्यांच्या स्त्रीमनानं कितीतरी गोष्टी निरखल्या होत्या. बाजीरावांच्या वर्तनात पडलेला सूक्ष्म फरक त्यांनी हेरला होता. छोट्या रघुनाथरावांचं कौतुक बाजीराव करीत होते. जनार्दनपंत तर वर्षाचेच होते. त्यांचंही कौतुक बाजीरावांकडून होत होतं. पण त्यांच्या वागण्यात जो औपचारिकपणा उत्पन्न झाला होता त्याची जाणीव इतरांना होत नव्हती, तरी काशीबाईंना होत होती. त्यामुळं महादोबांनी आता मस्तानीचं नाव उच्चारताच त्यांची चर्या एकदम गोरीमोरी झाली. मनातले विचार लपवून त्या महादोबांना म्हणाल्या, 'भाऊजींना भेटायचं त्या यवनीला काय कारण आहे?'

'ती म्हणते, 'आपास्वामी आजारी आहेत. आम्ही त्यांच्या समाचाराला गेलो नाही तर राऊ खफा होतील. म्हणून परवानगी द्यावी.'

अनेक अवमान मनात गिळून चेहरा शांत ठेवण्याचा काशीबाई आटोकाट प्रयत्न करीत होत्या. तरी त्यांच्या तोंडून शब्द बाहेर पडलेच, 'महादोबा, भाऊजी आजारी आहेत. दुसरं कोणी कर्तं माणूस हवेलीमध्ये नाही. तीर्थयात्रा आटोपून आल्यानंतर मातुःश्रीबाईही बराच वेळ भजनपूजनात घालवतात. तेव्हा मस्तानीनं मागितलेल्या परवानगीचा फैसला आम्हीच करू.'

'म्हणूनच मीही आपणाकडे आलो.' महादोबा म्हणाले, 'सेवकांनी आपल्या जबाबदारीनं काही ठरवलं आणि नंतर श्रीमंतांना ते पसंत पडलं नाही तर उगीच पंचाईत होईल म्हणून मस्तानीच्या कारकुनाला कचेरीवर बसवून मी तसाच आपल्याकडे आलो.'

'मस्तानीला कळवा, एका बंधूवर तुझी नजर पडली आहे तेवढीच पुरे. दुसऱ्यावरही ती पडायला नको.'

'ठीक आहे.' खाली मान घालून महादोबा पुटपुटले. 'दुसरं काही कारण सांगून मी मस्तानीच्या कारकुनाला परत पाठवितो.'

महादोबा परत फिरणार तेवढ्यात काशीबाईंनी विचारलं, 'महादोबा, ही यवनी तुम्ही कधी पाहिली आहे?'

'साताऱ्याला जन्माष्टमीच्या उत्सवात ती नाचली असं कानांवर आहे.' महादोबा आठवण्याचा प्रयत्न करीत होते.'

'होय. त्या वेळी आम्ही साताऱ्यासच होतो, पण आमची प्रकृती ठीक नसल्यामुळे आम्ही जन्माष्टमीच्या सोहळ्यात हजर नव्हतो.'

'माझीही तीच स्थिती होती, बाईसाहेब. त्या रात्री राजांच्या राणीवशाची व्यवस्था करण्यावर माझी नेमणूक झाली होती, त्यात बराच वेळ गेला. त्यामुळे मस्तानीला मीही पाहिलं नाही. आणि त्यानंतर तर श्रीमंतांनी तिला समारंभात नाचायची मनाच केली. पण ताईसाहेब, कशाकरता चौकशी करताहात?'

'महादोबा, तुम्ही आम्हाला चिरंजीवांसारखे, म्हणून तुम्हाला आम्ही विचारतो, मस्तानी दिसायला कशी आहे?'

'ज्यांनी तिला पाहिलं ते सांगतात, मस्तानी दिसायला अत्यंत सुंदर आहे. केतकीसारखी वर्ण आहे. तांबूल खाल्ला तरी पिंक उतरताना दिसावा असा मुलायम

गळा आहे. झालंच तर—' पण लागलीच गडबडीनं स्वतःला सावरत ते पुढं म्हणाले,

'ताईसाहेब, ती यवनी आहे. कलावंतीण आहे. तिच्या रूपाचं काय एवढं!'

काशीबाई काही बोलल्या नाहीत. कुठं तरी अंतराळात त्या पाहत होत्या. त्या गप्प बसल्या हे पाहून महादोबांनी त्यांचा निरोप घेतला.

मग आठ–दहा दिवसांत चिमाजीआपा थोडे हिंडूफिरू लागले. सकाळी, संध्याकाळी घटकाभर फेरफटका मारण्यासाठी वैद्यांनी त्यांना परवानगी दिली. फडावर आपा बसत नसत. पण देवदर्शनाच्या निमित्तानं बाहेर बागेतून फिरून आल्यावर त्यांना हुशारी वाटत असे.

एके दिवशी विसाजीपंत पेठ्यांना बरोबर घेऊन आपा तिसऱ्या प्रहरी फिरण्यासाठी मेण्यातून कोथरूडच्या बागेकडे गेले. बागेत अर्धघटका इकडे तिकडे पायी फिरण्यात घालवल्यानंतर देवदर्शनासाठी ते मृत्युंजयाच्या देवालयात गेले. बरोबर कारकून आणि शागीर्दही होते. ते मंदिराच्या बाहेरच थांबले.

विसाजीपंत आणि चिमाजीआपा यांनी जाऊन मंदिरात मृत्युंजयाचं दर्शन घेतलं. मग विश्रांतीसाठी सभामंडपामध्ये टाकलेल्या गादीवर ते थोडा वेळ टेकले. तेवढ्यात पुजाऱ्यांनी आपांच्या हातावर तीर्थ घालीत विनंती केली.

'काशीहून श्रीमंतांची भेट घेण्यासाठी नारायण दीक्षितांचे छात्र शिवभट गेले पंधरा दिवस पुण्यात आले आहेत. श्रीमंत आज या बाजूला येणार असं समजल्यावरून शिवभट मंदिरात आले आहेत. भेटीची आज्ञा झाली तर ते नमस्कारासाठी इथं येतील.

आपांनी तीर्थ प्राशन केलं. पुजाऱ्यांनी पुढं केलेल्या पंच्यानं मिश्या कोरड्या केल्या. पुजाऱ्यांना त्यांनी लगेच उत्तर दिलं नाही. विसाजीपंत पेठे शेजारी होते ते म्हणाले, 'श्रीमंतांची प्रकृती अद्याप म्हणावी तशी बरी नाही. फडावरचं कामही ते बघत नाहीत. या वेळी त्यांना भेटण्याची तसदी कुणी देऊ नये.'

दुखण्यानं कृश झालेले आपा खांबाशेजारी ठेवलेल्या लोडाला टेकून बसले

होते. पाठीवर रेशमी नक्षी काढलेली हिरवी शाल होती. उजव्या हाताच्या मनगटात मातु:श्रीबाईंनी काशीहून आणलेला कालभैरवाचा गंडा बांधला होता. त्या काळ्या दोऱ्यातून डाव्या हाताचं बोट फिरवीत आपा म्हणाले, 'नारायण दीक्षितांनी मातु:श्रीबाईंच्या तीर्थयात्रेसाठी फार कष्ट घेतले आहेत. त्यांच्याकडून शिवभट आले आहेत म्हणता तेव्हा त्यांना भेटायला हवं.' आणि मग पुजाऱ्यांकडे वळून ते म्हणाले, 'शिवभटांना आमचेकडे घेऊन या.'

लगोलग शिवभट सभामंडपात आले. आपांना नमस्कार करून ते उभे राहिले.

'नारायण दीक्षितांनी श्रीमंतांच्या आरोग्यासाठी मुद्दाम गंगोदकाच्या कावडी पाठवल्या आहेत. विश्वेश्वराचा प्रसाद पाठवला आहे. तो मी श्रीमंतांच्या हवेलीवर खासगी कारभाऱ्यांच्या ताब्यात दिला आहे. पण समक्ष भेटून दीक्षितांचा निरोप सांगायचा आहे. त्यासाठी भेट मिळेना म्हणून इथं येऊन स्वामींना तसदी दिली.

नारायण दीक्षित पेशव्यांच्या मर्जीतले काशीत राहणारे विद्वान वैदिक ब्राह्मण होते. बाळाजी विश्वनाथांच्यापासून त्यांचा पेशव्यांच्या घराण्याशी स्नेहाचा संबंध होता. आपांना त्याची आठवण झाली. त्यांनी चौकशी केली.

'दीक्षित खुशाल आहेत ना? मातु:श्रीबाईंच्या तीर्थयात्रेसाठी त्यांना फार कष्ट पडले असं कानावर आलं.'

हात जोडून नम्र स्वरात शिवभट म्हणाले, 'दीक्षितांची प्रकृती ठीक आहे. पण मला श्रीमंतांची गाठ घेण्यासाठी त्यांनी पाठवलं आहे. ते कारण थोडं नाजूक आहे. एकांतात श्रीमंतांना सांगावं अशी त्यांची मला आज्ञा आहे.'

शेजारी बसलेल्या विसाजीपंत पेठ्यांनी थोडीशी चुळबूळ केली. त्यांना अवघडल्यासारखं झालं. पण आपांनी सावरून घेतलं. ते म्हणाले, 'विसाजीपंत आणि आम्ही दोन नाही. जे सांगायचं असेल ते त्यांच्यासमोर सांगा.'

शिवभट एक क्षण घुटमळले. पण मग मनाचा निश्चय करून ते म्हणाले, 'मातु:श्रीबाईंनी तीर्थयात्रा करून पुण्य गाठीशी बांधलं. पेशवे एकेक मुलूख यवनांकडून सोडवून धर्मरक्षण करताहेत. साधूंचा परामर्श घेतला जातो आहे. तरीही श्रीमंतांच्या प्रकृतीला स्वास्थ्य असत नाही याचं एक कारण आहे.'

'शिवभट, अहो हे प्रकृतीचे भोग असतात. थोडी दगदग पडली की हे भोग पुन्हा उभे राहतात.'

'पण श्रीमंतांच्या कुटुंबीयांकडून धर्माचं नीट पालन होत नाही म्हणून आपास्वामी

वरचेवर आजारी असतात असं दीक्षित म्हणतात.'

'दीक्षितांनी असं म्हणावं म्हणजे नवल आहे. त्यांनी स्वतःच्या देखरेखीखाली मातु:श्रीबाईंची त्रिस्थळी यात्रा धर्मकृत्य करून पार पाडली. आमचं कुठं चुकलं असेल तर त्यांनी सांगितलं पाहिजे.'

'तेच सांगण्यासाठी त्यांनी मला पाठवलं आहे.'

'दीक्षितांच्या मनात काय आलं ते सांगा आम्हाला.'

'मातु:श्रीबाई यात्रेसाठी काशीला आल्या होत्या. त्रिस्थळी यात्रा झाली हेही खरं. मोठा दानधर्मही त्यांनी केला. पण सारा दानधर्म चित्तपावन ब्राह्मणांच्याच वाट्याला आला याचं त्यांना फार-दुःख झालं.'

'असं?' मधेच आपा बोलले.

'होय. खरं वाटणार नाही श्रीमंतांना. पण एवढी यात्रा झाली. शे-पन्नास माणूस होतं. लाखांनी खर्च झाला असेल. पण आम्हा ब्राह्मणांना दक्षिणा मनाजोगती पोहोचली नाही. त्यामुळं श्रीमंतांना शरीराचे हे भोग भोगावे लागतात.'

आपा काही बोलणार तोच शेजारी बसलेले विसाजीपंत म्हणाले, 'पण आपास्वामी, मातु:श्रींच्या बरोबर तीर्थयात्रेची व्यवस्था करण्यासाठी महादोबा पुरंदरे होते ना!'

'होय. महादोबा बरोबर होते. ते महाराष्ट्रीय ब्राह्मण आहेत हेही खरं. पण मातु:श्रीबाईंचा सारा ओढा चित्तपावनांकडे पाहिल्यावर त्यांनाही बोलण्याचं धारिष्ट झालं नाही. तसं ते बोलते तर त्यांना तिथूनच परत पाठवलं असतं. काशीतला ब्राह्मणवर्ग मातु:श्रींच्या दानधर्माबद्दल नाराज आहे.'

मातु:श्रींनी तीर्थयात्रेचं मावंदं नुकतंच घातलं. त्या वेळीही ब्राह्मणांना भरपूर दक्षिणा वाटली. निदान पुण्यातले ब्राह्मण तरी खूष असले पाहिजेत.

'तेच सांगतो आहे. पुण्यातले महाराष्ट्रीय ब्राह्मणही नाराज आहेत. मी गेले पंधरा दिवस पुण्यात आहे. जो ब्राह्मण भेटतो तो हेच बोलतो.'

'कितीही दिलं तरी ब्राह्मणांचं समाधान होत नाही. श्रीमंतांनी तिकडे लक्ष देऊ नये.' विसाजीपंत मधेच बोलले.

क्षणभर आपा बोलले नाहीत. मग ते म्हणाले, 'विसाजीपंत, यापूर्वी ही कुणकुण आमच्या कानांवर आली होती. पेशव्यांना सारे ब्राह्मण सारखेच.'

'मी तरी तेच म्हणतो.' शिवभट झुकून आगंतुकपणे म्हणाले.

‘तुम्हाला मधे बोलायचे कारण नाही!’ आपा त्रासिक चर्येने म्हणाले. ‘देशस्थ ब्राह्मणांना मातु:श्रीबाईंच्याकडून पुरेसा देकार मिळाला नाही ही तुमची तक्रार आम्ही ऐकून घेतली आहे. योग्य वेळी आम्ही त्याबद्दल खासगी कारभाऱ्यांना सांगून ठेवू. सर्वांना मनाजोगती दक्षिणा मिळेल. जा तुम्ही.’

शिवभटाला आणची बरचसं बोलायचं होतं; पण आपांचं करडचा आवाजातलं बोलणं ऐकून ते न बोलता मंदिरातून बाहेर पडले. शिवभट गेलेले पाहताच आपा विसाजीपंत पेठ्यांना म्हणाले, ‘विसाजीपंत, पुण्याच्या ब्राह्मणांची ही कुरकुर दुर्लक्ष करण्यासारखी नाही. राऊ आल्यानंतर आम्ही याबाबत त्यांच्याशी बोलू. पण या वर्षी श्रावणमासातल्या देकारात आम्हाला जातीनं लक्ष घातलं पाहिजे असं दिसतं. आम्ही स्वतः चित्तपावन आहोत म्हणून आम्ही इतर ब्राह्मणांच्यावर अन्याय करतो असं सहजच लोक बोलतील. बोलानं बोल वाढतो आणि किरकोळ गोष्टीला उगीचच मोठं स्वरूप येतं.’

आपा आणि विसाजीपंत मंदिरात बोलत होतं. एवढ्यात बाहेर उभे असलेले त्यांचे कारकून एका सेवकाला घेऊन आत आले. सेवकाच्या डोक्यावर लहानसा पेटारा होता. आपांना नमस्कार करून कारकून म्हणाले,

श्रीमंत इथं आलेले कळताच मस्तानी कलावंतिणीनं ही फळांची भेट पाठवली आहे. आणि श्रीमंतांच्या दर्शनाची आज्ञा व्हावी म्हणून तिनं निरोप पाठवला आहे.’

‘मस्तानी! राऊस्वामींची नाटकशाळा!’ चिमाजीआपांच्या कपाळाला आठ्या पडल्या. क्षणभर डोळे मिटून मग आपा म्हणाले, ‘ठीक आहे. तिला म्हणावं आम्हाला भेटण्यासाठी देवळात यायचं कारण नाही. अगोदरच तीर्थयात्रेतल्या देकारावरून पुण्यातला ब्रह्मवृंद आमच्यावर रागावला आहे. त्यात यवनीच्या भ्रष्टाकारानं मंदिर विटाळलं असा आणखी बोभाटा व्हायला नको. आम्ही मंदिरातून बाहेर आलो म्हणजे बाहेर झाडाखाली थोडा वेळ उभे राहू. तेंव्हा मस्तानीला आम्हाला भेटता येईल.’

फळांच्या भेटीचा पेटारा एका बाजूला ठेवून कारकून नमस्कार करून बाहेर पडला. बऱ्याच वेळानं आपा आणि विसाजीपंत मंदिरातून बाहेर पडले.

मंदिराच्या बाहेर चिंचवृक्षाचं दाट बन होतं. एका झाडाखाली आपांचा मोतद्दार घोडा धरून उभा होता. शेजारी मेणाही होता. आपा घोड्याजवळ आले तेव्हा ओढणीचा पदर डोक्यावरून पुढं ओढून घेत मस्तानी

चिमाजीआपांसमोर आली. खाली वाकून तिनं आपांना सलाम केला. तिच्या शेजारी समशेरला घेऊन बसंती दासी उभी होती. समशेरकडे वळून मस्तानी म्हणाली, 'बेटा, श्रीमंतांना सलाम कर.'

छोट्या समशेरबहाद्दरांनी खाली वाकून आपांना तीनदा कुर्निसात केला. आपांनी लक्ष न दिल्यासारखं केलं. खाली मान घालून मस्तानी तशीच उभी आहे हे पाहून त्यांनी विचारलं, 'कशासाठी भेट मागितली होती? काही सांगायचं आहे?'

'श्रीमंतांची तबियत नादुरुस्त होती असं समजलं. समाचारासाठी हवेलीवर आम्ही येणार होतो. परंतु भेटीची इजाजत झाली नाही म्हणून आम्ही आलो नाही.'

'त्याची काही जरूर नाही.. आमची प्रकृती ठीक आहे. आणि ठीक नसली तरी तिची काळजी घेणारी आणखी मंडळी आहेत. कलावंतिणीनं त्याची फिकीर करू नये.'

आपांचा स्वर रुक्ष होता. कठोर होता. पण तिकडे दुर्लक्ष करून मस्तानी म्हणाली, 'पण एकाएकी प्रकृती बिघडल्यामुळं आम्ही फिकिरीत पडलो होतो. अशा वेळी आम्ही श्रीमंतांच्या समाचाराला गेलो नाही हे राऊंना कळलं तर त्यांची मर्जी बिघडली असती.'

मस्तानी समोर उभी होती, तरी तिच्याकडे न पाहता आपा दुसरीकडे पाहत तिच्याशी बोलत होते. पण राऊंचं नाव ऐकताच त्यांनी एकदम मान वळवून पाहिलं. आवाज चढवून ते म्हणाले, 'कोण राऊंचं नाव घेत आहे? आमचे बंधू मराठी दौलतीचे पेशवे आहेत. त्यांना लोक श्रीमंत या नावानं ओळखतात. एक वेळ बेअदबी खपवून घेतली. पुन्हा त्यांचा उल्लेख 'राऊ' असा झाला तर आम्हाला पारिपत्याचा विचार करावा लागेल.' शेजारी विसाजीपंत उभे होते त्यांच्याकडे वळून आपांनी रागीट स्वरात विचारलं, 'पंत, या कलावंतिणींना अदब कशी ती नाही. त्यांना ती नीट शिकवली पाहिजे. सोन्यासाठी चिंधी सांभाळली पाहिजे. कलावंतांचा कारखाना कुणाकडे आहे?'

'नीटसं मला माहीत नाही.' चाचरत विसाजीपंत म्हणाले, 'पण असं ऐकलं आहे की ताईसाहेबांच्याकडेच हा कारखाना आहे.'

'वहिनीसाहेबांच्याकडे?' आश्चर्यानं आपांच्या भुवया वर चढल्या.

काशीबाईचं नाव निघताच मस्तानीला अवघडल्यासारखं झालं. डोक्यावरून पुढं ओढलेल्या ओढणीच्या भरजरी जाळीतून आपांकडे पाहिलं. आपा संतापले

आहेत असं पाहताच ती नम्र स्वरात म्हणाली, ‘एकवार गलती झाली. कसूर माफ करावा. चुकून दिलातला शब्द बाहेर आला. यापुढं इतरांच्याप्रमाणे मीही पेशव्यांना श्रीमंत म्हणूनच पुकारीन. पण आपली प्रकृती अजून सुधारली नाही. तेव्हा एवढ्यात हिंडण्याफिरण्याचे श्रम घेऊ नयेत एवढीच विनंती करण्यासाठी भेट घ्यायची होती.’

‘ठीक आहे. आणखी काही?’ आपांनी तुच्छतेनं विचारले.

तिकडे दुर्लक्ष करून बसंतीच्या हातून समशेरला आपल्याजवळ घेत मस्तानीनं हलकेच हसून म्हटलं, ‘चिरंजीवांनी श्रीमंतांना अव्वल सलाम केला आहे. दुवा द्यावा. मग आणखी काही नको.’

‘आमच्या आशीर्वादाची काही जरूर नाही.’ समशेरकडे न पाहताच आपा वळले. घोड्यावर बसून विसाजीपंतांसह ते बागेतून बाहेर पडले.

शनवारच्या हवेलीसमोर घोड्यावरून उतरून घोडे मोतद्दाराच्या हवाली करताना आपा विसाजीपंतांना म्हणाले, ‘पंत, राऊंच्या चिरंजीवांबद्दल आम्ही एवढं कठोर व्हायला नको होतं नाही? त्या बिचाऱ्याचा काय दोष आहे? आमच्या खासगीकडे सांगून शंभर रुपयांची एक थैली मुलासाठी यवनीकडे पाठवून द्या.’

बाजीराव पेशवे उत्तरेच्या मोहिमा आटोपून पुण्याला परत येत तेव्हा समुद्राच्या लाटांप्रमाणे दक्षिणेकडे मराठी फौजांचा ओघ वळत असे. लहान-मोठ्या सरदारांच्या फौजा, त्यांच्या बरोबरच हत्ती, घोडे, उंटांचा लवाजमा यामुळे पुण्याच्या आसमंतात एकच धांदल उडून जात असे.

राजपुतान्यातल्या मोहिमेवरून बाजीराव पुण्याला परतले तेव्हा पुण्याच्या आसपास पाच-पन्नास कोसांत मराठी फौजांच्या छावण्या पडल्या. बाजीरावांच्या स्वागतासाठी खुद्द आपा सामोरे जाणार होते. पण त्यांच्या प्रकृतीमुळे मातुःश्रींनी त्यांना मना केलं, म्हणून पुण्यातले सावकार-दरकदार-निवडक गृहस्थांना बरोबर घेऊन नाना बाजीरावांना संगमापर्यंत सामोरे जाण्यासाठी निघाले. बरोबर हुजूरपागेचे आसामी होते. पेशव्यांसाठी सजवलेली रुप्याची अंबारी ठेवलेली हत्तीण झुलत चालली होती.

संगमावर पितापुत्रांची भेट झाली. औपचारिक कुशल प्रश्नांची देवघेव झाली. पेशव्यांची चर्या नेहमीसारखी आनंदी नव्हती. अंबारीत ते बसले नाहीत. घोड्यावर बसूनच नगर प्रवेश झाला.

ग्रामदैवताचं दर्शन घेऊन बाजीराव हवेलीत मातु:श्रींच्या भेटीसाठी आले. मातु:श्री तीर्थयात्रेला गेल्यापासून त्यांची हालहवाल बाजीरावांना खलित्यातून समजत होती तेवढीच. दोन वर्षांनी मायलेकरांची भेट होत होती.

हवेलीपुढे घोड्यावरून उतरून भराभर चालत बाजीराव खासगीच्या चौकाकडे आले. दुरून बाजीराव दिसताच राधाबाई आतल्या दालनातून उठून बाहेर ओसरीवर आल्या. उभयतांची भेट ओसरीवर झाली. बाजीरावांना हाताला धरून राधाबाईंनी देवघरात नेलं. देवदर्शन झाल्यावर मातु:श्रींशी घटकाभर बोलण्यासाठी ते तिथंच थांबले.

बाजीराव खाली बसताच मातु:श्रींना म्हणाले, 'आपा आमच्यापेक्षा पुण्यवान. आमच्या अगोदर त्यांची आणि मातु:श्रींची भेट झाली.'

शेजारी आपा बसले होते. त्यांच्या पलीकडे नाना होते. राधाबाईंनी कृष्णंभटाकडून देवाच्या प्रसादाची ताटं तिघांच्यापुढं मांडली. हसतखेळत बाजीरावांनी प्रत्येकाची चौकशी केली. नानांकडे वळून ते म्हणाले, 'मातु:श्रीबाई, आता आमचे चिरंजीव बरेच मोठे झाले नाही?'

मातु:श्रीबाईंऐवजी आपा म्हणाले, 'राऊंनी त्यांच्यासाठी स्वतंत्र महाल बांधून दिला. त्यामध्ये नाना आता राहतात.' आपांच्या बोलण्यातला गर्भितार्थ बाजीरावांच्या चटकन ध्यानात आला. राजस्थानच्या मोहिमेत ते असताना केव्हातरी त्यांना पुण्याहून आलेल्या खासगी पत्रातून ही हकिगत समजली होती. गोपिकेच्या फलशोभनाच्या समारंभासाठी तातडीनं आपांना घेऊन नाना पुण्यात आले होते. बाजीरावांना ते आठवलं. मिस्कीलपणे हसत मातु:श्रीबाईंची नजर टाळून ते आपांना म्हणाले, 'आम्ही महाल मोठ्या वेळेवर बांधला नाही?'

राधाबाईंनी बाजीरावांच्या बोलण्यातील विनोद कळल्याचं दर्शवलं नाही. त्यांच्या मनात ज्या एका गोष्टीनं अलीकडे ठाण मांडलं होतं ते कधी एकदा बोलेन असं त्यांना झालं होतं. त्या सांगत होत्या, 'राऊ, हिंदुस्थानात तीर्थयात्रेसाठी आम्ही फिरलो. ठिकठिकाणी आमचे सत्कार झाले. अहेर मिळाले. सदाशिवपंतांना बरोबर नेलं होतं. त्यालाही राजेरजवाड्यांनी मानपान केले. पण एका गोष्टीनं मात्र आमचा

सारखा विरस होत होता.’

‘यात्रेत काही गैरसोय झाली काय?’ राऊंनी चौकशी केली.

‘गैरसोय काही झाली नाही. मनुष्य यात्रेला निघालं म्हणजे किरकोळ गैरसोयीचं त्याला काहीच वाटत नाही. पण बुंदेलखंडातून आमची यात्रा पुढे निघाली तेव्हा पुढचा सारा मुलूख यवनांच्या ताब्यात आहे हे पदोपदी खटकत होतं. तिथून त्यांच्याच मेहेरबानीनं आम्ही पार पडतो आहोत हे काही मनाला बरं वाटलं नाही.’

मातु:श्रींच्या शब्दानं शस्त्राचे वार होत होते. केलेल्या पराक्रमाचा रंग किती तकलुपी आहे याची जाणीव होत होती. बाजीरावांच्या शब्दात विषाद होता.

‘आमची तीर्थक्षेत्रं आजच नव्हे तर गेली पाचशे वर्षे यवनांच्या ताब्यात आहेत. ती सोडवण्याचा प्रयत्न थोरल्या छत्रपती महाराजांपासून चालूच आहे. पण अजून म्हणावं तसं यश येत नाही हे खरं आहे. पण मातु:श्रींनी त्याची खंत बाळगू नये. राजकारण असं जुळून आलं होतं की कदाचित ज्या दिवशी मातु:श्रींचं पाऊल वाराणशीत पडलं त्याच दिवशी वाराणशी मराठी दौलतीत दाखल झाल्याचं शुभवर्तमान त्यांना कळलं असतं. पण दुर्दैवानं राजकारणातलं हे शेवटचं दान आम्हाला अनुकूल पडलं नाही. सगळी तयारी करून आम्ही सवाई जयसिंगाजवळ त्या शेवटच्या क्षणाची वाट पाहत होतो. पण योग नव्हता म्हणून आम्हाला हात चोळत तिथंच थांबावं लागलं.’

एवढ्यात नाना म्हणाले, ‘राऊस्वामी हे मनसुबे करीत होते तेव्हा सातारला छत्रपती महाराज मात्र नाराज झाले होते.’

‘का?’

‘गोडीगुलाबीनं महास्थळं सोडवावीत. त्यासाठी हातात शस्त्र धरू नये असं त्यांचं म्हणणं होतं.’

‘गेली पाचशे वर्षे आम्ही हातात शस्त्र धरलं नाही त्याचा परिणाम काय झाला हे दिसतंच आहे.’ ताडकन बाजीरावांच्या तोंडून शब्द बाहेर पडले. ‘यवनी पातशहाचा मुलाहिजा बाळगायचं आम्हाला काही कारण नाही. हबसाणातून हबशी जसा आम्ही फेकून दिला, तसा एक दिवशी हा यवनही आपल्या जागेवर नसलेला मातु:श्रींना दिसेल.’

मातु:श्रीबाईंच्या समोर उच्चारलेले हे शब्द आपांना आवडले नाहीत. मनातलं राजकारण ते उघड बोलत नसत. म्हणून सावरून घेत ते म्हणाले, ‘वेळ येईल

तेव्हा सारं मातुःश्रीबाईंच्या मनासारखं होईल. राऊ आता दमून आले आहेत. त्यांना निरोप द्यावा.'

थोडा वेळ इतर काही बोलून बाजीराव मातुःश्रींचा निरोप घेऊन स्वतःच्या महालात गेले. बाजीरावांच्या पाठोपाठ नाना गेले. मग चिमाजीआपांना राधाबाई म्हणाल्या,

'आम्ही तीर्थयात्रेला गेल्यानंतर हवेलीमध्ये दोन नवे महाल उभे राहिले. त्यांपैकी एकात आता नाना राहतात. आपा, दुसरा महाल कुणासाठी बांधला आहे? खासगीत आम्ही चौकशी केली तर माहीत नाही म्हणतात.'

आपांना अवघड वाटलं. काहीतरी सारवासारव करावी म्हणून ते म्हणाले, 'मातुःश्रीबाई, राऊंनी आपल्या मर्जीतले कारागीर आणून तो महाल बांधून घेतला आहे. पेशव्यांची ही हवेली. अहोरात्र सरदारांची वर्दळ चालू असते. कुणासाठी तरी महाल बांधला असेल.'

सुस्कारा टाकून राधाबाई म्हणाल्या, 'आपा, माणसांची वाणी खोटी बोलली तरी त्याचा चेहरा काही खोटं बोलत नाही. तुमच्या चर्येवरून काय समजायचं ते आम्ही समजलो.'

बाजीरावांच्या बरोबर उत्तरेकडून आलेले सरदार आठ-पंधरा दिवस पुण्यात राहून परत गेले. पण बाजी भीमराव रेठरेकर लगेच गेले नाहीत. पेशव्यांच्या घराण्याशी इतरांपेक्षा त्यांची जवळीक होती. रेठरेकर बुंदेलखंडातील मोहीम फत्ते करून आले होते. चिमाजीआपांनी त्यांना आग्रह करून ठेवून घेतलं. एके दिवशी रात्री बाजी भीमराव रेठरेकर चिमाजीआपांशी एकांतात घरगुती बोलत होते.

'बाजीपंत, तुम्ही या वेळी बुंदेलखंडात मोठी बहादुरी गाजवली,' चिमाजीआपा आपुलकीनं म्हणाले, 'बुंदेलखंडात तुम्ही असल्यामुळे दिल्लीला जाण्याचा राऊंचा मार्ग बिनधोक झाला होता.'

'होय. आम्ही सारं राजकारण जमवत आणलं होतं. आणि आमच्या आडाख्याप्रमाणे साऱ्या गोष्टी जमून येत्या, तर पेशवे परत पुण्याला येण्याऐवजी

दिल्लीतल्या एखाद्या प्रासादात राहिले असते.' बाजीपंतांच्या शब्दात अभिमान होता.

'बाजीपंत, पेशव्यांची ही उभारी तुमच्यासारख्या सरदारांच्या भरवशावरच आहे. तुम्ही रक्ताचे सडे शिंपता आणि नाव होतं पेशव्यांचं. शिंदे, होळकर, पिलाजी जाधवराव, तुबाजी अनंत यांनी तळहातावर शिर घेऊन हिंदुस्थानात कामगिरी केली नसती तर एकटे पेशवे काय करणार होते?'

लोडाला टेकून बाजीपंत बसले होते. आपांच्या शब्दानं त्यांना अवघडल्यासारखं झालं. महालाच्या भिंतीवर जागोजागी चित्रं रेखाटली होती. त्यात घोड्यावर बसून हातानं कणसं चोळून खात चाललेल्या बाजीरावांचं चित्र होतं. त्या चित्रावर खांबामध्ये सोडलेल्या पडद्याची अर्धवट सावली पडली होती. चित्राकडे बोट करून बाजीपंत म्हणाले, 'आपास्वामी, हे चित्र पाहा. राऊ घोड्यावर बसून फौजांच्या पुढं उभे राहिले की शिलेदारांच्यात जो उत्साह सळसळतो तो शब्दांनी सांगता येत नाही. केवळ त्यांच्यासाठी हजारो स्वार बेभान होऊन रणात झुंजत असतात. त्यांच्या जिवावर या मोठ्या कामगिऱ्या पार पाडत असतात. आम्ही निमित्तमात्र आहोत.

बाजीपंतांचे शब्द अचूक होते. शिलेदारांच्यावर पेशव्यांनी टाकलेली जादू आपांना माहीत होती. खुद्द बाजीपंत पेशव्यांना थोरल्या बंधूंच्या ठिकाणी मानतात हे जाणून आपा म्हणाले, 'बाजीपंत, आता बरसातीसाठी इथं पुण्यालाच छावणी ठोका. रोज हवेलीत फडावर येत चला. पुढच्या मोहिमांचे कितीतरी बेत आम्हाला आखायचे आहेत. तुमच्या सल्ल्याचा उपयोग होईल.'

आपा आणि बाजीपंत असे बराच वेळ बोलत होते. बाहेर पहाऱ्यावर मध्यरात्र झाल्याचे टोल पडले. पण बाजीपंतांनी आपांचा निरोप घेतला नाही. मोहिमेवरून आल्यापासून आपांशी एकांतात मनातला विचार बोलून टाकावा असं त्यांना एकसारखं वाटत होतं. पण तशी संधी येत नव्हती. आता आपा घरगुती जिव्हाळ्यानं बोलतात असं पाहून त्यांच्या मनातला संकोच नाहीसा झाला. ते आपांना म्हणाले, 'आपा, एक खटकणारी गोष्ट बोलावी का नको असं झालं होतं. पण आता बोलतो.'

आपा एकदम चमकले. समयांच्या प्रकाशात उभयतांच्या सावल्या भिंतीवर पडल्या होत्या. उगाचच उदास वाटावं अशा सावल्या थरथरत होत्या. डोळ्यांच्या कोपऱ्यातून बाजीपंतांच्या चेहऱ्याकडे पाहात ते म्हणाले, 'बाजीपंत, आमच्याशी

बोलताना तुम्ही आडपडदा ठेवावा याचं नवल वाटतं. काय बोलायचं असेल ते बोला. ते आमच्या हिताचंच असेल.'

'हिताची गोष्ट कधीकधी फार कडू लागते.'

'पण तरीही ते मनात न आणता बोला.'

'राऊस्वामींनी राजस्थानची एवढी मोठी जोखमीची मोहीम पार पाडली. खंडण्या गोळा केल्या. दिल्लीचा घास आता घेतो की मग घेतो अशा स्थितीत दिल्लीपतीला चार महिने झोप येऊ दिली नाही. हे सारं खरं. आम्ही दूर बुंदेलखंडात होतो. तरी राजस्थानातल्या राऊंच्या मुक्कामाचं वर्तमान आम्हाला वेळोवेळी कळत होतं. त्याबद्दल बोलणं मोठं अवघड झालं आहे.'

'बाजीपंत, स्पष्ट बोला.'

'पेशव्यांचा उदेपूरकरांनी सत्कार केला. ते रीतीप्रमाणंच झालं. जयपूरकरांनीही सत्कार केला. मोठी खंडणी दिली. त्यांच्या घरचं भांडण त्यांनी पेशव्यांकडून सोडवून घेतलं.'

'या वेळी सवाईजींच्या समोर हुक्का ओढून भर दरबारात राऊंनी त्यांचा अपमान केला हेच ना?' मनातली शंकांची भुतं दडवून आपा उसन्या अवसानानं म्हणाले, 'पण बाजीपंत, तुम्ही ऐकलेलं साफ खोटं आहे. मराठ्यांची आणि रजपुतांची दोस्ती झाल्यानं ज्यांना पोटशूळ उठला त्यांनी या बाजारगप्पा उठवल्या आहेत. आम्ही चौकशी केली.'

'आपा, मी त्याबद्दल बोलत नाही. पेशव्यांनी तसं वर्तन खरोखरंच केलं तरी सवाईजींना तक्रार करता येणार नाही. पातशहाची थुंकी झेलणाऱ्यांनी आणि त्यांनी दिलेल्या मनसबींच्या झुली अंगावर चढवणाऱ्यांनी पेशव्यांकडून यापेक्षा निराळ्या वागणुकीची अपेक्षा काय म्हणून करावी!'

'मग कशाबद्दल बोलताहात पंत?'

'या चार-सहा महिन्यांच्या तिथल्या पेशव्यांच्या मुक्कामात सवाई जयसिंगाच्या आग्रहाला बळी पडून म्हणा अथवा दुसऱ्या काही कारणानं म्हणा पेशव्यांनी उघडपणे प्राशनाची सुरुवात केली हे काही बरं झालं नाही!'

'प्राशनाची?' भुवया वर चढवून आपा म्हणाले, 'बाजीपंत, तुमचा काहीतरी गैरसमज झालेला दिसतो. खुद्द आमच्या वहिनीसाहेब राऊंच्या बरोबर या मोहिमेत होत्या. तसं काही झालं असतं तर त्या आम्हाला बोलल्या असत्या.'

'आपा, पेशवे आम्हाला बंधूंसारखे आहेत. म्हणून त्यांच्याबद्दल कुजबुज कानावर आली तेव्हा पहिल्यांदा आम्हालाही तुमच्यासारखंच वाटलं. पण नंतर अधिक बातमी कानावर आली. आपा, काळीज कुणीतरी सुरीनं कापावं असं त्या वेळी आम्हाला वाटलं. दुर्दैवानं हे खरं आहे. आम्ही त्याची खात्री करून घेतली आहे.'

'छे, छे! बाजीपंत, दूर बुंदेलखंडात बसून तुम्ही खात्री करून घेतली असं म्हणता. आमचा विश्वास बसत नाही. शिवाय वहिनीसाहेब—'

'त्या बिचाऱ्या काय करणार? राजस्थानात तीर्थयात्रा घडेल म्हणून त्या पेशव्यांच्या बरोबर आल्या. पण राऊस्वामींनी त्यांचीही निराशाच केली.'

आपा काही बोलले नाहीत. नकळत त्यांच्या ओठातून सुस्कारा बाहेर पडला. तरी पंतच पुढं म्हणाले, 'स्वारीतला पेशव्यांचा झपाटा, रात्रंदिवस घोड्यावरचा मुक्काम, दिवस उजाडला आणि मावळला तरी फौजांच्या हालचालीसाठी घोड्यावर बसलेली पक्की मांड या साऱ्यांतून वहिनीसाहेबांच्या वाटणीला राऊस्वामी किती आले असतील याची मला शंकाच आहे. दोन मुक्कामांवर त्या मागेच असत. शिवाय बरोबर लहान दोन चिरंजीव.'

क्षणभर कुणी काही बोललं नाही. मग आपा म्हणाले, 'मागे मल्हारराव होळकरांच्या संगतीत राऊ खाऊ नये ते खातात असं आमच्या कानावर आलं होतं, आणि ते खोटंही नव्हतं. पण म्हणून तुम्ही आता म्हणता तसं त्यांनी प्राशनाचंही सुरू केलं असेल असं आम्हाला वाटत नाही. ते विवेकी आहेत. त्यांचा पाय भलतीकडे जाणार नाही.'

आपा बोलत होते. पण त्यांच्या शब्दावर त्यांचाच विश्वास नव्हता, हे पंतांनी ओळखलं. मग ते म्हणाले, 'आपा, पेशव्यांनी क्षत्रियबाणा पत्करला आहे. पण आम्ही सारे ब्राह्मण असूनही हाती तलवारच धरलेली आहे. तरी आम्हाला कधी अभक्ष्य भक्षण करावं, अपेयपान करावं असं क्षणभरही वाटलं नाही. पण राऊस्वामींचं वर्तन लोकविलक्षण होतं आहे हे नक्की.'

बाजीरावांच्या स्वरामध्ये ठामपणा होता. आपांना त्यांच्यावर अविश्वास दाखवता येईना. आणि ऐकलं ते खरं आहे असं त्यांचं मन मान्य करीना. पिंजऱ्यात कोंडलेल्या वाघासारखी त्यांच्या मनाची तडफड होत होती. तथापि काहीतरी विचारावं म्हणून ते म्हणाले, 'समजा, बाजीपंत, तुमच्या म्हणण्याप्रमाणं राऊंनी

प्राशनाचं सुरू केलं असेल तर त्यांना हा नाद कसा लागला असेल असं तुम्हाला वाटतं?'

'मनातलं सांगू, आपास्वामी?'

'हो, मनातलंच सांगा.'

'माणसाला जेव्हा व्यसन जडतं तेव्हा त्याचा दोष दुसऱ्या कुणावर तरी टाकून तो मोकळा होतो. पण खरा दोष त्याच्या दुबळ्या मनाचाच असतो. कुणाची नावं घेण्यात काही अर्थ नाही. मनाची समजूत फार तर अशी घालावी की कदाचित राजस्थानात जे सत्कारचे सोहळे झाले त्यात आग्रहाला बळी पडून राऊस्वामींनी प्राशनाला सुरुवात केली असेल. कदाचित आमच्या सरदारांच्या संगतीनंही ही सवय हळूहळू जडली असेल. खरंखोटं परमेश्वराला माहीत. पण जडली हे खरं. जे आमच्या कानांवर आले ते तुमच्या कानांवर घातलं.'

तेवढ्यात आपांना खोकल्याची उबळ आली. छाती चोळीत काही वेळ मागे लोडाला टेकून ते स्वस्थ बसून राहिले. रात्र बरीच झाली होती. कुणीच काही बोलत नव्हतं.

आकाशात काळ्या ढगांनी दाटी केली. हवा कुंद झाली. कोणत्या क्षणी पावसाच्या सरी कोसळतील याचा नेम नव्हता.

बाजीराव कोथरूडच्या बागेतील मस्तानीच्या महालात बसले होते. त्यांच्यासमोर अदब राखून दोन ज्योतिषी बसले होते. आपल्यासमोर कागदाच्या कुंडल्या मांडून ते बाजीरावांना भविष्य सांगत होते. त्यांनी सांगितलेलं भविष्य ऐकल्यावर बाजीरावांनी इशारा केला. सेवकांनी ज्योतिष्यांना विडा देऊन निरोप दिला.

पायांतल्या साखळ्यांची मंद किणकिण ऐकू आली. पाठोपाठ अत्तराचा मंद सुगंध आत आला. ओठात शेर गुणगुणत मस्तानी बाजीरावांसमोर आली. बाजीरावांच्याकडे तिरपा कटाक्ष टाकून मस्तानी त्यांच्याजवळ गुडघे टेकून बसली. तिनं तबकातली पानं उचलून विडा केला. तो बाजीरावांना देत तिनं विचारलं, 'काय म्हणत होते ज्योतिषी? आमच्या समशेरचं भविष्य काय आहे?'

बाजीरावांनी मस्तानीच्या नजरेला नजर भिडवली. क्षणभर गालात पान घोळवत ते म्हणाले, 'समशेरचं काय भविष्य सांगितलं असेल असा तुझा अंदाज आहे?'

'मला बाई त्यातल काय कळतं? पेशव्यांच्या हवेलीत आपल्या चिरंजीवाचं भविष्य सांगण्यासाठी पंडित येणार असं समजलं. म्हणून मी त्यांना समशेरचंही भविष्य पाहण्यासाठी निरोप पाठविला होता. पण त्या वेळी कुणी आलंच नाही.'

'आश्चर्य आहे! मोहिमेवर जाण्यापूर्वी आम्ही खासगीकडे समशेरची कुंडली करून भविष्य लिहून ठेवायची आज्ञा केली होती.'

'पण आता तर समशेरची कुंडली तयार झाली आहे ना? काय आहे त्याच्या कपाळावरचा लेख?'

'त्याच्या नशिबात राजयोग आहे.'

'राजयोग? राऊंना आमची थट्टा करायची लहर तर आली नाही?'

'आम्ही कशाला थट्टा करू? ज्योतिष्यानं जे सांगितलं ते आम्ही तुम्हाला सांगतो आहोत.'

'समशेर मस्तानीचा म्हणजे एका नाचीज औरतीचा मुलगा आहे! त्याच्या नशिबात राजयोग आहे असं म्हणून हिणवायचं असलं तर खुशाल हिणवावं. सारं जग आज ते करतंच आहे!' बोलता बोलता मस्तानीचे काळेभोर नेत्र पाण्याने डबडबले.

मस्तानीच्या डोळ्यांतले अश्रू आज प्रथमच बाजीराव पाहत होते. आजपर्यंत ज्या डोळ्यांनी प्रेमाची बरसात केली त्या डोळ्यांच्या ओलावलेल्या कडा पाहून बाजीराव व्यथित झाले. लगेच सावरून घेत ते म्हणाले, 'आमच्यावर आषक झालेली मस्तानी आजपर्यंत आम्ही पाहत होतो. आता दिसते आहे समशेरची माता. मस्तानी, खुळे! साऱ्या जगानं हिणवलं तरी आम्ही हिणवू असं वाटतं तुला?'

ओढणीच्या टोकानं डोळ्यांच्या कडा टिपीत मस्तानी म्हणाली, 'तसं कसं वाटेल? पण—'

'मग आता या गालावरचे कोमेजलेले गुलाब पुन्हा फुलू दे.' मस्तानीच्या गालाला हास्याची गोड खळी पडलेली पाहून बाजीराव उद्गारले, 'समशेरबद्दल आम्ही ज्योतिष्यांना काय विचारलं असेल याचं उत्तर आलंच नाही!'

'आम्ही हरलो. राऊंनीच सांगावं.'

'आम्ही विचारलं, आमच्या समशेरच्या नशिबात किती बायका आहेत?'

'हे काय विचारणं झालं? त्यांना काय वाटलं असेल?'

'त्यांना काय वाटणार? समशेर आमचा पुत्र आहे तेव्हा आम्ही विचारलेला प्रश्न रास्तच असला पाहिजे असं ते समजतील.'

मस्तानी खुदकन् हसली. म्हणाली, 'राऊंचा प्रश्न ऐकून ज्योतिष्यांनी काय उत्तर दिलं?'

'ते म्हणाले, 'बहुभार्या योग तर आहेच.'

'बहुभार्या?'

'म्हणजे एकीपेक्षा अनेक बायका.'

मस्तानीच्या ओठावरचं हसू मावळलं. ती पुटपुटली, 'ही अशी मुलखावेगळी चौकशी कशासाठी?'

'आम्ही मोठ्या हौसेनं त्याचं नाव समशेर ठेवलं आहे. वीराच्या हातात जशी समशेर शोभते तशी त्याच्या हातात—' असं म्हणून बाजीराव क्षणभर थांबले. समोरच्या तबकातले वेलदोड्याचे दाणे तोंडात टाकून मिस्कील नजरेनं मस्तानीकडे पाहत ते म्हणाले, 'दुसऱ्या हातात काय असावं अशी तुझी अपेक्षा आहे?'

'मला काही त्यातलं समजत नाही.' मस्तानीनं नजर खाली वळवली.

'मग आम्ही सांगतो, वीराच्या एका हातात समशेर आणि दुसऱ्या हातामध्ये रमणी पाहिजे.'

'रमणी?'

'होय, रमणी! सुंदर स्त्री. या जगात सुंदर स्त्रीचा हात धरायचा हक्क फक्त वीरालाच आहे. ज्याच्या हातात तलवार शोभते त्याच्याच हातात सुंदर स्त्री शोभते.'

खाली घातलेली नजर मस्तानीनं वर केली. ती म्हणाली, 'चिरंजीव आपल्या वडिलांच्या वळणावर जावेत अशी राऊंची इच्छा दिसते.'

'कशावरून?'

मस्तानी काही बोलली नाही, पण ओठानं जे सांगितलं नाही ते गालांनी सांगितलं. त्यांचा मूळचा गुलाबी रंग भरभर गडद झाला. त्या गालांचं आव्हान बाजीरावांच्या नजरेनं अचूक टिपलं.

समोर बसलेल्या मस्तानीला त्यांनी जवळ ओढून घेतलं. तिची खाली झुकलेली नजर त्यांनी हनुवटीला हात लावून वर उचलली. त्या मदनमस्त डोळ्यांमध्ये आपलं

प्रतिबिंब पाहत ते हलक्या आवाजात पुटपुटले, 'आमच्या या हातामध्ये ही सुंदर रमणी आहे.'

आषाढातही त्या ढगांना मंद बरसात ठाऊक नव्हती. निळ्याभोर आकाशात ढग उठला की तो वादळ येऊनच उठत असे. वादळ, वारा आणि विजांचा कडकडाट यांचा मेळ जमला की हमामा घालायला अवघं आकाश थिटं पडत होतं. मग घटकांचा हिशेब राहत नव्हता. कालचक्र फिरायचं थांबत होतं.

बाजीरावांच्या मिठीतून मस्तानीनं स्वतःला हलकेच सोडवून घेतलं. दमलेल्या कायेवर रोमांच थरथरत असतानाच असीम समाधानातून अस्पष्ट हुंकार बाहेर पडला, 'हे काय?'

'समशेरचं भविष्य सांगितलं!'

दालनाच्या खिडकीतून बाहेरची बाग नजरेच्या टप्प्यात होती. आंब्याच्या झाडावर ऐटदारपणे बसलेला एक मोर तेवढ्यात आपले मोठे पंख पसरून फडफडत खाली उतरला. आकाशाकडे चोच करून त्यानं उंच स्वरात दाद दिली, 'म्याऊ?'

'ते पाहिलंत?' मस्तानीला हातात धरून खिडकीजवळ आणून बाजीराव म्हणाले, 'मोर नाचतो आहे. ओह! पिसाऱ्याचं इंद्रधनुष्य पाहा. नजर ठरत नाही त्या रंगावर आणि त्याच्या डौलदार नृत्यावर.'

सुखावलेली मस्तानी बोलून गेली, 'पिसारा मोराला शोभून दिसतो नाही?'

'शूराला रमणी शोभावी तशी.' चटकन बाजीराव म्हणाले, तशी डोळे विस्फारून मस्तानी बाजीरावांपासून दूर झाली. उजव्या हाताचा पंजा आपल्या डाळिंबी ओठावर ठेवून मानेनंच तिनं नकार दिला.

बाजीराव मनसोक्त हसले. दिल प्रसन्न झालं होतं. तृप्तीच्या विशाल आकाशात अतृप्तीचा एक मेघ तरंगत होता. त्यांनी टाळी वाजवली.

कुंवर बाहेरून आत आला. मुजरा करून उभा राहिला.

'आम्हाला तहान लागली आहे.' धन्याचा संकेत सेवकानं ओळखला.

थोड्या वेळात दोन सेवक आत आले. रुप्याची दोन तबकं त्यांनी बाजीरावांच्या समोर गालिच्यावर ठेवली. एकात चांदीचं नाजूक नक्षीकाम केलेले छोटे दोन पेले होते. दुसऱ्या तबकात उंच गळ्याची सुवर्णाची सुरई होती. तिच्या गोल भागावर नाचणारे मोर रेखाटले होते. त्यांच्या पिसाऱ्यात पाचूचे खडे बसवले होते.

'क्या है?' सेवक बाहेर जाताच बाजीरावांसमोर बसून मस्तानीनं विचारलं.

'खुद ही देखो.'

'शराब?'

'तुम खुदही तो शराब हो.'

'ये बात है.' गालात हसत मस्तानी म्हणाली, 'आम्ही दिलेल्या मद्याच्या पेल्याचा राऊंनी इन्कार केला होता. याद है?'

'आहे ना. पण आता एक बात लक्षात आली आहे.'

'कौनसी?'

'या मद्याच्या हजारपट कैफ आणणारं मद्य आमच्याजवळ आहे. आता याची मातब्बरी ती काय?'

आणि मद्याला स्पर्श न करताच मस्तानीच्या अंगावर शहारे आले. दुनियेतल्या साऱ्या काळज्या, शंका आणि संशय यांना बुडवून टाकणारी ती मदिरा एवढी निकट असूनही मस्तानीच्या मनावरचा इष्काचा कैफ उतरला. डोळ्यात भीती दाटली. हलकेच ती म्हणाली, 'फिर भी डर तो लगता है.'

'आम्ही जवळ असताना?'

'म्हणूनच! राऊंच्यामुळेच!'

'लोक काय म्हणतील म्हणून?'

'राऊंना नाही. मला?'

'पण आता मस्तानी आणि राऊ दोन नाहीत.' बाजीरावांच्या स्वरात एकदम मार्दव आलं. हळुवारपणे ते म्हणाले, 'तुझी भीती घालवावी म्हणून आम्ही मदिरेचा हा पेला तुझ्या हातातून घेणार आहोत.'

उभार छातीवरची ओढणी ओघळली होती. बाजीरावांच्या नजरेला नजर भिडताच झिरझिरीत ओढणीचा पदर छातीवर ओढला गेला. जे हवंसं वाटलं होतं ते ओठांतून बाहेर पडेना. आडवळणानं मस्तानीचे ओठ बोलले, 'राग येणार नसेल तर एक विचारू?'

'एकच का शंभर विचार. मात्र प्रत्येक सवालाला खंडणी द्यावी लागेल.'

'खंडणी?'

'पेशवे खंडणी मागत नसतात वसूल करतात हे ध्यानात ठेव.'

'ठीक आहे. राऊ मागतील ती खंडणी द्यायला आम्ही तयार आहोत. मग पुसू सवाल?'

'आता आणखी देर केली तर खंडणी अगोदरच वसूल होईल!'

'इतके दिवस राऊ आमच्या संगतीत आहेत, पण या सवालाची गोष्ट काढायचं आम्हाला कधी धाडस झालं नाही. आमच्या संगतीत ब्राह्मणानं खाऊ नये ते राऊ खातात याची आम्हाला अपूर्वाई वाटत होती. पण ही सुरई राऊंना केव्हापासून आवडू लागली?'

'ज्या दिवशी पर्वतीपायथ्याखालच्या त्या सभामंडपात नाचण्यासाठी चेह‍र्‍यावरची ओढणी तू बाजूला केलीस त्याच क्षणी!'

'नवल आहे. मग आम्हाला कसं कळलं नाही?'

'आरशाला त्यातलं प्रतिबिंब कसं दिसणार? ते त्याच्या समोर असलेल्या आकृतीलाच दिसणार. मस्तानी, साक्षात मद्यालाही धुंदी चढावी अशी तुझी ही सुरई आम्ही ज्या क्षणी प्राशन केली त्या क्षणी जगातल्या साऱ्या मद्यांची धुंदी साफ उतरली. इंद्राच्या हातातली मदिरादेखील पाण्याच्या मोलानं विकू लागली. या एकाच मद्यानं साऱ्या मद्यांवर मात केली आहे.'

'एखाद्याची स्तुती करायची म्हणजे किती करावी! माझी सेवा राऊ गोड करून घेतात एवढं पुरेसं आहे. पण मी म्हणजे काही स्वर्गातली अप्सरा नाही, की माझ्या संगतीमध्ये मद्याची धुंदी चढू नये. किती केलं तरी मद्य ते मद्यच!'

बाजीरावांच्या पुरुषी बोटांनी मस्तानीच्या पातळ तांबूस ओठांना स्पर्श केला. ते म्हणाले, 'असं बोलू देणार नाही तुला, मस्तानी. अप्सरेनं जिचं दासीपण स्वीकारावं अशी तू आहेस. तशी नसतीस तर या राऊचा जीवच तुझ्यावर जडला नसता. तुझी धुंदी आमच्या मस्तकात शिरली नसती. हलक्यासलक्या गोष्टींनी बहकून जाण्याइतका हा राऊ क्षुद्र नाही. ज्या क्षणी तुझे ते मधाळ डोळे आमच्या डोळ्यांना भिडले त्याच क्षणी आम्हाला कळून चुकलं की, या वादळालाही छेद देणारी बिजली या दुनियेत आहे. राऊसाठी ही मस्तानी आहे.'

ओठावर टेकलेला बाजीरावांचा हात मस्तानीनं आपल्या हातात घेतला. आपला मऊ तळवा त्यांच्या पंजावरून फिरवीत हलक्या स्वरात ती पुटपुटली, 'राऊ बोलत होते तेव्हा मला खरं वाटलं नाही, पण आता ओठांतून जे शब्द बाहेर पडले ते ऐकलं की वाटतं माणसाला प्रत्यक्ष मद्य न घेताही धुंदी चढते. ती धुंदी मद्याच्या धुंदीपेक्षा अधिक गहिरी असते.'

'राऊंवर अंमल गाजवणाऱ्या मद्याची जात वेगळी असते, मस्तानी. त्या मद्याचे

काठोकाठ भरलेले प्याले तुझ्यामध्ये आहेत म्हणून तुझ्या संगतीत आम्हाला धुंदी चढते. आता कोरड्या शब्दांनी उरात भडकलेली आग शांत होणार नाही. ते पाहा, बाहरे मघांचे कडकडाट सुरू झाले आहेत. मोरांचा केकारव कानांवर येतो आहे. त्यांच्या पिसाऱ्याचं इंद्रधनुष्य डोळ्यांसमोर नाचतं आहे. ओल्या मेघांच्या स्वागतासाठी धरतीनं दोन्ही हात पसरले आहेत. ही पावसाळी हवा पुढं येणाऱ्या प्रसन्न हवेचं पूर्वचिन्ह आहे. बरसू दे मेघ. होऊ दे धरती शांत. मस्तानी.... मस्तानी.... राजस्थानात राजे-महाराजांच्या संगतीत मद्याची चव आम्ही चाखली. मग आमच्या लक्षात आलं, की जगातलं हेही सुख अजून आम्ही भोगायचं राहिलं होतं. आता तुझ्या संगतीत या सुखाला आणखी गोडी चढू दे. सुवर्णाला सुगंध येऊ दे. भर तो प्याला. मस्तानी, तो प्याला भर.'

बाजीरावांच्या शब्दाच्या आतषबाजीनं मस्तानीचे डोळे दिपले. अंगांगातून सुखाच्या झिणझिण्या उमटल्या. नकळत तिचा हात तबकातल्या सुरईवर पडला.

सुरईच्या थंडगार स्पर्शानं मस्तानी मोहरली. आपल्या नाजूक हातानं समोरच्या पेल्यात ते फेसाळणारं लालसर मद्य तिनं काठोकाठ भरलं. धुंद नजरेनं बाजीरावांकडे पाहत मस्तानीनं त्यांच्यासमोर पेला ठेवला.

बाजीरावांचा हात पुढं झाला नाही. मस्तानी लाडिक आवाजात म्हणाली, 'लीजिये.'

'नहीं, नहीं! मस्तानी, आम्ही असं घेणार नाही.'

'देरी होते आहे. राऊंच्या पुरुषी ओठांच्या स्पर्शासाठी मदिरा उसळते आहे.'

'अंह! असं नाही. आमची रीत वेगळी आहे.'

बाजीरावांचा स्वर मिस्कील होता. मस्तानीतल्या चतुर रमणीनं बाजीरावांचं ते पुरुषी आव्हान ताडलं. पण जबाबाची तिची रीतही वेगळी होती. आवाजात भोळेपणाचा आव आणून ती म्हणाली, 'आम्हाला रीत कुठं माहीत आहे? आज्ञा करावी.'

'मस्तानी, पेला प्रथम तुझ्या ओठाला लागला पाहिजे. मग तो आम्ही घेऊ.'

'ऐसा नहीं हो सकता. कभी नहीं हो सकता.'

'नकार ऐकायची राऊंना सवय नाही. आमच्या हुकमाची तामिली झालेलीच फक्त आम्ही पाहत असतो.'

असा हट्ट धरू नये. मद्य घ्यायचं तर घ्यावं. पण मी ओठाला लावलेला

पेला आपल्याला कसा चालेल?'

'मस्तानीचे पोवळ्यासारखे लाल ओठ ज्या राऊंना चालतात त्यांना त्या ओठांनी स्पर्श केलेला पेला का चालणार नाही? या फेसाळणाऱ्या मद्याच्या द्रवाला या ओठांचा स्पर्श झाला तर त्याची गोडी वाढणारच आहे. आता आम्ही थांबायला तयार नाही.'

तरीही मस्तानी मानेनंच नाही नाही म्हणाली.

मग बाजीरावांनीच तो पेला स्वत: उचलला. मस्तानीच्या ओठाला लावला. मस्तानीनं पेल्यातून दोन घोट मद्य घेतल्यानंतर बाजीरावांनी मस्तानीला हृदयाशी घट्ट धरलं. डाव्या हातानं मस्तानीचा मधुकुंभ सांभाळून उजव्या हातानं तो मद्याचा पेला आपल्या ओठाला लावला. एकएक घुटका सावकाशीनं घेत पेल्यातलं मद्य संपवून तो खाली तबकात ठेवला. मस्तानीच्या डोळ्यांत पाहत बाजीराव म्हणाले, 'आता कसं आमच्या मनासारखं झालं.'

मस्तानीनं सुस्कारा टाकला. बाजीरावांच्या मिठीची ऊब तिला जाणवत नव्हती. बाहेर ढगांनी बरसात सुरू केली होती. हवेत सुखद वारा वाहत होता. पण तरीही बाजीरावांच्या मिठीतली मस्तानी आतल्या आत थरथर कापत होती. तिच्या केसांवरून हात फिरवीत बाजीरावांनी तिच्या कानाजवळ आपले ओठ नेत विचारलं, 'मस्तानी, या राऊच्या मिठीत असताना प्रत्यक्ष काळाचीही भीती बाळगायचं कारण नाही.' असं म्हणून बाजीरावांनी स्वत:च दुसरा पेला भरला. तोही रिकामा झाल्यानंतर त्यांनी मस्तानीला म्हटलं, 'हे मद्य, तुझ्यासारखी मदिराक्षी आणि डोक्यामध्ये विलक्षण स्वप्न. बस्स! माणसाला एवढं असलं म्हणजे आणखी काही नको. काहीही नको. मस्तानी, आज आम्ही खूष आहोत. माग, तुला काय मागायचं ते माग. तू म्हणशील ते आम्ही देऊ.'

तरीही मान खालून मस्तानी बाजीरावांच्या मिठीत तशीच बसली होती. हनुवटी धरून बाजीरावांनी तिचं मुख वर उचललं. तिच्या पापणीभोवती जमा झालेले आनंदाश्रू आपल्या ओठांनी टिपून घेत बाजीराव पुटपुटले, 'मस्तानी, प्यारी मस्तानी, बोल. आज आम्ही खूष होऊन विचारतो आहोत. तुला काय पाहिजे?'

'मिठीतलं हे स्वर्गसुख भोगताना मागण्याची वासना तरी कशी शिल्लक राहावी!' मस्तानीचा स्वर कसाबसा बाजीरावांच्या कानांपर्यंत पोहोचत होता. 'मला काही नको.'

'असं चालणार नाही मस्तानी, तू माग. काहीतरी माग. तू मागितलंस म्हणजे आम्हाला दिल्याचं तरी समाधान मिळेल. तुझ्यासाठी नाही, आमच्या समाधानासाठी तरी तू मागितलं पाहिजेस. मस्तानी, तू मागितलं पाहिजेस.'

बाजीरावांनी पुन्हा पुन्हा म्हटल्यावर मस्तानी म्हणाली, 'मागते. पण जे मागेन त्याला नंतर नाही म्हणू नये.'

'नाही म्हणणार नाही. कधीच म्हणणार नाही. शब्दाला राऊ पक्का आहे अशी त्याची कीर्ती हिंदुस्थानभर आहे. तो राऊ तुला आज म्हणतो आहे की मस्तानी माग. मी देतो.'

'मागू?'

'हां, हां! माग.'

'ज्या वेळी मस्तानीला असं वाटेल की राऊंची भेट घ्यावी त्या वेळी कुणाच्याही परवानगीची जरूर न लागता, कसलेही रीतिरिवाज आडवे न येता मस्तानीला राऊंचं दर्शन व्हावं.'

'एवढे आढेवेढे घेऊन शेवटी हेच मागितलंस?' मद्यानं उत्तेजित झालेल्या स्वरात आवाज उंचावून बाजीराव म्हणाले.

मस्तानीनं आपला नाजूक हात बाजीरावांच्या गळ्याभोवती टाकला. तिची गोरी मुलायम मान बाजीरावांच्या खांद्यावर विसावली होती. तिथून बाजीरावांच्या चेहऱ्याकडे पाहत मस्तानी पुन्हा पुटपुटली, मस्तानी कलावंतीण आहे. राऊ पेशवे आहेत. दोघांच्यामध्ये प्रचंड दरी आहे. कधीकधी जीव तडफडतो. पण ही दरी पार करता येत नाही. या दासीला राऊ काही देणारच असतील तर त्यांनी एवढंच द्यावं की दिवसा, रात्री, महालात, राजवाड्यात, मोहिमेवर, छावणीमध्ये, कुठेही, जिथं राऊ असतील तिथं, मस्तानीला वाटलं की त्यांची भेट घ्यावी तर कोणताही रीतिरिवाज आडवा न येता मस्तानीला राऊंचं दर्शन व्हावं.'

मस्तानीचे शब्द ऐकताच बाजीराव मोठ्यानं हसले. एवढ्या मोठ्यानं हसले की दचकून मस्तानी त्यांच्या मिठीतून बाजूला झाली. मग शांत होऊन बाजीराव म्हणाले, 'बस्स! इतनी छोटी बात!'

'छोटी बात! कदाचित राऊंना छोटी वाटत असेल. मस्तानीला ती आभाळाएवढी मोठी आहे.'

'मंजूर आहे, तुझं मागणं मंजूर आहे! मस्तानी, आम्हाला मंजूर आहे!'

बाजीरावांच्या डोळ्यांचा रंग बदलत होता. मस्तानी हलकेच त्यांच्याजवळ सरकली. बाजीरावांचा हात आपल्या हातात घेत म्हणाली, 'शराबचा अंमल राऊंच्यावर चढतो आहे. अशा वेळी त्यांच्याकडून एखादं वचन घेऊन त्यांना गुंतवून ठेवावं एवढी मस्तानी क्षुद्र नाही. माझी शर्त लगेच मंजूर करायचं कारण नाही. राऊंनी सावकाश विचार करावा. नंतर माझी मागणी मंजूर करावी.'

'विचार? मस्तानी, या राऊनं विचार केला असता तर त्याच्या आयुष्यात मस्तानी कधी आलीच नसती. बाजीरावानं विचार केला असता तर शेकडो कोस भूमी तुडवत हातानं कणसं चोळून फाके मारीत, तलवार मारीत हिंदुस्थानभर त्यानं आपला घोडा नाचवला नसता. विचार भित्र्या माणसाकरता आहेत. आमच्यासाठी नाहीत. मस्तानी, अंमल आमच्यावर चढत नसतो. अंमल दुसऱ्यावर चढवायची आम्हाला आदत आहे. आम्ही दिलेला शब्द अखेरचा आहे. मस्तानी, ज्या वेळी, ज्या क्षणी, ज्या कुठल्याही परिस्थितीत तुला असं वाटेल की आमची गाठ घ्यावी, त्या क्षणी या राऊच्या महालाचे, हवेलीचे, राजवाड्याचे दरवाजे तुझ्यासाठी खुले राहतील. बस्स! अब खूष हो नं?'

हलक्या आवाजात मस्तानी पुटपुटली, 'आम्ही खूष तर केव्हाचेच आहोत. राऊंनी आमची मागणी पुरी केली नसती तरीही. आता तर काय, हे अस्मान आमच्या मांडीवर येऊन बसलं आहे.'

लाजेनं लाल झालेली आपली चर्या मस्तानीनं बाजीरावांच्या रुंद छातीमध्ये दडवली.

•

तिसऱ्या प्रहरी बाजीराव फडावर गेलेले पाहताच आपा आपल्या महालातून बाहेर आले. महालाच्या बाहेर वाटेत चौकाचौकात उभ्या असलेल्या पहारेकऱ्यांचे मुजरे घेत ते काशीबाईंच्या महालाकडे निघाले. खाजगीच्या चौकातून डाव्या बाजूला काशीबाईंच्या महालाकडे जाण्यासाठी ते वळले. पण सरळ न जाता ते स्वत:शीच पुटपुटत थबकले. शेजारी सेवक उभा होता. त्याला आपांनी सांगितलं, 'वहिनीसाहेबांच्या महालात जा. त्यांना म्हणावं आम्ही भेटीसाठी येतो आहोत.'

क्षण दोन क्षण आपा तिथंच घुटमळले. मग मनाशी काही ठाम निश्चय करून सेवकाची वाट न पाहताच ते काशीबाईंच्या महालात गेले.

रघुनाथ आणि जनार्दन या आपल्या दोन मुलांना जवळ घेऊन काशीबाई खाली गादीच्या बैठकीवर बसल्या होत्या. सेवक त्यांना नुकतीच वर्दी देऊन परत गेला होता. त्या आपांची वाट पाहतच होत्या.

'भाऊजी, या वेळी तुम्ही इथं कसे? तुमची फडावर काम करण्याची ही वेळ. आमच्याकडे असं कोणतं महत्त्वाचं काम काढलंत?'

काशीबाईंच्या समोरच्या आसनावर आपा बसले. त्यांनी वहिनींच्या चेहऱ्याकडे नजर टाकली. डोळ्यांभोवती काळी वर्तुळं तयार झाली होती. त्यांच्या गोल चर्येवर ती कशीतरीच दिसत होती. शेजारी बसलेल्या दोन लहान मुलांकडे पाहून आपा म्हणाले, 'फडावर कामं रोजचीच आहेत. पण आज तुमच्याशी काही खासगी बोलावं म्हणून प्रथम इकडे वळलो.'

येसू दासीनं मुलांना महालाच्या बाहेर नेलं. मागे लोडाला कोपर टेकून अंगावरून साडीचा पदर सावरून घेत काशीबाई आपांना म्हणाल्या, 'बोला, कोणतं काम काढलं आहे?'

आपांची जीभ चाचपडली. त्यांनी इकडे तिकडे महालात पाहिलं. महाल सजवलेला होता. सुरूदार खांबांमधून किनखापी पडदे सोडले होते. लोलकांची विलायती झुंबरं महालात टांगली होती. खाली लोकरीचे गालिचे आणि रुजामे अंथरलेले होते. का कुणास ठाऊक पण सजवलेल्या महालात डोळ्यांभोवती चिंतेची वर्तुळं उमटलेलं काशीबाईंचं ते ऐश्वर्यहीन व्यक्तिमत्त्व आपांना विसंगत वाटलं. कोरड्या पडलेल्या ओठावरून जीभ फिरवीत आपा म्हणाले, 'राजस्थानच्या मोहिमेवरून राऊ आले. आता लगेच दुसऱ्या मोहिमेची तयारी सुरू आहे.'

'असं? कोणती मोहीम?' डोळ्यांची उघडझाप करीत काशीबाईंनी विचारलं.

'म्हणजे तुम्हाला माहीतच नाही, वहिनी? या वेळची झेप थेट दिल्लीवर आहे. राऊ तुम्हाला बोलले असतीलच.'

'आम्हाला काय बोलायचं?' आपांची नजर टाळीत काशीबाई म्हणाल्या, 'आम्ही कोण?'

काशीबाईंच्या स्वरातील वेदना आपांना जाणवली. पण तिकडे लक्ष न देता ते म्हणाले, 'वहिनी, राजस्थानच्या मोहिमेवर राऊ गेले तेव्हा मातुःश्रीबाईंनी आम्हाला

सांगून तुम्हाला त्यांच्याबरोबर स्वारीत मुद्दाम पाठवलं होतं. आजपर्यंत बोललो नव्हतो पण आता हे सांगतो.'

डोळे विस्फारून काशीबाईंनी आपांकडे पाहिलं. 'सासूबाईंनी इकडच्या बरोबर आम्हाला मुद्दाम पाठवलं होतं? मोठं नवल आहे. उलट आम्हाला वाटलं आम्ही हट्ट केला म्हणून इकडून आम्हाला बरोबर घेणं झालं.'

'कदाचित तसंही असेल, वहिनी. पण मातुःश्रीबाईंनी तुमच्याबद्दल काही खास सूचना आम्हाला देऊन ठेवल्या होत्या. त्याबरहुकूम आम्ही तुमची बंदोबस्तानं रवानगी केली होती.'

काशीबाई न बोलता चिमाजीआपांकडे पाहत राहिल्या. त्यांच्या मोठ्या काळ्या डोळ्यांत अनेक भाव चमकून गेले. मग आपाच पुढे म्हणाले, 'राजकारणाची गोष्ट म्हणून कदाचित राऊ तुमच्याजवळ बोलले नसतील. पण दिल्लीच्या या स्वारीचा सारा बेत त्यांनी राजस्थानच्या स्वारीतच आखला होता.'

सुस्कारा टाकून काशीबाई म्हणाल्या, 'पण इकडच्या स्वारीशी बोलायला निवांत वेळ आम्हाला कुठे होता?'

'मोहिमेत झाला नसेल. पण पुण्यात आल्यानंतर तरी राऊ बोलले असतील ना?'

काशीबाईंनी एकाएकी आपली चर्या फिरवली. चिमाजीआपांची नजर त्यांनी टाळली. त्यांच्या चर्येवरचे भाव भरभर बदलले. तोंडातून दबलेला हुंदका बाहेर पडला. तो ऐकून भावनावेगानं आपा म्हणाले, 'वहिनी, तुमच्या डोळ्यांत ही आसवं कशासाठी?'

पदरानं डोळे टिपीत मुद्रा मुद्दाम शांत करीत काशीबाई म्हणाल्या, 'कशासाठी हे माझ्याच तोंडून ऐकलं पाहिजे का भाऊजी?'

'वहिनी, तुम्ही काय म्हणता ते माझ्या काही लक्षात आलं नाही. राऊ काही कमी–जास्त बोलले का?'

ओठ घट्ट मिटून बाहेर पडणारा हुंदका अटीतटीनं अडवण्याचा काशीबाई प्रयत्न करीत होत्या. तरी शेवटी त्यांच्या ओठातून हुंदका बाहेर पडलाच. आपांना अवघडल्यासारखं झालं. मांडी बदलून ते चुळबुळ करीत बसले. काही वेळानं ते म्हणाले, 'आम्ही पुन्हा येतो. वहिनी, तुमचं मन शांत होऊ द्या. नंतर आम्ही बोलू. आमचं बोलणं इतकं महत्त्वाचं नाही.'

आपा उठणार तोच काशीबाई गदगदत्या स्वरात म्हणाल्या, 'भाऊजी, बसा. उठू नका. इकडून पुण्यामध्ये येणं झालं हे आम्हाला फक्त नोकरचाकरांकडूनच कळलं.'

'वहिनी! म्हणता आहात काय तुम्ही? राऊ पुण्यात येऊन आज आठ दिवस झाले. आणि नोकरांच्याकडून समजलं असं म्हणता!'

'विश्वास वाटणार नाही, भाऊजी. पण ओठांतून शब्द बाहेर पडताना काय यातना होतात त्या माझ्या मला माहीत. शपथपूर्वक सांगत्ये, इकडून येणं झालं हे आम्हाला फक्त नोकरचाकरांकडूनच कळलं.'

'राऊ महालात आलेच नाहीत?'

काशीबाईंची मान नकारार्थी हलली. एकदम आपांच्या तोंडून शब्द बाहेर पडला, 'मग गेले सात-आठ दिवस राऊ असतात तरी कुठं?'

लगेच आपांनी जीभ चावली. काशीबाईंच्या महालात नसणारे बाजीराव कुठं असतात याबद्दल तर्क करण्याची जरुरी नव्हती. काशीबाईंच्या त्या न बोलण्यातून आपांना कितीतरी अर्थ समजला. मनोमनी ते व्यथित झाले. जे बोलायला ते आले होते तो विषय काशीबाईंच्या समोर काढावा का नाही याचा त्यांच्या मनात पुन्हा गोंधळ सुरू झाला. पण मग मानेला एक झटका देऊन ते बळ एकवटून म्हणाले, 'वहिनी, तुम्हीच विषय काढलात ते फार बरं झालं. याचबद्दल मी बोलायला आलो होतो.'

'बोला भाऊजी, तुम्ही जे जे बोलणार ते आम्ही ऐकलंच पाहिजे.'

'गैरसमज करून घेऊ नका, वहिनी. मी ज्याबद्दल बोलणार आहे तो विषय दौलतीतले सारे लोक आज बोलत नसले तरी उद्या बोलतील. म्हणून मनातलं बोलून दाखवितो आहे.'

'बोला भाऊजी, आम्ही गैरसमज करून घेणार नाही.'

'बाजीपंत रेठरेकर परवा आम्हाला भेटले. राजस्थानच्या राऊंच्या स्वारीतल्या कित्येक हकिगती त्यांनी आम्हाला सांगितल्या.'

डोळ्यांची उघडझाप करून, मन आवरून काशीबाई बळेच हसल्या. त्या म्हणाल्या, 'काय म्हणत होते, बाजीपंत? राजस्थानमधील पेशव्यांची मोहीम अपेक्षेबाहेर यशस्वी झाली असंच म्हणत होते ना?'

'होय. तो राजकारणी मजकूर त्यांनी आम्हाला सांगितलाच. उदेपूर,

जयपूरला राऊंचं झालेलं स्वागतही त्यांनी आमच्या कानांवर घातलं. पूर्वी खलित्यातून तो सारा मजकूर आम्हाला समजलाच होता.'

'मग बाजीपंत आणखी काय म्हणाले?' काशीबाईंनी उत्सुकतेनं विचारलं.

'वहिनी, राऊंच्याबरोबर मोहिमेवर तुम्ही नेहमी जवळ होता ना?'

सरळ उत्तर टाळून काशीबाईंनीच विचारलं, 'का, कशासाठी विचारता?'

'अशासाठी की, राजस्थानच्या या मोहिमेत राऊंच्या हातून काही दुर्वर्तन घडलं असं बाजीपंत सांगत होते. दुसरा-तसरा कुणी असता तर वहिनी आम्ही त्याचं अशा बोलण्याबद्दल पारिपत्यच केलं असतं. पण बाजीपंत घरच्यासारखेच. त्यांनी आपुलकीच्या पोटीच आम्हाला सांगितलं. शहानिशा करण्यासाठी वहिनी आम्ही तुमच्याकडे आलो आहोत.'

'कसलं दुर्वर्तन?'

काशीबाईंच्या स्वरातला पोकळपणा आपांना जाणवला. काशीबाईंनी आपली नजर दुसरीकडे वळवली.

'दुर्वर्तन हेच की राऊंनी या मोहिमेत अपेयपान सुरू केलं असं बाजीपंत म्हणत होते. तुमच्या काही कानावर आहे का?'

'नाही.'

काशीबाईंच्या शब्दातला धीर सुटत चालला होता. आपांना ते जाणवत होतंच. पण तिकडे दुर्लक्ष करून समाधानानं आपा म्हणाले, 'तरी मी पंतांना पुन्हा पुन्हा म्हणत होतो की, बाज़ीपंत तुमचा काही गैरसमज होतो आहे. राऊ असं करणार नाहीत. स्वारीवर असताना त्यांनी कधी अभक्ष्य भक्षण केलं असेल. क्वचित एखादी कलावंतीण त्यांनी जास्त जवळ केली असेल. पण काही झालं तरी राऊ ब्राह्मणधर्म सोडणार नाहीत. अपेयपान करणार नाहीत. त्यांचं वागणं रीतीला सोडून कधी होणार नाही. थोरल्या नानांची पुण्याई इतकी क्षीण कधीच होणार नाही. मातुःश्रीबाईंच्या कुशीतून जन्मलेला हिरा असा दुभंगणार नाही.'

भावनावेगानं आपा भरभर बोलत होते. काशीबाईंना ते ऐकवेना. त्यांनी चटकन मान फिरवली. पुन्हा डोळ्यांना पदर लावला. आपांच्या मनात अशुभ शंका डोकावल्या. त्यांनी विचारलं, 'वहिनी, आम्ही म्हणतो ते बरोबर आहे ना?'

काशीबाईंनी काही उत्तर दिलं नाही. क्षण दोन क्षण थांबून आपांनी पुन्हा तोच प्रश्न विचारला. जड शब्दात काशीबाई म्हणाल्या, 'भाऊजी, तुम्ही आणि

सासूबाईंनी आम्हाला मोहिमेत इकडच्या बरोबर पाठवलं. पण आम्ही काही करू शकलो नाही!'

'म्हणजे बाजीपंत म्हणत होते ते खरं की काय?'

आपांच्या शब्दांतून काशीबाईंच्यावर आकाश कोसळत होतं. ओढून ताणून आणलेलं चंद्रबळ टिकत नव्हतं. मानमर्यादा या शब्दांचे मुखवटे गळून पडत होते. चर्या रडवेली झाली होती. शब्दाशब्दातून दुःख पाझरत होतं.

'भाऊजी, हे सारं आमच्यासमोर घडलेलं आहे. उघडच्या डोळ्यांनी आम्ही हे पाहिलेलं आहे. ओठ मिटून गप्प बसण्याशिवाय आमच्या हातात काही नव्हतं. आम्ही काही करू शकत नव्हतो.'

'हे खरं आहे म्हणता?' आश्चर्यानं एकदम आपांच्या तोंडून शब्द उमटले.

'होय.'

आपांच्या जिव्हारी जखम झाली. गेले महिना दोन महिने त्यांची प्रकृती ठीक नव्हती. कामाचा ताणही असह्य झाला होता. पण प्रकृतीकडे दुर्लक्ष करून ते दौलतीची कामं रेटीत होते. याच उमेदीनं की छत्रपतींनी पेशव्यांच्या खांद्यावर टाकलेली धुरा समर्थपणे वाहण्यात आपल्या बंधूंच्या खांद्याला खांदा लावून आपण उभं राहणं हाच आपला धर्म आहे. एकाएकी ती जिद्द संपल्यासारखं त्यांना झालं. आतून कुठून तरी आपण कोसळतो आहोत असं त्यांना वाटलं. मनाची ही मरगळलेली अवस्था त्यांनी फार काळ टिकू दिली नाही. हे अशुभ अमंगल विचार लगेच त्यांनी झटकून टाकले. ते म्हणाले, 'पण वहिनी, त्याला फारसं महत्त्व द्यायचं कारण नाही. ब्राह्मणानं अभक्ष्य भक्षण केलं किंवा अपेयपान केलं म्हणजे काही तो स्वर्गातून नरकाला जातो असं नाही. क्वचित एखाद्या प्रसंगी राऊंच्या हातून गैरशिस्त वागणं झालं असेल. आपण ते सांभाळून घ्यायला हवं.'

आपा महालात आल्यापासून जे बोलत होते त्याचा भार काशीबाईंना असह्य झाला. भावनावेगानं त्या भरभर बोलू लागल्या, 'भाऊजी, तेवढंच असतं तर आम्ही मनाला एवढं लावून घेतलं नसतं. माणूस आहे, चुकणारच म्हणून आम्ही मनाची समजूत घातली असती. पण—' असं म्हणून काशीबाई बोलताना अडखळल्या.

आपांनी ते ऐकून न ऐकल्यासारखं केलं. ते म्हणाले, 'वहिनी, मागे एकदा राऊंच्या अभक्ष्य भक्षणाचा असाच गवगवा झाला होता. तेव्हा आम्ही त्यांना

बोललोही होतो. त्यानंतर आता हे आमच्या कानांवर येत आहे. पण या वेळी आम्ही त्यांना बोलणार नाही.'

'का? बंधू चुकले तर त्यांना मार्गावर आणणं हे तुमचं कर्तव्य नाही, भाऊजी?'

'वहिनी, राऊंच्या बाबतीत काय चूक आणि काय बरोबर हे जाणण्याचा ताजवा या आपापाशी नाही.'

'तुम्ही हे बोलता, भाऊजी!'

'का, आमचं काही चुकलं का वहिनी? वहिनी, ज्यांच्या नावानं आज उभा हिंदुस्थान थरथर कापतो, दिल्लीपतीचं आसनही डळमळीत होतं त्या राऊंच्या हातून यत्किंचित् दुर्वर्तन घडलं तर आम्ही ते क्षम्यच समजायला नको का?'

'मला नवल वाटतं तुमचं, भाऊजी. सिद्दी साताला तुम्ही मारलंत, खरं ना?'

'होय.'

'एवढा माजलेला हबशी परशुरामाच्या भूमीतून तुम्ही समूळ उपटून काढलात, भाऊजी. त्यासाठी तुम्ही किती अभक्ष्य भक्षण केलंत, किती अपेयपान केलंत, किती.... माझ्या तोंडून उच्चारवत नाही. पण तुमचं गैरवर्तन कोणकोणतं झालं ते सांगा.'

'वहिनी, हे मात्र मी तुम्हाला बोलू देणार नाही. आमचा पिंड निराळा आणि राऊंचा पिंड निराळा. पण बाजीपंत परवा आम्हाला म्हणत होते, मनात उगीच टोचत होतं. त्यांचं म्हणणं खोटं ठरतं तर बरं झालं असतं. खोटं ठरेल या अपेक्षेनं वहिनी तुमच्याकडे आलो होतो.'

मग मोठा उसासा टाकून ते म्हणाले, 'हरकत नाही. राजस्थानचे राजेरजवाडे कसे आहेत हे आम्ही चांगले जाणून आहोत. मद्याच्या आणि अफूच्या कैफात अष्टौप्रहर राहणारे हे राजे आमच्या एकेक सरदारांनी चार चार वेळा पालथे घातले ते उगीच नाही. अशा राजस्थानमध्ये या राजांच्या संगतीत राजकारणात आणि मोहिमांत राहणाऱ्या राऊंच्या हातून एखादी क्षुल्लक गोष्ट घडली तर आम्ही ती एवढी मनावर घ्यायला नको.'

'क्षुल्लक?' आता काशीबाईंचा स्वर चढला होता.

'होय. क्षुल्लक नाही तर काय? एखाद्या राजाच्या आग्रहाला बळी पडून राऊंनी कधीतरी मद्याचा पेला उचलला असेल. कधीतरी अपेयपान केलं असेल. आम्ही त्यांच्याकडे दुर्लक्षच केलं पाहिजे.'

‘भाऊजी, खरा प्रकार तुम्हाला माहीत नाही म्हणून तुम्ही असं म्हणता.’

‘खरा प्रकार कळण्यासाठीच मी तुमच्याकडे आलो आहे. खरा प्रकार जेवढा तुम्हाला माहिती असेल तेवढा दुसऱ्या कुणाला ठाऊक असणार नाही.’

‘तोंडातून शब्द उमटत नाहीत, भाऊजी, हे सांगायला, पण सांगितल्याशिवाय हे तुम्हाला समजणारही नाही. भाऊजी, या एवढ्या मोठ्या हवेलीमध्ये, या एवढ्या महालामध्ये आम्ही आता एकाकी आहोत. भाऊजी, आसरा फक्त तुमचाच आहे. तुम्ही देणार असलात तर!’

‘काय बोलता हे. वहिनी, माझ्यावर विश्वास नाही?’

‘तुमच्यावर विश्वास आहे, भाऊजी म्हणूनच लाजेनं आम्ही अर्धेमुर्धे झालो आहोत तरी तोंडून अजून शब्द बाहेर पडताहेत. जे कधी कुणासमोर बोलू नये ते बोलण्याची आज वेळ आली आहे. भाऊजी, तुम्ही समजता तेवढी ही बाब क्षुल्लक असती तर प्राण गेला तरी आमच्या तोंडून त्यातलं एक अक्षरसुद्धा बाहेर पडलं नसतं. इकडचे पाय हे आमचं दैवत आहे. आमचं जगणं आणि मरणं हे दोन्ही त्या पायांसाठी आहे. पण, भाऊजी, त्या पायांच्या हिताकरताच सारी लाज बाजूला ठेवून उदयपूरला आम्ही इकडच्या बरोबर असताना काय घडलं ते तुम्हाला आज सांगणार आहोत.’

क्षणभर काशीबाई गप्प बसल्या. त्यांच्या मनातलं वादळ त्यांच्या चर्येवर स्पष्ट दिसत होतं. मुद्रा आक्रसलेली होती. डोळे लाल झाले होते. पापण्यांच्या कडेला आसवं खाली उड्या मारण्यासाठी टपून बसली होती. क्षुब्ध मन:स्थितीत आपा वहिनींच्याकडे पाहत बसून होते.

‘साऱ्या दिवसभर इकडून महाराण्यांच्या दिलखूष महालात बोलणी चालली होती. आम्ही आमच्या डेऱ्यात एकटच्याच बसून होतो. उशीर रात्री महाराण्यांबरोबरची बोलणी संपवून इकडून आमच्या डेऱ्यात येणं झालं.’ एकेक शब्द सावकाश उच्चारित काशीबाई बोलत होत्या. श्वास रोखून आपा ऐकत होते.

‘डेऱ्यावरचा पडदा बाजूला झाला आणि कुंवरनं स्वारीला आत आणून सोडलं. कुंवर निघून गेला. डेऱ्यातल्या शमादानाच्या प्रकाशात आम्ही पाहिलं. भाऊजी, काळजामध्ये कुणी तरी सुरी खुपसावी तसं झालं. इकडच्या स्वारीचा तोल दोन पायांवर राहत नव्हता. पाय लटपटत होते. डोळे लाल झाले होते. डोक्यावरचा भरजरी मंदिल केव्हा खाली डेऱ्यात पडला याचं भान नव्हतं. आम्ही चटकन् उठून

स्वारींना हाताला धरून पलंगावर बसवलं. घाबरलेल्या स्वरात आम्ही त्यांना म्हटलं, ‘हे काय? भानावर यावं. आपण कोणत्या मुलखात आहोत. काय चाललं आहे?’

‘पण तुम्हाला याची कल्पना होती वहिनी?’ मध्येच आपांनी विचारलं.

‘होय.’

‘आधी थोडी कुणकुण सेवकांच्याकडून लागली होती. आमच्या मनानं ते खरं मानलं नव्हतं. पण आता प्रत्यक्षच समोर पाहत होतो. सारं दिसत होतं. भाऊजी, पुढचं काय सांगणार आम्ही! मद्याच्या प्याल्यात माणूस बुडाला तरी भाऊजी, काही वाटलं नसतं. पण इतकी शरमेची गोष्ट इकडच्या ओठातून कशी बाहेर पडली ते आजतागायत आम्हाला समजलं नाही.’ काशीबाईंनी आवंढा गिळला. डोक्यावरून घेतलेला पदर तोंडासमोर धरून डोळ्यांत आलेले आसू खाली पडू न देण्याचा भगीरथ प्रयत्न करीत त्या म्हणाल्या, ‘भाऊजी, आम्ही एवढं बोललो तरी आमच्या डोळ्याला डोळा देऊन इकडून काय बोलणं झालं माहीत आहे? इकडून बोलणं झालं, ‘मस्तानी, तुझ्या शराबी डोळ्यांची ही धुंदी आमच्यावर चढली आहे.’ भाऊजी, धरणी दुभंग होऊन आम्हाला सीतामाईसारखी पोटात घेती तर बरं झालं असतं असं त्या वेळी वाटलं. मेल्याहून मेल्यासारखं झालं. आमच्या महालात आमच्यासमोर कलावंतिणीचं नाव!’

‘राऊंनी तुमच्यासमोर मस्तानीचं नाव घेतलं? एवढा त्यांचा तोल सुटला?’

‘सुटायला नको होता भाऊजी. पण सुटला हे खरं. भाऊजी, त्यापुढं जे जे झालं ते आमच्या ओठावाटे बाहेर नाही पडत. कधीही पडणार नाही. प्राण गेला तरी या ओठांतून भाऊजी ते बाहेर पडणार नाही. भाऊजी, त्या क्षणी गेल्या कित्येक वर्षांतला आमचा संसार धुळीला मिळाला, असं वाटलं. कोणत्या सुवासिनीला एका कलावंतिणीच्या नावानं संबोधलेलं आवडेल?’

काही न बोलता आपा खाली मान घालून बसले. आपांची अगतिक अवस्था पाहताच इतका वेळ ओढून धरलेले काशीबाईंच्या डोळ्यांतले अश्रू खळखळा ओघळले. हुंदके देत त्यांनी मान फिरवली, आणि डोळ्यांना पदर लावला.

काशीबाईंच्या महालातून बऱ्याच वेळानं आपा बाहेर पडले तेव्हा मनाचा ठाम निश्चय करून ते काशीबाईंना म्हणाले, ‘वहिनी, मातुःश्रीबाईंच्या ठिकाणी आजवर आम्ही तुम्हाला लेखलं. काहीतरी यातून मार्ग काढू. एवढा माझ्यावर भरवसा ठेवा. कलावंतिणीची बाब ती काय? अशा हजार कलावंतिणी पेशव्यांच्या वरून

ओवाळून टाकता येतील. पण एवढं खरं की राऊंना कबज्यात घेणाऱ्या त्या मस्तानीकडे आमचं फार दुर्लक्ष झालं.'

आपा स्वस्थ बसले नाहीत. फडावर नेहमीच्या कामासाठी जाण्याऐवजी ते आपल्या खासगीकडच्या दालनाकडे वळले. त्यांनी आपल्या विश्वासातल्या कारकुनाला बोलावून घेतलं. वाड्यावरचे कारभारी बापूजी श्रीपत त्यांच्या समोर येऊन बसले. आपांनी भराभर आज्ञा लिहून बापूजी श्रीपतांच्या हवाली केल्या. आज्ञा दिल्यानंतर समाधानानं आपा आपल्या खासगीच्या दालनातून उठून फडावर आले.

त्या दिवशी बाजीराव कोथरूडच्या बागेकडे गेलेच नाहीत. इतकंच नव्हे तर पुढे दोन-तीन दिवस त्यांना राजकारणी कामामुळे विश्रांतीसाठी फुरसद मिळालीच नाही. चौथ्या दिवशी सकाळी नेहमीचा घोड्यावरचा फेरफटका मारून झाल्यावर बाजीरावांना मस्तानीची याद आली. त्यासरशी ते स्वत:शीच हसले. आणि आपल्या पांढऱ्याशुभ्र घोड्याचा लगाम खेचून त्याला त्यांनी कोथरूडच्या दिशेनं वळवलं. बरोबर कुंवर होताच. कोथरूडच्या दिशेनं निघताच तो म्हणाला, 'हुजूर!'

बाजीरावांनी विचारलं, 'आम्हाला काही म्हणालास?'

'होय. हुजूर कोथरूडच्या बागेत जाणार असतील तर एक अर्जी आहे.'

'आम्ही तिकडेच निघालो आहोत. काय आहे?'

'कोथरूडच्या बागेत मस्तानीसाहिबा नाहीत.'

'नाहीत? मग कुठे आहे मस्तानी?'

'कुठं आहेत ते आम्हालाही माहीत नाही. पण एवढं नक्की की आता त्या तिथं नाहीत.'

'हूं!' असा स्वत:शीच उद्गार काढून बाजीरावांनी कुंवरच्या बोलण्याकडे दुर्लक्ष करून घोड्याला टाच दिली.

पाव घटकेत बाजीराव कोथरूडच्या बागेत मस्तानीच्या हवेलीजवळ उभे राहिले. हवेली रिकामी होती. आसपास मस्तानीचं नावनिशाणही दिसत नव्हतं. पेशवे

आलेले पाहताच बागेतले सेवक धावत पुढं आले. मुजरा करून उभे राहिले. रागानं त्यांच्याकडे पाहत बाजीरावांनी विचारलं, 'मस्तानी कुठं गेली?'

'दोन दिवसांपूर्वीच त्या इथून निघून गेल्या.'

'निघून गेल्या आणि आम्हाला कसं माहीत नाही? कुठं गेली?'

'आम्हाला काही सांगितलं नाही. अचानक त्यांचा बेत ठरला आणि घोड्यावर बसून त्या आणि त्यांची दासी समशेरला घेऊन बागेतून बाहेर पडल्या.'

'त्यांचा बाकीचा सरंजाम?'

'सरंजाम दुसऱ्या दिवशी निघून गेला.'

'अरे पण कुठं?'

जाताना त्या एवढंच म्हणाल्या, 'आमचं इथलं अन्नोदक संपलं आहे. अल्लामिया जो रस्ता दाखवील तिकडे जाऊ. आमची चौकशी करायला कुणी आलं तर त्याला आमच्याकडे पाठवू नका.'

ताडकन् बाजीरावांनी घोड्यावरून उडी टाकली. त्यांचा मनक्षोभ अनावर झाला. हातात घोड्याचा कोरडा होता. तो समोरच्या सेवकाच्या पाठीवर सपकन् उडाला. पाठोपाठ शब्दातून वीज कडाडली, 'बोल, मस्तानी कुठं गेली?'

कोरड्याच्या मारापेक्षा ते धन्याचं रौद्रस्वरूप पाहून सेवक गर्भगळित झाला. त-त प-प करीत त्याच्या तोंडून शब्द बाहेर पडले, 'गारपिरावरून मस्तानीबाईसाहिबा पाबळच्या रोखानं निघून गेल्या, एवढंच मला माहीत आहे.'

'एवढंच आम्हाला पुरेसं आहे.' असं म्हणून बाजीरावांनी घोड्यावर टांग मारली. आश्चर्यचकित झालेल्या कुंवरला त्यांनी नुसता हातानंच इशारा केला आणि घोड्याला टाच दिली. चौखूर घोडा निघाला. समोर नदीला उतार होता. तो पार करून घोडा पाबळच्या दिशेनं झेपावला.

आकाशात ढग होते. पाठीमागे वारा वाहत होता. बरोबर फक्त एकच सेवक होता. कशाचीही पर्वा न करता दातओठ खात घोड्याला टाच देत बाजीरावांनी घोडा चौखूर पिटाळला. त्यांच्या मनातल्या वेगापेक्षा घोडा हळू पळतो आहे असं त्यांना वाटलं. त्या अश्वाला धन्याचा राग समजत नव्हता. त्याला इशारा पुरेसा होता. पण या वेळी इशाराही कमी पडत होता. वाऱ्याच्या वेगानं घोडा दौडावा असं बाजीरावांना वाटत होतं. वाटेतल्या अडथळ्यांना न जुमानता कच्च्या रस्त्यावरून ते उमदं जनावर पाठीवर आपल्या धन्याचा भार अलगद सांभाळत

दौडत होतं. बाजीरावांच्या पाठोपाठ घोडा फेकणं काही वेळानं कुंवरला अशक्य झालं. त्याचा घोडा मागे पडू लागला. हळूहळू धन्यात आणि सेवकात अंतर पडू लागलं. मग एका वळणाच्या आड बाजीरावांचा घोडा गेल्यावर कुंवरला आपला धनी दिसेनासा झाला.

दोन-तीन घटका अश्व दौडत होता. ओठ घट्ट मिटून बाजीराव त्याच्या पोटावर चढावाची टाच रोवीत होते. घामानं घोडा निथळत होता. वाऱ्यानं घाम सुकत होता. मनाचा वारू कित्येक योजनं पुढं निघून गेला होता.

तिसरा प्रहर उलटला. पाबळाची वाट टापांखाली तुडवून वेशीजवळ बाजीरावांचा घोडा आला. समोर दोन-तीन माणसं बसलेली होती. बाजीरावांचा अवतार आणि घामानं निथळणारा तो घोडा पाहून कुणाच्याही लक्षात आलं नाही की समोर प्रत्यक्ष पेशवे उभे आहेत.

धापा टाकीत त्यांनी विचारलं, 'हे पाबळ ना?'

समोरच्या माणसांनी जबाब दिला, 'हां, हां. हे पाबळ. तुम्ही कुण्या गावचं शिलेदार?'

'पुण्याहून निघालेली मस्तानी गावातून पुढं गेली का?'

'मस्तानी! कोण मस्तानी राव?' त्या माणसांनी चिकटपणानं विचारलं.

त्याला उत्तर देण्याच्या मन:स्थितीत बाजीराव नव्हते. हातातला कोरडा हवेत फडफडला, आणि डोळ्याचं पातं लवतं न लवतं तोच त्याचा आवाज समोरच्या माणसावर झाला. 'बेशरम, मस्तानी माहीत नाही?'

शिलेदार समजलेल्या त्या माणसाचा तो अवतार बघताच समोरच्या माणसाची खात्री झाली की कुणीतरी मातबर आसामी दिसते आहे. एवढ्यात बाजूला उभा असणारा एक राऊत काय भानगड आहे ते पाहण्यासाठी धावत आला. क्षणभर त्यानं बाजीरावांकडे पाहिलं. एकदम त्याच्या तोंडून शब्द बाहेर पडले, 'सरकार! खुद्द सरकार स्वारी इथं आली?'

बाजीरावांनी त्याच्याकडे रागानं पाहिलं. विचारलं, 'कोण रे तू?'

तशी अदबीनं लवून मुजरा करीत तो म्हणाला, 'मस्तानीबाईसाहिबा इथंच आहेत मुक्कामाला. मी दाखवतो वाट.'

बाजीराव अधीर झाले होते. ते म्हणाले, 'चल, कुठं आहेत?'

वेशीच्या समोर एक बगिचा होता. त्या बगिच्याकडे बोट दाखवीत राऊत

म्हणाला, 'काल संध्याकाळी मस्तानीबाईसाहिबांचा मुक्काम तिथं पडला. अजून तिथंच आहेत. उद्या पुढं जाण्यासाठी निघणार असं म्हणत होत्या.'

बाजीरावांनी त्या दिशेकडे नजर टाकली. घोड्यावर मांड ठोकून त्या दमलेल्या अश्वाला त्यांनी पुन्हा टाच दिली.

बगिच्यात एका छोट्याश्या राहुटीत मस्तानी बसली होती. घोड्यांच्या टापांचा आवाज दुरून ऐकू येताच तिची दासी राहुटीतून बाहेर आली. कपाळावर हात मारून येणाऱ्या माणसाला ती न्याहाळत असतानाच तिच्यासमोर घोड्यावरून उडी मारून बाजीराव उभे राहिले. दासीच्या तोंडून काही शब्द बाहेर पडण्याची वाट न पाहताच एका हातानं तिला बाजूला सारून ते राहुटीत घुसले.

समोर एका छोट्या चौपाईवर मस्तानी समशेरला पोटाशी धरून बसली होती. बाजीरावांना पाहताच ती ताडकन् उठली, आणि ओढणीचा पदर पुढं ओढून घेत ती गडबडीनं उद्गारली, 'कौन, आप! इधर कैसे आये? हमारा पता आपको कैसा मालूम हुआ?'

बाजीरावांनी उत्तर दिलं नाही. हातातला घोड्याचा कोरडा त्यांनी फेकून दिला. एकदम मस्तानीला मिठी मारून ते म्हणाले, 'मस्तानी, प्यारी मस्तानी! इकडं कुठं आलीस? पुण्यातून का बाहेर पडलीस? आम्हाला का सांगितलं नाहीस? काय झालं? मस्तानी, काय झालं?'

घाबरून समशेर दोघांकडे पाहत होता. पाहता पाहता तो मोठ्यानं रडायला लागला. बसंतीनं समशेरला घेतलं, आणि त्याला राहुटीच्या बाहेर नेलं.

बाजीरावांच्या अंगावरून हात फिरवीत मस्तानी म्हणाली, 'ये क्या है? पसीनेसे सब भीग गये! सारं शरीर थकलेलं दिसतंय. कुठं माझा शोध करीत आलात?'

मस्तानीच्या डोळ्यांत पाहत बाजीराव चौपाईवर टेकले. त्यांच्या अंगातून अद्याप घामाच्या धारा वाहत होत्या. समोर उभी राहून श्रमानं क्लांत झालेलं बाजीरावांचं ते शरीर मस्तानी व्यथित नजरेनं निरखीत होती. डोळे बोलत होते. डोळे ऐकत होते. साऱ्या अंगांगाचे नेत्र बनून मस्तानी आपल्या राऊवर नजरेची पाखर घालीत होती. तिनं बाजीरावांच्या डोक्यावरचा मंदिल बाजूला काढून ठेवला. अंगावरच्या ओढणीनं त्यांच्या चेहऱ्यावरचा घाम पुसला. मग त्यांच्या अंगातला अंगरखा काढीत ती म्हणाली, 'राऊ एकटे धावत इतक्या दूर येतील ही या दासीला कल्पना नव्हती.'

श्वासात श्वास मिळाले होते. शब्दांचे उपचार थिटे पडत होते. दृष्टीला जे गवसलं होतं ते हृदयाच्या खोल कप्प्यात केव्हाच बंदिस्त झालं होतं. आता उरली होती ती आर्त उत्सुकता. शब्दाचा आधार घेऊन ती अगतिकपणे बाहेर पडत होती.

'मस्तानी' राऊ म्हणत होते. 'एवढ्या दूरच काय पण शेकडो योजनं दूर तू गेली असतीस तरी तुला आम्ही हुडकून काढलं असतं. पण मस्तानी, अशी अचानक का निघून गेलीस? परवापर्यंत या राऊच्या आलिंगनात देहभान विसरणारी मस्तानी आम्हाला टाकून जाईल असं स्वप्नातदेखील वाटलं नव्हतं. झालं तरी काय तुला?'

'काही नाही.'

त्या उत्तरानं राऊंचं समाधान होणार नाही हे मस्तानीलाही समजत होतं. पण राऊंच्या या पहिल्याच भेटीत त्यांना सांगावं तरी कसं हे तिला समजेना.

'काय झालं.... काय झालं.' असं बाजीराव एकसारखं विचारू लागले तरी मस्तानी काही बोलली नाही. एवढंच म्हणाली, 'राऊ दमलेले आहेत, त्यांनी विश्रांती घ्यावी. माझ्या या राहुटीत जे काही असेल ते स्वीकारावं.'

पण बाजीराव ऐकण्याच्या मन:स्थितीत नव्हते. मस्तानीनं पुढं केलेला दुधाचा पेला बाजूला करीत ते म्हणाले, 'नाही, नाही. मस्तानी, तू सारं सांगितल्याशिवाय आम्हाला काही नको. विश्रांतीही नको. तुझे शब्द हीच आमची विश्रांती आहे. काय झालं म्हणून तू पुण्यातून बाहेर पडलीस?'

कसं बोलावं याचा मस्तानीला पेच पडला. काहीतरी बोलावं म्हणून ती म्हणाली, 'राऊ पेशवे आहेत हे त्यांनी विसरू नये. एका कंचनीसाठी पेशवे पुण्याहून इथपर्यंत दौडत आले, हे पुण्यात समजलं तर केवढा हाहाकार होईल.'

'ते आमचं आम्ही बघून घेऊ. प्रथम आमच्या सवालाचा जबाब पाहिजे.'

तरीही मस्तानीनं सरळ जबाब द्यायचं टाळलं. ती म्हणाली, 'तिकडे पुण्यामध्ये शोधाशोध सुरू झाली असेल. राऊ इथं आले याची वर्दी तरी पुण्याला पाठवावी. मग आम्ही सांगू आमची कर्मकहाणी.'

चौपाईवर बसलेले बाजीराव ताडकन् उठले. कपाळावरचा घाम टिपीत ते म्हणाले, 'आमची एवढी चिंता असती तर मस्तानीनं पुण्यातून बाहेर पडताना एखाद्या शब्दानं तरी आम्हाला विचारलं असतं!'

'राऊ! ही दासी आपल्या मनानं पुण्यातून बाहेर पडली नाही. राऊंच्या सावलीत

राहण्याची शपथ घेऊन पुरते चार प्रहरसुद्धा उलटले नाहीत, तोच मस्तानीवर हा प्रसंग आला. आम्ही खुषीनं पुणं सोडलं नाही.'

'तुझ्यावर जबरदस्ती करणारा माणूस तरी कोण? त्याचं नाव काय मस्तानी?'

'त्याची काही जरूरी आहे का? वाटल्यास असं समजावं की आम्ही आपल्या मनानंच बाहेर पडलो आहोत. आमच्यावर कुणीही जबरदस्ती केली नाही.'

'अशक्य आहे ते मस्तानी. अशक्य आहे. सूर्य पश्चिमेला उगवला असं कुणी आम्हाला सांगितलं तरी एक वेळ आम्ही विश्वास ठेवू, पण मस्तानी आपण होऊन आमच्यापासून निघून गेली याच्यावर आमचा विश्वास बसणार नाही. सांग मस्तानी, आम्हाला न कळवता तू पुण्याच्या बाहेर का पडलीस?'

'आम्हाला हुकूम झाला, राऊ.'

'कुणी हुकूम केला?'

'एक वचन मिळेल तर सांगू.'

'असं कोड्यात टाकणारं बोलू नकोस मस्तानी. त्याचं नाव सांग म्हणजे बाजीरावाचा रोष काय असतो ते त्याला समजेल.'

'म्हणूनच राऊंकडून आम्हाला वचन हवं आहे.'

'मस्तानी, तुझ्या मनात काय आहे हे न समजण्याइतके आम्ही दुधखुळे नाही. तू हट्टच धरला आहेस म्हणून आम्ही वचन देतो. आता तरी बोल.'

'मी नाव सांगेन पण त्यांना अभय मिळालं पाहिजे. आता राऊंना आम्ही शब्द फिरवून देणार नाही.'

निःश्वास टाकून बाजीराव म्हणाले, 'होय. वचन दिलं आहे. सांग मस्तानी काय प्रकार झाला. कुणी तुला हुकूम दिला.'

'आपास्वामींनी.'

'आपानं? आपानं तुला हुकूम दिला?'

'होय. त्यांच्या कारकुनानं. त्यांनी सांगितलं की मस्तानीनं सूर्य उगवायच्या आत पुण्याची वेस ओलांडून बुंदेलखंडाच्या रोखानं निघून जावं.'

ज्याला भ्यावं तेच समोर येऊन उभं ठाकावं अशी बाजीरावांची अवस्था झाली. आपांशिवाय हे धाडस कुणी करणार नाही असं त्यांचं मन त्यांना बजावत होतंच. पण अंधुक आशा होती की हे काम दुसऱ्या कुणाचं तरी असेल. त्याला जरब बसवून मनातली खळबळ थोडी शांत करता येईल. पण मस्तानीनं आपांचं नाव

घेताच बाजीराव मनातून हादरले. ओठावर कितीतरी शब्द गर्दी करीत होते. ते आवरून बाजीरावांनी एक दीर्घ नि:श्वास टाकला. स्वत:शीच ते पुटपुटले, 'मस्तानी, वचन दिलं नसतं तरीही आम्ही काही करू शकलो नसतो अशी ती जागा आहे. आपा आमचे धाकटे बंधू आहेत. त्यांच्या मनात याच वेळी काय आलं आणि आम्हाला एका अक्षरानं न विचारता त्यांनी परस्पर हुकूम का दिला ते काही समजत नाही.'

'त्याचा विचार करायचं आता कारण नाही. आपास्वामींनी आम्हाला हुकूम केला आणि आम्ही पुण्याच्या बाहेर पडलो. आम्हाला सक्त हुकूम होता की आम्ही कुणाला काही न कळवता ताबडतोब पुण्याची वेस ओलांडून मार्गाला लागलं पाहिजे. सारी तयारी करूनच आम्हाला हुकूम दिलेले होते.'

'अस्सं?' आश्चर्यानं बाजीरावांच्या भुवया वर चढल्या.

'तुम्ही दिलेल्या वचनाची आठवण आहे ना? आपास्वामींनी हुकूम दिला आणि आम्ही तो मानला. राऊंनी दु:खी होऊ नये. ज्याचा इलाज माणसाच्या हातात नसतो त्याचं दु:ख करूनही काही उपयोग नसतो. आपास्वामींची मर्जी मोडायची नसेल तर मला पुण्यात राहता येत नाही.'

बाजीराव चौपाईवर बसले होते. त्यांच्या मनात विषाद दाटला होता. दु:खानं त्यांनी नि:श्वास टाकला. ते म्हणाले, 'आपानं आज्ञा दिली. तू पाळलीस. इथपर्यंत ठीक झालं. पण तुला परत नेण्यासाठी आम्ही इथं आलो आहोत.'

'आपास्वामींची आज्ञा नसतानासुद्धा?'

'आपांची समजूत कशी घालायची ते आमचं आम्ही पाहू. तुला आमच्याबरोबर आलं पाहिजे.'

'या चरणाशी एक विनंती आहे. जरा ऐकावी.'

'काय?'

'मी पुण्यात राहणं आता शहाणपणाचं होणार नाही. माझ्याबद्दल आता राऊंच्या हवेलीपर्यंत गवगवा झालेला आहे. छोटे समशेरबहाद्दरही यातून सुटले नाहीत. तेव्हा राऊंनी आता मला परत पुण्यास ठेवण्याचा हट्ट धरू नये.'

बाजीराव ताडकन् उभे राहिले. भावनावेगानं ते म्हणाले, 'बाजीरावाला दुसऱ्याचं ऐकण्याची सवय नाही. एकदा तोंडातून शब्द बाहेर पडला तो अखेरचा. मस्तानी, तुला परत नेण्यासाठी आम्ही इथं आलो आहोत. पुण्यातून बाहेर पडण्यासाठी

तुला त्यांनी एका घटकेचा अवधी दिला होता. आता आम्ही अर्ध्या घटकेचा अवधी देतो आहोत. तेवढ्या वेळात मस्तानीचा मेणा पुण्याच्या दिशेनं वाटचाल करू लागला पाहिजे.'

मस्तानीनं परोपरीनं विनवलं. पण बाजीरावानं ऐकलं नाही. अखेरीस मस्तानी म्हणाली, 'मी पुण्यात येणं याचा आता एकच अर्थ आहे.'

'काय?' बाजीरावांनी विचारलं.

'लोक असं म्हणतील की राम-लक्ष्मणासारख्या या दोन भावांच्यात मस्तानीमुळे वितुष्ट आलं. या विषारी शब्दांनी लोक मला टोचून मारतील.'

'कोण असं म्हणणार? कुणी असं म्हटलं तर आम्ही त्याची जीभ हसडून बाहेर काढू.'

'राऊ! कुणी तोंडावर म्हटलं नाही तरी मनात म्हणतीलच. मनातले शब्द प्रत्यक्ष बोलण्यापेक्षाही जास्त जहरी असतात.'

'त्याला आमचा इलाज नाही. मस्तानीला आम्ही एकदा जवळ केलं आहे. प्रत्यक्ष मृत्यू तिला आमच्या जवळून ओढू म्हणेल तर प्रथम त्याला या बाजीरावाशी मुकाबला करावा लागेल.'

बाहेर संध्याकाळ झाली होती. आकाशात ढगांनी गर्दी केली होती. तिकडे पाहून बाजीराव म्हणाले, 'फार तर आम्ही तुला एवढीच सवलत देतो. वेळ रात्रीची आहे. पाऊस कोसळण्याची शक्यता आहे. तुला प्रवासाचा त्रास होईल. म्हणून अर्ध्या घटकेची मुदत आम्ही फार तर अर्ध्या रात्रीपर्यंत वाढवू. पण पहाटेची चांदणी उगवली की मस्तानीचा मेणा पुण्याचा मार्ग चालू लागला पाहिजे.'

बाहेर मस्तानीच्या खासगीतील सेवक होते. त्यांना जवळ बोलावून बाजीरावांनी मुक्काम आवरता घेऊन पुण्याच्या दिशेनं कूच करायच्या आज्ञा दिल्या.

रात्री मस्तानीच्या बरोबर बाजीरावांनी त्या छोट्याशा राहुटीत भोजन केलं. बाजीरावांच्या शोधात पुण्याहून निघालेली खासगी पागेतल्या स्वारांची तुकडी तोपर्यंत पाबळला येऊन पोहोचली होती. पेशवे बागेमध्ये मस्तानीच्या राहुटीत आहेत हे समजल्यावर त्यांच्याजवळ जाण्याची कुणाची छाती झाली नाही. पागेतले स्वार गावाच्या वेशीजवळ मुक्काम ठोकून वाट पाहत राहिले.

स्वारांची होणारी हालचाल बाजीरावांच्या कानांनी टिपली. सारा प्रकार त्यांच्या

लक्षात आला. मशालीच्या उजेडात भोजन आटोपल्यानंतर ते मस्तानीशी बोलत बसले होते. दोन घटकांचा काळ गेला होता. मनं मोकळी झाली होती. दडपण नाहीसं झालं होतं. किती विषय निघत होते. संपता संपत नव्हते. रात्र चढत होती. बाजीरावांना बिलगून मस्तानी म्हणाली, 'आम्हा बायकांना माहेरची वाट जिवाभावाच्या मैत्रिणीसारखी प्रिय असते. पण राऊ, त्या दिवशी पुण्याहून आम्ही माहेरच्या या वाटेला लागलो तेव्हा तीच वाट आम्हाला वैरिणीसारखी झाली. आमचं माहेर आता तुमच्यामध्येच आहे. ते वेगळं नाही. पण स्त्रीचा जन्म पडला. आम्ही दोन दिवस वाट चालत असताना मनात एक विचार आतून कसा डंख देत होता.'

आपल्या बाहुपाशात मस्तानीला घेऊन बाजीरावांनी म्हटलं, 'कोणता विचार?'

'साऱ्यांनी वाऱ्यावर सोडलं तरी स्त्रीला आपल्या माहेरची आशा असते. तो आसरा, ती सावली स्वप्नासारखी असली तरी त्या आधारावर कठीण प्रसंगातही स्त्रीला दिवस काढता येतात. पण राऊ, ही वाट आमच्या माहेरची आहे असं फक्त म्हणायचं. कोण आहे आमचं तिथं?'

'म्हणायचं तरी काय आहे तुला मस्तानी? आमच्या काही लक्षात येत नाही.'

'मनातला विचार बोलून दाखवला तर राऊ स्वार्थी म्हणतील. असंही मनात आणतील की अखेर ही कंचनी आपल्या जातीवर गेली.'

'इतकी वर्षं आमच्या बरोबर राहूनही मस्तानी तू आम्हाला ओळखलं नाहीस. बोल, काय आहे तुझ्या मनात?'

'असं वाटतं की, आपल्याला कुठंतरी माहेर असावं. जेव्हा आयुष्यात पराभवाचा क्षण येईल तेव्हा कुशीत दडायला कुठंतरी माती असावी. लग्न झालेल्या बाईला माहेरकडून चोळीबांगडी मिळते. आम्हा कलावंतिणीला कोण देणार ही चोळीबांगडी? कुणाच्या कुशीत मान खुपसून आम्ही मनातलं दुःख सांगावं?'

मस्तानीचा स्वर भावनेनं ओला झाला होता. ओठ थरथरत होते. बाजीरावांना ते जाणवलं. तिच्या चर्येवरून प्रेमानं हात फिरवत मृदू स्वरात ते म्हणाले, 'तुला आजच हे असं एकाकी वाटायला काय झालं? आम्ही आहोत. चोळीबांगडीसाठीच तुझ्या मनात विचार येत असला तर आम्ही नाही म्हणणार नाही. मस्तानी, तुझ्या जीवनातली ती अपूर्णताही आम्ही दूर करू. बोल काय पाहिजे?'

'इतक्या दूर, एकाकी, वारा, वादळ, पावसात माझ्यासारख्या क्षुल्लक

कंचनीसाठी येणं झालं. माझी समजूत काढून इथून राऊ मला परत पुण्याला घेऊन जात आहेत. राऊंना सोडून माहेरच्या दिशेनं मी तुडवलेली वाट आता इथंच संपली आहे. आता हातात हात घालून परतीचा प्रवास पुण्यापर्यंत करणार आहोत. ही वाट जिथं संपली त्रेच गाव चोळीबांगडी म्हणून राऊ या मस्तानीला द्या.'

'एवढंच?' बाजीराव मस्तानीची समजूत काढत म्हणाले, 'दिलं आहे आम्ही हे गाव असं समज. पुण्याला परत गेल्यानंतर आम्ही त्याचा बंदोबस्त करू. चोळीबांगडी मागितलीस, चोळीसाठी आम्ही गाव दिलं. पण बांगडीसाठी काय पाहिजे?'

'मनात असेल ते द्यावं. आमचा कशासाठीच हट्ट नाही.'

कितीतरी वेळ बाजीराव आणि मस्तानी त्या चौपाईवर अवघडलेल्या अवस्थेत बसून बोलत होते. पहाटे तांबडं फुटलं. मेणे पुण्याच्या दिशेनं रवाना झाले.

तिसऱ्या दिवशी फडावरून सनदा तयार झाल्या. मान्यतेसाठी आपास्वामींच्या समोर आल्या. केंदूर आणि पाबळ ही दोन गावं पेशव्यांनी मस्तानीला चोळीबांगडीसाठी दिली. आपांनी गावांच्या सनदांवर नजर टाकली, आणि त्या बाजूला ठेवून दिल्या.

•

जणू काही घडलंच नाही अशा तऱ्हेनं फडावरची कामं सुरू होती. दिल्लीच्या मोहिमेचे तपशील ठरत होते. सरदारांना निरनिराळे हुकूम सुटत होते. मोगलांच्या फौजेशी कुठं मुकाबला द्यायचा याचे बारकावे रोजच्या चर्चेतून ठरत होते. दिल्लीतले कोणते मनसबदार फोडता येतील, कुणामध्ये जोर आहे, कुठं बोटचेपेपणा आहे याची चाचपणी पुण्यात बसून होत होती. पेशव्यांचे वकील वेंकाजीराम दिल्लीहून जवळजवळ रोज़ खलिते पाठवत होते. त्या खलित्यांतून दिल्लीच्या दरबारात घडणारी खडान्‌खडा गोष्ट पेशव्यांना समजत होती. त्या माहितीच्या आधारानं पेशव्यांना आपल्या हालचाली नक्की करता येत होत्या. पेशव्यांनी मनातले विचार साताऱ्याला छत्रपतींना कळवले. त्यांनी सबुरीचा सल्ला दिला.

वरकरणी सारं व्यवस्थित चालू होतं. परंतु आतमध्ये असंतोष घुमसत होता.

मस्तानी परत कोथरूडच्या बागेत आल्याचं आपांना लगेच समजलं होतं. पण त्यावर त्यांनी काहीच केलं नाही. ते स्वस्थ बसून राहिले. आपांनी आपल्याला न कळवता काही गोष्टी केल्या याचा राग बाजीरावांनी आपल्या बोलण्यात दिसू दिला नाही. जणू काही घडलंच नाही अशा तऱ्हेनं उभयता बंधू वागत होते. तरी दुरावा दोघांनाही जाणवत होता. त्याचा स्फोट एके दिवशी झाला.

खासगीकडील कागद पाहत बाजीराव आणि चिमाजीआपा कचेरीत बसले असताना मध्येच कागदातून डोकं वर काढून आपांनी बाजीरावांना विचारलं, 'बरेच दिवस विचारीन म्हणतो. आता आठवण झाली. नानाचा महाल बांधला त्याच वेळी दुसरा एक महाल तुम्ही बांधून घेतला, तो कशासाठी?'

एक क्षणभर बाजीरावांनी बंधूंच्या चेहऱ्याकडे रोखून पाहिलं. मनात दाटून आलेला संताप एकदम उफाळून आला. पण त्याचं स्वरूप वेगळं होतं. एक एक शब्द मोजून बोलावा तसं बाजीराव म्हणाले, 'तो महाल आम्ही मस्तानीसाठी बांधला आहे.'

'मस्तानीसाठी? त्या कलावंतिणीसाठी?'

'होय. मागेच आम्ही कलावंतिणीच्या कारखान्याकडे आज्ञा दिल्या होत्या, की मस्तानी आमची खास कलावंतीण आहे.'

'ते ठीक आहे. कलावंतिणी राहायला बाहेर पुष्कळ जागा आहेत. हल्ली कोथरूडच्या बागेत ती राहते ती इमारत सोईस्कर नसेल तर पर्वतीच्या पायथ्याला इमारत आहे ती देता येईल किंवा शहरातील दुसरी एखादी जागा देता येईल.' आपा सहजगत्या बोलावं तसं बोलत होते.

'पण आम्हाला कलावंतीण आमच्या नजरेच्या टप्प्याबाहेर राहू द्यायची नाही. तिला आम्ही हवेलीत आणून ठेवणार आहोत!'

'पण इतक्या जवळ तिला आणण्याचं कारण काय? तुम्हालाही उठून तिच्याकडे जाता येईल.'

'आपा, ते कारण आमच्याच तोंडून हवं असेल तर ते सांगतो. पुन्हा मस्तानीला पुण्यातून निघून जाण्याचा हुकूम कुणी दिला तर अगोदर आम्हाला समजावा म्हणून तिला आम्ही आमच्याजवळ ठेवणार आहोत.'

बाजीरावांच्या शब्दातली धार आपांचं काळीज कापत गेली. एवढी कलावंतिणीची बाब सोडली तर आजपर्यंत बंधूंना आवडणार नाही अशी एकही

गोष्ट त्यांच्या हातून झाली नव्हती. आपले बंधू कलावंतिणीच्या आहारी गेले आहेत, हे आपांना माहीत होतं. पण आपण तिला दूर केलं तर ते इतकं मनाला लावून घेणार नाहीत असा त्यांचा अंदाज होता. तो अंदाज फसल्याचं आज त्यांच्या स्पष्टपणे लक्षात आलं. आणि हेही लक्षात आलं की मस्तानीच्या बाबतीत आपले बंधू आपल्यावर रुष्ट झाले आहेत. तरीही मन शांत ठेवून आपा म्हणाले, 'राऊ, आपण आमचे थोरले बंधू आहात. आम्हाला तीर्थरूपांच्या ठिकाणी. पण आपण नुसतेच आमचे बंधू नाहीत तर या मराठी दौलतीचे पेशवेही आहात, म्हणून काही बोलतो. रखेली हवेलीत ठेवली तर जग काय म्हणेल?'

'रखेली?' ताडकन् बाजीरावांच्या तोंडून उच्च स्वरात शब्द बाहेर पडला. 'आपा, एकदा बोललात तेवढंच पुरे आहे. मस्तानी कलावंतीण आहे असं आम्ही आमच्या तोंडून बोलतो तेव्हा त्यात कितीतरी अर्थ असतो. हे आपा निदान तुमच्या तरी लक्षात यायला पाहिजे.'

'ते लक्षात आलं म्हणूनच बोललो.'

'पण या बाबतीत आम्हाला तुमचं काहीही ऐकायचं नाही.'

'मग राऊंनी हे नक्की ठरवलं तर!'

'काय?'

'कलावंतीण हवेलीत ठेवायचं!'

'त्याचसाठी आम्ही तो महाल बांधून घेतला आहे.'

'पण वहिनींचा काही विचार?'

'त्यांचा विचार आम्ही केला आहे. जे काही करायचं ते विचारपूर्वकच केलं आहे. आम्हाला या बाबतीत तुमचा सल्ला नको.'

आपांच्या ओठावर शब्द आले. ते आणखी काही बोलणार हे ओळखून बाजीराव आवाज चढवून म्हणाले, 'आपा, एक गोष्ट सांगतो, ती ध्यानात ठेवा. यापुढं आमच्या या खासगीत तुम्ही लक्ष घालू नये.'

'राऊ, तुम्ही हे मनापासून बोलत नाही.' हातातले कागद बाजूला ठेवून आपा म्हणाले.

'आम्ही जे सांगतो ते मनापासून बोलतो आहोत. पुन्हा सांगतो, नीट लक्ष देऊन ऐका. आपा, आमच्या या खासगीत पुन्हा तुम्ही लक्ष घालू नये. वाटल्यास आमचा हा हुकूम समजा. राऊचा हुकूम ऐकायचा नसल्यास हा पेशव्यांचा हुकूम आहे असं

समजा. समजलं?'

आपांनी मान हलवली. त्यांची चर्या दुःखानं काळवंडली. खाली मान घालून ते उभे राहिले. आणि हलकी पावलं टाकीत ते दालनाच्या बाहेर पडले.

आपा आपल्या महालात आले तेव्हा बाहेर बापूजी श्रीपत त्यांची वाट पाहत होते. हातानंच खूण करून आपांनी त्यांना महालात बोलावलं. आपा दमलेल्या शरीरानं गादीवर टेकले. गादीच्या खालून त्यांनी कागदपत्रं बाहेर काढली. त्यावरून त्यांनी एकदा नजर फिरवली आणि ते कागद बापूजी श्रीपतांकडे देत आपा म्हणाले, 'बापूजीपंत, तुम्ही तयार केलेल्या या सनदा आम्हाला मंजूर आहेत असं समजा. केंदूर आणि पाबळ ही दोन गावं मस्तानीला पेशव्यांनी इनाम दिली आहेत. दौलतीचे कारभारी म्हणून मंजुरीचा आमचा शिक्का या सनदांवर उठवा.'

बापूजीपंतांनी पुढं वाकून त्या सनदा उचलल्या. ते काही बोलणार तोच आपला डावा हात त्यांच्यासमोर करीत आपा म्हणाले, 'आमची प्रकृती थोडी नादुरुस्त आहे. या वेळी आम्हाला जास्त बोलायचं नाही. आम्हाला स्वस्थ पडू द्यात.'

आषाढ महिन्यात मेघांनी पुण्यावर अगदी धार धरली होती. अहोरात्र पाऊस झोडपून काढत होता. पुण्याच्या आसपासच्या भागातून फिरण्याची सोय नव्हती. पागेतील घोडी बाहेर पडत नव्हती. पीलखान्यातले हत्ती आंघोळीसाठी नदीवर जात नव्हते. मात्र फडावरची राजकारणं दुप्पट वेगानं चालू होती.

काशीबाईंच्या पायाचं दुखणं पुन्हा सुरू झालं होतं. त्याच्या जोडीला आता त्यांच्या दुसऱ्याही तक्रारी सुरू झाल्या. अन्न पचत नव्हतं. तोंडाला पाणी सुटत होतं. दोन-तीन दिवस त्या मुदपाकाकडे फिरकल्या नव्हत्या. सोवळेकरांनी महालातच आणून दिलेलं दूध घेऊन त्या पडून होत्या.

बाजीराव हवेलीच्या बाहेर पडले नाहीत. मधून मधून ते काशीबाईंच्या महालात जाऊन त्यांच्या प्रकृतीची चौकशी करीत असत. काशीबाई बाजीरावांना पाहताच मुद्दाम हसरा चेहरा करून मनातलं आणि शरीराचं दुःख लपवत असत.

तीन दिवस काशीबाई मुदपाकाकडे फिरकल्या नाहीत हे समजताच तिसऱ्या

प्रहरी समाचारासाठी आपा काशीबाईंच्या महालात आले. काशीबाईंच्या शेजारी अन्नपूर्णा बसली होती. राधाबाईंनी तिला हल्ली हवेलीतच ठेवून घेतलं होतं. आपा आलेले पाहताच अन्नपूर्णा एकदम उठून उभी राहिली. काशीबाईंना नमस्कार करून डोक्यावरून पदर पुढे ओढून घेत ती महालाच्या बाहेर पडली.

अन्नपूर्णा गेली त्या दिशेकडे आपांचं सहज लक्ष गेलं. ते पाहून हसण्याचा प्रयत्न करीत काशीबाई म्हणाल्या, 'भाऊजी एवढं तिकडं निरखून पाहणं चाललं आहे?'

चटकन् ओशाळल्या स्वरात आपा म्हणाले, 'कुठं काय! आम्ही तर तुमच्या समाचारासाठी इथं आलो आहोत.'

'आमच्या समाचारासाठी आला आहात ना! तर बसा समोरच्या बैठकीवर.'

आपा बसले. काशीबाईंचा चेहरा फिक्कट झाला होता.

'वहिनी, दोन-तीन दिवस तुम्ही मुदपाकाकडे फिरकला नाहीत असं कानावर आलं. खरं का?' आपांनी बसता बसता विचारलं.

'भाऊजी, अलीकडे अन्नावर वासनाच कमी झाली आहे.'

'पण असं करून कसं चालेल? शरीर आहे तेव्हा अन्न खाल्लंच पाहिजे. वैद्यांची औषधं घेता ना?'

कोपऱ्यातल्या तिपाईकडे बोट करून काशीबाई म्हणाल्या, 'ती पाहा. कितीतरी औषधं वैद्यांनी आमच्यासाठी दिली आहेत. औषधं चालू आहेत. बरं वाटेल लौकर.'

'बरं वाटेल म्हणता, वहिनी, पण तुमची चर्या तसं सांगत नाही. चेहरा पांढरा पडला आहे. आजच पिलाजी जाधवरावांनी तुमच्यासाठी वाघाचं तेल पाठवलं आहे. ते वैद्याबरोबर पाठवून देतो. पायाला उपयोग होईल.'

'द्या पाठवून. इतके उपाय चालले आहेत, त्यात वाघाचं तेलही वापरून पाहू. पण भाऊजी, आमच्या प्रकृतीची एवढी चिंता वाहता मग स्वतःच्या प्रकृतीकडे का पाहत नाही?'

'वहिनी, आमचा आजार आता संपूर्ण बरा झाला आहे. अगदी उत्तम प्रकृती झाली आहे. लवकरच राऊस्वामी दिल्लीच्या मोहिमेवर निघाले म्हणजे पाठपुरावा करायला आम्हीही जाणारच आहोत.'

'इकडच्या स्वारीचा पाठपुरावा करणं तर तुमच्या पाचवीलाच पुजलं आहे.

त्याचं मी विचारीत नाही. तुमच्या प्रकृतीची हेळसांड चालली आहे, हे आमच्या महालात बसूनही समजतं. आताच आम्ही अन्नपूर्णेला त्याबाबत सांगत होतो.'

'काय सांगत होता, वहिनी?'

'ते आम्ही तुम्हाला सांगणार नाही. जे काही सांगायचं ते आम्ही तिला सांगितलं आहे. त्या आता लवकरच हवेलीत राहायला येतील, तेव्हा आमची काळजी मिटेल.' काशीबाई गालात हसत होत्या.

आपांनी क्षणभर काशीबाईंकडे रोखून पाहिलं. त्यांच्या बोलण्यातला अर्थ ध्यानात आल्यावर त्यांनी लगेच संकोचानं दुसरीकडे मान फिरवली.

'वहिनी, स्वतःची प्रकृती ठीक नसताना दुसऱ्याची चेष्टा मात्र तुम्हाला चांगली करता येते.'

'आमच्या प्रकृतीला काय झालं आहे? दोन-चार दिवस अन्न नाही गेलं एवढंच. होईल ठीक. शिवाय इकडची स्वारीही अधूनमधून आमची चौकशी करते. साऱ्या वैद्यांपेक्षा त्यांच्या शब्दांनीच आमचा आजार लौकर बरा होईल.' बाजीरावांचं नाव निघताच आपांनी चमकून काशीबाईंकडे पाहिलं. त्यांच्या नेत्रांमध्ये कोंडलेला अंधार आपांना जाणवत होता. ते हलक्या स्वरात म्हणाले, 'अलीकडे बऱ्याच दिवसांत राऊ हवेलीतून बाहेर पडले नाहीत.'

'असं?' एवढंच म्हणून काशीबाई गप्प बसल्या.

'त्यांनी आम्हाला सक्त ताकीद दिली आहे.'

'कशाची भाऊजी?'

'आम्ही त्यांच्या खासगीत लक्ष घालायचं नाही.'

'इकडून आज्ञा झाली म्हणून तुम्ही लक्ष घालणार नाही, भाऊजी?'

'वहिनी, दोन्हींकडून मी मोठ्या पेचात सापडलो आहे. तुम्ही कितीही हसलात, स्वतःचं दुखणं किरकोळ आहे असं म्हणालात तरी वहिनी, या आपाला लहान मूल का समजलात? सारं काही माझ्या लक्षात येऊन चुकलं आहे. तुमच्यासाठी वहिनी, जीव तिळतिळ तुटतो. पण तिकडे राऊंनी आम्हाला सक्त मना करून ठेवलं आहे.'

'आम्ही ऐकलं ते खरं का भाऊजी?'

'वहिनी, काय ऐकलं?'

'त्या नवीन महालात इकडून त्या कलावंतिणीला ठेवणं होणार आहे. असं

आमच्या कानावर आलं. खरं का हे?'

'खरं आहे, वहिनी.'

'आणि तरीही तुम्ही इकडच्या खासगीत लक्ष घालणार नाही असं म्हणता भाऊजी?'

'वहिनी, दोन्हींकडून माझ्या मनाचा कोंडमारा झाला आहे.'

'मग एक करा, भाऊजी.'

'काय?' सहजगत्या आपांच्या तोंडून शब्द बाहेर पडला.

'पिलाजी जाधवरावांना पत्र लिहून बोलवून घ्या, भाऊजी.'

'कशाकरता वहिनी?'

'त्यांना म्हणावं, पेशव्यांच्या कुटुंबासाठी वाघाचं तेल पाठवलंत तसंच हिंदुस्थानातून एखादं जालीम जहर पाठवा!'

'काय बोलता हे वहिनी!'

'— म्हणजे ती कलावंतीण या हवेलीत येण्यापूर्वीच आमचे डोळे मिटलेले असतील.'

काशीबाईंचे ते शब्द ऐकून आपा एकदम गप्प बसले. त्यांच्या मनाचा कोंडमारा झाला होता. काशीबाईंचं दुःख त्यांना दिसत होतं. अगतिकता दिसत होती. यातून काहीतरी मार्ग काढायला पाहिजे, कोंडी फोडायला पाहिजे असं त्यांना वाटत होतं. पण बाजीरावांनी त्या दिवशी उच्चारलेले शब्द त्यांच्या कानात घुमत होते. 'वाटल्यास थोरल्या बंधूंचा शब्द समजा किंवा पेशव्यांची आज्ञा समजा.' तापलेल्या तेलासारखे ते शब्द त्यांच्या कानांवर पडल्यापासून आपा बेचैन झाले होते. काशीबाईंचा त्रागा त्यांना समजत होता. पण त्याच्यावरचं औषध आपांकडे नव्हतं. म्हणून काशीबाईंची समजूत घालण्यासाठी ते म्हणाले, 'वहिनी, माणसानं एवढं निराश व्हायचं कारण नाही. आजचा दिवस उद्या राहतो असं नाही. बदल रोजच घडत असतो. चांगलं घडेल या आशेवर माणसानं राहावं.'

'त्या आशेवरच आम्ही जगतो आहोत भाऊजी. पण तुम्ही आम्हाला एक वचन द्या—'

'काय वचन वहिनी, आणि ते कशासाठी? तुम्ही आज्ञा करायची आणि आम्ही पाळायची. यात कधी अंतर पडलं आहे का?'

'ते आम्हाला सांगू नका. पण आधी आम्हाला वचन द्या.'

'कशाचं?'

'इकडून तुम्हाला काही सांगणं झालं तरी ते मनावर घेऊ नका. आमचा सारा भरवसा आणि विश्वास आता तुमच्यावरच आहे. खासगीत लक्ष घालू नका असं इकडून कितीही सांगणं झालं तरी तुम्ही लक्ष घातलं नाही तर उद्या काय होईल हे सांगता येत नाही. भाऊजी, तुम्ही लक्ष घातलं पाहिजे.'

'वहिनी, चिमाजीआपा राऊंचा धाकटा बंधू आहे. लक्ष्मणासारखं सावली बनून राऊंच्या पाठीमागं राहण्याचं काम नियतीनंच आमच्याकडे दिलेलं आहे. ते आम्ही पार पाडू. पण वहिनी, असले विचार मनातून काढून टाका. प्रथम तुम्ही आपल्या प्रकृतीची काळजी घेतली पाहिजे. पदरात दोन लहान मुलं आहेत त्यांच्याकडे पाहिलं पाहिजे. वहिनी, नाना आता किती मुखत्यारीनं दौलतीचा कारभार पाहतात ते तुमच्या लक्षात आलंच असेल. कशावरही माया जडवता येईल अशी वहिनी तुमची स्थिती आहे. तुम्ही मनात अमंगल गोष्टीला थारा देऊ नका. आत्ता तुमची प्रकृती सुधारेल!'

'प्रयत्न करू आम्ही. तुम्ही आम्हाला आशा दाखवता आहात. तुम्हाला आम्ही निराश करणार नाही. पण भाऊजी, पदर पसरून एक मागणं आहे.'

'वहिनी, आज तुम्हाला झालं आहे तरी काय? आज्ञा करायचं सोडून भलतंच काय बोलता?'

'काहीही म्हणा. पण एक सांगायचं आहे. प्रयत्नांची शिकस्त करा, भाऊजी. पण कलावंतीण या हवेलीत येता उपयोगी नाही. डोळ्यांदेखत सन्मानानं मिरवत सवत या हवेलीत आली तर आम्ही जगलो काय आणि मेलो काय दोन्हींचा अर्थ एकच आहे. म्हणून भाऊजी, पदर पसरून एवढं मागते आहे.'

'आम्ही प्रयत्न करतो आहोत; चिंता करू नका.'

'कलावंतिणीबद्दल आम्ही आणखी काही ऐकलं आहे ते खरं आहे का भाऊजी?'

'काय ऐकलं वहिनी?'

'इकडून कलावंतिणीला दोन गावं इनाम दिली, त्याचा बोभाटा सातारला छत्रपती महाराजांपर्यंत गेला हे खरं का?'

आपांनी खाली मान घातली. आणि हलकेच ते म्हणाले, 'खरं आहे वहिनी ते. आम्ही पुष्कळ मोडता घातला, पण राऊंनी हट्टच धरल्यावर आमचं काही चाललं नाही. आजपर्यंत या दौलतीत कुणी झुंजामध्ये तलवार गाजवली किंवा कुणाचा

देह कामाला आला तरच इनामं मिळत होती. कलावंतिणीला पेशव्यांनी दिलेलं इनाम असं हे पहिलंच आहे.'

'म्हणजे आम्ही ऐकलं ते खरंच होतं!' आवाजातली निराशा लपवण्याचा काशीबाईंनी प्रयत्न केला. पण ती लपली नाही.

कुलोपाध्याय कृष्णंभट बाजीरावांच्या समोर उभे होते. अंगावर उपरणं, खाली जरीकाठी धोतर असा त्यांचा वेष होता. हातात पंचांग घेऊन त्यांनी प्रश्नार्थक मुद्रेनं बाजीरावांकडे पाहिलं.

'कृष्णंभट, गृहप्रवेशाला मुहूर्त केव्हा आहे ते आम्हाला हवं आहे.'

'आता सांगतो' असं म्हणून कृष्णंभटांनी हातातल्या पंचांगाची पानं चाळली. मग क्षणभर स्वतःशी काही आकडे मोजले. पण सरळ उत्तर देण्याऐवजी त्यांनी मान वर करून विचारलं, 'पण श्रीमंत, कुणाचा गृहप्रवेश होणार आहे?'

अगांतुक प्रश्नांना उत्तरं द्यायची बाजीरावांना सवय नव्हती. त्यांनी करड्या स्वरात कुलोपाध्यायाला दरडावलं, 'आम्ही विचारू तेवढ्याच प्रश्नाचं उत्तर देत चला. मुहूर्त काढा म्हटलं की मुहूर्त काढा.'

बाजीरावांच्या शब्दानं कृष्णंभट चमकले. पुन्हा एकदा पंचांगाची पानं चाळून ते म्हणाले, 'आठ दिवसांनी मुहूर्त चांगला आहे.'

'नक्की?'

'हो नक्की! मुहूर्त असा आहे की, त्या दिवशी जी व्यक्ती या वास्तूमध्ये प्रवेश करील त्या वास्तूचं आणि तिचं नातं कायमचं जडेल.'

बाजीरावांची मुद्रा सौम्य झाली. समाधानाने ते म्हणाले, 'वा! आम्हांला असाच मुहूर्त पाहिजे.'

बाजूला खासगीकडचे बापूजी श्रीपत उभे होते. त्यांना ते म्हणाले, 'बापूजीपंत, नानांच्या महालाबरोबर आम्ही ज्या दुसऱ्या महालाचं बांधकाम सुरू केलं होतं तो महाल आता तयार झाला आहे. तूर्त आम्हाला फुरसदही आहे. त्यात मुहूर्तानं गृहप्रवेश करायला हवा.'

बापूजीपंतांनी खांद्यावरचं उपरणं सावरलं. ते म्हणाले, 'महाल केव्हाचा बांधून तयार झाला आहे. पण तो कुणाच्या उपयोगासाठी आहे याबद्दल खुद्द श्रीमंत हुकूम देणार होते. म्हणून गृहप्रवेशाचं लांबणीवर पडत गेलं. आता कृष्णंभटांनी चांगला मुहूर्त काढून दिला आहे. तेव्हा आज्ञा व्हावी म्हणजे सारी तजवीज करून ठेवता येईल.'

'ठीक आहे. मुहूर्त कृष्णंभटांनी सांगितलेलाच आहे. त्या दिवशी मस्तानी तिच्यासाठी बांधलेल्या महालात गृहप्रवेश करील.'

'मस्तानी! ती कलावंतीण!' पंतांनी भुवया वर चढवत उद्गार काढले.

'होय, मस्तानी. तिनं गृहप्रवेश करायला तुमची काही हरकत आहे का?'

'छे, छे! आम्ही हरकत कोण करणार? पण....' असं म्हणून संकोचानं बापूजीपंत अडखळले.

'पण काय बापूजीपंत?'

'मातु:श्रीबाईंना ते आवडणार नाही.'

'ते आमचं आम्ही पाहून घेतो. सांगितल्याप्रमाणं तयारीला लागा.'

'ठीक आहे.' असं पुटपुटत बापूजीपंत पेशव्यांपुढून निघून गेले.

थोड्या वेळानं बाजीराव हवेलीतून बाहेर पडले. बरोबर सेवक घेऊन ते कोथरूडच्या मस्तानीच्या हवेलीजवळ आले. नुकताच पाऊस पडून गेला होता. हवेमध्ये सुखद गारठा आला होता. मस्तानीनं करून दिलेला विडा खात खात बाजीराव तिला म्हणाले, 'मस्तानी, आज तुझ्यासाठी आम्ही एक खूषखबर आणली आहे.'

'राऊ आले हीच आमच्यासाठी खूषखबर आहे. आणखी कोणती खूषखबर आमच्यासाठी आणली आहे?'

'मागे आम्ही तुला एक वचन दिलं होतं. केव्हाही, कधीही मनात आणशील तेव्हा तुला आमच्याकडे येता येईल!'

'मद्याच्या धुंदीत राऊंनी दिलेलं वचन अद्यापही त्यांच्या लक्षात आहे म्हणायचं?'

'दिलेली वचनं विसरण्यासाठी नसतात एवढं बाजीरावांना समजतं. मद्याच्या धुंदीतही!'

'त्या वचनाचं आता काय?' मस्तानीनं उत्सुकतेनं विचारलं.

'आम्ही तुला वचन दिलं आणि त्यानंतर आमच्या जवळ यायचं तर बाजूलाच

राहिलं पण तुला अचानक पुण्यातून बाहेर निघून जावं लागलं.'

'पण त्या दुःखद गोष्टीची याद आता कशाला? झालं गेलं विसरून जायला हवं.'

'हो. विसरून जायला तर हवंच. पण पुन्हा तसा प्रसंग येऊ नये म्हणून आम्हाला बंदोबस्तही करायला हवा. लवकरच आम्ही दिल्लीच्या मोहिमेवर बाहेर पडू. मोहिमेवर किती दिवस लागतील काही सांगता येत नाही. मोठी मातबर मोहीम आहे. आम्ही मोहिमेवर असताना पुन्हा तसाच प्रसंग येऊ नये याची आम्हाला काळजी घेतली पाहिजे.'

'मग त्यासाठी राऊंनी काय योजलं आहे?'

'तीच खूषखबर आहे. मस्तानी, तुझ्यासाठी आम्ही एक महाल बांधून घेतला आहे.'

'महाल? आणि तो कुठं?'

'आमच्या हवेलीत.'

बाजीरावांचे शब्द ऐकताच आश्चर्यानं मस्तानीचे डोळे विस्फारले. 'पेशव्यांच्या हवेलीत?'

'हो, हो! आमच्या हवेलीत. अगदी आमच्या महालाशेजारी. तिथंच तू राहिलीस म्हणजे आमच्याकडे येण्यासाठी तुला कुणाची परवानगीही घ्यायला नको आणि आम्हाला नकळत कुणी तुझी अन् आमची ताटातूट करायलाही नको.'

'पण आम्ही तिथं राहायला आलो तर मातुःश्रीबाईंना काय वाटेल याचा राऊंनी विचार करायला पाहिजे.'

'त्यांना काय वाटणार? मस्तानी आमचा दुसरा प्राण आहे हे आतापर्यंत सर्वांनाच कळून चुकलं आहे. परवा खुद्द आम्ही पाबळपर्यंत जाऊन तुला परत आणली त्या घटनेनं ज्यांना समजणार नाही त्यांना आम्ही कितीही सांगितलं तरी समजणार नाही. तेव्हा आमचा विचार अगदी पक्का झाला आहे. आमच्या कुलोपाध्यायांनी मुहूर्त काढला आहे. त्या मुहूर्तावर आमची प्यारी मस्तानी तिच्यासाठी बांधलेल्या खास महालात राहायला येईल.'

'मोठी खुषीची बात आहे.' मस्तानी आनंदानं म्हणाली. 'राऊंच्या इतक्या जवळ राहायला मिळालं तर त्याहून मोठी खुषीची दुसरी बात ती कोणती? आम्ही तर, राऊंच्या कुणबिणी जिथं राहत असतील त्या झोपडीतही राहायला तयार

होतो. राऊंच्या सेवेतल्या कुणबिणींत राहायला मिळतं याचीही आम्हाला अपूर्वा
वाटली असती. मग आता तर प्रत्यक्ष आपल्या हवेलीतच राऊ आम्हाला ठेवून
घेणार आहेत. यापरतं मोठं भाग्य ते कोणतं?'

एवढ्यात बसंती दासीनं तबकातून मद्याचे पेले आणले. एक पेला भरून मस्तानीनं बाजीरावांच्या हातात दिला. पेला हातात घेऊन त्या फेसाळणाऱ्या मद्याकडे पाहत बाजीराव म्हणाले, 'पण एक गोष्ट मात्र होणार आहे.'

'कोणती?'

'आम्ही मोठ्या हौसेनं मस्तानीला आमच्या शेजारी महालात आणून ठेवणार आहोत पण लगेच आम्ही मोहिमेसाठी बाहेर पडणार आहोत. त्यामुळे काही काळाकरता का होईना मस्तानी आमच्यापासून दूरच राहणार.'

मस्तानीनं प्याल्यात मद्य भरलं. बाजीरावांकडे पाहत पेला तोंडाला लावत ती म्हणाली, 'त्याबाबत मला एक अर्जी करायची आहे. राऊ मोहिमेवर जातील तेव्हा त्यांनी आम्हालाही बरोबर घेऊन जावं. या अगोदरच्या मोहिमेत बाईसाहेब राऊंच्या बरोबर राहिल्या होत्या असं आमच्या कानांवर आलं आहे. या वेळी आम्हाला बरोबर न्यावं.'

बाजीरावांनी रिकामा पेला खाली तबकात ठेवला. ते म्हणाले, 'या वेळची मोहीम नेहमीसारखी साधी नाही. मोठी धावपळीची मोहीम होणार आहे. बादशहाच्या गुहेत जाऊन आम्ही त्याला आव्हान देणार आहोत. अशा वेळी आमच्याबरोबर तू असलीस तर तुला फक्त तकलीफच होईल.'

'तकलीफ फक्त मलाच होईल. आणि राऊंना होणार नाही असं थोडंच आहे?'

'आम्हाला त्याची सवय आहे. लहानपणापासून आम्ही हाच उद्योग करतो आहोत.'

'आम्ही राऊंच्या बरोबर त्रास सहन करू; घोड्यावर बसून आम्ही राऊंच्या बरोबरीन दौड करू. राऊंच्या रिकबीला आमची रिकीब जुळलेली असेल याची खात्री ठेवावी.'

बाजीरावांनी मद्याचे आणखी पेले घेतले. मग मस्तानीला जवळ घेत ते म्हणाले, 'मस्तानी, हे तुझे गुलाबी ओठ, हे तुझे काळेभोर नेत्र, हे नाजूक शरीर, मेंदीनं रंगवलेले हे तुझे हात, घोड्यावर बसून दौड करण्यासाठी नाहीत. मोहिमेवरून आम्ही जेव्हा परत येतो तेव्हा आम्हाला झालेला सारा शीण नाहीसा करण्यासाठी

सौंदर्य तुला परमेश्वरानं दिलेलं आहे.'

मस्तानीनं बाजीरावांच्या धुंद नजरेत स्वतःची नजर मिसळली. बाजीरावांच्या गळ्यात हात टाकून ती लाडिक स्वरात म्हणाली, 'या बोलण्याचा अर्थ आमच्या लक्षात येतो. पुरुषाच्या मनात एखादी गोष्ट करायची नसली म्हणजे आमची स्तुती करून काहीतरी समजून काढण्याचा ते प्रयत्न करतात असे आम्ही ऐकून होतो. त्याचा पडताळा आज आला. मोहिमेवर आम्ही तुमच्याबरोबर आलो तर आम्ही तुमचा शीण घालवणार नाही असं का वाटतं?'

बाजीरावांच्या मिठीत मस्तानी सुखावली होती. तिच्या नाजूक कायेचा निकट स्पर्श बाजीरावांना होत होता. मद्याचा कैफ चढत होता. मस्तानीचे बोल ऐकून बाजीराव तिच्या कानात कुजबुजले, 'ही एवढी मद्याची सुरई जवळ असताना आम्हाला सुखाची चिंता नाही. तुझा एवढा हट्टच असेल तर आम्ही बरोबर नेतो. मोहिमेवर घोड्यावर बसून वेळ प्रसंगी उघड्यावर मुक्काम करायची तुझी तयारी मात्र पाहिजे.'

'ज्या क्षणी राऊ, या मस्तानीनं हा देह तुमच्या स्वाधीन केला त्याच क्षणी तुमच्या बरोबर येईल त्या संकटाला तोंड देऊन राहण्याची प्रतिज्ञा तिनं मनोमन केलीच आहे. तेव्हा राऊंचा बेत नक्की झाला असं आम्ही समजावं?'

'होय. अगदी नक्की. वचन पाहिजे?'

'हो!' बाजीरावांच्या गळ्यात मिठी मारीत मस्तानी उद्‌गारली, 'वचन तर पाहिजेच.'

बाजीरावांनी मस्तानीच्या ओठावर ओठ टेकले, तिच्या डोळ्यात पाहत ते म्हणाले, 'मिळालं वचन?'

गालात हसून मस्तानी उद्‌गारली, 'वचन काय एकदा देत असतात?'

'मग कितीदा?'

'त्रिवार वचन दिलं म्हणजे ते खरं समजतात.'

दाभाड्यांनी बंद केलेला श्रावणमासातला देकार पेशव्यांनी पुण्याला सुरू केला.

हजारो ब्राह्मण बागेमध्ये कोंडून चिमाजीआपांनी त्यांच्या याद्या केल्या आणि ब्राह्मणांच्या योग्यतेप्रमाणं त्यांना दक्षिणा दिल्या. ब्राह्मण संतुष्ट झाले.

राधाबाईंच्या समोर बाजीराव नमस्काराला आले तेव्हा कृष्णंभट कर्व्यांच्याबरोबर राधाबाई ब्राह्मणांच्या दक्षिणेच्या याद्याच पाहत होत्या. बाजीरावांना पाहताच त्या म्हणाल्या, 'काशीयात्रेहून आम्ही आल्यापासून आमच्या मनात ही गोष्ट होती. तो योग यंदा होता.' बाजीराव राधाबाईंच्या समोर पाटावर बसले. राधाबाई पुढं म्हणाल्या, 'यंदा आपांनी मनावर घेतल्यामुळे श्रावणातल्या दक्षिणेचा समारंभ पुण्यात पार पडला. छत्रपती महाराजांनाही आता समाधान वाटेल.' तरी बाजीराव काही बोलले नाहीत. हे पाहून राधाबाई म्हणाल्या, 'दक्षिणेचा समारंभ राऊंना पसंत पडलेला दिसत नाही.'

थोड्या तुटकपणे बाजीराव म्हणाले, 'दौलतीला कर्ज चढत असताना रिकाम्या ब्राह्मणांना हजारो रुपये वाटावे हे आमच्या मनाला येत नाही. पण तुम्ही सर्वांनीच आग्रह धरल्यामुळे आमचा नाइलाज झाला.'

एवढ्या शब्दानंही राधाबाई दुखावल्या. त्यांना आपल्या चिरंजीवांचे शब्द बरोबर वाटले नाहीत. पण ते दौलतीचे प्रधान पंत होते. त्यांना दुखवताही येत नव्हतं. तरीही राधाबाईंनी आपल्या मनातली नापसंती व्यक्त केलीच. त्या म्हणाल्या, 'दौलतीला कर्ज आहे ते काही आजचं नाही. दौलतीच्या कर्जाची काळजी दौलत घेईल. मात्र प्रत्येकानं आपल्या प्राक्तनाची काळजी स्वतः घेतली पाहिजे.'

असं बोलण्याची राधाबाईंना सवयच होती. त्यांच्या शब्दात काहीतरी वेगळा अर्थ असतो हे बाजीरावांना समजून चुकलं होतं. पलीकडे कृष्णंभट बसले होते. त्यांच्या शेजारी दोन-तीन दुसरे ब्राह्मण बसले होते. ब्रह्मवृंदांच्या चर्येवरचे भाव निरखताच सारा प्रकार बाजीरावांच्या लक्षात आला. एक घाव आणि दोन तुकडे असा त्यांचा स्वभाव असल्यानं त्यांनी चटकन् विचारलं, 'मातुःश्रीबाई कशाबद्दल बोलत आहेत हे आमच्या ध्यानात येत नाही. स्पष्टपणे बोलल्या तर त्याचं उत्तर तरी देता येईल.'

'स्पष्ट सारं पुणं बोलतं आहे तरी राऊंच्या कानांवर ते येत नाही असं का आम्ही समजावं?'

'पुणं काय बोलतं आहे ते मातुःश्रीबाईंनी सांगावं. पुण्यातले लोक दहा तोंडांनी बोलत असतात. मातुःश्रीबाईंना आम्ही यात्रेला पाठवलं तेव्हा हेच लोक काय

बोलत होते हे आम्हाला ठाऊक आहे. तरीही मातु:श्रींची यात्रा सुखरूप पार पाडली. यशलौकिक संपादून मातु:श्रीबाई पुण्याची जोड करून परत आल्या. तेव्हा लोक काय बोलतात याकडे आम्ही फारसं लक्ष देत नाही. मातु:श्रीबाईंच्या कानांवर काही आलं असेल तर त्यांनी आम्हाला सांगावं.'

'दौलतीच्या कर्जाची काळजी राऊ तुम्ही एवढी करता. पण तुमच्या विलासावर किती खर्च होतो याची कधी तुम्ही फिकीर केली आहे?'

आजपर्यंत राधाबाईंनी चिरंजीवांच्या विलासाची वाच्यता त्यांच्या समोर केली नव्हती. प्रथमच त्या बोलल्या. बोलताना त्यांनी कृष्णंभटाकडे टाकलेला हेतुपूर्ण कटाक्ष बाजीरावांच्या नजरेतून सुटला नाही. राधाबाईंच्या शब्दाचं उगमस्थान बाजीरावांच्या लक्षात आलं. तरीही बाजीरावांच्या शब्दातली मर्यादा सुटली नाही. ते नम्र स्वरात म्हणाले, 'मातु:श्रीबाई आमच्याकडून गलती होत असेल. नाही असं आम्ही म्हणत नाही. थोडंफार अर्वाच्यही आम्ही वागत असू. पण दौलतीच्या कर्जाचा आणि विलासात आम्ही खर्च केलेल्या पैशाचा काही संबंध असेल असं आम्हाला वाटत नाही. पेशव्यांच्या खासगीच्या खर्चातून हा खर्च चालला आहे. दौलतीचे नि आमचे हिशेब अगदी वेगळे आहेत. श्रावणमासातला ब्राह्मणांचा देकार या दौलतीत थोरल्या छत्रपती महाराजांपासून चालला आहे. दौलत अडचणीत असेल तर प्रथम असले खर्च आवरते घ्यायला पाहिजेत.'

'पेशव्यांनी असं म्हटल्यानंतर या ब्राह्मणांनी कुणाच्या तोंडाकडे पाहायचं?' कृष्णंभटांनी मध्येच तोंड घातलं.'

'ज्याचं मनगट मजबूत असेल त्याला ही काळजी असत नाही, कृष्णंभट.'

'म्हणजे आम्ही वेदाध्ययन सोडून मोलमजुरीची कामं करावीत असं का श्रीमंतांना सुचवायचं आहे?. तसं असेल तर एकदा ते स्पष्ट होऊ द्या. या ब्राह्मणी दौलतीत ब्राह्मणांना काही मिळणार नसेल तर हिंदुस्थानात दुसऱ्या दौलती काही कमी नाहीत. रजपूत राजे आहेत. नबाब हैदराबादकर आहेत. मोगल पातशहादेखील ब्राह्मणांना वर्षानं देतात असं आम्ही ऐकून आहोत. बिचारे ब्राह्मण तिकडे जातील. मातु:श्रीबाईंनीच न्याय दिला पाहिजे.'

बाजीरावांना असले शब्द ऐकण्याची सवय नव्हती. संतापानं त्यांच्या कपाळाची शीर तट्ट फुगली. त्यांच्या तोंडून काही शब्द बाहेर पडणार तोच राधाबाई कृष्णंभटांना म्हणाल्या, 'कृष्णंभट, आम्ही राऊंशी बोलताना तुम्ही गप्प बसाल

तर बरं.' मग बाजीरावांना त्या म्हणाल्या, 'तुमच्या दौलतीच्या खर्चाच्या रडकथा नेहमीच्याच आहेत. ब्राह्मण ही तुमची रयतच आहे. त्यांना जगवणं हेही पेशवे म्हणून तुमचं कर्तव्य आहे. त्यासाठी थोडाफार खर्च केला तर मराठी दौलतीचं झालं तर कल्याणच होईल.'

मातुःश्रीबाईंनी निर्वाणीचं सांगितल्यावर बाजीराव पुढं बोलले नाहीत. सेवकांच्या समोर अधिक उणं-बोलणं त्यांना प्रशस्त वाटलं नाही. म्हणून ते गप्प बसले. तरी राधाबाई पुढं म्हणाल्या, 'आणि आम्ही धर्म करतो तोही शेवटी दौलतीच्याच कामी येतो.'

मान वर करून बाजीरावांनी विचारलं, 'तो कसा काय?'

मोहिमा करण्यासाठी तुम्ही हिंदुस्थानभर जाता तेव्हा हातून नेहमी धर्माचरण घडत असेल असं नाही. काही वेळेला धर्माला सोडूनही तुमचं आचरण होतं.'

कृष्णंभटाच्या शेजारी शिवभट होते. त्यांना संयम राहिला नाही. ते मधेच म्हणाले, 'आम्ही पेशव्यांकडून दक्षिणा घेतो. धर्माचं रक्षण करणं आमचं काम आहे. मोहिमेत असताना पेशव्यांच्या हातून अधर्माचरण घडल्याचे पुरावे आमच्याकडे आहेत.'

मातुःश्रीबाईंच्यासमोर बाजीरावांनी दाखवलेला विवेक एकाएकी सुटला. आवाज चढवून ते म्हणाले, 'कोण म्हणतं आमच्या हातून अधर्माचरण घडतं?'

इरेला पेटून कृष्णंभटच म्हणाले, 'कुणी म्हणण्याची आवश्यकता नाही. सरकारी डाकेतून एकदा नव्हे दहा वेळा त्या मजकुराची पत्रं आली आहेत.'

'कोणतं अधर्माचरण आमच्याकडून घडलं ते तरी कुलोपाध्यांनी सांगावं.' बाजीरावांच्या स्वरामध्ये संताप उफाळलेला होता. अहंकार दुखावला गेला होता. त्यांच्याच हवेलीमध्ये त्यांच्या स्वामित्वाला आव्हान दिलं गेलं होतं. मातुःश्रीबाईंच्या आड लपून त्यांच्यावर हल्ला होत होता. त्यामुळं बाजीराव चिडल्यासारखे झाले.

'एकच काय, अधर्माचरणाची यादीच आम्ही वाचून दाखवू.'

एवढं झाल्यावर राधाबाई पुन्हा मधे पडल्या. त्या म्हणाल्या, 'त्याची काही जरूरी नाही. पण राऊ, मोहिमेवर माणूस असलं म्हणजे त्याच्या हातून कमी-जास्त वर्तन घडणार हे उघडच आहे. तुमचे तीर्थरूपही त्याला अपवाद नव्हते. पण मोहिमेवरूनं परत आले की ते प्रायश्चित्त घेत असत. आणि त्या अधर्माचरणातून ते मोकळे होत असत.'

'आम्ही तरी तेच म्हणतो.' मध्येच पुन्हा कृष्णंभट म्हणाले, 'पेशव्यांनी प्रायश्चित्त

घ्यावं. प्रायश्चित्तांनी सारे दोष दूर होतील. मग आम्हालाही उजळ माथ्यानं पुण्यातल्या ब्रह्मवृंदांसमोर सांगता येईल की आमचे धनी निष्कलंक आहेत.'

कानांना असल्या शब्दांची सवय नव्हती. ते ऐकताच दारूच्या कोठारावर ठिणगी पडली. भडका उडाला.

'कृष्णंभट, तुमचा हा धर्म, तुमचं हे धर्माचरण, या गोष्टी इथं पुण्यामध्ये बसून बोलायला ठीक आहेत. आमची तीर्थक्षेत्रं यवनांच्या ताब्यात आहेत. रोज तिथं गोवध होतो आहे. अधर्माचरण होतं आहे. ब्राह्मणांच्या शेंड्या कादून त्यांची सुंता होते आहे. ती तीर्थक्षेत्रं सोडविण्यासाठी आम्ही तळपतो आहोत. मोहिमा आखतो आहोत. त्यासाठी आमचं किती रक्त आटतं याचा तुम्ही काही विचार करीत नाही. विचार करता तो एवढाच की आमच्या हातून क्वचित तुमचं सोवळं पाळलं जात नाही याचा. क्वचित एखाद्या धनगराच्या मांडीला मांडी लावून किंवा एखाद्या मराठ्याच्या शेजारी बसून त्याच्या ताटातलं अन्न आम्ही खाल्लं की तुम्हाला धर्माची याद येते.'

'म्हणजे हातून अधर्माचरण घडतं याची कबुली श्रीमंतांनीच दिली. पण श्रीमंतांच्यासमोर वाद घालण्याची माझी इच्छा नाही. धर्म कशाला म्हणायचा आणि अधर्म कशाला म्हणायचा हे आम्ही ब्रह्मवृंदांनी ठरवायचं आहे. हातात तलवार घेतलेल्या क्षत्रियांनी नाही.'

कृष्णंभटांचं ते बोलणं राधाबाईंना पसंत पडलं नाही. कपाळाला आठ्या घालून नापसंतीच्या स्वरात त्या म्हणाल्या, 'कृष्णंभट, आमच्यासमोर बसल्यामुळं राऊ तुमचा गुन्हा एक वेळा माफ करतील. ब्रह्मवृंद असलात तरी आपली पायरी ओळखून असा. जे काही सांगायचं ते आम्हाला सांगा. आम्ही ते राऊंच्यापर्यंत पोहोचतं करू. पण तुम्हाला त्यांच्याशी वाद घालायचं कारण नाही.'

अवमान गिळून स्वस्थ बसणं बाजीरावांच्या स्वभावात नव्हतं. क्षण दोन क्षण त्यांच्या मनात विलक्षण वादळ घोंघावलं. मग ठाम निश्चय करून ते म्हणाले, 'आता विषयच निघाला आहे म्हणून बोलतो. कुलोपाध्यायही म्हणतात प्रायश्चित्त घ्या. आम्ही तयार आहोत प्रायश्चित्त घ्यायला.'

'मग आम्हाला तरी दुसरं काय पाहिजे?' डोक्यावरची भली मोठी पागोटी हलवीत ब्राह्मण उद्गारले.

'आता आमच्या मनासारखं झालं.' राधाबाईंच्या तोंडून शब्द बाहेर पडले.

पण मामला एवढा सीधा नव्हता. बाजीराव पुढे म्हणाले, 'पण प्रायश्चित्त आम्ही आमच्या रीतीनंच घेऊ.'

'हां! कोणतंही प्रायश्चित्त घ्यावं. मुंडन करून घ्यावं. पंचगव्य पिऊन प्रायश्चित्त घ्यावं. किंवा ब्राह्मणांना गोदानं, महिषीदानं, सुवर्णदानं देऊनही प्रायश्चित्त घेता येतं. श्रीमंतांना जो प्रकार मान्य असेल त्याप्रमाणे प्रायश्चित्त ब्रह्मवृंद त्यांना देतील.'

बाजीरावांच्या ओठातून तुच्छतादर्शक हास्य बाहेर पडलं. ते म्हणाले, 'तुमची ती प्रायश्चित्तं आमच्या कामाची नाहीत. आम्हाला भावेल तेच प्रायश्चित्त आम्ही घेऊ.'

'आम्ही तरी तेच म्हणतो आहोत,' उतावीळपणे कृष्णंभट म्हणाले, 'श्रीमंतांच्या मनात एखादं विशिष्ट प्रायश्चित्त असेल तर ते त्यांनी आम्हाला सांगावं. इथल्या ब्राह्मणांना तो विधी माहीत नसला तर पैठणच्या ब्रह्मवृंदांकडून आम्ही विधीची माहिती घेऊ. आणि ते देण्याची व्यवस्था करू.'

'कृष्णंभट वचन देताना माणसानं विचार करावा. प्रायश्चित्ताचा प्रकार आम्ही सांगतो. पूर्तता कराल?'

'हो, हो! का करणार नाही? प्रायश्चित्ताची मूळ कल्पना आम्हीच मातु:श्रीबाईंना सांगत होतो. आता श्रीमंत आज्ञा करतील तर कुलोपाध्याय म्हणून प्रायश्चित्ताची सारी व्यवस्था करणं हे आमचं कर्तव्यच आहे.'

'हवेलीमध्ये आम्ही नवीन महाल बांधलेला आहे ते माहीतच आहे तुम्हाला कृष्णंभट. त्या हवेलीत आम्ही प्रायश्चित्त घेऊ.'

'काही हरकत नाही. प्रायश्चित्त काय कुठल्याही वास्तूत घेता येतं. श्रीमंतांना मंदिरात यायला फुरसत नसेल तर नवीन हवेलीतही प्रायश्चित्त घेतां येईल. प्रायश्चित्तासाठी कुणी खास वेदोनारायण बोलावावयाचे असतील तर तशी आज्ञा करावी.'

'होय. प्रायश्चित्तासाठी खास वेदोनारायण पाहिजेतच.'

'कोण आहे, श्रीमंतांच्या मनात?'

'मस्तानी.'

'मस्तानी? कलावंतीण? नाची बाई?'

'हां, हां! मर्यादा सुटते आहे. कृष्णंभट, आमच्या समोर उंच आवाजात बोललेलं ऐकून घेण्याची आम्हाला सवय नाही.' राधाबाई काय बोलतील याची पर्वा न

करता बाजीराव ताडकन् उठून उभे राहिले. कठोर आवाजात ते कृष्णंभटांना म्हणाले, 'कान उघडे ठेवून ऐका, नवीन हवेलीत मस्तानीला आम्ही आणून ठेवणार आहोत. त्या हवेलीतला आमच्या प्रायश्चित्ताचा मंत्रघोष ऐकून कृष्णंभट, कानात दडे बसले तर बोळे घाला.' ताडताड पावलं टाकीत बाजीराव राधाबाईंच्या समोरून निघून गेले.

भडका उडाला असता पण मध्यस्थीसाठी चिमाजीआपा धावून आले. दिल्लीच्या स्वारीची चर्चा उभय बंधू एकांतात करीत होते. कोणत्या सरदाराच्या फौजा कुठं राहाव्यात, महंमदखान बंगषाला कुणी कुठे दाबून ठेवावं, बादशहाचे वजीर कमरुद्दीनखान यांना अंतर्वेदीत कुठं अडवून ठेवावं, मीरबक्षीखान डौरान पेशव्यांच्या बाजूला झुकलेला होता, त्याच्याशी समेट कोणत्या अटीवर करावा, सवाई जयसिंग मराठ्यांना अनुकूल होते त्यांचा फायदा कसा करून घ्यावा याबाबत तपशिलाची भराभर टाचणं तयार केली जात होती. याद्या लिहिल्या जात होत्या. पेशव्यांचे दिल्लीकडील वकील वेंकाजीराम यांना तपशिलवार सूचना दिल्या गेल्या. मोहिमेची ही आखणी झाल्यानंतर चिमाजीआपांनी कागद बाजूला ठेवले. अगदी सहज मनाला ठसठसणाऱ्या वेदनेला त्यांनी हात घातला. ते म्हणाले, 'राऊ, आम्ही ऐकतो ते खरं का?'

'होय. तुम्ही ऐकता ते खरं आहे. नव्या महालात आम्ही लवकरच मस्तानीला आणून ठेवणार आहोत. कृष्णंभटांकडून त्यासाठी मुहूर्तही काढून घेतला आहे. सारं खरं आहे. काय म्हणायचं आहे आपा तुम्हाला याबद्दल?'

राऊंच्या स्वरातला रोखठोकपणा पाहून आपाही सर्द झाले. एवढ्या उघडपणे बाजीराव त्यांच्याशी बोलतील अशी त्यांची कल्पना नव्हती. पण मनातला हेतू साध्य करण्यासाठी आवाजामध्ये मार्दव आणून आपा म्हणाले, 'राऊ, आजपर्यंत तुमच्या कोणत्याही गोष्टीत आम्ही कधी दखल दिली नाही. कलावंतीण तुम्ही ठेवली यातही आम्हाला काही गैर दिसलं नाही. इतर लोक जे करतात ते आमच्या बंधूंनी केलं म्हणून आम्ही स्वस्थ बसलो.'

‘आपा, मोहिमा आखण्यात आम्ही गर्क असलो तरी खासगीकडे आमचं लक्ष आहे याची जाणीव ठेवा.’

‘मतलब?’

‘मस्तानीला पुण्याहून बाहेर काढण्याची आज्ञा आपा तुम्हीच दिलीत ना?’

अडखळत आपा म्हणाले, ‘होय.’

‘आणि तरीही तुम्ही म्हणता की इतर हजारो लोकांप्रमाणे आम्ही कलावंतीण ठेवली म्हणून तुम्ही फारशी दखल घेतली नाही. आपा, या हवेलीत जे काही घडतं याची खडान् खडा माहिती आम्हाला असते. कलावंतीण यवनी आहे म्हणून ज्या तऱ्हेनं तिला वागवलं जातं त्यानं आमच्या हृदयाला घरं पडतात. तरीही तुम्हा सर्वांसाठी आम्ही गप्प बसलो होतो. पण आम्ही बोलत नाही याचा अर्थ जेव्हा आम्ही दुबळे आहोत असा लावला जाऊ लागला तेव्हा आम्हालाही उघड सांगणं प्राप्त झालं. म्हणून परवा मातुःश्रीबाईंच्यासमोर जे बोलायला नको तेही आमच्या ओठातून बाहेर पडलं.’

‘अमर्यादा झाली असं राऊ तुम्हाला वाटत नाही?’ आपांच्या स्वरात कमालीचा गोडवा होता.

‘आता वाटतं. नंतर विचार केल्यावर आम्हालाही तसं वाटलं. पण त्या क्षणी आमच्यावर क्षुद्र लोकांनी चारी बाजूंनी हल्ला केला तेव्हा इतके दिवस मनामध्ये दडपून ठेवलेली भावना उफाळून वर आली.’

‘कृष्णंभटांनी पायरी सोडली हे आम्हालाही मान्य आहे.’ आपा बंधूंची नजर टाळून म्हणाले, ‘पण मातुःश्रीबाईंचा तरी तुम्ही काही ख्याल करायचा होतात. त्या दिवसापासून मातुःश्रीबाई देवघरातून बाहेर आल्या नाहीत. एवढी तीर्थयात्रा आम्ही केली. पुण्य गाठी बांधलं त्याचं हेच फळ काय असं त्यांनी दोन-तीनदा आमच्यापाशी बोलून दाखवलं. झाला प्रकार पुत्रधर्माला सोडून झाला असं नाही तुम्हाला वाटत?’

‘आपा, आम्ही आताच सांगितलं की आमचं वर्तन चुकलं. पण आपा, इतरांपेक्षा तुम्ही आम्हाला चांगले ओळखता. कुणी डिवचलं की त्याला उलटा प्रहार करणं हा आमचा स्वभाव आहे. त्या दिवशी आमच्या दुर्वर्तनाची अशी जाहीर चिकित्सा कृष्णंभटांनी केली नसती तर आमच्याही तोंडून अमर्यादेचे ते शब्द बाहेर पडले नसते. पण झालं ते झालं. आता तुम्ही किंवा मी काही म्हणून परत येत नाही.’

‘पण आता शांतपणे साऱ्या गोष्टींचा विचार करायला काही हरकत आहे का?’

‘हरकत कधीच नव्हती. प्रश्न एवढाच होता की आम्हाला शांतपणे विचार करायला सांगणाऱ्या आपांनी यापूर्वी कधी शांतपणे विचार केला आहे का?’

काही उत्तर न देता आपांनी बंधूंकडे पाहिलं. बाजीराव पुढं म्हणाले, ‘गेली चार-पाच वर्षं ही कलावंतीण आम्ही जवळ केली आहे. असेल जातीनं यवनी. पण आमचा जीव तिच्यात गुंतला आहे. तिच्यापासून आम्हाला एक पुत्रही झाला आहे. पण कट केल्याप्रमाणं तुम्ही साऱ्यांनी तिला जणू जीवनातूनच उठवायचं ठरवलं असं आमच्या कानावर आलं. हे सारं घडत असताना आपा, आम्ही स्वस्थ बसावं अशी तुमची कल्पना असली तर तसं सांगा. साऱ्या गोष्टींचा शांतपणे विचार फक्त आम्हीच करायचा आणि इतरांनी नाही. हे किती दिवस चालेल?’

‘पण मागच्या गोष्टी उकरून न काढताही आहे या परिस्थितीतून काही तरी मार्ग काढता येईल.’ समजुतीच्या स्वरात आपा म्हणाले.

‘आमचं राहू द्यात. तुमच्या मनात काय आहे ते बोला.’

‘तिकडे बागेमध्ये ती यवनी तुम्ही ठेवलीत. आम्हाला क्षणभर वाईट वाटलं. पण आता खुद्द मातु:श्रीबाईंच्या समोरच ती यवनी तुम्ही या हवेलीत आणून ठेवणार आहात असं बोललात.’

‘नुसतं बोललो नाही. आमचा तो निश्चयच आहे आणि लवकरच ते आम्ही करणार आहोत.’

‘त्याबाबतच मला काही बोलायचं आहे.’

‘बोला. आम्ही ऐकतो आहोत.’

‘लवकरच राऊ मोहिमेसाठी पुण्यातून बाहेर पडतील. मोहीम मातबर आहे, किती काळ लागतो ते सांगता येत नाही. पण आठ-दहा महिने या मोहिमेत सहजच जातील. मोहिमेत राऊ मस्तानीला बरोबर घेणार आहेत असं आमच्या कानांवर आलं आहे.’

‘खरं ते तुम्हाला समजलं आहे.’

‘मग ठीक आहे. तेव्हा आमचं म्हणणं असं की, हवेलीतच मस्तानी आणून ठेवायची असेल तर ते जरा पुढं ढकललेलं चालणार नाही का?’

‘कशासाठी?’

‘एवढ्यासाठी की मातु:श्रीबाईंना जी गोष्ट पसंत नाही ती करण्यापूर्वी दहादा

विचार केला पाहिजे. हवेलीत आज त्या वडिलांप्रमाणे सारा कारभार पाहतात. तीर्थरूप गेले; पण त्यांच्या ठिकाणी मातुःश्री आहेत असं समजून आजवर आमचं वर्तन झालं. तेव्हा एवीतेवी मस्तानी तुमच्या बरोबर स्वारीत येणार आहेच. तर आता लगेचच तिला हवेलीत आणण्यापेक्षा स्वारीहून परत आल्यानंतर त्याबाबत काही मार्ग काढता आला तर पाहता येईल.'

सावधानपणानं एकएक शब्द जोखून तोडून आपा बोलत होते. आपल्या बोलण्याचा बंधूंच्या चर्येवर काय परिणाम होतो ते अजमावत होते. दरबारी बोलण्याची उभयबंधूंना सवय होती. त्यामुळं आपांच्या शब्दाच्या आड कोणते अर्थ दडले आहेत ते बाजीरावांनी पटकन हेरलं. पण, परवा मातुःश्रीबाईंसमोर जो प्रसंग घडला त्याची त्यांच्या मनात कुठंतरी खोल रुखरुख लागली होती. एकदम असं बोलायला नको होतं असंही त्यांना आता वाटत होतं. म्हणून त्यांना आपांनी केलेली सूचना स्वीकारावीशी वाटली. ते म्हणाले, 'ठीक आहे. आपा तुमची इच्छा असेल तर आम्ही तसं करतो. मस्तानी आमच्या बरोबर स्वारीत राहील. एवढी दिल्लीची मोहीम आटोपली म्हणजे त्याबद्दल आम्हाला जे करायचं असेल ते आम्ही करू. आता झालं ना तुमचं समाधान?

बाजीरावांनी आपलं म्हणणं ऐकलं म्हणून आपांना समाधान वाटलं. आजचं संकट उद्यावर ढकललं या समाधानानं ते स्वतःशीच हसले. मनावरचा ताण नाहीसा झाल्यानं बाजीरावही खुषीत होते. त्यांना एकदम आठवण झाली आणि ते म्हणाले, 'आपा, आमच्याबद्दल तुम्ही ऐकत होता त्याची सारी कथा तुम्ही आम्हाला ऐकवलीत. आता आम्ही थोडं बोलू?'

'हे काय विचारणं झालं? राऊंना परवानगी लागते?'

गालात हसत बाजीराव म्हणाले, 'मामला थोडा नाजूक आहे. म्हणून आडवळणानं बोललो.'

आपांच्या डोळ्यांची उघडझाप झाली. बाजीरावांच्या बोलण्याचा रोख त्यांच्या लक्षात आला नाही. ते सहज म्हणाले, 'मनात जे काही विचारायचं असेल ते बोलावं.'

'मग आपा, आमच्याही कानावर जे काही आलं ते खरं का?'

'कशाबद्दल? आपांनी नजर वर करून बंधूकडे पाहिलं. एका क्षणात सारा प्रकार त्यांच्या लक्षात येऊन त्यांनी आपली नजर दुसरीकडे वळवली. मध्यरात्रीची

वेळ होती. हवेलीमध्ये सर्वत्र सामसूम झाली होती. हवेलीच्या बाहेर शिपायांची वर्दळ चालू होती. तेवढीच काय ती ऐकू येत होती. मंद प्रकाशामध्ये आपांच्या चेहऱ्यावरून जे भाव चमकून गेले ते सारेच काही बाजीरावांना पाहता आले नाहीत. पण स्वत:शीच गालात हसत ते आपांना म्हणाले, 'आपा, कधी कधी आम्हीही तुम्हाला अडचणीत पकडू शकतो.'

'क्षुल्लक बाबींना राऊ भलतंच महत्त्व देतात.'

'क्षुल्लक?'

'खासगी गोष्ट आहे.' आपा शरमून एका बाजूला पाहत म्हणाले.

'खासगी? अरे हो, खरंच आम्ही विसरलो होतो. आमच्या खासगीत आपांनी लक्ष घालू नये असं आम्हीच त्यांना सांगितलं होतं हे आम्ही विसरलो. आता अजाणता त्यांच्या खासगीत आम्ही लक्ष घालत आहोत: हे आम्हाला समजायला हवं होतं.'

'छे, छे! आमच्या बोलण्याचा तसा उद्देश नव्हता. ती खासगी बाब आहे. त्या तशा बायकी गोष्टींकडे राऊंनी कशाला लक्ष द्यायला पाहिजे?'

'एरवी आम्ही लक्ष दिलं नसतं, पण आहेराच्या याद्या पाहताना आजच कारकुनानं ते आमच्या लक्षात आणून दिलं.'

'असं?' एवढं म्हणून आपांनी खाली मान घातली.

'लवकरच तुमच्या कुटुंबाचं फलशोभन आहे हे आजच आमच्या कानांवर आलं.'

तरीही आपा काही बोलले नाहीत.

'एवढा आनंदाचा प्रसंग हवेलीत होणार असताना आम्ही फडावरच्या या कोरड्या बाबीत तुम्हाला निष्कारण गुंतवून ठेवलं.'

'राऊंना चेष्टा करायची लहर आलेली दिसतेय. दिल्ली स्वारीची सारी कामं संपली असतील तर आम्हाला निरोप द्यावा.'

अन्नपूर्णेच्या फलशोभनाचा विषय काढल्यावर आपा कसे लाजले हे पाहून बाजीरावांना गंमत वाटली. ते बंधूंना सहजासहजी सोडायला तयार नव्हते. हसतच ते म्हणाले, 'स्वारीच्या खर्चाची बोलणी इतक्या लवकर का आटोपतात? त्यासाठी आणखी बराच वेळ बसायला पाहिजे.'

'आता काय राहिलंय?' चिमाजीआपा सहजगत्या बोलून गेले.

‘कारकुनांनी कागद पेश केले आहेत. त्यावर मखलाशी लिहायची आहे.’

‘कसले कागद?’

‘हेच. फलशोभनाच्या समारंभाचे. मखरासाठी किती खर्च होणार आहे, आहेर कुणाला द्यायचे, कुणाकडून द्यायचे? हे बारीकसारीक तपशील अजून ठरायचे आहेत.’

आपा उठले. बंधूंचा निरोप घेत म्हणाले, ‘एवढंच काम असेल तर त्याला आमची जरुरी नाही. आम्हाला निरोप द्यावा. रात्र बरीच झाली आहे.’

आपांच्या दुसऱ्या कुटुंबाचं फलशोभन झालं. आठ दिवस लोटले. साताऱ्याहून नाना शनवारच्या हवेलीत आले. आल्याबरोबर सवड काढून त्यांनी प्रथम आपांची भेट घेतली.

‘सातारची काय बातमी आहे?’ नाना समोर दिसताच आपांनी चौकशी केली.

‘सातारपेक्षा इथलीच काय बातमी आहे? ही ऐकायला आम्ही उत्सुक आहोत.’ नानांनी चौकशी केली. आपांच्या समोर आसनावर नाना बसले.

‘म्हणजे?’ आपांच्या भुवया आश्चर्यानं वर गेल्या.

‘काका, साताऱ्याहून येऊन आम्हाला तीन दिवस झाले. राऊंची एकांतात गाठ घ्यावी, तिथलं राजकारण त्यांच्या कानांवर घालावं म्हणून खटपट करतो आहो. पण त्यांची एकांतात भेटच होत नाही. हा काय प्रकार आहे?’

‘का! फडावर भेटत नाहीत?’

‘फडावर साऱ्या गोष्टी उलगडून नीट बोलता येत नाहीत. आणि फडावरचं काम संपल्यावर चौकशी करावी तर राऊ कोथरूडच्या बागेत गेले आहेत असं सेवकाकडून समजतं. तेव्हा काकास्वामी, इथलीच बातमी काय आहे हे सांगा.’

नानांनी एकदम मुद्द्याला हात घातला होता. आपांच्यापेक्षा नाना दहा–बारा बर्षांनी लहान होते. पण दौलतीचं काम ते चांगलं जबाबदारीनं करीत होते. त्यांच्यापासून काही लपवून ठेवावं असं चिमाजीआपांना वाटलं नाही. म्हणून ते उघड म्हणाले, ‘साताऱ्यात तुम्ही काय ऐकलंत?’

'ऐकलं तेव्हा विश्वास बसला नाही. पण इथं पाहतो तो सारा प्रकार खराच. राऊस्वामी कलावंतिणीच्या एवढे आहारी जातील असं आम्हाला वाटलं नव्हतं.'

'राऊंबद्दल असं तुम्ही बोलू नये, नाना.'

'आम्ही बोललो नाही तर जग बोलायचं थांबत नाही. त्यापेक्षा खरी परिस्थिती काय आहे हे समजलं तर मनाला निदान समाधान तरी वाटेल. काका! खरा प्रकार काय आहे?'

'तुम्ही ऐकलेलं सारं खरं आहे.' शांत स्वरात आपा म्हणाले; 'त्याबद्दल राऊंशी आम्ही बोललोसुद्धा. पण कलावंतिणीचा नाद सुटेल असं आम्हाला वाटत नाही. आमचा प्रयत्न एवढाच चालला आहे की, त्यातून काही विपरीत होऊ नये.'

'राऊ यवनीच्या नादी लागले आहेत. तिच्याकडे त्यांचा नेहमी मुक्काम असतो. त्यामुळे दौलतीच्या कामातही अडथळा येतो यापेक्षा आता आणखी विपरीत ते काय घडायचं?'

'नाना, तुम्ही अजून जीवन पुरतेपणी पाहिलं नाही. मोठे व्हाल तेव्हा तुम्हाला माणसाच्या वागण्याचे किती वेगवेगळे अर्थ असू शकतात ते समजतील.'

'ते राहू द्या काका. आम्ही असं ऐकलं आहे की, राऊ दिल्लीच्या मोहिमेवर कलावंतिणीला बरोबर नेणार आहेत. ते खरं आहे का, काका?'

'हो; तेही खरं आहे. पण एका परीनं आम्हाला असं वाटतं की, ती इष्टापत्तीच आहे.'

नाना काही बोलत नाहीत हे पाहून आपाच पुढं म्हणाले, 'मोठं संकट प्राप्त झालं म्हणजे कधी कधी लहान संकटांचा त्यावर उतारा चालतो.'

'तुमचा मतलब आमच्या लक्षात आला नाही.'

'मोहिमेवर राऊंनी कलावंतिणीला नेण्याचा विचार केला नसता तर हवेलीत तिला आणून ठेवायचा त्यांचा विचार होता.'

'हवेलीत? इथं?'

'होय, इथं. मोठ्या कष्टांनी आम्ही राऊंचं मन वळवलं.'

आपांचे शब्द ऐकताच नाना गप्प बसले. विचारांचं वादळ त्यांच्या मनात सुरू होतं. पेशव्यांच्या विरुद्ध पक्षाचे लोक सातार्‍यात होते. पेशव्यांबद्दल ते नाना प्रकारच्या कंड्या उठवत होते. राजश्रीस्वामींच्या कानावर त्या जात होत्या. त्यांच्यासमोर उभं राहून त्यांची सफाई नानांना करावी लागत होती. जे घडायला

नको होतं ते घडत होतं. बाजीराव अभक्ष्य भक्षण करतात, क्वचित अपेयपान करतात, याची कुजबूज छत्रपतींपासून लपून राहिली नव्हती. पण ते वर्तन दूर कुठेतरी होत होतं म्हणून त्याकडे काणाडोळा करणं शक्य होतं. पण आता यवनीच्या नादी लागून पेशवे बहकले असा छत्रपतींचा ग्रह झाला तर बाका प्रसंग उभा राहणार होता.

काका–पुतण्यांसमोर बिनतोड सवाल उभा होता. विचार करूनही या सवालाचं उत्तर मिळत नव्हतं.

बाहेर अश्विनाचं कोवळं ऊन पसरलं होतं. नदीच्या काठावरच्या झाडीत पेशव्यांच्या पागेतले घोडे ठाणबंद केलेले होते. मुठा नदीच्या पात्रात पाणी खळाळत वाहत होतं. नदीच्या पलीकडून पायवाट थेट कोथरूडच्या बागेत जात होती हे नानांना ठाऊक होतं. कितीतरी वेळा मृत्युंजयाच्या दर्शनासाठी ते त्या वाटेनं कोथरूडच्या बागेत गेले होते. आपांच्या दालनातून ती वाट दिसत होती. पण त्यामुळं मन उल्हसित व्हायच्याऐवजी नानांच्या मनावर एक उदास छाया पसरली. सुन्न मनानं ते बाहेर पाहत होते. एवढ्यात एकाएकी ते चमकले. खिडकीतून टक लावून त्यांनी दूरवर पाहिलं आणि ते चिमाजीआपांना म्हणाले, 'काका, ते पाहिलंत?'

'काय आहे?'

'तुम्ही पाहा तर खरं.'

चिमाजीआपा बैठकीवरून उठले. खिडकीमधून त्यांनी दूर अंतरावर निरखून पाहिलं. कोथरूडकडे जाणाऱ्या वाटेवरून तीन–चार घोडेस्वार शहराकडे दौडत येत होते. त्यांपैकी एक बाजीराव होते. नाना म्हणाले, 'पाहिलंत! खुद्द राऊस्वामीच येत आहेत. काल रात्रीचा मुक्काम मस्तानीकडेच केलेला दिसतोय.'

आपा नि:श्वास टाकून मागे बैठकीकडे वळले. बैठकीवर बसून ते म्हणाले, 'तुम्ही आपल्या डोळ्यांनीच पाहिलंत. आता खात्री झाली असेल. पण गेले कित्येक दिवस या गोष्टी आमच्या कानांवर येत आहेत.'

खाली मान घालून नाना बसले होते. हलकेच मान वर उचलून ते आपांना म्हणाले, 'काका, एक विचारू?'

'काय म्हणता?'

'ताईंना हे सारं माहीत आहे?'

‘बायका बोलल्या नाहीत तरी अशा बाबतीत पुरुषांच्या अगोदर त्यांना हे समजतं.’

‘माझ्या प्रश्नाचं उत्तर हे नाही काका. ताईंना हे माहीत आहे?’

‘असलं पाहिजे.’

‘काय म्हणतात त्या?’

‘काय म्हणणार? या गोष्टी त्या काय दुसऱ्यासमोर बोलून दाखवणार आहेत! तोंड दाबून बुक्क्यांचा मार असतो. सहन करण्याशिवाय गत्यंतर नाही.’

नाना अस्वस्थ झाले होते. चुळबुळ करीत ते म्हणाले, ‘पण काका, यातून काहीतरी मार्ग काढला पाहिजे. आजची कुजबूज उद्या मोठी झाली म्हणजे मोठी बिकट परिस्थिती होईल. आम्हाला मोठं नवल वाटतं राऊंच्या मनाचं. एकीकडे पातशहाच्या मोहिमेचे बारीकसारीक तपशील ठरत असताना दुसरीकडे त्यांच्या मनात त्या कलावंतिणीची मूर्ती सजीव उभी असते. क्षणभर ते तिला विसरत नाहीत. या दोन्ही गोष्टी एकाच मनात कशा राहतात याचा आम्हाला विस्मय वाटतो.’

‘आमचे बंधू हाच एक मोठा चमत्कार आहे. त्यांच्या मनात एकच काय दहा गोष्टी असतात. आम्हाला त्यांचा थांगपत्ताही लागत नाही.’

‘पण ते काही असलं तरी काका, कुठंतरी त्याला आवर घातला पाहिजे.’

‘तुम्हाला काही मार्ग सुचतो, नाना?’

‘मार्ग सुचतो. पण कदाचित तो बालिश वाटेल.’

‘काय सुचतो तो सांगा तरी खरं.’

‘दिल्लीच्या मोहिमेत ती यवनी जाणार आहे. मोहिमेत असताना ती राऊंच्यापासून कदाचित वेगळी करता येईल.’

‘काय? काय म्हणालात?’

‘मोहिमेत यवनी बरोबर राहणार आहे. त्याच वेळी तिला राऊंच्यापासून अलग करता येईल.’

‘पण ते घडणार कसं?’

‘राऊंच्याबरोबर या मोहिमेत आम्ही राहतो. निदान आम्ही बरोबर असलो म्हणजे तेवढाच वेळ मस्तानी त्यांच्यापासून दूर राहील. शिवाय आम्हालाही तिला काही जरब बसवता येईल.’

आपांचा विश्वास नव्हता. पण नानांचा हिरमोड होऊ नये म्हणून ते म्हणाले, 'प्रयत्न करून पाहा. तुमची पागा घेऊन मोहिमेचा अनुभव घेण्यासाठी तुम्ही पेशव्यांच्याबरोबर जाणार आहात असं आम्ही त्यांना सुचवून पाहतो. त्यांनी परवानगी दिली तर तुम्ही मोहिमेत राहा. तुमच्या राहण्यामुळं त्यांच्या वर्तनात काही फरक पडला तर आम्हाला तो हवाच आहे. पण नाना, एक ध्यानात ठेवा की, राऊंच्यासारखी माणसं इष्काचा खेळ खेळतात तेव्हा तो सामान्य माणसाच्या खेळासारखा नसतो. त्यांचं सारंच असामान्य असतं.'

'पण प्रयत्न करायला तर हरकत नाही ना?'

'मुळीच हरकत नाही. तुम्ही तुमच्या पागेच्या तयारीला लागा. आम्ही राऊंच्या कानावर घालतो.'

चार दिवसांनी वेळप्रसंग पाहून चिमाजीआपांनी बाजीरावांना नानांबद्दल विचारलं. बाजीरावांनी नानांना मोहिमेत सामील करून घ्यायचं मोठ्या आनंदानं कबूल केलं. लगेच आज्ञाही झाली : 'चिरंजीवांची पागा आमच्यामागे पिछाडीला पन्नास कोस राहील, आणि पिछाडी सांभाळील.'

दोन दिवसांनी दसरा होता. दसऱ्याच्या मुहूर्तावर पेशवे दिल्लीच्या स्वारीचं प्रस्थान भांबुडर्याला ठेवणार होते. हवेली अहोरात्र माणसांनी फुलून गेली होती. मोहिमेच्या हालचालीवर शेवटचा हात फिरला होता. साताऱ्याहून छत्रपती स्वामींची आशीर्वादाची पत्रं येऊन पोहोचली होती. धावडशीहून परमहंसबाबांनी भार्गवरामाचा अंगारा पाठवला होता. तयारीवर उभय बंधू जातीनं देखरेख करीत होते. सकाळी देवदर्शन आटोपून आपा कचेरीत जाणार तोच त्यांना पश्चिम दरवाज्यानं चार-पाच पेटारे घेऊन हशम, हवेलीत येऊन खासगीच्या चौकाकडे वळलेले दिसले. कचेरीच्या बाहेर पहाऱ्यावर उभ्या राहिलेल्या सेवकाला चौकशीसाठी आपांनी ताबडतोब पिटाळलं.

पेटारे घेऊन हशम समोर येताच, आपांनी करड्या स्वरात विचारलं, 'कुणाचे पेटारे आहेत? काय चाललं आहे त्यातून?'

पेटाऱ्याबरोबर जाडजूड शरीरयष्टीचे हवालदार होते. त्यांनी आपांना खाली वाकून मुजरा केला. ते म्हणाले, 'खास श्रीमंतांसाठी हे पेटारे चालले आहेत.'

'नाव काय तुमचं?'

'सुबराव जेठी.'

'कुणाकडे असता तुम्ही?'

'कोथरूडच्या बागेत मस्तानीबाईसाहेबांच्या सेवेत नुकतेच आलो आहोत.'

'मस्तानी?' सकाळीच कलावंतिणीचं नाव कानावर आल्यामुळं आपा नाराज झाले. पण आपली नाराजी शब्दात दिसू न देता ते म्हणाले, 'पेटाऱ्यात काय आहे?'

'बाईसाहेबांनी श्रीमंतांच्यासाठी भेट पाठवली आहे.'

'आमच्या प्रश्नाचं हे उत्तर नाही. पेटाऱ्यात काय आहे?' आवाज चढवून आपांनी विचारलं.

'दिलेली भेट श्रीमंतामकडे पोहोचवणं एवढंच आमचं काम आहे. पेटाऱ्यात काय आहे ते आम्हाला माहीत नाही.' सुबराव जेठीनं आपांची नजर टाळून उत्तर दिलं. ती टाळाटाळ पाहून आपांचा संशय बळावला.

'काय आहे हे तुम्हाला माहीत नसलं तर आम्हाला ते माहीत करून घ्यावं लागेल.'

'पण बाईसाहेबांनी पेटारे थेट श्रीमंतांच्या महालात नेण्याची आज्ञा दिली आहे.'

'तुझ्या बाईसाहेबांचं राहू देत. पेटाऱ्यात काय आहे हे समजलं तर पेटारे सरळ आत जातील. नाहीतर हवेलीच्या चौकीवर त्यांचा झाडा घेतला जाईल.' सुबराव काही न बोलता खाली मान घालून उभा राहिला. हे पाहून पहाऱ्यावरच्या सेवकांना बोलावून आपांनी आज्ञा दिली, 'हे पेटारे उघडा. आतमध्ये काय आहे हे आम्हाला पाहिलं पाहिजे.'

पहारेकरी पेटाऱ्यांना हात घालणार तोच सुबराव त्यांच्यामधे उभा राहून म्हणाला, 'पेटारे उघडणारच असाल तर निदान ते श्रीमंत पेशव्यांच्या समोर तरी उघडावेत. त्यांना बोलावून घ्यावं.'

'तुमचं ज्ञान आम्हाला नको. हवेलीतून बाहेर काय जातं आणि आत काय येतं याबद्दल अखत्यारी आमच्याकडे आहे. पेटारे उघडायला आमचा हुकूम पुरेसा आहे.'

अगतिक झाल्यासारखा सुबराव एका बाजूला उभा राहिला. पहारेकऱ्यांनी पेटाऱ्याची झाकणं बाजूला केली. आतमधून एक-एक वस्तू बाहेर काढली. फळांच्या करंड्यांबरोबर दोन मोठ्या सुरयाही आतून बाहेर पडल्या. सुरया पाहताच आपांच्या कपाळाला आठ्या पडल्या. आवाज चढवून ते म्हणाले, 'काय आहे त्या सुरईत?'

खाली केलेली मान सुबरावांनी वर केली नाही. पहारेकऱ्यानं सुरईचं झाकण उघडून आत पाहिलं. मोठ्या आश्चर्याच्या स्वरात त्यानं आपांना माहिती दिली, 'सुरई काठोकाठ मद्यानं भरलेली दिसते.'

'मद्यानं? पेशव्यांच्या हवेलीत मद्य! कुणी पाठवलं आहे?' आपांनी आवाज चढवून विचारलं, 'मस्तानी कलावंतिणीकडून ते आलं?'

'होय. बाईसाहेबांनी दिलेले पेटारेच आम्ही आणले.'

'ठीक आहे.' समोर पहारेकरी उभे होते त्यांना आपांनी हुकूम सोडला, 'मद्याच्या त्या सुरया उचला. समोर नदीच्या पात्रात पाणी वाहतं आहे. करा रिकाम्या त्यात आणि द्या परत कलावंतिणीकडे पाठवून. यापुढं असला काही प्रकार या हवेलीत झाला तर याचा परिणाम ठीक होणार नाही, असं तिला बजावून सांगा.'

तमाशा पाहायला वाड्यातल्या सेवकांची गर्दी जमली होती. तेवढ्यात कचेरीत जायला निघालेल्या बाजीराव पेशव्यांचं लक्ष त्या गर्दीकडे गेलं. समोरच्या सेवकांनी पेशवे येत आहेत अशी वर्दी दिल्यावर बघे लोक बाजूला झाले. जवळ येऊन बाजीरावांनी मोठ्या आवाजात चौकशी केली,

'काय प्रकार आहे?' तेवढ्यात त्यांचं लक्ष खाली मान घालून उभा असलेल्या सुबराव जेठीकडे गेलं. तो काही बोलणार तोच आपा म्हणाले, 'कोथरूडच्या बागेतून राऊंच्यासाठी ही भेट आली आहे.'

'भेट! मग इथं इतकी माणसं जमवून काय चाललं आहे?'

'भेट कोणती आहे ते आम्ही पाहतो आहोत.'

'ते महालातही पाहता आलं असतं. इथं चौकात काय प्रकार चालू आहे?'

'महालात नेण्याजोगी वस्तू नाही म्हणून आम्ही चौकामध्ये पेटारे उघडून पाहिले.'

बाजीरावांनी त्या उघड्या पेटाऱ्यांकडे पाहिलं. मद्याच्या सुरया समोर दिसत होत्या. गालात हसून ते एकदम म्हणाले, 'भेट आमच्यासाठी असेल तर ती आम्ही स्वीकारणारच. मग ती कसलीही असो.'

‘पण राऊ, आजपर्यंत या हवेलीत जी गोष्ट झाली नाही ती आता होत आहे.’

‘काय आहे त्या सुरईत?’ बाजीरावांनी आपलं हसू दाबत विचारलं.

‘दुसरं काय असणार? मस्तानीनं मद्यानं भरून त्या सुरया पाठविल्या आहेत.’

‘सुरईतलं मद्य कुणी चाखून पाहिलं?’

ज्या पहारेकऱ्यानं सुरईत डोकावून पाहिलं होतं तो म्हणाला, ‘मी खात्री केली आहे. आत मद्यच दिसतं आहे.’

‘वा, असं असेल तर आणखी काय पाहिजे? सकाळची वेळ आहे. हवा छान आहे. अशा वेळी या मद्याला मोठी और लज्जत असेल नाही?’

पहारेकऱ्यानं आपली मान दुसरीकडे वळवली. आपांचा हिरमोड झाला. चारचौघांसमक्ष बाजीराव असं काही बोलतील याची त्यांना कल्पना नव्हती. ते त्राग्यानं म्हणाले, ‘असं काही राऊंना म्हणायचं असेल तर आमचं बोलणंच खुंटलं. आम्ही कचेरीत आमच्या कामाला जातो. राऊंनी पाहिजे ते करावं.’ असं म्हणून आपा वळले. त्यांना बाजीरावांनी हातानंच थांबायची खूण केली. शेजारीच कुंवर उभा होता. त्याला इशारा होताच कुंवरनं सुरईतून एक पेलाभर पेय बाहेर काढलं. पेला आपांच्या समोर धरून बाजीराव म्हणाले, ‘आपा, माणसानं मनात एखादी कल्पना घट्ट धरून ठेवली म्हणजे जिकडे तिकडे त्याला तेच दिसू लागतं. या सुरईमधे मद्य आहे या कल्पनेनं तुम्ही निष्कारण भुई धोपटता आहात. यात आहेत ती सरबतं!’

‘सरबतं?’ अविश्वासानं आपा म्हणाले.

‘होय. हवं तर तुम्ही स्वतः चाखून पाहा.’

‘नको, नको! सरबतं काय आणि मद्य काय. आमच्या दृष्टीनं त्यात फरक नाही. आम्हाला वाटलं ते आम्ही सांगितलं. राऊंना पाहिजे तो त्यांनी हुकूम द्यावा.’

बाजीराव हसले. सुबराव जेठींना त्यांनी हुकूम केला, सुबराव, सुरया पुन्हा त्या पेटाऱ्यात ठेवा आणि पेटारे पुन्हा कोथरूडच्या बागेत परत जाऊ द्या. मस्तानीला म्हणावं, स्वारीवर निघताना हे पेटारे आम्ही बरोबर घेणार आहोतच. सरबताचा स्वाद आम्हाला स्वारीतसुद्धा घेता येईल.’

आणि त्यानंतर मद्याच्या सुरया राजरोस हवेलीत येऊ लागल्या. सरबताचे पेटारे समजून त्यांना कुणी आडवलं नाही.

मराठ्यांची पातशाहीवरील मोहीम सुरू झाली. निजामाच्या तोंडावर आपांची रवानगी झाली. दिल्लीची मोहीम पेशव्यांनी स्वत:कडे घेतली. पेशव्यांच्या प्रचंड फौजांचा सेनासागर उत्तरेच्या दिशेनं कूच करू लागला. गोदावरीपर्यंत मस्तानी मेण्यातून बाजीरावांबरोबर छावणीमध्ये होती. गोदावरी ओलांडल्यावर लष्कराचं कूच झपाट्यानं सुरू झालं. त्याबरोबर मस्तानी घोड्यावर स्वार होऊन कूचात सामील झाली.

एक महिन्यानं पेशव्यांनी नर्मदा ओलांडली. रावेरखेडीच्या मुक्कामात त्यांना शिंदे, होळकर, पवार येऊन मिळाले. जवळ जवळ लाख फौज एकत्र झाली. मोहिमांच्या बारीकसारीक सूचना पुण्याहून निघतानाच पेशव्यांनी सरदारांना दिल्या होत्या. त्याबद्दल प्रमुख सरदारांशी रावेरखेडीच्या छावणीमध्ये पुन्हा खल झाला.

पेशवे दिल्लीवर चालून येत आहेत ही बातमी समजताच पातशहानं त्यांच्या मुकाबल्यासाठी खानडौरान, सादतखान, महंमदखान बंगष आणि वजीर कमरुद्दीन यांना रवाना केलं. प्रचंड फौज आणि भारी तोफखाना बरोबर घेऊन पातशाही उमराव मराठ्यांशी मुकाबला करण्यासाठी दिल्लीहून लवकरच निघणार आणि गंगा-यमुनेच्या दुआबात कुठंतरी त्यांची पेशव्यांशी झटापट होणार अशा दाट बातम्यां सर्वत्र पसरलेल्या होत्या. बाजीरावांच्या हेरांनी आणि दिल्लीतल्या मराठ्यांच्या वकिलानं त्यांना पातशाही उमरावांच्या तयारीची आणि त्यांच्याबरोबर येणाऱ्या तोफखान्याची खडान्खडा माहिती कळवली. त्या माहितीच्या आधारानं बाजीरावांनी दुआबात उतरून पुढे सरकणाऱ्या महंमद बंगषाचा समाचार घेण्याचं काम मल्हारराव होळकरांच्यावर सोपवलं. बुंदेलखंडाची व्यवस्था करून खंडणी गोळा करण्याचं काम बाजी भीमराव रेठरेकर करीत होते. पवार आणि शिंदे यांनी ग्वाल्हेरच्या बाजूंनी पुढे कूच करून यमुना उजवीकडे टाकून दिल्लीच्या रोखानं कूच करावं असा आराखडा आखला गेला. मोगलांच्या विरुद्ध मराठे असा एक प्रचंड युद्धसंग्राम हिंदुस्थानभर खेळला जाणार याबद्दल आता शंका राहिली नव्हती. गेली आठ-दहा वर्षं लहान-सहान मोहिमा करून राजकारण या रंगाला आलं

होतं. पेशव्यांनी पातशाहीची ताकद जोखली होती. पातशाहीला शेवटची धडक मारावी आणि थोरल्या छत्रपतींपासून उराशी बाळगलेलं हिंदवी स्वराज्याचं स्वप्न साकार करावं अशा उमेदीनं सारे मराठे पेशव्यांच्या झेंड्याखाली एकदिलानं उभे राहिले.

रजपूत सरदारांना बाजीरावांनी स्वहस्ते पत्रं पाठविली. त्यांच्या धर्मभावनेला त्यांनी आवाहन केलं. जे ऐकणार नाहीत त्यांचं नावनिशाण पृथ्वीवरून पुसलं जाईल अशी धमकी दिली. परिणाम असा झाला, की रावेरच्या मुक्कामातच रजपूत सरदारांकडून वकील दौडत पेशव्यांच्या छावणीत आले. प्रत्येकानं खंडणी भरून मराठ्यांशी दोस्तीचा तह केला. मराठे आणि मोगल यांच्या झगड्यामध्ये तटस्थ राहण्याचं कबूल केलं. नुसत्या खलित्यावर पेशव्यांनी पहिला विजय प्राप्त करून घेतला. पण साऱ्याच रजपूत राजांना हे शहाणपण सुचलं नाही. त्यांच्यातही हिंदवी स्वराज्याच्या विरुद्ध एक शत्रू उभा ठाकला. त्याचं नाव भदावरचा राजा गोपालसिंग आणि त्याचा मुलगा अनिरुद्धसिंग.

मोगलांनी त्यांच्याकडे आश्वासनाची पत्रं पाठविली की मराठी फौजांना भिण्याचं कारण नाही. आम्ही मदत देऊ. पेशव्यांना चंबळनदी उतरू देऊ नये. मोगलांच्या गोड शब्दाला भुलून भदावरचा गोपालसिंग मराठ्यांच्या विरुद्ध उभा राहिला.

ही बातमी मराठ्यांच्या छावणीत समजताच इतर मातबर सरदारांना त्या मोहिमेत गुंतवून न ठेवता पेशव्यांनी ती मोहीम स्वतःकडे घेतली.

शिंदे, होळकर, रेठरेकर यांना निरोपाचे विडे दिले. त्यांच्या फौजातून स्वतः बाजीराव पेशवे फेरफटका मारून आले. शिलेदारांची, बारगिरांची चौकशी केली. कुणाच्या पाठीवर थाप मार, कुणाच्या घराकडची चौकशी कर, तर कुणाला पूर्वीच्या लढाईत झालेल्या जखमांची चौकशी कर असे करीत बाजीराव साऱ्या फौजांतून चार दिवस फिरत होते. प्रत्येक शिलेदार त्यांच्या माहितीचा झाला. कुणावर कोणतं काम सोपवावं यांचे पेशव्यांचे आडाखे होते.

सरदारांना निरोप दिल्यानंतर वीस हजार घोडेस्वारांची फौज रावेरच्या छावणीत शिल्लक राहिली. पौषातल्या थंडीतला कडाका नर्मदेच्या दोन्ही तीरांना जाणवत होता.

यापूर्वी पेशवे काशीबाईंच्या बरोबर नर्मदास्नानाला आले होते. तेव्हा त्यांचा मुक्काम रावेरला झाला होता. या वेळी कडक थंडीमुळे रावेरच्या गढीमध्ये पेशव्यांनी

कबिला ठेवला. आपण स्वत: फौजेमध्ये डेरा उभारून राहिले.

दुसऱ्या दिवशी भदावरच्या स्वारीसाठी रावेरहून बाजीरावांचं कूच होणार होतं. त्या दिवशी हुजरातीच्या पाग्यांना, पथक्यांना साऱ्या सूचना देऊन उशिरा रात्री बाजीराव गढीतल्या मस्तानीच्या मुक्कामाकडे विश्रांतीसाठी आले. नर्मदाकाठच्या छोट्याशा उंचवट्यावर गढी बांधली होती. नर्मदा नदीचं पात्र सहज दिसेल अशा रीतीनं सुबक खांबांवर बारादरी उभी केली होती. तिथून नर्मदा नदीचं पात्र आणि सारा परिसर नजरेच्या टप्प्यात येत असे.

बाजीराव गढीत आले तेव्हा मस्तानी बारादरीत उभी राहून बाहेर चांदण्यामध्ये न्हाऊन निघालेला परिसर पाहत होती. तिनं अंगाभोवती शाल लपेटून घेतली होती. बाजीराव मागे येऊन उभे राहिले तरी मस्तानीच्या लक्षात आलं नाही.

'एवढी थंडी असताना बारादरीत उभं राहून काय पाहणं चाललं आहे?'

बाजीरावांचा स्वर ऐकू येताच मस्तानी एकदम मागे वळली. आपलं नाजूक बोट ओठावर ठेवीत ती म्हणाली, 'आप आये? और हमको खबर कैसी नहीं मिली?'

'खबर तुम्हाला कोण देणार? या कडाक्याच्या थंडीमध्यें तुमच्या कुणबिणी, शागिर्द निद्रेच्या आधीन झाले असतील. आम्हाला वाटलं की तुमचाही डोळा लागला असेल. पण पाहतो तो बारादरीत उभं राहून थंडीतही तुम्ही चांदणं पाहता आहात.'

'राऊ आल्याशिवाय आमचा कसा डोळा लागणार?'

'का?'

अभावितपणे मस्तानीच्या तोंडून एकदम शब्द गेले. 'ही एवढी थंडी—' आणि तिनं जीभ चावली.

'अरे वा! आमच्या हे लक्षातच आलं नाही!' असं म्हणून दोन पावलं पुढं होऊन बाजीरावांनी मस्तानीला आपल्या मिठीत घेतलं. तिच्या कानाशी ते पुटपुटले, 'आम्हाला तर थंडी अजिबात जाणवत नाही.'

हलकेच बाजीरावांच्या मिठीतून स्वत:ची सुटका करून घेत मस्तानी म्हणाली, 'बोलण्यामध्ये काही ताळतंत्र असावं. पुण्यात, कोथरूडच्या बागेत जे बोलणं शोभेल ते इथं शोभणार नाही.'

'का? इथं काय झालं?'

‘पेशवे इथं छावणीत आहेत. मोहिमेचे मनसुबे चालू आहेत. या वेळी असं काही बोललात आणि ते सेवकांनी ऐकलं तर ते म्हणतील घरंदारं सोडून मोहिमेसाठी आम्ही पेशव्यांच्याबरोबर दूर भटकतो आहोत आणि स्वत: पेशवे मात्र ख्यालीखुशालीत दंग आहेत.’

‘आमचे शिलेदार असं म्हणतील?’

‘हो तेच! दुसरं कोण म्हणणार?’

‘त्याची काळजी करायला नको. आम्ही जसे आमच्या शिलेदारांना ओळखतो तसे शिलेदारही आम्हाला ओळखतात. पण आम्हाला सांगा, एवढ्या रात्री इथं उभं राहून तुम्ही काय पाहत होता?’

मस्तानीनं समोर बोट दाखवत म्हटलं, ‘ते पाहिलंत का?’

‘काय आहे?’

‘त्या समोरच्या मंदिरात फौजेतल्या शिपायांची रीघ लागली आहे. कसलं मंदिर आहे ते?’

बाजीरावांनी मस्तानीनं दाखवलेल्या दिशेकडे क्षणभर पाहिलं. आणि मस्तानीचा हात हातात घेऊन ते म्हणाले, ‘तुला माहीत नाही?’

‘म्हणून तर विचारतेय. किती वेळ झाला, छावणीत शेकोट्या पेटलेल्या दिसताहेत. फौजांची गडबड चालली आहे. पण त्या मंदिरात दर्शनासाठी शिपायांची रीघ लागली आहे ती काही कमी होत नाही. कसलं मंदिर आहे?’

‘रामेश्वराचं.’

‘रामेश्वराचं? पण आम्ही कधी नाव ऐकलं नव्हतं. बुंदेलखंडातून येताना एक-दोन मुक्काम इथं पडले होते. पण कधी मंदिर दिसलं नव्हतं.’

‘नवीनच बांधलेलं आहे.’

‘पेशव्यांनी?’

‘नाही.’

‘मग कुणी?’

‘पेशव्यांच्या कुटुंबांनी.’

‘काशीबाईसाहेबांनी?’

‘होय, त्यांनीच. गेल्या वेळी खानदेशच्या मोहिमेत त्या आमच्याबरोबर आल्या होत्या. नर्मदास्नानासाठी त्यांना घेऊन आम्ही इथं आलो होतो. नदीच्या उतारावर

मंदिर नाही म्हणून हट्ट धरून त्यांनी हे मंदिर बांधून घेतलं.'

'पण मला कुणीच कसं बोललं नाही? गेले काही दिवस आमचा इथं मुक्काम होता. मंदिरात जाऊन आम्ही दर्शन तरी घेतलं असतं. काशीबाईसाहेबांचं मंदिर—' असं म्हणून मस्तानी बोलताना अडखळली.

'मधेच थांबलीस!'

'काशीबाईसाहेबांचं मंदिर म्हणजे आमचंच मंदिर नाही का?' बाजीरावांच्या अंगावर मोठा रुईदार अंगरखा होता. त्याच्या गुंड्यांशी चाळा करीत मस्तानी पुढं म्हणाली, 'मंदिर जवळच आहे. बाहेर चांदणं टिपूर पडलेलं आहे. उद्या सकाळीच या मुक्कामावरून आपलं कूच होणार आहे. मनात असं येतं की आताच जाऊन ते मंदिर पाहून घ्यावं.'

'थंडीमध्ये पायी चालण्याची तुमची तयारी असली तर आमची ना नाही.'

अंगावरची शालजोडी सारखी करीत मस्तानी म्हणाली, 'चलावं.'

बाजीराव गढीतून बाहेर आले. मस्तानीनं पायात मोजडी घातली. बाजीरावांच्या बरोबर ती गढीतून बाहेर पडली. पेशवे बाहेर पडलेले पाहताच दोन सेवक त्यांच्याबरोबर बाहेर पडले. बाजीरावांनी त्यांना पुढं पाठवून मंदिरातील गर्दी हटवण्यासाठी सूचना दिल्या.

गढीच्या उतारावरून निघालेली पाऊलवाट ओघळीतून पुन्हा लहानशा टेकडीवरून मंदिरापर्यंत पोहोचत होती. बाजीरावांचा हात धरून हलकी पावलं टाकीत मस्तानी चांदण्यातून त्या वाटेवरून जात होती. वाटेत दगडगोटे होते. त्यांच्यावरून पाय घसरला की बाजीराव म्हणत, 'हां, हां! जपून.' क्वचित कुठं अनोळखी आवाज आला की मस्तानी एकदम घाबरून बाजीरावांना बिलगत असे. ते पाहून बाजीराव मस्तानीला म्हणत, 'तरी आम्ही तुम्हाला सांगत होतो की, रात्रीच्या वेळी अशा पाऊलवाटेनं जाणं तुम्हांला जमणार नाही.' पण मस्तानी माघार घ्यायला तयार नव्हती.

'राऊ जवळ असल्यावर आम्हाला कशाची फिकीर आहे?' असं म्हणून ती बाजीरावांचा हात आणखी घट्ट पकडीत असे.

चेष्टा करण्यासाठी बाजीराव म्हणत, 'हवेत इतकी थंडी आहे तरीही तुमच्या हाताला आलेला घाम आम्हाला सांगतो आहे, की तुमचा आमच्यावर किती विश्वास आहे.'

हास्यविनोदात वाट ओसरली. बोलत बोलत बाजीराव आणि मस्तानी रामेश्वराच्या देवळासमोर आले. छोटंसं सुबक देऊळ त्या लहानशा टेकडीवर उभं होतं. मंदिरावरचा तांब्याचा कळस चांदण्यामध्ये चमचमत होता. मंदिराबाहेर दोन मशाली तेवत होत्या. आतमधे समया प्रकाशत होत्या.

बाजीराव मंदिराजवळ आले. पायातले चढाव त्यांनी काढले. देवळाच्या जवळचा कट्टा चढून बाजीराव मंदिरात गेले. मस्तानी बाजीरावांच्या मागे चार पावलं होती. पायातली मोजडी काढून मस्तानीनंही पायरीवर पाऊल ठेवलं.

शेजारी उभा असलेला पुजारी घाईघाईनं म्हणाला, 'तिथंच थांबा बाईसाहेब, हे मंदिर आहे. हिंदूंचं मंदिर आहे.'

पुढं पडणारं पाऊल मस्तानीनं मागं घेतलं. बाजीरावांनी मंदिरात जाऊन दर्शन घेतलं. ते बाहेर आले. कट्ट्याच्या खालीच मस्तानीला उभं राहिलेलं पाहून ते म्हणाले, 'मंदिर पाहायचं होतं ना? मग आत आली नाहीस?'

मस्तानी नाराज झाली होती. पण नाराजी लपवीत ती म्हणाली, 'इथून मंदिर छान दिसतं आहे. आतली महादेवाची पिंडी चांगली आहे. बांधकाम मोठं सुबक झालं आहे नाही?'

हसत बाजीराव म्हणाले, 'आमच्या बाईसाहेबांनी स्वत: सूचना देऊन हे मंदिर बांधून घेतलं आहे. खर्च करताना मागंपुढं पाहिलं नाही. तेव्हा मंदिर चांगलं होणारच.'

आजूबाजूला शिपाई गर्दी करून उभे होतेच. पेशवे दर्शनाला येणार म्हणून त्यांना हशमांनी बाजूला रोखून धरलं होतं. शिपायांच्या त्या गर्दीकडे पाहून मस्तानीनं विचारलं, 'गेले सात–आठ दिवस इथं छावणी पडली होती, पण मंदिराकडे फारशी माणसं फिरकली नव्हती. आता एकाएकीच दर्शनाला एवढी गर्दी का झाली?'

मस्तानीला घेऊन बाजीराव मंदिराच्या कट्ट्यावर क्षणभर टेकले. ते म्हणाले, 'अशा वेळी रामेश्वराचं दर्शन घ्यावं असा आमचा रिवाज आहे.'

'अशा वेळी म्हणजे?'

'प्रभुरामचंद्रानं लंकेवर स्वारी करण्यापूर्वी समुद्राच्या किनाऱ्यावर महादेवाचं देऊळ स्थापन केलं होतं. त्या महादेवाचं दर्शन घेऊन मगच त्यांच्या सेनेनं समुद्र ओलांडून लंकेत प्रवेश केला होता. मोहिमेत विजय मिळावा अशी इच्छा असेल तर रामेश्वराचं दर्शन घेतलं तर मोहिमेत विजय मिळतो अशी आमच्या शिपायांची

समजूत आहे.'

मस्तानी खुदकन हसली. तिच्याकडे पाहत बाजीराव म्हणाले, 'का हसलीस? तुला हे खोटं वाटतं?'

'खोटं नाही वाटत, पण शिपायांच्या भाबडेपणाचं नवल वाटतं.'

'का?'

'राऊंसारखे सेनापती मोहिमेत संगती असताना यश येणार हें सांगायला बुतखाना काय करायचा?'

दूर उभ्या राहिलेल्या शिपायांकडे पाहत बाजीराव म्हणाले, 'आम्ही इथं बसल्यामुळं बिचाऱ्या शिपायांचं दर्शन खोळंबलं आहे. मंदिर पाहून झालं असेल तर परत आपल्या मुक्कामाला जाऊ या.'

गढीत परत आल्यावर मस्तानीनं बाजीरावांचा मंदील काढून ठेवला. अंगावरचा रुईदार अंगरखाही उतरवला. बारादरीतून गार हवेचा झोत आत येत होता. बिछान्याजवळचा पडदा एकसारखा करीत मस्तानी म्हणाली, 'आज एक नवलाची गोष्ट झाली आहे.'

'मग एवढा वेळ बोलली नाहीस.'

'बोलावं का बोलू नये असं वाटत होतं. पण आता सांगते. चिरंजीवांचं आम्हाल पत्र आलं आहे.'

'चिरंजीवांचं? नानांचं?'

'होय.'

'काय म्हणतात आमचे चिरंजीव?'

'आहे बोटभर चिठ्ठीच. पण त्यात त्यांनी लिहिलं आहे की पुण्यामध्ये ते आमच्या भेटीसाठी येणार होते, पण लगेच मोहिमेसाठी कूच झाल्यामुळं भेट घेता आली नाही.'

पलंगावर अंग झोकून देत बाजीराव म्हणाले, 'मोठी नवलाईची गोष्ट आहे हे तर खरंच. आमच्या चिरंजीवांनी तुमची भेट घ्यावी असं तुमच्याकडे त्यांचं काय काम आहे समजत नाही.'

'चिरंजीवांच्या चिठ्ठीला उत्तर काय पाठवायचं?'

'काहीही पाठवा.'

'चिरंजीव मोहिमेत आहेत ना?'

'होय. आमची पिछाडी सांभाळायचं काम आम्ही त्यांच्याकडे दिलं आहे.'

'राऊंनी इजाजत दिली तर चिरंजीवांना पुढच्या मुक्कामात आम्ही भेटीला बोलावून घेऊ. एवढ्या अगत्यानं ते आम्हाला पुण्याला भेटायला आले होते. तिथं भेट झाली नाही. इथं छावणीत तरी भेट होईल.'

'तुमच्या मर्जीला येईल तसं करा.' असं म्हणून बाजीरावांनी दालनात तेवणाऱ्या समया शांत केल्या.

भदावरचा राजा गोपालसिंग आणि त्याचा पुत्र अनिरुद्धसिंग बेसावध होते. सादतखानानं त्यांना आश्वासनाचे लांबलचक खलिते पाठवले होते. काहीही करून चंबळच्या उतारावरची अटेरची गढी पेशव्यांच्या ताब्यात जाऊ देऊ नका अशी पातशाही फर्मानं सादतखानानं राजाकडे पाठविली होती. पण सातखान आणि त्याची फौज शे-दीडशे कोस दूर होती. अटेरवर पेशव्यांचा हल्ला झाला. बाजीरावांच्या फौजांनी अटेरला चारी बाजूनं वेढा घातला. गढीमध्ये स्वत: राजा आणि त्याचा पुत्र मराठी फौजांना अडवून धरण्यासाठी शर्थ करीत होते. रजपुतांची फौज कोटाच्या आश्रयानं बंदुकीचा आणि बाणांचा सख्त मारा करीत होती.

बाजीरावांनी घोडदळाच्या तीन तुकड्या शहरामध्ये तीन बाजूंनी बेभानपणे घुसवल्या. मारगिरी करून त्यांनी शहराला चारी बाजूंनी अग्नी लावला. अटेरच्या इमारती धडाधड पेटू लागल्या. सावकारांचे आणि धनिक रयतेचे वाडे पाहता पाहता अग्नीच्या भक्ष्यस्थानी पडले. रयत तजावजा होऊन पळून गेली. तरी लहानशा रजपूत तुकड्यांच्या आधारानं अनिरुद्धसिंग मराठ्यांशी झुंज देत गढीमध्ये मोर्चे लावून बसला होता. बाजीरावांनी आपला वकील अनिरुद्धसिंगाकडे पाठवला. राजाला दोन घटकांची त्यांनी मुदत दिली. दोन घटकांमध्ये अटेरच्या गढीतून शस्त्र खाली ठेवून रजपूत सैन्य बाहेर पडलं तर त्याला सुखरूपपणे जाऊ दिलं जाईल असा पेशव्यांनी निरोप पाठवला. दोन घटका उलटल्या आणि जर गोळाबारी चालूच राहिली तर पुढच्या परिणामाला अनिरुद्धसिंगानं तयार रहावं अशी जरबही निरोपाबरोबर होती.

त्याच वेळी मोगलांकडूनही सांडणीस्वार मोर्चे बांधून गढी लढवणाऱ्या अनिरुद्धसिंगाकडे पोहोचले. लवकरच मदतीला येत आहोत असा सादतखानाचा निरोप होता. कुठल्याही परिस्थितीत अटेरचं ठाणं सोडू नये असं सादतखानानं परोपरीनं कळवलं होतं. पातशाही मर्जीची आणि पातशाही मनसबीची लालूच दाखवली होती. सादतखानाच्या शब्दजालाला अनिरुद्धसिंग बळी पडला. आणि पेशव्यांच्या वकिलाची बेइज्जत करून त्यानं गढीतून त्याला हकलून दिलं.

दिवस पश्चिमेकडे झुकला आणि दोन घटकांची दिलेली मुदत उलटली. त्याबरोबर बाजीरावांनी निवडक एक हजार स्वारांची तुकडी बरोबर घेऊन 'हर हर महादेव' अशी गर्जना देत त्वेषानं अटेरच्या गढीवर चालून घेतलं. अर्ध्या घटकेच्या मारामारीतच गढीचे दरवाजे मोडून पडले. लोंढ्याप्रमाणं मराठी सैन्य गढीत घुसलं. कापाकापीला सुमार राहिला नाही. 'हाणा, मारा' हे शब्द फक्त दक्षिणी भाषेतच ऐकू येत होते. राजाच्या सैनिकांची मुंडकी उडवली जात होती, आणि प्रेतांचा खच पडला होता.

अनिरुद्धसिंगाला मराठी फौजेनं पकडून पेशव्यांच्या समोर उभं केलं. गढीतल्या एका मोठ्या झाडाखाली पेशवे उघडी समशेर बाजूला ठेवून गाशावर बसले होते. गढीत सर्वत्र प्रेतांचा खच पडला होता. माणसांचे दुःखोद्गार आणि जनावरांचे चीत्कार चारी बाजूंनी ऐकू येत होते. अनिरुद्धसिंगाला हात बांधून समोर आणलेलं पाहताच बाजीरावांचं रक्त उसळलं. आसपासच्या सर्वनाशाकडे समशेरीच्या टोकानं निर्देश करीत ते म्हणाले, 'रजपूत एवढे मूर्ख असतील अशी आमची कल्पना नव्हती. मोगलांच्या विरुद्ध जरीपटका घेऊन मराठे लढत असताना आमच्या हातात हात घालून, खांद्याला खांदा भिडवून यवन कंदाहारच्या पलीकडे लोटून देण्याऐवजी एकलिंगजींचं नाव सांगणाऱ्या रजपूत कुळातल्या माणसानं आमच्या विरुद्ध शस्त्र धरावं हे पाहून आमचीच मान लाजेनं खाली होत आहे.'

मराठी फौजांची एवढी अचानक जबरदस्त धडक बसेल आणि मोगल आपल्याला वाऱ्यावर सोडून देतील याची अनिरुद्धसिंगाला कल्पना आली नव्हती. जवळ जवळ सर्वनाश झालेला पाहून ओढून ताणून आणलेलं त्याचं बळ नाहीसं झालं. डोळ्यांत अश्रू आणून अडखळत अनिरुद्धसिंग म्हणाला, 'माफ कीजिये. हमारेसे गलती हुयी. हमने आपको पहचाना नहीं!' आणि असं म्हणून अनिरुद्धसिंगानं पेशव्यांच्या पायांवर आपल्याला झोकून दिलं. काळजात अनिवार त्वेष दाटला

असतानाही पेशव्यांना अनिरुद्धसिंगाची दया आली. काढण्या आवळून हशम उभे होते. त्यांना पेशव्यांनी आज्ञा दिली, 'यांना घेऊन जा. हातापायात बेड्या घाला आणि गढीतल्या तळघरात टाकून द्या. त्यांचा फैसला आम्ही नंतर करू.'

दिवस मावळायच्या सुमारास मराठी फौजांची रणभेरी अटेरच्या गढीमध्ये दुमदुमली. गढी फत्ते झाल्याचं वर्तमान सर्वत्र पसरलं. पेशव्यांनी निवडक फौज गढीमध्ये संरक्षणासाठी ठेवली. ते स्वत: गढीतून बाहेर पडून गढीपासून कोसभर अंतरावर चंबळ नदीच्या उतारावर छावणी ठोकून बसले.

चंबळ आणि कुवारी नद्यांच्या उतारावर पेशव्यांनी ठिकठिकाणी चौकी-पहारे बसविले. दिल्लीहून निघालेल्या मोगली मनसबदारांशी मुकाबला या ठिकाणी करण्याचं त्यांच्या डोक्यात घोळत होतं. मध्यरात्र उलटल्यावर बरोबर प्रमुख सरदारांना घेऊन बाजीरावांनी दोन्ही नद्यांचे उतार आपल्या डोळ्यांखालून घातले. ज्या ठिकाणी चौकी-पहारे मजबूत ठेवायला पाहिजे होते त्या ठिकाणी घोडदळाची कुमक पाठवली.

अटेर घेतल्यानंतर पेशव्यांच्या फौजांतली रणवाद्यं मुक्कामावरच्या डेऱ्यात ऐकू आली. डेऱ्यामध्ये मस्तानी हल्ल्याच्या वार्तेची वाटच पाहत होती. घटकेघटकेला झंजातून जासूद येऊन तिला हल्ल्याची बातमी देत होते. मराठ्यांचा जरीपटका अटेरच्या गढीवर चढला आणि अनिरुद्धसिंग कैद झाला हे वर्तमान समजल्यावर मस्तानीनं गुडघे टेकून परमेश्वराची कृपा मागितली. हल्ला आटोपून बाजीराव केव्हा परत येतात याची मोठ्या उल्हसित मनानं वाट पाहत ती बसली.

संध्याकाळ झाली होती. आकाशामध्ये तांबूस रंगाची किमया दिसत होती. दूरवरून ऐकू येणारे लढाईचे आवाज आता शमले होते. तेवढ्यात डेऱ्याच्या बाहेर पाचपन्नास घोडेस्वारांची एक तुकडी दौडत येऊन उभी राहिली. धावत धावत येऊन बसंतीनं वर्दी दिली, 'बायजी, धाकटे धनी आले आहेत.'

मस्तानी गालिच्यावर बसून, समोर पानाचं तबक घेऊन विडा करीत होती. हातात घेतलेली कळीदार पानं तशीच तबकात टाकून मस्तानी एकदम उठली. तिच्या तोंडून उद्गार आले, 'नाना आले?'

'होय. धाकटे धनी आले आहेत, बाईजी. आपलीच चौकशी करताहेत.'

'चौकशी करायचं काय कारण बसंती. त्यांना म्हणावं तुम्हाला ताबडतोब भेटीला बोलावलं आहे.'

नाना आत येऊन मस्तानीच्या समोर उभे राहिले. बराच वेळ घोड्यावरून दौड केल्यामुळं धुळीनं त्यांचं अंग माखलं होतं. डोक्यावरचा तांबडा मंदील त्यांच्या गौरवर्णाला खुलून दिसत होता. मंदिलाचा शेव डोक्यावरून पुढे घेतला होता. बाजीरावांच्या सारख्याच चेहऱ्यामोहऱ्याचा त्यांचा हा पुत्र पाहून मस्तानीला एकदम आनंदाचं भरतं आलं. पुण्यात असताना किती तरी दिवस बाजीरावांच्या या चिरंजीवांबद्दल ती ऐकत होती. सेवक निरनिराळ्या गोष्टी सांगत असत, पण नानांना पाहण्याचा मस्तानीला योग आला नव्हता. मस्तानी पुण्यात असे तेव्हा नाना साताऱ्याला काहीतरी राजकारण करीत बसलेले असत. आणि जेव्हा नाना पुण्यात येत तेव्हा मस्तानी कोथरूडच्या बागेतून बाहेर पडत नसे. राऊंचे चिरंजीव पाहण्याची उत्कट इच्छा मस्तानीला दाबून ठेवावी लागत होती. तसंच मोठं कपाळ, तसेच ते विशाल नेत्र, तोच मजबूत बांधा. ओठावर अजून काळा रंग उमटला नव्हता. पण मर्दानी सौंदर्याची झलक मात्र देहावर दिसत होती.

डेऱ्यात आल्यावर भिरभिरत्या नजरेनं नानांनी चारी बाजूला पाहिलं. दासीला बरोबर घेऊन मस्तानी समोर उभी होती. मस्तानीच्या समोर आपण उभे आहोत हे लक्षात येताच नाना मान किंचित झुकवून ऐटबाजपणे म्हणाले, 'मस्तानीबाईसाहेबांचं दर्शन आम्हाला प्रथमच होतं आहे.'

चिरंजीवांच्या भेटीची इच्छा आम्ही गेले कित्येक दिवस मनात बाळगून होतो. पण परमेश्वरी योग असा होता की तुमची आमची भेट इथं रणमैदानावर व्हावी.'

'रणमैदानात?' नानांनी भुवया उचलून आश्चर्याचा उद्‌गार काढला.

'होय. रणमैदानातच नाहीतर काय! चिरंजीव येण्यापूर्वी अर्धघटकाच बंदुकांचा आवाज शांत झाला. पेटलेली घरं विझायला लागली आहेत. शिपायांच्या आणि जनावरांच्या आरोळ्या आताच कुठं शांत व्हायला लागल्या आहेत. पुण्यात निवांतपणे चिरंजीवांची भेट व्हायच्या ऐवजी या रणमैदानात भेट व्हायचा योग होता असं आम्ही म्हटलं ते यामुळेच. चिरंजीव मोठी दौड करून आलेले दिसतात!'

'होय। राऊस्वामींनी पिछाडीच्या हालचालीचं काम आमच्यावर सोपवलं आहे. ठिकठिकाणी फौजेच्या टोळ्या पसरून ठेवलेल्या आहेत. त्यांच्यावर आमची देखरेख चालू आहे. सकाळपासून पंधरा-वीस कोसांची दौड मारून आम्ही इथं आलो.'

'दमला असाल.' प्रेमळ आवाजात मस्तानी म्हणाली. 'थोडी विश्रांती घ्या. झुंजात फत्ते झाली आहे. पेशवे दोन घटकात परत येतात असा निरोप आहे. मग

निवांतपणे आमच्या डेऱ्यात या. जी करण्यासारखी सेवा असेल ती आमच्याकडून करून घ्या.'

मस्तानी बोलत होती. नाना ऐकत होते. डेऱ्यात आल्यापासून त्यांची नजर विस्फारली होती. ती अजूनही तशीच होती. चोरटे कटाक्ष टाकून ते मस्तानीचं स्त्रीसौंदर्य पाहत होते. मस्तानीबद्दल अनेक गोष्टी त्यांच्या कानांवर आल्या होत्या, आणि मनामध्ये काही कल्पना तयार झाल्या होत्या. आता समोर प्रत्यक्ष मस्तानीच उभी होती. तिच्या आवाजातून मधाचे थेंब ठिबकत होते. डोक्याच्या केसांपासून ते पायाच्या नखापर्यंत स्त्रीसौंदर्य मूर्तिमंत साकार झालेलं दिसत होतं. मस्तानी, मस्तानी म्हणतात ती हीच का? तीर्थरूप जिच्या आहारी गेले ती हीच का स्त्री? मनात उठणाऱ्या असंख्य प्रश्नांमुळे नाना गोंधळले. मस्तानी काय बोलते आहे हे त्यांना नीट समजेना. तेवढ्यात मस्तानीनं काहीतरी विचारलं. नानांना चटकन् उत्तर देता आलं नाही. गोंधळून ते म्हणाले, 'काय म्हणालात? आमच्या नीट लक्षात आलं नाही.'

मस्तानी गालात खुदकन् हसली. खाली लोडतक्क्याची बैठक होती. त्यावर बसून ती म्हणाली, 'चिरंजीवांचं लक्ष आमच्या बोलण्याकडे नाही असं दिसतं. दमून आलेले आहात. थोडी विश्रांती घ्या. राऊ आल्यानंतर मी आपल्याकडे वर्दी पाठवीन.'

'ठीक आहे.' नाना म्हणाले. 'आम्हीच प्रथम राऊंची गाठ घेतो. त्यांनी आमच्यावर सोपवलेल्या कामगिरीबद्दल नाहीतरी आम्हाला त्यांच्याशी बोलायचंच आहे. ते झाल्यानंतर निवांतपणे आपल्याकडे येतो.'

'हा! ठीक आहे.' मस्तानी म्हणाली.

नानांच मस्तक पुन्हा झुकलं. बसल्याच ठिकाणाहून मस्तानीच्या ओठांतून शब्द बाहेर पडले, 'इन्शाल्ला, फिर मिलेंगे!'

पेशव्यांच निशाण अटेरच्या गढीवर लागलं. तो दिवस फाल्गुन पौर्णिमेचा होता. चंद्रप्रकाशात सारी रात्र बाजीराव स्वत:च घोड्यावरून फिरून सूचना देत होते.

गढीवर असतानाच जासुदानं त्यांना तातडीचं वर्तमान दिलं. सादतखानाचा पुतण्या अबूल मन्सूरखान सफदरजंग मोगली फौज घेऊन भदावरच्या राजाच्या मदतीसाठी प्रयत्न करतो आहे. पेशव्यांच्या छावणीपासून पाच कोसांवर मल्हारराव होळकरांची छावणी होती. बाजीरावांनी ताबडतोब मल्हाररावांना बोलावून घेतलं.

मल्हारराव तातडीनं आले. त्यांना घेऊन बाजीराव छावणीतल्या आपल्या डेऱ्याजवळ आले तेव्हा पहाट झाली होती. बोलत बोलत पेशवे आणि मल्हारराव डेऱ्यात आले. तेव्हा सेवकांनी बाजीरावांना वर्दी दिली की छावणीमध्ये चिरंजीव आले आहेत, आणि पेशवे छावणीत परत आल्यानंतर त्यांना वर्दी द्यायची आहे. मल्हाररावांशी बोलताना बाजीराव क्षणभर थबकले. त्यांच्या कपाळावर लहानशी आठी उमटली. पण दुसऱ्याच क्षणी त्यांनी सेवकांना आज्ञा केली, 'चिरंजीवांना म्हणावं थोड्या वेळात आम्ही निरोप पाठवू.' मग मल्हाररावांना बाजीरावांनी यमुनेपलीकडच्या हालचालीच्या भराभर सूचना दिल्या.

'मल्हारराव, भदावरचे राजे सोडले तर सारे रजपूत राजे आमच्याकडे खंडणी भरून आमचे दोस्त झाले आहेत. तेव्हा मोगलांचं तिकडचं बळ मोडलं आहे. खानडौरान, सादतखान, महंमद बंगष, कमरुद्दीनखान चालून येत आहेत, अशी खबर आहे. त्या एकेकांना वेगळं गाठून त्यांचा हिशेब पुरा करायचा आहे. पूर्वी ठरल्याप्रमाणं सादतखानावर आम्ही तुम्हाला आताच पाठवणार होतो. पण त्याचा पुतण्या भदावरच्या राजाच्या मदतीला येतो आहे अशी बातमी आहे. तेव्हा इथंच तुम्ही त्याला अडवून धरा. गंगा-यमुनेच्या दुआबात घुसा. आणखी चार दिवसांनी रंगपंचमी आहे. मराठ्यांच्या तलवारीनं साऱ्या दुआबात रंगपंचमी खेळली पाहिजे.'

पेशव्यांच्या शेजारी मल्हारराव बैठकीवर बसले होते. पेशव्यांनी इशारा करताच कुंवरनं निरोपाच्या विड्यांचं तबक पुढे ठेवलं. त्यातून एक विडा आपल्या हातानं उचलून तो मल्हाररावांकडे देत बाजीराव म्हणाले, 'आम्ही सांगितलेलं नीट लक्षात ठेवा. शत्रूशी समोरासमोर कधीच गाठ घेऊ नका. पण गनिमीकाव्यानं जेवढं हैराण करता येईल तेवढं हैराण करा. मोगली मुलूख मारून ताराज करा. अवघ्या मुलखाचा पाटावरवंटा मांडला की मोगल नाक मुठीत धरून शरण यायला फारसा अवधी लागणार नाही. शत्रूचं बळ भारी पडतं आहे असं वाटलं तर आम्हाला ताबडतोब कळवा. तुमच्या कुमकेला ताजी फौज आम्ही ताबडतोब रवाना करू.'

मल्हाररावांची गाठ पडल्यापासून बाजीराव एकसारखे त्यांना सूचना देत होते.

'जी सरकार! आज्ञा श्रीमंत! आज्ञेबरहुकूम गनिमाला नतिजा पोहोचवतो' या शब्दांत मल्हारराव उत्तर देत होते. निरोपाचे विडे घेऊन मल्हारराव डेऱ्याबाहेर आले आणि घोड्यावर बसून तातडीनं ते छावणीच्या बाहेर पडले.

तिसऱ्या घटकेला बातमी आली की, होळकरांची फौज यमुना ओलांडून दुआबात घुसली आहे. मग बाजीरावांनी चिरंजीवांना बोलावणं पाठवलं. नानासाहेब येऊन बाजीरावांना नमस्कार करून समोर बसले.

'अचानक आलात? काही तातडीची खबर आहे?' बाजीरावांनी चौकशी केली.

'राऊस्वामींनी जी कामगिरी सोपवली ती आम्ही पार पाडतो आहोत. पिछाडीला गनिमांची हालचाल नाही. बऱ्हाणपूरपासून आम्ही दक्षिणेकडचे रस्ते रोखून धरले आहेत. अशीरगड दक्षिणेकडचं नाकं. तिथं मजबूत शिबंदी ठेवली आहे. तरी दक्षिणेची फिकीर न करता राऊंनी पातशहावरची मोहीम चालू ठेवावी.'

'मग अचानक आलात?'

नानांनी एकदम सरळ उत्तर दिलं नाही. ते म्हणाले, 'बरेच दिवस झाले. राऊस्वामींची गाठ पडली नव्हती म्हणून आलो.'

'आमची का मस्तानीची?' बाजीरावांनी आडपडदा न ठेवता विचारलं.

'त्यांच्याकडून चिठ्ठी आली म्हणून भेटीला आलो.' नानांचा स्वर गुळमुळीत होता.

'मग भेट झाली?'

'आम्ही आल्याची वर्दी तातडीनं पोहोचवली. क्षणमात्र नजरभेट झाली. राऊस्वामी आल्यानंतर पुन्हा भेटता येईल अशी आम्हाला आज्ञा झाली म्हणून आपली वाट पाहत आम्ही थांबलो होतो.'

बाजीरावांच्या चर्येत पडलेला फरक चिरंजीवांच्या नजरेतून सुटला नाही. आपल्याला पाहताच तीर्थरूपांच्या कपाळाला पडलेल्या आठ्या हळूहळू नाहीशा झाल्या हे त्यांच्या लक्षात आलं. मग उल्हसित स्वरात तेच पुढं म्हणाले, 'आम्ही आलो आणि राऊंच्या विजयाची वार्ता कानी पडली. या मोहिमेतला हा पहिलाच विजय. यापुढे असेच विजय आपण मिळवत जाणार यात आम्हाला बिलकूल शंका नाही.'

पेशव्यांच्या समोर कामाचे डोंगर पडले होते. किरकोळ बोलण्यात वेळ घालवण्याइतपत त्यांना फुरसत नव्हती. ते चिरंजीवांना म्हणाले, 'तुम्ही स्वत:

आला नसता तरीही तुम्हाला आम्ही बोलावून घेणारच होतो.'

'आज्ञा करावी.'

'झुंजाला आता तोंड लागलं आहे. गंगा-यमुनेच्या दुआबात मराठी फौजा उतरण्यातला अटेरचा शेवटचा अडथळा आम्ही दूर केला आहे. पातशाही मनसबदार आता स्वस्थ बसतील असं नाही. आता घोड्यावर जीव टाकून अहोरात्र लढाया मारल्या पाहिजेत.'

'आम्हाला आज्ञा झाली तर पिछाडीचं काम पिलाजीकाकांकडे सोपवून आम्हीही इथं येतो.'

'लढाईत आम्हाला आताच तुमची मदत लागणार नाही. होळकर, शिंदे आहेत. शिवाय बाजीपंत रेठरेकर पहाडासारखे उभे राहिले आहेत. तुम्हाला पेलेल अशी एक नाजूक कामगिरी आहे.'

'आज्ञा करावी.'

'आमच्या छावणीमध्ये कुटुंबकबिला, शागिर्दपेशा, कुणबिणी, दासी आणि बुणगे बरेच जमा झाले आहेत. त्यांना बुंदेलखंडात रवाना करून द्यावं अशी आमची इच्छा आहे. म्हणजे सड्या स्वारीनिशी आम्हाला झुंजात भाग घेता येईल.'

ज्या संधीची नाना वाट पाहत होते ती संधी अशी अचानक येईल असं त्यांना वाटलं नव्हतं. मस्तानीशी त्यांना बरंच बोलायचं होतं. पण मस्तानीची गाठ पडत नव्हती. या मुक्कामात निवांत गाठ पडेल असं चिन्ह दिसत नव्हतं. आता खुद्द बाजीरावच बुंदेलखंडामध्ये कुटुंब-कबिले रवाना करण्यासाठी नानांच्या बरोबर पाठवणार होते. त्या वेळी नानांना हवी तेवढी संधी मिळणार होती. बाजीरावांचे शब्द ऐकताच त्यांना मनातून आनंद झाला. पण तो चर्येवर दिसू न देता ते म्हणाले, 'ती कामगिरी आम्ही करूच. पण झुंजामध्ये राऊंच्या बरोबर तलवार गाजवायला मिळाली असती तर आम्हाला अधिक आनंद झाला असता.'

'तुमची उतावीळ आमच्या ध्यानात आहे. दौलतीचं काम आहे. आयुष्यभर पुढं तलवार गाजवायचीच आहे. पण चिरंजीव, एक ध्यानात ठेवा, की माणसाला तलवार फक्त रणांगणातच चालवावी लागते असं नाही.'

बाजीरावांच्या बोलण्याचा रोख नानांच्या लक्षात आला नाही. मान वर उचलून त्यांनी विचारलं, 'मतलब ध्यानात आला नाही!'

'माणूस जन्माला येतो तिथूनच त्याची लढाई सुरू होते, नाना! झुंजात तुम्ही

तलवार गाजवायला उत्सुक आहात याचा आम्हाला आनंदच आहे. पण तुमच्यापुढं सारं जीवन आहे. सर्वच लढायांत कौशल्यानं तलवार गाजवा एवढंच आमचं तुम्हाला सांगणं आहे.'

नानांच्या मनात बोलायचं होतं. पुत्राचं मनोगत पित्यानं ओळखलं होतं. अधिक स्पष्ट सांगण्याची त्यांना इच्छा नव्हती. भेट संपवण्याच्या इराद्यानं बाजीराव म्हणाले, 'वेळ बराच झाला आहे. आम्ही तुम्हाला दिलेल्या सूचना नीट ध्यानात ठेवा. बुंदेलखंडात हा सारा लवाजमा तुम्ही जातीनं रवाना करा. पातशहावरची मोहीम आटोपून परत येताना आम्ही कुटुंब-कबिला घेऊन परत जाऊ.'

ओठावरचे शब्द गिळून नाना म्हणाले, 'ठीक आहे. आज्ञेप्रमाणे करतो. दक्षिणेकडे आमची फौज आहे. त्यातली एक तुकडी बुंदेलखंडामध्ये कुटुंब-कबिल्याच्या संरक्षणाच्या व्यवस्थेसाठी आम्ही ठेवू.'

'लढणारी फौज अशा किरकोळ कामात ठेवण्याची जरुरी नाही.' बाजीराव तुटकपणानं म्हणाले.

'पण कुटुंब-कबिल्यात मस्तानीबाईसाहिबा आहेत आणि इतरही आहेत. त्यांच्या बंदोबस्तासाठी व्यवस्था पाहिजेच.'

'छे छे!' एकदम बाजीराव म्हणाले, 'कुटुंब-कबिला आणि इतर दासदासी बुंदेलखंडामधे ठेवायची आम्ही जी आज्ञा तुम्हाला दिली ती मस्तानीसाठी नाही.'

'मग मस्तानीबाईसाहेबांना दक्षिणेकडं पोहोचतं करायचं?'

'नाही, नाही! जिथं आम्ही तिथं मस्तानी.' असं म्हणून बाजीराव लगेच उठले. ते बैठकीवरून उठलेले पाहताच नानांनी त्यांना लवून मुजरा केला आणि ते बाहेर पडले.

सायंकाळी दासी-कुणबिणींचा काफिला शागिर्दपेशांचे इतर सेवक आणि बुणगे घेऊन नानासाहेब बुंदेलखंडाच्या रोखाने निघून गेले. तळावर मस्तानी, तिची दासी बसंती आणि बाजीरावांचा विश्वासू सेवक कुंवर एवढीच खासगीतली मंडळी राहिली.

अखेरच्या लढाईत सारे रजपूत राजे जागच्या जागी बसले. पेशव्यांना वीस लाखांची खंडणी मिळाली. पैकी पंधरा लाख रोख मिळाले, आणि पाच लाखांचे मातबर जामीन मिळाले. मिळालेल्या खंडणीचा बराचसा हिस्सा दक्षिणेची वाटचाल करू लागला. दुआबामध्ये मल्हारराव होळकर धुमाकूळ घालीत असल्याच्या बातम्या रोज बाजीरावांना मिळत होत्या. दिल्लीहून निघालेल्या मोगली मनसबदारांना वेगळं गाठून झोडपून काढण्याचे बाजीरावांचे मनसुबे होते. राणोजी शिंदे, पवार, पिलाजी जाधवराव आणि रेठरेकरांच्या फौजांच्या हालचाली त्या दिशेनं चालू होत्या. गंगा-यमुनेच्या दुआबात मुकाबल्यासाठी गेल्यानंतर होळकरांनी प्रथम शिकोहाबादला वेढा घातला. किल्लेदाराकडून त्यांनी दोन लाख रुपयांची खंडणी बसूल केली आणि किल्ल्यावर मराठ्यांचं निशाण चढवलं. शिकोहाबादहून पेशव्यांनी दिलेल्या आज्ञेप्रमाणं मुलूख जाळपोळ करून उद्‌ध्वस्त करायला त्यांनी सुरुवात केली.

होळकरांच्या फौजांची धाड केव्हा कोणत्या ठिकाणी पडेल याचा शत्रूला अंदाज येत नव्हता. होळकरांच्या छावणीतून जासूद जोड्या अटेरला बाजीरावांच्या छावणीत येऊन खबर देत होत्या. फिरोजाबाद होळकरांनी लुटलं. तिथून जळेश्वराजवळ होळकरांच्या फौजा आल्या. तेवढ्यामध्ये सफदरजंग जवळ येऊन भिडला. समोरासमोर लढाई टाळायचा मल्हाररावांचा विचार होता. मोगल समोर येऊन भिडतो असं पाहिल्यावर मल्हाररावांनी हजार-दीड हजार स्वारांची तुकडी सफदरजंगावर पाठवली. ते पाहताच झुंजाला उभं राहण्याऐवजी जंग मागे हटला.

उभं आयुष्य रणात घालवणाऱ्या मल्हाररावांनी डावपेचाची चूक केली. पेशव्यांनी बजावून सांगितलेला गनिमी कावा थोडा वेळ बाजूला ठेवला. मोगली फौजांवर चालून घेतलं. सफदरजंग मागं हटून सादतखानाच्या मुख्य फौजांना मिळाला. आणि गनिमी कावा सोडण्यात झालेली चूक त्या वेळी मल्हाररावांच्या लक्षात आली. लढाईतली गफलत फार महाग पडली. ती दुरुस्त झाली नाही.

काय होत आहे, काय होणार आहे, काय करायला पाहिजे याचे आडाखे मनात

जुळायच्या आतच सादतखानाच्या मुख्य फौजेनं होळकरांच्या फौजेवर चालून घेतलं. तो रेटा त्यांना पेलणं शक्य नव्हतं. मल्हारराव मागे हटले. पण नुसतं मागं हटल्यानं आता सादतखान थांबत नव्हता.

काशीद जोडीनं पेशव्यांच्या समोर हे बातमीपत्र टाकलं. तेव्हा जवळ बसलेल्या सरदारांना बाजीराव म्हणाले, 'मल्हारराव एवढे जाणते आणि आमच्याबरोबर झुंजात खेळलेले, आम्ही दिलेली सूचना त्यांनी नीटशी ध्यानात घेतली नाही, आणि मोगली फौज अंगावर ओढवून घेतली.'

स्वस्थपणे विचार करायला वेळ नव्हता. एव्हाना मल्हाररावांना मोगली फौजांनी वेढलं असेल हे बाजीरावांनी ताडलं. एकेक पळ मोलाचं होतं. पेशव्यांनी खाशा कूचाची नौबत वाजवली. फौज कूच करण्यासाठी तयार झाली.

एवढ्यात दुसरी जासूद जोडी मल्हाररावांकडून आली. जासुदांनी सुपूर्त केलेले खलिते अद्याप वाचायचे असतानाच नदीच्या पलीकडून मोठा कोलाहल ऐकू आला. हजारो मराठे स्वार नदी ओलांडून पेशव्यांच्याकडे येताहेत असं दिसलं. खलिता न वाचताच बाजीराव डेऱ्याच्या बाहेर आले. जवळच्या स्वाराला त्यांनी ताबडतोब नदीच्या किनाऱ्याला जाऊन बातमी आणायला पाठवलं.

पाव घटकेतच सारा खुलासा झाला. खलित्यात जे लिहिलं होतं त्याहूनही भयंकर प्रसंग घडलेला होता. उत्साहाच्या भरात सफदरजंगावर केलेला हल्ला आणि सादतखानानं त्याचा केलेला पाठपुरावा मल्हाररावांच्या अंगाशी आला होता. झुंजामध्ये मराठ्यांचे एक हजार शेलके स्वार बळी पडले होते. नामुष्की पदरी घेऊन, मोगलांना पाठ दाखवून, पडत, झडत यमुना पार करून मल्हारराव होळकरांची फौज पेशव्यांच्या छावणीकडे परतत होती. अटेरच्या विजयानं उंच केलेला झेंडा खाली आला होता.

मल्हारराव होळकरांकडून अशी गफलत होईल अशी बाजीरावांना कल्पना नव्हती. पण गफलत झाली होती, आणि त्याचे परिणाम भोगणं आता प्राप्त होतं.

संध्याकाळपर्यंत खासे मल्हारराव बाजीरावांच्या डेऱ्यात येऊन दाखल झाले. खाली मान घालून आलेल्या मल्हाररावांना पाहताच बाजीराव चटकन् आपल्या बैठकीवरून उठले. धावत जाऊन त्यांनी मल्हाररावांना आलिंगन दिलं. त्यांच्या पाठीवर प्रेमभरानं थाप देत ते म्हणाले, 'मल्हारराव! कुछ फिकीर नहीं. जंग आहे. कधी या बाजूला नाहीतर कधी त्या बाजूला व्हायचंच. फिकीर करू नका. आम्ही

आहोत ना! आम्ही उभे आहोत. आमची एवढी फौज आहे. काही फिकीरीचं कारण नाही.'

पडलेल्या स्वरात मल्हारराव म्हणाले, 'श्रीमंतांची आज्ञा विसरण्याचा गुन्हा झाला. त्याची शिक्षा ताबडतोब आम्हाला मिळाली.'

हाताला धरून मल्हाररावांना जवळ बसवून घेत पेशवे म्हणाले, 'मनातून काढून टाका सारं हे. एवढ्या मोठ्या मोहिमेमध्ये अशा किरकोळ अपयशाची फारशी चिंता करायची नसते.'

मल्हाररावांची समजूत काढून तातडीनं राणोजी शिंदे, पवार, पिलाजी जाधवराव आणि बाजीपंत रेठरेकर यांना पेशव्यांनी बोलावून घेतलं. मध्यरात्र उलटेपर्यंत ही मातबर सरदार मंडळी बाजीरावांच्या छावणीत एकत्र झाली. मशालीच्या उजेडात पुढच्या हालचालीचे मनसुबे आखले गेले.

अजून मराठ्यांची सारी फौज आपल्या जागेवर पाय रोवून उभी होती. आतापर्यंत कल्पनेपेक्षा जास्त लूट मिळाली होती. पेशव्यांच्या राजकारणानं मोगलांना उभ्या हिंदुस्थानात मित्र राहिला नव्हता. हबशी शांत केला होता. मुंबईला इंग्रज आणि वसईला पोर्तुगीज थोडी टुरटुर करीत होते. त्यांचा एखादा वकील बादशहाकडे जात-येत होता. पण मोगलांना कोणतीही मदत करण्याची ताकद इंग्रज किंवा पोर्तुगीजांजवळ नव्हती. गुजरात गायकवाडांनी रोखून धरली होती, तर माळव्यामध्ये पाय रोवून चिमाजीआपा उभे होते. मोगलांना मदत मिळण्याचा मार्ग फक्त एकच होता. तो म्हणजे खैबर खिंड. पण खैबर खिंडीतही पेशव्यांचे नजरबाज कित्येक कोसापर्यंत बातमीवर होतेच. आठ-दहा दिवसांत त्यांच्याकडून जासूद पत्र घेऊन येत होते. तिकडून मोगलांना मदत मिळण्याची हालचाल नव्हती. साऱ्या परिस्थितीचा बाजीराव पेशव्यांनी सरदारांसमोर बसून नीट आढावा घेतला. दुसऱ्या दिवशी अमावस्या होती. अमावस्या झाल्यावर नवीन वर्षाच्या सुरुवातीला काहीतरी डोळे दिपवणारी हालचाल करणं जरूर होतं.

पेशव्यांनी मोहिमेची पुन्हा आखणी केली. पातशहाकडे पेशव्यांचे वकील होते. त्यांना सूचनांची पत्रं रवाना झाली. सादतखानाकडे मराठ्यांचे वकील होते. त्यांना पेशव्यांनी परिस्थितीची नीट कल्पना दिली, आणि दोन दिवस कोणतीही हालचाल न करता पेशवे अटेरजवळच्या कोटीला गावच्या छावणीत बसून राहिले. सकाळ-संध्याकाळ मोगलाच्या फौजेतली असंख्य बातमीपत्रं छावणात येऊन दाखल होत

होती. फडणीस बातमीपत्रातला आशय पेशव्यांच्या कानांवर घालत होते.

पेशव्यांना अपेक्षित अशीच पातशहाची प्रतिक्रिया होती. मल्हारराव होळकरांकडील हजार-दीड हजार मराठे स्वार मोगलांनी कापून काढले. तितकेच स्वार यमुना नदीत बुडाले, खासा होळकर आणि विठोजी बुळे कामाला आले अशा वार्ता मोगली छावणीत पसरल्या होत्या. इतकंच नव्हे तर खुद्द बाजीराव पेशवे नर्मदा ओलांडून दक्षिणेकडे परतले अशीही आवई उठली होती. सादरखान, महंमदखान बंगष आणि इतर मनसबदार यांनी या बातम्यांतून त्यांना सोईस्कर असा अर्थ काढला. मोगली फौजांची फत्ते झाल्याच्या वार्ता त्यांनी पातशहाला दिल्लीला कळविल्या. मराठ्यांची सारी फौज नेस्तनाबूत केली. बाजीराव पेशवा पळतो आहे आणि यापुढे मोगली सल्तनतीचा चांदताऱ्याचा हिरवा झेंडा दक्षिणेत तंजावरपर्यंत नेऊन आम्ही भिडवतो अशा एकाहून एक सुरस आणि स्पर्धा करणाऱ्या बढाया मनसबदारांनी पातशहापुढं मारल्या. दिल्लीहून मेटाकुटीनं निघालेली मुख्य मोगली फौज फत्ते झाल्याच्या आनंदात मश्गुल झाली. मेजवान्या झडायला लागल्या. नाचगाण्यांचे ताफे छावण्यांतून फिरू लागले.

मथुरेजवळ खानडौरान होता. सादतखान आणि महंमदखान बंगष हे दोघे आपल्या फौजेनिशी खानडौरानला जाऊन मिळाले. तिघाही मनसबदारांनी बादशहाची फत्ते झाली म्हणून जुलूस सुरू केला. तीन दिवस केवळ जुलूसच साजरा होत होता. मराठ्यांचं कुठं नावनिशाण ऐकू येत नव्हतं.

दोन दिवस स्वस्थ बसलेल्या बाजीराव पेशव्यांनी कोटिलाच्या छावणीतून कूच केलं. छावणी सोडण्यापूर्वी मस्तानीला त्यांनी बजावलं, 'यापुढं कष्टाचा काळ आहे. तुझी परीक्षा आहे. आमच्या रिकिबीला रिकीब लावण्याची भाषा प्रत्यक्षात किती अवघड आहे याची तुला कल्पना येईल.'

जबाब न देता मस्तानीनं पुरुषी पोषाख पेहेनला. घोड्यावर मांड टाकून बाजीरावांच्या बरोबर कूच करायला ती तयार झाली.

दिवस बुडाल्यानंतर वेगानं यमुना उजव्या हाताला टाकून मराठ्यांची फौज उत्तरेकडे दौडत होती. कोणत्या रस्त्यानं जायचं, कोणते मुक्काम टाळायचे, किती वेगानं कूच करायचं याच्या अचूक सूचना बाजीरावांनी दिल्या होत्या.

चतुर्थी कोटिलाच्या मुक्कामावर झाली होती. षष्ठीला फौजांचं कूच सुरू झालं होतं. सबंध रात्र संपली तरी कूच चालूच होतं. मुख्य तळावरून निघाल्यापासून

चार प्रहर झाले तरी बाजीरावांनी घोड्याचा लगाम खेचला नव्हता. उजाडल्यामुळं आता प्रदेश अधिक चांगला न्याहाळता येत होता. घोड्यांना अधिकच टाच लावली गेली.

मथुरेला मोगली फौजांचा चाललेला जुलूस, फत्ते झाल्यामुळं त्यांची चाललेली आतषबाजी, दिव्यांची रोषणाई रात्रीच्या अंधारातही मराठी फौजांना दिसली होती. फत्तेपूर शिक्री बाजीरावांच्या फौजेनं उजव्या हाताला सोडली. डीगला जाठ राजा होता. फत्तेपूर शिक्री आणि डीग यांच्यामधून रात्री मराठ्यांची पन्नास हजार फौज गुपचूपपणे पुढं सरकली याचा कुणालाच पत्ता लागला नाही. वाटेत येणाऱ्या लहानसहान खेड्यांतल्या लोकांना मात्र कोणती तरी फौज वेगानं जाते आहे एवढं समजलं. आनंदोत्सव करीत असलेल्या मोगली मनसबदारांना कुणीतरी हे सांगितलंदेखील. पण त्याची चेष्टा करण्याइतपतही कुणी दखल घेतली नाही. दुसरा दिवस मावळला. आणि फक्त दोन घटका विश्रांतीसाठी बाजीरावांनी फौजेला थांबण्याची आज्ञा दिली.

त्या छोट्या मुक्कामात पेशव्यांना सादतखानाच्या छावणीतून आणि दिल्लीच्या राजधानीतून निघालेले मराठ्यांचे हेर बातमीपत्र घेऊन मिळाले. मराठ्यांचा फार मोठा पराभव करून पेशव्यांना चमेलीपार हाकलून दिलं म्हणून पातशहानं सादतखानाचा मोठा सन्मान केला. पातशहानं त्याला मानाची वस्त्रं, मोत्याची माळ, हत्ती, शीरपाव पाठवून दिला, असं दिल्लीच्या पत्रावरून समजलं. तर खुद्द आग्रा आणि मथुरा या ठिकाणी पातशाही मानमरातब स्वीकारण्यासाठी कमरुद्दीन आणि सादतखान यांनी मोठमोठे जुलूस चालवले आहेत अशी बातमीपत्रं मथुरेहून पेशव्यांना मिळाली.

अपेक्षेप्रमाणे साऱ्या गोष्टी घडत होत्या. मोगलांच्या कल्पनेप्रमाणं मराठी फौजेचा पराभव होऊन खुद्द बाजीराव पेशवे चमेली पार करून आता नर्मदेच्या रोखानं परतत होते अशी बातमी जिकडे तिकडे पसरली होती. जुलूस चालला होता. तिथून फक्त सात कोस अंतरावरून पेशव्यांची वीस हजार फौज दिल्लीच्या रोखानं दौड करीत होती. एरवी दहा मजला मारून जे अंतर तोडलं गेलं नसतं ते बाजीरावांनी फक्त दोन मजला मारून काटलं.

रामनवमीच्या आदल्या दिवशी एकाएकी टोळधाडीसारखी मराठ्यांची फौज शहराच्या दक्षिणेला येऊन थडकली. त्या बाजूला कालका देवीची जत्रा चालू

होती. जत्रेमध्ये हारीनं दुकानं लागलेली होती. शहरातल्या कोतवालाचे स्वार जत्रेत फिरून ऐषारामात मग्न झाले होते. कुणाला काही खबर लागण्याच्या आतच मराठ्यांच्या फौजेनं कालका देवीची सारी यात्राच लुटून घेतली. पाच-पन्नास हत्ती मराठ्यांच्या ताब्यात आले. दुकानं लुटली त्यात लक्षावधी रुपयांची संपत्ती सापडली.

रात्रीचा मुक्काम शहराच्या दक्षिण वेशीबाहेर बाजीरावांनी केला. कालका देवीची यात्रा लुटल्याची खबर पातशहाच्या कानी मध्यरात्रीच्या सुमारासच गेली. पण त्याला फिकीर करायचं कारण नव्हतं. कारण सांगणारे लोक एवढीशी गोष्ट फुगवून सांगत होते. मराठ्यांनी कालका देवीची यात्रा लुटली, पेशवा दिल्लीला धडक मारतो आहे ह्या बातम्या पातशहाला कळताच त्यानं त्या हसून झटकून टाकल्या. रामनवमीच्या उत्सवात घेतलेली भांग सांगणाऱ्यांवर अधिक चढली आहे अशी पातशहानं स्वत:ची समजूत करून घेतली.

दुसऱ्या दिवशी सकाळी पातशहाला पुन्हा तीच खबर मिळाली. मराठे दिल्लीवर चालून आले आहेत. जिकडे पाहावं तिकडे मराठी फौजांची गर्दी झाली आहे. हजारो घोडेस्वार भाले घेऊन शहराच्या चारी बाजूंनी फिरत आहेत. दिसेल त्याची लूटमार करीत आहेत. या बातम्या जुम्मा मशिदीतून नमाज पढून बादशहा दिवाणेआममध्ये आला तेव्हा त्याला समजल्या. मुख्य मोगली फौज तेव्हा त्याच्याजवळ नव्हती. सारी फौज त्यानं मराठ्यांच्या मुकाबल्यासाठी रवाना केली होती. लवंडीचे लोक भलभलत्या कंड्या पिकवतात म्हणून पातशहानं वर्दी देणाऱ्याला फटकारून लावलं. सादतखान आणि कमरुद्दीनखान मातबर फौज घेऊन चालून गेले असता मराठे दिल्लीला येतीलच कसे म्हणून पातशहा स्वत:च युक्तिवाद करू लागला. मेवाती चोरचिलटं यात्रेमध्ये घुसली असतील, त्यांनी किरकोळ लूटमार केली असेल अशा कल्पनेनं पातशहा दुपारच्या खान्यासाठी दिवाणेआममधून उठून गेला. रामनवमीच्या यात्रेसाठी पातशाही पिलखान्याचे हत्ती आणि शाही पागेचे घोडे वेशीच्या बाहेर आले होते. मराठ्यांच्या शिलेदारांनी ते पकडून आपल्या छावणीत बांधून टाकले. पेशव्यांनी खलिता तयार करून आपल्या खास वकिलामार्फत पातशहाकडे रवाना केला.

छावणीतल्या आपल्या राहुटीच्या बाहेर बाजीराव पेशवे उभे होते. हात मागे बांधले होते.

जळजळीत मुद्रेनं मोगलांच्या समोरच्या राजधानीकडे ते पाहत होते. दिल्ली! इंद्रप्रस्थ! महास्थळ! पण आठवणी साऱ्या जहरी. शेकडो वर्षांचे अत्याचार, लुटमार. हजारो निरपराध लोकांची जीवनं चोळामोळा होत ती इथल्या हुकमानं. कत्तली, जुलूम आणि जबरदस्ती. थोरल्या नानांनी स्वराज्याच्या सनदा याच शहरातून आणल्या. पण किती संकटं? अखेरीस बाळाजी विश्वनाथ लहानग्या बाजीरावांना घेऊन कसेबसे सुखरूप इथून बाहेर पडले होते. तीच ही दिल्ली! तेच हे मग्रूर सत्ताधीश! थोरल्या छत्रपतींना विश्वास देऊन दगा करणारी हीच ती सल्तनत!

मराठ्यांच्या उघड्या पंजात दिल्ली आली होती. बोटं मिटायचा अवकाश. शेकडो वर्षांच्या अन्यायाचा हिशोब एका क्षणात मिटला असता. मयूर सिंहासनाचा दिमाख आणि दिवाणेखासची शान मातीला मिळाली असती. डोळे सूडानं पेटले होते. मागे सरदार येऊन केव्हाच उभे होते. बाजीराव तुच्छतेनं थुंकले. वळले तो समोर मल्हारराव होळकर. ठिणगी पडायची बाकी होती. मल्हारराव दिसताच ती पडली. आग बरसत बाजीरावांच्या तोंडून शब्द फुटले, 'जला दो दिल्ली! मल्हारराव, सूड घ्या. पेटवा. खाक करा!'

मल्हारराव होळकर, पिलाजी जाधवराव ही सरदार मंडळी राजकारण खेळलेली होती. दिल्लीच्या समोर अचानक उभं राहून पेशव्यांनी कोणता धोका पत्करला आहे हे ते ओळखून होते. लष्करी विजयाचे सारे फायदे त्यांना पदरात पाडून घ्यायचे होते. मराठी माणसाची शेकडो वर्षांची वेदना बाजीरावांच्या रूपानं बोलत होती. हे ते जाणून होते. तरी मनातल्या भावनांना आवर घालून मल्हारराव म्हणाले, 'सूड घ्यायची ही वेळ नाही, श्रीमंत.'

'ही वेळ नाही? मग कोणती? जळेश्वरला माझे दोन हजार स्वार याच मोगलांनी मारले. आमचा एकएक स्वार आम्हाला लाख मोगलांच्या ठिकाणी आहे. मल्हारराव, त्या दिवशी मार खाऊन तुम्ही आमच्या छावणीत आलात म्हणून तुम्हाला उत्तेजन देण्यासाठी पाठीवर थाप टाकून आम्ही आलिंगन दिलं. पण आता या महास्थळाच्या वेशीबाहेर उभं राहून आम्ही तुम्हाला सांगतो. दिल्ली आता आमच्या मुठीत आहे. मुघली सल्तनतीचं नाक कापायला एक क्षणही पुरेसा आहे.'

'या वेळी दिल्ली जाळली तर राजकारणाचा धागा तुटेल, श्रीमंत सबुरी करावी.'

'सबुरी! जळेश्वरला मोगलांना पाठ दाखविणारे मल्हारराव हे बोलताहेत का माळव्यात मोगली सुभेदारांना पाणी पाजणारे होळकर बोलताहेत!'

शेजारी पिलाजी जाधवराव उभे होते. अंगरख्यातून तुळशीची माळ बाहेर डोकावत होती. कपाळावर तलवारीच्या जखमांच्या बरोबर गंधाची नाममुद्रा होती आणि हातात पल्लेदार समशेर. समशेरीच्या हातानं पेशव्यांना मुजरा करून नम्र स्वरात ते म्हणाले, 'मल्हारजी म्हणतात ते दुरुस्त वाटतं, श्रीमंत. तूर्त सबुरीचं धोरण धरावं.'

'सरदारांनी सबुरी धरावी. पेशवे स्वत: राजधानीत घुसतील. माझे शिलेदार माझ्या पाठीमागे राहतील ही मला खात्री आहे. आम्ही निघतो. तुम्ही राजकारणाचा विचार करीत थांबा.'

पेशव्यांचा तो आवेश पाहून पिलाजीराव क्षणभर थबकले. लहानपणापासून ते बाजीरावांना ओळखत होते. पांडवगडच्या जंगलात तलवारीचे हात त्यांनीच बाजीरावांना शिकवले होते. त्यांच्या डोळ्यांसमोर बाळाजी विश्वनाथांचा तो पुत्र वाढला होता. तलवार गाजवत होता, आणि आता हजारो घोडेस्वारांच्या गळ्यातला ताईत बनून अवघा हिंदुस्थान यवनांच्या ताब्यातून सोडवत होता. वडीलपणानं बोलायची धमक फक्त पिलाजीकाकांच्यातच होती.

हातातली समशेर खाली ठेवून पिलाजी जाधवराव पेशव्यांसमोर वाकले. डोईवरची पगडी पेशव्यांच्या पायांवर ठेवून म्हणाले, 'श्रीमंत, तुमचा जोडा तिथं आमचं शिर. थोरल्या नानांपासूनचा हा रिवाज. आमचं ऐकणार नसला तर आम्ही अगोदर दिल्लीत घुसतो. श्रीमंतांनी इथूनच तमाशा पाहावा.'

एक क्षणभर बाजीरावांनी पिलाजी जाधवरावांची ती झुकलेली काया पाहिली. मग खाली वाकून त्यांनी जाधवरावांना उठवलं. आलिंगन देत ते म्हणाले, 'पिलाजीकाका, आम्ही इतरांना पेशवे. तुम्हाला नाही. उठा. पेशव्यांचं शिर तुमच्यामुळं सलामत राहिलं आहे, हे आम्हाला विसरता येत नाही. बोला काय सल्ला आहे तुमचा?'

'होळकरांच ऐकावं!'

'पण आमचे दोन हजार स्वार बळी देऊन होळकर पळून आलेत.'

'त्यासाठी या मल्हारजीला शासन करावं. पण राजकारण बिघडू देऊ नये.' होळकरांच्या स्वरात लाचारी होती.

मल्हाररावांच्या डोळ्यांसमोर कितीतरी दृश्यं तरळत होती. पेशव्यांच्याबरोबर लढाया मारायला लागल्यापासून आयुष्यातला एकमेव पराभव त्यांनाही सलत

होता. धन्याचे शब्द जिव्हारी लागत होते. अटेरला धन्यानं आलिंगन दिलं होतं पण अपमानाचा दाह शांत झाला नव्हता. माळवा, राजपुतान्यात, कधी बाजीरावांच्या बरोबर तर कधी चिमाजीआपांच्या बरोबर खांद्याला खांदा लावून किती झुंजा खेळल्या होत्या याचा हिशेब नव्हता. जखमा नाहीत अशी अंगावर तिळभर जागा नव्हती. या पंधरा वर्षांत घेतलेल्या आणाभाका त्यांना आता आठवत होत्या.

पेशवे बोलत नाहीत असं पाहून नम्रस्वरात ते पुढं म्हणाले, 'श्रीमंत, जळेश्वराचा पराभव पत्करून मोगलांना पाठ दाखवून आम्ही आपल्यापाशी आलो तेव्हा आमच्या पाठीवर शाबासकीचा हात पडला. ती शाबासकी धन्य मनानं स्वीकारली. आता श्रीमंतांचे हे अंगारही आम्ही शांत मनानं स्वीकारतो आहोत.'

'मतलब?' एकदम कठोर आवाजात पेशवे उद्गारले.

'दिलेल्या कामात कुचराई केली असा श्रीमंतांचा ग्रह झाला आहे, तर हातात समशेर आहेच. समोर सेवक उभा आहे. गर्दनीवरून चालवावी.'

क्षणभर पेशवे अवाक् झाले. त्यांच्या चेहऱ्यावरचे भाव झरझर बदलले. ते उद्गारले, 'मल्हारराव, ही समशेर मित्राच्या रक्तासाठी नाही. शत्रूच्या रक्तासाठी आहे.'

श्रीमंतांच्या शब्दातला रोख बदललेला पाहताच सौम्य स्वरात होळकरांनी सल्ला दिला, 'आपले वकील पातशहाकडे गेले आहेत. त्यांची वाट पाहावी. शिवाय बाजीपंत रेठरेकरांना आणि इतर मातबर सरदारांना सादतखानावर पाठवलं आहे. तिकडची खबर घ्यावी आणि सारं अनुकूल दिसलं तर मग एकच यलगार करावा.

अखेरीस होळकरांचा सल्ला सर्वांनी मान्य केला. फौजांना शहरात घुसायची मना झाली. मात्र शहराच्या बाहेर दिसेल ती गोष्ट लुटावी, जाळून टाकावी, असे हुकूम सुटले. शहराच्या बाहेर आगी लागल्या. तो जाळ शहरात पातशहांनी पाहिला.

संध्याकाळी पातशहाकडून वकील पेशव्यांकडे आले. बरोबर सवाई जयसिंगाचे वकील राजा बखतमल होते. त्यांनी शहर बचावण्यासाठी पेशव्यांच्या शर्ती स्वीकारल्या. रात्री दोन घटकांपर्यंत सरदारांशी विचारविनिमय करून पेशव्यांनी अटी पाठवल्या. पातशहानं ताबडतोब मराठी फौजांच्या खर्चासाठी एक कोट रुपयांचा खजिना पेशव्यांच्या स्वाधीन करावा आणि दक्षिणेच्या सहा सुभ्यांच्या सनदा पुन्हा नव्यानं द्याव्यात. दिवस उजाडेपर्यंत पेशव्यांच्या अटी कबूल

झाल्याचं वर्तमान आलं नाही तर मराठी फौजा राजधानीचा मुलाहिजा राखणार नाहीत अशी कडक ताकीद पातशहाला पेशव्यांनी दिली.

एवढा वेळ होईपर्यंत शहरातल्या प्रत्येक माणसाला समजून चुकलं होतं की मराठी फौज खरोखरच राजधानीजवळ आली. शहरात एकच हलकल्लोळ माजला. कुणाचा पायपोस कुणाच्या पायात नाही अशी स्थिती झाली. जो तो पळायला पाहत होता. पण दिल्लीच्या साऱ्या वाटा मराठ्यांनी रोखून धरल्या होत्या. सकाळपर्यंत वाट पाहावी नाहीतर मराठी फौजांनी शहरात घुसावं असा बाजीरावांचा इरादा होता. पण शहरात गडबड उडालेली पाहताच रात्रीच कदाचित लढाईला तोंड लागेल या कल्पनेनं पेशव्यांनी, राजधानीपासून कोसभर दूर, झील तलावाच्या काठी ताल कटोऱ्याला आपली छावणी नेली. तिथून ते साऱ्या हालचालींची सूत्रं हलवायला लागले.

तिसरा दिवस उगवला. नाक मुठीत धरून, बाजीराव पेशव्यांनी पुढे केलेल्या अटी स्वीकारण्या-शिवाय पातशहाला कोणतंही गत्यंतर राहिलं नव्हतं. पण मोगली ताठा कायम होता. बदसल्लागार मौजूद होते. दिलेल्या खलित्याला जबाब पाठविण्याऐवजी पातशहानं शहराचा दरोगा मीर हसनखान कोका आणि जमातदार रिसाले अमीर मुजफरखान, नायकबक्षी ओहदी अशा किरकोळ आसामींना मराठ्यांचा समाचार घेण्यासाठी रवाना केलं. ते रिकाबगंजाजवळ आले.

ही कुणकुण पहाटेच पेशव्यांना लागली. त्याबरोबर ताबडतोब सटवाजी जाधवांच्या बरोबर आपल्या फौजेची एक तुकडी शहरातून बाहेर पडणाऱ्या मोगली फौजेचा मुकाबला करण्यासाठी बाजीरावांनी पाठविली. त्यांच्या मदतीसाठी मल्हारराव होळकर, राणोजी शिंदे, तुकोजी पवार आणि यशवंतराव पवार यांनाही रवाना केलं.

शहरातून आढ्यतेनं बाहेर पडलेल्या मोगली आसामींना नेस्तनाबूत करायला मराठ्यांना एक घटकेचा अवधी पुरा होता. झालेल्या झुंजामध्ये मोगलांचे शिवसिंग आणि अमीरखान ठार पडले. मीर हसनखान कोका जखमी झाला आणि शहरात पळून गेला. बाकीचे मनसबदार न लढताच शहरामध्ये पळून वेशीची कवाडं बंद करून बसले. मल्हाररावांनी त्वेषानं बदला घेतला. मोगलांचे हजार स्वार होळकरांनी कापून काढले. संध्याकाळ झाली आणि पुन्हा सारे सरदार पेशव्यांच्या डेऱ्यात आले. आता बादशहांनी रुमालानं हात बांधून पेशव्यांच्या समोर हजर राहण्याशिवाय

दुसरी कोणतीही शर्त पेशव्यांनी मंजूर करू नये असा साऱ्यांनी आग्रह धरला. परंतु मल्हारराव होळकरांच्या मनाला ते येत नव्हतं. मोगली फौजांना झुकांडी देऊन पेशवे दिल्लीच्या समोर आले होते. त्याला तीन दिवस झाले होते. पेशवे दिल्लीच्या वेशीवर धडक देत आहेत ही बातमी सादतखान आणि कमरुद्दीनखान यांना लागली होती. सड्या स्वारीनिशी वेगानं त्यांनी दिल्लीच्या दिशेनं कूच सुरू केल्याची खबरही त्याच सुमारास त्यांना मिळाली. मराठे जिवंत आहेत. त्यांचा पराभव झाला नाही एवढी पातशहाची खात्री करण्याइतपत मराठ्यांच्या या दिल्लीच्या धडकेचा उपयोग झाला होता. आता अधिक काळ थांबून जास्त काही राजकारण पदरात पडेल असं वाटत नव्हतं. म्हणून मल्हारराव होळकरांनी ताबडतोब परत फिरण्याचा सल्ला पेशव्यांना दिला. मल्हारराव म्हणाले, 'श्रीमंत, प्रत्यक्ष राजधानीत आम्ही घुसून मोगलांचं नाक कापण्याचं काम आपोआपच झालं आहे. शहराचे सारे दरवाजे बंद करून बादशहा एखाद्या भेकडासारखा जनानखान्यात लपून बसला आहे. आणखी त्याचं नाक ते काय कापायचं?'

पहाट फुटायच्या आतच पुन्हा पेशव्यांची फौज लांबचा वळसा घेऊन वेगानं दिल्लीपासून निघाली.

दिल्लीची मोहीम आटोपून हलक्या मजला मारीत पेशवे दक्षिणेकडे वळाले. पुण्यात पेशवे आले तेव्हा आषाढमास सुरू झाला.

हिंदवी स्वराज्याची स्थापना झाल्यापासून खुद्द दिल्लीमध्ये जाऊन बादशहाच्या नाकासमोर त्याचे मनसबदार कापून काढण्याचं काम कुणी केलं नव्हतं. पेशव्यांचं ते अचाट कर्तृत्व पाहून उभा हिंदुस्थान थक्क झाला. छत्रपती शाहू महाराज, धावडशीचे परमहंसबाबा यांनी स्वहस्ते पत्र लिहून पेशव्यांच्या या मोहिमेबद्दल त्यांचं अभिनंदन केलं.

विजयी मराठी फौज पुण्याच्या जवळ आली तेव्हा तिचं स्वागत करण्यासाठी अवघा दक्षिणदेश पुण्याला गोळा झाला. हजारो लोकांनी पुण्यातले अरुंद रस्ते भरून गेले. पुण्यापासून पाच-सहा कोसांवर पेशव्यांची स्वारी आली. तिथून लोकांनी

पेशव्यांच्यावर फुलं उधळायला सुरुवात केली. विजयाचे नगारे वाजवीत पेशव्यांनी पुण्यामध्ये प्रवेश केला. हत्तीच्या रुपेरी अंबारीत खुद्द बाजीराव पेशवे बसले होते. आपा खवाशीत बसून बंधूंच्यावर चौरी ढाळीत होते. विजयी वीरांच्या स्वागतासाठी पुण्यामध्ये एकच जल्लोष उडाला होता. गारपिरापासून शनवारच्या हवेलीपर्यंत पेशव्यांचा हत्ती यायला प्रहर लागला. गजगतीनं विजयी वीरांची मिरवणूक चालली होती. कसब्याच्या गणपतीचं दर्शन घेऊन पेशवे गणेश दरवाजानं हवेलीत आले.

त्यांना पाहताच मातु:श्रींना अतोनात आनंद झाला. आपल्या विक्रमी चिरंजीवांना आशीर्वाद देताना शेजारी उभ्या असलेल्या आपांकडे वळून राधाबाई म्हणाल्या, 'राऊंच्या पराक्रमाच्या वार्ता आम्हाला कळत होत्या, तेव्हापासून उरात आनंदाच्या ऊर्मी उठत होत्या. शब्दानं त्या सांगता येत नाहीत. आज आमची कूस धन्य झाली असं आम्हाला वाटतं. इकडची स्वारी स्वराज्याच्या सनदा आणण्यासाठी दिल्लीला गेली होती, त्या प्रसंगाची आम्हाला याद येते आहे. मोगलांनी त्या सनदाही धडपणानं इकडच्या स्वारीला बाहेर आणू दिल्या नव्हत्या. वाटेत पालखीवर गर्दी झाली आणि कापाकापी करीतच इकडच्या स्वारींना शहरातून बाहेर यायला लागलं. त्या अपमानाची जखम राऊंच्या या विजयानं आता पूर्ण भरून निघाली आहे.'

आपल्या विजयी पुत्राचं किती कौतुक करावं आणि किती नाही असं राधाबाईंना झालं होतं. मग आपांकडे वळून त्या म्हणाल्या, 'आमच्यासारख्या म्हाताऱ्या माणसाबरोबर बोलत बसू नका. आपा, सूनबाईंना सांगा की राऊंची पहिल्याप्रथम दृष्ट काढा.'

मातु:श्रींचा निरोप घेऊन बाजीराव काशीबाईंच्या महालाजवळ आले. महालाच्या दारातच सोन्याच्या तबकामध्ये ओवाळण्यासाठी पंचारती घेऊन, भरजरी पैठणी नेसलेल्या काशीबाई डोळ्यांत प्राण आणून उभ्या होत्या. पायांतले चढाव दूर काढून ऐटबाज पावलं टाकीत बाजीराव महालाच्या दरवाजाजवळ आले. काशीबाईंनी दासीकडून तबक घेऊन बाजीरावांच्या विशाल कपाळावर कुंकुमतिलक रेखला. त्यांच्या मंदिलावर अक्षदा टाकल्या. सुवर्णाच्या निरांजनात तुपाच्या वाती तेवत होत्या. त्रिखंड कीर्ती गाजवलेल्या आपल्या पतीला काशीबाईंनी ओवाळलं.

सुहास्य मुद्रेनं हलकी पावलं टाकीत बाजीराव सजवलेल्या महालात गालिच्यावर मुद्दाम तयार केलेल्या बैठकीवर येऊन बसले. तबकातून काशीबाईंनी स्वत: केशरी दुधाचे पेले आणून बाजीरावांच्या समोर ठेवले. आपल्या पतीचं स्वरूप डोळ्यांत

साठवून घेत मंजुळ आवाजात त्या म्हणाल्या, 'दमून येणं झालं. हे दूध घ्यावं.'

पुण्यातून स्वारीवर निघून गेल्याला बाजीरावांना जवळ जवळ आठ–नऊ महिने झाले होते. एवढ्या प्रदीर्घ कालावधीनंतर पतीची गाठ आज पडत होती. पतीची मूर्ती पत्नीच्या हृदयात मावत नव्हती.

वीरांचं स्वागत पुणे शहरानं केलं होतं. सारे आप्त आणि स्नेही पेशव्यांच्या दर्शनानं सुखावले होते. गौरवाच्या या कल्पनेनं बाजीराव निहायत खूष झाले. मिस्कीलपणे ते म्हणाले, 'एवढी पातशहावरची मोहीम मारून आम्ही आलो, आमचं स्वागत साऱ्या पुण्यनगरीनं केलं. पण या महालामध्ये आमचं स्वागत काही मनाजोगतं होत नाही.'

काशीबाईंची चर्या भ्यालेल्या सशासारखी झाली. त्यांच्या तोंडून चटकन् शब्द बाहेर पडले, 'म्हणजे काय? इकडून काय बोलणं होतं आहे हे आमच्या लक्षात आलं नाही.'

'आमच्या समोर तबकामध्ये तुम्ही दुधाचे पेले ठेवलेत आणि ते घेण्याची आम्हाला आज्ञा केलीत.'

'इश्श! काय हे! आम्ही कोण आज्ञा करणार.' चटकन् काशीबाई बोलल्या.

'मोहिमेत तलवार पेलून आमचा हात दमला असेल याची तुम्हाला कल्पनाही दिसत नाही.'

'हे काय आम्ही मुखानंच का सांगायला पाहिजे?'

'मुखानं नका सांगू. पण कृतीनं सांगायला हरकत नाही ना?'

'इकडून असं कोड्यातलं बोलणं झालं म्हणजे माणसानं समजावं तरी काय?' काशीबाई लाजून मान खाली घालत म्हणाल्या.

'माणसानं एवढंच समजावं की, तबकातला केशरी दुधाचा तो पेला आपल्या स्वतःच्या हातानं आमच्या हातात द्यावा. नंतर विडाही स्वतः करून द्यावा.' बाजीरावांचा एकएक शब्द अमृताच्या थेंबाप्रमाणं काशीबाईंचं मन पुलकित करीत होता. त्या शब्दांच्या थंडगार शिडकाव्यानं त्यांच्या कायेवर सुखद रोमांच उभे राहिले. शब्दामध्ये खोटी नाराजी दाखवत काशीबाई उद्गारल्या, 'हे काय, काहीतरीच बोलणं?' आणि तत्परतेनं समोरच्या तबकातला पेला उचलून काशीबाईंनी तो बाजीरावांच्या समोर केला. काशीबाईंनी समोर धरलेला पेला हातात घेताना बाजीरावांनी काशीबाईंच्या बोटांना मुद्दाम स्पर्श केला. तसं चमकून

काशीबाईंनी बाजीरावांच्या डोळ्यांत पाहिलं. त्या डोळ्यांतले मिस्कील भाव त्यांच्या नजरेतून सुटले नाहीत. त्या मोहरून निघाल्या आणि एकदम त्यांच्या डोळ्यांच्या कडा ओलावल्या.

पेल्यातलं निम्मं-अधिक दूध पिऊन होताच बाजीरावांचं लक्ष सहजच काशीबाईंकडे गेलं. तसाच पेला खाली ठेवत बाजीराव म्हणाले, 'हे काय, या एवढ्या आनंदाच्या क्षणी तुमच्या डोळ्यांत अश्रू?'

'आनंदाच्या प्रसंगीही डोळ्यांत अश्रू येत नाहीत हे इकडे कुणी सांगितलं! डोळ्यांत दु:खाचं पाणी दाटतं तसं सुखाचंही येतं.'

क्षणभर पत्नीच्या चर्येकडे रोखून पाहत बाजीराव म्हणाले, 'समशेरीच्या टोकावर पातशाहीचं बळ जोखणाऱ्या या बाजीरावाला सुख आणि दु:ख यांमधला फरक समजत नाही असं का तुम्हाला म्हणायचं आहे?'

'असं कसं आम्ही म्हणू?' पतीची नजर चुकवीत काशीबाई म्हणाल्या.

'मग आम्ही म्हणतो ते खरं. तुमच्या डोळ्यांना आलेलं पाणी आनंदाचं नाही. आम्ही आल्यानं आनंद झाला म्हणता, आमच्या स्वागतासाठी सोन्याच्या निरांजनानं आम्हाला ओवाळता, आपल्या हातून दुधाचे हे पेले आमच्या हातात देता आणि डोळ्यांत मात्र अश्रू आणता, हा काय प्रकार आहे?'

भरलेल्या पावसाळी ढगावर गार वाऱ्याची एखादी झुळूक यावी आणि त्यामुळं त्यानं एकदम बरसायला सुरुवात करावी तशी काशीबाईंची अवस्था झाली. बाजीरावांच्या शब्दानं त्यांच्या अंत:करणातल्या वेदनेला हलकेच फुंकर घातली. जीव कुरतडणारी ती वेदना सलू लागली. आणि मग इतका वेळ ओढूनताणून आणलेलं चंद्रबळ संपलं. प्रयत्नानं घातलेला बांध फुटला, आणि पाहता पाहता काशीबाईंच्या गालावरून आसवं ओघळायला लागली.

बाजीरावांनी पुढं झुकून काशीबाईंचा गादीवर टेकलेला डावा हात आपल्या हातात घेतला, आणि मृदू आवाजात ते म्हणाले, 'हे काय! मनामध्ये काही आलं तर आम्हाला सांगायचं नाही का?'

एवढ्या शब्दांनी अश्रू आणखी पाझरायला सुरुवात झाली. पदरांनी काशीबाई अश्रू टिपीत होत्या. पण ते थांबत नव्हते. बाजीराव म्हणाले, 'आज सारं पुणं शहर आनंदात बुडून गेलं असेल. आमच्या या हवेलीत सेवकापासून मातु:श्रीबाईंपर्यंत सारी मंडळी आनंद लुटताहेत. पण आमच्या महालामध्ये अश्रू गाळणाऱ्या तुम्ही

फक्त एकटयाच आहात. तुम्ही बोलला नाहीत तर आम्ही काय समजावं?'

हलक्या आवाजात काशीबाई म्हणाल्या, 'इकडे माहीत नाही असं काही आमच्या मनात आहे का?'

बाजीराव काही न बोलता गप्प बसले. तशी काशीबाई पुढे म्हणाल्या, 'आता दहा महिने झाले इकडून जाणं झालं. जाताना आमचा साधा निरोप घेणंही झालं नाही. सारं पुणं आनंदात बुडालं आहे हे खरं. पण ज्याच्या व्यथा त्यालाच समजतात. इतरांना काय समजणार? मोहिमेवर जाताना पंचारतीनं ओवाळावं असं आमच्या मनात होतं. पण इकडून परस्पर जाणं झालं. तेव्हापासून डोळ्यांमध्ये प्राण आणून आम्ही इकडच्या स्वारीची वाट पाहत होतो. असं वाटलं की निदान एकदा तरी या वीस-बावीस वर्षांच्या आठवणी इकडच्या मनात जाग्या होतील. लष्करातून बोटभर चिठ्ठीतरी आमच्या नावे येईल.'

काशीबाईंचा गोरापान हात बाजीरावांच्या मजबूत हातामध्ये होता. त्या हाताची थरथर बाजीरावांना जाणवत होती. बाजीरावांनी हळुवारपणे काशीबाईंच्या हातावर आपला हात फिरवून हात हलकेच गादीवर ठेवला. त्यांच्या तोंडून दीर्घ सुस्कारा बाहेर पडला. शब्द कोरडे होते. ते म्हणाले, 'मोहिमेवरून चिरंजीवांची तुम्हाला पत्रं येत असतीलच. आपांची येत असतील!'

बाजीरावांच्या हातून सुटलेला हात आपल्या छातीवर ठेवत काशीबाई म्हणाल्या, 'हो, हो! त्यांचीच काय, बाजीपंत रेठरेकरांची सुद्धा पत्रं आम्हाला येत होती. मल्हारराव होळकरांची पत्रं येत होती. शिंद्यांची पत्रं येत होती. आवजी कवडे पत्र पाठवून कुशल विचारीत होते. पिलाजी जाधवराव आमची विचारपूस करीत होते. पण नव्हतं पत्र ते फक्त इकडच्या स्वारीकडून आणि आमचा जीव आसुसला होता तो इकडच्या स्वारीकडून दोन अक्षरं ऐकण्यासाठी. पण तेवढं भाग्य आमच्या नशिबात नव्हतं. आज ओवाळताना अचानक आठवण झाली ती आमच्या दुर्भाग्याची!'

काशीबाईंच्या शब्दांनी बाजीराव मनोमन घायाळ झाले. मोहिमेवर सात-आठ महिने ते धुंदीतच राहत होते. धुंदी होती शौर्याची आणि इष्काची. त्या बेबंद धुंदीमध्ये त्यांना कशाचीच आठवण राहिली नव्हती. पण त्याचा परिणाम एवढा झाला असेल याची त्यांना कल्पना नव्हती.

काशीबाईंच्या डोळ्यांतले अश्रू पाहून त्यांना अवघडल्यासारखं वाटलं. हलकेच

ते म्हणाले, 'आमच्याकडून गलती झाली हे खरं. पण झालेल्या गलतीची माफी तुम्ही करणार नाही तर कोण करणार? काशी!'

एकदम चमकून काशीबाईंनी पतीकडे पाहिलं. बावीस वर्षांच्या आयुष्यामध्ये आजपर्यंत एकदाही पतीच्या तोंडून 'काशी' हा शब्द बाहेर पडला नव्हता. विजयाच्या या क्षणी आणि आपल्या डोळ्यांतून दु:खाचे पाझर वाहत असताना पतीच्या तोंडून 'काशी' हा शब्द बाहेर पडलेला ऐकताच काशीबाईंची गात्रं पुलकित झाली. अष्टसात्त्विक भाव जागृत व्हावेत त्याप्रमाणं सबंध काया एका विलक्षण भावनेनं थरारून उठली. ओठातून शब्द ओघळले, 'काय?'

'काशी, या बाजीरावाला आयुष्यात आजपर्यंत कधीही कुणाची क्षमा मागण्याचा प्रसंग आला नाही. तो प्रसंग आज तू आमच्यावर आणला आहेस. आमच्या हातून गलती झाली. काशी! बाजीरावाच्या हातून गलती झाली तर बाजीराव क्षमायाचना दुसऱ्या कुणापुढं करणार? आजपर्यंत तोंडातून एक शब्द बाहेर न काढता थोडा वेळ का तू आम्हाला क्षमा केली आहेस? काशी! आम्ही बोलत नसलो, तरी माणसाची पारख आम्हाला आहे. निरांजनाची वात कुठं तेवते आहे हे आम्हाला समजते. वातीच्या या शांत प्रकाशात बाजीराव क्षमायाचना करतो आहे.'

इतका वेळ विजयानं धुंद झालेलं वातावरण एकाएकी विषादानं कुंद झालं. काशीबाईंच्या तोंडून शब्द बाहेर फुटेना. पतीच्या त्या भावनेनं फुलून निघालेल्या चर्येकडे त्या तृप्त मनानं पाहत होत्या. मग त्यांच्या लक्षात आलं की बाजीरावांनी अर्धा पेला तसाच ठेवला आहे. आपल्या हातून तो उचलून बाजीरावांच्या पुन्हा हातात देत काशीबाई म्हणाल्या, 'पेला अर्धा ठेवू नये. ज्यांच्या नशिबी अर्ध सुख असतं त्यांनी अर्ध घ्यावं. जे पूर्ण मागून आले असतील त्यांनी पूर्ण घ्यावं. आम्ही बोललो ते विसरावं.'

तिसरा प्रहर उलटून गेला, आणि बसंती दासी कोथरूडच्या इमारतीच्या गच्चीवर गेली. डोळ्यांवर उजवा हात धरून पुण्याच्या दिशेने तिनं न्याहाळून पाहिलं. मग स्वत:शीच मान हलवली आणि गच्चीवरून खाली आली. घटका दीड घटका

बसंतीचा हा चाळा चालला होता. मग एकदम गच्चीतल्या जिन्यानं धावत धावत खाली येऊन मस्तानीच्या समोर उभी राहून धापा टाकत ती म्हणाली, 'बाईजी, बाईजी! श्रीमंत इकडे येताहेत.'

'अगं कशावरून?'

'मी स्वतः पाहिलं ना!'

'तू तर इथं आहेस. मग केव्हा पाहिलंस?'

'वरच्या गवाक्षातून ते येताना मला दिसले.'

'नक्की?'

'बाईजी अगदी नक्की! मी कसं विसरेन त्यांना? घोडा फेकण्याची तीच ऐट, तोच रुबाब, मागं किंचित झुकलेली शरीरयष्टी. डोक्यावरचा मंदील वाऱ्यावर उडतो आहे.'

'पुरे, पुरे! इतकं तपशिलवार वर्णन करायची जरुरी नाही. राऊ येत आहेत. तेव्हा बाहेर जा. आणि इथं त्यांना घेऊन ये.'

बसंती पायांतल्या घुंगरांचा छुमछुम आवाज करीत बंगल्याच्या बाहेर आली. तिच्या पाठोपाठ मस्तानी दरवाजापर्यंत आली. तिथूनच तिनं घोडा फेकीत बाजीराव कुंवरला बरोबर घेऊन बागेत आलेले पाहिले.

इमारतीसमोर बाजीराव घोड्यावरून उतरले. पायऱ्या ओलांडल्या. दालनाच्या आतमध्ये दरवाजाजवळ मस्तानीला उभं असलेलं पाहून ते एकदम म्हणाले, 'क्यूं! इंतजार हो रहा है?'

'चाहे तो वैसा समझिये.'

'का? चाहे तो का?'

'राऊ एवढी मोहीम फत्ते करून आले. अवघ्या पुणं शहरानं त्यांचं स्वागत केलं. हवेलीतही त्यांना ओवाळण्यामध्ये मंडळी गर्क होती, अशी आम्हाला खबर मिळाली. या साऱ्या गडबडीतून या दासीची आठवण होते की नाही म्हणून मी मनोमनी चिंता करीत बसले होते. अपेक्षा नव्हती म्हणून इंतजारही नव्हता.'

'ये बात है!'

भावनावेगानं बाजीरावांनी समोर असलेल्या मस्तानीला आलिंगन दिलं. तिच्या सुकुमार ओठांवर आपले ओठ टेकले. मग मस्तानीला घेऊन खाली काश्मिरी गालिचा टाकून गुढघाभर उंचीची बैठक तयार केली होती, तिच्यावर ते बसले.

समोर चांदीच्या तबकामध्ये पानाचं साहित्य होतं. त्यातून कळीदार पानं निवडून मस्तानीनं त्यांचा एक सुरेखसा विडा तयार केला. बाजीरावांच्या समोर उभं राहून मस्तानीनं आदाब अर्ज फर्मावीत तो विडा त्यांच्यासमोर पेश केला.

'दासीची एवढीच अपेक्षा असते की, राऊंनी निदान विडा तरी माझ्या हातचा घ्यावा.'

मस्तानीनं दिलेला विडा स्वीकारून बाजीराव गालात हसत म्हणाले, 'परमेश्वर जेव्हा एखाद्याला देतो तेव्हा भरभरून देतो याची आम्हाला कल्पना नव्हती.'

'मतलब?'

'चंद्रासारख्या या सुंदर मुखातून चंद्रकांत मणी पाझरावा, असे सुंदर शब्दही पाझरतात याची आम्हाला कल्पना नव्हती!'

'माझी सेवा राऊंना पसंत पडते आहे याचं मला समाधान आहे.'

'तुला समाधान असलं तरी आम्हाला समाधान नाही.'

'काही कमी-जास्त हातून घडलं का?'

'होय. कमीच घडलं आहे.'

'काय?'

'तुझे हे मधाळ शब्द केव्हा तरी आमच्या कानांवर पडतात. अष्टौप्रहर ते आमच्या कानांवर पडावेत अशी आमची इच्छा असते.'

लाजेनं मस्तानीच्या चर्येवर रक्तिमा चढला. बुट्टेदार शालूचा भरजरी पदर डोईवरून पुढं ओढून घेत ती म्हणाली, 'भोजनाला बसलेल्या माणसाला पानातलं पक्वान्न कोणतं आणि कोशिंबीर कोणती याचा विचार हवा.'

मस्तानीचा हात आपल्या हातात घेत बाजीराव म्हणाले, 'हा विचार आता का नव्यानं करायचा आहे? पक्वान्न कोणतं याचा निर्णय आमच्या मनाशी केव्हाच झाला आहे.'

'पण हा निर्णय राऊंना एकाएकी करता येणार नाही.'

'का? आमचे आम्ही मुखत्यार नाही?'

'राऊ मराठी दौलतीचे पेशवे आहेत. त्यांनी ती जबाबदारी सांभाळून सारा विचार करायला पाहिजे!'

'आम्हाला कोड्यातलं बोलता येत नाही. मस्तानी, रोखठोक व्यवहार करणारी आम्ही माणसं. ओठात एक आणि पोटात एक हा प्रकार आजपर्यंत आम्हाला

कधीच जमला नाही. यापुढं कधी जमणार नाही. तुला पाहिलं, तुझं स्वर्गीय सौंदर्य दिलात भरलं, दिल जडलं, तुला जवळ केली. आता तुझ्यावाचून क्षणभरही करमत नाही. प्रत्येक वेळी मराठी दौलतीच्या या पेशव्यानं आपल्या हवेलीतून उठून इतक्या दूर यावं असं का तुला वाटतं?'

'पण मी पूर्वीच विनंती केली होती की मला पुण्यामध्ये ठेवावं.'

'याचा फैसलाही आम्ही पूर्वीच केला होता. आमच्या या मस्तानीसाठी आमच्या हवेलीमध्ये महालही बांधून घेतला आहे. मस्तानी, आम्ही तुला इथून हवेलींतल्या तुझ्या महालात घेऊन जाण्यासाठी आता आलो आहोत.'

'क्या ये सच है?'

'हां, हां! बिलकुल सच है.'

'अभी?'

'हां, अभी! इसी वक्त!'

ज्या सुखाच्या क्षणाची मस्तानी गेले वर्ष दीड वर्ष वाट पाहत होती तो क्षण असा एकाएकी तिच्या समोर येऊन उभा राहील याची तिला कल्पना नव्हती. रेशमाचे हे बंध एकतर्फी नव्हते. राऊंच्याबद्दल हळूहळू मनांतली आदराची भावना कायम असतानाच केव्हा त्या ठिकाणी प्रेमानं प्रवेश केला होता हे मस्तानीला कळलं नव्हतं. पण जेव्हा अखेरीस तिला कळून चुकलं की, आपल्या अंतर्यामी फक्त राऊच आहेत, तेव्हा बाजीरावांचा थोडाही विरह तिला सहन होत नव्हता. पण परिस्थिती अशी होती की, जे काही सुखाचे चार-दोन क्षण मिळतील त्यातच समाधान मानून राहण्याशिवाय तिला गत्यंतर नव्हतं. बाजीरावांनी तिच्यासाठी एक महाल बांधला आहे आणि त्या महालात तिला ते घेऊन जाणार आहेत हे तिच्या कानांवर आलं होतं. पण हे कसं घडेल, केव्हा घडेल याची तिला कल्पना नव्हती. आता प्रत्यक्ष बाजीरावच समोर बसून सांगत होते, की आजच, या क्षणी तिला ते तिच्यासाठी बांधलेल्या महालात घेऊन जाणार होते. आता यापुढं राऊंचा सहवास अष्टौप्रहर लाभणार होता. गेली कित्येक वर्षं ज्या एका मूर्तीची स्थापना तिनं आपल्या अंत:करणाच्या खोल कप्प्यात केली होती ती मूर्ती आता सदासर्वकाळ तिच्या सान्निध्यात राहणार होती. तिचं दर्शन तिला केव्हाही घेता येणार होतं. मनात आनंदाच्या या ऊर्मी उसळत असतानाच ओठातून शब्द मात्र वेगळे बाहेर पडत होते.

'मी एक यवनी. लोकांच्या लेखी कलावंतीण. ब्राह्मणाच्या वाड्यामध्ये येऊन

मी राहिल्यावर इतरांना काय वाटेल याचा राऊंनी पुरता विचार केला आहे का?'

'जी गोष्ट मनाला पसंत पडली ती गोष्ट करताना कुणाची सल्लामसलत करण्याची आम्हाला सवय नाही. वास्तविक यापूर्वीच आम्ही तुला हवेलीत घेऊन जायला पाहिजे होतं.'

मस्तानीनं टाळी वाजवली. त्याबरोबर बसंतीनं खाद्यपदार्थांनी भरलेली ताटं आणून गालिच्यावर ठेवली. पाठोपाठ डोक्यावर छोटीशी जरीची टोपी आणि अंगावर रेशमी कुडता आणि सलवार घालून छोटा समशेर आत आला. तो आता तीन वर्षांचा झाला होता.

समशेरला पाहताच मस्तानी चटकन् उठली. त्याचं लहान बोट धरून तिनं त्याला बाजीरावांसमोर उभं केलं. लाल सफरचंदासारख्या गालावर काजळाचा गोल ठिपका समशेरच्या त्या बालचर्येला शोभत होता. त्याच्या खांद्यावर हलकेच चापट मारीत मस्तानी म्हणाली, 'अब्बाजान को सलाम नहीं करोगे बेटा?'

महालाच्या कोपऱ्यात बसंती उभी होती. डोळे विस्फारून तिथूनच ती म्हणाली, 'बाईजी, पंडितजींनी हे शब्द उच्चारायला मना केलं आहे. याद आहे ना?'

क्षणभर मान उचलून मस्तानीनं बसंतीकडं पाहिलं. आणि मग हसून म्हणाली, 'हो, हो! आम्ही विसरतच होतो. बाळ समशेर, तुझे पिताजी समोर बसले आहेत, त्यांना नमस्कार करणार ना?'

बाजीरावांनी समोरच्या छोट्या मूर्तीला पटकन् उचलून आपल्या मांडीवर बसवलं. तबकातून काजूगर उचलून चिरंजीवांच्या तोंडात घालीत ते म्हणाले, 'आमचे समशेरबहाद्दर आम्हाला पाहून कावरेबावरे का झाले? बरेच दिवस आम्ही भेटलो नाही म्हणून?'

आपल्या बोबड्या बोलानं समशेर म्हणाला, 'राऊस्वामी आम्हाला दिसले नाहीत तरी आईसाहेब आम्हाला रोज त्यांची याद देत होत्या.'

'असं?' असं म्हणून बाजीरावांनी समशेराच्या गालाचा पापा घेतला. वात्सल्यानं ते म्हणाले, 'बहाद्दर! आता आपल्याला कुठं जायचं माहीत आहे तुम्हाला?'

'हो.' मान वाकडी करत वर बाजीरावांच्या नजरेला नजर देत समशेर म्हणाला.

'कुठं जायचं आहे सांगा बरं?'

'पेशव्यांच्या राजवाड्यात.'

'अरे वा! तुम्हाला सारं माहीत आहे तर!'

'बसंतीनं आम्हाला सांगितलं.'

'आणखी काय काय सांगितलं सांगा पाहू!'

'आणखी सांगितलं की, तिथं गेल्यावर आम्ही राऊस्वामींना त्रास द्यायचा नाही.'

'आणखी?'

'आणखी पुष्कळ सांगितलं पण ते आता आठवत नाही.' हसत समशेर म्हणाला. एकदम काहीतरी आठवल्यासारखी चर्या करून समशेर म्हणाला, 'राऊस्वामी, आम्हाला खेळायला तिथं चंदा जामदाराला न्याल ना?'

बाजीरावांना हसू फुटलं. ते म्हणाले, 'छे, नोकरांबरोबर कुणी खेळतं का?'

'मग कुणाबरोबर खेळणार आम्ही?'

'रघुनाथराव आहेत. जनार्दनपंत आहेत. त्यांच्याशी खेळा.'

'आमच्याशी खेळतील ते?'

'आम्ही सांगू त्यांना खेळायला.'

'छोट्या समशेरनं आनंदानं टाळ्या पिटल्या. समोर उभ्या राहिलेल्या बसंतीला जीभ बाहेर काढून वेडावलं.

एक प्रहरपर्यंत बाजीराव मस्तानीच्या महालात होते. दिवस मावळला. रात्र झाली आणि मस्तानीचा मेणा शनवारच्या हवेलीच्या दिशेनं वाट चालू लागला.

हवेलीच्या उत्तरेकडील दरवाजासमोर मेणा उभा राहिला तेव्हा मस्तानीच्या स्वागतासाठी खासगीकडले कारकून आणि चार सेवक हजर होते. वेगळ्या दरवाजानं मेणा आत गेला. मस्तानी आपल्या महालात आल्याची वर्दी पेशव्यांना लगेच मिळाली.

चार

विजयाच्या वार्ता चारी बाजूंनी येत होत्या. वसईला वेढा घालून बसलेल्या मराठी फौजांनी वसई फत्ते केली. फिरंग्यांचा अंमल पश्चिम किनाऱ्यावरून उखडून काढला. नादिरशहाच्या रूपानं पातशाहीची यमघंटा वाजली. कधी नव्हे ती मोगलांनी मदतीसाठी मराठ्यांना आर्त हाक घातली. नादिरशहाला तोंड देण्यासाठी पेशवे नर्मदेपर्यंत गेले. पण तेवढ्यात नादिरशहानं गाशा गुंडाळला. त्याच्या फौजा लाहोरपर्यंत मागे हटल्या. भोपाळला निजाम पुन्हा मराठ्यांच्या कचाट्यात सापडला. नामुष्कीचा आणखी एक तह पदरात पाडून त्यानं पेशव्यांची दोस्ती कायम राखली. अवघ्या हिंदुस्थानात मराठ्यांना आता कुणीही शत्रू उरला नव्हता.

नौबती वाजवीत, जरीपटका नाचवीत बाजीराव पेशवे छत्रपतींच्या दर्शनासाठी साताऱ्याला आले. अदालतवाड्यात पेशव्यांचा मुक्काम झाला. वाड्यातच मस्तानी बाजीरावांजवळ राहिली.

दुसऱ्या दिवशी शाहू छत्रपतींनी दरबार भरवून पेशव्यांचं स्वागत केलं. स्वागताच्या त्या दरबारासाठी पेशवे मोठा लवाजमा बरोबर घेऊन मिरवणुकीनं राजवाड्यात दाखल झाले. पेशव्यांना पाहण्यासाठी मराठी दौलतीची राजधानी लोटली होती.

दरबारात छत्रपतींचे मानकरी बसले होते. श्रीपतराव प्रतिनिधी, सुमंत, नारबाबा मंत्री, पोतनीस आणि इतर दरकदार दरबारी पोशाखात हजर होते.

ललकारी उठली. भालदार-चोपदारांच्या पाठोपाठ छत्रपती आले. सर्वांनी उठून त्यांना खडी ताजीम दिली. मुजरे झडले. दरबाराचं काम सुरू झाल्यावर प्रसन्न चर्येनं सर्वांकडे नजर टाकून छत्रपती म्हणाले, 'वीस वर्षांपूर्वी एका तरुणाच्या खांद्यावर आम्ही पेशवाईचं ओझं ठेवलं तेव्हा दरबारातल्या मानकऱ्यांनी आम्हाला धोक्याची सूचना दिली होती. अनुभव नसलेला हा तरुण दौलतीला एखाद्या संकटात घालील अशी त्यांना भीती वाटत होती. आज हिंदुस्थान यवनांच्या ताब्यातून सोडवून, हबशी आणि फिरंग्यांचा त्यानं कायमचा बंदोबस्त केला आहे. हिंदवी स्वराज्याचा आमच्या पितामहांना झालेला कुलदेवतेचा दृष्टांत त्या तरुणानं खरा

करून दाखवला आहे. आम्हाला मोठा आनंद झाला. बाजीराव पेशव्यांची दुंदुभी गगनाला भिडली. आम्ही त्यांचा आज बहुमान करणार आहोत.'

एवढं बोलून छत्रपती थांबले. दरबारातल्या मानकऱ्यांकडे त्यांनी उत्सुकतेनं पाहिलं. सर्वांच्याच चर्येवर त्यांना आनंद दिसला नाही. श्रीपतराव प्रतिनिधी उभे राहिले. छत्रपतींना मुजरा करून ते म्हणाले, 'पेशव्यांनी पराक्रम करून मराठी दौलतीचा विस्तार केला यात आमच्यासारख्या जुन्या सेवकांना आनंदच आहे. पण त्यांनी दौलतीला शत्रूही तसेच उत्पन्न केले हे महाराजांनी विसरू नये.'

प्रतिनिधींचे ते उद्‌गार महाराजांना आवडले नाहीत. ते चटकन् म्हणाले, 'दौलत आहे तिथं शत्रूही असणारच. आणि शत्रू आहेत म्हणून तुमच्यासारखे मानकरीही आम्ही पदरी बाळगले आहेत. तेव्हा शत्रूची फिकीर करायचं कारण नाही.'

'महाराज इजाजत देतील तर काही मनातलं बोलायचं आहे.' मध्येच उठून बाजीराव म्हणाले.

'अवश्य बोला. आज आम्ही तुमच्यावर निहायत खूष आहोत.'

'प्रतिनिधींनी आताच दौलतीच्या शत्रूंचा उल्लेख केला. त्यांचं म्हणणं अगदी बरोबर आहे. आम्ही कदाचित शत्रू निर्माण केले असतील, पण आम्ही शत्रूंना जाऊन तर मिळालो नाही ना?'

'मतलब?'

'मतलब एवढाच की खुद्द दौलतीच्या शत्रूंनीच आम्हाला सांगितलं आहे की या दौलतीतले काही मानकरी आमच्या विरुद्ध शत्रूला जाऊन मिळतात. जहागिरीच्या तुकड्यासाठी घरभेदेपणा करतात. आता त्यांची ती ताकद शिल्लक उरली नाही. यात दौलतीचं कल्याण आहे.'

क्षणभर कुणीच काही बोललं नाही. पेशव्यांच्या विरुद्ध साताऱ्यात बसून शत्रूंशी खलबतं कोण करतं हे साऱ्यांना माहीत होतं. अखेर बाजी पेशव्यांनी मारली होती. त्यांच्या विरुद्ध आता कुणाला बोलायचं धाडस नव्हतं. पण अपमान मुकाट्यानं गिळणाऱ्यांपैकी प्रतिनिधी नव्हते. ते ताडकन् म्हणाले, 'पेशव्यांनी असं आडून वार करायचं कारण नाही. मराठी दौलतीचे कुणी शत्रू असतील, कुणी फितुर असतील तर त्यांची नावं त्यांनी महाराजांना सांगावीत. महाराज त्यांचा योग्य तो न्याय करतील.'

पेशव्यांच्या सन्मानाकरिता भरविलेल्या दरबारामध्ये एकमेकांवर आरोप आणि

प्रत्यारोप करून आनंदाच्या दरबारावर विरजण पडावं अशी महाराजांची इच्छा नव्हती. मागचं उकरून काढायची जरूर नव्हती. भांडणं मिटविण्यासाठी छत्रपती म्हणाले, 'आम्हाला कोळसा उगाळत बसायचं नाही. बाजीराव पेशव्यांनी आणि त्यांचे बंधू चिमणाजी पंडितांनी दौलतीचे सारे शत्रू नेस्तनाबूत करून अवघा हिंदुस्थान यवनांच्या हातून सोडवून घेतला आहे. ही तर खरी गोष्ट आहे ना?'

उत्तराच्या अपेक्षेनं छत्रपतींनी प्रतिनिधींकडे पाहिलं. मोठ्या नाखुषीनंच प्रतिनिधींनी कबुली दिली, 'ते तर स्पष्टच दिसतं आहे.'

'बस्स! आम्हाला तेव्हढंच पाहिजे.'

छत्रपतींनी इशारा केला. त्याबरोबर शाही हुजरे मानाची वस्त्रं ठेवलेली तबकं घेऊन छत्रपतींच्या पुढं आले. चांदीच्या त्या तबकांना छत्रपतींनी स्पर्श केला. मानाची साडेतीन वस्त्रं, हिऱ्याचा शिरपेच आणि बोराएवढे पाच टपोरे मोती हा मान हुजऱ्यांनी बाजीरावांच्या समोर ठेवला. बाजीरावांनी तबकं कपाळाला लावली. त्यांच्या कारकुनानं ती ताब्यात घेतली. मग दरबाराला उद्देशून शाहू छत्रपती म्हणाले, 'पेशव्यांवर आम्ही टाकलेला विश्वास अनाठायी नव्हता याबद्दल आता साऱ्यांची खात्री पटली आहे. मोठं श्रम साहस करून, तलवार गाजवून पेशव्यांनी दौलतीची सेवा केली आहे. रीतीप्रमाणं करावयाचा त्यांचा मानपानही आम्ही केला. पण तेवढ्यानं आमच्या मनाचं समाधान होत नाही. आम्ही आमच्या पेशव्यांना आज्ञा करतो की, या प्रसंगी त्यांच्या मनात एखादी गोष्ट मागावयाची असल्यास त्यांनी ती आम्हाला मागावी. भर दरबारात आम्ही त्यांना आश्वासन देतो की, त्यांची मागणी पुरी केली जाईल.'

नारबावा मंत्री राजांच्या डाव्या बाजूला बसले होते. ते चटकन् उठले. राजांच्या जवळ जाऊन मुजरा करून ते म्हणाले, 'दरबाराची अशी रीत नाही.'

'कोणती?' भुवया वर चढवून कपाळाला आठ्या घालून छत्रपतींनी विचारलं.

'असं आश्वासन देण्याची.'

'का?'

'थोरल्या छत्रपतींपासून या दरबाराचे काही रीतिरिवाज ठरले आहेत. सेवकांनी विनंती करावी आणि छत्रपतींनी ती मर्जीला आली तर मान्य करावी असा दरबाराचा रिवाज आहे, उलट छत्रपतींनीच मनातलं मागणं मागा असं सेवकाला सांगणं हा दरबाराचा रिवाज नाही.'

मंत्र्याचा सल्ला छत्रपतींच्या मनाला आला नाही. ते तुटक स्वरात म्हणाले, 'आम्ही मागू तेव्हा मंत्र्यांनी सल्ला द्यावा. बाजीरावांच्या बाबतीत किरकोळ रीतिरिवाजांना आम्ही महत्त्व देत नाही.' आणि बाजीरावांकडे वळून ते मोठ्यानं म्हणाले, 'बोला बाजीराव, तुमच्या मनात काही मागणी मागायची असेल तर स्पष्टपणे मागा.'

बाजीराव आसनावरून उठले. छत्रपतींसमोर मान झुकवून म्हणाले, 'सेवकाची योग्यता नसतानाही स्वामींनी त्यांचा बहुमान केलेला आहे. या बहुमानाव्यतिरिक्त आम्हाला काही मागायचं नाही.'

पण शाहू महाराज ऐकायला तयार नव्हते. ते म्हणाले, 'रीतीप्रमाणं बहुमान झाला आहे. परंतु आमची मर्जी त्यांना अधिक काही द्यावं अशी आहे. मनात असेल ते त्यांनी मागावं.'

क्षणभर बाजीरावांनी स्वत:शीच विचार केला. दरबारातल्या मानकऱ्यांवरून नजर फिरवली. सारे मानकरी श्वास रोखून बसले होते. बाजीराव पेशवे कोणती मागणी मागतात ते ऐकण्यासाठी सारे उत्सुक झाले होते. सारा दरबार तटस्थ झाला. छत्रपतींच्यावर हुजऱ्या चौरी ढाळत होत्या. त्याचाच काय तो आवाज ऐकू येत होता.

छत्रपतींच्या दुसऱ्या बाजूला शाही सेवक धन्याचे चढाव उराशी कवटाळून उभा होता. बाजीरावांचं लक्ष त्याच्याकडे गेलं. त्याच्याजवळ जाऊन त्याच्या हातातले चढाव आपल्या हातात घेत सिंहासनासमोर येऊन बाजीराव म्हणाले, 'महाराजांचे हे जोडे निरंतर आमच्याकडे असावेत, आणि त्यांच्या सेवेत पेशव्यांच्याकडून कधी अंतर पडू नये हीच मनात इच्छा आहे. महाराज आमची मागणी पुरी करणार असतील तर हीच सेवा आमच्या हातून निरंतर होत राहावी असा आशीर्वाद महाराजांनी मला द्यावा.'

रोखून धरलेले मानकऱ्यांचे नि:श्वास सुटले. बाजीराव एखादी अघटित मागणी करतील आणि दरबाराला अडचणीत टाकतील अशी काही मुत्सद्यांची कल्पना होती. पण बाजीरावांची ही मागणी ऐकताच त्यांना हायसं वाटलं. स्वत:शी खूष होऊन हसत छत्रपती म्हणाले, 'बस्स! एवढंच? मग आता आम्ही आपल्या मनातला एक विचार सांगतो.'

'आज्ञा करावी.'

'तुमच्या बरोबर जरंडच्याच्या डोंगरावर शिकारीला जाण्याची आमची इच्छा आहे. हिंदुस्थानभर झुंजात यवनाला तुम्ही लोळवलंत. शिकारीमध्ये वाघाला तुम्ही कसं लोळवता हे आम्ही पाहणार आहोत.'

'फार खुषीची गोष्ट आहे.' बाजीरावांनी उत्तर दिलं.

दरबाराचं इतर किरकोळ काम झालं आणि मग निरोपाचे विडे आले.

मानाचा तो लहानसा दरबार आटोपून बाजीराव पेशवे राजवाड्यातून बाहेर पडणार तोच जनानखान्यातून एक खोजा धावत आला. मुजरा करून तो पेशव्यांना म्हणाला, 'धाकट्या महालामध्ये पेशव्यांना थोड्या वेळासाठी बोलावलं आहे.'

'कुणी बोलावलं आहे?' पुढं टाकलेलं पाऊल पुन्हा मागं घेत बाजीरावांनी विचारलं.

'विरूबाई राणीसाहेबांनी बोलावलं आहे.'

'ठीक आहे. आम्ही येतो.'

बरोबरच्या मानकऱ्यांना तिथंच सोडून बाजीराव एकटेच सेवकाच्या मागोमाग जनानखान्याच्या महालाकडे गेले. चौक ओलांडून गेल्यावर प्रशस्त दालन होतं. आल्या-गेल्याची भेट घेण्यासाठी ते दालन सजवलं होतं. किनखाफाचे अभ्रे चढवलेल्या गादीलोडाचं आसन मध्यभागी मांडलेलं होतं. समोर चिकाचा मोठा पडदा टांगलेला होता. त्या पडद्यावर नाचणाऱ्या मोरांची चित्रं विविध रंगांमध्ये रेखाटली होती. पडद्याच्या आड विरूबाई राणीसाहेब बसल्या होत्या.

चौकातल्या पायऱ्या चढून बाजीराव वर आले. एवढ्यात त्यांच्या कानांवर जनानी शब्द पडले, 'मानाच्या दरबारासाठी पेशवे आले आणि आम्हाला न भेटताच परत निघाले?'

'राणीसाहेबांची भेट टाळावी असा आमचा इरादा नव्हता. पण आज दरबारची गडबड होती. पुन्हा निवांतपणे येऊन राणीसाहेबांची भेट घ्यावी असा आमचा विचार होता.

'सरकारस्वारींनी पेशव्यांचा केलेला बहुमान त्यांना पसंत पडला?

'महाराजांनी नुसता आशीर्वाद दिला तरी आमचं समाधान होतं. आज तर मानाची वस्त्रं आमच्या खांद्यावर टाकली. आम्हाला आनंद का होणार नाही?'

'सरकारस्वारींनी स्वत: पेशव्यांचा सत्कार केला. पण थोरल्या आणि धाकट्या धनिणींच्या मनात आपणही काही मानपान करावा असं आहे. आमच्याही ते

मनाला येतं.'

'शब्दांनीच सत्कार झाला. प्रत्यक्ष तो काय करायचा?'

'आमचं समाधान तेवढ्यावर होत नाही. पेशव्यांच्या कुटुंबाचा मान त्यांना राजवाड्यात बोलावून आम्ही करणार आहोत.'

'पण....?' बाजीराव म्हणाले.

'तुमचा पण आम्ही ऐकणार नाही. तुमच्या कुटुंबाला राजवाड्यात पाठवून द्या. मानची साडीचोळी आम्ही त्यांना करणार आहोत.'

'राणीसाहेब....' चिकाच्या पडद्याकडे नजर रोखून बाजीराव म्हणाले.

पण विरूबाईंनी त्यांना पुढं बोलू दिलं नाही.'

'तुम्ही चटकन् कबूल होणार नाही, हे आम्हाला ठाऊक होतंच. म्हणून आम्ही तुमच्या कुटुंबाला कारकुनामार्फत आमंत्रण धाडलं नाही. आम्ही तुम्हाला समक्षच सांगतो आहोत. हिंदुस्थान जिंकून पेशवे आले आहेत. त्यांच्या कुटुंबाला मानाची साडीचोळी करणं हे आमचं कर्तव्य आहे. त्यांना आमच्याकडे पाठवून द्या.'

क्षणभर बाजीराव गप्प राहिले. विरूबाईंनी त्यांना कोड्यात टाकलं होतं. रीतीप्रमाणं आमंत्रण येतं तर काही गोष्टींचा अगोदरच उलगडा करून घेता आला असता, पण आता ती सवड नव्हती. काशीबाई बरोबर नव्हत्या. होती ती मस्तानी. जनानखान्यात विरूबाईंच्या समोर ही गोष्ट सांगणं शक्य नव्हतं. म्हणून आडवळणानं बाजीराव म्हणाले, 'पण राणीसाहेब, याच वेळी त्यांचा मानपान कशाला? नंतर केव्हाही करता येईल.'

'ते आमचं आम्ही ठरवू. तुम्हाला आज्ञा दिली आहे त्याप्रमाणं करा.'

पुन्हा बाजीराव काही बोलणार तोच पडद्याआडून आवाज झाला, 'पेशव्यांना आम्ही निरोप दिला आहे.'

पाठोपाठ चिकाच्या पडद्याआडून विरूबाई उठून आत दालनात गेल्याचा इशारा झाला. बाजीराव स्वत:शीच विचार करीत जनानखान्यातून बाहेर पडले. राजवाड्याच्या बाहेर पेशव्यांचे मानकरी त्यांच्यासाठी थांबले होते. मानकऱ्यांसह घोडा फेकीत पेशवे अदालतवाड्यात आले.

दोन दिवसांनी शिकारीसाठी मोठा लवाजमा बरोबर घेऊन शाहू छत्रपती जरंड्याच्या डोंगराकडे निघाले. बरोबर शंभर दीडशे तरबेज शिकारी कुत्रे होते. पंचवीस-तीस कुत्तेवान, काही चाकरमाने पाटील, शिलेखान्यातले सेवक, फरासखान्यातले लोक, असा जमाव बरोबर घेतला होता. खुद्द शाहू महाराज हत्तीवर अंबारी चढवून शिकारीसाठी निघाले. वाटेत वडूथला मुक्काम करून छत्रपती दुसऱ्या दिवशी जरंड्याच्या जंगलात शिरले.

बाजीरावांनी आपल्याबरोबर फक्त चार-पाच निवडक शिलेदार घेतले. मोजका शागीर्दपेशा घेतला. घोड्यावर बसून शिकारीच्या स्वारीत ते सामील झाले. बाजीरावांनी हत्तीच्या अंबारीत बसून शिकार करावी म्हणून महाराजांनी सांगून पाहिलं, पण बाजीरावांनी ते मानलं नाही.

सकाळ उजाडताच घनदाट अरण्यामध्ये शिकारीचा खेळ सुरू झाला. चारशे-पाचशे माणसं जंगली जनावरं उठवण्यासाठी हाका घालीत होती. महाराजांच्या हत्तीच्या भोवती त्यांच्या रक्षणासाठी दहा घोडेस्वार हातात बंदुका घेऊन चालले होते. प्रहर दीड प्रहर ही मिरवणूक जंगलातून चालली होती. शिकारीचा हा षौक बाजीरावांना मानवला नाही. ते कंटाळले. महाराजांचा निरोप घेऊन बरोबरच्या माणसांसह शिकारीचा माग काढीत ते घनदाट अरण्यात घुसले.

माणसांच्या आरोळ्यांनी आणि हत्तींच्या चीत्कारांनी दिवसभर ते अरण्य दणाणून गेलं होतं. उन्हाचा ताप कमी झाला, आणि महाराजांनी खेळ आवरता घेतला.

छत्रपतींची स्वारी शिकारीसाठी उभारलेल्या डेऱ्यात परत आली. थोड्या वेळानं बाजीराव पेशवे अरण्यातून वाट काढीत महाराजांच्या डेऱ्याजवळ आले. बाजीरावांना पाहताच महाराजांनी उत्सुकतेनं चौकशी केली, 'शिकार झाली?'

'हो.'

'कोणती शिकार मिळाली?'

'वाघाची.'

'बहोत खूष! तुम्ही शिकार कशी करता हे आम्हाला पाहायचं होतं. पण हत्तींवरून

शिकार करण्याचं तुमच्या मनाला येईना आणि घोड्यावरून शिकार करण्याची आम्हाला आदत नाही. त्यामुळं तुमची वाघाची शिकार पाहण्याचा आमचा मोका हुकला.'

बाजीराव हसले. ते पाहून छत्रपती म्हणाले, 'आम्ही मात्र या वेळेला मोठी अजब शिकार केली आहे.'

'बरोबर सुमंत आणि प्रतिनिधी होते. महाराजांच्या प्रत्येक शब्दाला त्यांच्या डोक्यावरची पगडी हलत होती. प्रतिनिधी म्हणाले, 'महाराजांनी एकाच बाणानं दोन जनावरांचा वेध घेतला.'

'अस्सं?' बाजीराव उद्गारले. 'नेमबाजीबद्दल महाराजांची कीर्ती आम्ही ऐकून आहोत. शिकारीच्या निमित्ताने ती नेमबाजी पाहण्याचा योग आला. कोणती जनावरं मिळाली महाराजांना?'

महाराजांची मर्जी राखण्याचा एकही मोका सुमंत दवडत नसत. धन्याकडे लाचार नजर टाकीत त्यांनी माहिती दिली, 'जनावरं मोठी चपळ होती. महाराजांचा बाण सुटायला थोडा वेळ लागता तर शिकार हातची जाती.'

बाजीराव उत्सुकतेनं म्हणाले, 'एकाच बाणात दोन जनावरं मिळाली म्हणजे बाण अचूक वर्मी लागला असणार.'

उत्साहानं शाहू महाराज बैठकीवरून उठले. बरोबरच्या सरदारांना उठण्याची खूण करून म्हणाले, 'चला, आम्ही केलेली शिकार प्रत्यक्ष बाजीरावांना दाखवू.'

मंडळी डेऱ्याच्या बाहेर आली. दिवस बुडायच्या बेतात आला होता. वृक्षांचे शेंडे तांबडे झाले होते. गर्द झाडीत विसावलेले पक्षी कलकलाट करीत होते. डेऱ्यापासून पाचपन्नास कदमांवर झाडाखाली महाराजांनी केलेली शिकार ठेवलेली होती. आणि शिकारीच्या पहाऱ्यासाठी पंधरा-वीस राऊत बंदुक आणि भाले घेऊन उभे होते. महाराजांना आलेलं पाहताच पहाऱ्यावरच्या राऊतांनी मुजरा केला. समोरच्या शिकारीकडे बोट दाखवून छत्रपती म्हणाले, 'ती पाहा आम्ही एका बाणात केलेली शिकार.'

बाजीरावांनी जवळ जाऊन पाहिलं. दोन हरणांचे अचेतन देह पडले होते. एक नर आणि एक मादी.

'ही चपळ जनावरं एका बाणात टिपणं म्हणजे खरोखरच अचूकपणाची कमाल आहे.'

प्रतिनिधींनी उत्साहानं शिकारीची माहिती दिली.

'ही मादी आमची चाहूल लागताच पळता पळता ओढ्याच्या कडेला चिखलामध्ये रुतून बसली. कळपाच्या या नराच्या ते लक्षात येताच तो मादीच्या दिशेनं पळत सुटला. चिखलातून मादीला बाहेर काढण्यासाठी तो तिला ढुशा देत होता. तेवढ्यात महाराजांनी हत्तीवरून अचूक शरसंधान केलं. ढुशी देणारा नर आणि चिखलात अडकलेली मादी एकाच वेळी बाणाला बळी पडली.'

संध्याछाया अधिकच गडद झाल्या. झाडांच्या खाली काळोख पसरत होता. बाजीरावांच्या तोंडून सुटलेला निःश्वास महाराजांच्या लक्षात आला नाही. त्यांनी विचारलं, 'आमची शिकार कशी काय वाटते पेशव्यांना?'

'महाराजांच्या नेमबाजीबद्दल प्रश्नच नाही. पण....!' असं म्हणून बाजीराव महाराजांच्या बरोबर परत येण्यासाठी वळले.

बाजीराव काही बोलले नाहीत हे पाहून महाराजांनी पुढं विचारलं, 'पण काय बाजीराव?'

'माझ्यासमोर अशी शिकार आली असती आणि अडकलेल्या मादीला काढण्यासाठी नर धावून गेला, हे मला दिसलं असतं तर माझ्या हातून बाण सुटला नसता.'

'वा! शिकार करायची आणि ऐनवेळी बाण सोडायचा नाही हे अजबच म्हटलं पाहिजे.'

'शिकारीत काही अशा वेळा येतात की बाण सोडून शिकारीचा वेध घेण्यापेक्षा निसर्गाची ही अद्भुत किमया पाहण्यामध्येच माणसाला अधिक आनंद मिळतो.'

शिकारीचा खेळ आटोपून आठ दिवसांनी शाहू छत्रपती, त्यांचे मानकरी आणि बाजीराव पेशवे साताऱ्यात परत आले. बाजीराव शिकारीसाठी बाहेर गेले होते तेव्हा अदालतवाड्यात मस्तानी, तिची दासी बसंती, सुबराव जेठी आणि खासगीतला नोकरपेशा एवढीच मंडळी होती.

बाजीराव परत आले त्या वेळी अगदी वेगळाच प्रसंग त्यांच्यापुढे वाढून ठेवला

होता. विरूबाईंनी आग्रह करून मानाची वस्त्रं देण्यासाठी पेशव्यांनी आपलं कुटुंब पाठवावं म्हणून आग्रह धरला होता. शिकारीला जाताना बाजीरावांनी सुबराव जेठीला तपशिलवार सूचना देऊन बंद मेण्यातून मस्तानीला राजवाड्यात विरूबाईंच्या भेटीसाठी पाठवलं होतं. काशीबाईंच्या ऐवजी मस्तानी राजवाड्यात आली आहे हे समजताच छत्रपतींच्या दोन्ही राण्यांनी आकांडतांडव केलं. मग विरूबाईंनी तिची भेट न घेता आलेला मेणा तसाच परत फिरवला. शिकारीहून बाजीराव परत येईपर्यंत राजवाड्यात घडलेला हा प्रसंग साताऱ्यात ज्याच्या त्याच्या तोंडी झाला. जोशी आणि अनगळ हे पेशव्यांचे पिढीजात सावकार साताऱ्यात होते. पेशवे परत आले हे समजताच ते तातडीनं बाजीरावांच्या भेटीसाठी अदालतवाड्यात आले.

सकाळची वेळ होती. बाजीरावांनी सदरेवरच दोन्ही सावकारांची भेट घेतली. तोपर्यंत घडलेला सर्व प्रकार मस्तानीनं बाजीरावांच्या कानांवर घातला होता. झालेल्या अपमानानं बाजीराव अगोदरच संतप्त झाले होते. त्यात सावकारांच्या बोलण्याची भर पडली.

'छत्रपतींच्या राजवाड्यात तरी श्रीमंतांनी असं वर्तन करायला नको होतं', सावकार अनगळ आपल्या हिऱ्याच्या भिकबाळीला झोका देत म्हणाले.

'कसं वागायला नको होतं?' बाजीरावांनी संतापानं विचारलं.

श्रीमंतांच्या कुटुंबाला राजवाड्यात निमंत्रण होतं. काशीबाईसाहेब बरोबर नाहीत तर त्याप्रमाणे कारकुनाच्या हाती निरोप पाठवला असता तरी चाललं असतं, पण कुटुंबाच्या ऐवजी श्रीमंतांनी कलावंतीण पाठवली. त्यामुळे साहजिकच दोन्ही राणीसाहेबांना राग आला.'

जोशी आणि अनगळ पेशव्यांच्या समोर बैठकीवर लोडाला टेकून बसले होते. त्यांच्या तोंडून बाजीरावांना राजवाड्यात झालेल्या मस्तानीच्या अपमानाची हकिगत पुन्हा एकदा समजली. बाजीरावांचा संताप अनावर झाला. ताडकन् त्यांनी विचारलं, 'आम्ही मस्तानीला पाठवलं तर त्यात बिघडलं काय? मस्तानी कलावंतीण आहे, असं इतर समजत असतील, आम्ही तसं समजत नाही. आम्ही तिला प्रत्यक्ष लग्नाच्या कुटुंबाहून थोडंही कमी लेखत नाही.'

शाहू महाराजांनी पेशव्यांची कानउघाडणी करण्यासाठी सावकारांना पाठवलं होतं. ते लक्षात ठेवून सावकार बोलत होते. जोशी म्हणाले, 'पण श्रीमंत, आपण

तसं म्हटल्यानं कलावंतीण काही लग्नाची बाई ठरणार नाही.'

'का? काय कमी आहे तिच्यात?'

'आम्हीच सांगायला पाहिजे असं नाही. श्रीमंतांनाही माहीत आहेच की मंगलाष्टके म्हणून, 'गंगा सिंधु सरस्वती च यमुना' असा घोष करून ब्रह्मवृंदांनी डोक्यावर अक्षता उधळल्या म्हणजे त्यांनाच लोक पति-पत्नी समजतात. एरवी कुणीही उठेल आणि काहीही म्हणेल तर लोक कसं ऐकून घेतील?'

सावकारांचं बोलणं इतक्या वेळ निदान वरकरणी तरी बाजीरावांनी शांतपणे ऐकून घेतलं. पण त्यांनी मंगलाष्टकांचा उच्चार करताच बाजीरावांचा संताप अनावर झाला. आवाज चढला.

'गंगा सिंधु सरस्वती यमुना! सावकार, हे शब्द तुमच्या तोंडी शोभत नाहीत. हे शब्द इथं कुणाच्याच तोंडी शोभत नाहीत. कालपर्यंत या नद्या यवनांच्या ताब्यात होत्या. जिवाची बाजी लावून या नद्यांच्या पाण्यामध्ये आमचा घोडा आम्ही थयथय नाचवला आहे. ही तुमची सिंधू, ही तुमची गंगा, यमुना यांच्या पाण्यानं माझ्या घोड्याच्या टापा भिजल्या आहेत. तुम्ही काय त्या नद्यांची मातबरी आम्हाला सांगता! या नद्यांची नावं घेऊन अक्षता टाकल्यानं जर माणसामाणसातली नाती अशी बदलत असतील तर प्रत्यक्ष त्या नद्यांना त्यांचं पावित्र्य पुन्हा आणून देणाऱ्या आमच्या शब्दानेसुद्धा ती नाती बदलायला हरकत नाही. इतका वेळ आम्ही सारे अन्याय सहन केले. गप्प बसलो. पण यापुढे आम्ही हे खपवून घेणार नाही. असेल मस्तानी कलावंतीण, असेल ती कंचनी, पण तिला आम्ही आमच्या धर्माच्या बायकोप्रमाणं जवळ बाळगली आहे. गंगेचं आणि यमुनेचं नाव सांगून तिचा अपमान करण्याइतपत कुणाला अधिकार आहे असं आम्ही मानत नाही.'

पेशव्यांचा तो रागानं लाल झालेला चेहरा आणि चढलेला आवाज पाहून सावकार चपापले. पेशव्यांची कानउघाडणी करण्याऐवजी आपलीच कानउघाडणी होते की काय अशी त्यांना भीती पडली. तथापि समजुतीच्या गोष्टी सांगण्याच्या इराद्यानं सावकार अनगळ पुढं म्हणाले, 'श्रीमंत, आपल्या हितासाठी सांगतो. दिल्लीपतीला पाणी पाजल्यापासून आणि कोकणपट्टीतून फिरंग्यांचं उच्चाटन केल्यापासून खुद्द राजश्रीस्वामी पेशव्यांबद्दल फार ममतेनं आणि आपुलकीनं बोलतात. किरकोळ गोष्टीसाठी राजश्री स्वामींची मर्जी बिघडवू नये असं आम्हाला वाटतं.'

'किरकोळ गोष्ट! मस्तानीचा अपमान ही आम्ही किरकोळ गोष्ट समजत नाही,

आणि यापुढं तुमची मध्यस्थीही आम्हाला ऐकून घ्यायची नाही. हिंदुस्थानभर आम्ही केलेल्या पराक्रमाची बूज ठेवून ज्या राजवाड्यात आमचा सन्मान करण्यात आला, त्याच राजवाड्यात दोन दिवस उलटतात तोच मस्तानीचा अपमान झाला हे शल्य आम्हाला विसरता येत नाही. शाहू महाराजांना आमचा मुजरा सांगा, आणि त्यांना सांगा की पेशवे उद्या सकाळी पुण्याला जाण्यासाठी इथून निघणार आहेत. ज्या शहरात मस्तानीचा असा अपमान झाला त्या शहरात एक दिवसही कंठणं आम्हाला शक्य नाही.'

'पण श्रीमंत' जोशी मध्येच बोलण्याचा प्रयत्न करीत होते.

'बस्स! आम्हाला काही ऐकून घ्यायचं नाही. आमचा शब्द अखेरचा आहे. उदईक सूर्य उगवेल तेव्हा बाजीराव पेशव्यांचा घोडा साताऱ्याची हद्द ओलांडून गेलेला असेल. या सावकार. तुम्हाला निरोप दिलेला आहे.'

अचानक बाजीराव पेशवे साताऱ्याहून पुण्याला आले. साताऱ्याला घडलेल्या घटनेचे पडसाद सर्वदूर उमटले. साताऱ्यात शाहू छत्रपतींनी पेशव्यांच्या केलेल्या सन्मानाची वार्ता कदाचित कुणाला समजली नसेल; पण पेशव्यांनी मस्तानीला राजवाड्यात पाठवलं आणि राजवाड्यातून मेणे तसेच परत अदालतवाड्यात पाठवले गेले, ही वार्ता मात्र ज्याच्या त्याच्या तोंडी झाली. राधाबाई, नाना, महादोबा पुरंदरे यांना बाजीराव पुण्याला येण्याच्या अगोदरच ही वार्ता समजली, आणि पाठोपाठ बाजीराव पुण्याला येऊन दाखल झाले.

आषाढ महिना सुरू झाला होता. मधून मधून पावसाची भुरभुर सुरू झाली होती. एवढ्यामध्ये वसई जिंकून त्या मुलखाचा बंदोबस्त करून चिमाजीआपा पुण्याला येणार अशी बातमी येऊन थडकली. त्यामुळं हवेलीतली इतर कुजबूज काही वेळ बंद पडली. वसई फत्ते करून येणाऱ्या विजयी वीरांच्या स्वागतासाठी पुणे शहर तयार झालं. सतत पाच वर्षे पोर्तुगीजांच्या विरुद्ध मराठे लढत होते. बावीस हजार मराठ्यांचे प्राण झुंजात खर्ची पडले. अखेर मराठी दौलतीचा झेंडा वसईच्या किल्ल्यावर फडकला. या अपूर्व विजयानं साऱ्यांची अंत:करणं थरारून

उठली होती. आपांच्या स्वागतासाठी सारं पुणं शहर संगमापर्यंत लोटलं.

आपले चिरंजीव नानासाहेब यांना बरोबर घेऊन बाजीराव घोड्यावरून संगमापर्यंत गेले तेव्हा आपांच्या बरोबरचा लवाजमा संगमापर्यंत येऊन दाखल झाला होता. लढाईत पाडाव झालेले हत्ती, घोडे बंदोबस्तात येत होते. विजयाचं चिन्ह म्हणून पोर्तुगीजांच्या चर्चमधल्या भल्या मोठ्या घंटा आपांनी लुटून घेतल्या होत्या. शेकडो वर्षांचा फिरंग्याचा आवाज बंद पडला होता. त्या अवजड घंटा ठेवलेले गाडे लष्करानं लुटीत मिळविलेले बैल ओढीत होते.

अर्ध घटकेत आपा आले. स्वागतासाठी शिंगं व तुताऱ्या यांचा एकच आवाज झाला. घोडेस्वारांची तुकडी दौडत आली. त्या तुकडीच्या अग्रभागी आपा दिसतील म्हणून बाजीरावांनी न्याहाळून पाहिलं. पण सजवलेल्या आपांच्या घोड्यावर स्वार नव्हता. स्वारांच्या पाठोपाठ बंद मेण्यामध्ये बसून आपा येत होते. संगमाजवळ येताच भोयांनी मेणा खाली टेकवला. आपांच्या कारकुनांनी पुढे येऊन बंधूंच्या भेटीसाठी अधीर झालेल्या बाजीरावांना वर्दी दिली.

'आपास्वामींची प्रकृती नादुरुस्त आहे, म्हणून घोड्यावरून न येता ते पालखीतच बसले आहेत.'

बाजीराव पुढे झाले. बंद मेण्याचा पडदा बाजूला सारून त्यांनी आत पाहिलं. डोळे मिटून थकलेल्या शरीरानं आपा छोट्या गिरदीला टेकले होते. बंधूंना पाहताच क्षीण हसून ते म्हणाले, 'राऊंनी आमच्या स्वागतासाठी इतक्या दूर येण्याची तसदी निष्कारण घेतली.'

आपांच्या बोलण्याकडे बाजीरावांनी दुर्लक्ष केलं. आपांचा हात प्रेमभरानं दाबून ते म्हणाले, 'एवढी मातबर झुंज करून वसईचा नजराणा दौलतीला दिलात आपा. तुमच्या स्वागतासाठी देहाच्या पायघड्या घातल्या तरी कमीच पडतील, पण आपा! वसई मिळवलीत आणि प्रकृती मात्र घालवलीत. हे काय?'

'किरकोळ ताप खोकला आहे. होईल बरा.' आपांचे डोळे खोल गेले होते. चेहरा फिक्कट झाला होता. धाप लागून छाती धपापत होती. कोकणी हवेनं वसईच्या वीराचा जीवनरस जणू शोषून घेतला होता. बाजीरावांनी त्यांच्या अंगावरून ममतेनं हात फिरवला. कपाळावर हात ठेवला. कपाळ चांगलं गरम लागलं. मग आणखी न बोलता भोयांना मेणा ताबडतोब हवेलीत नेण्याबद्दल आज्ञा दिली.

आपांच्या मेण्याच्या पाठोपाठ हत्ती आणि घोडे झुलत चालले होते. स्वागताच्या वाद्यांचा कल्लोळ चालू होता. जयघोषामध्ये मेण्यानं पुण्याच्या वेशीत प्रवेश केला. हवेलीच्या मोठ्या दरवाजात कुणबिणीनं दहीभात ओवाळून टाकला.

'आठ दिवस हवेलीमध्ये दुसरा विषय नव्हता. फिरंग्यांच्या जिंकून आणलेल्या चार प्रचंड घंटा हवेलीपुढच्या पटांगणात लोकांना पाहण्यासाठी ठेवल्या होत्या. काही दिवसांनी थेऊर, जेजुरी, नाशिक आणि इतर ठिकाणच्या देवालयांसाठी त्यांची रवानगी झाली. कृष्णराव चासकर जोशी, वसईच्या स्वारीत होते त्यांनी काशीबाईंमार्फत एका छोट्या घंटेची मागणी केली. चासेतल्या सोमेश्वराच्या मंदिरासाठी बाजीरावांनी एक घंटा चासकरांना दिली.

आठ दिवस विश्रांती घेतल्यानंतर आपांची प्रकृती थोडी सुधारली. त्यानंतर एके दिवशी नाना प्रकृतीची चौकशी करण्यासाठी आपांच्या महालात गेले. किरकोळ बोलणी झाल्यानंतर नाना म्हणाले, 'काका, दिवसेंदिवस राऊस्वामींचं वागणं अधिकच बेताल होतं आहे. सातान्याला झालेला प्रकार आपल्या कानांवर आलेला असेलच.'

दुखण्यानं हैराण झालेले आपा लोडाला टेकून पडले होते. ते उठून नीट बसत म्हणाले, 'होय नाना, आमच्या ते सारं कानांवर आलं आहे. राऊंचा हा नाद सुटण्यासाठी काय करावं ते काही समजत नाही!'

'तुम्हीच असे हातपाय गाळले, म्हणजे काका, आम्ही कुणाच्या तोंडाकडं पाहायचं? सातान्यात राहून राजश्री स्वामींचं मन वळवून आम्ही त्यांच्याशी गोडीगुलाबीनं वागत होतो. आम्ही वर्षानुवर्षं केलेले प्रयत्न राऊंच्या त्या प्रकारानं पाण्यात गेले. काका, अशानं दौलतीचं केवढं नुकसान होईल याचा राऊ थोडाही विचार करीत नाहीत.'

'आपांनी दीर्घ निःश्वास टाकला. ते म्हणाले, 'आमच्या नशिबात काय आहे ते समजत नाही. एकीकडे विजयाचा डिंडिम घुमतो तर त्याच वेळी काळजात दुःखाची कळ उठते. साऱ्या विजयावर विरजण पडतं. राऊस्वामींच्या आणि मस्तानीच्या एकेक हकिगती ऐकल्या की आणखी किती वसईची ठाणी लढवायचं आमच्या दैवात आहे कुणाला ठाऊक असं वाटतं. नाना, प्रत्येक झुंजीत यश आपल्यालाच मिळेल अशी भोळी आशा माणसानं बाळगू नये.' आपा खचले होते. हतबुद्ध होऊन नाना ऐकत होते.

'साताऱ्याची हकिगत समजल्यापासून ताईंच्या डोळ्यांतलं पाणी खळलं नाही. तीर्थरूपांनी निदान त्यांचा तरी विचार करायला हवा होता.'

'कामातुराणां न भयं न लज्जा' असं एक वचन आम्ही ऐकून होतो, नाना. पण त्याचा असा रोकडा प्रत्यय आमच्या घरात येईल असं स्वप्नातही वाटलं नव्हतं.'

'छे, छे! आम्ही तुम्हाला असं म्हणू देणार नाही, काका. आमची सारी भिस्त फक्त तुमच्यावरच आहे. राऊस्वामी ऐकतील तर फक्त तुमचंच ऐकतील. म्हणून आम्हाला असं वाटतं की, वेळ प्रसंग पाहून तुम्ही एकदा तीर्थरूपांशी स्पष्टपणे बोलावं.'

'इतके दिवस आम्ही ते टाळलं. वाटलं, राऊ आपणहोऊनच उमजतील. पण त्याचा फायदा होण्याऐवजी तोटाच झाला.'

थोडा वेळ कुणी काहीच बोललं नाही. काका आणि पुतण्या शून्य मनानं छतावरचं लाकडी कोरीव काम निरखीत होते. चहूबाजूंनी बाजीरावांवर कौतुकाचा आणि अभिनंदनाचा वर्षाव होत होता. पेशव्यांच्या नुसत्या नावानं दुष्मनाला हुडहुडी भरत होती. या वेळी त्यांचं चुकतं आहे हे त्यांना कुणी सांगायचं? गुंतागुंत अधिकच वाढत होती. आपांचा विजयाचा आनंद केव्हाच मावळला होता. पाजळलेल्या मशाली विझल्या होत्या. नुसता धूर कोंडत होता. ते म्हणाले, 'राऊ आम्हाला भेटले म्हणजे आम्ही त्यांच्याशी एकांतात बोलूच. पण निदान आडवळणानं तरी तुम्ही मस्तानीला सुचवून पाहा.'

'काय?' नानांनी विचारलं.

'तुमची आणि तिची चांगली ओळख झाली आहे, असं आम्ही ऐकून आहोत.'

'होय. दिल्लीच्या स्वारीत तिला एक-दोनदा पाहिलं होतं. त्यानंतर आता तर ती हवेलीतच राहायला आलेली आहे. बागेत हिंडताना आता कधीतरी ती भेटते तेव्हा आमचं तिच्याशी बोलणं होतं. तिला काय सुचवायचं?'

'राऊंचा नाद सोडण्यासाठी मस्तानी जे मागेल ते तुम्ही कबूल करावं असं आम्हाला वाटतं. तुम्ही तिच्या मनाचा अंदाज घ्या. तोपर्यंत आम्ही बंधूंचं मन वळवता आलं तर पाहतो.'

आपांच्या शब्दांना वेगळी धार आहे असं उगाचच नानांना वाटलं. मस्तानीची मागणी आपण पूर्ण करावी असं म्हणताना आपांना काही सुचवायचं तर नाही ना असा पुसटता विचार नानांच्या मनात चमकून गेला. त्यांनी आपांच्या मनाचा तळ

शोधण्याचा व्यर्थ प्रयत्नही करून पाहिला. दौलतीचे गुंते उलगडताना फडावर बसून नानांनी कितीतरी वेळा आपांकडून या भाषेची संथा घेतली होती. त्या साध्या शब्दांतून आपा काही वेगळं तर सुचवीत नाहीत ना याचा विचार नाना करीत होते.

दोन दिवसांनी चिमाजीआपांची आणि बाजीरावांची एकांतात गाठ पडली. आपांच्या समाचारासाठी रात्री बाजीराव आपांच्या महालात आले होते. उभयता बंधूंची अनेक विषयांवर बोलणी झाली. शेवटी आपांनीच मनातल्या दुःखाला वाचा फोडली. ते म्हणाले, 'राऊ, आमच्या साऱ्या विजयाला एकाच गोष्टीनं गालबोट लागतं आहे.'

बाजीराव मनातून सारं ओळखून होते, पण वरकरणी काही माहीत नाही असं दाखवून ते म्हणाले, 'कशाबद्दल बोलता आहात तुम्ही?'

'मस्तानीबद्दल!'

'मस्तानीचं काय?'

'राऊ, आमच्या कुणाच्याही विरोधाला न जुमानता तुम्ही मस्तानीला हवेलीत आणून ठेवलीत. त्यामुळं साऱ्यांची मनं किती नाराज झाली याची तुम्हाला कल्पना नसेल.'

'आम्हाला कल्पना आहे.'

'आणि तरीही तुम्ही मस्तानीला टाकीत नाही, हे आश्चर्य आहे.'

'मस्तानीला आम्ही टाकावं?'

'टाकणार?'

'होय, या कुडीतनं बाजीरावाचे प्राण ज्या क्षणी जातील त्या क्षणी आम्ही मस्तानीला टाकू!'

रात्रीच्या त्या शांत वेळी बाजीरावांचे ते शब्द महालात घुमले. प्रकाशासाठी समया तेवत होत्या. त्यांच्या ज्योती थरथरत होत्या. क्षणभर बंधूंच्या चेहऱ्याकडे टक लावीत आपा म्हणाले, 'या वेळी असं अभद्र बोलू नये.'

'मस्तानीला टाकण्याइतकी ही गोष्ट अभद्र नाही.' अंतःकरणातला कडवटपणा स्वरात उमटला नाही. 'आपा, आम्हाला तुम्हा साऱ्यांचं नवल वाटतं. निजामाला आम्ही खडे चारले की तुम्हाला आनंद होतो. दिल्लीची पातशाही आम्ही पालथी घातली की मराठी दौलतीत विजयोत्सव साजरा होतो. आम्ही रणांगणात विजय मिळवले की राजश्री महाराजांपासून तो आमच्या राउतापर्यंत सारे आनंदित होतात. तुमच्या साऱ्यांच्या आनंदाकरिता आम्ही आजपर्यंत आमचं जीवन वेचलं. आता थोडा वेळ आम्ही आमच्या मनाप्रमाणं काही षौक करायचा ठरवलं, कुठं आमचं मन रमवायचं ठरवलं तर तुम्हा सर्वांना इतकं अवघड का वाटावं?'

'राऊस्वामी आमच्याबद्दल निष्कारण गैरसमज करून घेत आहेत.'

'निष्कारण! तो कसा?'

'घटकाभर मनोरंजन करण्यासाठी दूर कुठेतरी राऊंनी षौक केला तर तिकडे लक्ष देण्याइतपत आम्ही क्षुद्र नाही. पण खुद्द मातुःश्रीबाई, आमच्या वहिनी, आम्ही आणि आपले पुत्र असे सारे कळवळून सांगतो आहोत तिकडे दुर्लक्ष करून या हवेलीत महाल बांधून तिथं तुम्ही मस्तानीला आणून ठेवलं आहे. दररोज तिच्याकडं जाणं-येणं होतं. घरात विटाळ कालवला जातो. धर्म राहत नाही, आमचा कोंडमारा होतो आहे. आमच्या भावनांची राऊंना काहीच कदर नाही का?'

'आजपर्यंत तुमच्या साऱ्यांच्या भावनांची कदर करूनच मस्तानीला आम्ही दूर ठेवलं होतं. पण मस्तानी आता आमचा दुसरा प्राणच झाली आहे. आम्हाला तिला दूर ठेवता येत नाही.'

'हेच ते! हेच ते!' आपा उसळून म्हणाले, 'आजपर्यंत काय कुणी कलावंतिणी ठेवल्या नाहीत? कंचन्या ठेवल्या नाहीत? पण राऊ! तुमची रीतच न्यारी. अंगवस्त्र कोणतं आणि महावस्त्र कोणतं याचं तुमचं भान सुटलं आहे.'

बंधूंच्याकडून बाजीरावांनी असली भाषा कधी ऐकली नव्हती. तो आवेश त्यांना अनोखा होता. पण त्याच आवेशात त्यांना उत्तर देता येत नव्हतं. समोरचं शरीर कृश होतं. पण आत कोणतं पोलाद भरलं आहे याची बाजीरावांना जाणीव होती. म्हणूनच आवाजातला संयम सुटू न देता ते म्हणाले, 'कुणी किती कलावंतिणी ठेवल्या, कंचन्या ठेवल्या याची मोजदाद करण्याची आम्हाला जरूर नाही. आपा, बाजीराव मात्र एकच आहे.'

'म्हणजे?'

'बाजीरावाचं भान बाजीरावाजवळच राहू द्या. नुसत्या कंचन्याच बाळगणाराला त्या भानाची ओळख पटणार नाही!'

'कंचन्या न बाळगताही आम्हाला ती पटत नाही, राऊ.'

'आपा स्पष्टच सांगतो. आमचं चित्त मस्तानीवर जडलं आहे. ती आमच्या जवळच राहणार हे त्रिवार सत्य आहे. आपा, आम्ही कितीदा हे सांगितलं म्हणजे तुम्हाला खरं वाटेल?'

कळकळीनं बाजीराव बोलत होते. ते ऐकून चिमाजीआपा क्षणभर गप्प बसले. पण त्यांचं मन त्यांना स्वस्थ बसू देईना. चार उपदेशाच्या गोष्टी सांगून बंधूंचं मन वळवता आलं तर पाहावं म्हणून ते बोलत राहिले. एक लढाई हरले तरी दुसरी झुंजतच राहिले.

'पण राऊ, निदान आमच्यासाठी तरी एक गोष्ट करा!'

'कोणती?'

'आम्ही काही काळ जगावं असं वाटत असेल....'

'हे काय आपा! आमचे बंधू जगू नयेत असं का आम्हाला वाटतं?'

'मग त्यासाठी आम्ही मागू ते वचन द्या.'

'कोणतं?'

'निदान हा चातुर्मास संपेपर्यंत तरी तुम्ही मस्तानीच्या महालात जाऊ नये.'

बाजीराव गप्प बसले. बंधूंची नजर त्यांनी टाळली. चिमाजीआपांनी अपेक्षेनं आपल्या बंधूंकडे पाहिलं. ते पुढं म्हणाले, 'एवढी का कठीण आहे आमची अट? आम्हा सर्वांसाठी राऊ एवढं करणार नाहीत?'

दीर्घ नि:श्वास टाकीत बाजीराव म्हणाले, 'आजपर्यंत जे केलं ते तुम्हा सर्वांसाठीच केलं. आमच्यासाठी मात्र कुणी काही करायला तयार नाही. आपा, आम्ही आणखी काय करावं अशी तुमची अपेक्षा आहे?'

'मस्तानीचा नाद कायमचा सोडावा.'

'ते अशक्य आहे.'

आमच्या समाधानासाठी नाही पण पुण्यातील ब्रह्मवृंद आमच्या विरुद्ध ओरडतो आहे त्यांच्या समाधानासाठी तरी किमान एवढे चार महिने राऊंनी मस्तानीच्या महालात जाऊ नये.'

मनातले कढ दाबीत बाजीराव म्हणाले, 'ठीक आहे, आपा! एवढं वचन आम्ही

तुम्हाला देतो. चार महिने आम्ही मस्तानीच्या महालात जाणार नाही. झालं समाधान?'

आपा पुटपुटले, 'होय. तूर्त एवढ्यावरच समाधान मानणं भाग आहे.'

काशीबाईंचा पाय दुखतच होता. वैद्यांची औषधं चालूच होती. फकिरांचे गंडे, ताईत सारं चालूच होतं. पण पायाचं दुखणं त्यांना सोडत नव्हतं. तशाही अवस्थेत लवकर उठून नित्य नियमानं तुळशीची पूजा करून तुळशीत ठेवलेल्या बाळकृष्णाच्या अंगावर पाणी घालून फुलं वाहिल्याशिवाय काशीबाईंना चैन पडत नसे.

नित्याप्रमाणं तुळशीला त्यांनी पाणी घातलं. तुळशीची पूजा करून बाळकृष्णाला पाणी घालण्यासाठी त्यांनी डावीकडं पाहिलं. रिवाजाप्रमाणं पेशव्यांचे कुलोपाध्याय कृष्णंभट कर्वे तिथं पूजेचं सामान घेऊन उभे असत. त्या दिवशी प्रथमच ते तिथं दिसले नाहीत. शेजारी येसू दासी उभी होती. तिला काशीबाईंनी विचारलं, 'येसू, कृष्णंभट कुठे दिसत नाहीत? रोज पूजेच्या वेळेला तबक घेऊन ते इथं उभे असतात. आत देवघरात जाऊन तरी पाहून ये.'

तुळशीमाहात्म्य स्वत:शी पुटपुटत काशीबाईंनी तुळशीला दोन प्रदक्षिणा घातल्या, खाली वाकून नमस्कार केला. तुळशीच्या संगमरवरी कट्ट्यावर कुंकवाचा करंडा होता. त्यातलं कुंकू तुळशीला वाहिलं. तेच बोट आपल्या कपाळावर टेकवलं. एवढ्यात येसूदासी तिथं आली. मान हालवून ती म्हणाली, 'देवघरातही भटजी महाराज दिसत नाहीत.'

'ठीक आहे. आले नसतील.' अशी नेहमीप्रमाणं स्वत:च स्वत:ची समजूत घालीत दासीनं पुढं केलेल्या फुलांतलीच दोन फुलं घेऊन काशीबाईंनी बाळकृष्णाला वाहिली आणि त्या आपल्या महालात आल्या.

सोवळ्याचं बदलून त्या नेहमीचं रेशमी लुगडं नेसल्या. दासींनी मालकिणीच्या अंगावर नेहमीचे सुवर्णाचे अलंकार घातले. आरशात काशीबाई आपलं रूप न्याहाळत असताना येसू म्हणाली, 'बाईसाहेब, रागावणार नसलात तर एक सांगणार आहे.'

खोप्यामध्ये अग्रफूल खोचलं होतं. समोरच्या आरशात पाहून काशीबाईंनी ते नीट केलं. त्या म्हणाल्या, 'काय आहे येसू?'

'नेहमीप्रमाणं आज भटजी महाराज तुळशीपाशी का उभे नव्हते याचं कारण बाईसाहेबांना माहीत आहे?'

'अग सासूबाईंनी दुसरं काही काम सांगितलं असेल. नेहमीचा शिष्य देवघरात नसेल. दुसरं काही काम असेल म्हणून ते आले नसतील. त्यात काय एवढं मोठंसं!'

'तसं नाही बाईसाहेब, त्याला एक वेगळं कारण आहे.'

'काय आहे?'

'भटजी महाराज आज मुद्दामच आले नाहीत.'

'अग पण का? ते आमचे कुलोपाध्याय आहेत. पूजेच्या वेळी तिथं हजर राहून पूजेचं साहित्य आम्हाला देणं हे त्यांचं कामच आहे.'

'तरीही बाईसाहेब, मी सांगत्ये कुलोपाध्याय आज मुद्दामच आले नाहीत.'

'अग पण का?'

'कारण सांगितलं तर बाईसाहेब रागवाल!'

'एवढं सांगितलंस. आता कारण सांग. त्याला आढेवेढे कशाला!'

'भटजी महाराज म्हणत होते, साऱ्या वाड्यात भ्रष्टाकार माजला आहे. प्रायश्चित्त घेऊन भ्रष्टाकार थांबल्याशिवाय मी वाड्यात पाऊल टाकणार नाही.'

आरशात भाळीची चंद्रकोर न्याहाळणाऱ्या काशीबाईंनी एकदम चमकून दासीकडे पाहिलं. हातात घेतलेला बाजूबंद तसाच तबकात राहिला. आश्चर्यानं त्या म्हणाल्या, 'खरं सांगतेस हे तू?'

'हो! अगदी खरं आहे बाईसाहेब. तुमच्या शपथ.

'मोठं नवल आहे.' काशीबाई स्वत:शीच म्हणाल्या.

'नवल काय आहे, बाईसाहेब. सारे लोक जे गावात बोलतात तेच भटजी महाराज बोलले.'

बराच वेळ काशीबाई काही बोलल्या नाहीत. तबकातल्या दागिन्यांना स्पर्श करावा असंही त्यांना वाटेना. समोरचा आरसाही एकाएकी वैरी वाटू लागला. त्यांनी तो बाजूला सारून ठेवला. अंगातलं त्राण जातं आहे असं त्यांना वाटू लागलं. मग त्या कातर स्वरात दासीला म्हणाल्या, 'येसू, एक काम करशील?'

'सांगा, बाईसाहेब. आपण सांगितलं आणि या येसूनं ते केलं नाही असं कधी

काही झालंय?'

'अग, पण हे काम जरा नाजूक आहे.'

'कसलंही काम असू द्या. मी करत्ये का नाही ते पाहा.'

'त्या मस्तानीला एकदा पाहावं असं वाटतंय.'

'त्या मस्तानीला?' आश्चर्यानं आपल्या ओठावर बोट ठेवीत येसू म्हणाली.

'तिला हो कशाला पाहायचंय बाईसाहेब? कलावंतिणीला काय पाहायचं?'

'असू दे कलावंतीण. आम्हाला तिला एकदा पाहायचं आहे. तुला नाही समजायचं ते.'

'बाईसाहेब, जिच्यामुळे हे एवढं रामायण घडलं, श्रीमंतांचं तुमच्या महालाकडे दुर्लक्ष झालं. तिला पाहायचं म्हणता?'

'ते बाकीचं राहू दे. येसू, आम्हाला मस्तानीला पाहायचं आहे. कुठं भेटेल ती?'

'कुठं कशाला, बाईसाहेब! श्रीमंतांच्या महालाच्या या बाजूला तुमचा महाल आहे. पलीकडे मस्तानीचा महाल आहे.'

'मग....' असं बोलून काशीबाई थबकल्या.

'काय बाईसाहेब?'

'मस्तानीला सांग की, आम्ही तिला भेटीला बोलावलं आहे.'

'छे, छे! बाईसाहेब, असं काही जर आपास्वामींनी ऐकलं तर माझी धडगत राहणार नाही.'

'असं म्हणतेस? बरं मग राहू दे. तू असं कर. चिरंजीवांना मी बोलावलं आहे म्हणून सांग.'

'नानास्वामींना?'

'होय, त्यांनाच.'

थोड्या वेळात नाना मातुःश्रींच्या भेटीसाठी महालात आले.

'मातुःश्रींनी आठवण केली होती....?' नमस्कार करून खाली बसत नाना म्हणाले.

'होय नाना. तुम्हालाच बोलावलं होतं.'

'ताई, आता प्रकृती कशी आहे?'

'जशी असायची तशी आहे. भोग सरले म्हणजे होईल ठीक. नाना, एक गोष्ट मनात सारखी येते आहे. आमची इच्छा पुरवाल?'

'हे काय बोलणं ताई?'

'मस्तानीला एकवार पाहावं असं वाटतं.'

'मस्तानीला?'

'होय, जिकडून ऐकावं तिकडून तिचंच नाव तूर्तास कानावर येतं. इकडची स्वारी तर आता पूर्ण तिच्याच कह्यात गेली आहे. मस्तानी मस्तानी म्हणतात ती आहे तरी कशी हे पाहावं असं सारखं मनात येतं आहे. मस्तानीला घेऊन याल आमच्याकडे?'

क्षणभर नाना गप्प बसले. मग मातु:श्रीबाईंची नजर टाळून ते म्हणाले, 'ते शक्य दिसत नाही, ताई.'

'का?'

'तशी मस्तानी पलीकडे हवेलीतच आहे. महालातून हवेलीत यायला एकच दरवाजा आहे. आणि तो दरवाजा राऊंच्या महालात उघडतो. तो त्यांच्यासाठीच फक्त आहे. दुसऱ्यांना तिकडे जाण्याची मना आहे.'

'असं? मग आम्ही उठून मस्तानीकडे जाऊ.'

'छे, छे! जनरीतीत ते बरं दिसणार नाही. अगोदरच राऊंच्या असल्या वागण्यामुळं पुण्यात घराघरातून पेशव्यांबद्दल नाना तऱ्हेच्या कंड्या उठताहेत. त्यात तुम्ही स्वत: मस्तानीकडे उठून गेलात तर लोक मन मानेल तशा कंड्या पिकवतील. मग, नको तो मनस्ताप तुम्हालाच होईल.'

नानांचं बोलणं ऐकून काशीबाई विचारात पडल्या. पण पुत्राच्या शहाणपणावर त्यांचा भरवसा होता.

'नाना, तुम्ही एवढे शहाणे म्हणून तुम्हाला बोलावलं. एकवार मस्तानीला पाहावं असं आम्हाला वाटतं. काय वाटेल ते करा, मस्तानी आमच्या नजरेला पडू द्या.'

'मोठं अवघड काम सांगितलंत ताई.'

'का?'

'तीर्थरूपांपासून ती कलावंतीण दूर कशी करायची याचा आमचा विचार चाललाय आणि तुम्ही म्हणता मस्तानीला पाहायचं आहे. या दोन्हींचा मेळ कसा घालायचा?'

'ते तुमचं तुम्ही पाहून घ्या.'

'एक शक्यता आहे.'

‘कोणती?’

‘लवकरच जन्माष्टमीचा उत्सव येईल. आजपर्यंत उत्सवामध्ये सगळ्यांच्या समोर मस्तानी फक्त एकदाच नाचली. त्यानंतर राऊंनी तिचा नाच बंद केला. पण गेल्या वर्षापासून ती आपल्या महालातच उत्सव करते, असं आमच्या कानावर आलं आहे. त्या उत्सवात ती नाचते त्या वेळी फक्त राऊच तिथं असतात. या वेळी राऊ मस्तानीच्या महालात जाणार नाहीत असं त्यांनी आपास्वामींना वचन दिलं आहे. तेव्हा जन्माष्टमीच्या समारंभाच्या निमित्तानं ताई, आम्ही तुम्हाला मस्तानीच्या महालात घेऊन जाऊ. तिथं मस्तानी तुम्हाला पाहता येईल. पण ताई, अजूनही सांगतो. तुम्ही तिला भेटू नये. निष्कारण मनस्ताप.’

‘नाना, तुम्ही लहान आहात. आमचं बायकांचं मन तुम्हाला कळणार नाही. वीस वर्षं इकडच्या स्वारीबरोबर सावलीसारखी होते. पाहता पाहता ही कलावंतीण इकडच्या जीवनामध्ये आली केव्हा आणि आमची जागा घेऊन बसली केव्हा याचा पत्ता लागला नाही. समजलं एवढंच की एका यवनीच्या मोहपाशात स्वारी अडकली आहे. इकडच्या स्वारींना आमच्याइतकं दुसरं कोणी ओळखत नसेल. त्या महापुराला आपल्या काबूत ठेवणारी ही नदी आहे तरी कशी हे एकदा आम्हाला डोळ्यानं पाहू तरी द्या.’

‘पण त्याचा काही उपयोग आहे का ताई?’

‘उपयोग नाही हे आम्हालाही समजतं, नाना. झुंजात आम्ही मोडून पडलो आहोत हेही कळतं. पण निदान कुणामुळं आम्ही मोडलो ते डोळ्यानं पाहू द्या. तेवढंच समाधान.’

‘ठीक आहे; ताई, आम्ही प्रयत्न करून पाहतो. यश येणं न येणं हे अखेर परमेश्वराच्या हाती.’

शनवारच्या हवेलीतून मस्तानीच्या महालात जाण्यासाठी फक्त एकच वाट होती. त्या वाटेवरचा दरवाजा बाजीरावांच्या महालात उघडत होता. त्या महालातून बाजीरावांशिवाय कुणीही मस्तानीकडे जात नसे. इतरांसाठी नदीच्या बाजूने

बांधलेला जनानी दरवाजा होता. त्यावर पहारेकरी होते. विचारपूस होऊन त्या दरवाजानं माणसांची ये-जा होत असे.

सकाळी हलकेच मस्तानीच्या महालात उघडणारा हवेलीचा दरवाजा उघडला गेला; दरवाजातून दोन लहान मुलं मस्तानीच्या महालात आली.

चौकाच्या दक्षिणेच्या सदरेवर समशेरला घेऊन बसंती दासी बसली होती. समोरच्या चौकातल्या कारंज्यावर आकाशातून मेघांची बरसात होत होती. दासी ती गंमत समशेरला दाखवीत होती. अचानक दोन लहान मुलं समोर आलेली पाहताच बसंती उठून उभी राहिली. तिनं ओळखलं; बाजीराव पेशव्यांचे दोन लहान चिरंजीव महालात आले होते. रघुनाथपंतांचं वय होतं पाच वर्षे. जनार्दनपंत त्यांच्यापेक्षा धाकटे होते.

पायांत पांढऱ्या सुरवारी आणि वर मलमली अंगरखे घालून दोघे आत आले. बसंतीनं त्यांना पाहताच धावत जाऊन आपल्या मालकिणीला वर्दी दिली. मस्तानी बाहेरच्या दालनात आली. त्याबरोबर ऐटीत पावलं टाकीत जनार्दनपंताला हाती धरून रघुनाथराव मस्तानीसमोर आले. त्यांना ओळखून मस्तानी म्हणाली, 'रघुनाथराव तुम्ही? आणि इकडे कसे?'

'मुद्दाम हा महाल पाहण्यासाठी आलो.' गाल फुगवून रघुनाथराव म्हणाले.

'बरोबर कोणी सेवक दिसत नाहीत!'

'सेवक असते तर त्यांनी आम्हाला इकडे येऊच दिलं नसतं. त्यांची नजर चुकवून आम्ही आलो आहोत.'

'असं?' कौतुकानं मस्तानी म्हणाली, 'पण त्यांना समजलं तर?'

'त्यांना म्हणजे कुणाला?'

'तुमच्या तीर्थरूपांना.'

'अं! म्हणतील पुन्हा असं करू नका.'

'आणि शिक्षा दिली तर?'

'दिली तर दिली! त्यात काय एवढंसं?'

मस्तानी गालात हसली आणि म्हणाली, 'का आला आहात?'

'आम्हाला समजलं होतं की इकडे एक ऐनेदार महाल आहे. आम्हाला तो पाहायचा आहे. पण आम्हाला इकडे कुणी येऊच देत नाहीत. म्हणून आज मुद्दाम सेवक नाहीत असं पाहून आम्ही इकडं आलो. आम्हाला दाखवाल हा महाल?'

मस्तानी पुन्हा हसली. 'महाल तर दाखवूच, पण हे कोण आहेत पाहिलंत?'

शेजारी समशेर उभा होता. डोळ्यांची उघडझाप करून तो या दोघांकडे आश्चर्यानं पाहत होता. रघुनाथराव म्हणाले, 'कोण आहेत हे?'

'हे तुमचे बंधू आहेत.'

'छट्! आमचे बंधू नानास्वामी आहेत. ते आमच्याहून कितीतरी मोठे आहेत.'

मस्तानी मग खळखळून हसली आणि म्हणाली, 'अहो, ते तर तुमचे बंधू आहेतच. पण त्याशिवाय हेही तुम्हाला बंधूच आहेत.'

'असं? मग आजपर्यंत आम्हाला कसं समजलं नव्हतं?'

'हा असा ऐनेदार महाल इथं आहे हे तरी तुम्हाला समजलं होतं का? तसंच तुम्हाला आणखी एक बंधू आहेत हेही समजलं नव्हतं.'

'काय नाव यांचं?' रघुनाथरावांनी ऐटीत कमरेवर हात ठेवून विचारलं.

'आम्ही नाही सांगणार.' मस्तानी गमतीनं आवाज चढवून म्हणाली, 'तुम्हीच त्यांना नाव विचारा.'

'काय हो, तुमचं नाव काय?'

'आमचं नाव समशेर बहाद्दर.'

'हा, हा! समशेर बहाद्दर, म्हणजे — तुम्ही मस्तानीचे चिरंजीव?'

'अदब राखून बोला.' चटकन् समशेरच्या तोंडातून शब्द बाहेर पडले.

तशी मस्तानी मधे पडली. 'ते राहू द्या समशेर. बंधू आले आहेत. त्यांना हा महाल पाहायचा आहे. दाखवणार ना?'

'हो दाखवू ना. पण त्यांनी अगोदर तुम्हाला आईसाहेब म्हटलं पाहिजे.'

'म्हणजे?' आपल्या छोट्याशा भुवया वर उचलण्याचा प्रयत्न करीत रघुनाथराव म्हणाले, 'म्हणजे याच मस्तानी आईसाहेब काय?'

'आता कसं म्हणालात!' समशेर गालात हसत म्हणाला, 'तुम्हाला आता आम्ही आमचा महाल दाखवतो. हो, पण तुमच्या बरोबर दुसरे आहेत ते तर बोलतच नाहीत. काय नाव म्हणाला यांचं?' जनार्दनपंत खाली मान घालून उभे होते. त्यांच्याकडे बोट करून समशेरने विचारलं.

'यांचं नाव जनार्दनपंत. हे आमचे धाकटे बंधू आहेत.'

'असं, असं! चला आम्ही महाल दाखवतो.' असं म्हणत बसंतीला घेऊन तिथे महालाच्या दालनातून फिरायला लागले.

बसंतीला न जुमानता समशेर उल्हासाने सांगत होता. 'या चारी कोपऱ्यांत चौबुरुजी चार दालनं आहेत, मधे हा पाहा महाल, त्या चौकात तर थुईथुई पाणी उडणारं कारंजंही आहे. उष्ण काळात चौकात आराम करण्यासाठी मोठा तहखानाही आहे.'

तिघांच्या पाठोपाठ बसंती दासी हिंडत होती. महाल पाहून तहखान्यातून हे वर आले तेवढ्यामध्ये मस्तानीनं मिठाईनं भरलेलं तबक दासीकडून आणून त्यांच्यासमोर ठेवलं. तबकातली मिठाई खात रघुनाथराव म्हणाले, 'वा! तुमचा हा महाल तर आमच्या हवेलीपेक्षा फार चांगला आहे.'

'आवडला तुम्हाला?' प्रेमानं मस्तानीनं चौकशी केली.

'आवडला म्हणजे काय, आम्ही आता ठरवलं की दररोज इथंच खेळायला यायचं.'

'तुम्ही ठरवलं आहे. पण सेवकांनी तुम्हाला नाही येऊ दिलं तर?'

'तर काय? आज त्यांची नजर चुकवून जसे आलो आहोत तसेच रोज येत जाऊ.'

'वा! तीर्थरूपांचे पुत्र शोभताहात खरे.'

रघुनाथराव आणि जनार्दनपंत गालिच्यावर बसून मिठाई खात होते. एवढ्यात बाजीरावांच्या हवेलीकडे जाणारा दरवाजा पुन्हा उघडला, मस्तानीच्या महालामध्ये नानासाहेब आले. समोर आपल्या दोन बंधूंना तबकातली मिठाई खात असलेले पाहून ते तिथंच उभे राहिले. त्यांच्या तोंडून शब्द बाहेर पडले, 'रघुनाथराव, तुम्ही इथं कसे? आणि तबकातून काय खाता आहात?'

हातातली मिठाई तशीच तबकात टाकून रघुनाथराव चटकन् उठून उभे राहिले. हात झटकीत ते म्हणाले, 'कुठं काय? आम्ही तर काहीच खात नाही!'

जवळ जाऊन रघुनाथरावांचे दोन्ही हात निरखून पाहत नानासाहेब म्हणाले, 'खोटं बोलता? तुम्ही असं खोटं बोललात तर या धाकट्या जनार्दनपंतांना तुम्ही मान्यपुरुष कसे व्हाल? खरं सांगा आम्हाला, तुम्ही ती मिठाई खाल्लीत ना?'

डोळे मोठे करून रघुनाथराव म्हणाले, 'छे, छे! आम्ही मिठाई अजिबात खाल्ली नाही.'

'मग तुमच्या हाताला हे काय लागलं आहे?'

'आम्ही फक्त मिठाई हातामध्ये घेऊन पाहत होतो. एवढ्यामध्ये तुम्ही आलात.'

शेजारी मस्तानी उभी होती. बंधूंचा संवाद ती ऐकत होती. मध्येच ती म्हणाली, 'पण नाना, खाल्ली मुलांनी मिठाई तर त्याचं काय एवढं?'

'एवढं काय ते उद्या याचा गवगवा हवेलीभर झाला म्हणजे समजेल.'

'पण मिठाई म्हणजे काही मांसभक्षण नाही.' मस्तानी पुन्हा म्हणाली.

'नसेल. पण इथली मिठाई खाल्ली म्हणजे लोक काय म्हणतील?'

'लोक काय म्हणायचे ते म्हणू द्या. बसंतीकडून मी यांना राऊंच्या हवेलीत पाठवून देते. राऊ काही म्हणाले तर मी त्यांची समजूत काढीन.'

बसंती मुलांना घेऊन बाजीरावांच्या महालात उघडणाऱ्या दरवाजातून निघून गेली.

समोर टांगलेल्या चंदनी झोपाळ्यावर नानासाहेब बसले. पायांनी त्यांनी हलकेच झोका घेतला. झोपाळ्याला लावलेल्या घंटा किणकिणल्या. समोरच्या चौपाईवर मस्तानी बसली. नानांचा गोंधळ उडालेला पाहून तिला गंमत वाटत होती. त्यांच्या मनावरचा ताण कमी व्हावा म्हणून हसून मस्तानी म्हणाली, 'नाना, अलीकडे तुम्ही माझ्याकडे येणं टाकलेलंच दिसतंय! माझ्यावर रागावलात?'

'छे, छे! तुमच्यावर आम्ही कशाला रागावू?'

'मग आला नाहीत बरेच दिवसांत?'

'दौलतीची कामं होती म्हणून येणं घडलं नाही.'

'मग आज बरी फुरसत झाली?'

'आज अचानक आठवण झाली म्हणून आलो.'

'वा! म्हणजे माझीही मधून मधून आठवण येते म्हणायची......'

नानांना उगाच काही वेगळा भास झाला. मस्तानीच्या नजरेला नजर भिडवीत ते म्हणाले, 'आठवण येणार नाही असं कसं होईल?'

'आज कोणतं काम काढलंत?'

'सहजच आलो होतो. लवकरच जन्माष्टमीचा उत्सव आहे. तेव्हा....'

'होय, गेल्या वर्षी मी या महालातच जन्माष्टमीचा उत्सव केला. राऊंनी मला उत्सवात नाचायची मना केली आहे. पण इथं आमच्या महालात मी गाते आणि नाचतेही.'

'पण पाहायला फक्त राऊ असतात. आम्हाला परवानगी मिळणार नाही?'

'ते तुम्ही आपल्या तीर्थरूपांना विचारलं पाहिजे.'

'पण तुमची परवानगी आहे ना?'

'मला तर आनंदच होईल.'

'मग राऊंना आम्ही विचारू.'

नाना हलकेच झोके घेत होते. त्यांची नजर त्या महालात फिरत होती. मनात काही निश्चय करून ते आले होते. पण विषयाला कसं तोंड फोडावं हे त्यांना नेमकं सुचेना. ते म्हणाले, 'आमच्या मातुःश्रींची तुम्हाला भेटायची इच्छा आहे.'

'काशीबाईसाहेबांची? वा मला आनंद आहे. दिल्लीच्या मोहिमेत असताना त्यांनी नर्मदेच्या तीरावर बांधलेलं रामेश्वराचं देऊळ मुद्दाम रात्री जाऊन मी पाहिलं होतं. तेव्हापासून काशीबाईसाहेबांची केव्हा गाठ पडते असं मला झालं आहे. पण तुमच्या पुण्यातल्या लोकांनी आम्हाला वाळीत टाकलं आहे. आता तुम्हीच बोलता आहात तेव्हा मला आनंद होतो आहे. मी जरूर काशीबाईसाहेबांची गाठ घेईन. त्यांच्या महालात जायची आम्हाला परवानगी मिळेल?'

विचार करीत नाना म्हणाले, 'ते कठीण दिसतंय.'

'मग कसं जमणार? त्या इकडे येणार नाहीत आणि त्यांच्या महालात मला जाता येणार नाही. मग त्यांची माझी भेट होणार तरी कशी?'

'तेच ठरवण्यासाठी मी मुद्दाम आता आलो आहे.'

'बोला काय आहे तुमच्या मनात?'

'या जन्माष्टमीला इथं तुमच्या महालात उत्सव होणार आहे. त्याला फार तर मातुःश्रींना हजर राहता येईल. त्या वेळी आपल्या दोघींची गाठ पडेल.'

'कबूल आहे मला. त्या जर या महालात आल्या तर मला अतिशय आनंद होईल. अगोदर सांगितलंत ते ठीक केलंत. त्यांच्यासाठी ब्राह्मण कामाठी लावून आम्ही एक दालन सज्ज करू. काशीबाईसाहेबांना आमचा सलाम सांगा. म्हणावं मनात काहीही न ठेवता मस्तानीकडे यावं. त्यांचं पथ्यपाणी ब्राह्मण सेवकांकडून सांभाळीन. त्यांचं जे सोवळंओवळं असेल त्याला थोडाही धक्का लागणार नाही याची काळजी घेईन. इतकी वर्षं मी पुण्यात आहे, काशीबाईसाहेबही आहेत. पण भेटीचा कधी योगच आला नाही. महालाची भिंत मधे आहे. त्या बाजूला काशीबाईसाहेब आहेत. आणि या बाजूला मी. इतक्या जवळ असून आम्ही इतक्या दूर आहोत.'

'ठीक आहे. आम्ही व्यवस्था करतो.'

‘पेशव्यांच्याही कानावर घाला.’ मस्तानी म्हणाली.

‘त्याची काही तितकीशी जरुरी दिसत नाही.’ नाना उठता उठता म्हणाले.

‘का?’

‘कारण आता बरेच दिवस तीर्थरूप इकडे येतील असं वाटत नाही’ नाना अगदी सहजपणे बोलून गेले.

‘का? राऊ इकडे का येणार नाहीत?’ मस्तानीनं त्यांच्याकडे रोखून पाहत विचारलं.

‘कारण मला माहीत नाही. पण सहज मनात आलं ते बोललो.’

मस्तानीचा चेहरा उतरला. तिनं नजर खाली वळवली. डोळे भरून आले.

‘नाना’ भरलेल्या आवाजात मस्तानी म्हणाली, ‘तुम्ही आज इथं आल्यापासून तुमच्या वागण्या-बोलण्याकडे माझं लक्ष आहे. तुम्ही काहीतरी माझ्यापासून लपवून ठेवता आहात, अशी शंका एकसारखी मनाला चाटून जाते आहे. आता उठता उठता तुम्ही सांगता आहात की राऊ माझ्या महालात येणार नाहीत. ही शिक्षा मला कशासाठी?’

काही न बोलता नानांनी मस्तानीचा निरोप घेतला.

पण मार्गातले अडथळे दूर होण्याचा योग होता.

मस्तानीच्या महालात निदान चार महिने तरी जाणार नाही असं आपांना भावनेच्या भरात बाजीरावांनी वचन दिलं होतं. पण चार दिवस झाल्यावर ते बेचैन झाले. त्यांच्या महालातून मस्तानीच्या महालात जाण्यासाठी जो दरवाजा होता, त्या दरवाजाजवळ तीनदा जाऊन बाजीराव परत आले. मस्तानीचा विरह सहन करणं अशक्य होतं, आणि दैव मदतीला धावून आलं.

कारकुनांनी शिरस्त्याप्रमाणं हवेलीमध्ये होणाऱ्या जन्माष्टमीच्या उत्सवाचे कागद बाजीरावांच्या समोर ठेवले. ते पाहताच बाजीरावांनी आज्ञा दिली, ‘या वेळी जन्माष्टमीच्या उत्सवात मस्तानीचा नाच आणि गाणं हवेलीत होईल.’

कारकुनानं आश्चर्यानं श्रीमंतांकडे पाहिलं, पण त्याला बोलण्याचं धाडस झालं

नाही. उत्सवाची सारी व्यवस्था करण्यासाठी कागदपत्र आवरून कारकून निघून गेले. जन्माष्टमीच्या उत्सवाच्या निमित्तानं निदान मस्तानीचं दर्शन तरी होईल अशी बाजीरावांना आशा होती.

अष्टमीच्या रात्री हवेलीतल्या खास दालनात उत्सवाची सारी तयारी झाली. एका बाजूला चिकाचे पडदे सोडले होते. पडद्यापलीकडे काशीबाई येऊन बसल्या. समोर बाजीराव बसले. शेजारी नाना बसले. प्रकृतिअस्वास्थ्यामुळे चिमाजीआपा आले नव्हते. महादोबा पुरंदरे व्यवस्था पाहत होते.

पडद्याआड बसलेल्या काशीबाई डोळ्यात प्राण आणून बसल्या होत्या. पायाचं दुखणं दिवसेंदिवस वाढतच होतं. घटका दोन घटका नीट बसून शरीर गाणं ऐकू देईल का नाही याची त्यांना शंका होती. पण मन घट्ट करून मस्तानीला पाहण्यासाठी त्या बसल्या होत्या. हरिदासांचं कीर्तन आटोपल्यावर नृत्यासाठी अंगावर भरजरी पिस्वादी झगा घालून पायातल्या नृपुरांनी छुमछुम आवाज करीत मस्तानी कृष्णमूर्तीसमोर आली. चारी बाजूंनी दीप उजळावेत त्याप्रमाणं मस्तानीचं ते अलौकिक सौंदर्य भासलं.

हलकेच पदन्यास करीत येऊन मस्तानीनं खाली वाकून बाजीराव पेशव्यांना तीनदा कुर्निसात केला. चिकाच्या पडद्याकडे तिचं लक्ष आपोआपच गेलं. दोन पावलं पुढं जाऊन खाली वाकून पडद्याच्या दिशेनं तिनं पुन्हा कुर्निसात केला, आणि मग कमरेवर हात ठेवून श्रीकृष्णाच्या मूर्तीकडे पाहत तिनं नृत्यासाठी पाऊल उचललं.

दोन घटकापर्यंत मस्तानी नाचत होती. चिकाच्या पडद्याआड बसून काशीबाई मस्तानीकडे पाहत होत्या. तिचं ते अप्रतिम लावण्य पाहून त्यांच्या मनाला समाधान वाटलं नाही. कुठंतरी दु:खाची एक कळ उठली. त्यांना गुदमरल्यासारखं झालं.

नृत्यासाठी उचललेल्या पावलात नजाकत होती. हातातून वीज सळसळत होती. नजरेत विलक्षण सामर्थ्य होतं. मोहिनी अस्त्रानं स्वत: मोहित व्हावं अशी धुंदी नजरेच्या फेकीत होती. वाद्याच्या ठेक्यावर एक क्षणभर थांबून मस्तानीनं मध्येच आदाब अर्ज केला की नेत्रांचं पारणं फिटत होतं.

मस्तानीचा नाच थांबला. पुन्हा लवून कुर्निसात करून ती कोपऱ्यात उभी राहिली. बाजीराव उठून काही न बोलता दालनातून बाहेर पडले. त्यांच्या पाठोपाठ नाना गेले. ते पाहताच मोठ्या उत्सुकतेनं धावत धावत मस्तानी चिकाच्या पडद्यापलीकडे

काशीबाईंना भेटण्यासाठी गेली. पडदा बाजूला सारीतच ती म्हणाली, 'नाच आवडला बाईसाहेबांना?'

पडद्याआड कुणी नव्हतं चुरगाळलेल्या गादीच्या रंगीत अभ्रावर वेलदोड्यांची टरफलं पडली होती. आनंदानं फुललेला मस्तानीचा चेहरा एकदम म्लान झाला. ती परत फिरली आणि विषण्ण मनानं पुन्हा कृष्णाच्या मूर्तीपुढे येऊन गुढघे टेकून बसली.

मध्यरात्र उलटून बराच वेळ झाला. केव्हातरी पहाऱ्यावर पहारेकऱ्यांनी दिलेले टोल बाजीरावांना बिछान्यावर ऐकू आले. डोळ्याला डोळा लागला नव्हता. आपांना वचन देऊन आठ दिवस झाले होते. आठ दिवस बाजीराव मस्तानीच्या महालाकडे फिरकलेही नव्हते. आज आठ दिवसांनी मस्तानीचं पुन्हा दर्शन झालं होतं. पण बोलता आलं नाही. डोळ्यांनी इशारे झाले. आणाभाका झाल्या. ज्याची भाषा त्याला समजली. पण ओठांचं समाधान झालं नाही.

बाहेर पाऊस कोसळत होता. आषाढ संपून श्रावण संपत आला होता, तरी पाऊस कमी झाला नव्हता. अंगावर शाल घेऊन बाजीराव बिछान्यातून उठले. कोपऱ्यातल्या समईच्या मंद ज्योती महालात फिकट प्रकाश फेकीत होत्या. त्या प्रकाशात दुसऱ्या बाजूला तिपाईवर ठेवलेली सुरई आणि मद्याचा पेला बाजीरावांना दिसला. डोळे मिटत नव्हते. सुरईकडे बाजीरावांनी एकवार रोखून पाहिलं. मग ते उठले. सुरईतलं मद्य पेल्यात ओतून घेऊन पेला ओठाला लावून रिकामा केला. एवढी रात्र झाली तरी महालामध्ये बाजीरावांची हालचाल होते आहे हे पाहून बाहेरचा पलंगाचा चौकीदार आत आला. मुजरा करून तो म्हणाला, 'श्रीमंतांना काही हवं असेल तर सेवकाला आज्ञा द्यावी.'

बाजीरावांनी हातानंच इशारा केला आणि चौकीदार बाहेर जाऊन पुन्हा पहाऱ्यावर उभा राहिला. उजव्या हातानं छाती चोळत महालाच्या छतावरच्या नक्षीकामाकडे टक लावून पाहत बाजीराव काही वेळ पडून राहिले. मग उठून त्यांनी महालामध्ये दोन फेऱ्या घातल्या. बाजूला भिंतीवर मोठा किनखापी पडदा सोडला होता.

पडद्याच्या आड मस्तानीकडे जाण्याचा दरवाजा होता. मस्तानीची भेट न झाल्यामुळे मनात माजलेली खळबळ आणखी तीव्र झाली होती. महालातल्या फेऱ्या थांबवून बाजीराव मखमलीच्या पडद्याजवळ गेले. पडदा बाजूला सारून त्यांनी मस्तानीच्या महालाकडे जाणारा दरवाजा उघडला.

एवढ्या रात्री दरवाजाचा कर्रर कर्रर असा आवाज झाला. डोक्यावर मंदील नाही. अंगावर फक्त एक मलमलीचा अंगरखा आणि खाली रेशीमकाठी धोतर अशा वेषात अनवाणी पायांनी बाजीराव मस्तानीच्या महालाच्या चौकात आले.

चौकात सुबराव जेठी पहाऱ्यासाठी बसला होता. दरवाजाचा आवाज ऐकून तो धडपडून उठला. चौकात खांबाला उजेडासाठी मशाली लावल्या होत्या. मशालीच्या पिवळसर उजेडामध्ये त्यानं पाहिलं. प्रत्यक्ष बाजीराव पेशवे महालात येत होते. तिथूनच त्यानं मुजरा करून धन्याला विचारलं, 'आत बाईसाहेबांकडे वर्दी देऊ का?'

बाजीरावांनी चौकशी केली, 'मस्तानी जागी आहे?'

'होय.'

'तुला काय माहीत?'

'दोन-तीन वेळा मला हुकूम झाला होता. सरकार स्वारींना घेऊन येण्याबद्दल.'

'मग?'

'पण धन्यांचा कडक हुकूम होता की मस्तानीबाईसाहेबांचा कोणताही निरोप आपल्याकडे पाठवायचा नाही. म्हणून मोठ्या नाइलाजानं स्वस्थ बसलो होतो.'

'मस्तानी कुठं आहे?'

'इथंच क्षणभर थांबावं. मी आत जाऊन वर्दी देतो.' '

'नको! आम्हीच स्वतः जाऊन मस्तानीला भेटतो.'

घुटमळत सुबराव जेठी बाजीरावांच्या मार्गात उभा होता. त्याच्या चर्येवरचे भाव ओळखून बाजीरावांनी विचारलं, 'काय प्रकार आहे?'

'मस्तानीबाईसाहेब नाच आटोपून परत आपल्या महालात आल्यापासून एकसारख्या पलंगावरच्या उशीत डोकं खुपसून डोळ्यांतून पाणी काढताहेत. म्हणून त्यांना अगोदर वर्दी देतो. म्हणजे त्या तयार होऊन बाहेर येतील.

डाव्या हातानं सुबरावला बाजूला सारून बाजीराव भरभर चालत आत गेले. शृंगारलेल्या शयनमहालामध्ये पलंगावर मस्तानी मुसमुसत होती. अंगावर अजून

नाचाचाच पोषाख होता.

बाजीरावांनी हलकेच मस्तानीच्या खांद्याला स्पर्श केला. तशी चमकून तिनं वर पाहिलं. बाजीरावांना पाहताच तिनं पटकन् उठून त्यांच्या गळ्याला मिठी मारली. छातीवर आपलं मस्तक दडवून मस्तानीनं डोळ्यातल्या अश्रूंना मोकळी वाट करून दिली. मस्तानीच्या पाठीवरून हात फिरवीत बाजीरावांनी चौकशी केली, 'मस्तानी, काय झालं?'

'काय व्हायचंय? आज आठ दिवस झाले राऊंचं दर्शन नाही. आणि आज दर्शन झालं ते असं चमत्कारिक की डोळ्यांनी फक्त पाहायचं. ओठांनी बोलायचं नाही. राऊ, मस्तानीला तिच्या या जगण्याचा आता कंटाळा आला आहे.'

'तुला आम्ही असं बोलू देणार नाही. मस्तानी, खरोखर जगण्याचा कुणाला कंटाळा आला असला तर तो या बाजीरावाला.'

डोळ्यातले अश्रू हातानं निपटीत मस्तानीनं आपले विशाल नेत्र बाजीरावांकडे रोखले. 'काय म्हणालात?'

'आता जीवनाचा उबग आम्हाला येतो आहे. मस्तानी, आम्ही साऱ्यांना जड झालो आहोत.'

'पण या मस्तानीचं तर तुम्हीच सर्वस्व आहात.'

'तेवढ्याच आशेवर जगायचं!'

'पण राऊ, बाईसाहेबांनी माझा राग करावा असं मी काय केलं आहे?' बाजीरावांना काही माहीत नव्हतं. ते म्हणाले, 'त्या कशाला तुमचा राग करतील? करायचाच तर आमचा करतील. पण मस्तानी, झालं काय?'

'माझ्या नाचाला कधी नव्हे ते बाईसाहेब आज हजर राहणार आहेत असं मला समजलं होतं. केवढ्या उमेदीनं मी नाचाला उभी राहिले. त्यांच्यासमोर अंगात जी काही कला असेल ती दाखवावी, मग त्यांना सलाम करावा आणि मनीचं काही गूज त्यांच्याजवळ बोलून दाखवावं म्हणून मोठ्या उमेदीनं ही मस्तानी कृष्णाच्या मूर्तीसमोर नाचली. पण राऊ, तुम्ही गेल्यानंतर चिकाच्या पडद्याआड मी गेले तेव्हा समजलं की बाईसाहेब माझी भेट न घेता, साधी विचारपूसही न करता निघून गेल्या आहेत. इतकी का मी सर्वांना नकोशी झाले आहे?'

मस्तानीच्या डोळ्यांतून अश्रू पाझरत होते. तिला प्रेमानं जवळ घेत बाजीराव म्हणाले, 'काही तरी वेड्यासारखी मनाची समजूत करून घेतेस झालं. अगं, त्यांची

प्रकृती अलीकडे ठीक नसते हे तुला माहीत नाही का? प्रकृतीमुळे फार वेळ बसवलं नसेल आणि म्हणून त्या उठून गेल्या असतील.'

मस्तानीच्या डोळ्यांची उघडझाप झाली. मान हलवून ती म्हणाली, 'राऊ, या गोष्टी तुम्हाला समजणार नाहीत. आम्हा बायकांची म्हणून एक वेगळी भाषा असते. त्या भाषेनंच मला सांगितलं, की मी सगळ्यांना नकोशी झाले आहे. गेली सात-आठ वर्षं मी पाहते आहे. पण प्रेमाचा एक शब्द कुठून मिळत नाही.'

'मस्तानी, आमच्याबद्दल हे काय बोलतेस?'

'तुमच्याबद्दल नाही. राऊ, तुमच्या शब्दाखातर ही मस्तानी जिवंत आहे. पण तुमच्या मातुःश्रीबाई माझा विलक्षण राग करतात. आपास्वामींनी तर मला इथून हाकलून दिलं होतं. परवा साताऱ्याला महाराजांच्या राणीसाहेबांनी भर राजवाड्यात माझा अपमान केला. मला भेटण्याची इच्छा धरून काशीबाईसाहेब नाचाला आल्या आणि अवाक्षर न बोलता मधेच निघून गेल्या. ही सारी लक्षणं राऊ, मी सर्वांना नकोशी झाले आहे याची नाहीत तर दुसरी कशाची आहेत?'

'मस्तानी, तू स्वतःचा विचार केलास, पण या राऊचा कधी केलास?'

'जिंदगीत एक क्षणसुद्धा असा जात नाही की जेव्हा राऊ तुमचा विचार मी करीत नाही.'

'मग आम्हीच आमच्या लोकांना किती नकोसे झालो आहोत हे तुला माहीत नाही?'

'ते माहीत आहे म्हणूनच खंत वाटते. राऊ, पर्वतीच्या त्या बागेमध्ये ज्या क्षणी तुमची माझ्यावर नजर पडली त्या क्षणी दैवानं काही वेगळं आपल्या कपाळावर लिहून ठेवलं नाही ना, अशी सारखी शंका माझ्या मनात येत असते. राऊ, माझ्यामुळं तुमची प्रिय माणसं तुमच्यापासून दूर जातात या कल्पनेनं मनाची जी तडफड होते ती शब्दानं सांगता येत नाही. कधी वाटतं, राऊ, या मस्तानीनं तुम्हाला काय दिलं? शरीर? मस्तानीपेक्षा हजार पटीनं सुंदर शरीरं तुमच्या एका इशाऱ्यासरशी तुमच्या पायांवर लोळत येऊन पडली असती. आज उभ्या हिंदुस्थानात नाव गाजतं आहे राऊंचं. पण माझ्यामुळं तुमची माणसं तुम्हाला सोडून जात आहेत, राऊ! मस्तानीनं आपलं दिल या वीरावर जडवलं ते त्याला दुःख व्हावं म्हणूनच का?'

मस्तानीला हुंदके आवरत नव्हते. बाजीरावांनी तिचे दोन्ही हात आपल्या हातात घेतले. डोक्यावरचे केस पाठीवर मोकळे सुटले होते. केसांतून प्रेमानं हात फिरवीत

बाजीराव म्हणाले, 'त्या होऊन गेलेल्या गोष्टींचा आता काही उपयोग आहे का मस्तानी? दोन माणसांची मनं एकत्र जुळतात ती मानवी प्रयत्नांनी नाही. कुठून तरी दैवी प्रेरणा त्यामागं काम करीत असली पाहिजे असं वाटतं. मस्तानी, या राऊचं दिल आता तुझ्या ठाई एवढं गुंतलं आहे की या आठ दिवसांचा विरहही आम्हाला आठ युगांसारखा वाटला. आम्हीच आज्ञा देऊन ठेवली होती, आणि आम्हीच खोड्यात सापडलो होतो.'

'राऊंच्याकडून आम्हाला भेटणार नाही असं वचन आपांनी घेतलं असं आमच्या कानांवर आलं ते खरं का?'

'होय मस्तानी, ते खरं आहे.' गदगदलेल्या आवाजात बाजीराव म्हणाले, 'आम्हाला काही समजेनासं झालं आहे. एकीकडे आमच्या पराक्रमाचं कौतुक करून आम्हाला डोक्यावर घेऊन नाचणारी ही माणसं मस्तानीचं नाव निघालं की एकदम एखाद्या हिंस्र श्वापदाचं दर्शन व्हावं अशाप्रमाणं का चवताळतात ते लक्षात येत नाही.'

मस्तानीला आठवण झाली. बाजीरावांच्या हातून आपले हात सोडवून घेत ती म्हणाली, "एवढा वेळ राऊ आमच्या महालात आले आहेत आणि आम्ही विसरलोच होतो.'

'काय?'

मस्तानी चटकन उठली. पलीकडच्या दालनातून तिनं मद्याची सुरई आणि पेले आणले. ते पाहताच बाजीराव म्हणाले, 'हां, हे ठीक केलंस. आता यापुढं सोबत याचीच राहणार असं दिसतंय.'

मस्तानीनं मान वर करून तिरक्या नजरेनं बाजीरावांकडे पाहिलं. ती काही बोलली नाही. दीर्घ निःश्वास टाकून बाजीराव पुढं म्हणाले, 'हे मद्याचे जळजळणारे घोट घशातून खाली गेले म्हणजे काही वेळ साऱ्या वेदनांचा साऱ्या चिंतांचा पार विसर पडतो. मस्तानी, या मद्याचा अंमल या राऊवर असतो तेवढाच वेळ या राऊला शांतपणा मिळतो. तो अंमल संपला की वखवखणारी भुतं चारी बाजूंनी आमच्याकडे बघून वेडावताहेत असं आम्हाला वाटतं. भर तो पेला मस्तानी, आणि दे तो आम्हाला.'

मस्तानीनं सुरईतलं मद्य पेल्यात ओतलं, आणि पेला बाजीरावांकडे दिला.

बाजीरावांनी प्रथम तो मस्तानीच्या ओठाला लावला आणि नंतर ते मद्य स्वतः

प्याले. दोन-तीन पेले मद्य प्याल्यानंतर हळूहळू मद्याची नशा चढू लागली.

रात्रीचा भर ओसरत होता. पहाट फुटत होती. पाऊस कोसळायचा थांबला होता.

'मस्तानी....' बाजीरावांचा स्वर आर्त झाला.

'काय राऊ?'

'जवळ ये आमच्या.' तशी मस्तानी बाजीरावांच्या मिठीत सामावली. 'मस्तानी आजवर या समर्थ हातांनी आम्ही तुझ्यावर पाखर घातली. कुणाची छाया तुझ्यावर पडू दिली नाही. आमच्या मस्तानीला सुख कसं लागेल याची चिंता केली. पण मस्तानी भविष्यात काय घडणार आहे हे थोडं फार समजण्याइतपत आम्हाला परमेश्वरानं बुद्धी दिलेली आहे.' बोलता बोलता बाजीरावांच्या स्वरात कंप दाटला. त्यांची बोटं थरथर कापत होती, हे मस्तानीला जाणवलं.

प्रेमभरानं बाजीरावांचे हात आपल्या हातांनी दाबत मस्तानी म्हणाली, 'राऊ, साऱ्या जगाला विसरून या मस्तानीच्या बरोबर इथं राहा. माझ्या संगतीत भविष्याची वेडीवाकडी स्वप्नं दिसणार नाहीत.'

आजपर्यंत तेच केलं मस्तानी. पण जग आम्हाला विसरेल असं वाटत नाही.' मग एकदम आवाज चढवून ते म्हणाले, 'मस्तानी, लाख लाख घोडेस्वारांना आज्ञा देणारा हा बाजीराव समशेरचं बोट धरून हवेलीच्या चौकातून जाऊ शकत नाही, यापरती आणखी लज्जास्पद गोष्ट ती कोणती? मस्तानी, हल्ली हवेलीत गोष्टी चालल्या आहेत त्या आमच्या रघुनाथपंतांच्या मुंजीच्या आणि सदाशिवपंतांच्या लग्नाच्या. पण मस्तानी, एक जण चौकशी करीत नाही की राऊंचे दुसरेही पुत्र आहेत. त्यांचंही वय झालं आहे. त्यांच्या मुंजीचं काय? कदाचित आम्हीच हा विषय काढू म्हणून मस्तानी हल्ली आमच्या मातुःश्री आमची भेटही टाळतात. प्रकृतीचं कारण दाखवून आपाही आमच्याशी बोलत नाहीत. चिरंजीव मात्र फिरकतात. मस्तानी, या बाजीरावाला त्यांनी दुसरी कोणतीही शिक्षा केली असती तर आम्ही मान्य केली असती. पण समशेर आमच्या काळजाचा तुकडा आहे. तो एखाद्या कुणबिणीच्या पोरासारखा या महालात वावरतो आहे. चोरून लपून दिवस काढतो आहे. हा या पेशव्यांचा दरारा! हे या पेशव्यांचं वैभव! मस्तानी, कशाला या करंट्या बाजीरावाच्या गळ्याला बिलगलीस? तुला दुसरा कोणी दिसला नाही? मस्तानी, एखाद्या शिलेदाराजवळ राहिली असतीस तर उजळ माथ्यानं

राहता तरी आलं असतं.' बाजीराव भरभर बोलत होते. रात्रीच्या शांत वातावरणात त्यांचा आवाज घुमत होता.

मस्तानीनं एकदम त्यांच्या ओठांवर हात ठेवला. 'असं बोलू नका राऊ. मस्तानीवर प्रीती केली म्हणता तर एका बेताला मान्यता द्या.'

'कोणता बेत?'

'या मस्तानीला एखादं जहर आणून द्या म्हणजे साऱ्या कटकटीतून राऊ मुक्त होतील.'

'जहर!' बाजीरावांचा आवाज पुन्हा वर गेला. 'मस्तानी, जहरसुद्धा सौम्य वाटेल अशा एकेक नजरा आमच्यावर रोखलेल्या असतात. जहर तर आम्ही रोजच पितो आहोत, आणि तरीही त्याच्या दुर्दैवानं आम्ही जिवंत आहोत. मस्तानी, दैवानं असा विलक्षण खेळ तुझ्याशी आणि माझ्याशी का खेळावा ते समजत नाही. पेशवे झालो म्हणून का आम्ही माणूस नाही? आम्हाला का भावना नाहीत? आपल्यावर आमचं प्रेम का नाही? पण जो तो आपल्याच धुंदीत, कैफात बरळावं तशी माणसं बोलतात की यवनीच्या नादानं ब्राह्मण पेशवे बिघडले, यवनीला त्यांच्यापासून दूर केल्याशिवाय पेशव्यांचं वर्तन सुधारणार नाही. मस्तानी, या जगात माणसाचं मोल या अशाच बाह्य गोष्टींवर होत असतं. पेशवे म्हणून आम्हाला डोक्यावर घेत असताना बाजीराव म्हणून आम्हाला तुडवायलाही हे लोक कमी करीत नाहीत. आम्ही पेशवे नसतो तर बाजीराव म्हणून निदान त्यांच्याशी मुकाबला तरी केला असता, पण हाता-पायांत जड साखळदंड अडकवून वरून बुक्क्यांचा मार बसावा त्याप्रमाणं आमचं झालं आहे. मस्तानी, हृदय उघडं होतं ते फक्त तुझ्यापाशी आणि म्हणूनच तुझ्याशी आम्ही बोलतो. दुर्दैवाच्या एका विचित्र फेऱ्यात आम्ही सापडलो आहोत.'

बाहेर दिशा उजळत होत्या. पहाऱ्यावर स्वारांची होणारी हालचाल ऐकू येत होती.

'राऊ, दिवस उगवतो आहे. आपांच्यामुळं आमच्या महालात न येण्याची तुम्ही प्रतिज्ञा केली होती, ती मोडून तुम्ही इथं आलात. आता परत जा आणि पुन्हा कधीही इकडे येऊ नका.'

मस्तानीच्या कपाळावर आपले ओठ टेकीत प्रेमभरानं बाजीराव म्हणाले, 'अशक्य आहे ते मस्तानी आता. आम्ही कुणाला कितीही वचनं दिली तरी मस्तानी

तुझा विरह आम्हाला क्षणभरही सहन होणार नाही. आपांना काय वाटायचं ते वाटू देत. पण मस्तानी, यापुढं आम्ही आमच्या हवेलीतही राहणार नाही. आमचा मुक्काम कायमचा या मस्तानीच्या महालातच राहील. यामुळं आकाश कोसळणार असलं तर कोसळू दे.'

दोन दिवस बाजीराव मस्तानीच्या महालातच होते. ते हवेलीत आले नाहीत किंवा फडावरचं कामही त्यांनी पाहिलं नाही. तिसऱ्या दिवशी बाजीराव दोन-तीन घटका फडावर बसून पुन्हा मस्तानीच्या महालात गेले.

आठ दिवसांमध्ये ही बातमी पुन्हा वाऱ्यासारखी सर्वत्र पसरली. आपांना दुःख झालं. त्यांच्या समोर बंधूंनी निदान चार महिने तरी मस्तानीचं नाव टाकलं असं वचन दिलं होतं. पण वचनाला ते जागले नाहीत याचं आपांना दुःख झालं. पेशव्यांनी हवेलीमध्ये कलावंतीण आणली हे मुळातच राधाबाईंना आवडलं नव्हतं. आता तर त्यांचे चिरंजीव तिच्या पुरतेच कह्यात गेले होते, आणि कलावंतिणीच्या नादानं राजरोस मद्यपान चालू होतं. त्या खचून गेल्या. काशीबाईंनी अंथरूण धरलं. एकटे नाना आणि महादोबा पुरंदरे दौलतीची कामं पाहत होते.

एके दिवशी राधाबाईंच्या दोन्ही मुली भिऊबाई बारामतकर आणि अनूबाई घोरपडे इचलकरंजीकर शनवारच्या हवेलीत आल्या. दोन दिवस मायलेकींचं हितगुज झालं, आणि मग राधाबाईंनी आपांना, नानांना आणि महादोबा पुरंदऱ्यांना बोलावून घेतलं. एकांतामध्ये राधाबाई आपल्या मुलांशी बोलत होत्या. भिऊबाई तावातावानं बोलत होती. ती म्हणाली, 'मागे त्या भिकाजी शिंद्यांना राऊंनी आमच्याकडे पाठवलं तेव्हाच मला वाटत होतं की राऊ केव्हातरी स्वतःच असं मुलखावेगळं वर्तन करणार आणि घराण्याला काळोखी फासणार.'

आपा आणि नाना खाली माना घालून बैठकीवर बसले होते. खोकल्याची उबळ दाबून आपा डोळे मिटून स्वस्थ बसले होते. भिऊबाईचं बोलणं अनूबाईला आवडलं नाही. ती रागानं म्हणाली, 'भिऊबाई, जे आता साऱ्या जगाला माहीत आहे ते पुन्हा पुन्हा उगाळणं याला काय शहाणपणा म्हणतात?'

'मग तुमचं शहाणपण कोणतं आहे ते तरी सांगा!' पुन्हा उसळून भिऊबाई म्हणाली, 'राऊ, तुमचे आवडते बंधू. तेव्हा त्यांनी केलेले चाळे तुम्हाला गोडच वाटणार.'

बहिणी अशा हमरीतुमरीवर आलेल्या पाहून राधाबाई मधेच म्हणाल्या, 'एकमेकींच्या अशा उखाळ्यापाखाळ्या काढू नका बायांनो. समोर आलेल्या संकटाला तोंड कसं द्यायचं याचा विचार करा. आपा, अनू आणि भिऊ आल्या आहेत. त्यांच्या सासरची माणसं राऊंच्या वागण्याबद्दल तक्रार करताहेत. आबाजी नाईक आमचे ज्येष्ठ जावई. पण ते आमच्या हवेलीत यायचंही टाळताहेत. दोनदा भोजनाचं आग्रहाचं आमंत्रण पाठवलं तर त्यांनी जोपर्यंत हवेलीतला भ्रष्टाचार बंद होत नाही तोपर्यंत आम्ही हवेलीत पाऊल टाकणार नाही, असा निरोप पाठवला. आमचे धाकटे जावई इचलकरंजीकर एवढे हमरीतुमरीवर येत नाहीत हे खरं. पण आहे हे असंच चाललं तर उद्या त्यांच्याकडूनही असाच अपमान होईल. हवेलीतले तुम्ही कारभारी, तुम्ही मार्ग काढला पाहिजे.'

आपांना खोकल्याची उबळ आली तशी बसलेल्या जागेवरून अनूबाई एकदम उठली. बंधूंच्या जवळ जात ती कोमल स्वरात म्हणाली, 'आपा, पथ्यपाणी नीट चालू आहे असं दिसत नाही.'

दीर्घ नि:श्वास टाकून आपा म्हणाले, 'नशिबावर हवाला टाकूनच आता आमचं पथ्यपाणी चालू आहे.'

स्वत:शीच हसत अनूबाई म्हणाली, 'छट्! असं निराश व्हायचं कारण काय? आमचे बंधू असे निराश झाले असते तर ही वसई आणखी शंभर वर्षं तरी फत्ते झाली नसती. खरं ना मातु:श्रीबाई?'

'अनू, वेळ प्रसंग कोणता, आणि तुला चेष्टा सुचते?'

'चेष्टा नाही, मातु:श्रीबाई, पण बाब किती क्षुल्लक पण तेवढ्यासाठी केवढं रण माजलं हे पाहून मला खरोखरच गंमत वाटते.'

'क्षुल्लक म्हणता ही गोष्ट तुम्ही, आत्याबाई?' एवढा वेळ गप्प बसलेले नाना मध्येच म्हणाले.

'क्षुल्लकच नाही तर काय? जगात का कुणी यवनी ठेवल्या नाहीत? कुठे भ्रष्टाचार चालला नाही?'

'बाहेर काय घडतं याचा फैसला पेशवे म्हणून आम्ही करतो.' आपा छातीवर हात

ठेवीत म्हणाले, 'पण आमच्या हवेलीत आमचं वर्तन शुद्ध हवं. परवा सातार्‍याचा प्रकार समजला ना अनूबाई तुला?'

'होय, सारं माझ्या कानावर आहे. सातार्‍यात काय काय प्रकार चालतात आणि कोल्हापुरात काय काय प्रकार चालतात हे सारं माझ्या कानावर आहे. आमच्या बंधूंच्या वर्तनाचा फैसला करण्याचा कुणाला हक्क आहे असं मात्र मला वाटत नाही.'

'अनूबाई! तुम्हाला सारे प्रकार नीट माहीत नाहीत म्हणून तुम्ही असं बोलता.' आपा नीट बसत म्हणाले, 'पण सार्‍या गोष्टी इतक्या विकोपाला गेल्या आहेत की यातून परमेश्वर सुटका कशी करणार हे त्यालाच माहीत.'

पुन्हा अनूबाई हसली, आणि म्हणाली, 'परमेश्वराला कशाला माहीत, मला माहीत आहे.'

'तुला काय माहीत आहे? काही सुचत असेल तर आम्हाला सांगा तरी.'

'मी स्वत: राऊंशी याबाबत बोलते. हवेलीत आल्यापासून मी बारकाईनं चौकशी केली. पण मातु:श्रीबाई काय किंवा आमचे बंधू आपा काय कुणी मन मोकळे करून राऊंशी याबद्दल बोललं नाही. तुम्ही जो जो त्यांच्या दोषाकडे बोट दाखवता तो तो तेही चिडल्यासारखं करतात. राऊंना आम्ही लहानपणापासून ओळखतो. त्यांचा स्वभाव मोकळा आहे. दिलदार आहे. पण आम्ही सार्‍यांनी त्यांना कोंडीत पकडलं आहे. मी त्यांच्याशी बोलते आणि काही मार्ग काढता आला तर प्रयत्न करते.'

'जगाचं ऐकणार नाहीत ते बंधू तुमचं किती ऐकतील ते दिसतंच आहे.' भिऊबाईंनी वर्मी टोला मारायची संधी सोडली नाही.

आपा शांतपणे बहिणीकडे पाहत होते. मातु:श्रींना ते म्हणाले, 'अनूबाई, एवढा प्रयत्न करावा असं म्हणतात तर त्यांना करू द्यावा.'

'ती पुष्कळ प्रयत्न करेल. पण तिची आणि राऊंची भेट व्हायला पाहिजे ना?'

'का?' अनूबाई म्हणाल्या, 'मी त्यांच्या महालात जाऊनच त्यांची भेट घेईन.'

'तुम्ही घ्याल भेट अनूबाई, पण राऊ असतात त्या यवनीच्या महालात. मस्तानीच्या महालात तुम्ही जाणार?'

नाना पुन्हा मध्येच म्हणाले, 'आत्याबाईंची आणि राऊंची गाठ घालून द्यायचं काम आम्ही करतो. पुढं जे होणार असेल ते दैवगतीनं होईल.'

एवढ्यामध्ये राधाबाईंना आठवण झाली. आपांना त्या म्हणाल्या, 'रघुनाथरावांच्या मुंजीचा बेत आम्ही कुलोपाध्यायांना सांगितला. सदाशिवपंतांच्या लग्नाची कल्पनाही त्यांना दिली. तुळशीची लग्न झाली की मुहूर्त काढा म्हणून सांगितलं. पण कुलोपाध्यायांनी साफ कानांवर हात ठेवले. कोणतंही धर्मकृत्य करण्यासाठी पुण्यातला कोणताही ब्राह्मण आमच्या हवेलीत यायला तयार नाही, असं ते म्हणतात. वेगळ्या शब्दात सांगायचं तर पेशव्यांना त्यांनी वाळीत टाकलं आहे!'

'आम्हाला वाळीत टाकणारे हे शहाणे ब्राह्मण स्वतःला कोण समजतात?' आपा एकदम संतापाच्या तिरीमिरीत बोलले, 'दुसऱ्यांची अशी कितीतरी बहिष्काराची प्रकरणं पेशव्यांनी फैसला करून मिटवली आहेत. आणि आता खुद्द त्यांच्यावरच बहिष्कार?'

'आपा, या ठिकाणी एकदम रागावून उपयोग नाही. आडदांडपणा करूनही उपयोग नाही. युक्तीनंच मार्ग काढला पाहिजे. रघुनाथरावांसाठी ओंकारांची मुलगी करून घ्या असं राऊंनी आम्हाला निरोप पाठवला होता. त्याप्रमाणं आम्ही ओंकारांना कळवलं. त्यांचा जबाब आजच आला.'

'मग काय म्हणतात ओंकार? रघुनाथरावांना ते मुलगी द्यावयाला तयार आहेत ना?'

'ते म्हणतात, बापानं एक यवनी ठेवली, आता त्यांचे हे दिवटे चिरंजीव चार रखेल्या घरात आणून ठेवतील. त्यापेक्षा आमची मुलगी आम्ही विहिरीत ढकलून देऊ. आम्हाला ती एवढी जड झाली नाही.' चटकन् राधाबाईंनी पदरानं डोळे टिपले. आजवर आयुष्यात असला उपमर्द सहन करण्याची पाळी त्यांच्यावर आली नव्हती. या साऱ्याला राऊंचं वर्तन कारणीभूत होतं अशीही त्यांची पक्की खात्री झाली होती. गदगदल्या स्वरात त्या म्हणाल्या, 'आपा, ह्या म्हातारपणी हेच ऐकायचं का आमच्या नशिबी होतं! एवढं फुटकं नशीब घेऊन जर आम्ही जन्माला आलो होतो तर इकडची स्वारी गेली तेव्हाच काळानं आम्हाला का ओढून नेलं नाही! निदान स्वामींबरोबर सहगमन केलं असतं तर स्वर्गातली दारं तरी आमच्यासाठी खुली राहिली असती. पण संसाराच्या मोहपाशात अडकून आम्ही मागं राहिलो. आणि चिरंजीवांनी आमचे पांग हे असे फेडले. आता लोकांनी आमच्या तोंडावर थुंकण्याचंच बाकी राहिलंय.'

सर्वांनाच अवघडल्यासारखं झालं. बोलावं असं कुणाला वाटेना. ओंकारांना एवढा उद्धट निरोप पाठविण्याची एरवी हिंमत झाली नसती. पण आता सारं पुणं त्यांच्या पाठीमागं आहे या भरवशावर त्यांनी पेशव्यांच्या मातु:श्रींचा उघड उघड उपमर्द केला होता. ते शब्द आपांच्या आणि नानांच्या जिव्हारी लागले. तडफड करीत ते स्वस्थ बसले.

बऱ्याच वेळानं मातु:श्रींचा निरोप घेऊन आपा आणि नाना तिथून बाहेर पडले. आपांनी इशारा करून नानांना आपल्या महालात बोलावून घेतलं. काका आणि पुतण्या बराच वेळ बोलत होते.

जन्माष्टमीच्या प्रसंगानंतर काशीबाईंनी अंथरूण धरलं. पायाचं दुखणं थोडंफार बरं झालं होतं. पण आता खाल्लेलं अन्न पचत नव्हतं. तोंडाला रुची नव्हती. अशा अनेक तक्रारी सुरू झाल्या होत्या. काशीबाईंच्या आजाराची वार्ता सगळीकडे पसरली. निजामअलीनं त्यांच्या पदरचा भरमणा या नावाचा खास वैद्य पुण्याला पेशव्यांकडे पाठवून दिला. वैद्यानं काही दिवस औषध दिलं. गुण तात्पुरता आला. पण दुखणं हटलं नाही.

बोलत नसले तरी बाजीरावांचं सगळीकडे लक्ष होतं. संध्याकाळी ते काशीबाईंच्या महालामध्ये त्यांच्या प्रकृतीची विचारपूस करण्यासाठी गेले. बाजीरावांना पाहताच काशीबाई बिछान्यावरून उठून बसल्या. चेहरा फिकट झाला होता. डोळे निस्तेज दिसत होते. बरेच दिवसांनी पतिपत्नींची भेट होत होती. पत्नीची ती अशक्त प्रकृती पाहून बाजीरावांना वाईट वाटलं. बिछान्यापाशी पत्नीजवळ बसून ते म्हणाले, 'निजामअलींनी वैद्य पाठवला होता त्याच्या औषधाचा काही गुण आला का?'

'इकडून प्रत्यक्षच पाहणं होतं आहे. गुण आला का नाही ते इकडून सांगावं.'

काशीबाईंच्या बोलण्यात अढी होती. तिकडे दुर्लक्ष करून बाजीराव म्हणाले, 'माणसानं हट्ट करू नये. दिलेली औषधं घ्यावीत. त्यानं प्रकृतीला उतार पडेल.' बाजीरावांनी काशीबाईंचा आजारामुळं अशक्त झालेला हात आपल्या हातात घेतला.

त्या हातावरून ममतेनं आपला हात फिरवीत ते पुढं म्हणाले, 'तुमच्या या आजारपणात औषधपाण्याची व्यवस्था करण्यापलीकडे आम्हाला काही करता येत नाही याचं वाईट वाटतं.'

काशीबाई काही बोलल्या नाहीत. त्या बिछान्यावर मान खाली करून स्वस्थ बसल्या होत्या. बाजीराव प्रकृतीची चौकशी करीत होते. काशीबाई 'हो–नाही' अशी तुटक उत्तरं देत होत्या. पलीकडे वैद्यानं आणलेली औषधं, चूर्ण, रसायनं तिपाईवर ठेवली होती. तिकडे बोट करून बाजीरावांनी विचारलं, 'भरमणा वैद्यांनी दिलेलं रसायन त्या वाटेत दिसतंय तेच ना?'

मानेनं काशीबाई हो म्हणाल्या. बाजीरावांनी औषधाची वाटी घेतली. काशीबाईंजवळ ती नेत ते म्हणाले, 'औषध आम्ही आपल्या हातानं देतो. आमच्या हाताचा काही गुण आहे का ते तरी पाहू!'

औषधाची वाटी बाजीरावांनी काशीबाईंच्या तोंडाजवळ नेली तशी काशीबाईंनी मान फिरवली. त्यांच्या ओठांतून 'नको, नको' असे उद्‌गार बाहेर पडले.

'का, आमच्या हातून औषध घेणार नाही?'

काशीबाईंच्या नेत्राची उघडझाप झाली. ओठ थरथरले. हलकेच ओठांतून शब्द बाहेर पडले, 'तसं नाही. पण नको.'

'औषध घेतलं नाही तर प्रकृती सुधारणार कशी?'

'औषध घेत्येच आहे.' काशीबाई पुटपुटल्या.

'मग आता आमच्यासमक्ष घ्या म्हणजे आमचं समाधान होईल.'

'नको, नको!' काशीबाईंच्या स्वरात भीती उमटली.

'का नको?'

'इकडच्या हातून काही घेऊ नये अशी आम्हाला आज्ञा झाली आहे.'

'कुणाची?'

'सासूबाईंची.'

'मातु:श्रीबाईंची! का?'

काशीबाईंचे डोळे एकदम भरून आले. आवाज घोगरा झाला. त्या म्हणाल्या, 'इकडून हवेलीत अधर्म चालवला आहे. शिवाशीव पाळली जात नाही. यवनीशी संपर्क घडतो म्हणून इकडचा स्पर्श झालेलं औषध घेऊ नये अशी आम्हाला सासूबाईंची आज्ञा झाली आहे.'

बाजीरावांनी हातातली औषधाची वाटी बाजूला ठेवली. त्यांच्या कपाळावर आठ्या उमटल्या. काशीबाईंच्या डोळ्यांत असाहायपणे पाहत ते म्हणाले, 'तुमचा या असल्या गोष्टींवर विश्वास आहे?'

'विश्वासाचा काय प्रश्न? डोळ्यांनी पाहिल्यानंतरसुद्धा माणसाचा विश्वास बसू नये काय?'

'काय पाहिलंत तुम्ही डोळ्यांनी?'

'आता काही पाहायचं शिल्लक राहिलं नाही. अवघी लढाई आम्ही हरलो आहोत. ईश्वर हे डोळे कायमचे बंद का करीत नाही याचीच मनाला खंत वाटते.'

'मस्तानीबद्दल तुम्ही म्हणता आहात ना?'

'हो, तिच्याबद्दलच.'

'एवढी का ती वाईट आहे?'

'इकडे चांगली वाटली म्हणजे सर्वांनीच तिला चांगली म्हणावी हा हट्ट शोभतो का?'

बोलता बोलता काशीबाईंचा स्वर एकदम तीव्र झाला. आजपर्यंत पतीच्या समोर कधीही आवाज चढवून त्या बोलल्या नव्हत्या. आज प्रथमच त्यांच्या आवाजामध्ये कडकपणा आला होता. बाजीरावांना तो जाणवला. काशीबाईंच्या त्या कृश मूर्तीकडे पाहून त्यांना मनातून दुःख होत होतं. ते म्हणाले, 'काशी! मातुःश्री, आमचे बंधू, आमचे पुत्र, खुद्द राजा ही सारी मंडळी आमच्याबद्दल नाही नाही ते बोलतात. त्यांच्यात आता तूही सामील झालीस?'

'इतरांचं मला माहीत नाही. पण इकडून जे काही वागणं होतं आहे ते मनाला काही बरं वाटत नाही.'

'काय वाईट वागतो आम्ही?'

'आता काय वाईट वागायचं शिल्लक राहिलं आहे? ती यवनी इथं हवेलीत आणून ठेवलीत. दिवस पाहत नाही, रात्र पाहत नाही, नेहमी इकडचा मुक्काम तिच्या महालात, तिच्या संगतीत. ब्राह्मणधर्म सुटतो. इतर काही गोष्टी होतात. त्या आम्हाला तोंडानं बोलता येत नाहीत. गेली वीस वर्षं इकडची सेवा केली. अखेरीस हेच आमच्या कपाळी होतं. असं होतं तर देवानं आम्हाला जन्मालाच कशाला घातलं?' आणि खाली पाहून काशीबाई डोळ्यांतून भराभरा आसवं गाळू लागल्या. बाजीरावांनी नजर फिरवली. ते म्हणाले, 'तुमची प्रकृती बरी नाही.

असा मनाचा संताप करून घेऊ नये. संताप केलात तर बऱ्या कशा व्हाल?'

'बरं होऊन तरी काय उपयोग आहे आमचा? जेव्हा आम्ही बऱ्या होतो तेव्हाच ना इकडे ती संगत लागली?'

'काशी, मनातलं विचारू?'

'आमच्या परवानगीचं इकडं मोठं पथ्य आहे असं नाही, विचारावं.'

'तू कितीही घालून पाडून बोललीस तरी तुझा राग आम्हाला समजू शकतो पण काशी, तुला म्हणून सांगतो. आमचा जीव मस्तानीमधे अडकला आहे. हे सारं कसं घडलं, का घडलं, हे आमचं आम्हालाही कळलं नाही. पण काशी, तू एक स्त्री आहेस. मस्तानीही एक स्त्री आहे. यवनी असली तरीही एक स्त्रीच आहे. एका स्त्रीचं मन दुसऱ्या स्त्रीला समजू नये याचं मोठं आश्चर्य वाटतं.'

'वीस वर्षं एकत्र संसार केलेल्या स्त्रीचं मन इकडे समजत नाही हे आश्चर्य नाही का?' आणि भावना अनावर होऊन काशीबाईंच्या तोंडून भराभर शब्द बाहेर पडले. 'काय माझ्यामधे कमी होतं, म्हणून इकडून ही सवत माझ्या उरावर आणून बसवलीत! सोन्यासारखे तीन पुत्र मी इकडे दिले. हवेलीमध्ये कधी मान वर करून पाहिलं नाही. सासूबाई सांगतील त्याप्रमाणं पायांकडं पाहून वागले. इकडची अवज्ञा कधी केली नाही. भाऊजींना धाकट्या भावाप्रमाणं माया लावली. या साऱ्याचं हेच का फळ मला मिळायचं होतं? तिकडे माहेरी....' आणि माहेरची आठवण येताच काशीबाईंच्या तोंडून हुंदका बाहेर पडला. डोळ्यांतली आसवं पदरानं टिपत रडवेल्या स्वरात त्या म्हणाल्या, 'माहेरची माणसं काय म्हणत असतील याची नुसती आठवण झाली की मनाचा थरकाप होतो. मातु:श्रींचे तीनदा निरोप आले, की भेटायला येत्ये. तीनदा मी माणूस पाठवून कळवलं की येऊ नकोस. मातु:श्रींना हे काळं तोंड दाखवायची लाज आली आहे. माहेरी केवढ्या वैभवानं मी मिरवत होते. तीन वर्षांपूर्वी इकडच्या स्वारीबरोबर राजस्थानात जायचं होतं त्या वेळी माहेरी जाऊन आल्ये. त्या वेळी किती माणसं मला भेटली; किती बायाबापड्या माझ्या आशीर्वादासाठी आसुसल्या होत्या. मोठ्या मानाची माहेरवाशीण म्हणून ही काशी चासेत मिरवली. आणि आता त्याच काशीनं मातु:श्रींना तोंड कसं दाखवावं? बंधूंशी काय बोलावं? जिथं मोती वेचले, तिथं गोवऱ्या वेचण्याचा प्रसंग आला आहे. का ही शिक्षा मला दिलीत? कशासाठी? कोणतं पाप मी केलं होतं? एका शब्दानं तरी इकडून माझी चौकशी झाली? कधी माझा अपराध माझ्या

पदरात घातला, असं झालंय?'

महालाच्या त्या शांत वातावरणाला भेदून बंदुकीच्या गोळ्यांसारखे शब्द सुटत होते. कधी नव्हे ते बाजीराव काशीबाईंसमोर मान खाली घालून बसले होते. मनस्ताप थोडा कमी झाल्यानंतर काशीबाई बोलायच्या थांबल्या. हलकेच बाजीरावांनी मान वर उचलली. जड स्वरात ते म्हणाले, 'काशी! गेली वीस वर्षं तू आमचा संसार फुलवलास. कधी आमची मर्जी बिघडू दिली नाहीस. मातुःश्रीबाईंची, आमच्या बंधूंची प्रत्येक आज्ञा झेललीस. आमच्या या हवेलीमध्ये लक्ष्मीसारखी वागलीस. याबद्दल आम्हाला काय वाटतं ते बोलता येत नाही. तरीही काशी, एक लक्षात ठेव, तुझ्यापेक्षा आम्ही जग जास्त पाहिलं आहे. माणसांशी आमचे जास्त संबंध आले आहेत. खरं-खोटं, पुण्य-पाप हे शब्द किती पोकळ असतात याचा आम्हाला जास्त अनुभव आहे. मस्तानीशी आमचा संबंध आला तो एक कलावंतीण म्हणून. पण पाहता पाहता कुठं तरी मनाचे धागे जुळले आणि त्या धाग्यांनी आम्ही केव्हा बांधलो गेलो याचा पत्ता लागला नाही. काशी, तुझा विश्वास बसणार नाही. पण झुंजात अहोरात्र सावध असणारा हा बाजीराव एका यवनीच्या कटाक्षात केव्हा गुंतला गेला याचा आमचा आम्हालाच पत्ता लागला नाही. जेव्हा पत्ता लागला तेव्हा असं लक्षात आलं की, आमच्या दिलाचा पूर्ण कब्जा या मस्तानीनं घेतला आहे. शांतपणे विचार केला की आमची चूक लक्षात येते. पण अंतःकरणाची ओढ संपत नाही. मनाचा हा असा कोंडमारा सदैव चालू असतो. यातून बाहेर पडण्याचा मार्ग आम्हाला सापडत नाही. साऱ्यांनी आम्हाला नावं ठेवली, दोष दिला तरी आमची काशी आम्हाला दोषी ठरवणार नाही ही वेडी आशा आम्ही बाळगून होतो. पण आज तू आमचा भ्रमनिरास केलास. काशी, आम्हाला क्षमा करता येणार नाही का?' बोलता बोलता बाजीरावांनी काशीबाईंचे कृश हात आपल्या हातात घेतले होते, ते आपल्या कपाळावर दाबून धरले.

क्षण-दोन क्षण काशीबाई आपल्या पतीच्या चेहऱ्याकडे पाहत राहिल्या. गेली वीस वर्षं कधी या नजरेला नजर भिडवली नव्हती, आणि जेव्हा भिडवली तेव्हा मंदिरातल्या या देवासमोर देहाचा नैवेद्य अर्पण करण्यासाठी. पण आज त्या दैवताचं देवपण गळून पडलेलं दिसत होतं. समोर दिसत होता तो एक आपल्यासारखाच हाडामासांचा माणूस. काशीबाईंना ती कल्पनाही सहन झाली नाही. ज्या मूर्तीची त्यांनी मनोभावे पूजा केली होती, देव्हाऱ्यात जिची स्थापना केली होती, त्या

मूर्तीबद्दल भलत्यासलत्या कल्पना मनात शिरू देणंदेखील त्यांना आवडलं नाही. ती मूर्ती मनात तशीच राहावी, तिचं पावित्र्य कायम राहावं अशी जोराची ऊर्मी त्यांच्या मनामध्ये आली. त्यासरशी त्या म्हणाल्या, 'हे काय! या ओठांतून कधीही दीनवाणे शब्द बाहेर पडले नाहीत. या ओठांतून असले शब्द बाहेर पडलेलं ऐकायची आम्हाला सवय नाही. असं बोलू नये. काशीच्या नशिबात जे असेल ते घडेल. इकडून जे बरोबर वाटत असेल ते करावं. आम्ही बोललो, वेडेपणानं नको ते बोललो. यापुढं बोलणार नाही. इकडून जे काही होईल त्याला आम्ही साथच देऊ. वीस वर्षं साथ दिली. आताच ती साथ आम्ही कशी सोडू?'

बाजीरावांनी पत्नीच्या डोळ्यांत पाहिलं. खोल खोल कुठंतरी त्यांना पाय फसलेली हरणाची ती मादी दिसत होती.

बाजीरावांची हवेलीत गाठ पडणं दिवसेंदिवस मुष्कील झालं होतं. अनूबाईंनी दोन-तीन वेळा शागीर्द पाठवले, पण त्याचा काही उपयोग झाला नाही. फडावरून काम आटोपलं, की बाजीराव तडक मस्तानीच्या महालात येऊन तिथंच राहत असत. हवेलीचा त्यांचा संबंध जवळ जवळ तुटल्यासारखाच झाला होता. मस्तानीच्या महालात समशेरबहाद्दरच्या खोड्या पाहण्यात आणि मस्तानीबरोबर स्वप्नं रंगविण्यात बाजीरावांचा वेळ कसा जात होता हे त्यांचं त्यांनाही समजत नव्हतं.

पण अनूबाई अडचणींना जुमानणाऱ्या नव्हत्या. एके दिवशी त्यांचा मेणा मस्तानीच्या महालात येण्यासाठी नदीच्या बाजूच्या जनानी दरवाजापाशी येऊन थांबला. बरोबरच्या कारकुनानं दरवाजाच्या पहारेकऱ्याला वर्दी दिली की, पेशव्यांच्या भगिनी अनूबाई घोरपडे पेशव्यांच्या भेटीसाठी आल्या आहेत. वर्दी आत पोहोचली. आणि ताबडतोब अनूबाईंना महालात पाठवून देण्याबद्दल आतून हुकूम आला.

बरोबर एक दासी घेऊन अनूबाई मस्तानीच्या महालात गेल्या. ठिकठिकाणी पहारेकरी उभे होते. दासींची आणि कुणबिणींची धावपळ चालू होती. समोरचा

चौक ओलांडून बैठकीच्या दालनापर्यंत पहारेकरी अनूबाईंना घेऊन गेले. दालनात अनूबाई उभ्या राहिल्या. तेवढ्यात बाजीराव आतून बाहेर आले. बहिणीला पाहताच ते आश्चर्याने उद्गारले, 'ओ हो! आमच्या भगिनी इकडं कुठं?'

'काय करणार! हवेलीत तुमची गाठ पडत नाही, तेव्हा इकडं आलो.'

'पण आम्हाला कुणी बोललंच नाही.'

'कोण बोलणार? तुम्हाला निरोप पोचवण्याची शागीर्दांची हिंमत नाही. आणि अगोदर तुम्हाला वर्दी दिल्याशिवाय भेटण्याची आमची ताकद नाही.' असं म्हणून अनूबाई हसल्या.

कितीतरी दिवसांनी बाजीराव मनापासून हसले. अनूबाईंच्यावर बाजीरावांची विशेष मर्जी होती. आपल्या मनात काही असलं तर अनूबाई प्रथम बाजीरावांना सांगत असत. बहीणभावात असा मोकळेपणा असल्यानं बाजीरावांची भेट घेण्यासाठी मस्तानीच्या महालात येण्याचं अनूबाईंना काही वाटलं नाही. त्या बैठकीवर बसल्यानंतर बाजीराव म्हणाले, 'बोला. आमच्याकडे कोणतं काम काढलं आहे?'

एवढ्यात आतून समशेरबहाद्दर धावत धावत बाहेर आले. बाजीराव परक्या स्त्रीशी बोलताहेत हे पाहून तिथंच थबकून आपले मोठे डोळे अनूबाईंकडे रोखून पाहत उभे राहिले. हसून बाजीरावांनी समशेरचा हात धरला, आणि ते त्यांना म्हणाले, 'या तुमच्या आत्याबाई. यांना नमस्कार करा.'

'म्हणजे हेच का ते तुमचे चिरंजीव?'

'हेच म्हणजे?'

'मस्तानीपासून झालेले?'

'हो, हेच ते चिरंजीव. आता यांचीच आम्ही मुंज करणार आहोत.'

'मुंज?' आपलं बोट ओठांवर टेकवून आश्चर्यानं अनूबाई म्हणाल्या.

'होय, रघुनाथरावांची मुंज करायची आहे, त्याच वेळी यांचीही करावी म्हणतो. आपाच्या चिरंजीवांचं लग्न काढलं आहे. सगळी कार्यं एकदम होऊन जातील म्हणजे पुन्हा मोहिमेवर बाहेर पडायला आम्ही मोकळे.'

'हेच बोलण्यासाठी राऊ, मी इथं आल्ये.'

'समशेरच्या मुंजीबद्दल?'

'नाही. रघुनाथरावांच्या मुंजीबद्दल.'

‘तेच ते. दोघांची मुंज एकाच वेळी करायची आहे.’

‘पण ते शक्य दिसत नाही, राऊ.’

‘का?’

‘ब्राह्मणांनी पेशव्यांच्या हवेलीवर बहिष्कार टाकला आहे. श्राद्ध-पक्ष बंद पडले आहेत. नैमित्तिक पूजा करायलाही ब्राह्मण मिळेनासा झाला आहे.’

हे शब्द बाजीरावांना नवीन नव्हते. ते चटकन् म्हणाले, ‘आम्ही मस्तानीच्या महालात राहतो म्हणूनच ना?’

‘त्यामुळेच ब्राह्मण बिथरले आहेत. पण राऊ, थोडं त्यांच्या कलानं घेतलं तर जमणार नाही का?’

‘अशक्य आहे ते अनू. तुला तर आमचा स्वभाव माहीतच आहे. कुणाच्या कलानं घेणं हे आम्हाला जन्मापासून माहीत नाही. साऱ्यांनी आमच्या स्वभावाप्रमाणं चाललं पाहिजे, आमच्या तालावर नाचलं पाहिजे, हा आमचा स्वभाव! त्याला कुणी आव्हान दिलं तर त्याला आम्ही जबरदस्त टोला लगावलाच!’

अनूबाई आश्चर्यानं ऐकत होत्या. बंधूंचा स्वभाव त्यांना माहीत नव्हता असं थोडंच. पण इतक्या उघड बाजीराव या गोष्टी बोलतील अशी अनूबाईंची अटकळ नव्हती. पण बाजीराव बोलत होते आणि अनूबाई त्यांच्या चिरंजीवांकडे पाहत होत्या. विषय बदलण्यासाठी त्या म्हणाल्या, ‘आपले चिरंजीव थेट नानांसारखे दिसतात, नाही? नाना लहानपणी असेच दिसत होते, नाही?’

‘आमचं राहू द्या, अनूबाई! तुमचं कसं काय चाललं आहे? आम्ही मागे घोडा पाठवला त्याच्यावर बसलात का?’

‘हे काय विचारणं झालं राऊ? आम्ही बाहेर फेरफटक्यासाठी पडलो म्हणजे तुम्ही दिलेल्या घोड्यावरच बसतो. तुमच्या मेहुण्यांना आम्ही नेहमी सांगतो, की मोहिमेमध्ये आम्हालाही बरोबर न्या. पण ते ऐकत नाहीत.’

‘त्यांचं रास्तच आहे.’

‘वा, ते कसं?’

‘ब्राह्मणाची बाई घोड्यावर बसून स्वारीत कशी जाईल, ते काम यवनीचं.’

‘ही बोलणी कळतात बरं आम्हाला. पण राऊ, या तुमच्या वागण्यानं मातुःश्रीबाईंना किती दुःख होतं आहे, आणि साऱ्या हवेलीमध्ये कुणाच्याच तोंडावर हसू राहिलं नाही हे तुम्ही लक्षात घ्यायला हवं.’ अनूबाई बोलत होत्या. बाजीराव

ऐकत होते. त्यांचं मन अनूबाईंच्या बोलण्यात नव्हतं, पण ती त्यांची आवडती बहीण होती आणि मस्तानीच्या महालात येऊन बोलत होती, याचंच त्यांना मोठं कौतुक वाटत होतं. थोडा वेळ बहिणीचं ते बोलणं ऐकून घेतल्यानंतर ते हसून म्हणाले, 'अनूबाई, धारिष्ट करून तुम्ही इथं आलात. आम्ही कसं वागावं, कसं वागायला नको, याबद्दल बराच उपदेश केलात. पण मुख्य गोष्ट राहूनच गेली!'

'कोणती?'

'आमच्या मस्तानीला तुम्ही पाहिलं नाही.'

'मस्तानीला काय पाहायचं? कुणीतरी यवनी आहे ना?'

'आम्ही तुम्हाला तिची भेट घडवितो. तिच्याशी दोन शब्द बोला आणि मग तुम्हाला आम्हाला जो काही उपदेश करायचा असेल तो करा.'

अनूबाई सावरून बसल्या. समोर चौकातलं कारंजं थुईथुई नाचत होतं. भिंतीवर चिताऱ्यांनी वेगवेगळी चित्रं चितारली होती. सुरुदार खांबांच्या महिरपीत पक्ष्यांचे मोठे पिंजरे टांगले होते. त्या साऱ्यांवरून नजर फिरवून अनूबाई म्हणाल्या, 'ठीक आहे. बोलवा मस्तानीला. मी तिची भेट घेईन. मला हे नसते संकोच पाळायची सवय नाही.'

बाजीरावांनी टाळी वाजवली, आणि थोड्याच वेळात मस्तानी आपल्या दालनातून बैठकीवर आली.

अंजिरी रंगाचा बुट्टेदार शालू तिच्या केतकी वर्णावर शोभून दिसत होता. गळ्यात पदराखालून बाहेर येईल एवढ्या लांबीचा चंद्रहार डोकावत होता. पावलात जाड साखळ्या होत्या. मस्तानीचा तो सुडौल बांधा, कपाळावर रेखलेली ती कुंकवाची कोर, ते विलोभनीय रूप अनूबाई श्वास रोखून पाहत राहिल्या.

मस्तानीनं पुढं येऊन खाली वाकून अनूबाईंना तीनदा नमस्कार केला. नमस्कार करताना हातातल्या मोत्यांच्या बांगड्यांवर मागच्या हिरव्या काचेच्या बांगड्या किणकिणल्या. कौतुकानं अनूबाई मस्तानीकडे पाहत राहिल्या. मग त्यांच्या लक्षात आलं की, मस्तानी अजून उभीच आहे. त्या म्हणाल्या, 'बैस.'

मस्तानी बसली नाही. कोपऱ्यामध्ये उभीच राहिली. बाजीराव दोघींकडं आळीपाळीनं पाहत होते. पाहता पाहता गालात हसत होते. अनूबाईंच्या चेहऱ्यावरील बदलणारे भाव निरखीत ते म्हणाले, 'ही आमची मस्तानी यवनी आहे बरं.'

बाजीरावांच्या स्वरातला मिस्कीलपणा अनुबाईंच्या लक्षात आला. त्या लगेच म्हणाल्या, 'पुरे, पुरे! माणसानं नेहमीच हिणवावं असं नाही. हिचं रूप आणि वागण्यातली ही नम्रता पाहिलं की कुणा कुळवंताची लेक या हवेलीत पहिल्यापासून नांदते आहे असं वाटेल. हिला कोण यवनी कलावंतीण म्हणेल?'

'कुणी कशाला? हवेलीतली सारीच माणसं यवनी म्हणूनच तिचा तिरस्कार करतात.'

'राऊ, मस्तानीच्या समोर या साऱ्या गोष्टी बोलण्याची काही जरुरी नाही. मस्तानीला मी पाहिलं नव्हतं तोपर्यंत मीही तसंच समजत होत्ये. पण आता ही प्रत्यक्ष पाहिली. जन्मानं कदाचित असेल यवनी. राऊंना शोभेल अशीच ही आहे.'

'हिचाच नाद आम्ही सोडावा असं सांगण्यासाठी अनूबाई तुम्ही आलात ना?'

खाली मान घालून उभ्या असलेल्या मस्तानीनं एकदम नजर वर उचलून अनुबाईंकडं पाहिलं. तिच्या नाजूक कंठातून शब्द झंकारत बाहेर पडले, 'बाईसाहेब, या मस्तानीकडून काही गुन्हा घडला असला तर पेशव्यांची आणि माझी ताटातूट करा. जिवाची बाजी लावून तुमच्या बंधूंच्यावर मी दिल जडवलं हा माझा गुन्हा आहे का?'

अनूबाईंना ते शब्द अपेक्षित नव्हते. एका यवनी कलावंतिणीची मूर्ती मनात कल्पून अनूबाई बंधूंच्या भेटीला आल्या होत्या. एवढ्या धीटपणानं बाजीरावांवरच्या आपल्या प्रेमाचा उच्चार मस्तानी चारचौघात करील याची कल्पना अनूबाईंना नव्हती. तिचा धीटपणा पाहून अनूबाई खूष झाल्या. बंधूंच्याकडे सहेतुक पाहत त्या म्हणाल्या, 'हो. हा तुझा गुन्हाच आहे मस्तानी.'

'तो कसा?'

'यवनी कुळात जन्म घेण्याऐवजी आमच्या कुळात जन्म घ्यायचा होतास. आमच्या घरात तू सून म्हणून यायला पाहिजे होतीस.'

'या गोष्टी कुणाच्या हातच्या का असतात, बाईसाहेब?'

'हातच्या नसतात म्हणूनच मी त्याला गुन्हा म्हणत्ये?'

'बाईसाहेब, तुम्हीही याला गुन्हा म्हणता?'

'माझ्या मताला कोण विचारतंय? हवेलीतली माणसं काय बोलतात ते मी सांगत्ये.'

अनूबाई मग अधिक काही बोलल्या नाहीत. क्षणभर थांबून अनूबाईंना नमस्कार

करून मस्तानी आत निघून गेली.

बाजीरावांनी अनूबाईंना विचारलं, 'बोला, तुमचा काय सल्ला आहे? लहानपणापासून तुमच्यावर आमची मर्जी आहे. तुम्हाला दुखवायचं आमच्या जिवावर येतं. मस्तानी तुम्ही पाहिलीत. आमचे चिरंजीव पाहिलेत. मस्तानीचं बोलणंही ऐकलंत. मस्तानीला आम्ही सोडून द्यावी असं तुम्हाला वाटतं का?'

अनूबाई लगेच काही बोलल्या नाहीत. त्यांनी दीर्घ निःश्वास टाकला. थोड्या वेळानं त्या म्हणाल्या, 'पण राऊ, एवढं मात्र खरं की—' आणि अनूबाई बोलायच्या थांबल्या.

'काय खरं?'

'.....की मी स्वतः पुरुष असत्ये तर मलाही अशा स्त्रीचा मोह टाळता आला नसता!'

बंधूंचा निरोप घेण्यासाठी अनूबाई उठून उभ्या राहिल्या. एवढ्यात आतून ब्राह्मण सोवळं नेसून दुधाचे पेले घेऊन बाहेर बैठकीवर आला. अनूबाईंनी हातानंच नको अशी खूण केली. न बोलता चौकाकडे त्या वळल्या. बंधूंच्याकडे न पाहताच त्या मस्तानीच्या महालामधून बाहेर पडल्या.

गणपती आले आणि गेले. उत्सव रीतीप्रमाणं व्हायचा तसा झाला. पण कुणालाच त्यात स्वारस्य नव्हतं. ब्राह्मणांचा पेशव्यांच्या हवेलीवरचा बहिष्कार चालूच होता. शहरामध्ये जागोजागी, देवळादेवळातून ब्राह्मण जमून पेशव्यांच्या धर्मबाह्य वर्तनाबद्दल उघड उघड टीका करीत होते. त्या टीकेचे पडसाद हवेलीतही उठत असत. राधाबाई आणि चिमाजीआपा यांच्या कानांवर ते शब्द पडले की त्यांना वेदना होत होत्या. कोंडलेल्या सिंहाप्रमाणं बाजीरावांचे चिरंजीव नाना संतापानं नुसताच थयथयाट करीत होते. त्यातच औरंगाबादला निजामअलीचे फर्जंद नासरजंग यांचा मनसुबा उभा राहिला. त्या मनसुब्याची आखणी पेशव्यांच्या फडावर सुरू झाली. आपा त्यात लक्ष घालीत होते. क्वचित बाजीराव पेशवे फडावर बसले तर नासरजंगच्या मनसुब्याच्या कागदांवर नजर फिरवीत होते. पण एकंदरीत सगळीकडे

उदासवाणं वाटत होतं.

दुपारचं भोजन झाल्यानंतर विडा घेण्यासाठी बाजीराव मस्तानीच्या महालात न जाता विश्रांतीसाठी आपल्याच महालात गेले. थोडा वेळ ते तिथं बसतात न बसतात तोच कुंवरनं त्यांना वर्दी दिली, 'बाहेर चंदा जामदार आणि सुबराव जेठी आले आहेत. श्रीमंतांची ताबडतोब भेट घ्यायची म्हणताहेत.'

लोडाला टेकून बाजीराव विश्रांती घेत होते. आळसटलेल्या चेहऱ्यानं ते म्हणाले, 'पाठवून दे त्यांना.'

चंदा जामदार आणि सुबराव जेठी आत आले. आत येताच मुजरा करून ते उभे राहिले. बाजीरावांनी प्रश्नार्थक मुद्रेनं सुबराव जेठीकडे पाहिलं. उभ्या आडव्या धिप्पाड अंगाचा, मस्तानीच्या महालावरचा हा पहारेकरी या वेळी इकडे कसा आला याचा बाजीरावांना उलगडा झाला नाही. नम्र स्वरात तो बाजीरावांना म्हणाला, 'आताच चंदा जामदारांनी मला तातडीची खबर दिली. म्हणून त्यालाच घेऊन मी वेळ न दवडता इकडे आलो.'

'काय खबर आहे?' बाजीरावांनी विशेष उत्सुकता न दाखवता विचारलं.

सुबरावानं चंदा जामदाराला खूण केली. तो म्हणाला, 'माझ्या कानावर आज सकाळीच जी हकिगत पडली ती ताबडतोब श्रीमंतांच्या कानावर घालावी म्हणून मी या सुबराव जेठींची लगेच गाठ घेतली.'

'अरे पण प्रकार तरी काय आहे?'

'मस्तानीबाईसाहेबांच्या महालावर आज रात्री छापा पडणार आहे!'

'छापा?' आळसानं लोडाला टेकून बसलेले बाजीराव एकदम नीट बसत म्हणाले, 'कोण छापा घालणार आहे?'

'ते काही मला नीट समजलं नाही. पण पहाऱ्यावरची माणसं कुजबूज करताना मी ऐकलं, ते एवढंच की मस्तानीबाईसाहेबांच्या महालाच्या जनानी दरवाजावर जो पहारा आहे तो पहारा कापून काढण्याचा कट शिजतो आहे. कदाचित आजच छापा पडेल.'

'अस्सं!' बाजीराव विचार करीत म्हणाले, 'कुठं ऐकलीस ही खबर?'

'खासगीच्या चौकात पहारेकरी कुजबुजत होते. काही कामासाठी मी जवळच गेलो होतो. तिथं मला ही कुजबुज ऐकू आली. माझा संशय येताच पहारेकरी बोलायचे थांबले. पण जे मी ऐकलं तेवढ्यावरून माझी खात्री झाली, की

बाईसाहेबांच्या महालावर छापा घालण्याचा कट कुठं तरी शिजतो आहे. म्हणून इशारा देण्यासाठी आम्ही इथं आलो.'

'ठीक आहे. पाहू काय करायचं ते.'

असं म्हणून बाजीरावांनी चंदा जामदाराला आणि सुबराव जेठीला निरोप दिला.

दुपारची विश्रांती आटोपून बाजीराव मस्तानीच्या महालात गेले. संध्याकाळचं जेवण नेहमीप्रमाणं मस्तानीच्या महालातच झालं. चौकामध्ये पहाऱ्यासाठी कमरेला तलवार लावून सुबराव उभा होता. जनानी दरवाजावर बाजीरावांचे खास पहारेकरी पहारा देत होते. चौकात घटकाभर उभं राहून बाजीरावांनी दरवाजातल्या पहाऱ्यावर स्वत: देखरेख केली. मग विश्रांती घेण्यासाठी ते आपल्या शयनमहालात गेले.

शयनमहालामध्ये विडच्यांचं तबक घेऊन मस्तानी उभी होती. नेहमीच्या सुहास्य मुद्रेनं तिनं बाजीरावांना तांबूल दिला. समशेरच्या काही लाडिक तक्रारी तिनं बाजीरावांना सांगितल्या. ओठांतून चांदण्यासारखी शब्दांची बरसात होत असताना मस्तानीचे डोळे मिटले आणि बाजीरावांच्या बाहुपाशात तिची स्वप्नं रंगू लागली.

दुपारी चंदा जामदारानं दिलेली खबर बाजीरावांच्या डोक्यामध्ये घोळत होती. सुखासमाधानानं चार घटका विश्रांतीसाठी हौसेनं उभारलेली ही वास्तू अशी वैरिणीसारखी उलटेल अशी त्यांची कल्पना नव्हती. मस्तानीच्या महालावरचा पहारा मारून काढून आपल्याला शह द्यायची हिंमत कुणी धरावी याचं त्यांना दु:ख होत होतं. येऊ घातलेल्या संकटाची मस्तानीला थोडीही कल्पना नव्हती. बाजीरावांच्या मिठीमध्ये मस्तानीचं सुकुमार फूल विसावलं होतं. गाढ झोपेत ती गालात हसत होती.

मध्यरात्र झाली. पहाऱ्यावर टोल वाजले तशी बाजीरावांनी हलकेच मस्तानीची मिठी सोडवली. अस्वस्थपणे ते शयनगारामध्ये फेऱ्या मारू लागले. घटका-दीड घटका वेळ असाच गेला. मग एकाएकी दूर कुठे तरी आवाज झाल्याचं बाजीरावांच्या सराईत कानांनी हेरलं. शयनगारातून पाऊल न वाजवता ते बाहेर आले.

बाहेरच्या दालनात उजेडासाठी दीप लावले होते. त्यांचा पिवळसर प्रकाश चौकातही पडला होता. मशालीच्या उजेडामध्ये सुबराव डोळे ताणून बाहेर दरवाजाच्या दिशेनं पाहत होता. बाजीराव दालनातल्या महिरपीखाली येऊन उभे राहिले.

बाहेर पहाऱ्यावर गडबड वाढली. झटापटीचा आवाज झाला. तलवारीवर तलवार आपटली. त्याबरोबर म्यानातली तलवार सटकन् उपसून सुबराव चौकातून बाहेरच्या दरवाजाच्या दिशेनं धावत निघाला. हे पाहताच चौकात उतरून बाजीरावांनी ओरडून इशारा दिला,

'सुबराव, पुढं जायचं कारण नाही. इथंच थांब.'

आश्चर्यानं मागं वळून हातातली तलवार वर करून सुबराव ओरडला, 'श्रीमंत दगा आहे. या वेळी इथं उभं राहू नये. आत निघून जावं. निमकहरामांना मी धडा शिकवतो. या सुबरावाचा देह पडल्याशिवाय महालात कुणाचं पाऊल पडणार नाही याची खात्री असू द्यावी.'

पण आवाज चढवून बाजीरावांनी पुन्हा दरडावलं, 'तलवार म्यान कर, सुबराव! या हवेलीत आम्ही इथं मौजूद असताना इतरांना तलवार गाजवायची जरूर नाही.'

मोठ्या नाखुषीनं सुबरावानं तलवार म्यान केली. बहेर पहाऱ्यावरची झटापट एवढ्यात थांबली होती. शांतपणे चौकाच्या पायरीवर बाजीराव उतरले. हातात शस्त्र नव्हतं. छातीवर नुसते हात बांधले होते. एकेक पाऊल दमदारपणे पडत होतं. चौक ओलांडून ते बाहेरच्या पहाऱ्यावर आले, आणि एकदम त्यांच्या लक्षात सारा प्रकार आला. त्यांच्या पहारेकऱ्यांपैकी एकजण रक्ताच्या थारोळ्यात पडला होता. आणि बाकीच्यांच्या मुसक्या बांधून त्यांना तिथंच खांबाला बांधलं होतं. अगदी वेगळेच पहारेकरी दरवाजाचा कब्जा घेऊन उभे होते. त्यांच्या हातातल्या नागव्या तलवारींवरून अजून रक्ताचे थेंब ठिबकत होते. बाजीराव देवडीजवळ आले. कठोर आवाजात त्यांची चौकशी केली,

'काय प्रकार आहे?'

तो आवाज ऐकताच छापा घालणाऱ्यांपैकी दोघेजण तलवार सरसावून पुढे आले. फरफरत्या मशालीच्या उजेडात त्यांनी जवळ येऊन पाहिलं. समोर बाजीराव पेशवे उभे होते.

'सरकार, तुम्ही?'

प्रथम छातीवर बांधलेले हात खाली आले. त्वेषानं त्या हातानं मारेकऱ्याच्या तोंडावर तमाचा कडकला. मग शांत आवाजात शब्द आले,

'होय, मीच बाजीराव पेशवा, हिंमत असेल तर तलवार माझ्यावर चालवा. भ्याडासारखे गरीब पहारेकऱ्यांच्या रक्तात समशेरी काय भिजवता?'

पेशव्यांच्या तोंडचे शब्द ऐकताच मारेकरी दोन पावलं मागं हटले. खाली वाकून पेशव्यांना त्यांनी मुजरा केला. समोरचा मारेकरी तलवार टाकून गाल चोळीत उभा राहिला. मारेकऱ्यांचं अवसान गळालं.

'काय गडबड आहे?' पेशव्यांनी पुन्हा चौकशी केली.

'पहारा मारून काढायचा आम्हाला हुकूम झाला आहे.'

'कुणी हुकूम दिला?'

'आमच्या जमादारानं.'

'कोण जमादार आहे?'

'त्यांचं नाव सांगायचा आम्हाला हुकूम नाही.'

तेवढ्यात बाहेर काळोखात एक उंच शीळ घुमली. त्याबरोबर मारेकऱ्यांनी आपल्या तलवारी म्यान केल्या आणि एकदम दरवाजातून पळत पळत ते बाहेरच्या अंधारात नाहीसे झाले.

बाजीराव काही क्षण अंधाराकडे डोळे विस्फारून पाहत राहिले. दूर कुठे तरी घोड्यांच्या टापांचा आवाज झाला आणि मग सगळीकडे शांतता पसरली. बाजीरावांनी सुबरावाला हाक मारली. मारेकऱ्यांनी बांधून घातलेले आपले पहारेकरी त्यांनी सोडवले. पहारेकऱ्यांच्या जखमा बांधण्यासाठी तबिबाला बोलावून घेतलं. घटकाभर तिथंच थांबून मग ते आतल्या चौकाकडे वळले. तेवढ्यात घाईघाईने सुबराव म्हणाला, 'श्रीमंत, आज्ञा झाली तर पागेतून आणखी स्वार आणून इथं उभे करतो, गेलेले मारेकरी पुन्हा येणारच नाहीत असा भरवसा नाही.'

जणू काही घडलंच नाही अशा शांत स्वरात बाजीराव म्हणाले, 'मारेकरी आता पुन्हा येणार नाहीत. ती हिंमत त्यांच्यात नाही. आम्ही सांगितलं त्याप्रमाणं करा.' आणि मग हलकेच पावलं टाकीत ते चौकातून वर आपल्या दालनात आले.

दुसऱ्या दिवशी सकाळी बाजीरावांनी आपल्या विश्वासातल्या भिक राउताला बोलावून घेतलं. भिक राऊत जोहार करून उभा राहिला. त्याला बाजीरावांनी वीस विश्वासू मांग जातीच्या राउतांचं पथक तयार करायची आज्ञा दिली. भिक

राउताच्या पथकात सारे स्वार मांग जातीचे होते. एकजात काळेभिन्न आणि धिप्पाड. त्यातून त्यानं वीस विश्वासू मांग स्वार निवडून काढले. संध्याकाळपासून मस्तानीच्या महालावर ते मांग स्वार पहारा करू लागले.

हवेलीतलं वातावरण अधिकच कुंद झालं होतं. दिवाळी तोंडावर आली, पण कुणाच्याच चर्येवर उत्साह नव्हता. जिकडे तिकडे संशय आणि अविश्वास थैमान घालू लागले. शागीर्द आणि हुजरे इकडून तिकडे बातम्या सांगू लागले. पराचे कावळे हवेलीवर घिरट्या घालू लागले. तिखटमिठात बातम्या घोळल्या जाऊ लागल्या. सावली भुतासारखी झाली.

वेळ दुपारची होती. बाजीराव फडावरचे कागद पाहत होते. एकदम गडबड ऐकू आली, म्हणून त्यांनी मान वर केली.

चार मांग स्वार कृष्णंभटाला काढण्या लावून बाजीरावांसमोर ओढून आणीत होते. स्वारांच्या समोर सुबराव छाती काढून येत होता. कृष्णंभट ओरडत होते, 'शिंच्यांनी स्वत:च्या घरात विटाळ कालवला आहेच. पण माझ्यासारख्या दशग्रंथी ब्राह्मणाला हे मांग शिवले, मला भ्रष्ट केलं. यांचं कधी कल्याण होणार नाही!'

कृष्णंभट ओरडत होते. बाजीरावांनी हातानं इशारा करून त्यांना गप्प बसवलं. सुबरावकडे नजर टाकून त्यांनी जरबेनं चौकशी केली, 'काय प्रकार आहे?'

'सरकार, गुन्हेगाराला पेश केलं आहे. शिक्षा फर्मावावी.'

'कोण गुन्हेगार आणि गुन्हा कोणता?' बाजीरावांनी कडक स्वरात विचारलं.

'मस्तानीबाईसाहेबांच्या हवेलीवर हल्ला करणारे स्वार मी शोधून काढले आहेत. त्यांनी नाव घेतलं या कृष्णंभटाचं. यांनीच रात्री छापा घालून श्रीमंतांच्या पहाऱ्यावरचे स्वार कापून काढले.'

'तरीच!' आश्चर्यानं हातातले कागद खाली ठेवून बाजीराव उद्गारले. ते ताडकन् बैठकीवरून उठले. बाहेर आले. खाली चौकामध्ये कृष्णंभटाला मांगांनी काढण्या लावून आवळून धरलं होतं. तिथूनच बाजीरावांनी कृष्णंभटांना विचारलं, 'सुबराव म्हणतो ते खरं आहे, कृष्णंभट?'

'काय खरं आहे?'

'तुम्ही मस्तानीच्या महालावरचे पहारेकरी मारून काढलेत?'

'दारूच्या नशेत माणूस काय वाटेल ते बोलेल.'

'कृष्णंभट अदब राखून बोला. विचारलेल्या प्रश्नांची सरळ उत्तरं द्या. मस्तानीच्या

महालावरचे पहारेकरी तुम्ही मारून काढलेत?'

'आम्ही ब्राह्मण, असलं कुकर्म आम्ही कधी करणार नाही.'

बाजीरावांचा संताप अनावर होत होता. श्वास जोरात चालला होता. 'तुम्ही ते केलं नसेल, पण तुमच्या सांगण्यावरून ते कृत्य कुणी केलं असेल. त्या कर्माला तुमची फूस होती हे खरं का?'

'धन्यानं आपली पायरी सोडली, अष्टौप्रहर यवनीला घेऊन पडू लागले. दारूच्या धुंदीत दिवस केव्हा उगवला आणि केव्हा मावळला हे समजेनासं झालं म्हणजे त्यांना ताळ्यावर आणण्याचं काम कुलोपाध्यायांनी करायचं नाही तर कुणी करायचं?'

'म्हणजे झालेला प्रकार खरा ना?' बाजीरावांच्या कपाळावरची शीर संतापानं तटकन् फुगली. त्यांचा आवाज वर चढला. डोळे लाल झाले.

'होय. आम्हीच पहारा मारून काढला. आणि ती यवनी हातात पडली असती तर तिलाही शिल्लक ठेवलं नसतं.'

'असं?' दातओठ खात बाजीराव उद्गारले, 'कोण आहे रे तिकडे?'

पहाऱ्यावरचा हशम येऊन उभा राहिला.

'पागेतला कोरडा घेऊन ये.'

'आमच्यावर हात चालवण्यापूर्वी श्रीमंतांनी तीनदा विचार करावा. आज अवघं पुणं आमच्या मागं आहे. पेशव्यांनी आमच्या अंगावर हात टाकलेला समजला तर उद्या दौलतीतले हजारो ब्राह्मण इथं धावून येतील. त्यांना जाब देण्याची पेशव्यांनी तयारी ठेवावी.'

सेवकानं कोरडा आणून समोर धरला. पेशव्यांनी तो घेतला आणि रागानं त्यांचा हात वर गेला इतक्यात त्यांच्या कानांवर शब्द आले, 'हां, हां! राऊ, हात आवरा. कुणावर कोरडा उगारता आहात?'

बाजीरावांनी वळून पाहिलं. धीमी पावलं टाकीत राधाबाई येत होत्या. कचेरीच्या समोर येऊन त्या म्हणाल्या, 'काय प्रकार चालला आहे? आणि बिचाऱ्या कृष्णंभटावर ही अदावत कशासाठी?'

'बिचारे कृष्णंभट! मातु:श्रीबाई, तुमच्या या कृष्णंभटांनी केलेली कृत्यं तुम्हाला समजती तर आमच्या अगोदर तुम्ही त्यांना शिक्षा केली असती.'

'काय केलं त्यांनी?'

'मस्तानीच्या महालावरचे पहारेकरी या कृष्णंभटांनी माणसं पाठवून मारून काढले. अंधाऱ्या रात्री गरीब बिचाऱ्या पहारेकऱ्यांवर अचानक छापा घालताना या दशग्रंथी ब्राह्मणाच्या हृदयला थोड्याही वेदना झाल्या नाहीत.'

'असं?' राधाबाईंनी विचारलं, 'पण हे करायचं कारण काय?'

'ते या कृष्णंभटांना विचारा.'

'मला विचारण्यापेक्षा मातुःश्रीबाईंनी, यवनी अंगाखाली घेणाऱ्या आपल्या चिरंजीवांनाच विचारावं.'

'एकूण हा प्रकार आहे तर.' राधाबाई मान हलवून म्हणाल्या, 'पण राऊ, तुमच्या या असल्या वर्तनानं पुण्यातले सारे ब्राह्मण चिडले आहेत. एखादा असतो माथेफिरू, त्यानं काही प्रकार केला तर आपण शांतपणे विचार करायला हवा.'

वर उगारलेला बाजीरावांचा हात लुळा पडावा तसा खाली आला. हातातला कोरडा त्यांनी जमिनीवर टाकला. पाहता पाहता त्यांच्या चर्येवरचे भाव बदलले. मग पुटपुटल्यासारखे ते म्हणाले, 'एकूण असा प्रकार आहे तर. तरीच आम्हाला वाटलं होतं. एकट्या कृष्णंभटाची ही अक्कल नाही. ही हिंमत नाही. आमच्या नजरेला नजर न भिडवणारा हा कृष्णंभट कुणाच्या पाठबळानं आमच्या समोर वेदान्त बोलतो आहे ते आता उमगलं. मातुःश्रीबाई, असं सेवकाकडून बाजीरावाला मारण्यापेक्षा हा कोरडा घ्या आणि इथंच आपल्याला जी शिक्षा द्याची ती शिक्षा त्याला द्या.'

'राऊ, गुन्हा कबूल केला म्हणजे शिक्षा देण्याचा या दौलतीचा रिवाज आहे. आपल्या हातून घडलेल्या पापांची कबुली द्या. मग आम्हीच कशाला, पुण्यातले ब्रह्मवृंद देतील ती शिक्षा भोगून मोकळे व्हा.'

'आमच्या हातून कोणतं पाप घडलं आहे?'

'राऊ, तुम्ही अजून ताळ्यावर येत नाही.'

राधाबाईंचा आवाज चढला होता. तिसरा प्रहर उलटला होता. कारकून फडावर काम करण्याच्या बहाण्यानं ऐकत होते. चौकाचौकातून पहारेकरी कान टवकारीत होते. राधाबाईंचे ते शब्द सेवक ऐकत होते. याच हवेलीत पेशव्यांच्या दिमाखानं बाजीराव वावरले होते. आज एखाद्या सामान्य अपराध्यासारखी त्यांची चौकशी तिथं चालली होती.

मातुश्रींच्या शब्दांचा अवमान आजपर्यंत त्यांच्याकडून झाला नव्हता. पण

सेवकांसमोर उपमर्द होतो आहे हे त्यांच्या लक्षात येताच बाजीरावांचाही तोल सुटला. ताडकन् त्याच तोंडातून शब्द बाहेर पडले, 'मातु:श्रीबाई, आजवर तुमचा मान राखला तो तुम्ही आम्हाला जन्म देणाऱ्या मातु:श्री म्हणून. पण हा मान आम्ही स्वत: तुमच्या महालात येऊन देऊ तेव्हाच तुम्ही स्वीकारायचा असतो. या फडावर, कचेरीत आम्ही पेशवे आहोत, हे लक्षात ठेवा. अधिक–उणा एकही शब्द यापुढं बाहेर पडला तर पेशव्यांच्या नात्यानं त्याचा फैसला केला जाईल. आणि मग आमच्या तोंडून कोणती शिक्षा बाहेर पडेल त्याचा नेम नाही.'

विजेचा लोळ अंगावर यावा तशा राधाबाई जागेला खिळून उभ्या राहिल्या. विस्फारलेल्या डोळ्यांनी आपल्या पुत्राचं ते रौद्र स्वरूप त्या पाहत राहिल्या. आजपर्यंत त्या स्वरूपाचं दर्शन त्यांना झालं नव्हतं. बाजीरावांचं बालस्वरूप त्यांना माहीत होतं. मोहिमा मारणारे आपले चिरंजीव त्यांना माहीत होते. दरबारात बसून निष्ठुर निवाडा करणारे पेशवे त्यांना माहीत होते. पण स्वत:च्या मातु:श्रींना शिक्षा देण्याची जरब तोंडातून उच्चारणाऱ्या पुत्राचं ते स्वरूप त्यांना अनोळखी होतं. ते दिसताच त्यांच्या गात्रातलं अवसानच संपलं. घशाला कोरड पडली. ओठ चिकटून बसले. शब्द बाहेर पडेनात. काया थरथरू लागली. महादोबा पुरंदरे शेजारी उभे होते. राधाबाईंच्या हाताला धरून त्यांनी इशारा केला. राधाबाईंनी मान फिरवली. त्या वळल्या. महादोबांच्या हातावर भार टाकून थरथरती पावलं टाकीत त्या तिथून निघून गेल्या.

नासरजंगावरच्या मोहिमेची आखणी महादोबा पुरंदरे चिमाजीआप्पांच्या सल्ल्यानं करीत होते. बाजीरावांनी अलीकडे फडावर बसायचं सोडून दिलं होतं. कुणी कुणाशी धड बोलत नव्हतं. सेवकांना चोरासारखं झालं होतं. दिवाळी आली. रीतीप्रमाणं पेशव्यांची हवेली दिमाखानं झळाळली. पण आतल्या माणसांच्या चेहऱ्यावरची सुतकी कळा कमी झाली नाही. नरकचतुर्दशीच्या पहाटेच्या आंघोळी नेहमीप्रमाणं झाल्या. बाजीरावांना आंघोळीसाठी पहाटे खासगीच्या चौकातून शागीर्द बोलवायला आला. त्याला निरोप मिळाला की, श्रीमंत आंघोळीसाठी मस्तानीच्या

महालात गेले आहेत. तिथंच त्यांचं स्नान होईल.

दुपारी राधाबाईंच्याकडून कुंवरला निरोप आला, 'राऊंना म्हणावं, पाडव्यालाही यवनीकडेच राहा; सूनबाई तुम्हाला ओवाळणार नाहीत.'

कुंवर सांगेल न सांगेल म्हणून हाच निरोप इतर दोन-तीन सेवकांकडून बाजीरावांना पोहोचवला. चिमाजीआपा आपल्या प्रकृतीची तक्रार विसरून ह्या नवीन संकटाला तोंड कसं द्यावं याचा विचार करीतच अहोरात्र आपल्या महालात बसलेले असत. नानांशी ते आपले विचार बोलून दाखवत असत. काका-पुतणे सल्लामसलत करून मार्ग काढण्याचा प्रयत्न करीत होते. यश येत नव्हतं. गाठ सुटायच्या ऐवजी पक्की होत होती.

नरकचतुर्दशीचा दिवस तसाच गेला. लक्ष्मीपूजनासाठी पेशव्यांच्या हवेलीत कुणी ब्राह्मण आला नाही. आपांनी मोठ्या मिनतवारीनं शिवभटाचं मन वळवलं. मोठ्या दक्षिणेची आशा दाखवली तेव्हा शिवभटानं येऊन लक्ष्मीपूजनाचा समारंभ पार पाडला. पूजन नानांच्या हस्तेच झालं.

दिवाळीचा पाडवा उजाडला. बाजीरावांनी सुबराव जेठीच्या मदतीनं मस्तानीचा महाल शृंगारून घेतला होता. चौकामध्ये केशराचे सडे पडले. अत्तरं आणि उटणी यांच्या शिडकाव्यामुळं साऱ्या महालात घमघमाट सुटला होता. दुपारी भोजनासाठी बाजीराव बसले. तेव्हा मस्तानी स्वतः वाढीत होती. समया, रांगोळ्या, उदबत्त्या अशा थाटामध्ये चंदनी पाटावर बसून बाजीराव आणि समशेरबहाद्दर यांचं भोजन झालं. संध्याकाळी पतीला ओवाळण्याचा समारंभ होता. दिवस मावळल्यानंतर दोन घटकांनी मस्तानीनं बसंती दासीच्या मदतीनं बाहेरच्या दालनात रुप्याच्या फुल्यांचा मोठा पाट मांडला. पाटाभोवती रांगोळ्या काढल्या, आणि मग बाजीरावांना बोलावणं पाठवलं.

डोक्यावर जांभळा मंदील बांधून, त्यात मोत्यांचा तुरा खोचून बाजीराव सुहास्य मुद्रेनं ओवाळून घेण्यासाठी मस्तानीच्या दालनात आले. त्यांच्या कानातल्या भिकबाळीतला पाचू दीपाच्या प्रकाशात चमकत होता. भोवतालचे टपोरे मोती चकाकत होते. गळ्यात मोत्यांची माळ, अंगामध्ये लाल किनखापी डगला आणि खाली सुरवार या वेषात बाजीरावांचं राजबिंडं रूप मोह पाडीत होतं. बाजीराव दालनात येऊन पाटावर बसले. दोन्ही बाजूंना कमरेइतक्या उंचीच्या दोन समया तेवत होत्या.

ओवाळण्याची पंचारती घेऊन मस्तानी आली. हिरव्या गडद रंगाचा शालू ती नेसली होती. त्यावर जरीचे बुट्टे होते. भरजरीच्या पदरावर हातभर लांबीचे जरतारी मोर होते. कितीदाही पाहिलं तरी समाधान न होणारं मस्तानीचं ते अपूर्व सौंदर्य बाजीराव आपल्या नजरेत साठवण्याचा प्रयत्न करीत होते. डोईपासून पायापर्यंत मस्तानी अलंकारांनी नटलेली होती. भांगामध्ये बिंदी चपखल बसली होती. बिंदीच्या डाव्या आणि उजव्या बाजूला सुवर्णाचे चंद्र आणि सूर्य चमकत होते. केसांची गोंडेफुलांची वेणी पाठीवर रुळत होती. आतून दालनात येताना शरीराच्या झालेल्या नाजूक हालचालीत ती वेणी बाजीरावांच्या नजरेतून सुटली नव्हती. वेणीत वरच्या बाजूला केतकी राखाडी होती. तिच्याखाली टपोरं गुलाबाचं फूल आणि त्या फुलाच्या खाली हिऱ्यात गुंफलेली शेवंतीची नाजूक फुलं. वेणीच्या शेवटच्या टोकाला सोन्याच्या छत्र्यांचे गोंडे सोडले होते. मस्तानीच्या गोल गोऱ्यापान दंडावर रत्न जडवलेल्या सुवर्णाच्या वाक्या रुतून बसल्या होत्या. वाकीच्या खाली बाजूबंद शोभत होते. कानातली वेलभोकरं आणि गळ्याला जणू मिठी मारलेली चिंचपेटी यांनी मस्तानीचं मूळचं सौंदर्य अधिकच खुलत होतं. चिंचपेटीच्या खाली मोत्यांचं पेंडं आणि तन्मणी घातलेला होता. बाजीरावांनी हौसेनं घातलेलं सुवर्णाचं गाठवलेलं मंगळसूत्र त्याखाली रुळत होतं. हातातल्या मोत्यांच्या आणि सुवर्णाच्या बांगड्या, पाटल्या, तोडे यांनी हात गच्च भरून गेला होता. कंबरपट्ट्यावर मधे रत्नं जडवलेली होती. घट्ट कंबरपट्ट्यानं मस्तानीच्या नाजूक शरीरयष्टीला कमनीय आकार प्राप्त झाला होता. बाजीराव मस्तानीकडे पाहत राहिले. नकळत त्यांच्या तोंडून शब्द बाहेर पडले, 'वा! आजचं तुझं हे रूप पाहायला स्वर्गातल्या अप्सरा आल्या तरी त्या लाजतील.'

'इतरांचं कशाला, राऊंना पसंत आहे ना?' खाली वाकून बाजीरावांच्या मस्तकावर सुवर्णाच्या तबकातून अक्षदा टाकीत मस्तानी उद्गारली.

'आमची पसंती-नापसंती आम्ही या वेळी सांगणार नाही.'

'मग केव्हा?' बाजीरावांच्या कपाळावर कुंकुम-तिलक रेखीत मस्तानीनं विचारलं.

'अशा गोष्टी योग्य वेळीच सांगायच्या असतात.' मस्तानी ओवाळीत असताना तिच्या चर्येकडं मिस्कील नजरेनं पाहत बाजीराव म्हणाले. शेजारच्या पाटावर वीरासन घालून समशेरबहाद्दर बसले होते. ते ऐटीत आपल्या मातुःश्रींकडे आणि

बाजीरावांकडे पाहत होते. मातुःश्रींचं लक्ष चटकन् आपल्याकडे जात नाही हे पाहून ते थोडे हिरमुसले झाले होते. मध्येच नाराजीनं ते म्हणाले, 'मासाहेब, आम्हाला केव्हा ओवाळणार?'

बाजीरावांनी चिरंजीवांकडे हसून पाहिलं. त्यांची समजूत करण्यासाठी त्यांच्या पाठीवरून हात फिरवीत ते म्हणाले, 'बहाद्दर, आज पत्नीनं पतीला ओवाळायचं असतं. तुम्हाला नाही.'

आपली बालनजर बाजीरावांकडे वळवून समशेर म्हणाला, 'पण आमचं लग्न कुठं झालं आहे?'

'हो, आम्ही तरी तेच म्हणतो.'

'मग बाबासाहेब, आमचं लग्नच करून टाका लवकर. म्हणजे आम्हाला बायको येईल आणि ती आम्हाला ओवाळील.'

'अरे हो, करू की तुमचं लग्न. एवढे उतावळे का होता? अगोदर तुमची मुंज करू. मुंज केल्याशिवाय का कुठे लग्न करतात?'

तेवढ्यात मस्तानीनं डोळ्यांनीच समशेरला खुणावलं. प्रसन्न चित्तानं त्याच्या डोक्यावर अक्षदा टाकून त्यालाही ओवाळलं. बाजीरावांकडे पुन्हा वळून समशेर म्हणाला, 'मुंज! म्हणजे आमचे रघुनाथराव म्हणत होते तीच ना?'

'हो, तीच. त्यांची करायची आहे. त्या वेळी तुमचीही करू.'

'पण ते तर म्हणत होते की आमची मुंज करायला कुणी ब्राह्मणच तयार नाहीत.'

दिवाळीच्या ह्या झगमगत्या रात्री महालामधले लखलखणारे दिवे एकदम विझावेत आणि गडद काळ्या अंधारात बुडून जावं असं बाजीरावांना वाटलं. क्षणमात्र त्यांच्या कपाळावर आठी उमटली. पण लगेच सावरून घेत ते म्हणाले, 'बहाद्दर! तुम्ही कशाला त्याची काळजी करता? आम्ही आहोत ना. तुमची मुंज करू. तुमचं लग्नही करू. तुम्हाला छोटीशी छानदार बायको आणून देऊ. मग झालं?'

समशेर खूष झाला. मग बाजीराव त्याला म्हणाले, 'महालाच्या बाहेर आज दिवाळीची केवढी रोषणाई चालू आहे, ते पाहिलंत तुम्ही? दारूकाम होतं आहे. आतषबाजी चालली आहे. ते पाहायला तुम्ही जा.'

पलीकडे कोपऱ्यात बसंती उभी होती. तिनं इशारा ओळखला. महालाच्या बाहेर चाललेलं दारूकाम दाखविण्यासाठी समशेरला घेऊन ती महालाबाहेर गेली.

बाजीराव पाटावर बसूनच होते. मस्तानी हातातलं ओवाळण्याचं तबक बाजूच्या तिपाईवर ठेवून समोर उभी होती. तिच्याकडे दृष्टी जाताच बाजीरावांच्या मनामध्ये आलेले विषण्ण विचार लगोलग निवळले. हसऱ्या मुद्रेनं ते म्हणाले, 'मस्तानी, आज तू आम्हाला ओवाळलंस! तुला ओवाळणी काय घालावी अशी तुझी इच्छा आहे?'

'अजून द्यायला राऊंकडे काही शिल्लक आहे? असेल तर ते त्यांनी द्यावं.'

मस्तानीचे शब्द ऐकून बाजीराव हसले. म्हणाले, 'ज्याच्याकडे द्यायला काही नसतं त्याला ओवाळून घ्यायचा हक्क नसतो. आम्ही द्यायचं ते सारं तुला केव्हाच दिलं आहे. पण कितीही दिलं तरी अपुरंच वाटावं असं काही माणसाजवळ असतं.'

'राऊंनी आपल्या दिलात मस्तानीला स्थान दिलं यातच मला सारं मिळालं आहे. आणखी काही......'

'थांब, मस्तानी. आणखी काही देण्यासारखं या राऊजवळ आहे.' हसून बोलत असताना बाजीराव एकदम गंभीर झाले. ते पुढं म्हणाले, 'आजच्या दिवाळीच्या पाडव्याला तुला सर्वस्व द्यायचा आमचा विचार आहे.' बाजीरावांनी बोटातली नवग्रहांची अंगठी काढली. ओवाळण्याचं तबक समोर होतं त्यात ती अंगठी अलगद ठेवून नि:श्वास टाकून बाजीराव म्हणाले, 'मस्तानी, एवढंच उरलं होतं. तेही तुला देऊन टाकलं. आज खऱ्या अर्थानं बाजीराव सर्वस्वी मस्तानीचा झाला.'

मस्तानी गोंधळली. तबकातल्या निरांजनाच्या प्रकाशात अंगठीतली रत्नं झळाळत होती. त्या तेजाकडे आश्चर्यानं पाहत मस्तानीनं विचारलं, 'ये क्या है?'

'आमच्या काशीनं स्वत:ची आठवण म्हणून आम्हाला दिलेली अंगठी.'

'आणि ती तुम्ही मला देताहात? मस्तानीला?'

'होय मस्तानी. ही अंगठी तुला दिली आणि या बाजीरावाचा त्याच्या कुटुंबाशी उरलासुरला संबंधही संपला.'

'असं कुठं झालं आहे? कसंही झालं तरी काशीबाईसाहेबांचा हात धर्मानं आपल्या हातात दिला आहे. संबंध संपला असं म्हणून तो संपत नसतो.'

'तुला माहीत नाही मस्तानी. पण त्याच हातानं आम्हाला त्यांच्या महालाचे दरवाजे बंद केले आहेत. बाजीरावाला काशीच्या महालात जाण्याची बंदी आहे. मस्तानी, यापुढं तूच आमची काशी.'

मस्तानीचं अंग शहारलं. जन्माष्टमीच्या रात्री काशीबाईंनी आपला अपमान

केला याची मस्तानीला खंत होती. त्या मनातून आपला राग करतात हेही मस्तानीला माहीत होतं. त्यांच्या वागणुकीमुळं मस्तानीला यातनाही होत होत्या. पण ज्या राऊंच्यावर तिचा जीव जडला होता त्या राऊंच्या काशीबाईसाहेब या धर्मपत्नी होत्या हे मस्तानी विसरली नव्हती. का कोण जाणे, पण पुढं मागं यातून मार्ग निघणार असेल तर तो काशीबाईंच्या मदतीनंच निघेल असं तिला वाटत होतं. आणि आता ती पाहत होती ते हे की, बाजीरावांनी त्राग्यानं काशीबाईंचं ते धर्मपत्नीपद नाकारून दिवाळीच्या या आनंदाच्या दिवशी मस्तानीला देऊ केलं होतं. बाजीरावांच्या शब्दांनी जणू सुखाची वाट स्वतःच बंद केल्यासारखं झालं होतं. त्याची कल्पना येताच मस्तानी अस्वस्थ झाली. क्षण दोन क्षण तिची बोटं नवग्रहाच्या रत्नांवर फिरली. मग हलकेच ती म्हणाली, 'राऊ, मंदिराचं शिखर ते शिखरच. पायरी ती पायरीच. अविचार करून मंदिराच्या शिखराला धक्का लावू नये. ते कुणाच्याच हिताचं नाही.'

अंगठी हातात घेतलेला मस्तानीचा हात आपल्या हातात घेऊन भावना अनिवार होऊन बाजीराव उद्गारले, 'मस्तानी, मस्तानी! एवढा विचार सर्वांनी केला तर जीवन किती सुखी झालं असतं? पण मग दैवानं आम्हाला अशा हुलकावण्या का दाखवल्या असत्या! मस्तानी, ते घडणार नाही. कधीही घडणार नाही. ही दरी माणसाची मनं कधी एक होऊ देणार नाही.—'

'कसली दरी म्हणता राऊ? माझ्या तर काही लक्षात येत नाही.'

'आमच्याही लक्षात आलं नसतं तर आम्हीही सुखी झालो असतो मस्तानी. पण मस्तानी, सुखदुःखाची वस्ती एवढी निकट आहे हे माणसाला फार उशिरा जाणवतं. आणि जाणवतं तेव्हा एवढा उशीर झालेला असतो की, सुखाच्या हसऱ्या चेहऱ्याकडे पाहत पाहतच माणसाला प्रत्यक्ष दुःखाचे चटके सहन करावे लागतात.'

'मस्तानीमुळे राऊ दुःखी होत असतील तर आपल्या हातानं तिचा शेवट करावा पण सणाच्या या दिवशी असं काही या ओठांतून बाहेर काढू नये.' मस्तानीच्या डोळ्यांत पाणी तरंगलं.

'मस्तानी, माणसाचा शेवट होतो. दुःखाचा नाही.'

'बाजीराव पेशव्यांच्या तोंडात तरी ही भाषा शोभत नाही. ज्यांचा डंका हिंदुस्थानभर गाजतो—'

'बस, बस! मस्तानी, हे पोकळ शब्द ऐकायचा आम्हाला अगदी वीट आला

आहे. त्या शब्दांचा आणि या बाजीरावाचा काहीही संबंध नाही. संबंध असता तर प्रत्येक वेळी सुखाच्या शिखरावर आम्ही असताना लगेच समोर दुःखाची दरी दिसली नसती. एवढी दिल्लीची मोहीम फत्ते केली आणि तोंड द्यावं लागलं इथल्या भटाभिक्षुकांना, त्यांच्या क्षुद्र हेवादाव्यांना! राजस्थानचा मनसुबा पार पाडला आणि नाराजी पदरात घेतली छत्रपतींची! कोकणात सिद्दीसास मारला आणि वैरी झाले, पंतप्रतिनिधी! या दौलतीच्या गोष्टी तुझ्यापुढं सांगून उपयोग नाही, मस्तानी. सुख आणि दुःख या बाजीरावाला कळतं. म्हणून या अंगठीची ओवाळणी तुला घातली. आजपासून तू या राऊची सर्वस्व झालीस.'

पेशव्यांच्या हवेलीत घडणारी क्षुल्लक गोष्टही दौलतीभर वाऱ्यासारखी पसरत होती. साताऱ्यातला मस्तानीचा प्रकार, पुण्यातल्या ब्राह्मणांची बहिष्काराची धमकी, बाजीरावांचा मस्तानी-महालातील निवास अशा साऱ्या घटनांचे पडसाद उभ्या हिंदुस्थानात उमटले. माळव्यात मल्हारराव होळकरांना समजलं. ग्वाल्हेर-बुंदेलखंडाकडे मिळालेल्या महालाच्या बंदोबस्तात गुंतलेल्या राणोजी शिंद्यांच्या कानांवर ही हकिगत गेली. राजस्थानात चौथाई सरदेशमुखी वसूल करणाऱ्या पिलाजी जाधवरावांच्या कानांवर ही खबर आली.

बाजीरावांचे हे जिवाभावाचे मित्र. बातमीची शहानिशा करून तातडीनं पुण्याला दाखल झाले. त्यांनी आपास्वामींची गाठ घेतली. दोन-तीन दिवस आपास्वामींच्या महालात मल्हारराव, राणोजी आणि पिलाजी जाधवराव ही मंडळी खलबतं करीत होती. अखेरीस प्रत्यक्ष बाजीराव पेशव्यांशीच बोलून या साऱ्या घटनांचा सोक्षमोक्ष करून काय तो निर्णय लावावा असं ठरलं.

ठरवणं सोपं होतं. त्याप्रमाणं घडणं आता कठीण होतं, याचा त्यांना लवकरच अनुभव आला. मस्तानीच्या महालात बाजीरावांना दोनदा निरोप गेले. पण दोनदा त्याकडे दुर्लक्ष झालं. तिसरा निर्वाणीचा निरोप आला तेव्हा बाजीरावांनी त्याचं उत्तर कुंवरबरोबर पाठवलं. एक घटकाभर सवड काढून पेशवे आपल्या या सरदारांना भेटणार होते.

हवेलीतल्या बाजीरावांच्या महालात भेट ठरली. प्रहर रात्र उलटून गेल्यानंतर ठरलेल्या वेळी बाजीरावांच्या महालात मल्हारराव, पिलाजी आणि राणोजी असे तिघेही आले. मस्तानीच्या महालाकडे उघडणाऱ्या दरवाजाकडे ते अपेक्षेनं पाहत होते. थोड्याच वेळात तो दरवाजा उघडला. कुंवरनं पडदा बाजूला सारला. बाजीराव महालात आले. दरवाजातच उभं राहून त्यांनी आपल्या सरदारांकडे नजर फिरवली. सरदारांच्या नजरा खाली वळल्या होत्या. हातानं मुजरे झडत होते, हातानंच त्यांना बसण्याचा इशारा करून बाजीराव आपल्या किनखापी बैठकीवर येऊन बसले.

रेशीमकाठी धोतर आणि अंगावर मखमलीचा अंगरखा असा त्यांचा साधा पोशाख होता. सरदार बसले. त्यांनी धन्याच्या नजरेला नजर भिडवली. ते पाहत राहिले. धन्याची नजर लाल झाली होती. मल्हारराव होळकरांनी ओळखायचं ते ओळखलं. पेशव्यांच्या बरोबरीनं हिंदुस्थानात लढाया मारताना या ब्राह्मण प्रभूनं त्यांच्याबरोबर अनेकदा मद्य सेवन केलं होतं. खांद्यावर हात टाकून सेवक-धनी भाव विसरून कितीतरी रात्री हास्यविनोदात घालवल्या होत्या, त्याचा हिशेब नव्हता. झुंजात सरदारांच्या आणि शिलेदारांच्या जखमा तबिबांनी बांधेपर्यंत हा धनी रणांगणावर आकाशाच्या छताखाली रात्र रात्र बसून होता, हे मल्हाररावांना माहीत होतं. डभईच्या लढाईत दाभाडे कामाला आले तेव्हा त्यांचा गोट लुटून घेणाऱ्या फौजांना आवरताना हाच प्रभू हाती नागवी समशेर धरून आडवा उभा होता हे मल्हाररावांना दिसत होतं. किती आठवणी? किती प्रसंग? याची जात कुणी विचारली होती? हा काय खातो, काय पितो, झुंजातही कशात मन रमवतो याची नसती उठाठेव कुणी केली होती?

पण समोरचे बाजीराव वेगळे होते. रणांगणातलं दुष्मनांना दिसणारं रौद्र स्वरूप कुठच्या कुठं नाहीसं झालं होतं. सोबत्यांच्या पाठीवर दोस्तीचा हात टाकणारं दिलदार मन आता दिसत नव्हतं. दिसत होतं ते एवढंच की, साऱ्या दुनियेला ठोकरून एका हातात स्त्रीसौंदर्याचा कुंभ आणि दुसऱ्या हातात मद्याची सुरई घेऊन बेभान झालेला बाजीराव पेशवा. डोळ्यांत लाली मावत नसलेला. अंत:करणात बेफिकिरी उतू जात असलेला.

'श्रीमंत!' बाजीरावांकडे टक लावून पाहत मल्हारराव म्हणाले, 'आम्ही भेटायला आलो आहोत.'

'दिसतं आहे आम्हाला. बोला.' स्वरात तुटकपणा होता.

'हिंदुस्थानातल्या मराठी दौलतींच्या महालांचा बंदोबस्त करीत होतो. पुण्यातली ही हालहवाल समजली आणि टाकोटाक इकडे आलो.'

'कसली दौलत म्हणालात, मल्हारराव?'

बाजीरावांच्या त्या उद्गारानं मल्हारराव दचकले. पण धीर न सोडता ते बोलत राहिले. 'मराठी दौलत. दुसरी दौलत कोणती असणार, श्रीमंत?'

'अच्छा! म्हणजे तुमची दौलत!'

'आमची? मराठी दौलत साऱ्यांचीच आहे.'

'असेल. आमची मात्र नाही.'

'श्रीमंत! पेशव्यांच्या इशाऱ्यावर जिवाची कुर्बानी करून आम्ही उठलो. राजकारणं केली. त्यांच्या पुण्याईनं या दौलतीचा झेंडा दिल्लीच्या नाकावर नाचवला, आणि दौलत श्रीमंतांची नाही म्हणता म्हणंजे आश्चर्य आहे.'

'ठीक बोललात, मल्हारराव. दौलत पेशव्यांची असेल! बाजीरावाची नाही. या बाजीरावाचं या दुनियेत काहीच नाही. दौलत कुठून असेल! दुरुस्त आहे ना, राणोजीबाबा?'

राणोजी शिंदे वीरासन घालून पेशव्यांच्या समोर बसले होते. अस्वस्थपणे हातावर हात चोळीत ते बाजीरावांचे शब्द कानांत प्राण आणून ऐकत होते. बाजीरावांचे शब्द ऐकताच ते म्हणाले, 'श्रीमंत, या दौलतीसाठी राणोजीनं रक्त सांडलं तेव्हा पेशवे कोण आणि बाजीराव कोण याची चौकशी केली नव्हती. जनकोजीनं आपल्या पोराला श्रीमंतांच्या पायावर आणून घातलं, तेव्हा त्याला एक आण घातली होती. 'काय वाटेल ते झालं तरी हे पाय सोडू नकोस' असं माझ्या जनकानं मला सांगितलं होतं, श्रीमंत. तेवढं लक्षात ठेवून या राणोजीनं आजवर या पायांची सेवा केली. श्रीमंत, मी जाणतो ते हे पाय. मी साधा शिलेदार गडी. मला दुसरी भाषा समजत नाही.'

धन्याच्या लाल डोळ्यांत प्रथमच चलबिचल झाली. तोंडातून शब्द बाहेर पडले, 'मग ती सेवा करायची सोडून इथं पुण्यात का आलात?'

'श्रीमंत, असं घालून पाडून बोलू नका.' राणोजी दुखावलेल्या स्वरात म्हणाले, 'रणांगणात तुमच्याभोवती छातीचा कोट करून उभे राहणारे आम्ही सेवक पुण्याच्या बातमीनं हादरलो आहोत, श्रीमंत.'

'कसली बातमी, राणोजी! भटभिक्षुकांचीच ना? हाथी चलत है अपनी चालसे,

कुत्ते भूंकते हैं—'

'भटाभिक्षुकांकडे कोण लक्ष देतो, श्रीमंत. पण आपास्वामी नाराज आहेत. खुद्द मातु:श्री नाराज आहेत. छत्रपती स्वामी महाराज दुखावले आहेत. त्यांची थोडी तरी पर्वा करावी.' राणोजीच्या शब्दात अजिजी होती.

'आम्हाला कुणाचीच पर्वा करायची नाही, राणोजी. आणि हेच सांगण्यासाठी तुम्ही आला असलात तर आमचा निश्चय ठाम आहे. त्यात आता बदल होणार नाही हे लक्षात ठेवा.'

'पण श्रीमंत, बाब किती किरकोळ—' मध्येच मल्हारराव म्हणाले.

'पण आमच्या जिवाभावाची आहे, मल्हारराव!'

'पण त्यांचं तरी म्हणणं कुठं जास्त आहे? काही काळ मस्तानीला सोडून राहावं एवढंच ते म्हणतात. त्यांचा मान राखल्यासारखा होईल. ब्राह्मणांचा बहिष्कार उठेल. काही काळ असाच गेला म्हणजे हळूहळू लोकही विसरतात.'

'या बाजीरावाला आजवर माघार माहीत नाही, मल्हारराव.'

'याला माघार म्हणत नाहीत, श्रीमंत. ही मुत्सद्देगिरी आहे.'

'मल्हारराव, तुम्ही हा सल्ला द्याल असं वाटलं नव्हतं.' एकदम आवाज चढवून बाजीराव म्हणाले, 'आज मस्तानी जिवंत आहे ते या बाजीरावाचं तिला छत्र आहे म्हणून. आम्ही तिच्या बरोबर राहत असताना कोणते प्रसंग घडतात ते सांगायला आम्हाला शरम वाटते, मल्हारराव. पण एक लक्षात ठेवा. बाजीरावानं आपलं नशीब मस्तानीच्या नशिबाला बांधलं आहे. जे काही घडणार असेल ते बरोबरच घडेल. तुमचा सल्ला आम्हाला साफ नामंजूर आहे. स्वत:चा काहीही अपराध नसलेल्या स्त्रीला स्वत:च्या मोहपाशात गुंतवून नंतर वखवखलेल्या लांडग्यांसमोर बाजीरावानं तिला एकटं सोडलं या दुष्कीर्तीपेक्षा एका यवनीपायी या बाजीरावानं प्राणत्याग केला असं जगानं म्हटलं तर ते आम्हाला मंजूर होईल. मल्हारराव, सतीचं वाण कधीकधी दैव पुरुषाच्याही हाती देतं. आम्ही ते समजून उमजून हाती स्वीकारलं आहे.'

'शाबास!' एवढा वेळ गप्प बसून राहिलेल्या पिलाजी जाधवरावांच्या तोंडून अचानक शब्द बाहेर पडले. कपाळावर नाममुद्रा, गळ्यात रुद्राक्षांच्या माळा आणि कमरेला दुशेल्यात खोवलेला बिचवा असे जाधवराव आपल्या पांढऱ्या थरथरत्या गलमिश्यांवर हात फिरवीत बाजीराव पेशव्यांचं बोलणं ऐकत स्वस्थ बसून होते.

पण आता त्यांना स्वस्थ बसवेना. ते म्हणाले, 'आज थोरले नाना हयात असते तर आपल्या पुत्राचे हे शब्द ऐकून त्यांनाही धन्य वाटलं असतं. पांडवगडच्या जंगलात आम्ही दिलेलं शिक्षण अगदीच वाया गेलेलं नाही याचं आम्हालाही समाधान वाटतं.'

बाजीरावांना ते शब्द अनपेक्षित होते. पिलाजी जाधवराव त्यांच्यापेक्षा वयानं थोर. जवळजवळ तीर्थरूपांसारखे. बालपणी हातात तलवार पेलायला शिकवून तिचा एखादा वार सफाईचा झाला की पिलाजीराव असाच 'शाबास' असा शब्द उच्चारीत ते बाजीरावांना आठवलं. पण याही वेळी पिलाजीराव शाबासकीची थाप पाठीवर टाकतील यावर बाजीरावांचा चटकन विश्वास बसेना. ते म्हणाले, 'पिलाजीकाका, या बाजीरावाचं मन तुम्ही तरी ओळखलंत म्हणून समाधान वाटतं. इतरांच्या प्रमाणं निदान तुम्ही तरी आता मस्तानीला टाकून द्या असं बाजीरावाला सांगणार नाही.'

'तेच आम्ही सांगणार आहोत.' जाधवरावांचा शब्द गंभीर झाला. 'श्रीमंत, काही वेळा इतरांचंही ऐकावं लागतं. मस्तानीला सोडून पेशव्यांनी काही काळ तरी राहावं.'

'अशक्य आहे ते!' बाजीरावांचा स्वर अकारण वर चढला. त्यांनी आपले डोळे समोरच्या वृद्ध चर्येवर रोखले. ज्या एका ठिकाणाहून त्यांना साथ मिळेल असं क्षणभर वाटलं होतं त्या ठिकाणाहूनही तोच सल्ला मिळाला हे पाहून ते मनोमनी दुखावले. त्या दुःखाचा चटका एवढा जबरदस्त होता की, आपण काय बोलतो आहोत याचंही त्यांचं भान सुटलं. तोडून टाकीत ते म्हणाले, 'पिलाजीकाका, हेच तुम्ही सांगणार असलात तर नाइलाजानं मला तुम्हाला आताच निरोप द्यावा लागेल. पिकल्या केसांत शहाणपण असतं हा आमचा भ्रम होता असं आम्ही समजू.'

'श्रीमंत, जाधवराव तुम्हाला तीर्थरूपांसारखे. निदान त्यांचा अपमान तरी करू नये.' दुखावलेल्या स्वरात मल्हारराव म्हणाले, 'अखेरीस ज्याचं दैव त्याच्याबरोबर. पिलाजीराव झाले तरी दुसरं काय करणार?'

'बाजीराव!' एकाएकी पिलाजीरावांचा शब्द महालात घुमला. 'आम्ही सांगतो ते ऐका. दैवाची परीक्षा माणसानं मुद्दाम पाहू नये.'

जाधवरावांनी 'बाजीराव' म्हणून पेशव्यांना संबोधलेलं ऐकताच खुद्द मल्हारराव

आणि राणोजीही चमकले. बोलण्यासाठी राणोजी आसनावरून उठणार तोच बाजीराव जाधवरावांना म्हणाले, ‘पिलाजीकाका, दैवाची परीक्षा आम्ही पाहत नाही. कारण त्याचा निकाल आम्हाला माहीत आहे. काका, समशेरीचे हात या बाजीरावाला शिकवलेत, पण नशिबाशी दोन हात कसे करावेत ते शिकवायचं विसरलात. बाजीराव परीक्षा पाहत नाही. विडा उचलतो आहे. आजवर आम्ही मांडलेले विडे तुम्ही सरदारांनी उचललेत. आता नशिबानं आमच्यासमोर विडे मांडले आहेत. आम्ही ते उचलतो आहोत. काका, प्रत्येकाला हा विडा केव्हा ना केव्हा तरी उचलावा लागतोच. आज आमची पाळी आहे इतकंच.’

महालात एकदम शांतता पसरली. मल्हारराव, राणोजी आणि पिलाजीराव गप्प बसून बाजीरावांच्या मुखाकडे टक लावून पाहत होते. अडचणीत सापडलेल्या धन्याला ओढून काढण्यासाठी ते आले होते. पण धनी त्यांची कुठलीच गोष्ट ऐकायला तयार नव्हते हे पाहून ते व्यथित झाले होते. थोडा वेळ असाच गेला. मग काकुळतीला येऊन मल्हारराव म्हणाले, ‘श्रीमंत, मस्तानीपासून दूर राहिलात तर तिला दगाफटका होईल असं तुम्हाला वाटतं, तर तिचा जिम्मा आम्ही घेतो. आम्ही तिला धक्का लागू देणार नाही. आमच्यावर विश्वास ठेवून थोडा वेळ तिला सोडून राहावं.’

‘मल्हारराव, यापूर्वी सांगितलं तेच पुन्हा सांगतो. अशक्य आहे ते. जिथं आम्ही स्वत: तिच्या महालात हजर असताना पहारा मारून काढण्यापर्यंत मजल जाते तिथं आम्ही तिला सोडून राहिलो तर काय घडेल याची कल्पनाही करवत नाही.’

पिलाजी जाधवरावांच्या मनात विचारांचं वादळ उठलं होतं. त्यांचा पेशवा त्यांना चांगला माहीत होता. त्याच्यासाठी त्यांचा जीव तुटत होता. विश्वासराव या त्याच्या लहानपणच्या लाडक्या नावानं त्यांनी त्याला कितीदा तरी अंगाखांद्यावर खेळवलं होतं. तोच त्यांचा धनी आज त्यांचा मुलाहिजा राखायला तयार नव्हता. त्यांच्या मनातली खळबळ वाढली. ते चटकन उठले. कमरेचा बिचवा काढून त्यांनी तो बाजीरावांच्या पायाजवळ ठेवला. पेशव्यांचे पाय धरून भरल्या गळ्यानं पिलाजीराव उद्‌गारले, ‘विश्वासराव, बाजी, अरे आजपर्यंत जिथं तुझे जोडे तिथं आमचं शिर या भावानं वागलो. त्याचं फळ या म्हातारपणी धन्याच्या दुष्कीर्तीनं मिळणार असेल तर उचल तो बिचवा आणि कर या म्हाताऱ्याचा शेवट. निदान स्वर्गाचा धनी तरी होईन.’

'काका, हे काय? हे काय?' असं म्हणून बाजीरावांनी आपले पाय मागं घेण्याचा प्रयत्न केला. पण जाधवरावांनी बाजीरावांचे पाय आपल्या छातीशी घट्ट धरले होते. ते तसेच ठेवून ते म्हणाले, 'विसूभाऊ, तुझ्याकडून वचन घेतल्याशिवाय हा पिलाजी हे पाय सोडणार नाही.'

'पण काका—'

'आता काही ऐकायचं नाही.' डोळ्यांत पाणी आणून पिलाजीराव म्हणाले, 'अरे! आम्ही सरदार मस्तानीचा जिम्मा घेत असताना तुला काळजी करायचं कारणच काय? तू तिला सोडून काही दिवस दूर राहा. तिच्या केसाला धक्का लागण्यापूर्वी या जाधवरावाचा देह पडेल. मग तर झालं? अरे, आपा, मातु:श्री, राजश्री स्वामी ही तुझीच माणसं आहेत. आज ना उद्या त्यांना त्यांची चूक उमगेल. मग तेच सन्मानानं मस्तानीला तुझ्याकडे आणून पोहोचवतील. आमची शपथ आहे. कबूल कर! कबूल कर!'

'नाही काका! कदापि शक्य नाही ते.'

'मग उचल तो बिचवा. बाजी, अरे धन्याकडून मरण आलं तर या पिलाजीला दुसरं काय हवं आहे? या धमन्यांतलं रक्त आजवर झुंजात पडलं ते दौलतीसाठी. धन्यासाठी रक्त सांडायचं भाग्य तेवढं शिल्लक राहिलं होतं. जिथं तुझा जोडा तिथं हे मस्तक असं नुसतंच म्हणत होतो. आता कर हे शिर धडावेगळं आणि उडव तुझ्या या जोड्यात.' आणि असं म्हणून पिलाजीरावांनी आपलं मस्तक बाजीरावांच्या पायावर थाडथाड आपटलं.

अश्रूंनी पाय भिजले. तशी बाजीरावांनी चटकन् पिलाजीरावांना सावरलं. त्यांना मिठी मारली. त्यांच्या खांद्यावर आपलं डोकं टेकवून ते भरलेल्या स्वरानं म्हणाले,

'काका, शिर धडावेगळं होणार असेल तर या तुमच्या बाजीचं होऊ द्या. कबूल करतो. काका, बाजी कबूल करतो. आता माझ्या काळजाचा तुकडा तुम्हा सर्वांच्या हातात आहे. नशिबात असेल तसं घडेल.'

'खरं हे बाजीराव?'

'मनापासून बोलतो आहे मी, काका.'

डोळ्यांतून आसवं वाहत असतानाच जाधवरावांच्या वृद्ध चर्येवर हळूहळू हसू फुटत होतं. ते कौतुकानं थोरल्या नानांच्या त्या पुत्राकडे पाहत होते.

पहाट फुटायच्या आत बाजीरावांनी एकट्यानंच पुणं सोडलं. पाटसच्या दिशेनं

त्यांचा घोडा दौडत होता.

मस्तानी–महालात मस्तानी मधुर स्वप्नातच होती. स्वप्नातल्या राऊंना ती सांगत होती, 'मी तुम्हाला माझ्यापासून क्षणभरही दूर जाऊ देणार नाही.'

पेशव्यांच्या हवेलीवर बहिष्कार घातला असताही शिवभटानं तिथं जाऊन धार्मिक कृत्यं केली म्हणून पुण्यातल्या ब्राह्मणांनी त्याला दगडांनी ठेचून मारलं. आपांनी शहर कोतवालाकडे तातडीनं हशम पाठवून गुन्ह्याची चौकशी करायची आज्ञा दिली. पण कोतवालानं तिकडे दुर्लक्ष केलं. बाजीराव हवेलीतून निघून पाटसला गेल्यानंतर तीन दिवसांनी नाना आले. आपले खासगत स्वार आणून मस्तानीच्या महालाभोवती त्यांनी चौकी बसवली. मस्तानी उठून बाजीरावांच्या मागोमाग जाणार नाही याचा पक्का बंदोबस्त नानांनी केला. महालाच्या आत सुबराव जेठी आणि भिकू राउताचे मोजके मांग स्वार होते, पण महालासभोवती नानांची चौकी बसली. आतल्या चौकातूनही नानांनी पहारेकरी उभे केले. मस्तानी अडकून पडल्यासारखी झाली.

मस्तानीनं सुबराव जेठींकडून निरोप पाठवून नानांना भेटीला बोलावून घेतलं. दोन दिवस टाळाटाळ करून तिसऱ्या दिवशी नाना मस्तानीच्या महालात आले. महालामध्ये दिवाळीच्या सणासाठी केलेली सजावट अजून तशीच होती. मात्र मस्तानीच्या अंगावर अलंकार नव्हते. कपाळाला कुंकू, गळ्यात मंगळसूत्र आणि हातात साध्या काचेच्या बांगड्या मात्र होत्या. शुभ्र लुगडं नेसून मस्तानी तुळशीची पूजा करीत होती. नाना आलेले पाहताच मस्तानीनं डोळ्यांच्या इशाऱ्यानं त्यांचं स्वागत केलं. मग तुळशीची पूजा आटोपून ती बैठकीवर आली. नानापासून दूर छोट्या गालिच्यावर बसून मस्तानी म्हणाली, 'राऊ रुसून आमच्यापासून गेले. पण नाना, तुम्हाला रुसायचं काही कारण नाही. आठ दिवस झाले आमची चौकशीसुद्धा केली नाहीत, हे काय?'

महालात आल्यापासून मस्तानीच्या साध्या वेशातल्या त्या रूपाकडे नाना पाहत होते. त्या साधेपणातला डौलही आकर्षक होता. त्याला साजेसं शब्दातलं आर्जव

होतं. नाना मनाशी कल्पना करीत राहिले. राऊ दूर गेले होते. मस्तानी आता त्यांच्या कब्जात होती. आपण जे म्हणू त्याला प्राणाच्या भीतीनं मस्तानी कबूल होईल, अशी अटकळ नानांनी मनाशी बांधली. त्या अनुरोधानं ते मस्तानीशी बोलत होते. नाना म्हणाले, 'या साध्या पोषाखातही तुम्ही इतक्या सुंदर दिसत असाल अशी आमची कल्पना नव्हती. उगीच नाही तुमच्यावर राऊ भाळले.'

मस्तानीनं आश्चर्यानं नानांच्याकडे पाहिलं. त्यांच्या शब्दात नको ती जाण होती. ते मस्तानीच्या लगेच लक्षात आलं. ती अनोळखी भावना लक्षात येताच मस्तानीच्या अंगावर सरसरून काटा उभा राहिला. तिनं ओठ घट्ट मिटले, आणि नानांच्या नजरेला नजर न भिडवता तिनं खालच्या गालिच्याकडे नजर वळवली. आतुरतेनं नानाच पुढं म्हणाले, 'आज आमची याद केली होती ती कशासाठी? महालावर आम्ही चौकी बसवली म्हणून!'

'हो, त्यासाठीच.' कष्टानं वर पाहत मस्तानी म्हणाली, 'आजपर्यंत माझ्याशी एवढ्या प्रेमानं वागणाऱ्या नानांनी अचानक माझ्या महालाभोवती चौकी बसवावी असं माझ्या हातून घडलं तरी काय?'

'काही घडू नये म्हणून चौकी बसवली.'

'नानांना माझा एवढा विश्वास नाही? एवढी खात्री नाही?'

मस्तानीच्या डोळ्यांमध्ये आर्त भाव होते. नाना आपल्याला सोईस्कर अर्थ काढत होते. गालात हसत ते म्हणाले, 'यापूर्वी निवांतपणे गाठ घ्यावी म्हणून प्रयत्न केला. पण कधी मोहिमेत गुंतल्यामुळे, तर कधी राऊ असल्यानं निवांतपणे तुमच्याशी आम्हाला बोलता आलं नाही. आता थोडा निवांतपणा मिळेल. महालाभोवती चौकीही आहे. इथं कुणी तुम्हाला त्रास देणार नाही. मनात येईल तितके दिवस तुम्ही इथं राहा. मनात येईल त्याप्रमाणं वागा. कुणी हरकत घेणार नाही.'

मस्तानीला ते शब्द झोंबले. व्याकुळ होऊन ती म्हणाली, 'नाना, मी तुम्हांला वचन देते की, तुम्हाला विचारल्याशिवाय मी या महालाबाहेर पाऊल टाकणार नाही. पण ही चौकी बसवून माझ्या जिव्हारी जखम करू नये.'

'चौकीनं तुमच्या जिव्हारी जखम कशी होते ते आमच्या लक्षात आलं नाही.'

'नाना, साऱ्या आप्तेष्टांपासून राऊंना वेगळं करणारी एक चांडाळीण म्हणून तुम्ही मस्तानीकडे पाहताहात. त्यासाठी तुम्ही माझ्या महालाभोवती पहारा

बसवलात. पण नाना, राऊंचं अकल्याण व्हावं, त्यांचे प्रियजन त्यांच्यापासून दूर करावेत अशी वासना धरण्याइतकी मस्तानी क्षुद्र नाही. आमची ताटातूट करण्यातच तुम्हाला सुख वाटत असेल तर मी तुम्हाला वचन देते. माझ्यावर अविश्वास दाखवू नका. चौकी बसल्यामुळे अगोदरच मी राऊंचा विरह सहन करते आहे. बदनामी करून त्यामध्ये भर घालू नका. तुमच्या परवानगीशिवाय मी या महालाबाहेर पडणार नाही. हवं तर वचन घ्या.'

नाना आतुरतेनं उठले. मस्तानीच्या समोर जाऊन उभे राहिले. त्यांच्या डोळ्यांमध्ये वेगळेच भाव उमटले. त्यांच्या तोंडून शब्द बाहेर पडले, 'वचन देणार? मग द्या वचन!' असं म्हणून नानांनी आपला हात पुढं केला. मस्तानीनं नानांच्या नजरेला नजर भिडवीत आपला हात त्यांच्या हातावर ठेवला. मस्तानीचा कोमल हात आपल्या हातानं दाबीत नाना म्हणाले, 'हातात हात देऊन वचन दिलं आहे. आता ते पाळा म्हणजे झालं.'

हलकेच नानांच्या हातून आपला हात सोडवून घेत मस्तानी म्हणाली, 'मग आता माझ्या महालावरच्या चौक्या उठवणार ना?'

'महालातल्या उठवू. बाहेरच्या मात्र राहतील.'

'ठीक आहे. एवढं तरी माझं ऐकलंत. मला फार आनंद झाला. अब इजाजत दीजिये. खुदा हाफिज.'

मस्तानी उठून आत गेली. तिच्या पाठमोऱ्या आकृतीकडे पाहताना नाना गालात हसत होते. मग तेही महालातून बाहेर पडले.

पाटसला पेशव्यांची मोठी पागा होती. पागेजवळच बंदिस्त चौसोपी इमारत होती. त्या इमारतीत बाजीराव पेशव्यांचा मुक्काम पडला. जुजबी सेवकवर्ग इमारतीत होता. पाटसला आल्यानंतर तीन-चार दिवस तसेच गेले. बाजीराव बेचैन होते.

बाबूराव फडणीस दौलतीची किरकोळ कामं पेशव्यांच्या समोर ठेवून त्यांची मान्यता घेत होते. नासरजंगाच्या मोहिमेचा मनसुबा पक्का होत होता. लवकरच पुण्याहून चिमाजीआपा मोहिमेसाठी बाहेर पडणार होते. उभयता बंधू नासरजंगाच्या

मुकाबल्यासाठी गोदावरीवर जाणार होते. पण बाजीरावांचं चित्त आता त्या मोहिमेत गुंतत नव्हतं. एखाद्या कळसूत्री बाहुल्याप्रमाणं फडणिसांनी पेश केलेल्या कागदांवर ते नजर टाकीत होते.

दिवस कसेतरी जात होते. पण रात्री सरता सरत नव्हत्या. एके दिवशी रात्री बराच वेळ बाजीरावांच्या डोळ्याला डोळा लागला नाही. मध्यरात्र उलटून गेली. बाजीराव बेचैन होऊन अस्वस्थपणे महालात फेऱ्या घालीत होते. मस्तानीची आठवण त्यांची पाठ सोडीत नव्हती. मनस्ताप असह्य होऊन जेव्हा ते पुण्याहून निघाले होते तेव्हा त्यांनी एका शब्दानं मस्तानीचा निरोप घेतला नव्हता. हवेलीतली मंडळी मस्तानीचा किती राग करतात ते बाजीरावांच्यापासून लपून राहिलेलं नव्हतं. आता आपल्या पाठीमागे तिचं काय झालं असेल यानं त्यांचा जीव व्याकूळ होत होता. सरदारांनी वचन दिलं होतं, म्हणून मस्तानीला विसरण्याचा प्रयत्न ते करीत होते. पण विसरता येत नव्हतं. आठवणीपाठोपाठ आठवणी एखाद्या तुफानाप्रमाणं मनामध्ये कल्लोळ उडवून देत होत्या. आठवणींच्या त्या माऱ्याला तोंड देता देता बाजीरावांची दमछाक झाली. त्यांनी एकदम आवाज चढवून पुकारलं, 'कुंवर.'

बाहेर पहाऱ्यावर कुंवर उभा होता. तो ताबडतोब आत आला. त्याला पाहताच बाजीराव म्हणाले, 'पागेतून ताबडतोब आमचा घोडा काढ. आम्हाला आताच पुण्याला परतायचं आहे.'

बाजीरावांची अस्वस्थ मुद्रा, ते रागीट डोळे आणि चढलेला आवाज पाहून एरवी त्यांच्यापुढं बोलायचा कुंवरला धीर झाला नसता. पण खुद्द पेशव्यांना माहीत नव्हत्या अशा कितीतरी गोष्टी सेवकाला माहीत होत्या. त्यामुळं आज्ञेची तामिली करण्याऐवजी तो म्हणाला, 'धनी, ते आता शक्य नाही.'

'शक्य नाही?' अंधाऱ्या रात्रीला भेदून बाजीरावांचा आवाज बाहेर पागेपर्यंत घुमला. पागेत घोड्याजवळ झोपलेले मोतद्दार दचकून जागे झाले. नम्र स्वरात कुंवरनं उत्तर दिलं, 'धनी, पुण्याकडची वाट बंद झाली आहे.'

'बंद झाली? कुणी बंद केली? या बाजीराव पेशव्यांची वाट अडवायची हिंमत कुणामध्ये आहे?'

'ते मला माहीत नाही, धनी. पण पुण्याच्या रस्त्यावर चौकी-पहारे बसले आहेत. धन्यांनी पुन्हा परत पुण्याकडे फिरकू नये म्हणून सारा बंदोबस्त जय्यत झाला आहे.'

'ही हिम्मत! बाजीरावांच्या वाटेत आजपर्यंत खुद्द दिल्लीच्या पातशहाचासुद्धा

अडथळा आला नाही. कुणाचे दिवसच भरले असले तर आमचा नाइलाज आहे. तोंडातून शब्द गेले म्हणजे त्याची तामिली झालेलीच फक्त पाहायची आम्हाला सवय आहे. आमचा घोडा तयार ठेव. बरोबर दोन मशालजी घे. आणि पुढे राऊत पाठवून आमच्या मार्गातल्या पहारेकऱ्यांना वर्दी दे. म्हणावं, बाजीराव पेशवे पुण्याला परतत आहेत. वाटेतला अडथळा दूर झाला नाही तर तो समशेरीनं दूर केला जाईल.'

कुंवरनं पुन्हा बोलण्यासाठी प्रयत्न केला. पण धन्याची ती रागानं लाल झालेली चर्या पाहून त्याला पुढं बोलण्याचं धाडस झालं नाही. मुकाट्यानं तो परत फिरला.

थोड्याच वेळात मोतद्दारानं बाजीरावांचा आवडता घोडा खोगीर कसून वाड्याच्या बाहेर तयार ठेवला. मशाली घेऊन मशालजी तयार झाले. बाजीरावांनी कमरेच्या म्यानातून तलवार उपसून हातात घेतली, आणि घोडा पुण्याच्या दिशेने फेकला.

पाटसच्या शिवेजवळचा ओढा पेशव्यांच्या घोड्यानं ओलांडला नाही, तोच पेटत्या मशाली घेऊन वाट आडवून उभे असलेले पहारेकरी त्यांना दिसले. समशेर धरलेला हात वर करून बाजीराव दुरूनच ओरडले, 'आमच्या मार्गातून दूर हटा.'

बाजीरावांच्या शब्दांचा काही परिणाम झाला नाही. वाट आडवून पाचपन्नास राऊत उभे होते. ते जागेवरून तसूभरही हलले नाहीत. वाट अडवलेल्या राउतांजवळ जाऊन पेशव्यांचा घोडा उभा राहिला. तरी राउतांची फळी फुटली नाही. हे पाहून घोड्याचा लगाम खेचून दातओठ खात बाजीराव पुन्हा ओरडले, 'पेशवे पुण्याला परतत आहेत. वाटेतून दूर हटा.'

पण कुणी हटलं नाही. पेटलेल्या पलित्याच्या पिवळसर उजेडात समोर उभे राहिलेले राऊत स्पष्ट दिसत होते. राउतांच्या कमरेला तलवारी होत्या. पण त्यांनी त्या म्यानातून बाहेर काढल्याच नव्हत्या. धन्याच्या नजरेला नजर भिडली आणि पुन्हा खाली झाली. पण शस्त्राकडे हात गेला नाही, की ते वर उचललं गेलं नाही. तेवढ्यात बाजीरावांच्या तोंडून आश्चर्याचा उद्‌गार बाहेर पडला, 'कोण अमृतराव धायभर?'

'हा, धनी, मीच तो.'

'आणि आमच्या समोर उभे?'

'ही पुण्याला जाणारी वाट आडवायचा आम्हाला हुकूम झाला आहे!'

शेजारच्या राउताचीही समशेर म्यानातून बाहेर पडली नव्हती. ते खुद्द शंकराजी भास्कर होते. पलीकडे पाहिलं. राउतांच्या पोषाखात धोंडोपंत पोतनीस उभे होते. जानोजी ढमढेरे, तुळाजी शितोळे, सुभानजी शेलार सारे राउतांच्या वेषात होते. कमरेला तलवारी खोंचून दौलतीचे हे कदीम सेवक पेशव्यांची पुण्याची वाट आडवून उभे होते. एवढा वेळ बाजीरावांनी उभारलेली समशेर अजून हवेतच होती. त्यांच्या तोंडून पुन्हा कठोर शब्द बाहेर पडले, 'आमची वाट मोकळी करा.'

'ते होणार नाही.' जानोजी ढमढेरे म्हणाले.

'मग परिणामाला तयार राहा. बाजीरावांनी ही समशेर उगारली आहे. ती खाली आली की डोळ्याचं पातं लवतं न लवतं तोच एकेकाची खांडोळी उडतील. बाजूला हटा.'

तरी कुणी हटले नाहीत. धोंडोपंत पोतनीस पाय रोवून तिथंच उभे होते. ते पेशव्यांकडे रोखून पाहत म्हणाले, 'श्रीमंत, आजपर्यंत या देहानं गनिमांचे घाव सोसले आहेत. धन्याबरोबर मोहिमा मारताना, माळव्यात रजपुतांशी लढताना रक्त आणि पाणी एक केलं आहे. दिल्लीपर्यंत गेलो तेव्हा मोगली समशेरी पाहिल्या. आयुष्यात फक्त एकच समशेर पाहायची होती. ती धन्याची. तेच भाळी लिहिलं असेल तर धनी समशेर चालवा. याच कपाळावर तो वार प्रथम होऊ द्या. पण आम्ही बाजूला हटणार नाही.'

शंकराजी भास्कर तसेच उभे होते. तुळाजी शितोळे, सुभानजी शेलार हटत नव्हते. ज्यांच्या ज्यांच्या खांद्याला खांदा भिडवून रणांगणात रक्ताचे सडे शिंपले, ते पेशव्यांचे बालपणातले खेळगडी, तारुण्यात झुंजातले सवंगडी, त्यांच्या समोर हात बांधून उभे होते. त्यांच्या त्या दुःखानं म्लान झालेल्या मुद्रा पेटत्या मशालीच्या उजेडात बाजीरावांना दिसत होत्या. त्या पाहताच त्यांची वर गेलेली समशेर हळूहळू खाली आली. ते पाहून सुभानजी शेलार म्हणाले, 'धनी, पुण्याची वाट बंद झाली. पण इतर साऱ्या वाटा खुल्या आहेत. उत्तरेची वाट खुली आहे. नासरजंगाची मोहीम सुरू करा. तिथं धन्यांच्या समोर आमच्या देहाच्या पायघड्या घालतो. आमच्या आयुष्यात धन्यानं आता आमच्यावर उगारलेली ही समशेर शेवटचीच ठरेल. मोहिमेत या सेवकांचे देह एकदा पडले, म्हणजे धन्यांना साऱ्या वाटा मोकळ्याच आहेत. मर्जी येईल तिकडं जावं.

बाजीरावांनी चारी बाजूंना नजर फिरवली. आजपर्यंत त्यांनी अनेक बिकट

प्रसंगांना तोंड दिलं होतं. पण कमरेला शस्त्र असूनही शस्त्र न उपसणाऱ्या त्या दिलदार वीरांच्या पुढं ते हतप्रभ झाले. त्यांच्या नकळत त्यांची तलवार म्यान झाली. घोड्याचं तोंड परत पाटसकडे वळलं आणि त्यांनी घोड्याला जोरानं टाच दिली. पाटसच्या इमारतीत येताच हातातली समशेर गादीवर फेकून देत ते म्हणाले, 'कुंवर, आण ते मद्याचे कुंभ. निदान त्या लाल द्रवात तरी ते शराबी डोळे दिसतात का ते आम्हाला पाहू दे.'

गोपिकेनं दिलेला विडा तोंडात घोळवीत नाना आपल्या महालामध्ये उभे होते. त्रिपुरी पौर्णिमेचं टिपूर चांदणं बाहेर पसरलं होतं. ओंकारेश्वराच्या समोरची दीपमाळ दिव्यानं झळाळलेली दूर झाडीतून दिसत होती. अंगामध्ये रेशमी लांब अंगरखा आणि खाली खुतनीचा चोळणा अशा पोषाखात कानामध्ये अत्तराचा फाया घालून नुकत्याच उगवणाऱ्या मिशीवर हात फिरवीत नाना आपल्या महालातून बाहेर पडले. दहा-पाच पावलं गेल्यावर ते थांबले. त्यांनी मागं वळून पाहिलं. आपांच्या महालामध्ये दिवे जळत होते. मग मान वळवून झपाझप पावलं टाकीत ते मस्तानीच्या महालाजवळ आले.

महालाच्या बाहेरच सुबराव जेठी उभा होता. त्याला मानेनंच खुणवून त्यांनी आपली वर्दी आत पाठवली. सुबराव परत येण्याची वाट न पाहता चौकाच्या पायऱ्या चढून नाना वरच्या दालनात आले.

आतल्या दालनात श्रीकृष्णाच्या मूर्तीसमोर निरांजन लावून मूर्तीकडे एकटक पाहत मस्तानी बसली होती. नानांची वर्दी मिळताच ती चटकन् बाहेर आली. नानांना या वेळी आलेलं पाहून तिला आश्चर्य वाटलं. पण शब्दांत ते न दाखवता मस्तानी म्हणाली, 'नाना, किती वेळेवर आलात? तुमचीच मी आठवण काढीत होते.'

गालात हसत नाना म्हणाले, 'ते आम्हाला मनोमनी समजलं म्हणून तर लगोलग इकडे आलो.'

बाहेरच्या दालनामध्ये नाना उभे होते. मस्तानी त्यांना म्हणाली, 'असं

परक्यासारखं बाहेर का उभं राहिलात? आत या.'

नाना खुषीनं पावलं टाकीत आत गेले. मस्तानीच्या खासगी दालनात श्रीकृष्णाची हातभर उंचीची मूर्ती होती. तिची पूजा करून तिच्या गळ्यात सुवासिक फुलांचा हार घातलेला होता. धूपदीपांच्या सुगंधानं महाल दरवळला होता. सुखावून नाना म्हणाले, 'तुम्ही श्रीकृष्णाची पूजाही करीत असाल याची आम्हाला कल्पना नव्हती.'

'का बरं?' मस्तानीच्या भुवयांचे नाजूक धनुष्य आकर्ण ओढलं गेलं.

धनुष्याच्या मोहक हालचालींची ती किमया पाहत नाना म्हणाले, 'तुमची जात यवनाची. बुत परस्ती तुम्ही इतक्या मनोभावानं कराल याची आम्हाला कल्पना नव्हती.'

'नाना, माणसं कितीतरी विपरीत कल्पना करून बसतात त्यातलाच हा प्रकार. कधीकधी आपल्याला कल्पनाही नसते असं काही इतरांच्या जीवनात घडतं याचा माणूस विचारही करीत नाही.'

'त्याचा आम्हाला अनुभव आहे.'

'कशाचा?' पटकन् मस्तानीच्या तोंडून शब्द बाहेर पडले.

'कल्पना नसते असं माणसाच्या जीवनात घडतं याचा.'

मस्तानी हसली. 'तुम्हाला याची काय कल्पना येणार?'

मस्तानी गालात हसत होती. दालनामध्ये दुसरं कोणी नव्हतं. जो विचार मनात ठेवून इतके दिवस नाना आडवळणानं प्रयत्न करीत होते, तो क्षण जवळ आला, अशी त्यांची कल्पना होती. दोन पावलं ते पुढं झाले, आणि मस्तानीच्या त्या हसऱ्या चेहऱ्याकडे पाहता पाहता त्यांनी तिचा हात चटकन् आपल्या हातात घेतला. क्षणमात्र मस्तानीच्या डोळ्यांत वेगळाच भाव चमकल्याचं नानांच्या लक्षात आलं. ते म्हणाले, 'हा हात आमच्या हातात देऊन तुम्ही आम्हाला वचन दिलं होतं ना की राऊंची गाठ घेणार नाही म्हणून.'

आपल्या काळ्याभोर डोळ्यांची उघडझाप करीत मस्तानी म्हणाली, 'हो, आम्हाला आठवतं ते नाना.' आणि मग नानांच्या हातावरून आपला रेशमासारखा मृदू तळवा फिरवीत, नानांच्या डोळ्यांत पाहत मस्तानी म्हणाली, 'पण नाना, या वेळीच तुम्हाला आमच्या वचनाची का आठवण झाली?'

नाना अधिकच पुढे आले. त्यांच्या आवाजात कंप आला. एकाएकी त्यांच्या तोंडून शब्द बाहेर पडले, 'मस्तानी.'

'काय नाना?'

'तुझा हात किती सुंदर आहे नाही?'

एक क्षणभर मस्तानीला ब्रह्मांड आठवलं. तिच्यातली चतुर रमणी पूर्ण अवधानी होती. कोणता डाव खेळला जातो आहे, याची जाणीव होण्यासाठी एक निमिष पुरेसं होतं. लगेच आवाजात विलक्षण मार्दव आणून मस्तानी म्हणाली, 'आमचा हा हात तुम्हाला आवडला. पण नाना, तुमचाही हात किती सुंदर आहे नाही!'

'आवडला?'

'हो, थेट आमच्या समशेरसारखा आहे. पुत्राच्या हाताच्या स्पर्शाचं सुख काही अवर्णनीय असतं नाही?'

अंगावर वीज पडावी तसा नानांनी आपला हात चटकन् मागे घेतला. एक पाऊल मागे होऊन मस्तानीच्या चेहऱ्याकडे रोखून पाहत ते म्हणाले, 'याचा अर्थ काय?'

'पुत्राला याचा अर्थ समजून का सांगायचा असतो, नाना. तुमचं दर्शन झालं आणि आमच्या उरातलं वात्सल्य एकदम उफाळून आलं. नाना बसा ना तिथं. थोडी मिठाई देते. ती खा. ब्राह्मणानं केलेली आहे. पूजेतली ती सुवासिक पुष्पं देते. आमच्या मातृप्रेमाची आठवण म्हणून ती जवळ बाळगा. बसा ना तिथं.'

मस्तानीचे शब्द ऐकता ऐकता नानांच्या कपाळावर घामाचे बिंदू डवरले. हात-पाय कापू लागले. मस्तानीनं 'बसा' असं दोन-तीनदा म्हटल्यावर श्रीकृष्णाच्या मूर्तीसमोर पाट ठेवलेला होता त्या पाटावर नाना बसले. मस्तानीची नजर त्यांनी टाळली. दूर उभी राहून मस्तानी नानांची ती भांबावलेली अवस्था पाहत होती, गालावर तेच हसू होतं. नजरेत तेच भाव होते. मग ती हलकेच म्हणाली, 'नाना, तुमचं मन न ओळखण्याइतकी ही मस्तानी अजाण आहे अशी का तुमची कल्पना आहे!'

मान वर न करताच नाना म्हणाले, 'आम्ही चुकलो, माफ करा.'

'नाना, अग्नीत पाऊल ठेवण्यापूर्वी माणसानं दहादा विचार करावा. आमचे पुत्र आहात. मातेच्या नात्यानं उपदेश करणं आमचं कर्तव्य आहे. आमच्या संगतीत अभक्ष्य भक्षण केल्याचा आणि अपेयपान केल्याचा दोष तुम्ही सर्वांनी राऊंच्यावर ठेवून त्यांना जीवन नकोसं केलं आहे. आणि नाना, आता चुकून.... होय आम्ही चुकून म्हणतो.... कोणता दोष तुमच्याकडून होत होता, याची काही जाणीव

आहे? तुमचं धर्मशास्त्र मी थोडंफार शिकले आहे, नाना. मात्रागमनीपणाच्या पातकाला रौरवाचा नरकसुद्धा अपुरा आहे असं माझ्या कानावर पडलं आहे.'

नानांना खाली घातलेली नजर वर करायचा धीर झाला नाही. ते म्हणाले, 'मातु:श्री, चूक झाली. पदरात घ्यावी.'

'नाना, एकच चूक अशी केलीत की ज्यानं आयुष्यातून उठला असता. आम्ही आता राऊंना जर तुमचं कृत्य कळवलं किंवा आम्ही न कळवताही त्यांच्या कानांवर ते गेलं तर नाना पित्यानं आपल्या हातानं सुनेचं कुंकू पुसलं असा जगभर डंका होईल याची कल्पना आहे?'

मेल्याहून मेलं होऊन नाना पाटावर बसले होते. त्यांना नजर उचलून मस्तानीकडे पाहण्याचा धीर होत नव्हता. भावनावेगानं त्यांच्या नाकपुड्या थरथरत होत्या. ते चटकन् पाटावरून उठले. मस्तानीचे गोरेपान चरणकमल त्यांना समोर दिसत होते, ते घट्ट धरून ते म्हणाले, 'मातु:श्री, क्षमा केली असं म्हणा. क्षमा केली असं म्हणा, तर हे पाय सोडतो.'

डबडबलेल्या डोळ्यांनी मस्तानीनं नानांना उठवलं. त्यांना हृदयाशी धरून मस्तानी म्हणाली, 'नाना, अरे पुत्रासाठी मातेच्या हृदयात क्षमेशिवाय दुसरं काय असतं? तिच्या अंगातला कणन्‌कण पुत्रासाठी टाहो फोडीत असतो. पुत्राचे अपराध पोटात घालण्यासाठी तर ती त्याला उदरात नऊ महिने वागवीत असते. जसा समशेर तसे तुम्ही, पुसा डोळे.'

नानांनी डोळे कोरडे केले. पण आसू आवरत नव्हते. भरलेल्या कंठानं ते कसेबसे म्हणाले, 'मातु:श्री, पुत्रधर्म आम्ही विसरलो, पण मातृधर्म तुम्ही विसरला नाहीत. मोहाच्या भरात आमचा सारासार विचार सुटला. पुन्हा अशी चूक घडणार नाही.'

मस्तानीपासून दूर जाऊन दालनातल्या खिडकीतून बाहेरच्या काळोखात पाहत नानांनी डोळ्यातल्या आसवांना मुक्त वाट करून दिली. डोक्यातली धुंदी झरझर उतरली होती. मस्तानीच्या शब्दांनी नाना रक्तबंबाळ झाले होते.

त्यांच्या पाठीवरून ममतेनं हात फिरवीत मस्तानी स्वत:शीच बोलावं तशी म्हणाली, 'तुम्हाला आम्ही दोष देत नाही. मोठमोठी कर्तीसवरती माणसंही बुद्धिभ्रंश होऊन भरकटलेली दिसतात. नाना, तुम्ही तर पोर. तुमच्या पोरबुद्धीनं हे कारस्थान रचलं. तुम्हाला वाटलं, ही मस्तानी नानाच्या मिठीत आहे असं राऊंना समजलं म्हणजे विटून ते आमचं नाव टाकतील. नाना, किती हा बुद्धीचा कोतेपणा. अरे,

मस्तानी आणि राऊ दोन नाहीत. एक आहेत. दोन देहात या चौकीपहाऱ्यांचा अडथळा आहे. पण त्यांच्या मनांना दूर करणं आता परमेश्वराच्याही हातात नाही. चिरंजीव प्रत्यक्ष तुमच्या मिठीत ही मस्तानी आहे हे राऊंनी आपल्या डोळ्यांनी पाहिलं असतं तरी त्यांनी विश्वास ठेवला नसता. त्यांच्या मस्तानीला ते चांगले ओळखून आहेत.'

नानाला हात धरून मस्तानीनं ममतेनं पाटावर बसवलं. एका तबकात त्यांच्या समोर मिठाई ठेवली.

नित्याप्रमाणं देवदर्शन आटोपून आपांची पालखी शनवारच्या हवेलीपाशी थांबली. मंद पावलं टाकीत आपा आपल्या महालाकडे गेले. महालात त्यांची वाट पाहत महादोबा पुरंदरे उभेच होते. आपांना महालात आलेलं पाहताच त्यांना बैठकीवरही बसण्याची फुरसत न देता महादोबा एकदम म्हणाले, 'श्रीमंत, घात झाला. घात झाला.'

डोईवरचा काढलेला मंदील तसाच हातात ठेवून आपांनी चमकून महादोबांच्याकडे पाहिलं. अंबाजीपंतांपासून राजकारणात मुरलेले महादोबा किरकोळ गोष्टींनी विचलित होणारे नाहीत हे आपांना ठाऊक होतं. एकदम घात झाला असं ते म्हणाले तेव्हा किती तरी अशुभ शंका त्यांच्या मनाला चाटून गेल्या. ते म्हणाले, 'काय झालं?'

'श्रीमंत घात झाला. आमच्या तोंडाला काळोखी फासली गेली.'

'पण महादोबा, झालं काय?' असं म्हणत चिमाजीआपा खाली बैठकीवर बसले. समोर दुसरी बैठक होती. तिच्यावर बसण्याचा महादोबांना इशारा केला. बैठकीवर बसत असताना महादोबा म्हणाले, 'श्रीमंत, मस्तानी पळाली!'

'आँ! पळाली! मस्तानी पळाली?'

'होय, श्रीमंत. म्हणूनच म्हणतो घात झाला. मस्तानी पळाली. एवढ्या चौकीपहाऱ्यातून मस्तानी पळाली.'

'केव्हा?'

'काल रात्री.'

'काल तर त्रिपुरी पौर्णिमेचं एवढं चांदणं होतं आणि तरीही ती पळाली. मग आमच्या चौक्या काय करीत होत्या?'

'मस्तानी पळाली एवढं खरं.'

पण आपांचा विश्वास बसला नाही. तसेच ते उठत महादोबांना म्हणाले, 'चला आम्हाला पाहू द्या, मस्तानी कशी पळाली, कुठून पळाली.'

एका कलावंतिणीनं पेशव्यांच्या एवढ्या बंदोबस्ताला चुटकीसरशी नामोहरम केलं होतं. डोळ्यांत धूळ फेकून ती अस्मानात बिजलीसारखी अदृश्य झाली होती.

मस्तानीच्या महालात महादोबांच्या बरोबर आपांनी पहिल्यांदाच पाऊल टाकलं.

चौकीपहाऱ्यावरचे स्वार खाली माना घालून उभे होते. आपा संतापले म्हणजे कोणती शिक्षा देतील याची भीती होती. या भीतीनं त्यांचे चेहरे काळवंडले होते. चौकातल्या पायऱ्या चढून आपा वर आले. आतल्या दालनात पाहून ते म्हणाले, 'अरे, इथं कृष्णाची मूर्ती दिसतेय.'

मूर्तीच्या गळ्यातला हार अजून सुकलेला नव्हता. शेजारी पाट मांडला होता. त्या पाटावरची मिठाई तशीच होती. भराभर वेगवेगळ्या दालनांत आपा फिरले. फिरता फिरता त्यांच्या मनातला संताप अनावर झाला. महालाच्या बाहेर येऊन ते म्हणाले, 'एवढा कडेकोट बंदोबस्त आम्ही ठेवला आणि ही बया नजर चुकवून गेली कशी? नाना कुठं आहेत?'

'सकाळपासून नानास्वामींना खबर देण्याचा मी प्रयत्न करतो आहे. पण ते सापडले नाहीत. भल्या पहाटे उठून कोथरूडच्या बागेकडे गेले असं सेवकानं सांगितलं.'

एवढ्यामध्ये आपांनी महालाच्या आसपासच्या भागांचंही बारकाईनं निरीक्षण केलं. महालाच्या त्या बाजूला चांगली दोन पुरुष उंच भिंत बांधलेली होती. त्या भिंतीवर अजूनही दोर लोंबकळत होता. त्या दोराकडे पाहताच आपांच्या लक्षात सारा प्रकार आला. महादोबा म्हणाले, 'एवढी नाजूक बाई आहे म्हणतात आणि दोन पुरुष उंच भिंत चढून गेली म्हणजे आश्चर्य आहे!'

आपा दोराकडे टक लावून पाहत होते. अचानक त्यांच्या स्वरात मार्दव आलं. मग ते म्हणाले, 'आश्चर्य हेच आहे की परमेश्वरानं या स्त्रीला ब्राह्मण कुळात का जन्माला घातलं नाही. ब्राह्मणी असती तर अशाही परिस्थितीत तिचं राऊंशी लग्न

लावून दिलं असतं. आणि साऱ्याच कटकटीतून आम्ही मुक्त झालो असतो.'

मस्तानी पळाली. चौकी पहारे तिला अडवू शकले नाहीत. ही बातमी एव्हाना हवेलीतून साऱ्या शहरामध्ये पसरली होती. पेठांतून, चौकांतून ब्राह्मणांची टोळकी जमून एकमेकांना हेच सांगत होती. हातवारे करून बोलताना जिभेला समशेरीची धार आली होती.

स्वत:च्या महालात आपा महादोबा पुरंदऱ्यांजवळ खलबत करीत होते. मस्तानीपासून बाजीरावांना आपण अलग केलं त्याचं समाधान पुरे पंधरा दिवसही त्यांना लाभलं नव्हतं. आणि आता त्यांच्या डोळ्यांत झणझणीत अंजन घालून मस्तानी पुण्यातून निसटली होती. ती कुठं गेली हे सांगण्याला ज्योतिषाची गरज नव्हती. तिनं केव्हाच पाटस जवळ केलं असलं पाहिजे, आणि एव्हाना यवनी बाजीरावांच्या मिठीत असली पाहिजे, याबद्दल कुणालाच शंका नव्हती. प्रश्न होता पुढं काय?

बऱ्याच वेळानं महादोबा म्हणाले, 'मला एक विचार सुचतो. पण बोलून दाखवण्याचं धाडस होत नाही.'

आपा खिन्न झाले होते. ते म्हणाले, 'काय डोक्यात येतं आहे ते सांगा. एवढी क्षुल्लक यवनी. तिनं कुणाची भीती धरली नाही. तुम्ही कशाला धरता?'

'पण विचार कदाचित पसंत पडणार नाही.'

'सांगा तर खरं.'

'आता मला शेवटचा मार्ग दिसतो आहे. राऊंनी तिची संगत सोडावी म्हणून आजपर्यंत करायचा तो प्रयत्न आपण केला. पण दैव आम्हाला अनुकूल नाही.' बोलता बोलता महादोबा थांबले. आपांचा ते अंदाज घेत होते. पण आपा काही बोलले नाहीत हे पाहून महादोबाच पुढं म्हणाले, 'मस्तानीला या जगातून नाहीसं करणं एवढा एकच उपाय राहिलेला आहे. एकदा ही बया नाहीशी झाली म्हणजे राऊ ताळ्यावर येतील, आणि आमच्या सर्वांच्याच डोक्यावरलं पापाचं हे ओझं खाली उतरेल.'

कितीतरी वेळ महादोबा तेच ते सांगत होते. आपा ऐकून घेत होते. शेवटी ते म्हणाले, 'महादोबा, अशा बाबतीत आम्ही मुखत्यार नाही.'

'श्रीमंत मुखत्यार नाहीत, तर कोण आहेत?'

'साताऱ्याला छत्रपती स्वामी आहेत. त्यांच्या आज्ञेनं हवा तर हा शेवटचा

प्रयत्न करून पाहावा असं वाटतं. राजश्री स्वामींना साऱ्या हकिगतीचं तपशीलवार पत्र खास जासुदाकरवी पाठवा. त्यांनी आज्ञा दिली तर तुमच्या मनातल्या बेताला आम्ही होकार देऊ.'

महादोबाच्या डोक्यावरची पगडी हलली.

पाटसमधली ती छोटीशी इमारत राजवाडा झाली होती. इमारतीच्या भिंती रंगमहाल झाल्या होत्या. इमारतीची लहानशी दालनं क्रीडामहाल बनले होते. आठ-पंधरा दिवस विलक्षण धुंदीमध्ये गेले. हवेलीतली थंडी जाणवत नव्हती. सकाळची कोवळी उन्हं अंगावर पडल्यापासून ते चांदण्या-रात्रीमध्ये न्हाऊन निघेपर्यंत पळभरही मस्तानी आणि बाजीराव एकमेकांपासून दूर जात नव्हते.

मद्याचे कुंभ रिते होत होते. मदिराक्षीची मादक सोबत देहभान विसरायला लावीत होती. जगाचं जणू अस्तित्वच नव्हतं. होते ते दोन जीव. बाजीराव आणि मस्तानी — मस्तानी आणि बाजीराव. एकमेकांच्या डोळ्यांत स्वत:चं प्रतिबिंब पाहावं, मिठीमध्ये सर्व सुखाचा अनुभव घ्यावा, अमृताचे झरे वाहावेत तसे उभयतांच्या ओठांतून मधाळ शब्द बाहेर पडावेत; त्या प्रेमाला सीमा नव्हती की बंध नव्हते.

एके रात्री मध्यरात्र उलटून गेली तरी बाजीराव आणि मस्तानी यांची त्या स्वप्नभूमीतल्या प्रासादातली कुजबूज थांबली नव्हती. बोलता बोलता बाजीराव मस्तानीला आपल्या मिठीत घेऊन म्हणाले, 'मस्तानी, आता तुला परत गेलं पाहिजे. या स्वप्नाची अखेर जवळ आली आहे.'

'परत कुठं जायचं राऊ?' बाजीरावांच्या ओठांजवळ आपले ओठ नेत मस्तानी पुटपुटली.

'पुण्यात. आमच्या हवेलीत.'

'पुण्यातल्या हवेलीतूनच राऊंच्या मागे धावत धावत जिवाची कुरवंडी करून मी इथं आले. तिथं पुन्हा परत जाऊ?' बाजीरावांच्या मिठीतही मस्तानीचं अंग थरथरलं.

'होय मस्तानी, तिथंच. तुझी जागा तिथंच आहे.'

मस्तानीच्या डोळ्यांतली धुंदी खाड्कन उतरली. आपले शराबी डोळे बाजीरावांच्या डोळ्यांना भिडवीत ती पुन्हा म्हणाली, 'नको. नको. आता ही मिठी सोडून कुठं जाणं नको. मृत्यू यायचा असला तर तो या मिठीतच येऊ दे.'

बाजीरावांनी मस्तानीच्या त्या कोमल कायेवरून हात फिरवला. ते म्हणाले, 'स्वप्नं ही अल्पजीवी असतात मस्तानी. माणसाला प्रत्यक्ष वस्तुस्थितीला तोंड हे द्यावंच लागतं. मस्तानी, तुझ्या संगतीत हे दिवस घालवीत असतानाही आम्हाला त्या वस्तुस्थितीची जाण होती. हे स्वप्न केव्हा तरी संपलंच पाहिजे आणि त्या वस्तुस्थितीला आम्हाला धीरानं तोंड दिलं पाहिजे, हे आम्ही विसरलो नव्हतो.'

'पण राऊ, तुम्हाला कल्पना नाही. मस्तानी हवेलीत परत गेली तर मस्तानीच्या पुढं काय वाढून ठेवलं आहे हे तुम्हाला माहीत नाही.'

'आम्हाला माहीत नाही? या बाजीरावाला माहीत नाही?' बाजीरावांच्या आवाजाला नकळत थोडी धार आली. ते म्हणाले, 'मस्तानी, मद्याच्या धुन्दीत असला तरी हा पेशवा आहे. कुणाला समजत नसेल ते या बाजीरावाला समजतं. आणि कुणाला ऐकू येत नसेल ते त्याला ऐकू येतं.'

'आणि तरीही मस्तानीनं हवेलीत जावं असं राऊ तुम्ही म्हणता?'

'होय, तरीही.'

'सारं माहीत असूनही?'

'होय. सारं माहीत असूनही आम्ही तसं म्हणतो.'

'पण का?'

'आम्ही वचन देऊन हवेलीतून निघून इथं येऊन राहिलो. तू स्वतःच्या महालातून पहारे चुकवून इथं आलीस. जग म्हणेल बाजीरावानं मस्तानीला काढून नेली.'

'जगाची पर्वा कशाला? आमची पर्वा न करणाऱ्या जगाची पर्वा आम्ही तरी का करावी?'

'मस्तानी, काही प्रश्नांची उत्तरं मिळत नाहीत. त्यातलाच हा प्रश्न आहे. हातात समशेर घेऊन वाटेतले पहारे मारून आम्हाला पुण्याला येणं कठीण का होतं? बंधूंना, मातुःश्रींना, साऱ्यांना एकीकडे सारून कुणाचीच पर्वा न करता आम्हाला हवेलीत राहता का आलं नसतं? पण मस्तानी, नियती माणसाला जन्माला घालते तेव्हाच त्याच्याभोवती आपले बंधही टाकून ठेवते. ते बंध या बाजीराव पेशव्याला

इकडेतिकडे सरकू देत नाहीत. तू आलीस. या असल्या इमारतीत आम्हाला घटकाभर स्वर्ग उतरल्यासारखं वाटलं. युगायुगाचा विरह जणू संपला. पण मीलन आणि विरह जणू दिवस रात्रीसारखं आहे. एक संपलं की दुसरं सुरू होतं. पण त्यालाही अंत असतोच.'

बाजीरावांचा उष्ण नि:श्वास मस्तानीला जाणवला. ती बाजीरावांना अधिकच बिलगली. तिच्या केसातून आपली बोटं फिरवीत बाजीराव म्हणाले, 'मस्तानी, तुझी परत जाण्याची वेळ आलेली आहे.'

'पण राऊ, तुम्ही बाहेर मोहिमेवर गेलात तर या मस्तानीचं काय होईल?'

'काही होणार नाही. मस्तानी, माझी माणसं मला चांगली माहीत आहेत.'

'पुन्हा विरहाची कल्पना असह्य होते.'

बाजीरावांच्या छातीवर आपलं मस्तक टेकवून हुंदके देत मस्तानी म्हणाली, 'राऊ, राऊ! तुम्हाला काही माहीत नाही म्हणून तुम्ही असं बोलता. या मस्तानीनं फार सोसलं आहे. तुम्हांला कल्पना नसेल, असं सोसलं आहे. या ओठांतून बोलता येत नाही असं सोसलं आहे. ते माहिती असतं तर तुम्ही मस्तानीनं परत जावं असे शब्दही पुन्हा उच्चारले नसते.'

'मस्तानी, आम्हाला सारं ठाऊक आहे. आमच्यापासून काहीही लपलं नाही. पण आम्हाला ठाऊक आहे, की आमचा राग करणाऱ्या मातु:श्री केव्हा ना केव्हा आपली चूक उमगतील. या पुत्राला क्षमा करतील. पुत्रासाठी क्षमेशिवाय मातेच्या हृदयात दुसरं असतंच काय?'

चमकून मस्तानी बाजीरावांच्या मिठीतून बाजूला झाली. दोन पावलं मागं होऊन तिनं आपली तर्जनी बाजीरावांच्याकडे रोखली. तिच्या आवाजात कंप आला. सारी काया जणू निर्जीव झाल्यागत तिला वाटलं. ती म्हणाली, 'म्हणजे..... म्हणजे आणि काही न बोलता तिच्या डोळ्यांतून झरझर आसवं वाहू लागली.

'होय मस्तानी, आम्हांला सारं माहीत आहे, असं आम्ही म्हणालो ते तुझ्या नीट लक्षात आलं नाही. आम्हाला सारं माहीत आहे. आणि तरीही आम्ही म्हणतो, मस्तानी, तुझं स्थान हवेलीतच आहे.'

'पण का ही आम्हाला शिक्षा?' मस्तानीचा स्वर रडवेला झाला होता. कंठातून स्पष्ट आवाज उमटत नव्हता.

'कारण राऊंचं मस्तानीशी चिरंतन मीलन व्हावं म्हणून.'

'चिरंतर मीलन? आणि दूर राहून ते कसं होणार?'

'मस्तानी, तुझ्या तोंडूनच फैसला झाला आहे. आईच्या हृदयात पुत्रासाठी फक्त क्षमाच असते. त्यासाठीच ती पुत्राला उदरात नऊ मास बाळगते. मातुःश्रीबाईही कधी तरी आम्हाला क्षमाच करतील. आमचे बंधू तर आम्हाला त्यांच्या तळहातावरच्या फोडाप्रमाणे वागवतात. तेही समजून घेतील. आणि मग तुला असं चोरून राऊला भेटायचं कारण राहणार नाही. सासरी निघालेल्या मुलीला तिच्या मातापितरांनी मोठ्या गौरवानं निरोप द्यावा. शिगं, तुताऱ्या वाजवून तिची सासरी पाठवणी करावी त्याप्रमाणं आमच्या मातुःश्री, आमचे बंधू एक दिवस तुला आमच्याकडे रवाना करतील. शिगं, तुताऱ्या वाजतील, भरलेल्या मनानं पण सन्मानानं. तेव्हा राजरोस येऊन मस्तानी या राऊच्या मिठीत अखेरची विश्रांती घे. त्या क्षणाची आम्ही वाट पाहू. मस्तानी, मोहिमेवर जाण्याची आमची वेळ झाली आहे. मोहिमा आटोपून आम्ही असेच नर्मदेच्या तीरावर जाऊ. दक्षिणेतले निर्बंध तिथं आमच्यावर असणार नाहीत. यापुढं दक्षिणेत आम्ही राहणारच नाही. मग तरी आम्हाला क्षमा करून आमच्या मातुःश्री, आमचे बंधू तिथं तुझी पाठवणी करतील. मस्तानी, त्या दिवसाची आम्ही वाट पाहू. बाजीराव आणि मस्तानीचं मीलन तिथं मोठ्या सन्मानानं होईल.'

मस्तानीनं आपले डोळे कोरडे केले. पण त्या विशाल नेत्रांतली अस्वस्थता कमी झाली नव्हती. आर्त नजरेनं ती बाजीरावांना निरखीत होती. त्यांचा स्पर्श, त्यांचा श्वास इतकंच काय पण त्यांचं नुसतं अस्तित्व आजवर मस्तानीला सुख देत होतं. सारा जीव तिथं अडकला होता, आत आकांत होत होता. निर्धारानं तो दाबून ती म्हणाली, 'राऊ, काय बोलता मला समजत नाही. पण राऊंची इच्छा असेल तर मी मरणालाही जवळ करीन. मग पुण्याची ती गोष्ट काय? राऊंची इच्छा प्रमाण मानून पुण्यात राहिल्यावर जर मरण कोसळणार असेल, तर तेही ही मस्तानी पुष्पासारखं झेलील.'

आणि एकदम निर्धाराचा बांध फुटला. भावनावेगानं 'राऊ, राऊ' असं म्हणत मस्तानीनं बाजीरावांच्या गळ्याला मिठी मारली.

पूर्वेकडे दिशा उजळल्या. तशी मस्तानी बाजीरावांच्या मिठीतून बाजूला झाली. बाहेर पुण्याकडे जाणारे मेणे सज्ज झाले होते. मेण्याच्या बरोबर जाण्यासाठी पुण्याहून महादोबा पुरंदरे आणि सावकार मोरशेट करंजे आले होते. भोयांच्या दोन्ही बाजूंना

उभे राहून पाटसच्या त्या इमारतीतून मस्तानी केव्हा बाहेर येते याची ते वाट पाहत होते.

बाजीरावांचा निरोप घेऊन डोक्यावरून ओढणी घेत मस्तानी वाड्याच्या पायऱ्या उतरून मेण्याजवळ आली. बरोबर बाजीराव होते. मेण्यामध्ये मस्तानी बसली. मेण्यावरचा पडदा सेवकांनी एकसारखा करण्यापूर्वी तिनं मेण्यातूनच बाजीरावांच्याकडे अपेक्षेनं पाहिलं. हृदयाचा इशारा हृदयानं ओळखला. मेण्याच्या जवळ जाऊन खाली वाकून बाजीरावांनी हलकेच विचारलं, 'क्या चाहती हो?'

ओठातून शब्द बाहेर पडले, 'इन्शाल्ला, फिर मिलेंगे.'

मस्तानीनं कपाळाला हात लावला. सेवकांनी मेण्याचा पडदा ओढून एकसारखा केला, पुण्याच्या दिशेनं मेणा भरभर निघाला.

तिसऱ्या प्रहरी पेशव्यांची फौज गोदावरीच्या रोखे निघाली. शिंदे, होळकर आघाडीला होते. अहमदनगरजवळ चिमाजीआपा आपली फौज घेऊन पेशव्यांच्या मुख्य फौजेला येऊन मिळाले. औरंगाबादला मोठी फौज जमा करून निजामाचे पुत्र नासरजंग मराठ्यांशी लढायची तयारी करीत होते. पौषातली थंडी संपता संपता मराठी फौजा गोदावरीच्या तीरावर गोळा झाल्या. महिनोमहिने अटीतटीचं झुंज झालं. आपा आणि बाजीराव फौजांच्या हालचाली नेहमीच्या तडफेनं करीत होते. अखेरीस नासरजंगाची फौज नेस्तनाबूत झाली. आणि हात बांधून नासरजंग पेशव्यांना शरण आले. गोदावरीच्या तीरावर पैठणच्याजवळ नामुष्कीचा तह पदरात घेऊन नासरजंग परतले.

दुसऱ्या दिवशी बाजीरावांच्या डेऱ्यामध्ये पुण्याहून तातडीनं खलिता घेऊन जासूद आला. खलित्यावर नजर टाकताच नासरजंगाच्या मोहिमेचं यश एका क्षणात धुळीला मिळालं. दोन-तीन महिने मनाला घातलेला आवर नाहीसा झाला. खलित्यातल्या शब्दानं काळजाला घरे पडले होते. थरथरत्या हातानं बाजीरावांनी खलित्याचा कागद गादीखाली ठेवला आणि आपांना बोलावून घेतलं.

नासरजंगाच्या विजयाची वर्तमानं दक्षिणेत पोहोचली होती. शाहू छत्रपती आणि

परमहंसबाबांची आशीर्वादाची पत्रं आलीं होती. बाजीरावांचं बोलावणं येताच आपा ती पत्रं हातात घेऊन मोठ्या उत्साहानं बंधूंच्या डेऱ्यात आले. आल्याबरोबर बंधूंच्याकडे नजर टाकताच त्यांच्या काळजात चर्रर झालं. काहीतरी वेगळा प्रकार आहे हे त्यांच्या लक्षात यायला वेळ लागला नाही. उगीचच हसण्याचा प्रयत्न करून ते म्हणाले, 'राऊंच्या विजयाची वर्तमानं साताऱ्यापर्यंत पोहोचली.'

'आमच्या पराभवाची वर्तमानं इथं गंगेच्या तीरी आमच्यापर्यंत आली!' बाजीरावांच्या शब्दात विलक्षण दुःख भरलं होतं. ऐकणाराला ते जाणवावं असे शब्द जड झाले होते.

'काही अनपेक्षित खबर आहे का?' आपांनी धडधडत्या अंतःकरणानं विचारलं. त्यांच्यापासून काहीच लपून राहिलं नव्हतं. पण बंधूंच्यापर्यंत ती खबर इतक्या लवकर येऊन पोहोचेल असं त्यांना वाटलं नव्हतं.

बाजीरावांनी गादीच्या खालून खलित्याचा कागद काढला. बंधूंच्या समोर तो टाकून म्हणाले, 'वाचा आपा. स्वतःच वाचा. आणि या राऊंचा पराभव कसा झाला आहे ते पाहा.'

आपांची सराईत नजर खलित्याच्या कागदावरून फिरली, आणि खर्रकन त्यांचा चेहरा उतरला. तरीही उसनं बळ आणून आपा म्हणाले, 'नानांचा तरी त्यात काय दोष?'

'दोष कुणाचाच नाही. दोष आहे तो आमच्या दैवाचा. आपा, असलं करंटं भाग्य घेऊन बाजीराव जन्माला आला हाच त्याचा दोष आहे.'

'राऊ, समोरची ही गोदा, पैलतीरावरलं ते पवित्र पैठणचं क्षेत्र यांच्या परिसरात हे अभद्र शब्द कशाला? विजयाच्या या भेरी, शिंग आणि तुताऱ्या त्यांचे पडसाद हवेत अजून पुरते विरलेही नाहीत तोच तोंडातून काय ही अभद्र भाषा काढता?'

'मस्तानीला फसवून पर्वतीच्या पायथ्याशी कैद करून ठेवली ही खबर अभद्र नाही, आपा? फक्त आमचे शब्दच तेवढे अभद्र?'

'पण त्याला राऊ, आमचा नाइलाज होता.'

'नाइलाज! आपा, तुमचा नाइलाज? चौदाचौकड्यांच्या रावणासारखी सत्ता तुमच्या हातात आहे आणि तुमचा नाइलाज? आम्हाला नवल वाटतं.'

'चौकी पहारे ओलांडून एकदा मस्तानी निसटून गेली होती म्हणून आमच्याच सल्ल्यानं नानांनी तिला पर्वतीच्या बागेत प्रतिबंधात ठेवलं आहे.'

बाजीरावांनी हसण्याचा प्रयत्न केला. पण चर्या अधिकच भेसूर झाली. ते म्हणाले, 'आपण काय बोलतो आहो हे माणसाला समजेनासं झालं म्हणजे आपा, त्यांचा तोल किती सुटतो हे आता आमच्या लक्षात आलं.'

'आमचा तोल सुटला?'

'होय. आपा तुमचाच. वसईचा दिग्विजय संपादन करून आलेले आमचे बंधू चिमाजीपंत, माळव्यात दयाबहाद्दर आणि गिरिधर बहाद्दरांना कंठस्नान घालणारे हे आमचे बंधू, दिल्ली बुंदेलखंडात ज्यांच्या नुसत्या नावानं दुष्मन गर्भगळित होतो ते आमचे बंधू एका यवनीला घाबरतात यावर आम्ही विश्वास ठेवावा! तुमच्या पाहाऱ्यातनं एक निराधार स्त्री सुटून गेली म्हणून तुम्ही तुमची सारी शक्ती पणाला लावून तिला आता प्रतिबंधात ठेवता आहात. आपा, केवढ्या आशेनं आम्ही पाटसहून मस्तानीला परत पाठवलं होतं. वाटलं होतं की, माणसाच्या अंतःकरणात अजून थोडीफार माणुसकी शिल्लक असेल. थोडीफार कोमल भावना असेल. दुसऱ्याबद्दल कणव असेल. पण आपा, आमचे अंदाज आज साफ धुळीला मिळाले. जिवाच्या आकांतानं पळणाऱ्या एका गाईच्या विरुद्ध सारी मराठी सत्ता आज दंड थोपटून उभी राहिली आहे. तिला चिरडायला तुम्हाला एवढी ताकद लागते हे आम्हाला माहीत नव्हतं. आपा, मुद्दाम आमच्या मागे पुण्यात आमच्या चिरंजीवांची मुंज केलीत, तुमच्या चिरंजीवाचं लग्न केलंत. घरची कार्ये आमच्या मागे उरकलीत. आमच्या हृदयाला किती घरं पडत होती, याची फिकीर केली नाहीत. आणि आता आमच्या हृदयाला या डागण्या जणू कमी पडतात म्हणून राऊत पाठवून मस्तानीला कैद करून ठेवलंत! एखाद्या सामान्य गुन्हेगार स्त्रीसारखं? आपा, बंधुप्रेमाचा यापेक्षा उच्च नमुना जगात शोधून सापडणार नाही.'

'राऊ, तुमच्या भावना दुखावल्यात हे आम्ही जाणतो. पण बंधूंनी तरी आमच्या भावनांची किती फिकीर केली हे साऱ्या जगाला माहीत आहे.'

या शब्दासरशी बाजीरावांचा संताप अनावर झाला. एवढा वेळ आपांशी मृदू शब्दात बोलणारा तो वडवानल एकदम उसळला. शब्दातून ठिणग्या उडू लागल्या.

'आपा, असे शब्द तोंडातून बाहेर काढण्यापूर्वी या बंधूंच्या हृदयात मस्तानीला कोणतं स्थान आहे याची थोडी फिकीर करायची होती. आपा, मस्तानी आणि बाजीराव दोन नाहीत आणि कुणीही त्यांना वेगळं करू शकणार नाही. तुमच्या साऱ्यांच्या भावनेवरचा आमचा विश्वास आज या समोरच्या गंगेला मिळाला.

कदाचित तुमच्या नजरेनं आम्ही चुकतही असू. मातुःश्रींच्या दृष्टीनं कदाचित आम्ही कुळाला कलंकही लावला असेल. अरे पण, या जगामध्ये क्षमा म्हणून काही चीज आहे की नाही? दौलतीचा कारभार करताना हजारो लोकांचे गुन्हे आम्ही पोटात घेतो. ममतेनं त्यांच्या पाठीवरून हात फिरवतो, आणि मोठमोठी कामं त्यांच्याकडून करून घेतो. पेशवे झालो म्हणून हा साधा माणुसकीचा हक्क तुम्ही आम्हाला नाकारावा? आपा, तुम्हा साऱ्यांची इतकी अधोगती झाली आहे असं म्हणून मी माझ्याकडे कमीपणा घेणार नाही. आपा, नियतीनं बाजीरावाला कठोर शासन करायचं ठरवलं असलं तर तिच्या हातातलं केवळ बाहुलं म्हणून तुम्ही वागला आहात असं मी समजेन. कधी क्षणभर असा विचार केला नाहीत की मनात आणलं असतं तर मस्तानी माझ्याजवळ एका निमिषात येऊ शकेल. तुमची आणि तुमच्या भावनांची कदर करावी म्हणून मीच तिला पुण्यात परत पाठवली. त्याचं फळ मी भरून पावलो. ठीक आहे. आपा, सारं काही माणसापासून हिरावून घेता येतं. घेता येत नाही ते प्राक्तन. ते प्राक्तन बाजीरावाजवळ आहे. म्हणून त्याची मर्जी असेल तसं घडेल. उद्या रंगपंचमी आहे. पंचमीच्या आठवणी आम्हाला जाळतील. तुमच्या बरोबर राहिलो तर त्या आठवणी टाळता येणार नाहीत. आता आम्हाला कुणाचीही सोबत नको. पुण्यापासून दूर नर्मदेच्या पार आम्ही जातो. तिथं तुमची कुजबूज आमच्या कानांवर येणार नाही. तिथं पुण्यातली ती क्षुद्र कारस्थानं आम्हाला समजणार नाहीत. आपा, उद्या तुम्ही पुण्याकडे कूच करा, आम्ही नर्मदेकडे जातो.'

'पण राऊ, अगोदरच तुमची प्रकृती ठीक नाही. त्यात मोहिमेची ही दगदग झाली. मनस्ताप तर केवढा करून घेतला आहे. एवढंच म्हणत असाल तर मी पुण्याला जातो. मस्तानीची कैदेतून सुटका करून तुमच्याकडे पाठवून देतो. पण राऊ प्रकृतीची काळजी घ्या. अविचार करू नका.'

'बस, बस!' उद्वेगानं बाजीराव म्हणाले, 'आम्हाला कुणाची भीक नको. मस्तानीला सोडवा, असा पदर आम्ही कुणाकडे पसरणार नाही. आजपर्यंत या बाजीरावानं कधी कुणापुढं तोंड वेंगाडलं नाही, की कधी भिकेची झोळी फिरवली नाही. जे मिळवलं ते स्वतःच्या ताकदीवर. आता सूर्य पश्चिमेकडे कलला आहे. या वेळी मस्तानीला सोडवा आणि आमच्याकडे पाठवा असे दीन शब्द या बाजीरावांच्या तोंडून बाहेर पडणार नाहीत. आपा सुखेनैव दक्षिणेत जा. एवढ्या हौसेनं आम्ही ती वास्तू बांधून घेतली. पण तिचा नि आमचा योग नव्हता, असंच

आम्ही समजू. जिंदगीचे जे काही क्षण शिल्लक असतील ते पुण्याच्या बाहेर घालवू. तुम्ही, आमचे चिरंजीव आणि मातु:श्री खुशाल त्या वास्तूत राहा. मातु:श्रींना आमचा नमस्कार सांगा. म्हणावं, या राऊला उगीचच असं वाटलं होतं की, मातेच्या हृदयात पुत्राबद्दल क्षमेशिवाय दुसरं काहीही असत नाही. पण राऊनं अखेरची चूक केली. साऱ्याच माता सारख्या नसतात हे त्याला समजायला हवं होतं. या आपा, आम्हाला आता एकटेच राहू द्या—'

दोन दिवसांनी गोदावरीच्या काठावरचा पेशव्यांचा तळ हलला. चिमाजीआपांनी दोन-तीन वेळा बाजीरावांची गाठ घेण्याचा प्रयत्न केला. पण भेटीची परवानगी मिळाली नाही. हिरमुसल्या मनानं आपांनी पुण्याकडे प्रस्थान ठेवलं. बाजीरावांची फौज उत्तरेच्या दिशेनं कूच करू लागली. नासरजंगाच्या तहानं हंड्या आणि खरगोण हे दोन परगणे बाजीरावांना मिळाले होते. त्यांची व्यवस्था लावण्यासाठी पेशव्यांनी नर्मदेकडे कूच केलं. बऱ्हाणपूर अशीरगडावरून खांडवा गाठला. मग नर्मदेकडे फौजेचा रोख वळला. नर्मदेला उतार रावेरखेडीला होता.

रावेरखेडीला फौजा येऊन पोहोचल्या तेव्हा हिवाळा मागे पडून कडक उन्हाळ्याची सुरुवात झाली होती. नर्मदेच्या उत्तर तीरावर बाजीरावांची छावणी पडली. अंगात ज्वर होता. बरोबरचे सरदार, कारकून मना करीत असतानाही बाजीराव दौलतीची कामं पाहतच होते. इटावा, मडकई, बडवाही इत्यादी ठिकाणचे कमाविसदार रावेरखेडीला येऊन बाजीरावांना भेटले. आपापल्या कमाविशीतल्या हकिगती त्यांनी बाजीरावांच्या कानावर घातल्या.

नर्मदेच्या वाळवंटात जांभूळवन होतं. दिवसभर दौलतीची कामं झाली की तिसऱ्या प्रहरी त्या बनात विश्रांतीसाठी जावं असा बाजीरावांनी परिपाठ ठेवला होता. जांभूळवनात त्यांच्यासाठी दोन-तीन छोट्या राहुट्या ठोकल्या होत्या. तिथंच त्यांना दक्षिणेतले खलिते पेश केले जात असत. खलित्यातून येणारा मजकूर मनस्ताप वाढवणारा असे. दिवस मावळला की अंगावर शाल घेऊन पेशवे रामेश्वराच्या दर्शनाला जात असत. बाहेर उष्मा असह्य होत होता. पण बाजीरावांना

मधूनच हुडहुडी भरल्यासारखं वाटत असे. डेऱ्यामध्ये कुंवर अहोरात्र त्यांची सेवा करण्यासाठी पायथ्याशी बसून असे.

एके दिवशी मोठ्या काकुळतीनं कुंवर बाजीरावांना म्हणाला, 'धनी, आजपर्यंत तुमच्या तोंडून पडेल तो शब्द प्रमाण मानून वागलो. आता एक तरी या दासाचं ऐकावं.'

ज्वरानं डोळ्यांवर थोडी लाली आली होती. जड झालेल्या पापण्या उचलून समईच्या प्रकाशात सेवकाकडे पाहून बाजीरावांनी विचारलं, 'काय आहे कुंवर?'

'दोन दिवस पोटात अन्नाचा कण नाही. वैद्यराजांनी दिलेली औषधं घेतलेली नाहीत. अशानं पार कसा लागेल?'

कुंवर बाजीरावांचे पाय चेपीत होता. त्याच्या मांडीवरून आपला पाय काढून घेत बाजीराव म्हणाले, 'आता कसला पार लावायचा आहे? आता पार लागेल तो अखेरचाच.'

धन्याची पावलं भावनावेगानं कवटाळून कुंवर म्हणाला, 'धनी, मला हे ऐकवत नाही. असलं काही अशुभ बोलू नका. या कुंवरनं तुमची काही सेवा केली असली तर सेवकाच्या या शब्दांसाठी दोन घास खाऊन घ्या.'

बाजीराव क्षीण हसले. म्हणाले, 'ठीक बोललास कुंवर. आजपर्यंत आप्तेष्टांनी, सरदारांनी आणि सवंगड्यांनी बोलावं आणि बाजीरावांनी त्याप्रमाणं चालावं असं झालं होतं. पण तुझा विचारच कधी आमच्या डोक्यात आला नव्हता. हो! मागाहून या बाजीरावावर तेवढाच नशिबाचा बोल राहायला नको. चल, आज तू आणि मी दोन घास खाऊन घेऊ. सेवकाला आम्ही दुसरं काय देणार? निदान तेवढं समाधान त्याला दिलं असं बाजीरावाला वाटू दे.'

'खरं?' असं उत्साहानं म्हणून कुंवरनं धन्याचे पाय गादीवर टेकवले. बाहेर जाऊन थोड्याच वेळात सोवळेकऱ्याकडून त्यानं थाळी तयार करून आणली आणि डेऱ्यातच पाट मांडून त्याच्यावर आपल्या धन्याला त्यानं बसवलं.

मोठ्या तृप्त मनानं कुंवर धन्याकडे पाहत होता. थाळीतल्या भाताचे दोन घास उचलून बाजीरावांनी घशाखाली बळेबळे ढकलले. वैद्यराजांनी दिलेली औषधं सकाळपासून तशीच पडली होती. कुंवरनं प्रेमानं मन वळवून बाजीरावांना घ्यायला लावली. सेवकाचा हट्ट धन्यानं पुरवला. मग बाजीराव निवांतपणे बिछान्यावर पहुडले. त्यांच्या अंगावर शाल घालून समाधानानं कुंवर डेऱ्याच्या बाहेर आला.

दुसऱ्या दिवशी सकाळी बाजीरावांच्या अंगातून घाम निघाला. आणि त्यांना एकदम ताजंतवानं वाटलं. त्याबरोबर मोठ्या उल्हसित मनानं त्यांनी सरदारांना आणि कारकुनांना बोलावून घेतलं. ते म्हणाले, 'उद्या अक्षयतृतीया आहे. अक्षयतृतीयेचा दरबार आम्ही नर्मदेच्या तीरावरच भरवू. आजपर्यंत आम्ही आमच्या सरदारांना इनामं दिली. उद्या आम्ही आमच्या हातानं शिलेदारांचा सन्मान करू. अखेरीस तेच खरे आमच्या खांद्याला खांदा लावून लढले.' शेजारी बाबूराव फडणीस बसले होते. त्यांना ते म्हणाले, 'फडणीस, शिलेदारांच्या याद्या तयार करा. उद्या त्यांचा आम्ही सत्कार करू.'

अक्षयतृतीयेच्या सकाळी आणखी एक खबर पेशव्यांच्या छावणीत येऊन थडकली. मस्तानीला पुण्यात पर्वतीच्या बागेत कैदेत ठेवलं होतं. आपांनी तिची सुटका केली होती. त्या वर्तमानाचा खलिता बाजीरावांनी कितीतरी वेळ वाचला. पण चेहरा प्रसन्न व्हावयाच्या ऐवजी खिन्नताच वाढली.

मुहूर्ताचा दरबार भरला. पण दरबारात बाजीरावांना फार वेळ बसवेना. अंगामध्ये पुन्हा ज्वर चढला. तरीही ते बसले. ज्या शिलेदारांचे मानपान करावयाचे होते ते आपल्या हातानं त्यांनी केले. काय घडतं आहे ते न कळलेले, भांबावलेले शिलेदार येऊन धन्याच्या पायाला स्पर्श करून त्यांच्या हातून मान स्वीकारीत होते.

दरबार आटोपून बाजीराव परत डेऱ्यात आले ते ज्वरानं फणफणतच. वैद्यांची धावपळ झाली. त्यांनी औषधं आणि काढे पेशव्यांना दिले. त्यांच्या आग्रहासाठी बाजीरावांनी ती औषधं घेतली आणि डेऱ्यामध्ये ते स्वस्थ पडून राहिले. पण आता छावणीतल्या माणसांचा धीर सुटला होता. पेशव्यांच्या नकळत फडणिसांनी पुण्याला पत्रं रवाना केली.

अंगात ज्वर चढला म्हणजे शुद्ध हरपून बाजीराव काय करतील आणि काय नाही याचा नेम राहिला नव्हता. कुणाला तोंड टाकून बोल. कुणाला दिसेल त्या साधनांनी मारहाण कर असा प्रकार चालला. बेअब्रूच्या भीतीनं सरदारही जवळ यायला बिचकू लागले. प्रकृती खालावतच चालली. दुपारी असह्य तलखी होत होती. बरोबरचे लोक काकुळतीला येऊन मना करीत असताना त्यांना न जुमानता बाजीरावांनी गार पाण्यानं शरीराचा दाह शांत करण्यासाठी नर्मदेच्या डोहात उडी घेतली. पाठोपाठ जानोजी ढमढेरे आणि तुळाजी शितोळे यांनीही डोहात उड्या टाकल्या.

अर्धघटकेतच बाजीराव डोहातून बाहेर आले. शरीराचा दाह थांबला होता. पण अंगात हीव भरलं. बाहेर उष्म्यानं अंगातून धारा चालल्या असताना हिवानं बाजीरावांची दातखीळ बसण्याची वेळ आली. त्यांना कोरडी वस्त्रं नेसवली आणि पालखीत घालूनच मुक्कामाच्या डेऱ्यात आणलं. बिछान्यावर बाजीरावांना ठेवलं असताना त्यांनी मध्येच आपले डोळे उघडून चौकशी केली, 'मस्तानीची काय हकिगत आहे?'

साऱ्यांनी माना फिरवल्या.

'समजलो.' एवढंच पुटपुटत बाजीरावांनी पुन्हा डोळे मिटले.

साऱ्यांनी बिछान्याभोवती जागून रात्र काढली. दिवस उगवला. आता थंडी कमी झाली. अंगातलं हीव उतरलं. पण पाठोपाठ ज्वर चढला. ज्वरामध्ये शुद्ध हरपली. वैद्य आपल्याकडून पराकाष्ठा करीत होते. बाबूराव फडणिसांनी आसपासच्या पंचक्रोशीतले ब्राह्मण बोलावून इडापीडा टळावी म्हणून त्यांना उदककुंभ दान केलं. बाजीरावांच्यावरून सुवर्णाच्या मोहरा ओवाळून त्या नदीकाठच्या कहारांना वाटल्या. महिषि-दानं झाली, क्लेशदानं बोलली. रामेश्वराच्या देवळात ब्राह्मण जमवून मृत्युंजयाच्या जपाचा मंत्रघोष अहोरात्र चालू केला. दैवी उपाय चालू होते, पण दैव अनुकूल नव्हतं. ज्वर हटत नव्हता. भ्रम वाढत होता. आणखी दोन दिवस तसेच गेले. भ्रमातली बडबड ऐकायला फक्त वैद्य आणि कुंवर डेऱ्यात असत. फडणीस, कारकून, मुत्सद्दी आणि सरदार बाहेर झाडाखाली बसूनच असत. त्यांच्या तोंडचं पाणी पळालं होतं.

मग अचानक एके दिवशी दक्षिणेकडून खलिता घेऊन जासूद आला, की खुद्द काशीबाईसाहेब, चिरंजीव जनार्दनपंतांसह रावेरीला पतीच्या भेटीसाठी येत आहेत. भ्रमात असलेल्या बाजीरावांना त्याचा पत्ता नव्हता.

मोहिनी एकादशीच्या दिवशी सकाळी लांब मजला मारून आलेल्या काशीबाईंचा मेणा नर्मदा उतरून रावेरीला बाजीरावांच्या डेऱ्याच्या बाहेर येऊन थांबला. लगबगीनं काळीज मुठीत धरून काशीबाई मेण्यातून बाहेर पडल्या. त्यांचे पाय लटपटत होते. चिरंजीवांना हाताशी धरून त्या मेण्यातून बाहेर पडल्या. कुंवर त्यांना नेण्यासाठी बाहेर आला. त्याच्या पाठोपाठ हरणाच्या काळजानं त्या डेऱ्यात आल्या.

जवळ जवळ सहा महिन्यांनी पतीचं ते मुख त्यांच्या नजरेला पडत होतं. विश्वास

बसणार नाही, अशी काया कृश झालेली, चेहरा ओढलेला. डोळे खोल गेलेले, अंगातून जाळ निघावा तसं सारं शरीर होरपळत असलेलं. क्षण दोन क्षण काशीबाईंचे नेत्र बाजीरावांच्या चेहऱ्यावर खिळले. आणि मग अनावर हुंदका येऊन त्यांनी बाजीरावांच्या पायांवर स्वत:ला घालून घेतलं. बाजीरावांचे पाय उराशी कवटाळून त्या उद्‌गारल्या, 'काय ही दशा करून घेतलीत! काय मी पाहते आहे!'

एवढा वेळ ग्लानीनं मिटलेले बाजीरावांचे डोळे त्या कातरवेळी उघडले. काशीबाई आत येताच डेऱ्यातले वैद्यराज आणि त्यांचे शिष्य बाहेर गेले. डेऱ्यात होत्या काशीबाई आणि त्यांचे पती बाजीराव. दूर कोपऱ्यात कुंवर खाली मान घालून उभा होता. बाजीरावांच्या थकलेल्या नेत्रांनी उघडझाप केली. कोपऱ्यात दीप लावून ठेवले होते. त्यांचा धूसर प्रकाश काशीबाईंच्या चर्येवर पडला होता. दोन-तीन क्षण बाजीरावांनी काशीबाईंच्या त्या खिन्न चेहऱ्याकडे पाहिलं. आत अटीतटीचं झुंज चालू होतं. आणि मग एकाएकी त्यांचा गळा भरून आला. ते म्हणाले, 'कोण मस्तानी! आलीस तू इथं! आम्ही म्हणालो नव्हतो, मस्तानी, की कधी तरी ते तुझी आमच्याकडे पाठवणी करतील. झाला तर आमचा शब्द खरा.'

काशीबाईंनी उठून एकदम मान फिरवली. त्या भयभीत झाल्या. कुंवर दोन पावलं पुढं झाला. बाजीरावांच्या कानाजवळ आपले तोंड नेऊन तो पुटपुटला, 'धनी, काशीबाईसाहेब आल्या आहेत. पुण्याहून काशीबाई मातु:श्री आल्या आहेत.'

कुंवरचे शब्द बाजीरावांच्यापर्यंत पोहोचलेच नाहीत. ते म्हणाले, 'होय. आम्हाला ठाऊक आहे की अखेरीस या राऊच्या जवळ मस्तानीच येणार. मस्तानी, तू अशी दूर का उभी राहिलीस? आणि मान का फिरवलीस? ये, जवळ ये. या राऊच्या मिठीत स्वत:ला झोकून दे. मस्तानी, तू आलीस आणि या राऊला मिठी मारली नाहीस असं कधी घडलं का? मग आताच अशी दूर मान फिरवून का उभी राहिलीस? अगं, जिथं राऊ तिथं मस्तानी असं तूच म्हणाली होतीस ना?'

घशामध्ये अवंढा दाटला होता. धाप लागली होती. पुन्हा डोळे मिटले आणि बाजीराव स्वस्थ पडून राहिले. काशीबाईंनी पदरानं डोळे टिपले. त्या पुन्हा पतीच्या जवळ येऊन बसल्या आणि बाजीरावांच्या कपाळावर त्यांनी आपला हात ठेवला. ज्वरानं त्यांच्या हाताला चटका बसला. कुंवरला त्या हळू आवाजात म्हणाल्या, 'किती दिवस ज्वर आहे रे?'

'आठ दिवस झाले असतील.'

'अजून काही उतार नाही?'

'उतार होता. पण पुन्हा कुणाचं न ऐकता धन्यांनी नर्मदेच्या डोहात उडी मारली. आणि ज्वर उलटला.'

'अरे मग, तुम्ही सेवक काय करीत होता? इकडे आवरायचं नाही का?'

काही न बोलता कुंवर खाली मान घालून उभा राहिला. काशीबाई हळुवारपणे पतीच्या देहावरून हात फिरवीत होत्या. आतून भडभडून येत होतं. पण अश्रूंना बाहेर पडण्याची मना होती. एवढ्यात बाजीरावांनी पुन्हा डोळे उघडले. काशीबाईंचा कपाळावरचा हात आपल्या हातात घेत ते म्हणाले, 'मस्तानी, आता किती बरं वाटतं म्हणून सांगू? तुझा हा स्पर्श नेहमीच आमच्या अंतःकरणाचा दाह शांत करीत आला आहे. मस्तानी, अखेरीस तू सासरी आलीस. तुझ्यासाठी आमच्या हवेलीचे दरवाजे सताड खुले झाले.'

काशीबाई चटकन् बाजीरावांच्या उशापासून उठत असताना हलकेच त्यांनी आपला हात बाजीरावांच्या त्या क्षीण हातातून सोडवून घेतला. त्यांच्या कपाळावर थोपटीत त्या म्हणाल्या, 'आता बोलायचं नाही. लवकरच ज्वर कमी होईल, शांत पडून राहावं.' आणि डोळ्यांत भरलेल्या आसवांना वाट करून देण्यासाठी तोंड फिरवून त्या बाजीरावांच्या डेऱ्यातून बाहेर पडल्या.

काशीबाईंसाठी शेजारीच एक छोटा बिचोवा उभा केला होता. त्यात त्या गेल्या. पाठोपाठ कुंवर होताच. अचानक काशीबाईंना हुंदका ऐकू आला म्हणून त्या मागे वळल्या. कुंवर दोन्ही हातांनी चेहरा झाकून हुंदके देत होता.

'बाईसाहेब.... बाईसाहेब.... नशिबात हे काय काढून ठेवलं आहे कळत नाही.'

आपल्या डोळ्यातून वाहणारे अश्रू पुशीत काशीबाई उद्गारल्या, 'चिंता करू नकोस कुंवर! देव भलंच करील.'

'देव भलंच करील बाईसाहेब. पण कालपर्यंत भ्रमातसुद्धा धनी तुमचंच नाव घेत होते. आणि आज एकाएकी डोक्यात काही वेगळंच वेड घेतलं.'

काशीबाईंचा आपल्या कानांवर विश्वास बसेना. कधी नव्हे तो त्यांचा खानदानी हात कुंवरच्या खांद्यावर पडला. भान हरपून कुंवरचा खांदा गदागदा हालवून त्या म्हणाल्या, 'खरं म्हणतोस कुंवर? अरे खरंच का इकडून आमचं नाव घेणं झालं?'

'सांगितलं तर विश्वास बसणार नाही, बाईसाहेब. पण धन्याच्या बिछान्याशेजारी मीच रात्रंदिवस बसून आहे. काल दिवसभर धन्यांच्या ओठावर फक्त तुमचंच नाव होतं.'

'इकडून काय म्हणणं झालं, रे?'

'बाईसाहेब, कसं सांगू?'

'अरे सांग! सांग आमच्याबद्दल काय म्हणणं झालं ते!'

आणि मग कुंवर आठवून आठवून सांगू लागला. 'खरं सांगतो बाईसाहेब, तुमच्याशिवाय दुसरा शब्द ओठांवर नव्हता.' म्हणत होते, '.... वीस वर्षं काशीनं आमची सोबत केली. मान वर करून कधी पाहिलं नाही; की कधी माझं मन मोडलं नाही. मग अचानक एके दिवशी ती आपल्या महालाचे दरवाजे आमच्यासाठी बंद कशी करील! जिच्या मनाचे दरवाजे अहोरात्र आमच्यासाठी उघडे आहेत, जिनं आपल्या देहाची कुरवंडी या बाजीरावासाठी केली ती आमची काशी एकाएकी आमच्यापासून दूर कशी जाईल, एवढाही आम्ही विचार केला नाही....'

'बाईसाहेब, श्रीमंत किती बोलत होते आणि किती नाही, काय सांगू?'

भावनावेगानं कुंवरचे दोन्ही खांदे हलवीत काशीबाईंच्या तोंडून शब्द बाहेर पडले, 'खरंच? कुंवर, अरे हे खरेच सांगतोस का आमच्या समाधानासाठी काहीतरी बडबडतोस?'

पटकन् काशीबाईंच्या पायाला स्पर्श करीत कुंवर म्हणाला, 'बाईसाहेब, या पायांची आण आहे. खोटं बोलेन तर जीभ झडून जाईल. काल दिवसभर मुखातून फक्त तुमचंच नाव येत होतं. अखेरीस ते एकच म्हणाले आणि त्यांच्या डोळ्यांवर झापड आली.'

'काय म्हणाले? काय म्हणाले? कुंवर, सांग लवकर.'

'भ्रमात शब्द अस्पष्ट येत होते. पण अडखळत ते एवढंच म्हणाले, काशी पतीसाठी कणाकणानं जळणाऱ्या पत्नीचं हृदय या बाजीरावाला समजलं नसेल. पण काशी, तुझ्याबद्दल मनात आकस नाही, तुझ्याबद्दल ममताच आहे. काशी, आम्ही कसंही वागलो तरी स्वर्गात तुझं स्थान अढळ आहे.'

आणि मग पुन्हा गळा दाटून आल्यानं कुंवरच्या तोंडून शब्द फुटेना.

रात्र वैऱ्यासारखी झाली होती. काशीबाई पतीच्या उशापाशी बसून होत्या. पलीकडे त्यांनीच बांधलेल्या त्या रामेश्वराच्या देवळातला घंटानाद आणि ब्राह्मणांचे

मंत्रघोष त्यांना रात्रीच्या नीरव शांततेत ऐकू येत होते. मृत्युंजयाचा जप सुरू होता.

पहाट झाली. नर्मदेच्या किनाऱ्यावरच्या गर्द झाडीतून पक्ष्यांचे शब्द ऐकू यायला लागले. पलीकडचं जांभूळवन जागं झालं. आणि एकदम बाजीरावांनी डोळे उघडले. सर्व अंगाला दरदरून घाम सुटला. जणू काही झालंच नाही असा तजेला चेहऱ्यावर आला. दृष्टी मात्र अस्थिर तशीच होती. समोर बसलेल्या काशीबाईंकडे टक लावून पाहण्याचा प्रयत्न करीत ते अस्पष्ट शब्दांत म्हणाले, 'मस्तानी, एवढ्यासाठीच आतापर्यंत मृत्यूला दोन हात दूर ठेवलं होतं. त्याच्याबरोबर झगडा चालला होता. आता तो झगडा संपला. तुला दिलेलं वचन आम्ही पूर्ण केलं. मस्तानी, बाहेर ते कसले आवाज येताहेत?'

डोळ्यांतले अश्रू टिपीत काशीबाई म्हणाल्या, 'पहाट झाली आहे. नर्मदेच्या झाडीतले पक्ष्यांचे आवाज आहेत.'

'हो, बरोबर आहे.' क्षीणपणे मान हालवीत बाजीराव म्हणाले, 'शिंगंतुताऱ्यांचेच आवाज आहेत. मस्तानी, तुझे लोक.... मस्तानी.... माझे लोक एखादी नवीन लग्न झालेली वधू सासरी पोहोचवावी तसे अखेरीस तुला मानानं आमच्याकडे पोहोचवीत आहेत. त्याच शिंगंतुताऱ्यांचे हे आवाज आहेत.'

काशीबाईंनी नजर फिरवली.

'लाजलीस मस्तानी? पण हो, बरोबरच आहे. नववधूसारखी आज तू पहिल्यांदाच आमच्याकडे येते आहेस. ते पाहा बाहेर शब्द उठताहेत. बाहेर कसला तरी कोलाहल उठतो आहे. तुला निरोप द्यायला आलेले ते लोक आहेत. त्यांची हृदयं भरलेली आहेत. पण मनात आनंदाच्या ऊर्मी उसळताहेत समाधानाच्या. मस्तानी, अखेरीस माझ्या मातुःश्री, माझे बंधू, पुत्र, माझी आप्तेष्टमंडळी यांनी तुला आमच्याकडे पोहोचतं केलं. इकडे तोंड कर. मस्तानी, आमच्या डोळ्यांत पाहा. खुळे, तुझ्या डोळ्यांत अश्रू कसले? हो, हो! समजलं. पोहोचवायला आलेल्या आमच्या मंडळीत आमची काशी नाही म्हणून?'

ते शब्द ऐकताच काशीबाईंच्या तोंडातून एकदम हुंदका फुटला. तशी काशीबाईंचा हात आपल्या क्षीण हातात घेऊन बाजीराव म्हणाले, 'पूस ते डोळे. मस्तानी, अगं कोण काशी, कोण मस्तानी.... कोण मस्तानी, कोण काशी! तुम्ही दोघी केव्हाच एकरूप झाला आहात. आमच्या दृष्टीनं काशी आणि मस्तानी एकच आहेत. वेगळ्या नाहीत. मस्तानी... काशी.... मस्तानी.....'

हातात घेतलेला काशीबाईंचा हात एकदम सुटला. त्याबरोबर चमकून काशीबाईंनी बाजीरावांच्या चर्येकडं पाहिलं. क्षणमात्र आलेला तजेला निघून गेला होता. डोळे मिटलेले होते. पण चेहऱ्यावर एक विलक्षण समाधान पसरलं होतं. एक निमिष फक्त गेलं आणि लगेच सारा प्रकार काशीबाईंच्या लक्षात आला. हंबरडा फोडून शब्द आले,

'स्वामी.... स्वामी....! आम्हाला टाकून गेलात!....'

आणि धाडकन् काशीबाईंनी बाजीरावांच्या अंगावर स्वतःला झोकून घेतलं. मृत्युंजयाचा घोष त्याच क्षणी बंद पडला.

★ ★ ★